# Dữ liệu tử thần

Liên hệ các vấn đề chung: info@bachvietbooks.com.vn
Liên hệ về bản thảo, xuất bản: publication@bachvietbooks.com.vn

 **BACHVIETBOOKS COPYRIGHTS 2011**

**Biên mục trên xuất bản phẩm của Thư viện Quốc gia Việt Nam**

Deaver, Jeffery
    Dữ liệu tử thần = The Broken window / Jeffery Deaver ; Lê Đình Chi dịch. - H. : Lao động ; Công ty Sách Bách Việt, 2011. - 672tr. ; 24cm

    1. Văn học hiện đại 2. Truyện trinh thám 3. Mỹ
    813 - dc14

LDH0002p-CIP

Liên hệ về truyền thông, hợp tác: pr@bachvietbooks.com.vn
Liên hệ về phát hành, kinh doanh: sales@bachvietbooks.com.vn

Jeffery
DEAVER
NUMBER ONE BESTSELLING AUTHOR OF THE BONE COLLECTOR

DỮ LIỆU

TỬ THẦN

He's watching you...
(The broken window)
THE NEW LINCOLN RHYME THRILLER

**Người dịch: LÊ ĐÌNH CHI**

Công ty
Sách Bách Việt   NHÀ XUẤT BẢN
LAO ĐỘNG

# I
# SỰ TƯƠNG ĐỒNG

Thứ Năm, ngày Mười hai tháng Năm

*Hành vi xâm phạm đời tư nghiêm trọng nhất không phải là việc phơi bày những bí mật cá nhân ghê gớm, mà chỉ cần tiết lộ những sự thật vặt vãnh... Giống như những con ong sát thủ, một con khiến người ta khó chịu, nhưng cả bầy có thể đốt chết người.*

Robert O'Harrow, Jr.

*No place to hide*[1]

---

[1] Tạm dịch: *Không nơi ẩn náu*, cuốn sách của Robert O'Harrow, Jr. về bảo mật thông tin cá nhân.

# CHƯƠNG I

**D**ường như có một cảm giác bất an mơ hồ đang ám ảnh cô, song cụ thể là gì thì cô không thể nói rõ được.

Giống như cơn đau chợt nhói lên đâu đó trong cơ thể bạn.

Hay một người đàn ông bất thần xuất hiện sau lưng trên đường về nhà... Liệu hắn có phải là người đã theo dõi bạn trên tàu điện ngầm không?

Cái bóng đen đang di chuyển tới sát giường ngủ của bạn đột nhiên biến mất. Là một Quả Phụ Đen[1] chăng?

Nhưng đúng lúc này vị khách đang ngồi trên chiếc đi văng đưa mắt nhìn cô, khẽ mỉm cười, vậy là Alice Sanderson quên biến đi sự bất an của mình - nếu đúng đó là cảm giác ấy. Arthur là một người thông minh với dáng vẻ mạnh mẽ, tự tin. Trên hết, anh có nụ cười thật tuyệt vời, một thứ còn đáng giá hơn.

"Anh dùng một chút rượu vang nhé?", cô hỏi trong khi đi vào khu bếp nhỏ của mình.

---

[1] The black widow: tên một loài nhện độc.

"Tất nhiên. Bất cứ thứ gì em có."

"Thật thú vị, chúng ta - hai kẻ đã lớn tướng vẫn còn chơi trò trốn học vào một ngày trong tuần. Em thích chuyện này."

"Sinh ra để nghịch ngợm mà", anh đùa cợt.

Ngoài cửa sổ, phía bên kia đường là một dãy nhà mặt tiền bằng đá nâu, cả đá thật lẫn đá sơn giả màu. Từ đây có thể nhìn thấy một phần đường chân trời của khu Manhattan, mờ mờ trong sương vào buổi chiều mùa xuân dễ chịu. Không khí mát mẻ nhẹ nhàng len vào mang theo mùi tỏi và lá oregano[1] từ một quán ăn Italia nằm trên đầu phố. Đó là phong cách ẩm thực cả hai đều ưa thích - một trong số rất nhiều sở thích chung mà hai người đã cùng khám phá ra kể từ khi gặp nhau vài tuần trước trong một buổi giới thiệu rượu vang tại SoHo. Vào một ngày cuối tháng Tư, trong lúc Alice đang có mặt trong một nhóm khoảng bốn mươi người lắng nghe một nhân viên phục vụ rượu giới thiệu về các loại vang của châu Âu, cô chợt nghe thấy một giọng nam giới hỏi về một loại vang đỏ Tây Ban Nha.

Cô khẽ bật cười. Tình cờ cô có cả một thùng đầy loại vang đó ở nhà (tất nhiên, giờ thì chỉ còn lại lưng thùng). Đó là rượu của một vườn nho không nổi tiếng cho lắm, có thể nó chưa phải thứ tuyệt hảo nhất Rioja[2] từng tạo ra nhưng loại vang này đem đến một hương vị khác lạ: hương vị của kỷ niệm ngọt ngào. Cô đã thưởng thức loại vang này trong suốt một tuần với một anh chàng người Pháp tại Tây Ban Nha. Đó là một mối quan hệ hoàn hảo và cần thiết với một phụ nữ sắp bước sang tuổi ba mươi và vừa chia tay bạn trai. Cuộc tình trong kỳ nghỉ đó rất mãnh liệt, nồng nàn và tất nhiên, chẳng hề có ngày mai. Và điều đó chỉ càng làm cho hương vị mối tình tuyệt vời hơn.

---

[1] Một loại lá làm gia vị cho món pizza.
[2] Tức La Rioja: một tỉnh ở miền Bắc Tây Ban Nha.

Alice vươn người ra trước để xem ai vừa nhắc đến loại vang đó, một người đàn ông không có gì nổi bật, mặc bộ đồ kiểu doanh nhân. Sau vài ly nữa của bộ sưu tập rượu ấy, cô đã trở nên mạnh dạn hơn. Cầm theo một đĩa đồ ăn nhẹ, cô đi tới chỗ người đàn ông, hỏi chuyện anh ta về sở thích với rượu vang.

Người đàn ông kể với cô về chuyến đi của anh tới Tây Ban Nha cùng một người bạn gái mấy năm trước. Sau đó, anh đã trở nên ưa thích loại vang này. Họ cùng ngồi xuống một chiếc bàn, trò chuyện huyên thuyên với nhau. Tình cờ, Arthur cũng thích những món ăn, những môn thể thao giống cô. Cả hai người đều tập chạy bộ và dành một giờ đồng hồ mỗi buổi sáng tại các câu lạc bộ thể thao có giá cắt cổ. "Nhưng tôi mặc những chiếc quần sooc hiệu JC Penny và áo phông rẻ nhất có thể", anh nói. "Không bao giờ tôi động đến những đồ thời trang đắt tiền vớ vẩn..." Rồi anh bỗng đỏ mặt, nhận ra rất có thể mình đang xúc phạm cô.

Nhưng cô đã bật cười. Cô cũng có cách mua sắm tương tự, tất cả đồ thể thao của cô đều được mua tại Target[1] khi đến Jersey thăm gia đình. Tuy vậy, cô cố kìm lại không kể với anh, sợ rằng mình quá đường đột.

Họ đã cùng nhau chơi trò hẹn hò quen thuộc của người thành thị: vì những điểm chung giữa chúng ta. Họ cùng nhau xếp hạng các nhà hàng, so sánh các tập của bộ phim truyền hình ăn khách *Curb Your Enthusiasm* và phàn nàn về những nếp nhăn.

Họ hẹn hò một lần, rồi một lần nữa. Arthur quả là một người vui nhộn và nhã nhặn. Đôi lúc hơi thiếu tự nhiên, e dè, thậm chí né tránh. Cô nghĩ có lẽ đây là hậu quả của cuộc chia tay với người bạn gái lâu năm trước đó, điều mà anh mô tả như một cuộc đoạn tuyệt với địa ngục. Và cả vì lịch làm việc khủng khiếp của anh - một doanh nhân của Manhattan. Thời gian rảnh của anh rất ít.

---

[1] Tên công ty bán hàng thuộc Tập đoàn Thương mại Target, Mỹ.

Liệu mối quan hệ của họ sẽ đi đến đâu?

Anh vẫn chưa thực sự là bạn trai của cô. Nhưng khi hai người hôn nhau trong cuộc hẹn gần nhất, cô đã cảm nhận được cảm xúc thầm kín mà người ta gọi là xao xuyến. Tối hôm nay có thể cho cô biết họ sẽ đi đến mức độ nào, mà cũng có thể là không.

Cô nhận ra Arthur đã âm thầm kiểm tra chiếc váy màu hồng bó sát mà cô đã mua tại Bergdorf để dành riêng cho cuộc hẹn hò. Còn Alice đã chuẩn bị một số thứ trong phòng ngủ, cho trường hợp những nụ hôn chuyển sang hướng khác.

Thế nhưng cảm giác bất an mơ hồ và nỗi ám ảnh về Quả Phụ Đen lúc trước bất chợt quay trở lại.

Điều gì đang ám ảnh cô?

Alice đoán đó chỉ là dư âm của cảm giác khó chịu cô phải trải qua trước đó khi một gã giao hàng giao một kiện hàng cho cô. Một gã với cái đầu cạo nhẵn bóng, đôi lông mày rậm, sặc mùi thuốc lá với giọng nói đặc sệt thổ âm Đông Âu. Khi cô ký các giấy tờ nhận hàng, gã nhìn cô từ đầu đến chân, rõ ràng muốn ỡm ờ, rồi hỏi xin một ly nước. Cô miễn cưỡng đi rót nước, lúc quay ra đã thấy gã đứng giữa phòng khách nhìn chăm chăm vào dàn âm thanh.

Cô nói mình đang chờ bạn đến chơi, vậy là gã sầm mặt cuốn gói, giận dữ như thể vừa bị làm cho mất mặt. Alice quan sát qua cửa sổ, phải gần mười phút sau, gã mới chịu leo lên chiếc xe tải dời đi.

Gã đã làm gì trong khu nhà suốt quãng thời gian đó? Đi kiểm tra...

"Alô. Mặt đất gọi Alice..."

"Xin lỗi anh", cô bật cười, tiếp tục bước lại gần đi văng, rồi ngồi xuống cạnh Arthur. Đầu gối hai người cọ vào nhau. Mọi ý nghĩ về gã giao hàng biến mất. Họ cụng ly, họ là hai con người hoàn toàn giống nhau trong mọi lĩnh vực phim ảnh, ẩm thực, du lịch và chính trị (họ đóng góp những khoản tiền tương đương nhau cho Đảng Dân chủ, tham gia quyên tiền trong những chương trình kêu gọi của NPR[1]). Và cả hai đều là những tín đồ Tin lành đã sa ngã.

Khi đầu gối họ lại chạm nhau, đầu gối anh cọ xát vào cô đầy lôi cuốn. Rồi Arthur mỉm cười hỏi: "À, bức tranh mà em thích, bức của Prescott ấy, em có mua được không?".

Đôi mắt cô sáng lên khi cô gật đầu. "Có! Em đã mua được tranh của Harvey Prescott."

Alice Sanderson không phải là một phụ nữ giàu có theo tiêu chuẩn của khu Manhattan, nhưng cô biết cách đầu tư và sẵn sàng chiều theo đam mê đích thực của mình. Cô đã theo dõi sự nghiệp của Prescott, một họa sĩ gốc Oregon[2] chuyên vẽ những bức họa có độ chân thực cao, giống như ảnh chụp, về đề tài gia đình. Những nhân vật không phải là người thực mà do chính ông sáng tạo ra. Một số mang tính truyền thống, một số lại không, với các nhân vật là những ông bố, bà mẹ đơn thân, những đôi khác màu da hoặc đồng tính. Rất khó tìm thấy tranh của ông trên thị trường trong mức cô có thể trả được, song Alice vẫn có mặt trong danh sách liên lạc của các phòng tranh bán tác phẩm của ông. Tháng trước, cô được một phòng tranh ở miền Tây cho biết có một bức họa nhỏ thuộc thời kỳ đầu sự nghiệp của Prescott có thể sẽ được bán với giá một trăm năm mươi nghìn đô la. Chủ bức tranh chắc chắn muốn bán và cô đã vét sạch tài khoản của mình để có đủ tiền.

Đó chính là kiện hàng cô được giao hôm nay. Nhưng giờ đây niềm vui được sở hữu bức họa lại chìm xuống khi ý nghĩ về

---

[1] National Public Radio: Một đài phát thanh của Mỹ.
[2] Tiểu bang ở vùng Tây Bắc của Mỹ.

gã giao hàng lóe lên. Cô nhớ lại mùi tỏa ra từ người gã, đôi mắt dâm đãng của gã. Alice đứng dậy, lấy lý do muốn kéo rộng rèm cửa và nhìn ra ngoài. Không có chiếc xe tải giao hàng nào, không có cái đầu trọc lốc nào dưới góc phố ngước mắt nhìn lên căn hộ của cô. Cô chợt nghĩ đến chuyện đóng cửa sổ rồi khóa trái lại, nhưng hành động như vậy quá hoang tưởng và cô sẽ phải giải thích với anh.

Cô quay lại bên Arthur, đưa mắt nhìn quanh các bức tường và nói với anh rằng cô vẫn chưa biết nên treo bức tranh ở đâu trong căn hộ. Một kế hoạch nhỏ đầy mơ mộng đã được cô vẽ ra: Arthur sẽ ở lại từ tối thứ Bảy sang ngày Chủ nhật và sau một bữa ăn gộp cho cả sáng và trưa, anh sẽ giúp cô tìm ra vị trí đắc địa nhất để treo bức họa.

Giọng cô hiện rõ niềm vui và tự hào khi cô hỏi anh, "Anh muốn xem nó không?".

"Em thử đoán coi."

Họ cùng đứng dậy, bước vào phòng ngủ và cô tin chắc mình vừa nghe thấy tiếng bước chân ai đó trên lối đi bên ngoài. Vào giờ này, tất cả những cư dân khác của khu nhà đáng lẽ đều đang bận rộn ở chỗ làm.

Liệu có phải là gã giao hàng không?

Ít nhất lúc này cô cũng không đơn độc.

Họ bước tới cửa phòng ngủ.

Đúng khoảnh khắc đó dường như Quả Phụ Đen bỗng vụt quay trở lại và hung hãn tấn công cô.

Sững người lại, Alice lúc này chợt hiểu điều gì đang ám ảnh mình và điều này không hề liên quan tới gã giao hàng. Nó xuất phát từ Arthur. Ngày hôm qua, lúc họ trò chuyện với nhau anh đã hỏi khi nào bức tranh của Prescott sẽ được mang đến.

Cô đã kể với anh chuyện cô mới mua một bức tranh, song chưa bao giờ đả động tới tên họa sĩ. Giờ đây ngay trên ngưỡng cửa phòng ngủ, cô dần dần vỡ lẽ. Hai bàn tay cô chợt ướt đẫm mồ hôi. Nếu anh ta đã biết về bức tranh, rất có thể anh ta đã tìm hiểu trước mọi thứ về cuộc sống của cô. Nếu tất cả những điểm chung giữa hai người chẳng qua chỉ là một màn dối trá? Nếu anh ta đã biết trước về sở thích của cô là loại vang Tây Ban Nha đó? Nếu anh ta đã có mặt tại buổi giới thiệu vang chỉ để tìm cách tiếp cận cô? Tất cả những nhà hàng, những chuyến đi, các chương trình truyền hình...

Chúa ơi! Ngay lúc này đây cô đang dẫn một người đàn ông vừa mới quen vài tuần vào phòng ngủ của mình. Cô đã quá mất cảnh giác...

Những hơi thở nặng nề dần... Cô rùng mình ớn lạnh.

"A, bức tranh kia rồi", anh khẽ nói khi nhìn qua phía sau cô. "Nó đẹp quá."

Nghe thấy giọng nói bình thản, dễ chịu của anh, Alice chợt cười thầm chính mình. Cô điên rồi sao? Chắc hẳn cô đã nhắc đến Prescott với Arthur mà lại không nhớ. Cô cố xua đuổi cảm giác bất an ra khỏi đầu. Bình tĩnh lại nào. Mình đã sống cô đơn quá lâu rồi. Hãy nhớ lại những nụ cười, những câu bông đùa của anh ấy. Anh suy nghĩ đúng như cách mình vẫn nghĩ mà.

Thư giãn nào.

Cô cười khẽ và nhìn chăm chú vào bức tranh kích thước mỗi chiều sáu mươi phân, những gam màu bình lặng, sáu người ngồi ăn tối quanh một chiếc bàn, tất cả cùng quay mặt ra, vài người có khuôn mặt vui vẻ, một số đang suy tư, số khác đang lo lắng.

"Không tin nổi", anh nói.

"Cấu trúc của bức tranh thật tuyệt vời nhưng chính tâm trạng của những nhân vật trong tranh mới là thứ được họa sĩ nắm bắt đến mức hoàn hảo. Anh có nghĩ vậy không?", Alice quay về phía anh.

Nụ cười của cô biến mất. "Có chuyện gì vậy, Arthur? Anh đang làm gì vậy?" Anh ta đã xỏ tay vào đôi găng màu be và lúc này đang đưa tay vào trong túi. Rồi cô nhìn vào đôi mắt của vị khách, lúc này đã co lại thành hai rãnh hẹp tăm tối dưới hàng lông mày đang cau lại trên khuôn mặt cô không còn nhận ra.

# II
# MỐI LIÊN HỆ

Chủ nhật, ngày Hai mươi hai tháng Năm


Bạn vẫn hay nghe đến câu chuyện cũ rích rằng toàn bộ thể xác một người nếu tính lẻ từng phần chỉ trị giá bốn đô rưỡi. Thật ra, dấu hiệu nhận dạng cá nhân còn đáng giá hơn nhiều.

Robert O'Harrow Jr.

*No place to hide*

# CHƯƠNG 2

Dấu vết bắt đầu từ Scottsdale tới San Antonio kéo dài đến một trạm nghỉ ở Delaware ngay gần tuyến đường liên bang số 95 chật ních xe tải và những gia đình nhộn nhạo, rồi cuối cùng kết thúc ở một điểm khó lòng tin nổi: London.

Vậy con mồi đã chuồn mất theo con đường này là ai? Một gã sát thủ chuyên nghiệp mà Lincoln Rhyme đã truy đuổi suốt một thời gian dài, anh đã kịp ngăn không cho gã gây ra một tội ác khủng khiếp, song gã đã kịp chuồn chỉ vài phút trước khi cảnh sát ập đến, như Rhyme cay cú mô tả "nhởn nhơ tung tăng ra khỏi thành phố như một gã du khách chuẩn bị phải quay lại làm việc vào sáng thứ Hai".

Mọi dấu vết đã bốc hơi. Kết quả là cảnh sát cũng như FBI đều không tìm được manh mối gì về nơi ẩn náu cũng như dự định tiếp theo của gã. Nhưng mấy tuần trước Rhyme đã được một mối quen từ Arizona cho biết rất có thể gã này chính là kẻ tình nghi trong vụ sát hại một binh sĩ quân đội Mỹ tại Scottsdale. Manh mối sót lại cho thấy, có lẽ gã đã lẩn về phía đông, ban đầu là Texas sau đó tới Delaware.

Tên của kẻ tình nghi là Richard Logan, cũng có thể đây chỉ là tên giả. Dường như gã tới từ miền Tây của Mỹ hoặc Canada. Những cuộc tìm kiếm ráo riết đã tìm ra một số người có tên Richard Logan, song không có ai phù hợp với đặc điểm của kẻ sát nhân.

Thế rồi một cách rất ngẫu nhiên (Lincoln Rhyme không bao giờ động đến từ "may mắn"), anh được biết từ Interpol rằng một tay sát thủ chuyên nghiệp từ Mỹ đã được thuê thực hiện một phi vụ ở Anh. Gã đã giết một người ở Arizona để lấy giấy tờ tùy thân và thông tin quân sự rồi tới gặp đồng bọn tại Texas, được ứng trước tiền công tại một bến dừng xe tải nào đó ở vùng bờ biển miền Đông. Gã đã bay tới Heathrow, giờ đây đang ở trên đất của Vương quốc Anh, song chính xác ở đâu thì không ai biết.

Mục tiêu của "kế hoạch được tài trợ chu đáo và đặt hàng từ những nhân vật cấp cao" của Richard Logan - Rhyme chỉ có thể mỉm cười khi đọc những lời mô tả bóng bẩy của Interpol - là một mục sư Tin lành đến từ châu Phi. Ông này đang điều hành một trại tị nạn và mới gặp rắc rối với một vụ tai tiếng lớn, liên quan đến việc đánh cắp thuốc điều trị bệnh AIDS đem bán lấy tiền mua vũ khí.

Lực lượng an ninh đã chuyển ông ta tới London, sau khi ông mục sư đã thoát được ba âm mưu ám sát nhằm vào mình ở Nigeria và Liberia, và một xảy ra ngay tại khu vực quá cảnh của sân bay Malpensa, Milan, nơi có những nhân viên cảnh sát lăm lăm trong tay tiểu liên, luôn chăm chú xăm xoi và không để bất cứ động tĩnh nào lọt khỏi mắt.

Mục sư Samuel G. Goodlight[1] (Rhyme cũng không tưởng tượng ra được một cái họ nào tuyệt hơn thế cho một đấng chăn chiên) đang ở tại một địa điểm an toàn ở London, dưới sự giám sát chặt chẽ của các nhân viên từ Scotland Yard, trụ sở của Sở Cảnh sát London. Ngài đang giúp đỡ các cơ quan tình báo Anh và nước ngoài lắp ghép các đầu mối của kế hoạch "đổi thuốc lấy vũ khí".

---

[1] Ánh sáng tốt lành.

Thông qua những cuộc điện thoại vệ tinh được mã hóa cùng các email, Rhyme cùng Longhurst, thanh tra Sở Cảnh sát London, đã giăng ra chiếc bẫy để tóm cổ kẻ tình nghi. Tương xứng với những mưu mô hoàn hảo mà Logan từng vạch ra, kế hoạch này bao gồm những màn ngụy trang đánh lạc hướng và sự giúp đỡ quan trọng của một gã ba hoa khoác lác người Nam Phi từng làm nghề lái súng. Danny Krueger mang đến một mạng lưới cung cấp thông tin rất hữu ích. Gã đã thực hiện vô số vụ buôn bán vũ khí một cách trót lọt, trôi chảy và thản nhiên chẳng khác gì việc những doanh nhân bán điều hòa nhiệt độ hay si rô chữa ho vậy. Nhưng chuyến đi tới Darfur năm trước đã khiến gã bị chấn động sâu sắc khi chứng kiến thảm cảnh mà những món đồ chơi gã cung cấp gây ra. Sau đó, gã đã đoạn tuyệt với nghề lái súng và tới Anh định cư. Các lực lượng khác tham gia vào kế hoạch có các sĩ quan của MI5[1], người từ văn phòng FBI tại London và một đặc vụ từ Tổng cục An ninh Hải ngoại, một dạng FBI phiên bản Pháp.

Thậm chí, họ còn chưa biết Logan đang ẩn náu ở vùng nào tại Anh để chuẩn bị hành động, nhưng anh chàng Danny Krueger lắm lời đã nghe được thông tin gã sát thủ sẽ bắt đầu hành động trong vài ngày tới. Anh chàng người Nam Phi có không ít mối quen trong thế giới ngầm quốc tế và đã bóng gió để cập tới một địa điểm "bí mật" - nơi sẽ diễn ra cuộc gặp giữa Goodlight và các nhà chức trách. Đó là tòa nhà có một khoảng sân rất trống trải, xung quanh là hai tòa nhà cao tầng. Tóm lại là một địa điểm lý tưởng để ra tay cho một tên xạ thủ.

Đó cũng là nơi lý tưởng để nhận diện và tiêu diệt Logan. Hệ thống theo dõi đã được thiết lập, lực lượng cảnh sát vũ trang cũng như các đặc vụ của MI5 và FBI luôn ở trong trạng thái báo động hai tư trên hai tư.

Nhưng kể từ đó, Logan đã biến mất và không để lại một chút tăm hơi.

---

[1] Viết tắt của Military Intelligence, section 5: Cơ quan Phản gián Anh.

Lúc này, Rhyme đang ngồi trong chiếc xe lăn điện chạy nhờ bộ ắc quy màu đỏ, trên lầu ngôi nhà của anh tại Central Park West. Tầng lầu này không còn là căn phòng khách kiểu Victoria lạ lẫm trước đây, mà đã trở thành phòng thí nghiệm pháp y được trang bị hiện đại, quy mô hơn cả phòng thí nghiệm của một thành phố bậc trung. Anh đang thực hiện việc đã quá quen thuộc với mình từ vài ngày qua: nhìn chăm chăm vào chiếc điện thoại với nút bấm quay số nhanh gọi ngay vào một đường dây ở Anh kết thúc bằng số 1212. Theo truyền thống, hầu hết các phòng ban của Sở Cảnh sát London tại Scotland Yard có số điện thoại kết thúc bằng mấy con số trên, một cách gợi nhớ tới số điện thoại đầu tiên của sở: Whitehall 1212.

"Điện thoại vẫn hoạt động tốt, đúng không?", Rhyme hỏi.

"Có lý do nào khiến nó trục trặc sao?", Thom, điều dưỡng viên phục vụ anh, hỏi với giọng chừng mực, câu hỏi mà Rhyme coi như tương đương với một tiếng thở dài ngán ngẩm.

"Tôi không rõ. Có thể do quá tải dòng. Hay đường dây điện thoại bị sét đánh. Mọi thứ đều có thể xảy ra."

"Vậy có lẽ ông nên thử kiểm tra xem, để đảm bảo chắc chắn thôi mà."

"Nhận lệnh", Rhyme nói, thu hút sự chú ý của hệ thống nhận dạng giọng nói kết nối với thiết bị điều khiển đã được vi tính hóa, nó cho phép thay thế các chức năng sinh lý của anh về nhiều mặt. Lincoln Rhyme là một người liệt cả tứ chi, chỉ có thể vận động một cách cực kỳ hạn chế phần cơ thể nằm phía dưới đốt sống cổ thứ tư ngay gần sàn xương sọ, bị tổn thương trong một tai nạn tại hiện trường vụ án xảy ra nhiều năm trước. Bây giờ anh ra lệnh: "Quay số tổng đài trợ giúp".

Âm thanh quay số vang lên trong loa, tiếp theo là những tiếng kêu bip bip bip... Chúng làm Rhyme điên đầu hơn cả một chiếc điện thoại hỏng. Tại sao thanh tra Longhurst không gọi lại? "Nhận lệnh", anh cấm cẳn giọng. "Ngừng kết nối".

"Có vẻ vẫn ổn", Thom đặt một cốc cà phê lên giá đỡ cốc trên xe của Rhyme, nhà chuyên gia tội phạm học uống cà phê qua ống hút. Anh nhìn về phía chai scotch whisky Glenmorangie mười tám năm tuổi làm hoàn toàn từ lúa mạch trên chiếc giá ngay gần đó, nhưng tất nhiên vẫn luôn ngoài tầm với của Rhyme.

"Bây giờ là buổi sáng", Thom nói.

"Tất nhiên bây giờ là buổi sáng. Tôi có thể thấy. Tôi không muốn điều gì... chỉ là...", anh đang đợi một lý do nào đó để lái anh chàng Thom trẻ tuổi trở về đúng chủ đề mình quan tâm. "Tôi vừa nhớ ra tối qua tôi đã bị cắt khẩu phần quá sớm. Chỉ có hai cốc. Gần như chẳng kịp có cảm giác."

"Đúng ra là ba."

"Nếu cậu cộng thể tích của chúng lại thì vẫn chỉ là hai cốc nhỏ không hơn không kém."

Tính khí nhỏ nhen cũng giống như rượu mạnh, hoàn toàn có thể khiến người ta mất hết phong độ.

"Được thôi, nhưng không được uống rượu scotch vào buổi sáng."

"Nó giúp tôi suy nghĩ sáng suốt hơn."

"Không hề."

"Có đấy. Và giúp tôi sáng tạo hơn."

"Lại càng không."

Thom mặc sơ mi là phẳng phiu, quần vải, đeo cà vạt. Quần áo của anh ta đỡ nhàu nhĩ hơn trước đây. Phần lớn công việc của điều dưỡng viên đều là việc tay chân. Nhưng chiếc ghế mới của Rhyme, chiếc Invacare TDX được thiết kế để "đem đến trải nghiệm điều khiển tự chủ hoàn toàn", có thể kéo ra thành chiếc giường thực thụ, đã giúp công việc của Thom dễ dàng hơn nhiều. Nó thậm chí có thể tự leo lên cầu thang bậc thấp và di chuyển nhanh không kém tốc độ chạy bộ của một người trung niên chăm chỉ luyện tập.

"Tôi muốn một chút scotch. Kia kìa. Tôi đã nói rõ mong muốn của mình rồi đó. Không được sao?"

"Không."

Rhyme cười giễu cợt rồi lại nhìn chằm chằm vào chiếc điện thoại. "Nhỡ đâu anh ta đi ra ngoài...", giọng nói của anh trở nên nhỏ dần.

"Tại sao anh lại không làm như mọi người vẫn làm nhỉ?"

"Ý ông là sao, Lincoln?", anh chàng trẻ tuổi vóc người mảnh khảnh này đã cùng làm việc với Rhyme từ nhiều năm qua. Anh chàng đã từng bị đuổi việc, thậm chí đã có lần tự bỏ việc. Thế nhưng anh ta vẫn còn đó. Một chứng cứ hùng hồn của tính kiên nhẫn hay sự ngang bướng của cả hai nhân vật có liên quan.

"Khi tôi nói 'Nhỡ đâu anh ta đi ra ngoài', anh hãy trả lời lại 'Ồ, không đâu. Đừng lo lắng'. Và thế là coi như tôi đã được trấn an. Người ta vẫn làm thế mà. Họ trấn an người khác trong khi bản thân chẳng biết mình đang nói về cái gì."

"Nhưng tôi đâu có nói vậy. Chúng ta đang tranh luận về điều tôi chưa từng nói nhưng đáng ra phải nói. Như thế có khác gì một cô vợ nổi cơn tam bành với chồng chỉ vì cô ta nhìn thấy một phụ nữ xinh đẹp dưới phố và nghĩ *chắc hẳn* ông chồng sẽ nhìn chằm chằm vào cô nàng nọ nếu đang có mặt ở chỗ cô ta đứng?"

"Tôi không biết cảm giác đó ra sao nữa", Rhyme lơ đãng nói, tâm trí đang để cả vào kế hoạch đang diễn ra tại Anh để tóm cổ Logan. Liệu có lỗ hổng nào chăng? Tình hình an ninh ra sao? Liệu có thể tin những kẻ bán thông tin sẽ không để hở ra điều gì lọt tới tai kẻ sát nhân không?

Điện thoại reo, hộp thoại thông báo danh tính người gọi hiện trên màn hình phẳng ngay gần Rhyme. Anh thất vọng vì số gọi đến không từ London mà ngay gần nhà, từ Big Building, tên gọi đám cảnh sát dành cho tổng hành dinh của Sở Cảnh sát New York, số 1 Police Plaza ở khu Manhattan.

"Nhận lệnh, trả lời điện thoại". Cuộc gọi được kết nối. "Gì vậy?"

Cách đó năm dặm, một giọng nói khẽ vang lên, "Đang bực à?".

"Vẫn chưa có hồi âm gì từ Anh."

"Anh đang ngồi chầu chực hay còn gì nữa?"

"Logan biến mất rồi. Hắn có thể hành động bất cứ lúc nào."

"Cứ như anh đang trông con mọn vậy", Sellitto nói.

"Cũng chẳng sai. Có việc gì anh nói mau đi. Tôi không muốn đường dây bận lâu quá."

"Anh có đủ thiết bị như trong phim viễn tưởng vậy mà không có thiết bị chờ gọi sao?"

"Lon!"

"Okay. Có vài điều anh cần phải biết. Đã xảy ra một vụ đột nhập tư gia cướp của giết người thứ Năm tuần trước. Nạn nhân là một phụ nữ sống ở khu Village, Alice Sanderson. Kẻ sát nhân đã đâm cô ta đến chết và cướp đi một bức tranh. Chúng tôi đã tóm được kẻ tình nghi."

Tại sao anh ta lại gọi vì chuyện này? Một vụ án mạng bình thường và kẻ tình nghi đã ngồi sau song sắt. "Có rắc rối về chứng cứ à?"

"Không hề."

"Vậy tại sao tôi phải quan tâm đến nó?"

"Tay thám tử phụ trách vụ này vừa nhận được điện thoại cách đây nửa tiếng."

"Lon! Cuộc săn lùng." Rhyme nhìn chăm chăm vào tấm bảng mô tả chi tiết kế hoạch tóm cổ tên sát thủ tại Anh. Một kế hoạch rất chu đáo.

Và cũng cực kỳ mong manh.

Sellitto khiến anh bừng tỉnh khỏi dòng suy tưởng. "Tôi xin lỗi, Linc, nhưng kẻ tình nghi là anh họ anh, Arthur Rhyme. Tội giết người cấp độ một. Anh ta có thể lĩnh hai mươi lăm năm tù. Ủy viên công tố nói đây là vụ rất khó gỡ."

# CHƯƠNG 3

"Thế mà cũng đã lâu rồi."

Judy Rhyme đang ngồi trong phòng thí nghiệm của anh. Hai bàn tay đan vào nhau, khuôn mặt tái xám, chị tránh nhìn vào đôi mắt của nhà tội phạm học.

Có hai cách phản ứng với cơ thể liệt của Rhyme khiến anh nổi giận. Đó là khi những người đến thăm cố gắng giả vờ như anh không hề tàn tật. Hoặc khi họ coi đó là lý do để cư xử như người bạn thân thiết nhất của anh, tếu táo pha trò và luẩn quẩn xung quanh, huyên thuyên những chuyện đao to búa lớn như thể đã cùng anh vào sinh ra tử suốt một cuộc chiến tranh.

Judy rơi vào loại thứ nhất, rụt rè cân nhắc từng từ trước khi nói với Rhyme. Thế nhưng, dù sao chị vẫn là người nhà và anh vẫn giữ được kiên nhẫn trong khi cố kìm mình không đưa mắt về phía điện thoại.

"Một quãng thời gian thật dài", nhà tội phạm học đồng ý.

Thom đang giúp bổ khuyết những cách thức xã giao mà Rhyme luôn quên bẵng. Thom mang cà phê mời Judy, nhưng chiếc tách vẫn nằm nguyên trên bàn, trước mặt chị, chưa hề được đụng đến. Rhyme liếc nhìn lần nữa chai whisky, cái nhìn lén lút đầy thèm thuồng và Thom thản nhiên lờ đi.

Vị khách nữ có mái tóc sẫm màu trông rất cuốn hút, gọn gàng và khỏe khoắn hơn so với lần cuối Rhyme gặp chị, khoảng hai năm trước khi anh bị tai nạn. Judy đánh bạo thầm quan sát khuôn mặt của nhà tội phạm học. "Chị rất xin lỗi vì vợ chồng chị chưa bao giờ đến đây thăm cậu. Thật đấy. Chị đã muốn đến."

Ý Judy không phải là một cuộc ghé thăm xã giao trước khi anh bị thương, mà muốn nói tới một lời chia sẻ đồng cảm sau tai nạn. Những ai đã sống sót qua tai họa có thể hiểu được những gì không được nói ra cũng rõ ràng không kém gì mỗi từ trong từng câu nói đó.

"Cậu nhận được hoa chứ?"

Nhớ lại thời gian sau vụ tai nạn, Rhyme đã thực sự choáng váng: những can thiệp về y tế, những chấn thương thể xác, cũng như cuộc vật lộn tinh thần kinh hoàng với một điều phi lý là anh sẽ không bao giờ đi lại được nữa. Anh không còn nhớ về bất cứ bông hoa nào họ gửi tới nhưng anh biết gia đình đã gửi hoa cho mình. Nhiều người đã làm như thế, gửi mấy bông hoa thật dễ dàng, cất công đến thăm khó khăn hơn nhiều.

"Có, cảm ơn chị."

Im lặng. Chị nhìn nhanh, gần như vô thức về phía đôi chân của nhà tội phạm học. Người ta hay nghĩ: nếu bạn không đi được, chắc chắn đôi chân của bạn có gì đó không bình thường. Nhưng chúng hoàn toàn ổn. Rắc rối nằm ở việc sai bảo chúng.

"Trông cậu khỏe lắm", chị nói.

Rhyme không biết anh có cảm thấy mình khỏe hay không. Chưa bao giờ anh bận tâm nghĩ đến điều đó.

"Chị nghe nói cậu đã ly hôn."

"Vâng."

"Chị rất tiếc."

Tại sao? Anh tự hỏi. Nhưng đó là một ý nghĩ quá chua chát, anh khẽ gật đầu, đón nhận sự thông cảm ấy.

"Blaine, cô ấy giờ ra sao rồi?"

"Cô ấy chuyển tới Long Island và đã tái hôn. Chúng em cũng không hay liên lạc. Cũng là chuyện thường tình vì không có con chung."

"Chị đã rất vui, hồi ở Boston ấy, khi hai đứa tới chơi vào kỳ nghỉ cuối tuần." Một nụ cười hiện lên, mà cũng không hẳn. Nó giống nét vẽ chết cứng trên một chiếc mặt nạ.

"Phải, hồi đó đúng là vui thật."

Đó là một kỳ nghỉ cuối tuần tại New England[1]. Họ đã đi mua sắm, lái xe về phía nam tới Cape Cod[2], có một buổi picnic bên bờ biển. Lúc đó, anh thầm nghĩ nơi đó thật đẹp biết bao. Trong khi ngắm nghía những tảng đá màu xanh bên bờ biển, anh chợt nảy ra ý tưởng lập một bộ sưu tập các loại tảo lấy từ xung quanh thành phố New York, để làm cơ sở dữ liệu cho phòng thí nghiệm điều tra tội phạm của Sở Cảnh sát New York. Anh đã dành một tuần liền lái xe lượn lờ khắp thành phố để lấy mẫu.

Và trong suốt chuyến đi thăm Arthur và Judy, anh và Blaine đã không cãi cọ lần nào. Thậm chí, chặng dừng chân tại nhà trọ ở Connecticut lúc quay về cũng thật tuyệt vời. Họ đã tựa vào bức vách phía sau căn phòng và làm tình với nhau trong bầu không khí sực nức mùi cây kim ngân.

---

[1] Một vùng ở Đông Bắc nước Mỹ.
[2] Mũi đất ở cực Đông của tiểu bang Massachusetts.

Chuyến thăm đó là lần cuối cùng anh gặp mặt trực tiếp người anh họ. Họ còn trò chuyện một lần ngắn ngủi nữa nhưng chỉ qua điện thoại. Sau đó là vụ tai nạn và sự im lặng kéo dài.

"Đúng kiểu biến mất tăm khỏi thế giới của Arthur." Chị bật cười - một tiếng cười có phần bối rối. "Cậu biết bọn chị đã chuyển tới New Jersey chưa?"

"Thật sao?"

"Arthur từng dạy ở Princeton nhưng đã bị sa thải."

"Có chuyện gì xảy ra vậy?"

"Anh ấy là trợ giảng và nghiên cứu viên. Bọn họ không ký hợp đồng giảng viên chính thức với anh ấy. Art nói nguyên nhân là do chính sách của trường. Cậu cũng biết điều đó là thế nào ở các trường đại học mà."

Henry Rhyme, cha của Art, một giáo sư Vật lý danh tiếng tại Đại học Chicago, con đường hàn lâm là một sự nghiệp được coi trọng trong nhánh đó của họ Rhyme. Ở trường trung học, Arthur và Lincoln từng tranh luận về giá trị của công tác nghiên cứu và giảng dạy tại trường đại học so với một công việc cho tư nhân. "Trong môi trường sư phạm, anh có thể đóng góp nghiêm túc cho xã hội", Art từng nói khi hai cậu nhóc cùng nhau chia sẻ hai lon bia một cách bất hợp pháp khi chưa đủ tuổi. Arthur cũng cố gắng giữ vẻ nghiêm chỉnh trên khuôn mặt khi Lincoln đưa ra câu bổ sung: "Đúng thế và các cô trợ giảng có thể cực kỳ nóng bỏng".

Rhyme chẳng hề ngạc nhiên khi Art lựa chọn làm việc tại một trường đại học.

"Anh ấy vẫn có thể làm công việc trợ giảng nhưng đã quyết định ra đi. Anh ấy rất phẫn nộ, cho rằng mình có thể tìm thấy một công việc khác ngay lập tức. Nhưng anh ấy đã thất nghiệp một thời gian trước khi vào làm cho một công ty tư nhân sản xuất thiết bị y tế." Lại một cái nhìn vô thức nữa, lần này mục tiêu là chiếc xe lăn hiện đại phức tạp. Chị đỏ mặt như vừa làm một việc đầy xúc phạm. "Đó không phải là công việc mơ ước của anh ấy và anh ấy không cảm thấy vui vẻ. Chị biết chắc anh ấy muốn đến thăm cậu. Nhưng có lẽ anh ấy xấu hổ vì đã không thành công trong sự nghiệp khi so với danh tiếng cậu có được."

Cuối cùng chị nhấp một chút cà phê. "Hai người có thật nhiều điểm chung, giống như hai anh em ruột vậy. Chị vẫn nhớ về Boston, về tất cả những câu chuyện cậu từng kể. Chúng ta đã thức trò chuyện đến nửa đêm và cùng phá lên cười. Có những điều chị chưa bao giờ biết về anh ấy. À, bố chồng chị khi còn sống vẫn nhắc đến cậu luôn."

"Thật vậy sao?" Anh và bác vẫn hay viết thư cho nhau. Anh đã nhận được một lá thư của bác chỉ vài ngày trước khi ông qua đời.

Rhyme có không ít kỷ niệm khó quên với bác anh nhưng có một hình ảnh luôn khiến anh nhớ hơn cả. Người đàn ông cao lớn, đầu hói, với khuôn mặt hồng hào khỏe mạnh ngả đầu ra sau phá lên cười đến độ đinh tai nhức óc, khiến hầu như mọi thành viên gia đình đang quây quần quanh bàn tiệc Giáng sinh phải bối rối trừ bản thân Henry Rhyme, bà vợ nhẫn nhịn của ông và chàng trai trẻ Lincoln, cậu cũng phá lên cười thoải mái cùng ông. Rhyme rất quý người bác này và thường xuyên tới thăm Henry cùng gia đình, khi ấy sống cách đó chừng ba mươi dặm, ngay bên bờ hồ Michigan, Evanston, tiểu bang Illinois.

Thế nhưng lúc này Rhyme không còn tâm trí đâu cho hoài niệm, anh thực sự thấy nhẹ nhõm khi nghe tiếng cửa mở, rồi tiếng bước chân dứt khoát vang lên từ ngưỡng cửa vào tới thảm trải sàn. Tiếng bước chân cho Rhyme biết người mới đến là ai. Lát sau, một người phụ nữ tóc đỏ cao ráo, mảnh mai, với quần jean, áo phông đen bên trong áo khoác đỏ tía bước vào. Chiếc áo phông khá rộng so với vóc dáng người mặc, trong khi hình dáng góc cạnh của chiếc báng khẩu súng ngắn Glock hằn lên rõ mồn một bên hông cô.

Khi Amelia Sachs mỉm cười đặt một nụ hôn lên môi Rhyme, nhà tội phạm học có thể thấy rõ câu trả lời bằng ngôn ngữ cơ thể của Judy vẫn đang ngồi ngay gần đó. Thông điệp này quá rõ ràng và Rhyme tự hỏi chuyện gì đã khiến vị khách bất ngờ như vậy. Hoặc là chị đã nghĩ chị quá sơ suất không hỏi xem Lincoln có hẹn hò với ai không. Hoặc chị đã tự cho rằng một người tàn tật không thể có được đối tượng hấp dẫn đến mức làm người ta ngơ ngẩn như Sachs, vốn từng làm người mẫu trước khi vào học trường cảnh sát.

Anh giới thiệu hai người với nhau. Sachs lắng nghe câu chuyện về vụ bắt giữ Arthur với sự quan tâm rõ rệt rồi hỏi Judy đang xử trí ra sao với tình thế hiện tại. Rồi cô hỏi một câu riêng tư: "Hai người đã có con chưa?".

Rhyme nhận ra trong khi anh đang xăm xoi những câu lỡ lời của Judy thì bản thân anh cũng thất thố khi không hỏi han gì về cháu trai mình, thậm chí tên cậu bé anh cũng đã quên mất. Hóa ra gia đình họ đã có thêm thành viên mới. Bên cạnh Arthur Nhỏ[1], đã vào trung học, còn có thêm hai đứa bé nữa. "Một cháu trai chín tuổi, Henry và một cháu gái, Meadow, sáu tuổi."

"Meadow[2]?", Sachs ngạc nhiên hỏi.

Judy bật cười bối rối. "Chúng tôi sống ở Jersey. Nhưng cái tên Meadow chẳng liên quan gì tới chương trình truyền hình cả. Cháu được sinh ra trước khi tôi xem chương trình đó."

Chương trình truyền hình?

---

[1] Junior (Jr.) thường thêm vào sau tên riêng khi người con được đặt trùng tên với bố đẻ.

[2] Đồng cỏ (tiếng Anh).

Judy phá vỡ khoảnh khắc im lặng ngắn ngủi. "Chắc cậu đang tự hỏi sao chị lại gọi cho ông sĩ quan cảnh sát đó hỏi số của cậu. Nhưng trước hết chị cần cho cậu hay Art không biết chị đến đây."

"Không biết ư?"

"Nói thật với cậu, bản thân chị đã không nghĩ sẽ làm thế. Chị lo lắng đến mất ăn mất ngủ, không thể suy nghĩ được gì. Khi chị nói chuyện với Art vài ngày trước trong trung tâm tạm giam, anh ấy đã nói: 'Anh biết em đang nghĩ gì nhưng đừng gọi cho Lincoln. Đây chỉ là một trường hợp nhầm lẫn danh tính. Chúng ta sẽ sớm ổn thôi mà. Hãy hứa với anh, em sẽ không gọi'. Anh ấy không muốn làm cậu phải bận tâm... Cậu biết tính Art mà. Lúc nào cũng tốt tính, luôn nghĩ đến người khác."

Rhyme gật đầu.

"Nhưng càng nghĩ nhiều về việc gọi cho cậu, chị càng thấy đúng đắn. Chị sẽ không yêu cầu cậu nhờ đến các mối quan hệ hay làm bất cứ điều gì không minh bạch, chỉ cần cậu gọi một hai cuộc điện thoại. Cậu nghĩ sao?"

Rhyme có thể hình dung ra *việc đó* sẽ diễn ra như thế nào ở Big Building. Là chuyên gia tư vấn pháp y của Sở Cảnh sát New York, công việc của anh là tìm ra sự thật, cho dù sự thật đó dẫn tới đâu. Rõ ràng bên cảnh sát sẽ cảm thấy thích hơn nhiều nếu anh giúp họ kết án các nghi phạm thay vì giúp những người này thoát tội.

"Chị đã đọc mấy bài cắt từ báo ra viết về cậu."

"Bài cắt từ báo ra?"

"Art luôn theo dõi những bước đi của mọi người trong gia đình. Anh ấy đã cắt hàng tá bài viết về các vụ án của cậu từ các tờ báo. Những điều cậu làm được thật đáng kinh ngạc."

Rhyme nói: "Em chỉ là một người làm công ăn lương thôi mà".

Cuối cùng Judy cũng bộc lộ cảm xúc chân thành bằng một nụ cười trong khi chị chăm chú nhìn thẳng vào mắt Rhyme. "Art nói anh ấy chưa bao giờ tin cậu là người khiêm tốn, cho dù chỉ trong một phút."

"Thật vậy sao?"

"Vì *chính cậu* cũng chẳng bao giờ tin vào điều đó."

Sachs khẽ cười thành tiếng.

Rhyme bật ra tiếng cười mà anh nghĩ có thể coi là thành thật. Sau đó anh trở lại nghiêm túc. "Em không rõ có thể giúp được gì nhiều hay không. Nhưng hãy cho em biết những gì đã xảy ra."

"Chuyện xảy ra thứ Năm tuần trước, hôm Mười hai. Art luôn về sớm vào những ngày thứ Năm để chạy bộ một lúc trong công viên tiểu bang trên đường về nhà. Anh ấy rất thích chạy."

Rhyme nhớ lại trước đây đã không biết bao nhiêu lần, hai cậu bé chỉ cách nhau vài tháng tuổi cùng nhau chạy đua trên vỉa hè hay băng qua những đồng cỏ ngả vàng gần những ngôi nhà của gia đình chúng, khiến những con châu chấu có mặt trên đường đua phải bay đi tứ tán, trong khi những con muỗi nhỏ li ti dính bết lên làn da đầm đìa mồ hôi của hai đứa khi chúng dừng lại thở lấy hơi. Art có vẻ khá hơn nhưng Lincoln lại lọt được vào đội tuyển điền kinh của trường. Vì ông anh họ của anh chẳng hề bận tâm thử tham gia tuyển chọn.

Rhyme tạm gác những hồi ức sang bên để tập trung lắng nghe những gì Judy đang nói.

"Anh ấy rời chỗ làm ba rưỡi chiều và đi chạy như thường lệ, sau đó về đến nhà khoảng bảy giờ hay bảy rưỡi tối. Hôm sau, cảnh sát tìm đến nhà, hai người từ New York và một người từ New Jersey. Họ hỏi anh ấy rất nhiều câu hỏi, rồi kiểm tra chiếc xe. Họ tìm thấy những vết máu, chị không biết nữa...". Giọng nói của chị hiện rõ những dư âm sót lại của cú sốc trong buổi sáng tai họa đó. "Họ khám xét ngôi nhà và lấy đi một vài thứ. Sau đó quay lại và bắt anh ấy vì tội giết người." Phải khó khăn lắm chị mới nói ra được câu cuối cùng.

"Chính xác thì người ta tình nghi anh ấy đã làm gì?", Sachs hỏi.

"Họ tuyên bố anh ấy đã giết một người phụ nữ và ăn cắp một bức tranh quý của cô ta." Người phụ nữ mỉa mai đầy cay đắng: "Ăn cắp một bức tranh? Để làm gì? Lại còn giết người nữa. Tại sao? Arthur chưa bao giờ làm hại ai trong cả cuộc đời anh ấy. Anh ấy không có khả năng làm điều đó".

"Những vết máu được tìm thấy thì sao? Họ có giám định ADN không?"

"Họ làm rồi. Có vẻ như kết quả hoàn toàn khớp. Nhưng những xét nghiệm đó cũng có thể sai, đúng không?"

"Đôi khi", Rhyme nói trong khi thầm nghĩ. Rất, rất hiếm khi.

"Hoặc có thể kẻ sát nhân thực sự đã tạo ra vết máu đó."

"Arthur có đặc biệt quan tâm tới bức tranh đó không?", Sachs hỏi.

Judy mân mê chiếc vòng tay to bản bằng nhựa đen và trắng đeo trên cổ tay trái của chị. "Có, anh ấy từng có một bức tranh của họa sĩ đó. Anh ấy rất thích nó nhưng đã buộc phải bán đi khi mất việc."

"Bức tranh được tìm thấy ở đâu?"

"Nó chưa được tìm ra."

"Nhưng làm sao họ biết nó đã bị lấy đi?"

"Có một nhân chứng nói đã nhìn thấy một người đàn ông mang nó từ căn hộ của người phụ nữ ra xe vào đúng khoảng thời gian cô ấy bị giết. Ôi, tất cả chỉ là một mớ hỗn độn khủng khiếp. Những trùng hợp ngẫu nhiên... ". Giọng nói của chị chìm đi trong những tiếng nấc.

"Anh ấy có biết người phụ nữ đó không?"

"Lúc đầu Art nói anh ấy không biết, nhưng rồi sau đó anh ấy nghĩ có thể họ đã từng gặp nhau tại một phòng tranh mà thỉnh thoảng anh ấy có lui tới. Nhưng anh ấy khẳng định chưa từng nói chuyện với người phụ nữ đó." Giờ đây đôi mắt của vị khách nữ đã thay thế tấm bảng vẽ kế hoạch tóm cổ Logan trong suy nghĩ của Rhyme.

Rhyme chợt nhớ lại quãng thời gian anh và Arthur từng trải qua bên nhau.

*Chạy thi tới cái cây đó đi... Không, đồ nhát như cáy... Cái cây sồi thích ở đằng kia kìa. Chạm vào thân cây! Đếm đến ba. Một... hai... chạy!*

*Anh đâu có đếm đến ba!*

"Vẫn còn nữa đúng không, Judy?", Sachs hỏi.

Rhyme đoán Sachs đã nhìn thấy điều gì đó trong mắt vị khách nữ.

"Tôi chỉ thấy lo lắng thôi, cả về bọn trẻ nữa. Đối với chúng, đúng là một cơn ác mộng. Hàng xóm láng giềng đối xử chẳng khác gì chúng tôi là những tên khủng bố."

"Tôi rất xin lỗi phải hối thúc nhưng chúng tôi cần biết toàn bộ những gì đã xảy ra, điều đó rất quan trọng."

Khuôn mặt Judy lại đỏ bừng lên, hai đầu gối ép chặt vào nhau. Rhyme và Sachs có một người bạn làm đặc vụ cho văn phòng Cục Điều tra liên bang ở California, Kathryn Dance. Cô là một chuyên gia nghiên cứu ý nghĩa của ngôn ngữ cử chỉ. Rhyme từng coi những kỹ năng này chỉ có ý nghĩa thứ yếu trong khoa học hình sự. Nhưng dần dần, anh trở nên thực sự tôn trọng Dance và đã học được ít nhiều chuyên ngành của cô. Lúc này anh có thể dễ dàng nhận thấy Judy Rhyme đang ở trong trạng thái căng thẳng tột độ.

"Tiếp tục đi nào", Sachs động viên.

"Cảnh sát đã tìm ra một vài bằng chứng khác mà thực ra cũng không hẳn là bằng chứng. Nhưng... chúng khiến họ nghĩ rất có thể Art và người phụ nữ kia đang hẹn hò với nhau."

Sachs hỏi: "Chị nghĩ sao về chuyện này?".

"Tôi không nghĩ anh ấy lại làm thế."

Rhyme nhận thấy động từ trong câu trả lời trở nên rụt rè hơn. Không còn là lời phủ nhận mạnh mẽ cương quyết như với các tội danh giết người cướp của. Người phụ nữ khốn khổ mong muốn câu trả lời là không, cho dù cô gần như chắc chắn đã có cùng suy nghĩ như Rhyme: việc người phụ nữ bị giết là tình nhân của Arthur sẽ là một chi tiết có lợi cho anh ta. Sẽ dễ dàng cướp của một người xa lạ hơn của người ta đang bồ bịch. Thế nhưng, là một người vợ và một người mẹ, Judy vẫn mong câu trả lời ngược lại.

Sau đó chị ngước mắt lên, cái nhìn đã bớt thận trọng khi quan sát Rhyme, chiếc ghế anh đang ngồi cũng như các máy móc luôn đồng hành cùng anh.

"Cho dù chuyện gì đã xảy ra đi nữa, anh ấy không giết người phụ nữ đó. Anh ấy không thể. Chị linh cảm được điều đó... Cậu có thể giúp bọn chị được không?"

Rhyme và Sachs nhìn nhau. Anh nói: "Xin lỗi, Judy, lúc này bọn em đang có vào một vụ rất quan trọng. Bọn em sắp tóm được một gã sát nhân rất nguy hiểm. Em không thể dứt ra khỏi vụ này được".

"Chị không muốn cậu phải làm thế. Nhưng, hãy giúp anh ấy, chỉ *một điều gì đó* thôi. Chị không còn biết phải làm gì nữa." Đôi môi chị run rẩy.

Anh nói: "Bọn em sẽ gọi điện thoại để xem có thể làm được gì. Em không thể cho chị biết bất cứ thông tin nào ngoài những gì luật sư có thể nói cho chị, nhưng em sẽ nói thật về cơ hội kháng án thành công của Arthur".

"Ôi, cảm ơn cậu, Lincoln."

"Luật sư của anh ấy là ai?"

Chị cho hai người biết tên và số điện thoại của vị luật sư. Một luật sư chuyên bào chữa cho các vụ án hình sự, thành tích thuộc loại đầu bảng, kèm theo mức giá thù lao cũng ngất ngưởng không kém, Rhyme biết rõ người này. Ông ta là một người cực kỳ bận rộn và có nhiều kinh nghiệm về các vụ án tài chính hơn là các tội ác bạo lực.

Sachs hỏi về người sẽ đại diện cho bên nguyên.

"Bernard Grossman. Chị có số điện thoại của ông ta."

"Không cần đâu", Sachs nói. "Tôi có rồi. Tôi đã từng làm việc với ông ấy, một con người hiểu biết. Tôi đoán ông đã đề nghị chồng chị nhận tội để hưởng các tình tiết giảm nhẹ?"

"Ông ta đã đề nghị và luật sư của chúng tôi cũng muốn chấp nhận. Nhưng Art từ chối. Anh ấy một mực nói đây chắc chắn là một sự nhầm lẫn, tất cả sẽ được làm sáng tỏ. Nhưng chuyện đó đâu phải lúc nào cũng diễn ra. Người ta vẫn có thể phải vào tù cho dù hoàn toàn vô tội, đúng không?"

Phải, vẫn có thể đấy, Rhyme nghĩ thầm, sau đó nói: "Bọn em sẽ gọi điện thoại thử xem sao".

Chị đứng dậy. "Chị không biết nói sao để cậu biết chị cảm thấy có lỗi đến thế nào khi bọn chị đã để mặc cậu khi xảy ra chuyện. Không gì có thể bào chữa được cho việc đó." Bằng cách khiến anh hoàn toàn bất ngờ, Judy Rhyme bước thẳng tới chiếc xe lăn, cúi xuống, má chị áp sát vào má anh. Rhyme ngửi thấy mùi mồ hôi của một người đang bối rối cùng hai thứ mùi khác là chất khử mùi và keo xịt tóc tỏa ra từ chị. Không có mùi nước hoa. Chị dường như không thuộc về kiểu phụ nữ hay dùng nước hoa. "Cảm ơn cậu, Lincoln." Chị bước tới phía cửa, rồi chợt dừng bước. Chị nói với cả hai người: "Cho dù hai người có tìm ra bất cứ điều gì về người phụ nữ đó và Arthur thì cũng không sao hết. Điều duy nhất chị quan tâm là anh ấy không phải vào tù".

"Em sẽ làm những gì có thể. Bọn em sẽ gọi điện cho chị nếu tìm thấy điều gì đó khả quan."

Sachs tiễn vị khách nữ ra về.

Khi cô quay lại Rhyme nói: "Hãy bắt đầu kiểm tra với các luật sư trước đã".

"Em rất tiếc, Rhyme."

Anh cau mày. Cô nói thêm: "Em chỉ muốn nói là việc này hẳn rất nặng nề với *anh*".

"Tại sao lại thế?"

"Một người họ hàng thân thuộc bị bắt về tội giết người."

Rhyme nhún vai, một trong những cử chỉ hiếm hoi anh còn tự làm được. "Ted Bundy[1] cũng là con trai của ai đó. Có thể còn là anh họ của một người nào nữa."

"Nhưng dẫu sao thì...", Sachs nhấc ống nghe lên. Cô bấm số của vị luật sư bào chữa, cuộc gọi bị rơi vào hộp thư thoại và cô để lại một tin nhắn. Rhyme thầm tự hỏi không biết lúc đó tay luật sư đang đứng ở cạnh lỗ golf thứ mấy.

Sau đó, Sachs liên lạc được với trợ lý ủy viên công tố quận, Grossman, ông này không tận hưởng ngày nghỉ mà vẫn có mặt tại văn phòng. Ông không hề ngờ đến mối liên hệ họ hàng giữa nghi

---

[1] Một kẻ giết người hàng loạt bị kết án tử hình năm 1989 ở Florida.

phạm với nhà tội phạm học. "Lincoln, tôi thực sự rất tiếc", ông ta chân thành nói. "Nhưng tôi cần phải nói rằng, đây là một vụ rất rõ ràng. Tôi không tung hỏa mù đâu. Tôi sẽ nói cho anh biết nếu có kẽ hở nào. Nhưng không hề có. Bồi thẩm đoàn chắc chắn sẽ đóng đinh anh ta. Nếu có thể thuyết phục anh ta nhận tội, anh sẽ giúp được anh ta một việc lớn đấy. Rất có thể tôi sẽ giảm xuống, chỉ còn mười hai năm không giảm án."

Mười hai năm, không trả tự do trước thời hạn. Chừng đó sẽ giết chết Arthur, Rhyme thầm nghĩ.

"Rất cảm ơn ông", Sachs nói.

Người trợ lý ủy viên công tố quận nói thêm, ông có một phiên tòa rất phức tạp sẽ bắt đầu vào sáng hôm sau, vì thế không thể dành thêm thời gian trao đổi với Rhyme hay Sachs. Nếu họ muốn, trong tuần sau ông sẽ gọi lại.

Tuy vậy, ông cũng cho họ biết tên thám tử phụ trách vụ án, Bobby LaGrange.

"Em biết anh ta", cô nói, đồng thời gọi điện đến nhà viên thám tử. Lại hộp thư thoại. Nhưng khi cô gọi vào di động, anh chàng thám tử lập tức trả lời.

"LaGrange đây."

Tiếng rít của những cơn gió cùng tiếng sóng vỗ cho biết viên thám tử đang bận rộn làm gì trong ngày đẹp trời ấm áp này.

Sachs nói tên mình.

"À phải rồi. Cô vẫn khỏe chứ, Amelia? Tôi đang đợi điện thoại của một tay bán tin. Chúng tôi đang chờ một thứ sẽ tới Red Hook vào bất cứ lúc nào."

Vậy là anh ta không phải đang ngồi trên chiếc thuyền câu cá của mình.

"Tôi có thể không nói lâu được đâu."

"Hiểu rồi. Anh đang ở loa ngoài đấy."

"Thám tử, tôi là Lincoln Rhyme."

Một thoáng chần chừ. "Ồ, vâng." Một cuộc gọi của Lincoln Rhyme luôn nhanh chóng khiến người nghe tập trung chú ý.

Rhyme giải thích về anh họ mình.

"Đợi đã... Tôi nghĩ Rhyme là một cái họ thật buồn cười. Ý tôi muốn nói là khác thường. Nhưng tôi đã không nhận ra mối liên hệ giữa họ của hai người. Trong suốt các cuộc thẩm vấn, cậu ta cũng không hề nói gì về ông. Tôi thực sự rất tiếc."

"Thám tử, tôi không muốn can dự vào vụ án. Nhưng tôi đã hứa sẽ gọi điện hỏi tình hình vụ việc. Tôi biết nó đã lên tới trợ lý ủy viên công tố quận. Tôi vừa nói chuyện với ông ấy."

"Tôi buộc phải nói vụ này rõ như ban ngày rồi. Tôi đã điều tra các vụ án mạng từ năm năm nay và trừ trường hợp ai đó trong phiên tuần tra tận mắt trông thấy một vụ thanh toán băng đảng thì đây là vụ chắc chắn nhất tôi từng chứng kiến."

"Đầu đuôi câu chuyện ra sao? Vợ của Art chỉ cho tôi biết vài chi tiết rời rạc."

Tay thám tử trả lời bằng giọng nói cứng nhắc, khô khốc, hoàn toàn vô cảm mà những anh chàng cớm luôn dùng đến mỗi khi thuật lại tình tiết của một tội ác: "Anh họ ông rời chỗ làm sớm. Anh ta tới căn hộ của một phụ nữ có tên Alice Sanderson ở khu Village. Cô ta cũng rời chỗ làm sớm. Không rõ anh ta ở đó bao lâu nhưng vào khoảng sáu giờ chiều, cô gái đã bị đâm chết bằng dao và một bức tranh đã bị đánh cắp".

"Tranh hiếm phải không?"

"Phải. Nhưng chưa đến mức như tranh của Van Gogh[1]."

---

[1] Tức Vincent Willem Van Gogh, một danh hoạ nổi tiếng người Hà Lan thuộc trường phái hậu ấn tượng.

"Tác giả là ai?"

"Một tay Prescott nào đó, qua đời cách đây chưa lâu."

"Vậy là tranh của ông ta đang lên giá?"

"Đoán vậy. Nhưng bức tranh này cũng chỉ có giá khoảng một trăm năm mươi nghìn đô. À, chúng tôi cũng đã tìm thấy vài bức thư gửi trực tiếp, như kiểu tờ rơi quảng cáo, của một vài phòng tranh gửi cho anh họ ông về Prescott. Có vẻ không phải là những bằng chứng hay ho cho lắm."

"Hãy cho tôi biết thêm về ngày Mười hai tháng Năm", Rhyme nói.

"Vào lúc khoảng sáu giờ, một nhân chứng nghe thấy những tiếng thét, vài phút sau đó cũng nhân chứng này trông thấy một người đàn ông mang theo một bức tranh chạy ra ngoài, tới một chiếc Mercedes màu xanh sáng đỗ bên đường. Chiếc xe chạy ngay khỏi hiện trường. Nhân chứng chỉ nhìn thấy ba chữ cái đầu trên biển số, không rõ được tên tiểu bang nhưng chúng tôi đã tìm kiếm trong phạm vi thành phố. Sau đó thu hẹp danh sách tình nghi và thẩm vấn các chủ xe. Một trong số này là anh họ ông. Tôi, người cùng nhóm và một nhân viên cảnh sát tới Jersey để gặp anh ta. Chúng tôi phát hiện thấy những vết giống vết máu trên cửa sau xe và băng ghế sau. Có một chiếc khăn lau thấm đầy máu giấu dưới băng ghế. Chiếc khăn này trùng khớp với bộ khăn được dùng tại căn hộ của nạn nhân."

"Và ADN cũng dương tính?"

"Phải, là máu của cô ta."

"Nhân chứng đã nhận ra anh ấy trong một buổi nhận dạng trực tiếp?"

"Không, hoàn toàn nặc danh. Nhân chứng gọi đến từ một thuê bao trả trước và không cho biết tên vì không muốn gặp rắc rối. Nhưng chúng tôi cũng không cần thêm. Nhóm điều tra hiện trường đã thu hoạch được nhiều thứ. Bọn họ lấy được một dấu giày ngay trên lối vào căn hộ nạn nhân, cùng loại với giày anh họ ông đi và thu lượm được vài dấu vết hoàn hảo."

"Bằng chứng 'theo lớp[1]'?"

"Phải, theo lớp. Vết kem cạo râu, đồ ăn vặt, phân bón cỏ lấy từ ga ra của anh ta. Hoàn toàn trùng khớp với những gì tìm thấy trong căn hộ nạn nhân."

Không, chúng không *trùng khớp*, Rhyme thầm nghĩ. Bằng chứng gồm nhiều loại khác nhau. Bằng chứng "cá thể[2]" lấy từ một nguồn duy nhất, chẳng hạn như ADN hay dấu vân tay. Bằng chứng "theo lớp" có chung một số đặc tính nhất định với các vật liệu tương tự, nhưng không nhất thiết từ cùng một nguồn. Chẳng hạn như sợi dệt thảm. Xét nghiệm ADN của mẫu máu lấy từ hiện trường vụ án có thể chắc chắn "trùng khớp" với máu của thủ phạm. Nhưng việc so sánh giữa mẫu sợi dệt thảm từ hiện trường với những sợi thảm tìm thấy trong nhà kẻ tình nghi nếu "có mối liên hệ" chỉ có thể cho phép bồi thẩm đoàn suy ra kẻ tình nghi đã có mặt tại hiện trường.

"Theo ông, nghi phạm có quen cô ta hay không?", Sachs hỏi.

"Anh ta khăng khăng là không, nhưng chúng tôi đã tìm thấy hai ghi chú nạn nhân đã viết. Một tại chỗ làm việc, một tại nhà. Ghi chú thứ nhất: 'Art - đồ uống'. Ghi chú thứ hai chỉ vẻn vẹn: 'Arthur'. Không có gì khác. À, tên anh ta có trong điện thoại của nạn nhân."

"Số điện thoại của anh ấy?", Rhyme cau mày.

"Không. Chỉ có số máy di động trả trước. Không có thông tin người dùng."

---

[1] Nguyên văn là "class evidence".
[2] Nguyên văn là "individuating evidence".

"Vậy anh cho rằng hai người thậm chí còn hơn là bạn bè?"

"Cũng từng nghĩ đến. Nếu không tại sao chỉ đưa cho cô ta số di động trả trước, mà không phải số nhà riêng hay nơi làm việc?", anh chàng thám tử bật cười. "Có vẻ như cô ta chẳng hề bận tâm. Ông sẽ ngạc nhiên khi biết người ta sẵn sàng chấp nhận điều gì mà không hề đặt câu hỏi."

Không ngạc nhiên đến mức đó đâu, Rhyme thầm nghĩ.

"Còn chiếc điện thoại?"

"Bốc hơi. Không tìm thấy dấu vết nào."

"Anh có nghĩ anh ấy đã giết cô gái vì cô ta gây sức ép đòi anh ấy phải bỏ vợ?"

"Đó là một lý do ủy viên công tố sẽ moi đến."

Rhyme so sánh giữa những gì anh từng biết về người anh họ đã hơn chục năm nay chưa gặp mặt với ý tưởng này, anh không thể khẳng định hay phủ nhận mối nghi ngờ.

Sachs hỏi: "Còn ai khác có động cơ không?".

"Không ai cả. Gia đình và bạn bè nói cô ta có hẹn hò vài người, nhưng đều là những cuộc gặp gỡ tình cờ. Không có cuộc đổ vỡ ghê gớm nào. Tôi thậm chí đã tự hỏi liệu có phải do cô vợ, Judy, ra tay không, nhưng vợ anh ta có bằng chứng ngoại phạm vào khoảng thời gian đó."

"Arthur có bằng chứng ngoại phạm nào không?"

"Không hề. Anh ta nói đi tập chạy nhưng không ai xác nhận đã trông thấy anh ta ở Công viên Clinton State. Đó là một chỗ rất rộng và cực kỳ vắng vẻ."

"Tôi tò mò một chút", Sachs nói, "thái độ anh ta trong lúc thẩm vấn ra sao?".

LaGrange cười. "Cô nhắc đến lại làm tôi buồn cười, đó là phần kỳ quặc nhất của cả vụ án này. Anh ta trông cực kỳ sửng sốt, chỉ đứng chết sững ra khi nhìn thấy bọn tôi. Tôi đã tóm cổ không ít loại người trong đời làm cảnh sát của mình, một số trong đó là những tay chuyên nghiệp thực sự. Còn anh chàng này diễn thật ngọt vở *Tôi vô tội*. Quả là một diễn viên xuất chúng. Chắc ông vẫn nhớ tài năng này của anh ta chứ, thám tử Rhyme?"

Nhà tội phạm học không trả lời. "Chuyện gì đã xảy ra với bức tranh?"

Một thoáng im lặng. "Đấy lại là chuyện khác. Đến giờ chúng tôi vẫn chưa tìm thấy. Nó không có trong nhà hay trong ga ra nhưng nhóm điều tra hiện trường phát hiện ra đất bám trên băng ghế sau và trong ga ra của anh ta trùng khớp với đất ở khu vực công viên tiểu bang nơi anh ta vẫn tới chạy mỗi tối. Chúng tôi đoán anh ta đã chôn bức tranh ở đâu đó."

"Tôi có một câu hỏi, thám tử", Rhyme nói.

Lại một khoảng im lặng ở đầu dây bên kia, trong khoảng thời gian đó có thể nghe thấy những tiếng không rõ ràng cùng tiếng gió thổi. "Cứ nói đi."

"Tôi có thể xem qua hồ sơ không?"

"Hồ sơ?" Đây không phải là một câu hỏi, chỉ là một cách trì hoãn để cân nhắc của tay thám tử. "Vụ này đã quá rõ ràng. Chúng tôi đã làm y như sách dạy."

Sachs nói: "Chúng tôi không hề nghi ngờ chuyện đó. Tuy nhiên, theo chúng tôi biết anh ta từ chối nhận tội".

"À. Các vị muốn thuyết phục anh ta nhận tội chứ gì? Tôi hiểu rồi. Đó là cách tốt nhất cho anh ta. Tôi chỉ có bản sao, ông trợ lý ủy viên công tố quận nắm giữ tất cả hồ sơ gốc và bằng chứng.

Nhưng tôi có thể tìm cho hai vị các báo cáo trong một hay hai ngày nữa, được chứ?"

Rhyme lắc đầu. Sachs nói với anh chàng thám tử: "Anh có thể nói chuyện với bên Lưu trữ và thuyết phục họ đồng ý được không? Tôi sẽ tự tới đó lấy hồ sơ về".

Tiếng gió lại ập vào đầu dây bên kia, rồi tắt lịm đi đột ngột không kém. Chắc LaGrange vừa chạy vào chỗ nào đó kín gió.

"Được thôi. Tôi sẽ gọi bọn họ ngay."

"Cảm ơn."

"Không có gì. Chúc may mắn."

Sau khi ngắt liên lạc, Rhyme khẽ mỉm cười. "Ý tưởng vụ nhận tội để hưởng giảm án đó quả thực không tồi chút nào."

"Anh phải hiểu rõ thính giả của mình thì mới làm việc hiệu quả được chứ", Sachs nói rồi quàng túi lên vai, quay người đi ra cửa.

# CHƯƠNG 4

Sachs từ Police Plaza trở về nhanh hơn nhiều so với việc đi bằng phương tiện giao thông công cộng hay phải quan sát đến các loại đèn tín hiệu. Vì cô đã gắn một chiếc đèn nháy của xe cảnh sát lên nóc xe mình, một chiếc Camaro SS đời 1969, đã được sơn lại thành màu đỏ như lửa cho tương xứng với tông màu Rhyme ưa thích cho chiếc xe lăn của anh. Sachs chẳng khác nào một cô nhóc vị thành niên, luôn tận dụng mọi cơ hội để bắt chiếc động cơ phải gầm hết công suất và xé tung lớp cao su của những lốp xe.

"Em đã copy mọi thứ rồi", cô nói trong khi mang một cặp hồ sơ dày cộp đi vào phòng. Mặt cô hơi nhăn lại khi đặt nó xuống bàn.

"Em vẫn ổn chứ?"

Bị bệnh viêm khớp dày vò cuộc sống, Amelia Sachs phải uống Glucosamin, Chondroitin cùng các thứ thuốc như Advil hay Naprosyn như cơm bữa. Song, cô ít khi chịu thừa nhận tình trạng của mình, sợ rằng cơ quan sẽ bắt cô phải ngồi chết gí sau bàn giấy theo ý kiến của bên y tế nếu phát hiện ra bệnh trạng của cô. Ngay cả những lúc chỉ có cô và Rhyme, cô vẫn luôn kìm nén cơn đau.

Nhưng hôm nay cô thừa nhận: "Thỉnh thoảng em lại có cơn đau tồi tệ hơn".

"Em muốn ngồi không?"

Cô lắc đầu.

"Được rồi. Chúng ta có gì vậy?"

"Những bản báo cáo, danh sách bằng chứng và bản chụp lại các bức ảnh, không có các đoạn video. Chúng bị giữ ở chỗ ủy viên công tố quận."

"Hãy ghi mọi thứ lên bảng. Anh muốn xem qua mô tả hiện trường vụ án và nhà Arthur."

Cô bước đến bên một tấm bảng trắng và ghi các thông tin lên trong khi Rhyme chăm chú theo dõi.

## Vụ sát hại Alice Sanderson

### Căn hộ của Alice Sanderson:

- Vết gel cạo râu Edge Advanced, có chứa lô hội.

- Vụn bánh giòn, loại Pringles không chất béo, vị thịt nướng.

- Dao hiệu Chicago Cutlery (MW).

- Phân bón hiệu TruGro.

- Dấu giày loại Alton EZ-Walk, cỡ 10½.

- Vết găng tay cao su.

- Những ghi chép nhắc đến "Art" và một số điện thoại di động trả trước trong sổ ghi số điện thoại, không còn liên lạc được. Không lần ra được dấu vết (có khả năng về một mối quan hệ tình ái giữa nghi can và nạn nhân).

- *Hai ghi nhớ: "Art - đồ uống" (tìm thấy ở văn phòng) và "Arthur" (ở nhà riêng).*

- *Nhân chứng nhìn thấy chiếc Mercedes màu xanh sáng, một phần biển số có các chữ cái NLP.*


### Xe của Arthur Rhyme:

- *Sedan hiệu Mercedes C-Class đời 2004 màu xanh sáng, biển New Jersey số NLP 745, đăng ký dưới tên Arthur Rhyme.*

- *Vết máu trên cửa và sàn phía sau xe (ADN trùng khớp với nạn nhân).*

- *Khăn lau dính máu, trùng khớp với bộ khăn tìm thấy tại căn hộ của nạn nhân (ADN trùng khớp với nạn nhân).*

- *Đất với thành phần giống như mẫu đất tại Công viên Clinton State.*


### Nhà Arthur Rhyme:

- *Gel cạo râu Edge Advanced, có chứa lô hội, có liên hệ với loại tìm thấy tại hiện trường.*

- *Bánh giòn hiệu Pringles, không chất béo, vị thịt nướng.*

- *Phân bón hiệu TruGro (tìm thấy trong ga ra).*

- *Bộ dao Chicago Cutlery, cùng loại MW.*

- *Giày Alton EZ-Walk cỡ 10½ với dấu giày tương tự như dấu tìm thấy tại hiện trường.*

- *Thư quảng cáo gửi trực tiếp từ phòng tranh Wilcox, Boston và phòng tranh Mỹ thuật Anderson-Billings, Carmel, đều về các buổi triển lãm tranh của Harvey Prescott.*

- *Một hộp găng tay cao su Safe-Hand có thành phần cao su tương tự như vết tìm thấy tại hiện trường (tìm thấy trong ga ra).*

"Quỷ tha ma bắt, đúng là hoàn toàn đủ để buộc tội", Sachs nói, lùi xa ra tấm bảng, hai tay chống nạnh.

"Một số điện thoại di động trả trước, rồi những ghi chép nhắc đến 'Art', nhưng chẳng hề có địa chỉ nơi anh ấy sống hay làm việc. Điều này hiển nhiên khiến người ta nghĩ đến một mối quan hệ... Còn chi tiết nào khác không?"

"Không. Ngoại trừ những bức ảnh."

"Chiếu chúng lên đi", vừa nói anh vừa xem qua các ghi chép trên tấm bảng, thầm tiếc vì đã không được tự mình kiểm tra hiện trường theo cách gián tiếp mà hai người vẫn hay thực hiện. Anh sẽ theo dõi hiện trường thông qua một tai nghe cỡ nhỏ và một chiếc máy quay video độ nét cao mà Amelia Sachs mang theo người. Những ghi chép này có vẻ là kết quả của một nhóm điều tra hiện trường có năng lực, nhưng chưa thể được coi là xuất sắc. Chỉ có những bức ảnh của căn phòng nơi hành động gây án xảy ra. Không có bức ảnh nào của những căn phòng khác.

Và cả con dao nữa... Anh nhìn thấy bức ảnh hung khí dính đầy máu nằm dưới gầm giường. Một viên cảnh sát đang nâng một góc diềm đăng ten của tấm ga trải giường lên để có được góc chụp rõ nét. Không có hình chụp con dao khi diềm ga trải giường được buông xuống. Nếu con dao bị che khuất khi diềm ga trải giường được buông xuống, có nghĩa là thủ phạm hoàn toàn có khả năng bỏ sót nó trong lúc vội vã. Nếu con dao vẫn có thể được trông thấy, đồng nghĩa với việc nó đã được để lại một cách có chủ ý để làm tang vật theo một âm mưu sắp đặt trước. Nhưng cảnh sát đã không để ý tới vấn đề này.

Anh xem xét kỹ lưỡng bức ảnh chụp đống vật liệu đóng gói bưu kiện vương vãi trên sàn nhà, có thể đó là những thứ đã được dùng để bảo quản bức tranh của Prescott khi vận chuyển.

"Có gì đó không đúng", anh lẩm bẩm.

Sachs vẫn đang đứng gần tấm bảng trắng, hai tay chống nạnh, liếc nhìn về phía anh.

"Bức tranh", Rhyme nói tiếp.

"Có vấn đề gì với nó sao?"

"LaGrange đưa ra hai động cơ gây án. Một, Arthur đánh cắp bức tranh của Prescott như một vỏ bọc vì anh ấy muốn giết Alice để loại bỏ cô ta khỏi cuộc đời mình."

"Phải."

"Nhưng", Rhyme tiếp tục, "để làm cho hành động giết người trông có vẻ chỉ là tình cờ xảy ra trong một vụ trộm, một kẻ thủ ác khôn ngoan sẽ không đánh cắp thứ trong căn hộ có thể khiến người ta lần theo tới hắn. Nhớ lại xem, Art từng có một bức tranh của Prescott. Và anh ấy có những bức thư quảng cáo liên quan tới những bức tranh của tác giả này".

"Đúng vậy, làm thế thật vô lý."

"Cứ giả thiết rằng anh ấy thực sự muốn có bức tranh đó song không đủ tiền, vậy sẽ vừa dễ dàng vừa an toàn hơn nhiều so với chuyện phải sát hại gia chủ nếu đột nhập vào căn hộ và nhẹ nhàng nẫng nó đi trong lúc chủ nhà vắng mặt."

Cho dù thái độ của người anh họ không phải là một chi tiết có nhiều sức nặng với Rhyme khi đánh giá sự có tội hay vô tội của ai đó, nhưng cũng làm anh khó hiểu.

"Rất có thể anh ấy không giả vờ. Rất có thể anh ấy *thực sự* vô tội... Em vừa nói hoàn toàn đủ chứng cứ để buộc tội, đúng không? Không chỉ đủ đâu mà là quá nhiều."

Anh thầm nghĩ: Hãy thử giả thiết là anh ấy không làm chuyện đó, vậy thì sẽ rất nghiêm trọng. Vì đây không chỉ đơn thuần là một vụ nhầm lẫn danh tính, các bằng chứng trùng khớp một cách quá hoàn hảo... kể cả mối liên hệ không thể phủ nhận giữa máu nạn nhân và chiếc xe của anh ấy. Nếu Art vô tội, chắc chắn có kẻ nào đó đã lao tâm khổ tứ để đẩy anh ấy vào tròng.

"Anh nghĩ anh ấy bị giăng bẫy."

"Tại sao?"

"Động cơ ư?", anh lẩm bẩm. "Vào lúc này, chúng ta tạm chưa quan tâm vội. Câu hỏi cần đặt ra là kẻ sát nhân đã làm *như thế nào*. Nếu trả lời được, nó sẽ dẫn chúng ta tới *kẻ nào*. Có thể trong quá trình điều tra, sẽ biết lý do *tại sao*, nhưng hiện giờ đó không phải là ưu tiên. Vì thế bắt đầu với giả thiết rằng một ông X nào đó, đã sát hại Alice Sanderson và đánh cắp bức tranh, sau đó đẩy Arthur vào bẫy. Vậy hắn đã làm chuyện này như thế nào, Sachs?"

Cô nhăn mặt khó chịu, lại là căn bệnh viêm khớp. Cô buộc phải ngồi xuống, ngẫm nghĩ một lát rồi nói: "Ông X đã theo dõi cả Arthur và Alice. Hắn nhận ra họ có chung một sở thích về mỹ thuật nên đã bày cách nhử họ cùng tới phòng tranh và tìm hiểu danh tính của họ".

"Ông X biết cô gái có một bức tranh của Prescott. Hắn thèm khát muốn có một bức nhưng không đủ khả năng nên đã nghĩ tới việc sát hại nạn nhân để chiếm đoạt."

"Chính xác." Sachs gật đầu nhìn vào danh sách bằng chứng. "Sau đó, hắn đột nhập vào nhà Arthur, biết được anh ta có ăn bánh giòn Pringles và dùng gel cạo râu Edge, phân bón TruGro cũng như bộ dao Chicago Cutlery. Hắn đánh cắp mỗi thứ một ít để dàn cảnh. Hắn cũng biết Arthur đi loại giày nào vì thế hắn có thể để lại dấu giày và hắn còn khôn khéo lấy một ít đất từ công viên dính vào chiếc xẻng của Arthur..."

"Bây giờ, chúng ta hãy thử cùng nghĩ về ngày Mười hai tháng Năm. Bằng cách nào đó, ông X biết Art luôn rời chỗ làm sớm vào các ngày thứ Năm để đi chạy trong một công viên vắng vẻ, như vậy anh ấy không thể có bằng chứng ngoại phạm. Hắn đã tới căn hộ của nạn nhân, đâm chết cô gái, đánh cắp bức tranh và gọi từ một chiếc điện thoại trả trước tới cảnh sát, thuật lại những tiếng hét cũng như việc hắn nhìn thấy một người đàn ông mang theo bức tranh chui vào một chiếc xe rất giống với chiếc xe của Arthur, kèm theo một phần biển số. Sau đó, hắn tới nhà Arthur ở New Jersey và để lại những vết máu, đất, chiếc khăn lau và chiếc xẻng."

Chuông điện thoại reo. Người gọi là luật sư bào chữa cho Arthur. Giọng ông ta tỏ ra khó chịu khi thuật lại những chi tiết ông trợ lý ủy viên công tố quận đã giải thích. Ông ta không cung cấp được gì có ích, không những vậy còn vài lần thuyết phục họ ép Arthur nhận tội. "Bọn họ sẽ kết án anh ta", ông ta nói. "Hãy thuyết phục anh ta nhận tội. Tôi sẽ cố giúp giảm án xuống chỉ còn mười lăm năm."

"Chừng đó năm ngồi tù sẽ hủy hoại anh ấy", Rhyme nói.

"Vẫn còn hơn một án chung thân."

Rhyme lạnh lùng chào tạm biệt rồi tắt máy. Một lần nữa anh lại nhìn chằm chằm vào tấm bảng ghi các bằng chứng.

Rồi một điều gì đó chợt lóe lên trong đầu anh.

"Có chuyện gì thế anh?" Sachs nhận thấy đôi mắt anh ngước lên trần nhà.

"Có thể trước đây hắn đã từng làm chuyện tương tự thì sao?"

"Ý anh là gì?"

"Giả thiết rằng động cơ của hắn là đánh cắp bức tranh, thì đây không phải là phi vụ hắn làm một lần trong đời. Nếu hắn cuỗm một bức Renoir[1] đáng giá mười triệu thì có thể lặn mất tăm mãi mãi. Nhưng vụ này có vẻ như một toan tính lâu dài. Thủ phạm

---

[1] Tức Pierre-Auguste Renoir: một họa sĩ người Pháp, nhân vật tiên phong trong sự phát triển của trường phái biểu hiện.

tìm ra một phương thức hoàn hảo để thoát thân sau khi gây tội ác. Và hắn sẽ tiếp tục làm vậy cho tới khi bị bắt."

"Phải, rất thuyết phục. Vậy là chúng ta cần tìm kiếm các vụ trộm tranh khác?"

"Không. Tại sao hắn chỉ trộm tranh không thôi? Hắn có thể trộm bất cứ thứ gì. Nhưng sẽ luôn có một chi tiết chung."

Sachs cau mày trước khi đưa ra câu trả lời. "Án mạng."

"Chính xác. Thủ phạm đã cài bẫy một người khác, nên hắn cần phải sát hại các nạn nhân vì họ có thể nhận diện hắn. Em hãy gọi cho ai đó ở phòng Án mạng, gọi đến nhà riêng nếu cần. Chúng ta đang tìm kiếm những vụ có bối cảnh tương tự: một tội ác làm nền, có thể là một vụ trộm, nạn nhân bị sát hại và những bằng chứng rất chi tiết tại hiện trường."

"Có thể cả một mối liên hệ nào đó cho phép xác định được ADN."

"Khá lắm", anh nói rất phấn chấn với ý nghĩ có thể họ sắp tìm ra điều gì đó. "Nếu hắn vẫn trung thành với công thức của mình, sẽ có một nhân chứng nặc danh gọi đến 911 cung cấp những thông tin nhận dạng rất cụ thể."

Cô đi tới chiếc bàn làm việc rồi ngồi xuống bấm số thực hiện cuộc gọi.

Rhyme ngả đầu ra sau trên chiếc xe lăn, quan sát người đồng nghiệp đang gọi điện thoại. Anh nhận ra có vết máu đã khô dính trên móng tay cô. Phải tinh ý mới nhìn thấy một vết xước nhỏ ngay phía trên tai, bị che lấp một phần dưới mái tóc thẳng màu đỏ. Sachs thường xuyên gãi đến xước da đầu và cắn móng tay, gây ra cho mình những tổn thương nho nhỏ vừa là một thói quen vừa là một dấu hiệu cho thấy cô đang căng thẳng.

Cô đang gật đầu lia lịa, đôi mắt tập trung cao độ trong khi ghi chép. Trái tim của anh đập mạnh hơn, dù anh không thể trực tiếp cảm nhận được điều ấy. Cô đã tìm hiểu được điều gì đó quan trọng. Chiếc bút đang dùng hết mực. Ném vội nó xuống sàn, cô hối hả vớ lấy một chiếc bút khác nhanh như lúc rút súng tại các buổi thi bắn trong điều kiện tác chiến.

Sau mười phút, cô gác máy.

"Rhyme, anh nghe nhé." Cô ngồi xuống một chiếc ghế đan bằng liễu gai ngay cạnh anh. "Em đã nói chuyện với Flintlock[1]."

"À, một lựa chọn tuyệt vời."

Joseph Flintick, với biệt danh Flintlock, khiến người ta hồi tưởng đến những khẩu súng cổ xưa, đã làm thám tử điều tra án mạng từ khi Rhyme còn là lính mới vào nghề. Ông già từng trải này biết rõ gần như toàn bộ các vụ án mạng xảy ra ở thành phố New York và khu vực lân cận trong suốt thâm niên phục vụ của mình. Ở tuổi đáng ra đã phải đi thăm cháu, Flintlock vẫn làm việc vào ngày Chủ nhật. Rhyme không hề ngạc nhiên về điều đó.

"Em cho ông ấy biết tất cả và ông ấy ngay lập tức nhớ ra hai vụ rất có thể khớp với những gì chúng ta đang tìm. Một vụ đánh cắp các đồng xu hiếm có giá trị khoảng năm mươi ngàn đô la. Vụ còn lại là một vụ cưỡng dâm."

"Cưỡng dâm?" Chi tiết này góp thêm một khía cạnh khó lường và đáng lo ngại hơn cho vụ án.

"Phải. Trong cả hai vụ, một nhân chứng nặc danh đã gọi điện thoại đến thông báo và cung cấp một số thông tin đóng vai trò rất quan trọng để nhận dạng thủ phạm, tương tự như vị nhân chứng đã gọi đến mô tả về chiếc xe của anh họ anh."

"Và tất nhiên cả hai người gọi điện đều là đàn ông?"

"Chính xác. Chính quyền thành phố đã đặt giải thưởng song không ai trong hai người này lộ diện."

---

[1] Súng hỏa mai.

"Thế còn các bằng chứng?"

"Flintlock không nhớ chính xác. Nhưng ông ấy nói là luôn có các dấu vết để lại cùng các mối liên hệ rất chặt chẽ. Năm hay sáu bằng chứng theo lớp được phát hiện tại hiện trường và nhà nghi phạm, giống như những gì đã xảy ra với anh họ anh. Trong cả hai trường hợp, cảnh sát đều tìm thấy máu nạn nhân dính trên khăn lau hay một trang phục lấy từ nơi ở của nạn nhân."

"Anh dám cược rằng không hề phát hiện ra vết dịch sinh học nào trùng khớp trong vụ cưỡng dâm."

Phần lớn những kẻ cưỡng dâm bị kết tội do để lại những dấu vết của một trong ba thứ dịch sinh học: tinh dịch, nước bọt hay mồ hôi.

"Không. Không hề có."

"Những người gọi điện thoại nặc danh, có phải lúc nào họ cũng cho biết một phần biển đăng ký xe, đúng không?"

Cô nhìn vào bản ghi chép. "Chính xác, sao anh biết?"

"Vì gã thủ phạm của chúng ta cần câu giờ. Nếu hắn cung cấp toàn bộ biển số, ngay lập tức cớm sẽ lao thẳng đến nhà kẻ làm vật thí mạng, như thế hắn sẽ không kịp bố trí tang vật tại đó. Kẻ sát nhân đã lường trước mọi thứ. Tất cả những người bị tình nghi đều phủ nhận phải không?"

"Phải. Họ đều cố thử vận may với bồi thẩm đoàn nhưng đều thua cuộc."

"Không, chuyện này quá trùng hợp", Rhyme lẩm bẩm. "Anh muốn xem qua..."

"Em đã nhờ người lấy hồ sơ từ kho lưu trữ các vụ đã thụ lý xong."

Anh bật cười. Như thường lệ, cô lại đi trước anh một bước. Anh nhớ lần đầu tiên hai người gặp nhau nhiều năm trước, Sachs lúc đó là một nhân viên tuần tra đã hoàn toàn vỡ mộng và sẵn sàng từ bỏ sự nghiệp cảnh sát. Còn Rhyme đang muốn từ bỏ nhiều hơn thế. Kể từ lúc đó, họ đã cùng nhau đi một đoạn đường thật xa.

Rhyme nói vào micro điều khiển: "Nhận lệnh, gọi cho Sellitto". Anh đang thực sự bị kích động. Anh có thể cảm nhận được cảm giác phấn khích không lẫn vào đâu được, một tâm trạng hồi hộp đến run người mỗi khi sắp bước vào cuộc săn lùng. Trả lời cái điện thoại chết tiệt đó đi chứ, anh bực bội thầm nghĩ và lần đầu tiên hoàn toàn quên bẵng nước Anh.

"Chào, Linc." Giọng nói đậm chất Brooklyn của Sellitto vang lên khắp căn phòng. "Có chuyện gì vậy anh bạn?"

"Nghe này. Tôi có một rắc rối."

"Còn tôi đang bận ngập cổ đây."

Gần đây tâm trạng đồng đội cũ của Rhyme, Trung úy thám tử Lon Sellitto, không được tốt. Một vụ án lớn mà anh ta tham gia vừa bị chìm xuống. Vladimir Dienko, tên đồ tể của một trùm xã hội đen Nga ở khu Brighton Beach, đã bị truy tố vào năm trước với các tội danh tống tiền và giết người. Rhyme đã hỗ trợ ban chuyên án cùng một số chuyên gia pháp y khác. Nhưng mọi người đều sững sờ khi vụ truy tố Dienko và ba đồng phạm của gã bị bãi bỏ vào hôm thứ Sáu, vì tất cả nhân chứng đều lật lại lời khai hoặc biến mất tăm. Sellitto cùng các đặc vụ liên bang đã bận bù đầu suốt dịp cuối tuần cố tìm ra các nhân chứng và người cung cấp tin mới.

"Tôi sẽ nói nhanh thôi." Anh kể lại những gì đã tìm ra về vụ anh họ mình cũng như hai vụ án cưỡng dâm và đánh cắp tiền xu hiếm.

"Hai vụ khác? Lạ lùng thật. Thế anh họ anh nói sao?"

"Tôi chưa kịp gặp. Nhưng anh ấy phủ nhận tất cả. Tôi muốn điều tra lại vụ này."

""Điều tra lại?"

"Tôi không tin Arthur gây ra vụ đó."

"Anh ta là anh họ anh. Tất nhiên, anh không nghĩ anh ta là thủ phạm. Nhưng anh có bằng chứng gì không?"

"Giờ thì chưa. Chính vì thế tôi cần anh giúp. Tôi cần vài người."

"Tôi ngập đến tận cổ với vụ Dienko ở Brighton Beach rồi."

"Vụ này có thể to chuyện đấy, Lon. Ngoài ba vụ án có mùi sắp đặt tang vật kia, tôi dám cược còn có nhiều vụ khác nữa. Tôi biết anh khoái mấy câu cửa miệng của anh đến mức nào, Lon. Như thế nào nhỉ, năm từ 'tóm cổ kẻ sát nhân' không làm anh động lòng sao?"

"Anh muốn nhét vào tai tôi bất cứ câu nào thì tùy, Linc, tôi bận rồi."

"'Tóm cổ kẻ sát nhân' là một cụm từ, Lon. Một câu thì phải có đủ cả chủ ngữ lẫn vị ngữ."

"Cái gì cũng được. Tôi đang cố cứu vãn vụ đám người Nga. Chẳng có ai ở Tòa thị chính hay Cục Điều tra liên bang tỏ ra vui vẻ với những gì vừa xảy ra."

"Tôi hoàn toàn thông cảm với họ. Nhưng hãy cho điều tra lại vụ này đi."

"Đó là việc của bên Án mạng. Tôi thuộc Ban Trọng án."

Ban Trọng án của Sở Cảnh sát New York không điều tra các án mạng thông thường, nhưng câu viện cớ của Sellitto khiến Rhyme bật cười chua chát. "Anh sẽ nhảy vào các vụ điều tra án mạng khi nào anh muốn làm thế. Từ khi nào anh bắt đầu tôn trọng các nguyên tắc của ban vậy?"

"Tôi cho anh hay những gì tôi sẽ làm", anh chàng thám tử lầm bầm. "Có một tay đại úy vẫn làm việc hôm nay, ở khu trung tâm - Joseph Malloy. Biết ông ta chứ?"

"Không."

"Em biết", Sachs nói. "Một người đàn ông cứng rắn."

"Chào, Amelia. Cô vẫn sống sót được với đợt lạnh hôm nay sao?"

Sachs bật cười. Rhyme cằn nhằn.

"Vui quá nhỉ, Lon. Ông ta là gã quái nào thế?"

"Khôn lanh. Không bao giờ thỏa hiệp. Không hề có khiếu hài hước. Anh sẽ thích ông ta."

"Ngày nay có quá nhiều tay hề lảng vảng khắp nơi rồi", Rhyme lẩm bẩm.

"Ông ta rất nghiêm túc. Một tín đồ của công lý thực thụ. Vợ ông đại úy này đã bị giết trong một vụ đột nhập tư gia năm hay sáu năm trước."

Sachs nhăn mặt. "Tôi không hề biết chuyện đó."

"Phải và ông ta tập trung một trăm năm mươi phần trăm vào công việc. Dân tình đồn rằng ông ta đang nhắm tới một vị trí trong văn phòng ở tầng trên. Hoặc thậm chí ngay cửa kế bên."

Tòa thị chính.

Sellitto nói tiếp: "Thử gọi cho ông ta xem ông ta có cho anh được vài người không".

"Tôi muốn chính anh cho người."

"Quên đi, Linc. Tôi đang phải chỉ huy một chiến dịch giám sát bí mật liên tục. Một cơn ác mộng. Nhưng hãy cho tôi biết diễn biến tình hình và... "

"Tôi phải ngắt máy đây, Lon... Nhận lệnh, ngắt liên lạc."

"Anh đã cúp máy ngay trước mũi anh ta đấy", Sachs nhận xét.

Rhyme khẽ làu bàu rồi ra lệnh gọi điện thoại cho Malloy. Nếu rơi vào hộp thư thoại lần nữa, chắc hẳn anh sẽ phát khùng.

Nhưng viên đại úy trả lời ngay sau tiếng chuông thứ hai. Lại một sĩ quan cảnh sát cao cấp nữa làm việc ngày Chủ nhật. Rhyme cũng làm như vậy tương đối thường xuyên và vụ ly dị là bằng chứng quá rõ ràng.

"Malloy đây."

Rhyme xưng tên.

Một thoáng ngập ngừng. Rồi: "Thế này nhé, Lincoln... chúng ta chưa từng gặp nhau. Nhưng tất nhiên tôi biết về anh".

"Tôi đang ở bên cạnh một trong các thám tử của ông, Amelia Sachs. Chúng ta đang nói qua loa ngoài, Malloy."

"Buổi chiều vui vẻ, thám tử Sachs", giọng nói lạnh lùng từ đầu dây bên kia vang lên. "Tôi có thể làm gì cho hai người?" Rhyme nói vắn tắt về vụ án và lý do khiến anh tin Arthur bị cài bẫy.

"Anh họ anh? Rất tiếc phải nghe điều này." Nhưng giọng ông ta chẳng hề lộ chút tiếc rẻ nào. Malloy có thể đang lo Rhyme muốn ông ta can thiệp giúp giảm nhẹ các tội danh, nhẹ nhất là tình cờ có mặt không đúng lúc. Còn xa nhất là viễn cảnh một cuộc điều tra nội bộ và giới truyền thông. Tất nhiên, ngược lại cũng chẳng hay ho gì vì ông không giúp người đã đem đến những trợ giúp vô giá cho Sở Cảnh sát New York, hơn nữa lại là người tàn tật. Cư xử đúng đắn đang là mốt thời thượng trong chính quyền thành phố.

Nhưng rõ ràng những gì Rhyme đề nghị còn rắc rối hơn nhiều. Anh nói thêm: "Tôi tin rất có khả năng cũng thủ phạm này đã gây ra nhiều tội ác khác". Rồi cung cấp chi tiết về vụ đánh cắp đồng xu và vụ cưỡng dâm.

Vậy là không chỉ một mà có tới ba người đã bị bắt oan bởi các nhân viên Sở Cảnh sát New York của Malloy. Có nghĩa là trên thực tế ba vụ án có liên quan chưa được phá xong và kẻ thủ ác thực sự vẫn đang lọt lưới. Nếu không giải quyết êm thấm vụ này có thể sẽ lại xuất hiện một cơn ác mộng nữa với phản ứng của công chúng.

"Quả thật rất lạ. Không bình thường... Tôi biết sự trung thành của anh với anh họ mình..."

"Tôi có lòng trung thành với sự thật, Malloy", Rhyme nói, chẳng hề bận tâm liệu câu trả lời của mình có khoa trương quá không.

"Được thôi..."

"Tôi chỉ cần một vài cảnh sát giúp chúng tôi tìm hiểu lại bằng chứng trong các vụ án kể trên. Có thể cả điều tra một chút."

"Ồ, tôi hiểu... Thế này nhé, rất xin lỗi anh, Lincoln. Đơn giản là chúng tôi không có người cho những chuyện kiểu này. Nhưng tôi sẽ đề cập việc này với ông phó giám đốc sở ngay ngày mai."

"Anh nghĩ có thể gọi cho ông ấy ngay bây giờ không?"

Lại một thoáng chần chừ nữa. "Không. Hôm nay ông ấy có việc bận."

Ăn trưa. Tiệc ngoài trời với thịt nướng. Hoặc cũng có thể là một suất diễn vào sáng Chủ nhật của *Young Frankenstein*[1] hay *Spamalot*[2].

"Tôi sẽ đề cập đến yêu cầu của anh trong cuộc giao ban. Đây là một trường hợp lạ lùng. Anh không nên làm gì cho tới khi tôi hoặc ai đó gọi lại."

"Tất nhiên rồi."

_____

[1] Bộ phim hài Mỹ của đạo diễn Mel Brooks.
[2] Tức *Monty Python's Spamalot*: vở nhạc kịch hài của Mỹ dựa theo bộ phim *Monty Python and the Holy Grail*.

Hai người gác máy. Rhyme và Sachs cùng im lặng trong vài giây.

*Một trường hợp lạ lùng...*

Rhyme nhìn đăm đăm lên chiếc bảng trắng, trên đó là bức ảnh hiện trường chụp thi thể nạn nhân đang nằm ở tư thế lúc từ giã cuộc sống.

Sachs lên tiếng hỏi, phá vỡ sự im lặng: "Không biết Ron đang làm gì?".

"Sao chúng ta không thử tìm hiểu xem nhỉ?" Anh dành cho cô một nụ cười chân thành hiếm hoi.

Cô lấy điện thoại di động ra, bấm nút quay số nhanh, rồi bật loa ngoài.

Một giọng trẻ trung vang lên giữa tiếng lạo xạo: "Vâng, thưa bà thám tử".

Sachs đã tìm mọi cách để cậu sĩ quan tuần tra trẻ tuổi Ron Pulaski gọi cô là "Amelia" từ nhiều năm nay, nhưng chẳng bao giờ cậu ta quen cách xưng hô này.

"Cậu đang nói qua loa ngoài đấy, Pulaski", Rhyme cảnh báo.

"Vâng, thưa ông."

Từ "ông" làm Rhyme thực sự không thoải mái, nhưng lúc này anh chẳng còn tâm trạng để chỉnh cậu thanh niên.

"Ông vẫn khỏe chứ?", Pulaski hỏi.

"Ổn cả", Rhyme đáp. "Ngay lúc này cậu đang làm gì vậy? Việc đó quan trọng không?"

"Ngay lúc này ấy à?"

"Tôi nghĩ tôi vừa hỏi xong."

"Rửa bát. Jenny và tôi vừa dùng bữa với vợ chồng anh trai tôi xong. Chúng tôi đã cùng lũ trẻ tới chợ bán đồ nông sản. Rất tuyệt. Ông và thám tử Sachs đã bao giờ..."

"Vậy là anh đang ở nhà và không bận việc gì?"

"Có đấy. Đống bát đĩa."

"Bỏ chúng đấy. Tới đây ngay."

Rhyme, một dân thường, không hề có quyền ra lệnh cho bất cứ người nào của Sở Cảnh sát New York, cho dù là đám cảnh sát giao thông. Nhưng Sachs là một thám tử cấp ba, cô không cần yêu cầu anh chàng này giúp họ, cô hoàn toàn có thể ra lệnh điều động. "Chúng tôi cần cậu, Ron, hôm nay và có thể cả ngày mai."

Ron Pulaski thường xuyên làm việc với Rhyme, Sachs và Sellitto. Tham gia điều tra cho nhà thám tử pháp y nổi danh đã nâng cao không ít vị thế của cậu sĩ quan trẻ trong ban. Rhyme tin chắc cấp trên của cậu ta sẽ đồng ý để cậu làm việc cho họ trong vài ngày, chừng nào ông ta còn chưa gọi cho Malloy hay bất cứ ai ở Sở và phát hiện thực ra chẳng có vụ điều tra nào hết.

Pulaski cho Sachs tên của viên trưởng đồn. Sau đó hỏi: "Ồ, thưa ông, Trung úy Sellitto có tham gia vụ này không? Tôi có nên gọi và phối hợp với ông ấy không?".

"Không cần", cả Rhyme và Sachs cùng buột miệng.

Một chút im lặng, rồi Pulaski nói với vẻ không chắc chắn: "Tôi sẽ có mặt sớm nhất có thể. Chỉ là, liệu tôi có thể lau khô mấy cái ly trước khi đi được không? Jenny ghét nhất là vết nước ố trên ly".

# CHƯƠNG 5

Những ngày Chủ nhật là những ngày tuyệt vời nhất.

Vì trong hầu hết những ngày Chủ nhật tôi đều được tự do làm việc mình thích.

Tôi thích sưu tập.

Sưu tập mọi thứ mà bạn có thể hình dung ra. Chỉ cần thứ đó thu hút sự chú ý của tôi và tôi có thể nhét được nó vào ba lô hay tủ của mình. Tôi không phải là một con chuột cống chuyên nhặt nhạnh đồ rác rưởi. Lũ gặm nhấm đó luôn để lại thứ gì đó để thế chỗ cho vật chúng tha đi. Còn một khi tôi tìm thấy thứ gì đó, nó sẽ là của tôi và tôi sẽ không bao giờ để nó rời khỏi tay mình. Không bao giờ.

Chủ nhật là ngày ưa thích của tôi. Bởi vì đó là ngày nghỉ của đám đông, những *mười sáu chữ số* gọi thành phố đáng kinh ngạc này là nhà của họ. Đàn ông, đàn bà, trẻ con, luật sư, nghệ sĩ, vận động viên đua xe đạp, đầu bếp, trộm cướp, người vợ, người tình (tôi cũng sưu tập cả DVD nữa), chính trị gia, người tập chạy bộ và mục sư...

Thật khó tin nổi số lượng những thứ mà các *mười sáu chữ số* đó thích làm. Họ lang thang như những chú linh dương đầy hạnh phúc trong thành phố và các công viên ở New Jersey, Long Island và khu vực phía bắc tiểu bang New York.

Và tôi tự do săn đuổi họ.

Đó cũng chính là việc tôi đang làm lúc này, sau khi đã bỏ qua những trò giải trí nhạt nhẽo khác của ngày Chủ nhật - tiệc tùng, phim ảnh và cả một lời mời đi chơi golf. À, nhu cầu tâm linh cũng luôn là công việc ưa thích của những chú linh dương, tất nhiên với điều kiện sau lễ cầu nguyện tại nhà thờ phải là một bữa ăn muộn thịnh soạn hoặc chín lỗ golf đầy cám dỗ.

Săn đuổi...

Ngay lúc này tôi đang nhớ lại mục tiêu gần đây nhất, những ký ức về nó đã ghi sâu vào óc tôi: mục tiêu 3895 - 0967 - 7524 - 3630, một con mồi rất tuyệt, rất hấp dẫn. Tất nhiên cho đến khi con dao chen vào.

Alice 3895 trong chiếc váy hồng duyên dáng làm tôn lên bộ ngực đầy đặn, vòng eo mời gọi (tôi cũng nghĩ tới cô nàng như với cô ả 3826 - 3626 - 7034 - 2649, tất cả chỉ là trò đùa thôi). Cô ta khá xinh, mang mùi hương của các loài hoa châu Á.

Kế hoạch của tôi với cô nàng cũng chỉ vì liên quan đến bức tranh của Harvey Prescott mà Alice 3895 đã vợt được trên thị trường một cách may mắn (hay không may, như kết cục của cô nàng). Sau khi tôi biết chắc Alice 3895 đã nhận được bức tranh, tôi định lôi cuộn băng dính ra và sau đó tận hưởng vài giờ vui vẻ với cô nàng trong phòng ngủ. Nhưng cô nàng đã làm hỏng tất cả. Đúng lúc tôi áp sát đến sau lưng, cô nàng quay lại và gào lên như gặp ác mộng. Tôi không còn lựa chọn nào khác ngoài cắt phanh cổ của ả ra như cắt một quả cà chua, giật lấy bức Prescott dễ thương của tôi và chuồn ra ngoài, qua cửa sổ.

Tôi không thể không nghĩ đến cô nàng xinh xắn Alice 3895 trong chiếc váy hồng hở hang, với làn da thoang thoảng mùi hoa như không khí trong một phòng trà. Nói cho cùng, tôi cần một người đàn bà.

Tôi rảo bước dọc những hè phố, ngắm nhìn các *mười sáu chữ số* qua kính râm của mình.

Ngược lại, họ không để ý tới tôi, đúng như tôi muốn. Manhattan là nơi tuyệt vời nhất nếu muốn được người khác coi là vô hình.

Tôi rẽ qua góc phố, đi dọc theo một con hẻm, mua vài thứ lặt vặt bằng tiền mặt, tất nhiên rồi, sau đó đi vào một khu vực vắng vẻ của thành phố, trước đây là khu công nghiệp, giờ trở thành khu dân cư và thương mại, gần quận SoHo. Ở đây thật yên tĩnh. Rất tốt. Tôi muốn mọi thứ thật êm đềm cho mục tiêu Myra Weinburg: 9834 - 4452 - 6740 - 3418, một *mười sáu chữ số* mà tôi đã để mắt tới một thời gian.

Myra 9834, tôi biết rất rõ cô nàng. Các dữ liệu đã nói cho tôi tất cả (à, lại là cuộc tranh cãi đó: dữ liệu... số nhiều hay số ít nhỉ? *Dữ liệu đã nói* hay *Các dữ liệu đã nói*? Từ điển Merriam-Webster cam đoan cả hai cách đều đúng. Về phần mình, tôi có xu hướng của người theo chủ nghĩa thuần túy: Các dữ liệu. Nhưng trước mặt người khác tôi cố hết sức để sử dụng ở số ít giống như phần lớn xã hội vẫn dùng và hy vọng rằng mình không bị nói hớ. Ngôn ngữ giống như một dòng sông, nó chảy về nơi nó muốn, nếu định bơi ngược lại dòng chảy đó bạn sẽ bị chú ý ngay lập tức. Tất nhiên đó là điều cuối cùng trên đời tôi muốn xảy ra).

Bây giờ, đến lượt các dữ liệu về Myra 9834: Cô nàng sống trên phố Waverly Place, khu Greenwich Village, trong một tòa nhà mà người chủ sở hữu đang muốn bán dưới dạng bất động sản thương mại qua một kế hoạch thu hồi tài sản (tôi biết chuyện này mặc dù những người thuê nhà khốn khổ vẫn chưa hề hay biết và nếu nhìn nhận từ góc độ lợi tức và tín dụng, hầu hết bọn họ đều hoàn toàn bị bịp).

Cô nàng có mái tóc sẫm màu, với vẻ đẹp lạ lẫm - Myra 9834 đã tốt nghiệp Đại học New York và làm việc tại một công ty quảng cáo ở New York được vài năm. Mẹ vẫn còn sống nhưng ông bố thì đã chết. Kẻ sát nhân bị dính đạn và trốn mất, lệnh truy nã vẫn còn treo lơ lửng từng ấy năm. Cảnh sát không bao giờ đặt dấu chấm hết cho những tội ác kiểu đó.

Lúc này Myra 9834 đang không có bạn trai và gặp trục trặc trong các mối quan hệ bạn bè, bằng chứng là ngày sinh nhật lần thứ ba mươi hai gần đây của cô nàng chỉ được kỷ niệm với một suất thịt lợn nấu kiểu Bắc Kinh được mang tới từ nhà hàng Hunan Dynasty ở đường West Fourth (một lựa chọn không tồi) và một chai Caymus Conundrum[1] trắng (trị giá hai mươi tám đô la tại cửa hàng Village Wines luôn bán giá cắt cổ). Sau đó, cô nàng tới Long Island hôm thứ Bảy, tổ chức tiệc với những thành viên còn lại trong gia đình và người quen, hóa đơn thanh toán nặng trịch, với Brunello[2] đổ ào ào trong nhà hàng Garden City (một nơi được tờ *Newsday* đánh giá rất cao). Tất cả làm nên một đêm tuyệt hảo cho tình thân ái, tôi cho là vậy.

Myra 9834 đi ngủ với một chiếc váy ngủ Victoria's Secret T, tôi suy luận ra vì cô nàng sở hữu loại đó với ngực của cô quá to. Cô nàng luôn dậy sớm, ăn sáng với một chiếc bánh ngọt kiểu Đan Mạch của hãng Entenmann (không bao giờ là loại ít chất béo, tôi thực sự tự hào về cô vì chuyện này) cùng một cốc cà phê Starbucks tự pha. Cô nàng hiếm khi tới các quán cà phê. Tôi thực sự thích tự mình quan sát con linh dương đã nhắm đến, các cửa hàng cà phê Starbucks giống như những đồng cỏ, là nơi tốt nhất để làm việc đó.

---

[1] Tên một loại rượu

[2] Tên một loại rượu

Khoảng tám giờ hai mươi phút, cô nàng rời khỏi căn hộ tới chỗ làm ở khu Midtown[1], cô làm một nhân viên kế toán cho công ty quảng cáo Maple, Reed & Summers ở đó.

Tôi tiếp tục thong thả bước đi, đầu đội chiếc mũ của vận động viên bóng chày (thống kê được có đến 87,3% đàn ông ở thành phố này dùng nó làm vật đội đầu). Như mọi khi, hai mắt nhìn xuống đất. Nếu bạn nghĩ một chiếc vệ tinh không thể ghi lại được khuôn mặt đang cười của bạn từ trên cao ba mươi dặm, hãy nghĩ lại đi. Đâu đó từ trên không trung, trong số mười hai máy chủ bố trí khắp trái đất, đang có hàng trăm bức ảnh chụp bạn. Hãy hy vọng rằng khi họ mở ống kính chụp, điều bạn đang làm chỉ là đưa tay lên che nắng trong lúc ngước nhìn một chiếc khinh khí cầu của hãng Goodyear lơ lửng trên không hay đang liếc trộm khuôn mặt ai đó vừa xuất hiện sau cửa sổ.

Tôi không chỉ quan tâm tới những chi tiết thường ngày của họ mà còn những gì nằm trong bộ óc của các *mười sáu chữ số*, Myra 9834 cũng không là ngoại lệ. Cô đi uống cùng bạn bè khá đều đặn và rất hay trả tiền cho cả đám, quá thường xuyên theo quan điểm của tôi. Chắc hẳn cô nàng đang cố mua cảm tình của bọn họ, đúng không, bác sĩ Phil[2]? Chắc chắn cô nàng từng bị mụn trứng cá vào giai đoạn *vị thành niên khủng khiếp*. Cho tới tận bây giờ thỉnh thoảng cô nàng vẫn hay đi khám da liễu, mặc dù hóa đơn thanh toán cũng khá nhẹ nhàng, có lẽ cô nàng chỉ muốn lột da mặt (hoàn toàn không cần thiết từ những gì tôi đã nhìn thấy) hay kiểm tra để đảm bảo các đốm mụn không lén lút quay trở lại như những ninja trong đêm.

Tiếp theo, sau ba chầu Cosmopolitan[3] với mấy cô bạn, hay ghé qua một câu lạc bộ thể dục thẩm mỹ, cô quay về nhà gọi điện

---

[1] Khu trung tâm Manhattan, New York.

[2] Dr.Phil, một chương trình truyền hình nổi tiếng của Mỹ.

[3] Loại cocktail chế từ vodka, nước ép quả việt quất và nước chanh lá cam

thoại, làm bạn với chiếc máy tính và một gói thuê bao truyền hình cáp phổ thông, không phải gói cao cấp. Tôi rất thích lần theo sở thích xem truyền hình của cô nàng, việc lựa chọn chương trình thể hiện sự trung thành cao độ, cô nàng lập tức chuyển kênh khi xê ri *Seinfeld*[1] đổi kênh phát sóng và từng bỏ qua hai cuộc hẹn hò để dành cả đêm cho Jack Bauer[2].

Kế đó là giờ đi ngủ, đôi khi cô nàng tự cho phép mình giải trí một chút (việc mua số lượng lớn pin loại AA chứng tỏ chuyện này, vì máy ảnh kỹ thuật số lẫn chiếc iPod của cô nàng đều dùng pin sạc).

Tất nhiên, đây là những dữ liệu về cuộc sống ngày thường của cô nàng. Nhưng hôm nay là một ngày Chủ nhật kỳ diệu và vốn dĩ những ngày Chủ nhật luôn khác biệt. Đó là lúc Myra 9834 leo lên chiếc xe đạp yêu quý và cũng rất đắt tiền của mình để ra ngoài lượn quanh phố phường.

Các tuyến hành trình luôn thay đổi. Lộ trình có thể đi qua Công viên Trung tâm, cũng như Công viên Riverside hay Công viên Prospect ở khu Brooklyn. Nhưng dù là tuyến đường nào, Myra 9834 luôn dừng tại một điểm bất di bất dịch vào cuối tua đạp xe của cô nàng: nhà hàng Hudson's Gourmet Deli ở Broadway. Sau khi đã có đồ ăn thức uống, cô nàng chọn con đường nhanh nhất bằng xe đạp để quay về nhà, con đường đó, do sự điên rồ của giao thông tại khu thương mại, lại đi ngang qua chính nơi tôi đang đứng lúc này.

Tôi đang đứng trước mặt một khoảng sân rộng dẫn tới căn nhà của Maury và Stella Griszinski (tưởng tượng xem, họ mua mười năm trước với giá hai trăm bảy mươi tám nghìn đô la). Vợ chồng Griszinski hiện không có nhà, họ đang tận hưởng chuyến du xuân ở Scandinavia. Họ đã ngừng không nhận thư báo, không thuê

---

[1] Xê ri phim truyền hình có các tình huống ứng xử gây hài của Mỹ sản xuất từ năm 1989.

[2] Nhân vật chính trong xê ri phim truyền hình hành động *24*.

người tưới nước và trông coi vật nuôi. Cũng không hề có hệ thống báo động trong nhà.

Vẫn chưa thấy bóng dáng cô nàng. Chẳng lẽ đã có gì xảy ra sao? Rất có thể tôi đã sai lầm.

Nhưng tôi hiếm khi sai.

Năm phút chờ đợi nặng nề trôi qua. Tôi nhớ lại trong đầu những hình ảnh về bức tranh của Harvey Prescott từ bộ sưu tập. Tôi khoan khoái ngắm nhìn chúng trong tưởng tượng trước khi quay lại thực tế. Liếc nhìn xung quanh và cố cưỡng lại nỗi thèm muốn tột độ đang thôi thúc, tôi bước tới chiếc thùng rác đầy ắp, khám phá xem bên trong là những báu vật quý giá nào.

Đứng dưới bóng râm... Tránh xa hàng rào. Nhất là vào những thời điểm như thế này và tránh khỏi tầm nhìn của các ô cửa sổ bằng mọi giá. Hẳn bạn sẽ phải ngạc nhiên khi biết sức hấp dẫn của việc nhìn trộm và số người đang theo dõi bạn từ phía sau những khung cửa kính, trong khi bạn thấy chúng chỉ là những tia sáng phản chiếu chói mắt.

Cô nàng đang ở đâu? Ở đâu?

Nếu tôi không sớm chộp được mục tiêu của mình...

Và rồi, a, tôi thấy cảm giác đắc thắng bùng lên bên trong cơ thể khi thấy cô nàng: Myra 9834 đây rồi.

Cô đang đạp xe thong thả, líp xe cài ở vòng số thấp, đôi chân tuyệt đẹp nhịp nhàng chuyển động. Một chiếc xe đạp trị giá hơn một nghìn đô la, còn đắt giá hơn cả chiếc xe hơi đầu tiên của tôi.

A, bộ đồ mặc đi xe đạp của cô mới bó sát làm sao. Nhịp thở tôi nhanh dần. Tôi khao khát cô nàng biết chừng nào.

Liếc mắt nhanh về hai đầu phố. Vắng tanh, ngoại trừ người con gái đang đạp xe tới, lúc này đã đến rất gần, khoảng cách chỉ còn chín mét. Tôi mở chiếc điện thoại di động vẫn tắt ra áp vào tai, chiếc túi đựng đồ ăn của hãng Food Emporium đung đưa trong không khí. Tôi liếc về phía cô nàng lần nữa. Bước tới mép vỉa hè, trong khi vẫn sôi nổi tiếp tục cuộc đàm thoại tưởng tượng, tôi dừng lại đợi cô nàng lao tới. Cau mày, nhìn lên. Rồi mỉm cười. "Myra?"

Cô nàng đạp chậm lại. Bộ đồ đi xe bó vào người thật sát. Kiềm chế, kiềm chế... Hành động thật thận trọng.

Không có ai trên những khung cửa sổ nhìn ra phố. Cũng không có ai khác trên đường.

"Myra Weinburg?"

Chiếc xe phanh két lại. "Xin chào." Câu chào cùng bộ dạng làm ra vẻ nhớ ra gì đó là hành động tất yếu mà người ta làm để không tỏ ra bối rối.

Tôi hoàn toàn nhập vai một doanh nhân trưởng thành trong khi bước tới bên cô nàng, để nghị người bạn tưởng tượng gọi lại sau và gấp chiếc điện thoại lại.

Cô gái đáp: "Tôi xin lỗi". Kèm theo một nụ cười lúng túng. "Anh là?"

"Mike. Tôi chính là anh chàng giám đốc phụ trách khách hàng của Ogilvy đây mà. Chúng ta đã gặp nhau ở... à, phải rồi... buổi chụp hình quảng cáo cho hãng National Foods tại David's. Trong phòng chụp thứ hai, tôi bước vào, gặp cô và... tên anh ta là gì nhỉ? Richie. Các vị có một người thợ ảnh tốt hơn nhiều so với chúng tôi."

Lần này cô nở một nụ cười hoàn toàn thoải mái. "Ồ, phải rồi." Cô nàng đã nhớ ra David's, National Foods, Richie cũng như tay thợ ảnh của phòng chụp. Nhưng cô ta không thể nhớ ra tôi vì tôi chưa bao giờ có mặt ở đó. Thực ra chẳng có ai tên là Mike, song cô nàng không để ý đến chi tiết này vì tình cờ đây cũng là tên ông bố đã quá cố của cô.

"Thật vui được gặp lại cô", tôi nói, khoản đãi cô bằng nụ cười rạng rỡ nhất tôi dành cho "cuộc gặp gỡ tình cờ". "Cô sống gần đây sao?"

"Village. Còn anh?"

Một cái hất hàm về phía ngôi nhà của gia đình Griszinski. "Đằng kia."

"Oa, một ngôi nhà riêng. Tuyệt quá!"

Tôi hỏi thăm công việc của cô nàng, cô ta hỏi chuyện công việc của tôi. Rồi tôi làm bộ nhăn mặt. "Vào nhà tôi nhé. Tôi vừa chạy ra ngoài mua nước chanh." Và giơ bịch nước chanh lên. " Có vài người bạn tới nhà tôi chơi."

Giọng tôi nhỏ lại khi một ý tưởng thiên tài chợt lóe lên trong đầu. "À, tôi không biết cô có kế hoạch gì chưa, nhưng chúng tôi chuẩn bị tận hưởng một bữa ăn muộn. Cô có muốn tham dự cùng không?"

"Ồ, cảm ơn anh, nhưng tôi đang nhễ nhại mồ hôi thế này."

"Làm ơn đi... người đồng nghiệp và tôi đã mất cả buổi tham gia cuộc đi bộ gây quỹ từ thiện giúp đỡ bệnh nhân." Một chi tiết đắt giá, tôi thầm nghĩ và hoàn toàn ứng khẩu tức thời: "Chúng tôi còn nhễ nhại mồ hôi hơn cả cô, tin tôi đi. Không phải giữ ý đâu. Sẽ rất vui cho mà xem. Có một giám đốc phụ trách khách hàng cao cấp của Thomson đến dự. Cùng mấy anh bạn từ Burston. Sành điệu nhưng rất thẳng thắn". Tôi giả vờ nhăn mặt khổ sở. "À, chúng tôi còn có một khách mời bí mật là diễn viên nữa. Nhưng tôi sẽ không cho cô biết là ai đâu."

"Nhưng mà..."

"Thôi nào. Nhìn cô là thấy cô đang cần gấp một ly Cosmo... Chẳng phải ở buổi chụp hình chúng ta đều nhất trí đó là món đồ uống ưa thích nhất của mình sao?"

# CHƯƠNG 6

Nhà tù Tombs.

Đây thực ra không còn là khu nhà tù nguyên bản Tombs được xây từ thế kỷ mười chín nữa. Nó đã biến mất từ lâu, nhưng mọi người vẫn sử dụng cái tên cũ khi nói đến nơi này: Nhà tù Trung tâm Manhattan, ở giữa thành phố, nơi Arthur Rhyme đang ngồi. Trái tim của anh vẫn đều đều giữ nguyên nhịp đập tuyệt vọng *thịch, thịch, thịch* kể từ khi anh bị bắt.

Nhưng cho dù được gọi là Tombs, MDC[1] hay Trung tâm Bernard Kerik (tên của nó trong một thời gian ngắn trước khi cựu cảnh sát trưởng và giám đốc hệ thống cải huấn bị thất sủng), với Arthur, nó chỉ đơn giản là địa ngục.

Một địa ngục khủng khiếp.

Anh đang mặc một bộ áo liền quần màu cam như những kẻ cùng bị giam khác, song tất cả sự tương đồng giữa anh và họ chỉ dừng lại ở đó. Người đàn ông cao một mét bảy mươi tám,

---

[1] Viết tắt của Manhattan Detention Center : (Nhà tù Trung tâm Manhattan).

nặng tám mươi sáu kilogam với mái tóc nâu cắt ngắn này khác biệt ở mức rõ rệt nhất với những kẻ đang chờ xét xử khác tại đây. Anh không hề béo tròn và có "lăn mực" (anh đã biết được điều đó có nghĩa là xăm mình), cũng không cạo trọc đầu, hay ngu ngốc, không phải da đen hay gốc Latinh. Nghi phạm tương tự như Arthur, một doanh nhân bị truy tố vì một tội ác trong giới trung lưu không mấy khi phải tạm trú ở Tombs cho tới khi ra tòa, đám này thường được tại ngoại nhờ bảo lãnh. Cho dù bọn họ có phạm tội gì đi nữa, những hành động phạm pháp đó cũng không đến mức phí bảo lãnh bị ấn định ở hai triệu đô như với Arthur.

Vậy là Tombs trở thành nhà của anh kể từ hôm Mười ba tháng Năm, quãng thời gian dài nhất, khó khăn, đau khổ nhất trong đời anh.

Thật điên rồ.

Có thể Arthur đã gặp người phụ nữ mà người ta cho rằng chính anh đã sát hại, nhưng anh không thể nhớ gì về cô ta. Phải, anh từng lui tới phòng tranh ở khu SoHo đó, nơi nạn nhân từng ghé qua, nhưng anh không hề trò chuyện với cô ta. Phải, anh đam mê các tác phẩm của Harvey Prescott và đã từng rất khổ sở khi phải bán bức tranh của mình sau khi mất việc. Nhưng đánh cắp một bức tranh? Giết người? Có phải bọn họ phát rồ hết rồi không? Trông anh giống một tên sát nhân lắm sao?

Đó là một bí ẩn không lời giải với anh, giống như bài toán của Fermat[1] mà ngay cả sau khi đọc lời giải anh vẫn không tài nào hiểu nổi. Máu của người phụ nữ nọ trong xe anh? Rõ ràng anh đã bị cài bẫy. Thậm chí anh từng nghĩ chính đám cảnh sát đã làm trò đó.

---

[1] Tức Pierre de Fermat: một nhà toán học nổi tiếng và cha đẻ của lý thuyết số hiện đại.

Sau mười ngày ngồi tại Tombs, vụ bào chữa cho O.J. Simpson[1] trở nên ít kỳ quặc hơn.

Tại sao, tại sao, tại sao? Kẻ nào đứng đằng sau chuyện này? Anh nghĩ tới những lá thư đầy phẫn nộ mình đã viết khi Princeton gạt bỏ anh. Một số rất ngớ ngẩn, nhỏ mọn, thậm chí toàn mùi đe dọa. Có thể kẻ tâm thần bất ổn nào đó trong giới học thuật muốn báo thù sau khi đọc những chỉ trích anh đã nhắm vào họ. Rồi còn cả cô ả sinh viên lớp anh giảng đã đến tiếp cận anh. Anh đã nói dứt khoát với cô ta, anh không muốn một mối quan hệ bồ bịch. Vậy là cô nàng nổi xung.

*Sức hấp dẫn chết người...*

Cảnh sát đã kiểm tra cô sinh viên nọ và xác định cô ta không đứng đằng sau vụ án mạng nhưng họ đã kiểm tra bằng chứng ngoại phạm của cô ta kỹ lưỡng tới đâu?

Anh nhìn quanh khu sinh hoạt chung rộng thênh thang, quan sát mấy chục gã "phạm" đứng gần đó, đây là từ dùng để gọi các tù nhân ở nơi này. Thoạt đầu, anh thu hút khá nhiều sự tò mò. Vị thế được nâng cao khi đám "phạm" biết anh bị bắt vì tội giết người, nhưng sau đó rớt xuống nhanh chóng khi tin tức cho hay nạn nhân không ăn cắp ma túy hay lừa đảo anh, hai lý do có thể chấp nhận cho việc giết phụ nữ.

Sau đó thì đã rõ, anh được coi là một trong số những gã da trắng đã làm một điều ngu ngốc và sắp tàn đời.

Xô đẩy, thách thức, cướp giật hộp sữa anh đang cầm trên tay, không khác gì ở trường trung học. Không giống như những gì người ta vẫn nghĩ, những trò lạm dụng tình dục không có ở đây. Tất cả những kẻ bị giam tại nhà tù này đều mới bị bắt, vì thế đều có

---

[1] Tức Orenthal James Simpson: cựu ngôi sao bóng bầu dục Mỹ đã được xử trắng án trong vụ giết vợ cũ Nicole Brown Simpson và người tình của cô - Ronald Goldman vào năm 1995.

thể để yên của quý trong quần một thời gian. Nhưng anh đã được vài gã trong đám "bạn" mới cam đoan rằng "đời trai tân" của anh sẽ không giữ được lâu một khi anh bị đưa tới nơi giam giữ dài hạn, như Attica chẳng hạn, nhất là nếu lĩnh một án nặng, từ hai mươi lăm năm đến chung thân.

Anh đã bị đấm vào mặt bốn lần, hai lần bị gã điên Aquilla Sanchez lột trần ra và đè xuống sàn, mồ hôi của gã nhỏ ròng ròng xuống mặt anh trong khi gã gào thét bằng thứ tiếng hổ lốn nửa Anh, nửa Tây Ban Nha, đến tận lúc mấy tay "thị" (giám thị nhà tù) phát chán xông tới lôi gã ra.

Arthur đã tiểu ra quần hai lần, nôn mửa hơn chục lần. Anh bị coi như một gã sâu bọ, rác rưởi.

Anh tin chắc tim mình có thể vỡ tung ra bất cứ lúc nào với cái cách nó đang đập như quai búa. Tương tự điều đã xảy đến với Henry Rhyme, cha anh. Tất nhiên, vị giáo sư danh tiếng không qua đời tại một nơi kinh tởm như Tombs mà trên một con đường tản bộ sạch sẽ lát đá đàng hoàng ở Công viên Hyde, Illinois.

Tại sao tất chuyện này lại xảy ra? Một nhân chứng và các tang vật... Thật vô lý!

"Hãy nhận tội, ông Rhyme", vị trợ lý ủy viên công tố quận đã nói. "Tôi khuyên ông nên làm thế."

Luật sư của anh cũng vậy. "Tôi biết rõ mọi thứ rồi, Art. Rõ ràng như thể tôi đang nhìn vào một chiếc bản đồ GPS[1] vậy. Tôi có thể nói với anh một cách chính xác chuyện này sẽ đi tới đâu, nghiêm trọng nhưng chưa tới mức là một cái kim tiêm thuốc độc đâu. Nhưng khả năng anh phải chịu hai mươi lăm năm là rất cao. Tôi có thể giúp anh giảm xuống còn mười lăm. Hãy chấp nhận đi."

---

[1] Viết tắt của Global Positioning System: là hệ thống định vị toàn cầu, xác định vị trí dựa trên các vệ tinh nhân tạo, do Bộ Quốc phòng Mỹ thiết kế, xây dựng, vận hành và quản lý.

"Nhưng tôi không làm chuyện đó."

"Câu nói đó chẳng có ý nghĩa gì với bất cứ ai đâu, Arthur."

"Tôi không phạm tội."

"À phải."

"Tôi sẽ không nhận tội. Bồi thẩm đoàn sẽ hiểu. Khi họ nhìn tôi, họ sẽ biết tôi không phải là một tên sát nhân."

Im lặng. Rồi: "Tốt thôi". Thực tế, mọi việc chẳng có gì tốt cả. Dĩ nhiên, gã luật sư đánh bài chuồn, bất chấp sáu trăm đô mỗi giờ mà gã đang bỏ túi và rồi số tiền đó sẽ từ chỗ chết tiệt nào chui ra? Gã…

Bỗng Arthur ngẩng lên và thấy hai gã "phạm" đang xăm xoi nhìn mình, cả hai đều có vẻ là dân gốc Latinh. Chúng nhìn anh nhưng không có bất cứ thái độ nào trên mặt. Không thách thức, không dọa nạt nhưng cũng chẳng thân thiện. Có vẻ hai gã đang tò mò.

Trong khi chúng tiến lại gần, anh tự hỏi mình nên đứng lại hay bỏ đi.

Đứng lại.

Nhìn xuống.

Nhưng khi anh nhìn xuống, một trong hai gã đã đứng trước mặt, đôi giày thể thao mòn vẹn lọt vào tầm mắt.

Gã thứ hai đi vòng sau lưng.

Sắp chết. Arthur Rhyme biết điều đó. Hãy nhanh lên và chấm dứt luôn mọi thứ khốn kiếp này đi.

"Mày", gã sau lưng anh cao giọng gọi.

Arthur ngước mắt nhìn lên gã thứ hai đang đứng trước mặt. Gã có đôi mắt đỏ vằn, đeo một chiếc hoa tai ngoại cỡ, hàm răng cải mả. Arthur không thốt nên lời.

"Mày", giọng nói từ phía sau lại vang lên.

Arthur nuốt nước bọt. Không muốn nhưng cũng không dừng được.

"Bọn tao đang nói chuyện với mày đấy, tao và bạn tao. Mày không biết lịch sự gì cả. Sao mà đờ ra thế?"

"Xin lỗi. Tôi chỉ... Xin chào."

"Mày làm nghề gì?", giọng nói phía sau lưng anh hỏi.

"Tôi là..." Đầu anh như đông cứng lại. Nên nói gì đây? "Tôi là một nhà khoa học."

Gã đeo hoa tai nói: "Chết tiệt. Nhà khoa học? Thế mày làm gì, chế tạo tên lửa hả?".

Cả hai gã phá lên cười.

"Không, thiết bị y tế."

"Giống như trong phòng cấp cứu, bọn chúng hô 'sẵn sàng' rồi gí điện cho giật tung người lên chứ gì?"

"Không, phức tạp hơn nhiều. Các anh không hiểu được đâu."

Gã đeo hoa tai cau mày.

"Tôi không có ý đó", Arthur vội vàng nói. "Các anh không phải là không thể hiểu được. Chỉ là rất khó giải thích. Các hệ thống kiểm tra chất lượng dung dịch thẩm phân. Và..."

Gã giọng cao: "Kiếm bộn tiền, đúng không? Nghe nói mày diện bộ đồ bảnh lắm khi bị chộp mà".

"Tôi bị... ?" À, *bị bắt*. "Tôi cũng không biết. Tôi mua nó ở Nordstrom."

"Nordstrom. Nordstrom là cái mắc dịch gì?"

"Một cửa hàng."

Trong khi Arthur lại cúi xuống nhìn chân gã có hoa tai, gã tiếp tục: "Tao vừa hỏi mày kiếm bộn tiền phải không? Bao nhiêu?".

"Tôi..."

"Mày không định nói là mày không biết đấy chứ?"

"Tôi..." Phải, đúng là anh không biết thật.

"Mày kiếm được bao nhiêu?"

"Tôi không... khoảng sáu chữ số."

"Chết tiệt."

Arthur không rõ câu ấy có nghĩa số tiền anh kiếm được quá ít hay quá nhiều.

Rồi gã giọng cao cười sằng sặc. "Mày có gia đình đúng không?"

"Tôi sẽ không nói gì về họ với các anh." Một lời thách thức.

"Vậy là mày có một gia đình?"

Arthur Rhyme nhìn về phía bức tường gần đó, nơi có một chiếc đinh đóng vào mạch vữa giữa hai khối bê tông, mà anh đoán nó từng dùng để giữ một tấm biển đã bị hạ xuống hay bị lấy trộm từ vài năm trước. "Hãy để tôi yên. Tôi không muốn nói chuyện với các người." Anh cố làm cho giọng nói của mình trở nên mạnh mẽ. Nhưng giọng anh nghe chẳng khác giọng một cô gái bị gã chán ngắt nào đó quấy rầy trong một buổi khiêu vũ.

"Chúng tao đang cố nói chuyện một cách văn minh, anh bạn."

Hắn nói gì nhỉ? *Nói chuyện một cách văn minh?*

Anh nghĩ, quỷ tha ma bắt, biết đâu hai gã này chỉ muốn bắt chuyện. Biết đâu chúng có thể trở thành những người bạn, chống lưng cho anh. Có Chúa chứng giám, anh cần kết bạn với bất kỳ ai có thể. Liệu có thể cứu vãn tình thế không? "Tôi xin lỗi. Chuyện này thực sự là một điều kỳ quặc. Tôi chưa bao giờ gặp phải rắc rối thế này. Tôi chỉ..."

"Vợ mày làm gì? Cô ta cũng là nhà khoa học chứ? Chắc là một cô ả ngon lành lắm hả?"

"Tôi...", những từ anh định nói bỗng bay biến hết.

"Cô ả có bộ ngực bự chứ?"

"Mày có làm cô ả từ đằng sau không?"

"Nghe này, thằng nhà khoa học chết tiệt, hãy làm theo lời tao. Con vợ ngon lành của mày sẽ rút ít tiền từ ngân hàng. Mười ngàn đô la. Sau đó lái xe mang đến chỗ anh họ tao ở Bronx. Và..."

Những tiếng oang oang của gã giọng cao chợt câm tịt.

Một tù nhân da đen, cao khoảng một mét tám mươi lăm, cả cơ thể là một khối cơ và mỡ đồ sộ, hai tay áo xắn cao, bước tới gần chỗ ba người. Gã nhìn chằm chằm vào hai tên Latinh, cặp mắt nheo lại.

"Này, hai con chó Chihuahua. Cút ngay khỏi đây."

Arthur Rhyme lạnh toát người. Anh không thể nào cựa quậy được nếu có ai đó nhìn chằm chằm vào mình, bình thường không có gì khiến anh phải ngạc nhiên, ngay cả trong lĩnh vực các loại máy đo từ trường.

"Thằng nhọ khốn kiếp", gã đeo hoa tai lên tiếng.

"Đồ cặn bã", gã giọng cao đế theo. Câu nói làm gã da đen phá lên cười, quàng một tay quanh người gã đeo hoạ tai, lôi gã đi và thì thầm điều gì đó vào tai gã. Đôi mắt gã Latinh chợt đờ ra, rồi gã gật đầu ra hiệu cho đồng bọn, tay này lập tức đi đến. Cả hai chuồn ra góc xa nhất, vừa đi vừa làm ra vẻ khinh bỉ. Nếu Arthur không quá hoảng sợ, anh có thể thấy tình huống này thật thú vị, những kẻ chuyên bắt nạt người khác bỗng dưng phải cúp đuôi bỏ chạy, hệt như ở trường học khi anh còn nhỏ.

Gã da đen vươn vai, tiếng khớp xương kêu răng rắc. Anh nghe thấy tiếng tim mình đập còn mạnh hơn. Lời cầu nguyện còn dang dở hiện lên trong đầu: mong sao những sợi mạch đang căng như dây đàn giúp anh biến khỏi đây ngay lập tức.

"Cảm ơn."

Gã da đen nói: "Hai thằng khốn nạn. Chúng nó biết cách phải làm thế nào. Mày hiểu tao đang nói gì chứ?".

Không, một chút cũng không. Nhưng Arthur Rhyme nói: "Dù sao thì... Tên tôi là Art".

"Tao biết cái tên thối tha của mày. Ở đây mọi người đều biết rõ mọi thứ. Trừ mày. Mày chẳng biết cái khỉ gì hết."

Nhưng có một thứ Arthur Rhyme biết và biết chắc chắn: Anh sắp toi rồi.

Anh nói: "Okay, vậy cho tao biết mày là thằng nào, đồ thối tha".

Khuôn mặt khủng long quay về phía anh. Mùi mồ hôi cùng những hơi thở khét nồng khói thuốc. Arthur chợt nghĩ về gia đình, lũ trẻ, Judy. Tiếp theo là cha mẹ anh, trước hết là mẹ, rồi đến cha. Thế rồi, thật bất ngờ, anh nghĩ tới em họ mình, Lincoln. Nhớ lại cuộc chạy thi qua cánh đồng ở Illinois một ngày nóng bức khi cả hai còn là những cậu nhóc vị thành niên.

*Chạy thi tới cái cây đó đi... Không, đồ nhát như cáy... Cái cây sồi ở đằng kia kìa. Chạm vào thân cây! Đếm đến ba. Một... hai... chạy!*

Gã da đen quay đi, bước qua khu nhà tới chỗ một tù nhân da đen khác. Bọn họ đập tay với nhau và Arthur Rhyme hoàn toàn bị lãng quên.

Anh nhìn cử chỉ thân thiết của bọn họ, cảm thấy càng lúc càng tuyệt vọng. Rồi anh nhắm nghiền mắt, gục đầu xuống. Arthur Rhyme là một nhà khoa học. Anh tin rằng sự sống tiến hóa thông qua chọn lọc tự nhiên, quyền năng tối cao không có vai trò gì hết.

Nhưng lúc này, chìm vào cơn suy sụp tàn khốc, lạnh lẽo như gió bấc, anh không khỏi tự hỏi liệu có một hệ thống vô hình nào giúp lấy lại sự công bằng đang tồn tại hay không? Có phải ngay lúc này đây nó đang vận hành và trừng phạt anh vì những điều xấu xa anh đã làm trong đời mình? Ôi, anh đã làm không ít điều tốt đấy chứ. Nuôi con cái, dạy chúng những bài học về sự cởi mở và lòng khoan dung, là người bạn đời chung thủy của vợ, giúp cô chống chọi với căn bệnh ung thư quái ác và đóng góp cho ngành khoa học quan trọng của thế giới.

Thế nhưng những điều xấu xa vẫn luôn tồn tại.

Ngồi đây trong bộ quần áo màu cam nặng mùi, anh vật lộn để tin rằng dựa vào những ý nghĩ, những lời thề đúng đắn và niềm tin vào cái hệ thống anh đã tận tụy ủng hộ vào mỗi lần bầu cử, anh có thể làm cân bằng lại cán cân công lý và được đoàn tụ với gia đình, trở lại với cuộc sống tự do.

Anh đang cố tin rằng có thể chiến thắng số phận với tinh thần quyết tâm và suy nghĩ đúng đắn, với nỗ lực đến tột cùng như anh đã thực hiện để đánh bại Lincoln khi dốc hết sức bình sinh lao về phía cây sồi trên cánh đồng nóng bức đầy bụi đất đó.

Rằng rất có thể anh sẽ được cứu thoát. Rất có thể...

"Xéo."

Cho dù giọng của người nói rất nhẹ nhàng, anh vẫn giật mình khi nghe thấy từ đó. Một gã tù nhân da trắng khác, mái tóc bù xù, chi chít hình xăm nhưng không còn lấy một cái răng trong miệng, thân hình không ngừng rậm rật trong lúc ma túy ngấm dần vào cơ thể, đã xuất hiện sau lưng anh từ lúc nào. Gã nhìn chằm chằm vào băng ghế của Arthur, dù rằng có thể tìm thấy chỗ ngồi ở bất cứ đâu. Khuôn mặt gã trắng bệch, hàm ý trong đôi mắt hoàn toàn rõ ràng.

Hy vọng thoáng qua của Arthur, về một hệ thống công lý có thể cân đo đong đếm được một cách khoa học, tưởng như hoàn toàn lụi tắt. Nhưng từ duy nhất của gã đàn ông nhỏ thó, bệnh hoạn và nguy hiểm thốt ra là:

*Xéo...*

Cố kìm mình để không òa khóc, Arthur Rhyme làm đúng như gã ra lệnh.

# CHƯƠNG 7

huông điện thoại reo vang khiến Lincoln Rhyme cực kỳ bực bội vì sự tập trung bị gián đoạn. Anh đang suy ngẫm về ông X và các nguyên tắc dàn cảnh tang vật của hắn. Nhưng rồi thực tế cũng kéo anh quay lại. Điện thoại đang đổ chuông, nhìn thấy số 44, mã quốc gia của nước Anh, anh lập tức ra lệnh: "Nhận lệnh, trả lời điện thoại".

Click.

"Thanh tra Longhurst phải không?" Anh đã từ bỏ việc xưng hô bằng tên riêng. Các mối quan hệ với Scotland Yard luôn đòi hỏi một mức độ nghiêm chỉnh nhất định.

"Xin chào, thám tử Rhyme", nữ thanh tra nói. "Chúng tôi có vài biến động ở bên này."

"Cứ nói tiếp đi."

"Danny Krueger nghe ngóng được từ một trong những mối chạy hàng cũ của anh ta. Có vẻ như lý do Richard Logan rời khỏi London là để kiếm thứ gì đó tại Manchester. Chúng tôi không rõ là thứ gì, nhưng ở Manchester chắc chắn đầy rẫy những tay buôn bán vũ khí chợ đen."

"Có biết được chính xác hắn đang ở đâu không?"

"Danny đang cố lần ra. Sẽ rất tuyệt nếu chúng ta có thể chộp được hắn ở Manchester, thay vì dài cổ đợi ở London."

"Danny có cẩn thận không?" Rhyme nhớ lại chương trình truyền hình trực tiếp về một anh chàng người Nam Phi đô con, to mồm, làn da rám nắng, với vòng bụng và chiếc nhẫn vàng đeo ở ngón tay út đều thuộc hàng ngoại cỡ. Bản thân Rhyme từng điều tra một vụ có liên quan tới Darfur và anh đã dành không ít thời gian trao đổi với Krueger về cuộc xung đột bi thảm tại quốc gia này.

"Ồ, Danny biết mình đang làm gì. Anh ta luôn cẩn thận và dữ tợn như một con chó săn khi cần thiết. Anh ta sẽ khai thác được mọi chi tiết cho chúng ta. Chúng tôi đang làm việc với các đồng sự của mình ở Manchester để huy động một đội đột kích. Chúng tôi sẽ liên lạc lại với anh khi biết thêm thông tin."

Anh cảm ơn thanh tra, sau đó ngắt liên lạc.

"Chúng ta sẽ tóm được hắn, Rhyme", Sachs nói. Không phải chỉ để động viên anh, cô cũng quan tâm riêng tới việc tìm ra Logan, bản thân Sachs đã suýt mất mạng trong một vụ gây án của hắn.

Điện thoại Sachs đổ chuông. Cô nghe máy và nói sẽ tới trong mười phút nữa. "Hồ sơ mấy vụ án mà Flintlock nhắc đến đã có rồi. Em qua lấy chúng đây... À, mà có khi Pam sẽ ghé qua đây đấy."

"Con bé đang làm gì?"

"Đang học nhóm với người bạn ở Manhattan - một cậu bạn trai."

"Tốt quá. Ai vậy?"

"Một cậu nhóc nó quen ở trường. Em đang nóng lòng muốn gặp cậu ta đây. Con bé suốt ngày chỉ nhắc đến mỗi cậu ta. Nó tin rằng đây là con người đàng hoàng mà nó xứng đáng gặp được trong đời. Nhưng em chỉ không muốn nó bập vào thằng nhóc kia quá vội vàng. Em sẽ cảm thấy yên tâm hơn sau khi đã gặp cậu ta và đích thân điều tra thật kỹ lưỡng."

Rhyme gật đầu trong lúc Sachs rời đi, nhưng tâm trí anh đang ở tận đâu đâu. Anh nhìn chằm chằm vào tấm bảng ghi các thông tin về vụ án Alice Sanderson, rồi ra lệnh cho máy điện thoại.

"Xin chào?", một giọng nam nhẹ nhàng trả lời ở đầu dây bên kia trên nền một điệu waltz[1] đang vang lên. Rất ồn ào.

"Mel. Phải anh không đấy?"

"Lincoln?"

"Thứ nhạc quỷ quái đó là gì vậy? Anh đang ở đâu?"

"Cuộc thi Khiêu vũ cổ điển New England", Mel Cooper đáp.

Rhyme thở dài. Rửa bát đĩa, xem kịch buổi sáng, thi khiêu vũ. Anh căm ghét những ngày Chủ nhật. "Thế này nhé, tôi cần anh giúp đỡ. Tôi có một vụ án độc nhất vô nhị."

"Vụ nào với anh chả độc nhất vô nhị, Lincoln."

"Vụ này độc nhất vô nhị hơn nhiều những vụ khác, mặc dù cách diễn đạt này không được hợp ngữ pháp cho lắm. Anh tới được không? Anh vừa nhắc đến New England. Đừng nói với tôi anh đang ở Boston hay Maine đấy."

"Midtown. Tôi nghĩ mình đang chẳng có việc gì làm - Gretta và tôi vừa mới bị loại. Đôi của Rosie Talbot và Bryan Marshall sắp thắng rồi. Thật là nhục nhã." Câu cuối cùng nghe có vẻ cay cú thực sự. "Có gấp lắm không?"

"Ngay bây giờ."

---

[1] Điệu nhảy vanxơ.

Cooper tặc lưỡi. "Trong bao lâu?"

"Có thể khá lâu đấy."

"Đến sáu giờ tối nay? Hay là thứ Tư?"

"Tốt nhất hãy gọi điện cho cấp trên của anh báo rằng anh đang bị điều động. Tôi hy vọng sẽ không quá thứ Tư."

"Tôi sẽ phải cung cấp cho ông ấy một cái tên. Ai đang chỉ đạo cuộc điều tra, Lon? "

"Tôi đề nghị thế này: hãy nói mơ hồ một chút."

"Này, Lincoln, anh vẫn nhớ làm cớm có nghĩa là thế nào chứ ? 'Mơ hồ' sẽ không ăn thua đâu. 'Rất cụ thể' thì may ra."

"Nói đúng ra thì không có thám tử phụ trách."

"Anh đang làm một mình à?" Giọng anh chàng cảnh sát có vẻ không tin tưởng lắm.

"Không hẳn. Còn có cả Amelia và Ron nữa."

"Chỉ thế thôi sao?"

"Còn anh nữa."

"Hiểu rồi. Thế kẻ tình nghi là ai?"

"Thực ra, những kẻ tình nghi lúc này đang ngồi khám rồi. Hai bị kết án, một chờ xử."

"Và anh nghi ngờ chúng ta chưa mời đúng khách."

"Đại loại như vậy."

Là một thám tử trong Đội Điều tra hiện trường Sở Cảnh sát New York, Mel Cooper chuyên về công việc phòng thí nghiệm. Anh là một trong những nhân viên xuất sắc nhất đội và cũng là người hiểu biết nhất.

"À, vậy là anh muốn tôi tìm ra lý do vì sao các sếp của tôi bị mắc lỡm và tóm nhầm người, sau đó yêu cầu họ mở ba cuộc điều tra mới toanh và cực kỳ tốn kém để lùng bắt những thủ phạm thực thụ, còn những gã này hẳn sẽ không lấy gì làm khoái khi biết rốt cục cũng không thoát khỏi ngồi bóc lịch. Đây là kiểu tình huống mà người ta gọi là ai cũng có lỗi cả, đúng không, Lincoln?"

"Xin lỗi bạn gái anh giúp tôi, Mel. Và đến đây sớm nhất có thể nhé."

Sachs đi được nửa đường tới chỗ chiếc Camaro SS đỏ chót của mình thì nghe tiếng gọi: "Chào chị, Amelia!".

Cô quay lại, trông thấy một cô bé vị thành niên xinh xắn với mái tóc dài màu hạt dẻ nhuộm những sợi đỏ, mỗi bên tai có bấm vài chiếc khuyên trông rất có gu. Cô bé đang xách hai chiếc túi hành lý bằng vải bạt. Khuôn mặt lấm chấm những nốt tàn nhang nhỏ, đang rạng rỡ vì hạnh phúc. "Chị đang đi đâu à?"

"Chị có một vụ quan trọng và chuẩn bị vào khu trung tâm. Em muốn đi cùng không?"

"Tất nhiên rồi. Em sẽ bắt tàu ở chỗ Tòa thị chính." Pam leo lên xe.

"Chuyện học hành thế nào?"

"Chị biết rồi mà."

"Thế bạn em đâu?" Sachs nhìn quanh.

"Chị vừa bỏ lỡ dịp gặp anh ấy rồi."

Stuart Everett là một sinh viên cùng trường cao đẳng mà Pam đang theo học ở Manhattan. Cô bé đã hẹn hò với cậu ta được vài tháng nay. Hai cô cậu làm quen trên lớp và phát hiện ra tình yêu chung dành cho sách và âm nhạc. Cả hai đang cùng tham gia Câu lạc bộ Thơ của trường, việc này làm Sachs cảm thấy yên tâm, ít nhất cậu chàng nọ cũng không phải là một tay đua xe hay một kẻ cộc cằn thô thiển.

Pam quẳng chiếc túi đựng đầy sách giáo khoa lên băng ghế sau, rồi mở chiếc túi thứ hai. Một chú chó lông xù thò đầu ra.

"Chào mày, Jackson", Sachs vừa nói vừa xoa đầu nó.

Chú chó nhỏ giống Havanese đớp lấy chiếc bánh hiệu Milk-Bone mà cô thám tử bỏ vào chiếc cốc có giá đỡ được lắp vào chiếc xe với mục đích duy nhất để thết đãi những chú chó, vì những cú tăng tốc và rẽ ngoặt theo thói quen của Sachs không cho phép bất cứ chất lỏng nào ở yên được trong chiếc cốc đó.

"Stuart không đưa em đến đó sao? Quý ông kiểu gì vậy?"

"Anh ấy phải tới trận bóng đá. Anh ấy mê thể thao lắm. Chẳng phải phần lớn đàn ông đều thế sao?"

Vừa đánh tay lái hòa vào dòng xe cộ đang di chuyển, Sachs vừa nhăn nhó bật cười. "Phải."

Phần lớn các cô gái vào tuổi này đã biết rõ tất cả về các chàng trai và thể thao. Nhưng Pam Willoughby không hề giống số đông, có vẻ như đó là một câu hỏi quá lạ lẫm với cô bé. Bố của Pam qua đời trong khi làm nhiệm vụ gìn giữ hòa bình của Liên Hợp Quốc khi cô còn rất nhỏ. Còn người mẹ thần kinh bất ổn đã dấn thân vào các nhóm cực hữu bất hợp pháp và trở nên ngày càng cực đoan. Hiện tại bà ta đang phải thụ án chung thân vì tội giết người (chính bà ta là kẻ đã gây ra vụ đánh bom tại Trụ sở Liên Hợp Quốc mấy năm trước khiến sáu người thiệt mạng). Amelia Sachs và Pam đã quen nhau vào thời kỳ đó, khi nữ thám tử cứu thoát cô bé khỏi tay một kẻ bắt cóc hàng loạt. Sau đó cô bé biến mất, nhưng một cách tình cờ, cách đây chưa lâu, Sachs lại cứu cô bé lần nữa.

Được giải thoát khỏi gia đình của mình, Pam được gửi đến một gia đình nhận cô bé làm con nuôi ở Brooklyn - tất nhiên là sau khi Sachs đã điều tra về đôi vợ chồng này kỹ lưỡng không kém gì một nhân viên đặc vụ chuẩn bị cho chuyến thăm của tổng thống. Pam rất hạnh phúc với cuộc sống ở gia đình mới. Nhưng cô bé và Sachs vẫn tiếp tục gắn bó với nhau. Trong khi người mẹ nuôi của Pam thường bận rộn dành hết thời gian chăm sóc cho năm đứa bé nhỏ tuổi hơn, Sachs nghiễm nhiên đóng vai trò người chị cả của Pam.

Đây là một điều tuyệt vời với cả hai. Sachs vẫn luôn muốn có con nhưng luôn gặp trở ngại. Cô từng dự định xây dựng gia đình với người bạn trai nghiêm túc đầu tiên của mình, không may chuyện này đã thất bại. Anh chàng đồng thời cũng là đồng nghiệp này của Sachs đã chứng tỏ anh ta là lựa chọn tồi tệ nhất trên đời (bức cung, hành hung và ngồi tù, tất cả mới chỉ là màn khởi đầu). Sau anh ta, cô đã không qua lại với ai cho tới khi gặp Lincoln Rhyme và gắn bó với anh kể từ khi đó. Rhyme không muốn có con, nhưng anh là một người đàn ông tốt bụng, chính trực và thông minh, có thể phân định rạch ròi giữa tính chuyên nghiệp sắt đá trong công việc với cuộc sống gia đình, điều mà nhiều người đàn ông khác không thể làm được.

Nhưng bắt đầu xây dựng một gia đình sẽ là việc thực sự khó khăn vào thời điểm này đối với cả hai người, họ đành bằng lòng với những hiểm nguy và khó khăn trong công việc điều tra vì niềm đam mê nghề nghiệp, ngoài ra vấn đề sức khỏe của Rhyme cũng chưa có gì chắc chắn. Họ cũng còn một rào cản sinh lý nhất định cần vượt qua, mặc dù vấn đề thuộc về Sachs chứ không phải Rhyme (anh hoàn toàn có khả năng làm bố).

Vì thế, vào lúc này, mối quan hệ với Pam là đủ. Sachs trân trọng vai trò của mình và thực hiện nó một cách nghiêm túc, cô bé đã bớt khép kín hơn và tìm lại niềm tin vào người lớn. Rhyme cũng thực sự rất quý cô bé. Hiện anh đang giúp cô bé dựng đề cương nội dung cho một cuốn sách kể lại những trải nghiệm của Pam liên quan tới các nhóm cực hữu hoạt động trái phép - dự kiến tên của cuốn sách là *Cầm tù*. Thom đã nói rất có thể cô bé sẽ có cơ hội được xuất hiện trên chương trình *Oprah*[1].

Sau khi tăng tốc vượt qua một chiếc taxi, Sachs lên tiếng: "Em chẳng bao giờ trả lời chị chuyện học hành thế nào?".

"Tuyệt."

"Em tham gia kiểm tra vào thứ Năm chứ?"

"Thôi nào. Không có vấn đề gì đâu."

Sachs bật cười. "Hôm nay thậm chí em còn chưa giở sách ra, đúng không?"

"Chị Amelia, thôi nào. Hôm nay là một ngày đẹp trời thế cơ mà! Thời tiết đã tồi tệ suốt cả tuần rồi. Bọn em phải ló mặt ra ngoài chứ."

Trực giác mách bảo cô cần nhắc nhở cô bé về tầm quan trọng của việc đạt kết quả tốt trong kỳ thi tốt nghiệp. Pam rất thông minh, với chỉ số IQ cao và là một con mọt sách chính hiệu, nhưng sau quá trình học hành kỳ lạ của cô bé, Sachs cảm thấy cô bé sẽ gặp rất nhiều khó khăn nếu muốn vào được một trường đại học danh tiếng. Tuy vậy, cô bé có vẻ rất vui vì Sachs không truy hỏi nữa. "Thế em đã làm gì?"

"Bọn em chỉ đi bộ thôi. Tới tận Harlem, vòng quay tháp nước. À, còn tới cả buổi hòa nhạc cạnh nhà thuyền nữa, họ là một ban chuyên chơi lại các bài hát cũ thôi, chị biết đấy, nhưng hoàn toàn hơn đứt Coldplay[2]..." Pam hồi tưởng lại. "Nhưng phần lớn thời gian Stuart và em chỉ trò chuyện với nhau. Toàn những chuyện linh tinh. Đó là điều tuyệt nhất, nếu chị muốn hỏi."

---

[1] Chương trình truyền hình nổi tiếng của Oprah Winfrey.
[2] Ban nhạc Rock của Anh thành lập năm 1996 tại Luân Đôn.

Amelia Sachs không thể không đồng ý. "Cậu ấy dễ thương lắm phải không?"

"Ồ vâng. Cũng dễ thương."

"Có tấm ảnh nào không?"

"Amelia! Thế thì chán lắm."

"Khi vụ này kết thúc, em nghĩ sao nếu chúng ta cùng ăn tối, cả ba chúng ta?"

"Thật chứ? Chị thực sự muốn gặp anh ấy à?"

"Bất cứ anh chàng nào hẹn hò với em tốt hơn nên biết em có ai trông nom sau lưng. Một người luôn mang bên mình một khẩu súng ngắn và còng tay. Okay, giữ lấy con chó nhé, chị đang muốn một chút tốc độ đây."

Sachs vào số thật mạnh, đạp hết ga, để lại hai vệt bánh xe hằn rõ trên mặt đường rải nhựa đen nhánh.

# CHƯƠNG 8

Kể từ khi Amelia Sachs bắt đầu thỉnh thoảng ở lại qua đêm tại nhà Rhyme, căn nhà mang phong cách thời Victoria đã có sự thay đổi. Khi anh sống một mình sau vụ tai nạn và trước khi Sachs xuất hiện, ngôi nhà ít nhiều có thể coi là ngăn nắp (còn phụ thuộc vào việc anh có sa thải điều dưỡng viên và người dọn dẹp hay không) nhưng "như ở nhà" không phải là cách mô tả đúng đắn trong trường hợp này. Không có bất cứ thứ gì mang tính chất cá nhân được treo trên tường. Những chứng chỉ, bằng cấp, bằng khen và huy chương anh nhận được trong suốt thời gian nổi danh trong lĩnh vực điều tra hiện trường của Sở Cảnh sát New York hay những bức ảnh của Teddy, Anne, bố mẹ anh, hoặc của gia đình bác Henry cũng không hề xuất hiện.

Sachs không tán thành chuyện này. "Điều đó rất quan trọng", cô lên lớp, "quá khứ của anh, gia đình anh. Anh đang xóa sạch chính cuộc đời mình, Rhyme".

Anh chưa bao giờ nhìn tận mắt căn hộ cô đang ở, một nơi người tàn tật không thể tiếp cận được nhưng anh biết mọi căn phòng đều đầy ắp dấu ấn của cuộc đời Amelia. Tất nhiên anh đã xem qua khá nhiều những bức ảnh đó: Amelia Sachs khi còn là một cô bé xinh xắn (những nốt tàn nhang đã biến mất từ lâu) nhưng không hay cười, khi cô là học sinh trung học với đồ nghề cơ khí trên tay, rồi trở thành một cô sinh viên đại học bị kèm chặt trong kỳ nghỉ giữa một ông bố cảnh sát đang cười hết cỡ và một bà mẹ nghiêm nghị, khi cô làm người mẫu cho tạp chí và chụp ảnh quảng cáo, đôi mắt thể hiện đúng vẻ lạnh lùng, kiêu kỳ thời thượng (nhưng Rhyme biết rõ trên thực tế đó là biểu thị của sự coi thường trước cách đối xử với người mẫu như thể họ chỉ là những chiếc mắc áo).

Còn hàng trăm bức ảnh khác nữa, phần lớn được chụp bởi bố cô, người sở hữu một chiếc máy ảnh Kodak với tốc độ chụp nhanh.

Sachs đã xem xét kỹ những bức tường trống trong ngôi nhà và lần mò cả đến chỗ mà điều dưỡng viên như Thom chưa từng ngó qua: những chiếc hộp dưới tầng hầm, hàng chục chiếc hộp các tông chứa những bằng chứng về cuộc sống trước đây của Rhyme. Những đồ vật bị cất giấu và trở thành cấm kỵ, không được đả động tới, giống như người ta luôn tránh nhắc tới người vợ đầu trước mặt người vợ thứ hai. Giờ đây những bằng cấp, chứng chỉ và những bức ảnh gia đình đó phủ kín các bức tường và kiêu hãnh ngự trên mặt tủ, mặt bàn.

Trong đó có bức ảnh mà lúc này anh đang chăm chú ngắm nhìn, bức ảnh của anh khi còn là một cậu thanh niên mảnh khảnh trong trang phục thi đấu, được chụp ngay sau khi anh vừa tham gia một cuộc thi điền kinh ở trường đại học. Anh với mái tóc ngỗ ngược, chiếc sống mũi cao như Tom Cruise[1], đang cúi gập người về phía trước, hai tay chống vào đầu gối, có lẽ vừa kết thúc cuộc thi

---

[1] Tức Thomas Cruise Mapother: một diễn viên, đạo diễn phim người Mỹ. Tom Cruise được đề cử chính thức cho ba giải Oscar và ba lần nhận giải thưởng Quả cầu vàng.

chạy cự ly một dặm. Rhyme chưa bao giờ thi chạy nước rút, anh thích nhịp điệu và sự tao nhã của các cự ly dài. Anh coi chạy là "một quá trình".

Hẳn lúc đó, gia đình anh đang có mặt trên khán đài. Cả bố và bác anh đều sống ở vùng ngoại ô Chicago, mặc dù ở hai khu khác nhau. Nhà Lincoln nằm về phía tây, ở một khu vực bằng phẳng trống trải, lúc đó một phần vẫn là đất canh tác, là mục tiêu lý tưởng của cả những nhà thầu xây dựng thiển cận lẫn những cơn vòi rồng khủng khiếp. Henry Rhyme và gia đình của ông có thể nói là được miễn nhiễm vấn đề trên vì họ sống ngay bên hồ ở Evanston.

Hai lần mỗi tuần, Henry tới dạy Vật lý cao cấp tại Đại học Chicago. Đó là chuyến đi dài, trên hai tuyến tàu cắt ngang các khu vực sống của nhiều thành phần xã hội trong thành phố. Vợ ông, Paula, dạy tại Đại học Tây Bắc. Hai vợ chồng có ba người con: Robert, Marie và Arthur, tất cả đều được đặt theo tên các nhà khoa học, trong đó nổi tiếng hơn cả là Oppenheimer và Curie. Art được đặt tên theo tên của Arthur Compton, người lãnh đạo Phòng thí nghiệm Luyện kim nổi tiếng của Đại học Chicago vào năm 1942, khởi đầu cho dự án đầu tiên trên thế giới tạo ra phản ứng hạt nhân dây chuyền kiểm soát được. Tất cả những người con của họ đều được theo học tại các ngôi trường tốt. Robert tại trường Y của Đại học Tây Bắc, Marie tại Đại học California-Berkeley, Arthur theo học tại Học viện Công nghệ Massachussetts.

Robert qua đời nhiều năm trước trong một tai nạn nghề nghiệp ở châu Âu. Marie đang làm việc trong ngành môi trường tại Trung Quốc. Còn về hai đôi bố mẹ Rhyme, giờ chỉ còn lại một trong bốn người: bác Paula hiện đang sống trong một trung tâm chăm sóc, còn nhớ tất cả những gì của sáu mươi năm trước, trong khi ý thức về hiện tại lại vô cùng rời rạc.

Rhyme tiếp tục nhìn chăm chăm vào bức ảnh. Anh không thể rời mắt khỏi nó, nhớ lại cuộc gặp gỡ ngay bên đường chạy...

Trong các lớp mà ông giảng bài, Giáo sư Henry Rhyme thể hiện sự tán thưởng đứa cháu bằng cử chỉ nhướn mắt rất tế nhị. Nhưng trên sân đấu, ông luôn đứng bật dậy trên khán đài, huýt sáo và hò hét thúc giục Lincoln: "Cố lên, cố lên, cố lên, cháu làm được mà! ". Cổ vũ anh về đích đầu tiên (và thường thì anh làm được điều đó).

Sau cuộc gặp, Rhyme nhớ anh hay đi đâu đó cùng Arthur. Mỗi khi rảnh, hai cậu thanh niên luôn ở bên nhau để bù lại khoảng trống tình thân không có được từ anh chị em ruột. Cả Robert và Marie đều lớn tuổi hơn Arthur khá nhiều, còn Lincoln là con một.

Thế là Lincoln cùng Art tự coi nhau như anh em ruột. Phần lớn các dịp cuối tuần và mọi kỳ nghỉ hè, hai người anh em họ luôn cùng nhau dấn thân vào những cuộc phiêu lưu trên chiếc Corvette của Arthur (bác Henry dù là một giáo sư, vẫn kiếm được hơn nhiều lần so với bố của Rhyme, Teddy cũng là một nhà khoa học, ông thường cảm thấy thoải mái hơn khi đứng ngoài ánh hào quang). Những cuộc phiêu lưu của hai chàng trai cũng là những trò vui quen thuộc của tuổi mới lớn, các cô gái, sàn nhảy, phim ảnh, cãi vã, ăn hamburger hay pizza, uống bia và triết lý về thế giới. Và lại là các cô gái.

Lúc này, ngồi trong chiếc xe lăn TDX kiểu mới, Rhyme băn khoăn tự hỏi chính xác anh và Arthur đã đi những đâu.

Arthur, người đã thay thế vị trí người anh trai ruột...

Người đã không hề tới thăm anh sau khi cột sống của anh bị gãy nát như một cành củi mục.

*Tại sao, Arthur? Hãy nói cho tôi biết tại sao...*

Dòng hồi ức bị cắt ngang khi tiếng chuông cửa reo lên. Thom chạy ra mở, một khoảnh khắc sau, người đàn ông hói đầu, dáng người dong dỏng, mặc bộ đồ dạ hội bước vào phòng. Mel Cooper đẩy cặp kính dày cộp trên sống mũi mỏng dính của anh ta và gật đầu chào Rhyme. "Một buổi chiều tốt lành."

"Khách sáo thế?", Rhyme vừa hỏi vừa nhìn chăm chú vào bộ đồ dạ hội.

"Bọn tôi vừa bị loại ở vòng bán kết cuộc thi khiêu vũ, nếu không tôi cũng không thể đến đây được." Anh ta cởi áo khoác và chiếc nơ bướm ra, sau đó xắn tay áo chiếc sơ mi có xếp ly lên. "Vậy vụ độc nhất vô nhị mà anh đã nói với tôi ấy thế nào?"

Rhyme thuật lại tình hình.

"Rất tiếc cho anh họ anh, Lincoln. Tôi chưa từng nghe thấy anh nhắc đến anh ta."

"Anh nghĩ sao về phương thức gây án?"

"Nếu đúng thế thì quả thực là xuất sắc." Cooper chăm chú nhìn vào tấm bảng liệt kê danh sách bằng chứng.

## Vụ sát hại Alice Sanderson

***Căn hộ của Alice Sanderson:***

- *Vết gel cạo râu Edge Advanced, có chứa lô hội.*

- *Vụn bánh giòn, loại Pringles, không chất béo, vị thịt nướng.*

- *Dao hiệu Chicago Cutlery (MW).*

- *Phân bón hiệu TruGro.*

- *Dấu giày loại Alton EZ-Walk, cỡ 10 ½.*

- *Vết găng tay cao su.*

- *Những ghi chép nhắc đến "Art" và một số điện thoại di động trả trước trong sổ ghi số điện thoại, không còn liên lạc được. Không lần ra được dấu vết (có khả năng về một mối quan hệ tình ái giữa nghi can và nạn nhân).*

- *Hai ghi nhớ: "Art - đồ uống" (tìm thấy ở văn phòng) và "Arthur" (ở nhà riêng).*

- *Nhân chứng nhìn thấy chiếc Mercedes màu xanh sáng, một phần biển số có các chữ cái NLP.*

### Xe của Arthur Rhyme:

- *Sedan hiệu Mercedes C-Class đời 2004 màu xanh sáng, biển New Jersey số NLP 745, đăng ký dưới tên Arthur Rhyme.*

- *Vết máu trên cửa và sàn phía sau xe (ADN trùng khớp với nạn nhân).*

- *Khăn lau dính máu, trùng khớp với bộ khăn tìm thấy tại căn hộ của nạn nhân (ADN trùng khớp với nạn nhân).*

- *Đất với thành phần giống như mẫu đất tại Công viên Clinton State.*

### Nhà Arthur Rhyme:

- *Gel cạo râu Edge Advanced, có chứa lô hội, có liên hệ với loại tìm thấy tại hiện trường.*

- *Bánh giòn hiệu Pringles không chất béo, vị thịt nướng.*

- *Phân bón hiệu TruGro (tìm thấy trong ga ra).*

- *Bộ dao Chicago Cutlery, cùng loại MW.*

- *Giày Alton EZ-Walk cỡ 10 ½ với dấu giày tương tự như dấu tìm thấy tại hiện trường.*

- *Thư quảng cáo gửi trực tiếp từ phòng tranh Wilcox, Boston và phòng tranh Mỹ thuật Anderson-Billings, Carmel, đều về các buổi triển lãm tranh của Harvey Prescott.*

- *Một hộp găng tay cao su Safe-Hand có thành phần cao su tương tự như vết tìm thấy tại hiện trường (tìm thấy trong ga ra).*

"Anh nghĩ sao?", Rhyme hỏi.

"Một nửa trong số tang vật tìm thấy tại nhà anh họ anh nằm trong xe hoặc ga ra. Đặt lén tang vật vào những chỗ đó dễ hơn trong nhà nhiều."

"Tôi cũng nghĩ vậy."

Chuông cửa lại reo. Một lát sau, Rhyme nghe tiếng bước chân của Thom chỉ có một mình. Rhyme thầm nghĩ liệu có phải ai đó vừa giao một bưu kiện hay không. Nhưng rồi một ý nghĩ lóe lên: hôm nay là Chủ nhật. Ai đó có thể trong trang phục dã ngoại và giày chạy đang bước vào, loại giày này sẽ không gây ra bất cứ tiếng động nào trên sàn nhà.

Tất nhiên rồi.

Ron Pulaski xuất hiện, rụt rè gật đầu chào. Cậu ta không còn là lính mới vào nghề, mà đã là nhân viên tuần tra mặc đồng phục được vài năm. Nhưng trông vẫn chẳng khác gì lúc mới vào ngành, vì thế Rhyme coi cậu ta như là lính mới. Mà có khi sẽ mãi mãi như thế.

Dưới chân cậu ta đúng là một đôi Nike không gây ra chút tiếng động nào, nhưng cậu ta diện một chiếc sơmi Hawaii lòe loẹt phủ ra ngoài quần jean xanh. Mái tóc vàng được vuốt keo khá sành điệu, một vết sẹo to trên trán, kỷ niệm từ cú đánh khiến cậu ta suýt chết trong vụ đầu tiên tham gia cùng Rhyme và Sachs. Cú đòn mạnh đến mức gây chấn thương sọ não, thiếu chút nữa cậu ta đã phải ra khỏi ngành. Chàng trai trẻ đã quyết tâm luyện tập phục hồi chức năng và trụ lại được trong lực lượng cảnh sát New York, một quyết tâm mà Rhyme là lý do quan trọng (tất nhiên, cậu ta chỉ tâm sự chuyện này với Sachs, chính cô đã kể lại với nhà tội phạm học).

Cậu cảnh sát trẻ ngẩn người ra nhìn bộ đồ dạ hội của Cooper rồi lên tiếng chào cả hai người.

"Bát đĩa sạch bong rồi chứ, Pulaski? Tưới hoa chưa? Đồ ăn thừa đã cất vào ngăn lạnh chưa?"

"Tôi đã đến đây ngay lập tức, thưa ông."

Ba người đang xem xét vụ án thì nghe thấy tiếng Sachs vang lên từ cửa. "Một vũ hội hóa trang." Cô ngắm nghía bộ đồ dạ hội của Cooper và chiếc áo lòe loẹt của Pulaski. Quay về phía anh chàng chuyên gia phòng thí nghiệm, cô nói, "Trông anh bảnh lắm... Khi khen anh chàng nào đó trong trang phục dạ hội, người ta dùng từ 'bảnh' đúng không?".

"Buồn thay, bây giờ trong đầu tôi chỉ có sáu chữ: *bị loại ở vòng bán kết.*"

"Gretta đón nhận thất bại không đến nỗi nào chứ?"

Cô bạn gái người Scandinavia xinh đẹp của anh, như anh ta nói, "đang bù khú với đám bạn và nhấn chìm nỗi buồn bằng Aquavit[1]. Món đồ uống quốc hồn quốc túy ở quê cô ấy. Nhưng, quả thực đó là một thứ không thể nào uống nổi".

"Mẹ anh dạo này thế nào?"

Cooper sống cùng mẹ, từ xưa đến nay vốn là một quý bà hay bẳn gắt.

"Mẹ tôi vẫn ổn. Bà đang ra ngoài ăn trưa ở Nhà hàng Boat House."

Sachs cũng hỏi thăm về cô vợ của Pulaski và hai đứa con nhỏ. Rồi nói thêm: "Cảm ơn vì đã đến vào ngày Chủ nhật". Cô nói với Rhyme: "Chúng ta đánh giá rất cao điều ấy, đúng không anh?".

"Chắc chắn rồi", anh trả lời. "Bây giờ, chúng ta có thể bắt tay vào việc... Vậy em đã có gì rồi?", anh nhìn chăm chăm vào cặp tài liệu màu nâu dày cộp cô đang cầm.

---

[1] Một loại rượu nặng phổ biến ở vùng Scandinavia.

"Danh sách bằng chứng và ảnh chụp hiện trường vụ trộm tiền xu và vụ cưỡng dâm."

"Các tang vật hiện đang nằm ở đâu?"

"Tại kho lưu trữ tang vật ở Long Island."

"Được rồi, hãy cùng xem nào."

Cũng như cô từng làm với hồ sơ vụ án của anh họ Rhyme, Sachs cầm lấy cây bút và bắt đầu viết lên một tấm bảng khác.


### Ngày 27 tháng 3

*Tội danh: Giết người, cướp sáu hộp tiền xu hiếm.*

*Nguyên nhân tử vong của nạn nhân: mất máu, sốc do bị đâm nhiều nhát.*

*Địa điểm: khu Bay Ridge, Brooklyn.*

*Nạn nhân: Howard Schwartz.*

*Nghi phạm: Randall Pemberton.*


### Bằng chứng trong nhà nạn nhân:

*- Mỡ bôi trơn.*

*- Vết keo xịt tóc đã khô.*

*- Sợi polyester.*

*- Sợi len.*

*- Dấu giày cỡ 9 ½ loại Bass walker.*

Nhân chứng thông báo nhìn thấy một người đàn ông mặc áo vét màu nâu vàng leo lên một chiếc Honda Accord màu đen.

**Bằng chứng tại nhà và trong xe của nghi phạm:**

- Mỡ bôi trơn dính trên cán ô, trùng khớp với loại tìm thấy ở nhà nạn nhân.

- Một đôi giày cỡ 9 ½ loại Bass walker.

- Keo xịt tóc Clairol, trùng khớp với vết tìm thấy ở nhà nạn nhân.

- Dao/Vết dính trên cán:

   + Vết đất không khớp với dấu vết nào tại hiện trường và nhà nghi phạm.

   + Vết bìa các tông cũ.

- Dao/Vết trên lưỡi dao:

   + Máu. Kết quả xét nghiệm trùng khớp với máu nạn nhân.

- Nghi phạm sở hữu một chiếc Honda Accord màu đen đời 2004.

- Tìm thấy một đồng xu được xác định nằm trong bộ sưu tập của nạn nhân.

- Một chiếc áo vét màu nâu vàng hãng Culberton Outdoor Company. Mẫu sợi polyester trùng khớp với mẫu tìm thấy tại hiện trường.

- Một thảm len trong xe. Mẫu sợi len trùng khớp với mẫu tìm thấy tại hiện trường.


Ghi chú: Trước phiên tòa, các nhân viên điều tra đã kiểm tra những người môi giới tiền xu hiếm trong khu vực thành phố hoặc qua Internet. Không ai có những đồng xu đã bị đánh cắp.

"Như vậy nếu kẻ tình nghi của chúng ta đánh cắp những đồng xu đó, hắn đã giữ lại chúng. Và 'vết đất không khớp với dấu vết nào tại hiện trường'... Có nghĩa là, rất có thể nó xuất phát từ nơi ở của kẻ tình nghi. Nhưng đó là loại vết đất quái quỷ gì? Chẳng lẽ bọn họ không phân tích nó sao?", Rhyme lắc đầu. "Okay, anh muốn xem các tấm ảnh. Chúng đâu?"

"Em đang lấy ra đây. Đợi chút."

Sachs lấy một cuộn băng dính và dán bản sao của các tấm ảnh lên chiếc bảng trắng thứ ba. Rhyme điều khiển xe lăn lại gần hơn, nheo mắt nhìn chăm chú vào những tấm ảnh chụp hiện trường.

Nơi ở của người sưu tập tiền xu rất ngăn nắp, trong khi nhà nghi phạm thì ngược lại. Nhà bếp rất bừa bộn, đồng xu và con dao được tìm thấy dưới bồn rửa, bàn ăn đầy bát đĩa bẩn và các hộp các tông đựng thức ăn. Trên mặt bàn có một tập bưu phẩm, phần lớn đã bị xé mở.

"Vụ tiếp theo", anh ra lệnh. "Bắt đầu đi." Anh cố không để giọng mình lộ ra sự sốt ruột.


**Ngày 18 tháng 4**

*Tội danh: giết người, cưỡng dâm.*

*Nguyên nhân tử vong của nạn nhân: bị bóp cổ.*

*Địa điểm: Brooklyn.*

*Nạn nhân: Rita Moscone.*

*Nghi phạm: Joseph Knightly.*


**Bằng chứng trong căn hộ nạn nhân:**

*- Vết xà phòng rửa tay hiệu Colgate-Palmolive.*

*- Chất bôi trơn bao cao su.*

*- Sợi thừng.*

- *Vết bụi đất dính vào băng dính, không trùng khớp với mẫu nào trong căn hộ.*

- *Băng dính hiệu American Adhesive.*

- *Vết găng cao su non.*

- *Sợi len/Polyester, màu đen.*

- *Tàn thuốc lá trên người nạn nhân (xem ghi chú bên dưới).*


**Bằng chứng tại nhà nghi phạm:**

- *Bao cao su Durex có chất làm trơn tương tự như loại tại nơi ở của nạn nhân.*

- *Một cuộn dây thừng, mẫu sợi trùng khớp với sợi tại hiện trường.*

- *Một đoạn dây thừng cùng loại trên dài sáu mươi centimet, có dính máu của nạn nhân, cùng một sợi BASF B35 nylon 6 dài năm centimet, rất có thể từ tóc của một con búp bê.*

- *Xà phòng hiệu Colgate-Palmolive.*

- *Băng dính hiệu American Adhesive.*

- *Găng cao su non, trùng khớp với vết tại hiện trường.*

- *Tất nam giới bằng sợi len/polyester màu đen, trùng khớp với mẫu sợi tại hiện trường. Một đôi tương tự tìm thấy trong ga ra, có dính máu nạn nhân.*

- *Tàn thuốc lá từ thuốc lá điếu hiệu Tareyton (xem ghi chú bên dưới).*


"Nghi phạm giữ lại đôi tất dính máu nạn nhân và đem theo về nhà? Thật lố bịch. Bằng chứng được sắp đặt trước." Rhyme đọc lần nữa bản danh sách. "Cái 'ghi chú bên dưới' đó là gì vậy?"

Sachs đã tìm ra: Vài đoạn ghi chú của thám tử phụ trách điều tra nhằm nhắc nhở ủy viên công tố về những rắc rối có thể xảy ra với vụ này. Cô đưa chúng cho Rhyme.

*Kẽ hở:*

*Một số kẽ hở tiềm tàng mà bên bào chữa có thể đưa ra trước tòa:*

*- Bằng chứng chưa xác định được nguồn gốc: vết tàn thuốc lá giống nhau được tìm thấy tại hiện trường vụ án và nhà nghi phạm nhưng cả nạn nhân và nghi phạm đều không hút thuốc. Đã kiểm tra các cảnh sát bắt giữ nghi phạm cùng nhân viên điều tra hiện trường, nhưng thám tử phụ trách điều tra cam đoan họ không phải là người để lại dấu vết này.*

*- Không tìm ra dấu vết nào cho thấy mối liên quan về ADN, ngoại trừ vết máu của nạn nhân.*

*- Nghi phạm có một bằng chứng ngoại phạm, có nhân chứng khẳng định chính mắt nhìn thấy nghi phạm ở bên ngoài nơi ở của mình, cách nơi xảy ra vụ án khoảng bốn dặm, vào khoảng thời gian xảy ra vụ án. Nhân chứng là một người vô gia cư bị nghi ngờ từng được nghi phạm cho tiền.*

"Có bằng chứng ngoại phạm," Sachs chỉ ra. "Nhưng nhân chứng không được bồi thẩm đoàn tin tưởng. Rõ ràng là vậy rồi."

"Anh nghĩ sao, Mel?", Rhyme hỏi.

"Tôi vẫn giữ nguyên quan điểm của mình. Mọi thứ liên kết với nhau một cách quá thuận lợi."

Pulaski gật đầu. "Keo xịt tóc, xà phòng, các mẫu sợi, vết chất bôi trơn... mọi thứ."

Cooper nói tiếp: "Chúng đều là những lựa chọn hiển nhiên khi muốn sắp đặt tang vật. Và hãy nhìn ADN xem, không phải của nghi phạm tại hiện trường, mà là của nạn nhân tại nhà nghi phạm. Dễ dàn xếp hơn nhiều".

Rhyme tiếp tục chậm rãi xem xét kỹ lưỡng các bản danh sách.

Sachs nói thêm: "Nhưng không phải mọi dấu vết đều trùng khớp. Vết bìa các tông cũ và vết đất không hề khớp với bất cứ hiện trường nào cả".

Rhyme nói: "Và vết tàn thuốc lá nữa. Cả nạn nhân lẫn gã bị gài bẫy đều không hút thuốc. Có nghĩa là rất có thể chúng xuất phát từ thủ phạm thực sự".

Pulaski hỏi: "Thế còn sợi tóc búp bê thì sao? Điều đó có nghĩa là hắn có con không?".

Rhyme ra lệnh: "Dán những bức ảnh lên. Hãy thử cùng xem qua xem sao".

Cũng như các hiện trường khác, căn hộ của nạn nhân cũng như ngôi nhà và ga ra của nghi phạm đã được Đội Điều tra hiện trường chụp lại một cách chu đáo. Rhyme xem qua các bức ảnh. "Không hề có búp bê. Chẳng có món đồ chơi nào hết. Rất có thể kẻ sát nhân thực sự có con hay từng tiếp xúc với đồ chơi. Hắn hút thuốc, hay ít nhất có tiếp xúc với thuốc lá. Tốt. Ồ, chúng ta đang hướng tới một điều gì đó."

"Hãy lập ra một bản danh sách các đặc điểm. Chúng ta đã gọi hắn là ông X. Nhưng cần thêm điều gì đó cho tên thủ phạm này... Hôm nay là ngày bao nhiêu?"

"Hai mươi hai tháng Năm", Pulaski nói.

"Okay. Đối tượng bí ẩn Năm Hai Hai. Sachs, nếu em có thể..." Anh gật đầu hướng về phía một tấm bảng trắng. "Hãy bắt đầu bản mô tả đặc điểm."

**Mô tả đặc điểm ĐTBA 522**

- *Nam giới.*

- *Có thể hút thuốc hay sống/làm việc với người hút thuốc, hoặc ở gần nguồn gây ra tàn thuốc.*

- *Có con hoặc sống/làm việc gần nơi có trẻ con hay nơi có nguồn đồ chơi.*

- *Quan tâm tới tác phẩm nghệ thuật, tiền xu cổ?*

**Bằng chứng không sắp đặt trước**

- *Vết bụi đất.*

- *Vết bìa các tông cũ.*

- *Tóc búp bê, sợi BASF B35 nylon 6.*

- *Tàn thuốc lá hiệu Tareyton.*

Được rồi, dù sao cũng là bước khởi đầu, anh thầm nghĩ, dù chưa có gì đáng kể.

"Chúng ta có nên gọi cho Lon và Malloy không?", Sachs hỏi.

Rhyme giễu cợt: "Và nói với họ cái gì đây?". Anh hất hàm về phía tấm bảng. "Anh nghĩ cuộc điều tra nhỏ lén lút của chúng ta sẽ nhanh chóng bị khép lại."

"Ý ông là chuyện này hoàn toàn không chính thức?" Pulaski hỏi.

"Chào mừng đến với thế giới ngầm", Sachs nói.

Anh chàng cảnh sát trẻ cố tìm cách tiêu hóa thông tin vừa được cập nhật.

"Vì thế chúng tôi phải hóa trang", Cooper đế thêm, đồng thời chỉ tay vào những dải sọc sa tanh đen trên chiếc quần dạ hội đang mặc. Có lẽ anh còn nháy mắt nữa nhưng Rhyme không chắc cặp mắt sau đôi kính dày cộp của anh ta vừa làm những gì. "Bước tiếp theo của chúng ta là gì?"

"Sachs, hãy gọi đến Đội Điều tra hiện trường ở Queens. Chúng ta sẽ không thể tiếp cận trực tiếp các bằng chứng liên quan tới vụ của anh họ tôi. Vì phiên tòa sắp diễn ra nên toàn bộ bằng chứng nằm dưới sự giám sát tại văn phòng của ủy viên công tố. Nhưng tìm hiểu xem liệu kho lưu trữ tang vật có thể gửi các bằng chứng liên quan tới hai vụ án trước đây cho chúng ta, cưỡng dâm và đánh cắp tiền xu. Tôi muốn có vết đất, bìa các tông và mẫu sợi dây thừng. Còn Pulaski, cậu hãy chạy tới Big Building. Tìm hiểu hồ sơ của tất cả các vụ án mạng xảy ra trong sáu tháng vừa qua."

"Tất cả các vụ án mạng?"

"Ngài thị trưởng đang làm sạch thành phố nên cậu không lo là có phải tìm quá nhiều đâu. Hãy tạ ơn Chúa là chúng ta không phải đang ở Detroit hay Washington, nơi đầy rẫy các loại tội phạm. Flintlock là người nhớ ra hai vụ này. Tôi dám cá vẫn còn nhiều vụ nữa. Hãy tìm những động cơ phạm tội có thể là trộm cắp, hoặc cưỡng dâm và kết thúc bằng án mạng. Bằng chứng theo lớp rõ ràng, kèm theo một cú điện thoại nặc danh ngay sau khi tội ác diễn ra. À, và cả một nghi phạm luôn thể rằng anh ta vô tội nữa."

"Okay, thưa ông."

"Còn chúng ta?", Mel Cooper hỏi.

"Chúng ta đợi", Rhyme lẩm bẩm, như thể từ anh vừa nói là điều gì thô tục.

# CHƯƠNG 9

Một chuyến đi săn tuyệt hảo.

Lúc này tôi hoàn toàn cảm thấy hài lòng. Bước xuống phố, tâm trạng hạnh phúc, mãn nguyện. Những hình ảnh mà tôi vừa bổ sung vào bộ sưu tập lướt qua trong tôi - những hình ảnh của Myra 9834. Những hình ảnh do thị giác thu nhận đã được lưu vào trí nhớ. Phần còn lại đã được thu vào chiếc máy quay kỹ thuật số.

Nhẹ nhàng bước xuống phố, quan sát những *mười sáu chữ số* xung quanh.

Hoàn toàn như một người vô hình, tôi quan sát họ qua những khung cửa sổ.

Những *mười sáu chữ số*... Tất nhiên tôi không là người duy nhất dùng cách gọi này để ám chỉ con người. Đó là một cách mã hóa thông dụng trong công nghiệp. Nhưng chắc hẳn tôi là người duy nhất thích nghĩ về họ như những *mười sáu chữ số* và hoàn toàn cảm thấy thoải mái với ý nghĩ đó.

Một con số gồm *mười sáu chữ số* chính xác và có tác dụng hơn nhiều một cái tên. Những cái tên khiến tôi phát bực. Và sẽ chẳng hay ho gì cho bất cứ ai khi tôi bực bội. Những cái tên... trời ơi, *thật kinh tởm*. Chẳng hạn, họ "Jones" và "Brown", mỗi cái đều chiếm tới 6% dân số Mỹ. "Moore" chiếm 3%, trong khi "Smith", hay được đưa ra làm ví dụ nhất, ngạc nhiên thay, chỉ chiếm có 1%, khoảng ba triệu người trên đất nước này (còn nói về tên, nếu bạn quan tâm: "John" là quán quân chăng? Sai bét. Cái tên này chiếm vị trí á quân: 3,2%. "James" mới là nhà vô địch với 3,3%).

Vậy hãy thử nghĩ tới những rắc rối. Ai đó nói: "James Smith". Được thôi, anh ta muốn nói tới James Smith nào đây, khi có tới hàng trăm nghìn gã có cái tên đó và đấy là mới kể những kẻ còn đang sống. Thử đếm luôn tất cả những anh chàng James Smith từng xuất hiện trong lịch sử xem.

Ôi, Chúa ơi.

Chỉ nghĩ đến đó thôi cũng đủ khiến tôi phát điên.

Bực bội...

Và hậu quả của sự nhầm lẫn có thể rất nghiêm trọng. Giả dụ ta đang ở Berlin vào năm 1938. Liệu *Herr*[1] Wilhem Frankl[2] là gã Do thái Wilhem Frankl hay một công dân đáng kính cùng tên khác? Đó là cả một khác biệt lớn lao. Chỉ có những gã hacker là những thiên tài không thể chối cãi mới có thể lần tìm được danh tính cá nhân (và bọn họ cũng phải dùng đến máy tính để làm điều đó!).

Những cái tên dẫn tới nhầm lẫn. Nhầm lẫn là nhiễu loạn. Nhiễu loạn gây ra tạp nhiễm. Tạp nhiễm cần phải bị loại trừ.

Có thể có hàng tá Alice Sanderson nhưng chỉ có duy nhất một Alice 3895, người đã biến mất để tôi có thể sở hữu bức tranh vẽ một gia đình Mỹ của ngài Prescott đáng mến.

---

[1] Ông (tiếng Đức).

[2] Tức Leutnant Wilhelm Frankl, một phi công lái máy bay chiến đấu của quân đội Đức trong Chiến tranh Thế giới thứ Nhất đã giành được nhiều huân chương danh giá. Ông là con trai của một doanh nhân người Do Thái ở Hamburg.

Myra Weinsburg? À, cái tên này không phổ biến lắm. Nhưng vẫn nhiều hơn một. Thế nhưng chỉ có một Myra 9834 hy sinh bản thân cô nàng để tôi có được cảm giác thỏa mãn.

Tôi dám cược thế giới này không thiếu gì DeLeon Williams, nhưng chỉ có 6832 - 5794 - 8891 - 0923 sẽ phải ngồi tù suốt đời vì tội cưỡng dâm và sát hại cô gái kia, để sau đó tôi có thể tự do lặp lại điều mình muốn.

Lúc này tôi đang trên đường tới nhà anh ta (trên lý thuyết là nhà của bạn gái anh ta), mang theo đủ bằng chứng để đảm bảo anh chàng tội nghiệp sẽ bị kết án vì tội cưỡng dâm hoặc giết người sau một giờ tranh tụng.

DeLeon 6832...

Tôi đã gọi tới 911, báo lại đã trông thấy một chiếc Dodge màu be, đúng loại xe của anh ta, lao như điên khỏi nơi xảy ra tội ác, trong xe có một người đàn ông da đen. "Tôi trông thấy rõ hai tay hắn ta! Chúng dính đầy máu! Ôi, các vị hãy tới đây ngay! Tiếng thét thật khủng khiếp."

Anh bạn sẽ là một kẻ tình nghi hoàn hảo, DeLeon 6832. Khoảng một nửa số kẻ tình nghi thực hiện hành động cưỡng dâm vì rượu hay ma túy (anh chàng này chỉ uống bia một cách chừng mực, nhưng đã phải đi cai nghiện rượu cách đây vài năm). Đa số nạn nhân bị cưỡng dâm quen biết thủ phạm (DeLeon 6832 từng làm mộc tại cửa hàng nơi Myra 9834 quá cố thường đến mua hàng, vì vậy hoàn toàn hợp lý khi giả thiết rằng họ có biết nhau, mặc dù trên thực tế là không).

Phần lớn thủ phạm cưỡng dâm đều từ ba mươi tuổi trở xuống (đúng là tuổi của DeLeon 6832). Không giống như đám buôn bán hay dùng ma túy, những kẻ này thường hiếm khi có tiền sự, với ngoại lệ là những vụ bạo hành gia đình và chàng trai của tôi đã một lần bị kết tội vì hành hung bạn gái, quá hoàn hảo đúng không? Hầu hết, đều xuất thân từ các tầng lớp thấp trong xã hội và có hoàn cảnh kinh tế khó khăn (anh chàng này đã thất nghiệp nhiều tháng).

Và bây giờ, thưa quý ông quý bà bồi thẩm đoàn, làm ơn ghi nhớ rằng hai ngày trước khi xảy ra vụ cưỡng dâm, bị cáo đã mua một hộp bao cao su Trojan Enz, cùng loại với hai chiếc tìm thấy gần thi thể nạn nhân (còn về hai chiếc bao cao su đã thực sự được sử dụng của chính tôi, tất nhiên đã biến mất từ lâu. Mọi thứ dính dáng đến ADN đều rất nguy hiểm, đặc biệt lúc này khi cảnh sát New York đang tập hợp mẫu vật từ mọi loại tội phạm, không chỉ riêng các vụ cưỡng dâm. Ở Anh, không lâu nữa bạn sẽ bị lấy mẫu ADN khi dính trát hầu tòa chỉ vì chú cún cưng của bạn tè bậy ra hè phố hay vì bạn quay xe nguy hiểm trên đường).

Còn một dữ kiện nữa rất có thể cảnh sát sẽ điều tra đến nếu bọn họ thuộc bài. DeLeon 6832 là một cựu binh, đã phục vụ một thời gian ở Iraq, có vài câu hỏi được đặt ra với khẩu súng ngắn 45-caliber[1] của anh ta khi anh chàng được giải ngũ. Anh ta đã không nộp lại vũ khí. Nó đã bị "thất lạc" trong chiến đấu.

Thế nhưng, lạ lùng thay, vài năm trước anh ta lại đi mua đạn dùng cho súng 45-caliber.

Nếu đám cảnh sát biết được chuyện này, một chuyện dễ như bỡn với bọn họ, có thể họ sẽ đi đến kết luận kẻ tình nghi có vũ khí. Điều tra kỹ hơn chút nữa, họ sẽ phát hiện ra anh ta từng điều trị tại một bệnh viện dành cho cựu chiến binh vì hội chứng căng thẳng sau sang chấn tâm lý.

Một kẻ tình nghi thần kinh không ổn định, có vũ khí?

Có cảnh sát viên nào lại không lựa chọn nổ súng trước?

Hãy hy vọng là thế. Không phải lúc nào tôi cũng hoàn toàn tin tưởng vào những *mười sáu chữ số* tôi đã chọn. Chẳng thể nào

---

[1] Caliber: Tỷ số giữa chiều dài và đường kính trong của nòng súng.

biết trước về những bằng chứng ngoại phạm từ trên trời rơi xuống. Hay những bồi thẩm đoàn ngu ngốc đến không tưởng tượng nổi. Rất có thể DeLeon 6832 sẽ kết thúc ngày hôm nay trong một chiếc bao đựng xác. Tại sao lại không? Chẳng lẽ tôi không đáng được có chút vận may để bù lại những bực bội Chúa đã trút lên đầu sao? Không phải lúc nào cuộc sống cũng dễ dàng.

Sẽ mất chừng nửa tiếng đi bộ để tới được nhà anh chàng tại khu Brooklyn. Vẫn nguyên cảm giác thỏa mãn từ chuyến đi săn Myra 9834, tôi thực sự thấy thích chuyến đi bộ. Chiếc ba lô đè nặng lên cột sống. Trong đó không chỉ chứa đựng những bằng chứng cần xếp đặt như chiếc giày để lại dấu vết không lẫn vào đâu được của DeLeon 6832, mà cả một số báu vật tôi đã tìm thấy trong khi dạo phố hôm nay. Trong túi quần, buồn thay, chỉ có một chiến lợi phẩm nhỏ nhoi của Myra 9834, một chiếc móng tay. Tôi muốn thứ gì đó riêng tư hơn nhưng ở Manhattan những vụ án mạng đều trở nên to chuyện và đồ vật bị mất sẽ gây quá nhiều chú ý.

Tôi rảo bước nhanh hơn, khoan khoái cảm nhận nhịp va đập đều đặn của ba lô vào lưng mình. Tận hưởng ngày Chủ nhật ấm áp quang đãng cũng như những kỷ niệm về chuyến đi săn Myra 9834.

Tận hưởng cảm giác thư thái hoàn toàn khi biết rõ rằng, cho dù là kẻ nguy hiểm nhất ở thành phố New York, tôi cũng hoàn toàn không thể bị chạm đến, vô hình với tất cả những *mười sáu chữ số* muốn làm hại tôi.


Ánh sáng nháy lên khiến anh ta chú ý.

Từ dưới đường chiếu lên.

Đỏ.

Lại một chớp nháy nữa. Xanh.

Chiếc điện thoại như bị bóp nát trong bàn tay DeLeon Williams. Anh đang gọi cho một người bạn, cố tìm ra kẻ từng thuê anh ta làm việc. Gã này đã chuồn khỏi thành phố sau khi việc làm đồ mộc của gã thất bại. Chỉ để lại sau lưng những món nợ, trong đó có hơn bốn nghìn đô của DeLeon Williams, người làm thuê đang lâm vào tình cảnh khốn cùng nhất.

"Leon", gã bạn ở đầu dây bên kia nói, "chính tao cũng không biết thằng khốn nạn đó đang ở đâu. Nó làm tao phải gánh..."

"Tao sẽ gọi lại cho mày sau."

Click.

Hai lòng bàn tay của người đàn ông vạm vỡ tứa mồ hôi khi anh ta ghé mắt nhìn qua tấm rèm vừa treo ngày thứ Bảy (DeLeon Williams cảm thấy rất, rất tồi tệ vì Janeece, cô bạn gái anh đã phải trả tiền, trời ơi, anh căm ghét cảnh thất nghiệp hiện tại). Anh nhận thấy những ánh đèn nháy xuất phát từ hai chiếc xe cảnh sát không số hiệu. Hai tay thám tử ra khỏi xe, cởi khuy áo khoác, chắc chắn không phải vì ngày mùa xuân quá nóng. Những chiếc xe rồ máy lao đi chặn hai đầu đường.

Bọn họ nhìn quanh một cách thận trọng, sau đó bước thẳng tới chiếc Dodge màu be của Williams, kiểm tra biển số và ngó vào trong xe. Một người lấy bộ đàm ra nói gì đó. Những hy vọng mong manh cuối cùng của anh ta rằng đây chỉ là một sự tình cờ lạ lùng nào đó bỗng chốc tan thành mây khói.

Hai mi mắt Williams nhắm nghiền lại trong cơn tuyệt vọng cùng lúc một tiếng thở dài nặng trịch thoát ra từ hai buồng phổi.

Con đĩ đó lại giở trò rồi.

Con đĩ đó...

Năm ngoái, Williams đã dính dáng đến một người đàn bà không chỉ gợi cảm mà còn thông minh và tử tế. Hay ít ra lúc đầu có vẻ là như vậy. Tuy nhiên, khi hai người bắt đầu một mối quan hệ nghiêm túc, cô ả đột nhiên biến thành một mụ phù thủy điên khùng. Trái tính trái nết, ghen tuông, hằn học. Một ả đầu óc có vấn đề... Anh sống cùng người đàn bà này chừng bốn tháng. Đó là quãng thời gian tệ hại nhất trong đời anh. Suốt thời gian đó, anh đã phải làm mọi cách để bảo vệ những đứa con của cô ả khỏi chính mẹ ruột chúng.

Kết cục là sự tử tế đã khiến anh phải vào tù. Một buổi tối, Leticia đã vung nắm đấm với con gái mình vì rửa nồi không sạch. Theo phản xạ, Williams đã nắm lấy cánh tay cô ta, trong khi đứa bé khóc nấc lên và hoảng hồn bỏ chạy. Anh dỗ cho cô ả dịu xuống và mọi việc có vẻ được thu xếp ổn thỏa. Nhưng mấy tiếng đồng hồ sau, khi anh đang ngồi ngoài hiên nhà thầm suy nghĩ xem làm cách nào có thể đưa bọn trẻ thoát khỏi đây, có thể là trở lại với bố chúng, thì cảnh sát tới và anh bị bắt.

Leticia một mực tố cáo rằng cô ta bị hành hung, đồng thời đưa ra cánh tay bị bầm lúc anh giữ cô ta lại để làm bằng chứng. Williams sững sờ. Anh giải thích chuyện gì đã xảy ra song các nhân viên cảnh sát không có lựa chọn nào khác ngoài việc bắt anh. Vụ việc bị đưa ra tòa xử nhưng Williams không muốn để đứa bé gái ra làm chứng cho mình, mặc dù cô bé muốn như vậy. Anh bị buộc tội hành hung cấp độ nhẹ và bị kết án lao động công ích.

Nhưng trong quá trình diễn ra phiên tòa, anh đã chứng minh được sự tàn nhẫn của Leticia. Công tố viên tin lời anh và chuyển tên người đàn bà tới Bộ Phúc lợi xã hội. Một nhân viên công tác xã hội đến tận nhà cô ta điều tra về tình trạng lũ trẻ và chúng được đưa khỏi đó, quyền nuôi dưỡng được chuyển cho người cha.

Leticia bắt đầu quấy nhiễu Williams. Chuyện đó diễn ra suốt một thời gian dài, sau đó cô ta biến mất, từ mấy tháng trước và Williams vừa mới bắt đầu cho rằng anh đã thoát nạn...

Giờ lại xảy ra chuyện này. Anh biết rõ cô ả chắc chắn là kẻ đứng đằng sau.

Jesus, Chúa của chúng con, liệu một người bình thường có thể chịu đựng được đến mức nào nữa đây?

Anh lại nhìn xuống. Không! Hai gã thám tử đã rút súng ra!

Một cảm giác kinh hoàng khiến cả người anh gai lạnh. Chẳng lẽ cô ta đã hành hung một trong những đứa con của mình rồi tố cáo anh là thủ phạm? Anh sẽ không hề ngạc nhiên nếu đúng là vậy.

Hai tay Williams run bần bật, anh khóc nấc lên, nước mắt chảy thành dòng lăn xuống khuôn mặt to bè. Anh cảm thấy đúng cảm giác hoảng loạn đã ám ảnh mình từ hồi chiến tranh trong sa mạc. Khi đó, anh ngoảnh sang phía cậu bạn, đúng lúc chứng kiến khuôn mặt đang cười cợt của chàng trai người Alabama biến thành một đám bầy nhầy đầy máu vì một quả lựu đạn từ súng phóng lựu của đám quân Iraq. Trước khoảnh khắc đó, Williams ít nhiều vẫn ổn. Phơi mình dưới ánh nắng chói chang, trở thành mục tiêu ngắm bắn, tối tăm mặt mũi vì cát hất lên người khi những viên đạn cày tung sa mạc. Nhưng tận mắt chứng kiến Jason biến thành một thứ khủng khiếp như thế đã làm anh bị chấn động sâu sắc. Kể từ đó, anh  phải vật lộn chung sống với hội chứng căng thẳng sau sang chấn tâm lý. Giờ đây nó đang bùng lên dữ dội trong anh.

Nỗi sợ hãi hiển hiện, vô phương kháng cự.

"Không, không, không, không." Há hốc miệng, vật vã cố thở lấy hơi. Anh đã ngừng uống thuốc từ nhiều tháng nay vì tin rằng mình đã khá hơn.

Nhưng lúc này, chứng kiến mấy tay thám tử lượn lờ vòng quanh ngôi nhà, DeLeon Williams hoảng hốt thầm nghĩ: Chuồn khỏi nơi này ngay lập tức, chạy mau!

Anh cần phải lánh xa nơi này. Để Janeece không hề liên quan đến mình, để cô và con trai cô được yên, anh thực lòng yêu quý hai mẹ con họ. Cần phải biến mất. Anh cài xích an toàn cửa trước, khóa chặt chốt cửa rồi vội vàng chạy lên cầu thang tìm một chiếc túi, hối hả nhét vào đó tất cả những gì có thể nghĩ ra được. Những sự lựa chọn chẳng có chút hợp lý nào: kem cạo râu nhưng không có dao cạo, đồ lót nhưng quên áo sơ mi, một đôi giày song chẳng có lấy một chiếc tất.

Anh lấy ra một thứ khác từ trong phòng vệ sinh.

Khẩu súng quân dụng, một khẩu Colt 45-caliber. Đã được tháo đạn. Anh không hề nghĩ đến chuyện bắn ai nhưng có thể sử dụng nó để mở đường thoát qua đám cảnh sát hoặc cướp một chiếc xe nếu cần.

Tất cả những gì anh có thể nghĩ được chỉ là: Chạy trốn!

Williams nhìn lần cuối bức ảnh chụp cùng Janeece và con trai cô trong một lần đi chơi ở khu giải trí Six Flags. Anh lại bật khóc, sau đó gạt nước mắt, khoác chiếc túi lên vai, nắm chặt khẩu súng lục nặng trịch và lao xuống cầu thang.

# CHƯƠNG 10

"**X**ạ thủ bắn tỉa tuyến đầu đã vào vị trí chưa?"

Bo Haumann, một cựu thượng sĩ quân đội, hiện đang chỉ huy Đơn vị Can thiệp khẩn cấp, đội SWAT[1] của Sở Cảnh sát New York, chỉ về phía một tòa nhà cho phép tầm ngắm hoàn hảo, khống chế toàn bộ khoảng sân sau của ngôi nhà biệt lập, nơi DeLeon Williams đang sống.

"Rồi, thưa ngài", một sĩ quan đứng gần đó nói. "Johnny đã được yểm trợ phía sau."

"Tốt."

Haumann, người đàn ông với mái tóc xám cắt ngắn, rắn như hòn đá tảng, ra lệnh cho hai toán đặc nhiệm vào vị trí. "Cẩn thận, tránh bị lộ."

Khi một cuộc gọi đến thông báo về một vụ cưỡng dâm, giết người và một manh mối chắc chắn dẫn tới kẻ tình nghi, Haumann

---

[1] Special Weapon and Tactic Team: Đội Vũ trang và Chiến thuật đặc biệt, tên gọi chung của các biệt đội tinh nhuệ được sử dụng trong các tình huống can thiệp khẩn cấp và nguy hiểm (khủng bố, bắt cóc con tin, nghi phạm nguy hiểm có vũ khí...) thuộc lực lượng cảnh sát tại Mỹ.

đang ở trong sân sau nhà mình, cách chỗ này không xa, loay hoay tìm cách nhóm chỗ than còn sót lại năm ngoái. Ông giao lại nhiệm vụ nhóm than cho cậu con trai, mặc đồ, mang vũ khí lên người rồi hối hả rời khỏi nhà, thầm tạ ơn Chúa vẫn chưa đụng đến lon bia đầu tiên trong ngày. Haumann hoàn toàn có thể lái xe sau khi đã uống vài lon, nhưng ông không bao giờ bắn súng trong vòng tám giờ sau khi dùng đồ có cồn.

Và bây giờ, vào ngày Chủ nhật đẹp trời này, rất có thể họ sẽ có cơ hội chứng kiến một màn đấu súng.

Bộ đàm của ông kêu lạch tạch, ông nghe thấy trong tai nghe, "T và T Một gọi Căn cứ, hết." Đội Tìm kiếm và Theo dõi (T và T) đã băng qua bên kia đường cùng xạ thủ bắn tỉa thứ hai.

"Căn cứ đây. Tiến về phía trước, hết."

"Đã bắt được vài hình ảnh hồng ngoại. Có lẽ có ai đó trong nhà. Không nghe thấy gì."

*Có lẽ*, Haumann bực bội nghĩ thầm. Ông đã xem qua ngân sách dành cho trang bị. Dù không thể nói được cỡ giày và sáng hôm đó bọn họ có dùng chỉ nha khoa không, thì cũng phải biết được chính xác có ai trong nhà chứ.

"Kiểm tra lại."

Sau một hồi tưởng như vô tận, ông nghe thấy, "T và T Một. Okay, chúng tôi chỉ phát hiện một người trong nhà. Nhìn được tận mắt qua cửa sổ. Chắc chắn đó là DeLeon Williams, đã đối chiếu với ảnh nhận dạng, hết".

"Tốt. Rút lui."

Hauman gọi tới hai toán đột kích đang bí mật tiếp cận vị trí xung quanh ngôi nhà. "Không có nhiều thời gian để phổ biến mệnh lệnh. Nghe cho rõ đây. Nghi phạm là một kẻ cưỡng dâm và giết người. Chúng ta muốn tóm sống hắn, nhưng hắn là một kẻ quá nguy hiểm, không được phép để sống. Nếu hắn có bất cứ hành động kháng cự nào, các anh được bật đèn xanh."

"Trưởng toán B. Đã nghe rõ. Chúng tôi đã vào vị trí. Đường hẻm, các con phố phía bắc và cửa sau đã được khống chế, hết."

"Trưởng toán A gọi Căn cứ. Đã nghe rõ đèn xanh. Chúng tôi đã vào vị trí ở cửa trước, khống chế toàn bộ các khu phố phía nam và phía đông."

"Xạ thủ bắn tỉa", Haumann gọi vào bộ đàm. "Các anh nghe rõ đèn xanh chưa?"

"Rõ." Họ báo thêm đã "kéo khóa và nạp đạn" (câu nói này là một cái cớ quen thuộc để Haumann vặn vẹo vì thực ra nó chỉ đúng với những khẩu súng trường quân dụng M1 cổ lỗ, phải *kéo khóa* nòng ra sau, *nạp* một kẹp đạn từ trên xuống; với một khẩu súng trường hiện đại không cần phải làm thế. Nhưng giờ không phải lúc lên lớp ai).

Haumann mở dây cài bao đeo khẩu Glock của mình, rồi trườn vào trong con hẻm phía sau ngôi nhà, cũng có mặt tại đây còn có nhiều nhân viên cảnh sát khác mà ngày Chủ nhật, cũng như trường hợp của ông, đã bị thay đổi một cách đột ngột đến chóng mặt.

Đúng lúc đó một giọng nói vang lên trong tai nghe của ông, "T và T Hai gọi Căn cứ. Tôi nghĩ chúng tôi có gì đó".

Quỳ trên hai đầu gối, DeLeon Williams thận trọng nhìn qua một khe nứt trên cánh cửa, khe nứt tự nhiên trên mặt gỗ mà anh đã định sửa lại và thấy mấy nhân viên cảnh sát không còn ở ngoài đó.

Không, anh thầm chữa lại, không còn *nhìn thấy* họ nữa. Một sự khác nhau lớn. Anh thấy một tia lóe sáng của kim loại hay kính sau các bụi cây. Có thể từ những bức tượng chú lùn kỳ quặc hay tượng con hươu trang trí thảm cỏ của nhà hàng xóm.

Cũng có thể là từ khẩu súng của một tay cớm.

Kéo theo chiếc túi, anh bò ra sau ngôi nhà, nhìn lén lút ra ngoài. Lần này, anh mạo hiểm nhìn qua cửa sổ, gồng hết sức kiểm soát cơn hoảng loạn của bản thân.

Khoảng sân sau cũng như con hẻm sau nó vắng tanh.

Nhưng một lần nữa anh thầm chỉnh lại: *có vẻ* vắng tanh.

Anh cảm thấy một cơn ớn lạnh hoảng hốt của hội chứng cũ, cùng một khao khát lao ra khỏi cửa, rút súng, chạy vào con hẻm, đe dọa bất cứ ai trông thấy, gào thét ra lệnh bắt họ lùi lại.

Trong lúc đầu óc quay cuồng, anh đưa tay với lấy tay nắm cửa một cách vô thức.

Không...

Hãy khôn ngoan.

Anh ngồi xuống, tựa đầu vào tường, cố làm chậm lại nhịp thở.

Một lát sau, anh đã bình tĩnh trở lại và quyết định thử cách khác. Dưới tầng hầm, có một khung cửa mở ra một khoảng trống hẹp bên hông ngôi nhà. Băng qua hai mét rưỡi bãi cỏ lơ thơ cằn cỗi sẽ có khung cửa dẫn vào tầng hầm nhà bên cạnh. Gia đình Wong đang đi nghỉ cuối tuần, anh đã nhận lời tưới cây giúp họ. Williams nghĩ có thể luồn vào trong, leo lên trên và đi bằng cửa sau nhà họ. Nếu may mắn, đám cảnh sát sẽ không khống chế khoảng sân hẹp đó. Sau đó anh sẽ đi dọc con hẻm ra phố chính và chạy tới ga tàu điện ngầm.

Kế hoạch khó có thể coi là thiên tài, nhưng chí ít cũng cho anh một cơ hội sáng sủa so với việc ngồi im chờ đợi ở đây. Nước mắt lại chảy, cùng cảm giác hốt hoảng.

Thôi đi. Anh từng là lính cơ mà.

Anh đứng dậy, loạng choạng bước xuống tầng hầm.

Phải thoát ngay khỏi chỗ này. Đám cớm có thể phá cửa trước lao vào bất cứ lúc nào.

Anh mở chốt khung cửa, trèo lên và chui ra ngoài. Sau đó bò về phía khung cửa ở tầng hầm ngôi nhà của gia đình Wong, bất giác liếc nhìn về phía tay phải. Lạnh cóng người.

Ôi, lạy Chúa Jesus...

Hai thám tử, một nam một nữ, tay phải lăm lăm súng, đang cúi người ngồi khom lưng trong mảnh sân hẹp bên hông nhà. Bọn họ không nhìn về phía anh mà chăm chú quan sát con hẻm và cửa sau ngôi nhà.

Cơn hoảng hốt lại bùng lên. Anh sẽ phải rút khẩu Colt ra đe dọa họ. Bắt họ ngồi xuống, tự còng tay mình, rồi ném bộ đàm đi. Anh ghét phải làm chuyện này, đây là một hành động phạm tội thực thụ. Nhưng không còn lựa chọn nào khác. Rõ ràng bọn họ nghĩ anh đã phạm tội rất khủng khiếp. Phải lấy được súng của họ và bỏ chạy. Rất có thể có một chiếc xe không số hiệu của họ đỗ gần đó. Phải lấy được cả chìa khóa xe.

Liệu có ai đó mà anh không thể trông thấy đang yểm trợ cho họ không?

Anh chỉ còn cách thử vận may của mình.

Nhẹ nhàng đặt chiếc túi xuống, anh bắt đầu lần tìm khẩu súng.

Đúng lúc đó người nữ thám tử quay về phía anh. Williams rên thầm. Mình toi rồi.

Janeece, anh yêu em...

Nhưng người phụ nữ chỉ nhìn vào một mảnh giấy, sau đó hơi nheo mắt khi thấy anh. "DeLeon Williams phải không?"

Anh líu cả lưỡi: "Tôi...". Rồi gật đầu, hai tay buông thống xuống. Anh chỉ biết nhìn chằm chằm vào khuôn mặt xinh đẹp của cô gái, mái tóc đỏ buộc túm đuôi ngựa và đôi mắt lạnh lùng của cô.

Cô gái giơ chiếc phù hiệu cảnh sát đang đeo trên cổ lên. "Chúng tôi là nhân viên cảnh sát. Làm cách nào anh ra khỏi nhà được?". Rồi cô nhìn về phía khung cửa sổ và gật đầu. "Anh Williams, chúng tôi đang thực hiện một chiến dịch tại đây. Anh có thể quay vào trong nhà không? Ở trong đó anh sẽ an toàn hơn."

"Tôi...", sự hoảng hốt làm giọng anh lạc đi. "Tôi..."

"Ngay lập tức", cô cương quyết nói. "Chúng tôi sẽ tới gặp anh ngay khi mọi việc xong xuôi. Hãy im lặng. Đừng tìm cách ra khỏi nhà nữa."

"Tất nhiên. Tôi... Tất nhiên."

Anh ta bỏ lại chiếc túi và bắt đầu quay trở vào qua khung cửa.

Cô gái nói vào bộ đàm, "Sachs đây. Tôi sẽ mở rộng vành đai, Bo. Hắn ta hẳn sẽ rất thận trọng".

Chuyện quái quỷ gì đang diễn ra vậy? Williams không mất thời gian đoán già đoán non. Anh ta uể oải chui vào tầng hầm rồi leo lên cầu thang. Lên đến nơi, anh chạy thẳng vào phòng tắm. Nhấc nắp bồn xả nước, thả khẩu súng vào trong. Sau đó, bước về phía cửa sổ, định nhìn ra ngoài lần nữa. Nhưng anh chững lại, chạy cuống cuồng vào nhà vệ sinh, nôn thốc nôn tháo khi vừa kịp đến nơi.

Đúng là kỳ cục, nhưng quả thực tôi thấy thiếu vắng cảm giác khi ở văn phòng, nhất là vào một ngày đẹp trời như hôm nay và những gì tôi vừa có được từ Myra 9834.

Trước hết, tôi luôn yêu công việc. Và tôi thích bầu không khí ở chỗ làm, mối quan hệ đồng nghiệp với các *mười sáu chữ số*, như một gia đình vậy.

Và không thể không kể đến cảm giác mình là người hữu ích. Được tham gia vào guồng máy kinh doanh chóng mặt của New York (chắc bạn cũng từng nghe tới hai từ "số một", đó là cách nói tôi ghét cay ghét đắng, kiểu ngôn ngữ của số đông. Những nhà lãnh đạo vĩ đại như FDR[1], Truman[2], Caesar[3], Hitler không cần khoác lên mình chiếc áo khoác kệch cỡm dệt từ thứ ngôn từ khoa trương rẻ tiền của những kẻ đầu óc ngu si đó).

Quan trọng là công việc trợ giúp được cho thú vui ưa thích của tôi. Không, còn quan trọng hơn thế. Nó đóng vai trò cốt tử.

Tình hình của tôi có thể nói là tốt, thậm chí rất tốt. Mỗi khi muốn, chỉ cần vài lời cam kết giả dối là tôi có thể thu xếp được thời gian để theo đuổi đam mê của bản thân. Nếu nhìn vào khuôn mặt hay vị thế của tôi khó ai có thể ngờ trong sâu thẳm trái tim, tôi là một con người rất khác biệt. Tôi hay làm việc vào dịp cuối tuần. Đó là một trong những khoảng thời gian ưa thích của tôi, tất nhiên nếu tôi không bận bịu thực hiện chuyến đi săn một cô gái xinh đẹp như Myra 9834 hay mua một bức họa, vài cuốn truyện tranh, những đồng tiền xu cổ hoặc một món đồ sứ quý hiếm. Ngay cả khi chỉ có lác đác vài *mười sáu chữ số* ở văn phòng vào một ngày nghỉ như thứ Bảy, Chủ nhật, những gian phòng vẫn rì rầm âm thanh các bánh xe đang chậm rãi đưa xã hội tiến lên phía trước vào một thế giới mới và mạnh mẽ.

A, một cửa hàng đồ cổ. Tôi dừng bước, nhìn qua cửa kính. Có vài bức họa, đồ lưu niệm, cúp và cả những tờ áp phích khiến tôi

---

[1] Franklin Delanor Roosevelt: Tổng thống Mỹ giai đoạn 1933 - 1945.

[2] Harry S. Truman: Phó Tổng thống Mỹ thứ 34 (1945) và là Tổng thống thứ 33 của Hoa Kỳ (1945 -1953), kế nhiệm Nhà Trắng sau cái chết của Franklin D. Roosevelt.

[3] Gaius Julius Caesar: một lãnh tụ quân sự và chính trị của La Mã và là một trong những người có ảnh hưởng lớn nhất trong lịch sử thế giới.

rất thích thú. Thật buồn, tôi sẽ không thể quay lại nơi này vì nó nằm quá gần ngôi nhà của DeLeon 6832. Nguy cơ có ai đó tìm ra một mối liên hệ giữa tôi và "kẻ cưỡng dâm" là vô cùng nhỏ, tôi không nên mạo hiểm (tôi chỉ mua tại các cửa hàng hay đi bới đồ cũ. eBay ngó qua thì cũng hay đấy, nhưng mua thứ gì đó qua mạng thì chắc bạn bị điên mất rồi). Vào thời điểm hiện tại dùng tiền mặt vẫn còn là cách tốt. Nhưng chẳng bao lâu nữa chúng cũng sẽ bị đánh dấu nhận dạng như những thứ khác. Những con chíp RFID[1] tí hon gắn lên từng tờ giấy bạc đã được thực hiện ở một số nước. Ngân hàng sẽ biết tờ bạc hai mươi đô la nào vừa được bạn rút ra từ máy ATM hay chi nhánh ngân hàng nào. Họ sẽ biết bạn dùng nó để mua một lon cô ca, chiếc áo lót cho cô bồ hay để thuê một kẻ giết mướn. Thỉnh thoảng, tôi lại nghĩ có lẽ chúng ta nên quay lại với vàng.

Ngoài-vòng-kiểm-soát.

A, anh chàng DeLeon 6832 tội nghiệp. Tôi biết rõ khuôn mặt anh ta nhờ bức chân dung trên giấy phép lái xe, một cái nhìn ngơ ngác, vô hại thẳng vào máy ảnh của nhân viên công vụ. Tôi có thể mường tượng ra vẻ mặt anh chàng khi cảnh sát gõ cửa, chìa ra lệnh bắt giữ vì tội danh cưỡng dâm và giết người. Tôi cũng có thể thấy rõ mồn một cái nhìn kinh hoàng của anh chàng về phía cô bạn gái, Janeece 9810, cũng như cậu con trai mười tuổi của cô nàng, nếu hai người này tình cờ có mặt ở nhà khi đó. Không biết anh ta có phải là một kẻ thích kêu ca hay không.

Tôi còn cách ba tòa nhà nữa. Và...

Đợi đã... Có gì đó không bình thường.

Hai chiếc Crown Victoria mới tinh đang đậu trên con phố nhỏ rợp cây xanh. Nếu tin vào môn xác suất, sẽ khó có chuyện nhìn thấy loại xe đó ở tình trạng còn ngon lành quanh khu vực này. Hai

---

[1] Radio-frequency identification: nhận dạng bằng sóng radio.

chiếc giống hệt nhau lại càng khó có khả năng xảy ra, thêm nữa chúng lại đậu kề nhau, trên mui và nóc không hề có lá rụng hay phấn hoa như những chiếc xe khác đậu quanh đó. Chúng vừa tới chưa lâu.

Một cái nhìn lơ đãng vào bên trong, phản xạ tò mò thông thường của khách vãng lai, cho tôi biết chúng là xe cảnh sát.

Không phải là điều cảnh sát hay làm với một vụ cãi cọ hay ẩu đả gia đình. Theo con số thống kê, những vụ lôi thôi như thế xảy ra khá thường xuyên ở khu vực này của Brooklyn, nhưng hiếm khi chúng diễn ra vào giờ này, khi mà những két bia vẫn chưa xuất hiện. Và chắc chắn bạn sẽ không bao giờ nhìn thấy những chiếc xe không phiên hiệu kín đáo, ngoài những chiếc xe tuần tra sơn màu xanh, trắng xuất hiện công khai. Chúng đậu cách chỗ ở của DeLeon 6832 ba tòa nhà... Cần phải cân nhắc tới chi tiết này. Tay chỉ huy đám cảnh sát hoàn toàn có thể nói với nhân viên của mình: "Đây là một thủ phạm cưỡng dâm. Hắn rất nguy hiểm. Chúng ta sẽ xông vào sau mười phút nữa. Đậu xe cách ba tòa nhà rồi quay lại đây. Ngay lập tức".

Tôi giả vờ hờ hững liếc xuống con hẻm gần nhất. Tệ hơn rồi đây. Một chiếc xe của Đơn vị Can thiệp khẩn cấp thuộc Sở Cảnh sát New York đang nằm im lìm trong bóng râm. Đám đặc nhiệm. Bọn họ vẫn hay hỗ trợ cho cảnh sát khi vây bắt những kẻ như DeLeon 6832. Nhưng tại sao họ có mặt ở đây sớm vậy được? Tôi mới gọi 911 cách đây nửa giờ (nếu để quá lâu sau chuyến đi săn mới gọi điện thoại, đám cớm có thể đặt ra nghi vấn tại sao đến tận lúc đó tôi vẫn chỉ báo đã nghe thấy tiếng kêu hoặc cho rằng tôi đã nhìn thấy một kẻ đáng ngờ từ trước đó).

Có hai khả năng giải thích sự có mặt của cảnh sát. Khả năng có lý nhất: ngay sau cú điện nặc danh của tôi, bọn họ đã tìm kiếm trong cơ sở dữ liệu tất cả chiếc Dodge màu be đã sử dụng trên năm năm trong thành phố (ngày hôm qua con số chính xác là 1357 chiếc) và bằng cách nào đó đã may mắn moi ra chiếc xe này. Họ hoàn toàn tin chắc, mà không cần đến những bằng chứng tôi đang định bố trí trong ga ra của anh chàng, rằng chính DeLeon 6832 là kẻ đã cưỡng bức và giết Myra 9834. Họ đang chuẩn bị tóm cổ hoặc phục sẵn chờ anh ta quay về.

Khả năng thứ hai đáng quan ngại hơn nhiều. Đám cảnh sát đã đi đến kết luận: anh chàng đã bị gài bẫy. Và họ đang rình rập chờ *tôi*.

Mồ hôi tôi tứa ra. Như thế thật không hay chút nào. Nhưng đừng vội hoảng hốt. Những báu vật và *căn phòng* của tôi vẫn an toàn. Thư giãn đã.

Tuy nhiên, dù chuyện gì đang xảy ra đi nữa tôi vẫn phải tìm hiểu rõ. Nếu sự có mặt của cảnh sát tại đây chỉ là một sự trùng hợp oái oăm, không liên quan tới DeLeon 6832 hay tôi, tôi sẽ bố trí các bằng chứng vào chỗ của chúng rồi chuồn thật nhanh về *căn phòng* của mình.

Nhưng nếu bọn họ đã lần ra manh mối về tôi, họ hoàn toàn có thể lần ra những người khác. Randall 6794, Rita 2907 và cả Arthur 3480...

Kéo chiếc mũ sụp xuống sát mắt, đôi kính râm được đẩy cao lên sống mũi, thay đổi hoàn toàn lộ trình, tôi đi vòng qua ngôi nhà, băng qua các con hẻm, khu vườn, sân sau. Luôn giữ khoảng cách ba tòa nhà, mà thật may họ đã vạch ra như giới hạn an toàn giành cho tôi bằng cách đậu hai chiếc Crown Victoria ở đó làm mốc đánh dấu.

Đi vòng thành đường bán nguyệt, tới một bờ đất cao đầy cỏ dẫn lên xa lộ. Trèo lên đó, có thể nhìn thấy những khoảnh sân sau nhỏ xíu và mái hiên của những ngôi nhà trong khu DeLeon 6832 đang sống. Tôi bắt đầu đếm từng ngôi nhà để tìm ra chỗ ở của anh ta.

Nhưng tôi không cần phải làm điều đó. Tôi thấy rõ một nhân viên cảnh sát đang ở trên nóc ngôi nhà hai tầng bên kia con đường hẻm đối diện nhà anh ta. Hắn có khẩu súng trường. Một tay bắn tỉa! Rồi tôi nhìn thấy một tay bắn tỉa nữa, đang cầm ống nhòm. Một số cảnh sát khác mặc cảnh phục hoặc thường phục, đang nằm nấp sau những bụi cây cạnh ngôi nhà.

Thế rồi hai gã cớm chỉ tay về phía tôi. Tôi nhìn thấy một tay nữa trên nóc ngôi nhà bên kia đường. Hắn cũng chỉ về phía tôi. Tôi không hề cao một mét tám mươi tám, nặng một trăm linh tư kilogam, cũng chẳng sở hữu làn da đen nhánh như gỗ mun. Vậy là bọn họ *không phải* đang đợi DeLeon 6832. Họ đang đợi *tôi*.

Hai bàn tay bắt đầu run lẩy bẩy. Thử tưởng tượng xem điều gì sẽ xảy ra nếu tôi chui thẳng vào cái bẫy đó với tất cả bằng chứng đang nhét đầy trong ba lô.

Hàng chục cảnh sát đang chạy về phía xe của họ hay lao thẳng về phía tôi. Hùng hổ như những con sói. Tôi quay người lại, leo lên bờ đất, hoảng hốt thở không ra hơi. Chưa kịp leo đến đỉnh, tiếng còi đầu tiên đã vang lên.

Không, không!

Kho báu của tôi, *căn phòng* của tôi...

Xa lộ bốn làn xe đang đông nghịt, các *mười sáu chữ số* sẽ phải cho xe chạy chậm. Tôi có thể luồn lách cực tốt, ngay cả khi phải cúi gằm mặt xuống. Dám chắc không ai kịp nhìn rõ khuôn mặt tôi. Sau đó, trèo qua rào chắn và lao người trượt xuống bên kia bờ đất. Sự bình tĩnh cũng như hoạt động phối hợp nhịp nhàng giữa chân và tay đã giúp tôi trượt xuống an toàn. Lập tức, tôi vùng dậy chạy thục mạng tới ga tàu điện ngầm gần nhất. Tôi chỉ dừng lại một lần để đeo đôi găng tay vải bông, đồng thời moi chiếc túi ny lông đựng các bằng chứng khỏi ba lô, ném vào thùng rác. Không thể để mình bị bắt với nó trên người. Không thể. Còn cách nhà ga nửa tòa nhà, tôi dạt vào con hẻm sau một nhà hàng. Tôi lộn mặt trong chiếc áo jacket mặc được cả hai mặt ra, đổi mũ và lại xuất hiện ngoài phố chính, chiếc ba lô được nhét vào trong túi mua hàng.

Cuối cùng cũng tới được ga tàu điện ngầm và xin cảm ơn vô vàn, tôi có thể cảm nhận được sự rung động của đường hầm, báo trước một chuyến tàu sắp vào ga. Sau đó, tiếng động rầm rầm của đoàn tàu cồng kềnh, tiếng kim loại cọ vào nhau ken két.

Nhưng trước khi bước qua khung cửa của toa tàu, tôi dừng lại. Cơn sốc đã trôi qua nhưng thay thế là cảm giác bực bội. Tôi hiểu không thể cứ thế mà đi được.

Sự nghiêm trọng của vấn đề hiện rõ mồn một trước mắt. Có thể chưa biết danh tính nhưng họ đã đoán ra tôi đang làm gì.

Có nghĩa là họ muốn lấy đi những báu vật của tôi, *căn phòng* của tôi... mọi thứ.

Tất nhiên điều đó là không thể chấp nhận được.

Cẩn thận tránh xa các camera an ninh, tôi trở lại cầu thang, vừa rời khỏi ga vừa đưa tay thọc vào chiếc túi mua hàng.

"Ở đâu?", giọng của Rhyme vang lên trong tai nghe của Amelia Sachs. "Hắn đang ở chỗ chết tiệt nào rồi?"

"Hắn phát hiện ra bọn em, lập tức chuồn ngay."

"Em có chắc đó là hắn không?"

"Chắc chắn. Nhóm giám sát nhìn thấy ai đó cách vài tòa nhà. Có lẽ, hắn ta phát hiện mấy chiếc xe của đám thám tử và thay đổi lộ trình. Hắn quan sát bọn em rồi bỏ chạy. Đã cử người đuổi theo hắn."

Cô đang đứng trên sân trước ngôi nhà của DeLeon Williams cùng Pulaski, Bo Haumann và sáu người thuộc Đội Can thiệp khẩn cấp. Kỹ thuật viên điều tra hiện trường cùng nhân viên tuần tra đang tìm kiếm dấu vết và nhân chứng trên tuyến đường kẻ tình nghi bỏ chạy.

"Có dấu hiệu cho thấy hắn có xe không?"

"Không biết. Hắn đi bộ khi bọn em trông thấy hắn."

"Chúa ơi! Được rồi, cho anh biết ngay khi em tìm thấy gì mới."

"Em sẽ..."

Click.

Cô cau có nhìn Pulaski, cậu ta đang áp chiếc bộ đàm vào tai, lắng nghe diễn biến cuộc truy đuổi. Haumann cũng đang theo dõi tiến triển. Từ những gì cô có thể nghe được, không có gì khả quan. Không ai trên đường xa lộ thấy mặt kẻ tình nghi hoặc sẵn sàng thừa nhận nếu họ thực sự thấy mặt hắn. Sachs quay về phía ngôi nhà và thấy DeLeon Williams đang nhìn qua khung cửa sổ buông rèm, khuôn mặt hiện rõ sự quan tâm cùng vẻ lúng túng.

Anh ta thoát khỏi việc trở thành vật thế thân cho Năm Hai Hai là nhờ sự ngẫu nhiên và hành động hiệu quả của cảnh sát.

Tất cả mọi người phải cảm ơn Ron Pulaski về việc này. Cậu cảnh sát trẻ với chiếc áo sơ mi Hawaii lòe loẹt đã làm đúng những gì Rhyme yêu cầu: lập tức tới Số 1 Police Plaza và bắt tay tìm kiếm các vụ án phù hợp với phương thức gây án của Năm Hai Hai. Cậu ta chẳng tìm thấy gì nhưng đã nói chuyện với một thám tử ở Ban Án mạng. Ban này nhận được báo cáo từ Trung tâm về cú điện thoại nặc danh. Một người đàn ông đã nghe thấy những tiếng la hét từ ngôi nhà gần khu SoHo và trông thấy một người da đen bỏ chạy trên chiếc Dodge màu be. Nhân viên tuần tra đã tới hiện trường và phát hiện một phụ nữ trẻ, cô Myra Weinburg, bị cưỡng bức và giết chết.

Pulaski chú ý ngay tới cuộc điện thoại nặc danh, chi tiết tương tự như các vụ trước đó, lập tức gọi cho Rhyme. Nhà tội phạm học lập luận nếu Năm Hai Hai thực sự là kẻ đứng sau tội ác này, chắc chắn hắn sẽ bám theo kế hoạch quen thuộc: bố trí bằng chứng để gài bẫy kẻ thế thân. Họ cần tìm ra chiếc xe Năm Hai Hai đã lựa chọn trong số hơn một nghìn ba trăm chiếc Dodge màu be cũ. Đương nhiên, rất có thể thủ phạm không phải là Năm Hai Hai, dù vậy, họ cũng có cơ hội tóm cổ một kẻ cưỡng dâm và giết người.

Theo chỉ thị của Rhyme, Mel Cooper đối chiếu các hồ sơ của Bộ phận Đăng kiểm phương tiện cơ giới với các hồ sơ tội phạm. Lọc ra được bảy người Mỹ gốc Phi đã bị kết án vì những hành vi phạm pháp nặng hơn vi phạm luật giao thông. Trong đó, một trường hợp nhiều khả năng nhất: bị kết án vì hành hung phụ nữ. DeLeon Williams rõ ràng là lựa chọn lý tưởng để thế thân.

Ngẫu nhiên và nghiệp vụ cảnh sát.

Để ra lệnh thực hiện chiến dịch vây bắt có lực lượng đặc nhiệm tham gia, cần có một sĩ quan cấp trung úy trở lên. Đại úy Joe Malloy vẫn chưa biết gì về chuyên án Năm Hai Hai vụng trộm, vậy là Rhyme gọi Sellitto. Anh ta cằn nhằn nhưng rồi cũng đồng ý ra lệnh cho Bo Haumann thực hiện chiến dịch với Đơn vị Can thiệp khẩn cấp.

Amelia Sachs đã gặp Pulaski và đội đặc nhiệm tại nhà của Williams, ở đó họ được Đội Tìm kiếm và Giám sát cho biết trong nhà chỉ có Williams, không thấy bóng dáng của Năm Hai Hai. Vậy là họ triển khai phục kích để chộp kẻ sát nhân khi hắn xuất hiện để ngụy tạo bằng chứng. Kế hoạch khá mạo hiểm và triển khai tùy biến một cách vội vã. Tuy không thành công nhưng họ đã cứu một người vô tội khỏi bị bắt oan vì tội danh cưỡng dâm và giết người, rất có thể cũng đã phát hiện ra vài bằng chứng quan trọng lần tới thủ phạm.

"Có gì không?", cô hỏi Haumann, lúc này đang trao đổi với mấy nhân viên của mình.

"Không."

Bộ đàm của ông lại kêu lạch tạch, Sachs nghe thấy tiếng báo cáo vang lên. "Đơn vị Một, chúng tôi đang ở bên kia xa lộ. Có vẻ như hắn không hề hấn gì và đã chạy về phía ga tàu điện ngầm."

"Chết tiệt", cô lẩm bẩm.

Haumann cau mày nhưng không nói gì.

Người cảnh sát tiếp tục báo cáo: "Chúng tôi đã lần theo tuyến đường nhiều khả năng hắn chọn. Có thể hắn đã quẳng bằng chứng vào một thùng rác dọc đường".

"Ít nhất cũng được một điều gì đó", cô nói. "Ở đâu?"

Cô ghi lại địa điểm viên cảnh sát báo lại. "Hãy bảo họ khống chế toàn bộ khu vực. Tôi sẽ có mặt tại đó sau mười phút nữa." Sachs bước lên bậc thềm và gõ cửa. DeLeon Williams ra mở.

"Tôi xin lỗi vì không có dịp giải thích. Một kẻ chúng tôi đang lùng bắt định đột nhập vào nhà anh."

"Nhà tôi?"

"Chúng tôi nghĩ vậy. Nhưng hắn đã chạy mất." Cô giải thích về Myra Weinburg.

"Chúa ơi, cô ấy chết rồi sao?"

"Tôi e là vậy."

"Tôi lấy làm tiếc, thực sự lấy làm tiếc."

"Anh có biết cô gái này không?"

"Không, chưa từng nghe nói đến."

"Có thể thủ phạm định đổ tội cho anh."

"Tôi ư? Tại sao?"

"Chúng tôi chưa rõ. Sau khi điều tra được nhiều hơn, chúng tôi muốn nói chuyện với anh."

"Tất nhiên rồi." Anh đưa cho cô số điện thoại nhà riêng và di động. Sau đó cau mày. "Tôi có thể hỏi câu này không? Cô có vẻ hoàn toàn chắc chắn tôi không phải thủ phạm. Làm sao cô biết tôi vô tội?"

"Cảnh sát đã kiểm tra chiếc xe và ga ra của anh và không tìm thấy bất cứ dấu vết nào từ hiện trường vụ án. Chúng tôi tin chắc rằng thủ phạm đang chuẩn bị để lại thứ gì đó nhằm gây rắc rối cho anh. Nếu chúng tôi tới đây sau khi hắn hoàn tất, anh sẽ gặp rắc rối thực sự." Sachs nói thêm: "À, còn một câu hỏi nữa, anh Williams".

"Là gì vậy, thưa thám tử?"

"Một chi tiết vặt vãnh. Anh có biết sở hữu một khẩu súng ngắn không được đăng ký ở New York là một tội nghiêm trọng không?"

"Tôi nghĩ đã từng nghe điều này ở đâu đó."

"Đang có một chương trình ân xá ở khu anh sống. Không có bất cứ câu hỏi nào nếu anh giao nộp vũ khí... Okay, bảo trọng nhé. Hãy cố tận hưởng phần còn lại của kỳ nghỉ cuối tuần."

"Tôi sẽ cố."

# CHƯƠNG II

**T**ôi quan sát nữ cảnh sát khi cô ta tìm kiếm trong thùng rác, nơi tôi đã ném các bằng chứng. Ban đầu thực sự hoảng hốt nhưng tôi hiểu không nên thế. Nếu đã đủ khôn ngoan để tìm ra tôi, *bọn chúng* cũng sẽ đủ khôn ngoan để tìm ra cái thùng rác.

Tôi nghĩ *bọn chúng* chưa biết rõ mặt mình song vẫn rất thận trọng. Tất nhiên, tôi không xuất hiện ngay gần thùng rác đó mà đang ngồi trong một nhà hàng ở bên kia đường, vừa cố gắng nuốt trôi một chiếc hamburger vừa nhấp từng ngụm nước. Cảnh sát gọi những nhân viên này là lực lượng "Chống tội phạm", theo tôi đó là một khái niệm thật ngớ ngẩn. Nếu vậy, theo đúng logic, sẽ phải có lực lượng "Ủng hộ tội phạm". Các cảnh sát chống tội phạm mặc thường phục, lượn lờ quanh hiện trường vụ án tìm nhân chứng và cả thủ phạm trong trường hợp chúng quay trở lại. Phần lớn những kẻ tội phạm làm thế vì quá ngu ngốc hoặc không bình thường. Tôi có mặt ở đây vì hai lý do rất cụ thể. Thứ nhất, vì tôi đã nhận ra mình đang gặp rắc rối. Tôi cần một giải pháp. Không thể giải quyết được rắc rối nếu không hiểu rõ về nó. Lúc này tôi đã biết được vài điều.

Chẳng hạn, tôi đã biết một vài người trong số những kẻ đang truy đuổi tôi, ví dụ như cô ả cảnh sát có mái tóc đỏ rực trong bộ áo liền quần màu trắng đang tập trung nghiên cứu hiện trường theo đúng cách tôi luôn tập trung chú ý vào các dữ liệu của mình.

Tôi thấy cô ta ra khỏi khu vực hiện trường bao quanh bằng những dải băng vàng với vài cái túi. Cô ta xếp chúng vào những chiếc hộp nhựa màu xám và cởi bỏ bộ áo liền quần màu trắng. Bất chấp cảm giác kinh hoàng còn vương lại sau tai họa chiều nay, tôi lại cảm thấy nhức nhối trong người khi thấy chiếc quần jean bó sát của cô nàng. Cảm giác thỏa mãn từ cuộc đi săn Myra 9834 đã tan biến hẳn.

Trong khi đám cảnh sát quay trở lại xe, cô ả lấy điện thoại ra gọi.

Tôi thanh toán tiền, bình thản bước ra khỏi nhà hàng, như thể bất cứ vị thượng đế nào trong buổi chiều muộn đẹp trời của ngày Chủ nhật này.

Ngoài-vòng-kiểm-soát.

À, còn lý do thứ hai khiến tôi có mặt tại đây?

Rất đơn giản. Bảo vệ những báu vật của tôi, bảo vệ tính mạng của tôi, làm bất cứ việc gì cần thiết để tống khứ *bọn chúng*.


"Năm Hai Hai đã để lại những gì trong thùng rác?", Rhyme đang đàm thoại qua điện thoại điều khiển bằng giọng nói.

"Không nhiều lắm. Chắc chắn đó là những món hắn bỏ lại. Khăn giấy thấm máu và một ít máu tươi đựng trong túi nylon, như thế hắn có thể để lại trong xe hay ga ra của Williams. Em đã gửi mẫu tới phòng thí nghiệm để kiểm tra ADN. Ảnh nạn nhân in từ máy vi tính. Một cuộn băng dính hiệu Home Depot. Một chiếc giày chạy vẫn còn mới."

"Chỉ một chiếc?"

"Đúng thế. Giày phải."

"Có thể hắn đã lấy cắp từ nơi ở của Williams nhằm để lại dấu giày tại hiện trường. Có ai trông thấy hắn không?"

"Một xạ thủ bắn tỉa và hai người trong nhóm T và T. Nhưng lúc đó hắn vẫn chưa tới gần. Có lẽ là đàn ông, da trắng hoặc sáng màu, vóc người trung bình. Đội mũ màu nâu vàng, đeo kính râm, khoác ba lô. Không rõ độ tuổi, không rõ màu tóc."

"Chỉ thế thôi?"

"Phải."

"Được rồi, hãy mang các bằng chứng đến đây ngay. Sau đó anh muốn em tới chỗ hiện trường vụ cưỡng dâm ở Weinburg. Họ sẽ không động tới bất cứ thứ gì đến khi em tới."

"Em có một manh mối nữa, Rhyme."

"Thật chứ? Là gì vậy?"

"Bọn em tìm thấy một mảnh giấy ghi chú dính vào đáy chiếc túi nylon đựng bằng chứng. Năm Hai Hai muốn ném chiếc túi đi nhưng em không nghĩ hắn muốn dán kèm cả mảnh giấy này."

"Trên đó viết gì vậy?"

"Số phòng của một khu nhà cho thuê ở Upper East Side, Manhattan. Em muốn kiểm tra."

"Em nghĩ đó là nơi ở của Năm Hai Hai?"

"Không, em gọi đến thường trực và họ nói người thuê phòng này không ra ngoài suốt cả ngày. Một người tên là Robert Jorgensen."

"Được rồi, chúng ta cần kiểm tra hiện trường vụ cưỡng dâm, Sachs."

"Hãy cử Ron đi. Cậu ta có thể làm được."

"Anh vẫn muốn em làm hơn."

"Em cho rằng chúng ta cần tìm xem có mối liên hệ nào giữa gã Jorgensen và Năm Hai Hai không. Phải thật nhanh."

Anh không thể tranh luận về quan điểm của cô. Ngoài ra, hai người đã bỏ không ít công sức hướng dẫn Pulaski về cách điều tra khám nghiệm hiện trường, chia khu vực hiện trường thành mạng lưới những ô nhỏ, đây là phương pháp toàn diện nhất để thu thập bằng chứng.

Rhyme cảm thấy mình vừa là chỉ huy vừa là người thầy và cậu thanh niên sớm muộn gì cũng sẽ phải một mình điều tra hiện trường một vụ án mạng. "Được thôi", anh hầm hừ. "Hy vọng đầu mối từ ghi chú này đem lại điều gì đó hữu ích." Anh không đừng được thêm vào một câu: "Và mong rằng việc này không phí công vô ích".

Cô bật cười. "Chẳng phải anh và em luôn hy vọng vậy sao, Rhyme?"

"Nhắc Pulaski đừng có làm hỏng việc đấy."

Hai người dừng liên lạc, Rhyme quay sang báo với Cooper rằng bằng chứng đang trên đường đến.

Nhìn chăm chăm vào bản danh sách bằng chứng, anh lẩm bẩm: "Hắn đã chuồn mất".

Anh ra lệnh cho Thom viết toàn bộ những mô tả sơ sài về Năm Hai Hai lên tấm bảng trắng.

*Da trắng hoặc sáng màu...*

Chi tiết này liệu có ích gì không?

Amelia Sachs ngồi trên ghế trước chiếc Camaro của cô, cửa xe để mở. Không khí buổi chiều muộn một ngày mùa xuân lùa vào trong xe, mang theo thứ mùi hỗn hợp của dầu và đồ da lâu ngày. Cô đang ghi lại các thông tin cho bản báo cáo kiểm tra hiện trường. Cô luôn làm việc này ngay sau khi kiểm tra hiện trường vụ án. Trí nhớ con người có thể quên nhiều thứ chỉ sau một thời gian ngắn. Nhầm lẫn màu sắc, biến phải thành trái, cửa chính, cửa sổ chuyển chỗ từ bức tường này sang bức tường kia, thậm chí biến mất hoàn toàn.

Cô dừng lại vì những chi tiết kỳ lạ của vụ án lại cắt ngang sự tập trung. Làm cách nào mà kẻ sát nhân suýt chút nữa đã thành công trong việc quàng tội danh cưỡng dâm và giết người lên cổ một người vô tội? Cô chưa bao giờ gặp phải một tên tội phạm nào giống như gã này; ngụy tạo bằng chứng để đánh lừa cảnh sát không phải là chuyện hiếm gặp, song gã quả thực là một thiên tài trong việc lừa họ đi sai hướng.

Con phố nơi cô đậu xe cách chỗ phát hiện thùng rác hai tòa nhà, đang chìm trong bóng tối và không một bóng người qua lại.

Mắt cô chợt phát hiện thấy có thứ gì đó chuyển động. Vụt nghĩ tới Năm Hai Hai, tim cô đập rộn lên đầy bất an. Cô ngước mắt lên, qua gương chiếu hậu thấy ai đó đang đi về phía mình. Cô nheo mắt, cẩn thận quan sát người đó, mặc dù người đàn ông trông có vẻ hoàn toàn vô hại: một doanh nhân ăn mặc chỉn chu. Tay anh ta xách chiếc túi đựng đồ ăn sẵn cho khách mang về và đang bận rộn nói chuyện qua chiếc điện thoại di động, khuôn mặt tươi cười. Một cư dân điển hình đang đi mua đồ ăn Trung Quốc hay Mexico về cho bữa tối.

Sachs quay lại với các ghi chép của mình.

Cuối cùng cô cũng hoàn tất và nhét chúng vào cặp. Nhưng cô chợt nhận ra điều gì đó thật lạ lùng. Đáng ra đến lúc này người đàn ông trên vỉa hè đã phải đi qua chiếc Camaro. Nhưng không thấy anh ta đâu cả. Có phải anh ta đã rẽ vào một tòa nhà? Cô ngoái lại nhìn về vỉa hè nơi trước đó cô đã nhìn thấy người lạ mặt.

Không!

Đập vào mắt cô là chiếc túi đựng đồ ăn sẵn cho khách mang về đang ở trên vỉa hè, ngay phía trái, đằng sau chiếc xe. Đó chỉ là một đòn đánh lạc hướng!

Bàn tay cô lập tức tìm khẩu Glock. Nhưng trước khi cô kịp rút súng, cửa xe bên phải đã bị giật tung ra, trước mắt cô là kẻ sát nhân với đôi mắt đang nheo lại và khẩu súng ngắn chĩa thẳng vào mặt cô.


Chuông cửa reo lên, chỉ một khoảnh khắc sau Rhyme nghe thấy tiếng bước chân quen thuộc. Và nặng nề.

"Tôi ở đây, Lon."

Thám tử Lon Sellitto gật đầu chào vị chủ nhà. Thân hình to bè, chắc nịch của anh ta được che kín dưới quần jean và chiếc sơ mi hiệu Izod tím sẫm, trong khi chân xỏ đôi giày tập chạy, một chi tiết khiến Rhyme rất ngạc nhiên. Nhà tội phạm học hiếm khi thấy anh ta ăn mặc thoải mái như vậy. Anh cũng phát hiện ra, trong khi trang phục của Sellitto thường nhàu nhĩ đến thảm hại thì những gì anh ta diện trên người lúc này trông như mới được là cẩn thận. Chỉ có vài vết căng ra trên mặt vải ở chỗ bụng phệ cùng chỗ phồng đằng sau lưng nơi giắt khẩu súng của anh ta.

"Tôi nghe nói hắn đã lẩn mất."

Rhyme cay cú thở hắt ra, "Hoàn toàn mất tăm".

Sàn nhà kêu răng rắc dưới sức nặng của người đàn ông vạm vỡ khi anh ta bước tới chỗ danh sách bằng chứng, nhìn qua một lượt. "Đó là cách anh gọi hắn à? Năm Hai Hai?"

"Hai mươi hai tháng Năm. Vụ đám người Nga thế nào rồi?"

Sellitto không trả lời. "Ông Năm Hai Hai này có để lại gì không?"

"Chúng ta sắp biết được điều đó. Hắn đã quăng lại một chiếc túi đựng các bằng chứng được đem đi dàn cảnh. Nó đang được mang đến đây."

"Chu đáo quá."

"Trà đá hay cà phê?"

"À phải", anh chàng thám tử khẽ nói với Thom. "Cảm ơn cậu. Cà phê. Cậu có sữa ít béo không?"

"Loại hai phần trăm."

"Tuyệt. Loại bánh quy lần trước có còn không? Những chiếc bánh sô cô la ấy?"

"Chỉ có bánh yến mạch thôi."

"Cũng được."

"Mel?", Thom hỏi. "Anh muốn thứ gì đó không?"

"Nếu tôi dám ăn hay uống gần bàn xét nghiệm, tôi sẽ bị mắng ngay lập tức."

Rhyme cằn nhằn: "Chẳng phải lỗi của tôi nếu đám luật sư bào chữa nghĩ ra trò loại bỏ các bằng chứng bị tạp nhiễm. Tôi đâu có đưa ra luật lệ".

Sellitto nhận xét: "Anh vẫn chẳng cải thiện tính khí của mình được chút nào. Tình hình ở London thế nào rồi?".

"Chủ đề đó tôi không muốn bàn đến lúc này."

"Được thôi, để cải thiện tinh thần cho anh, xin nói luôn là chúng ta vừa có thêm một rắc rối nữa."

"Về phía Malloy phải không?"

"Phải. Ông ta đã biết chuyện Amelia kiểm tra hiện trường và tôi phê chuẩn việc điều động Đơn vị Can thiệp khẩn cấp. Ban đầu ông ta nghĩ rằng đó là vụ của Dienko và thoải mái chấp nhận hết, sau đó đã cực kỳ buồn bực khi phát hiện ra không phải thế. Ông ta đã hỏi có dính dáng gì đến anh không. Tôi sẵn sàng đỡ một quả thụi vào cằm giúp anh, Linc, nhưng một viên đạn thì không. Tôi đã xì anh ra... A, cảm ơn cậu." Anh ta gật đầu khi Thom mang đồ ăn vặt đến. Anh chàng điều dưỡng cũng bày một suất tương tự lên chiếc bàn ngay gần Cooper, lúc này đã tháo đôi găng cao su và nhón lấy một chiếc bánh quy.

"Làm ơn cho tôi ít scotch", Rhyme vội vàng nói.

"Không." Thom lại biến mất.

Rhyme cau có nói: "Tôi đã lường trước Malloy sẽ gõ đầu chúng ta ngay khi Đơn vị Can thiệp khẩn cấp dính dáng vào. Nhưng chúng ta cần sự trợ giúp của cảnh sát vì đây là một vụ cực kỳ nghiêm trọng. Chúng ta sẽ làm gì đây?".

"Hãy mau mau nghĩ ra điều gì đó đi vì ông ta muốn chúng ta gọi cho ông ta từ nửa tiếng trước đây." Anh ta nhấp thêm một ngụm cà phê, rồi miễn cưỡng đặt một phần tư chiếc bánh quy còn lại xuống, có vẻ kiên quyết không đụng tới nó nữa.

"Được thôi, tôi muốn cảnh sát tham gia vụ này. Cần phải có người tìm kiếm gã khốn đó."

"Vậy gọi điện thôi. Sẵn sàng rồi chứ?"

"Được rồi, được rồi."

Sellitto bấm số. Rồi bấm nút bật loa ngoài.

"Hạ âm lượng xuống", Rhyme nói. "Tôi e là sẽ đinh tai nhức óc đấy."

"Malloy đây." Rhyme nghe thấy tiếng gió thổi, tiếng người nói chuyện, tiếng đồ sứ hay thủy tinh va vào nhau lanh canh. Có lẽ ông ta đang ở trong một quán cà phê ngoài trời.

"Đại úy, ông đang nói chuyện qua loa ngoài với Lincoln Rhyme và tôi."

"Okay, chuyện quái quỷ gì đang diễn ra vậy? Đáng ra anh phải cho tôi biết việc điều động Đơn vị Can thiệp khẩn cấp có liên quan tới vụ Lincoln đã nói lúc trước. Anh có biết tôi đã đình chỉ mọi hoạt động liên quan đến vụ án cho tới ngày mai không?"

"Không, anh ấy không biết", Rhyme nói.

Anh chàng thám tử buột miệng: "Đúng thế, nhưng tôi có thể hình dung được".

"Tôi rất cảm động trước tinh thần đỡ đòn giúp nhau của hai vị nhưng câu hỏi ở đây là tại sao anh không nói gì với tôi?"

Sellitto nói: "Bởi vì chúng tôi có cơ hội rất tốt để tóm cổ một kẻ cưỡng dâm và giết người. Tôi đã quyết định rằng không thể chấp nhận bất cứ sự chậm trễ nào".

"Tôi không phải là trẻ con, trung úy. Anh trình bày vụ án với tôi và tôi sẽ đưa ra quyết định. Đó là cách mọi việc đáng nhẽ phải diễn ra."

"Xin lỗi, đại úy. Những gì tôi đã làm là quyết định đúng đắn nhất vào thời điểm đó."

Im lặng.

"Nhưng hắn đã lẩn mất."

"Phải, đúng vậy", Rhyme nói.

"Làm sao hắn thoát được?"

"Chúng tôi tập hợp một đội nhanh nhất có thể được, nhưng việc đảm bảo bí mật không được tốt. Kẻ tình nghi đã có mặt gần hơn chúng tôi nghĩ. Tôi đoán hắn đã phát hiện một chiếc xe không phù hiệu hay một cảnh sát nào đó và bỏ chạy. Nhưng hắn đã vứt lại dọc đường vài bằng chứng có thể sẽ hữu ích cho chúng ta."

"Bằng chứng đang trên đường tới phòng thí nghiệm pháp y ở Queens? Hay tới chỗ các anh?"

Rhyme liếc nhìn Sellitto. Người ta thăng tiến nhanh trong những tổ chức như Sở Cảnh sát New York nhờ vào kinh nghiệm, nghị lực và đầu óc nhanh nhạy. Malloy đã đi trước họ một bước.

"Tôi đã yêu cầu mang chúng tới đây, Joe", Rhyme nói.

Lần này không còn là im lặng. Từ chiếc loa ngoài phát ra tiếng thở dài cam chịu. "Lincoln, anh hiểu rõ rắc rối ở đây, đúng không?"

Một sự mâu thuẫn, Rhyme thầm nghĩ.

"Anh là chuyên gia tư vấn cho Sở nhưng lại đang cố xóa tội cho anh họ mình. Đằng sau nó, việc này ám chỉ đã có một người bị bắt nhầm."

"Nhưng đó chính xác là những gì đã diễn ra. Và có hai trường hợp bị kết án oan nữa." Rhyme nhắc để Malloy nhớ lại về hai vụ cưỡng dâm và đánh cắp tiền xu mà Flintlock đã đề cập. "Tôi tin còn nhiều trường hợp khác... Anh biết nguyên tắc Locard mà, đúng không Joe?"

"Nó nằm trong cuốn sách anh đọc ở học viện, đúng không?"

Nhà tội phạm học người Pháp Edmond Locard cho rằng, bất cứ khi nào một tội ác diễn ra, luôn có sự di dời bằng chứng từ kẻ thủ ác tới hiện trường hoặc nạn nhân. Đặc biệt là bằng chứng liên quan đến các loại bụi, đất. Mối liên hệ có thể rất khó tìm ra nhưng luôn tồn tại.

"Những gì chúng ta làm đều dựa theo nguyên tắc Locard, Joe. Nhưng có một tên tội phạm đang sử dụng nó như một vũ khí chống lại chúng ta. Đó là phương pháp hành động của hắn. Hắn giết người và tẩu thoát, còn một người khác bị kết án vì tội ác đó. Hắn biết chính xác thời điểm thích hợp để gây án, loại bằng chứng nào nên ngụy tạo, và ngụy tạo vào thời điểm nào. Các đội điều tra hiện trường, các thám tử, các kỹ thuật viên phòng thí nghiệm, các công tố viên và thẩm phán... hắn biến tất cả thành đồng lõa của mình. Việc này không có gì liên quan tới anh họ tôi hết, Joseph. Nó liên quan tới việc chặn đứng một kẻ cực kỳ nguy hiểm."

Lần này là im lặng hoàn toàn, không có tiếng thở dài nào nữa.

"Okay, tôi sẽ phê chuẩn."

Sellitto nhướn một bên mày.

"Với điều kiện tôi phải được báo trước. Các anh phải báo lại cho tôi mọi tiến triển trong vụ này. Tất cả mọi thứ."

"Tất nhiên thưa ngài."

"Và, Lon, nếu cố qua mặt tôi lần nữa, tôi sẽ chuyển anh sang bên Ngân sách. Hiểu ý tôi rồi chứ?"

"Vâng, thưa đại úy. Rất rõ."

"Vì anh đang tham gia vào vụ của Lincoln, Lon, tôi chắc anh muốn rút khỏi vụ Vladimir Dienko."

"Petey Jimenez đã bắt nhịp với công việc. Cậu ta còn chạy đi chạy lại nhiều hơn tôi và chính cậu ta đã thiết lập toàn bộ kế hoạch cài bẫy."

"Còn Dellray đảm nhiệm việc liên lạc với đám cung cấp tin cũng như với các nhà chức trách liên bang đúng không?"

"Đúng thế."

"Okay, anh được rút khỏi vụ đó. *Một cách tạm thời.* Hãy gửi tới đây một báo cáo về hồ sơ mà các anh đã bắt đầu thiết lập về gã ma lanh này. Nghe cho rõ đây, tôi sẽ không đả động một lời nào và với bất cứ ai về chuyện những người vô tội bị tuyên án nhầm. Các vị cũng thế. Vấn đề này không được lật lại nữa. Tội ác duy nhất các vị điều tra là một vụ cưỡng dâm giết người xảy ra chiều nay. Phương pháp gây án của kẻ tình nghi là tìm cách đổ tội cho người khác nhưng đó là tất cả những gì các vị có thể nói và chỉ trong trường hợp chủ đề này xuất hiện. Đừng tự gợi chuyện ra và vì Chúa, không được hé răng với đám nhà báo về bất cứ chuyện gì."

"Tôi không nói với đám nhà báo", Rhyme nói. Không ai làm thế nếu có thể tránh được. "Nhưng chúng tôi cần xem qua các vụ án khác để hiểu hơn về phương thức hoạt động của hắn."

"Tôi đâu có nói các anh không thể", viên đại úy nói, cứng rắn nhưng không lên giọng. "Hãy báo cáo lại với tôi." Ông ta tắt máy.

"Xong. Chúng ta đã có một cuộc điều tra", Sellitto nói và chén nốt một phần tư chiếc bánh quy còn lại, chiêu thêm một ngụm cà phê.


Đứng bên lề đường cùng ba người mặc thường phục khác, Amelia Sachs đang trò chuyện với người đàn ông vóc người chắc nịch trước đó đã mở tung cửa chiếc Camaro và chĩa súng vào cô. Hóa ra anh ta không phải là Năm Hai Hai mà là một đặc vụ liên bang làm việc cho DEA[1].

"Chúng tôi đang cố chắp nối các đầu mối", anh ta nói, đồng thời liếc nhìn về phía cấp trên của mình, đặc vụ phụ trách văn phòng DEA ở khu Brooklyn.

Người trưởng nhóm nói: "Chúng ta sẽ biết nhiều hơn sau vài phút nữa".

Trước đó không lâu, Sachs ngồi trong chiếc xe của mình ngay trước mũi súng, từ từ đưa hai tay lên, xác nhận mình là một sĩ quan cảnh sát. Người đặc vụ tước súng và kiểm tra thẻ cá nhân của cô tới hai lần. Sau đó trả lại súng cho cô, lắc đầu. "Tôi không hiểu

---

[1] Cơ quan Bài trừ ma túy của Mỹ.

nổi nữa", anh ta nói. Anh ta xin lỗi song chẳng hề có biểu hiện nào cho thấy anh ta áy náy. Nói cho đúng, khuôn mặt đó chỉ thể hiện là anh ta không hiểu gì cả.

Một lát sau, sếp của anh ta cùng hai đặc vụ nữa xuất hiện.

Lúc này người trưởng nhóm nhận được một cuộc điện thoại và nghe máy trong vài phút. Sau đó, anh ta nóng nảy gập máy lại và giải thích với mọi người. Không lâu trước đó, đã có một cú điện thoại nặc danh từ điện thoại trả trước trình báo về một phụ nữ có đặc điểm nhận dạng hoàn toàn khớp với Sachs vừa bắn một người khác trong một cuộc tranh chấp liên quan tới ma túy.

"Chúng tôi đang tiến hành một chiến dịch tại khu vực này để điều tra về vài vụ hạ sát những kẻ bán lẻ và cung cấp ma túy." Anh ta nói và gật đầu ra hiệu cho một nhân viên của mình, chính là người đã định bắt Sachs. "Anthony sống cách đây một tòa nhà. Anh ấy được cử tới đây để đánh giá tình hình trong khi tập hợp lực lượng."

Anthony nói thêm: "Tôi nghĩ cô đang định chuồn, vậy là tôi nhặt mấy chiếc túi đựng đồ ăn cũ và tiếp cận. Tôi không biết...". Giờ đây anh ta mới nhận ra sự nghiêm trọng của vấn đề suýt nữa mình đã gây ra. Mặt anh ta tái xám, còn Sachs chợt nhớ ra những khẩu Glock có cò rất nhạy. Suýt chút nữa cô đã gặp nguy hiểm tới tính mạng.

"Cô đang làm gì ở đây vậy?", trưởng nhóm đặc vụ hỏi.

"Chúng tôi có một vụ cưỡng dâm giết người." Cô không nói gì về chuyện thủ phạm cài bẫy người vô tội làm vật thế thân. "Tôi đoán kẻ đó đã phát hiện ra tôi và gọi cú điện thoại để làm chậm bước truy đuổi của chúng tôi."

Hoặc khiến tôi bị hạ trong một vụ bắn nhầm.

Viên đặc vụ lắc đầu, trán cau lại.

"Gì vậy?", Sachs hỏi.

"Tôi đang nghĩ gã này quả là ma mãnh. Nếu hắn gọi Sở Cảnh sát New York, như phần lớn mọi người sẽ làm, họ chắc chắn biết rõ về chuyên án của cô cũng như cô là ai. Nhưng hắn lại gọi cho chúng tôi. Tất cả những gì chúng tôi biết, cô là kẻ vừa bắn người và chúng tôi sẽ phải tiếp cận một cách thận trọng, sẵn sàng bắn hạ cô nếu cô rút vũ khí." Một cái cau mày. "Quả là ma mãnh."

"Và thực sự khiến người ta có thể phát điên", Anthony nói, mặt vẫn trắng bệch.

Sau khi nhóm đặc vụ dời đi, Sachs lập tức bấm nút quay số nhanh.

Khi Rhyme trả lời, cô thuật lại cho anh biết sự kiện vừa xảy ra.

Anh lắng nghe chăm chú, sau đó hỏi: "Hắn gọi cho đặc vụ liên bang?".

"Phải."

"Có vẻ hắn biết rõ bọn họ đang thực hiện một chiến dịch truy quét ma túy và cũng biết được tay đặc vụ định còng tay em sống ngay gần đó."

"Hắn không thể biết được", cô phản đối.

"Có thể là không. Nhưng chắc chắn hắn biết một điều."

"Điều gì?"

"Hắn biết chính xác em đang ở đâu. Có nghĩa là hắn đang theo dõi em. Hãy cẩn thận, Sachs."

Rhyme đang thuật lại cho Sellitto chuyện kẻ họ đang săn đuổi đã cài bẫy Sachs ra sao ở khu Brooklyn.

"Hắn đã làm thế ư?"

"Có vẻ là vậy."

Họ còn đang thảo luận xem thủ phạm đã có được thông tin bằng cách nào và chưa đi tới được một kết luận hữu ích thì chuông điện thoại réo vang. Rhyme nhìn danh tính người gọi và khẩn trương trả lời. "Chào thanh tra."

Giọng Longhurst vang lên trong loa ngoài. "Thám tử Rhyme, anh khỏe chứ?"

"Vẫn ổn."

"Tốt quá. Tôi muốn báo cho anh biết: Chúng tôi đã tìm ra nơi ẩn náu của hắn. Không phải ở Manchester. Mà là Oldham, ngay gần đó. Phía đông thành phố." Sau đó nữ thanh tra cho anh biết những người bán tin cho Danny Krueger xác định có một người đàn ông, mà họ tin là Richard Logan, đã đặt mua một số bộ phận súng. "Không phải là những khẩu súng hoàn chỉnh nhưng nếu có cấu kiện cần thiết để sửa chữa, hoàn toàn có khả năng tạo ra một khẩu."

"Là các bộ phận súng trường?"

"Phải. Loại caliber lớn."

"Có danh tính gì không?"

"Không, nhưng họ cho rằng Logan là một quân nhân Mỹ. Có vẻ hắn đã hứa sẽ kiếm cho đám này nguồn cung cấp đạn giá thấp với số lượng lớn. Có thể hắn có đủ tài liệu chính thức của quân đội về danh sách và đặc tính kỹ thuật của những bộ phận đó."

"Vậy hắn sắp thực hiện vụ ám sát tại London."

"Có vẻ như vậy. Bây giờ, về địa điểm ẩn náu của hắn: Chúng tôi có nội gián trong cộng đồng sử dụng tiếng Hindi ở Oldham. Hoạt động của họ rất tốt. Họ biết được một người Mỹ thuê một ngôi nhà cũ ở ngoại ô thị trấn. Đã xác định được ngôi nhà. Vẫn chưa tiến hành lục soát. Đội chúng tôi đã có thể thực hiện việc này, nhưng tốt nhất cần trao đổi trước với anh."

Longhurst tiếp tục: "Thám tử, tôi cảm thấy lúc này hắn vẫn chưa biết chúng ta đã phát hiện ra nơi ẩn náu của hắn. Tôi ngờ rằng rất có thể trong ngôi nhà đó chứa đựng nhiều thông tin hữu ích. Tôi đã gọi điện cho MI5 và mượn được một thiết bị chuyên dụng đắt tiền. Một chiếc camera quay phim độ nét cao. Nhân viên của chúng tôi sẽ đeo chiếc camera đó và anh sẽ hướng dẫn người này trong toàn bộ quá trình lục soát hiện trường sau đó nói cho chúng tôi biết những gì anh nghĩ. Thiết bị đó sẽ sẵn sàng tại hiện trường trong khoảng bốn mươi phút nữa".

Để kiểm tra kỹ lưỡng ngôi nhà kể cả các lối ra vào, ngăn kéo, phòng vệ sinh, nhà kho, chăn đệm... sẽ mất gần hết một đêm.

Tại sao lại đúng lúc này? Năm Hai Hai đang là một mối đe dọa thực sự trước mắt. Trên thực tế, nếu xem xét về trình tự thời gian, so sánh với các vụ trước, vụ của anh họ anh và vụ án mạng vừa xảy ra hôm nay, các tội ác của hắn đang diễn ra mỗi lúc một gần nhau hơn. Và anh đặc biệt quan ngại về sự kiện sau chót: Năm Hai Hai đã quay sang tấn công chính họ và suýt nữa đã khiến Sachs bị bắn.

Phải lựa chọn thế nào đây?

Sau một khắc đắn đo suy nghĩ, anh nói: "Thanh tra, tôi lấy làm tiếc, tại đây đang xảy ra một việc rất nghiêm trọng. Một loạt các vụ án mạng xảy ra. Tôi cần tập trung vào chúng".

"Tôi hiểu." Vẫn là sự tế nhị và điềm tĩnh bất di bất dịch của người Anh.

"Tôi đành phải để lại toàn bộ vụ này cho cô."

"Tất nhiên, thám tử. Tôi hiểu mà."

"Cô có toàn quyền đưa ra mọi quyết định."

"Tôi đánh giá cao sự tin cậy của anh. Chúng tôi sẽ giải quyết vụ này và thông báo lại sau. Có lẽ tôi phải gác máy rồi."

"Chúc may mắn."

"Anh cũng vậy."

Với Lincoln Rhyme, thật nặng nề khi phải từ bỏ một cuộc săn lùng, nhất là khi mục tiêu chính là tên tội phạm này.

Nhưng anh đã đưa ra quyết định. Giờ đây Năm Hai Hai sẽ là đối tượng săn đuổi duy nhất của anh.

"Mel, gọi điện thoại hỏi xem những bằng chứng lấy được ở Brooklyn đang ở chỗ quái quỷ nào rồi."

# CHƯƠNG 12

Okay, quả là một bất ngờ.

Henderson House Residence, địa chỉ trên mẩu giấy ghi chú ở khu Upper East Side cùng với việc Robert Jorgensen là bác sĩ phẫu thuật chỉnh hình đã khiến Amelia Sachs trông đợi nó sẽ là một nơi khá hơn thế này nhiều.

Đây hóa ra là một khu nhà cho thuê bẩn thỉu, tạm bợ của những gã nghiện ma túy và nát rượu. Gian tiền sảnh kê một mớ đồ đạc luộm thuộm, cũ kỹ, mốc meo, sặc mùi của tỏi, chất sát khuẩn và nước hoa xịt phòng rẻ tiền quyện với mùi mồ hôi chua khẳn. Chỗ trú ngụ của những kẻ vô gia cư khác đa số còn tiện nghi, sạch sẽ hơn nhiều.

Trước ngưỡng cửa xập xệ, cô dừng chân, quay đầu nhìn ra sau. Vẫn còn cảm thấy bất an về sự theo dõi của Năm Hai Hai, cũng như việc gã dễ dàng dắt mũi các đặc vụ liên bang ở Brooklyn, cô thận trọng quan sát đường phố xung quanh. Dường như không có ai để ý đến cô, nhưng lúc trước kẻ sát nhân cũng đã có mặt ngay gần nhà của DeLeon Williams và cô đã hoàn toàn bỏ qua hắn. Cô chăm chú quan sát một tòa nhà bỏ hoang nằm bên kia đường. Liệu có ai đang theo dõi cô từ một trong những khung cửa sổ bụi bặm đó không?

Hay đằng kia! Trên tầng hai có một cửa sổ lớn đã vỡ kính và cô dám chắc đã nhìn thấy thứ gì đó chuyển động trong bóng tối. Là một khuôn mặt? Hay một tia sáng chiếu xuống từ lỗ thủng trên mái nhà?

Sachs bước lại gần và quan sát kỹ lưỡng tòa nhà. Cô không tìm thấy ai và đi đến kết luận đôi mắt cô đã nhầm lẫn. Quay trở lại khu nhà cho thuê, cô cố hít thở thật nhẹ và bước vào. Đến bàn thường trực, cô giơ phù hiệu cảnh sát trước mặt anh chàng trực ban béo phì hết thuốc chữa. Anh ta chẳng hề ngạc nhiên hay ái ngại với sự xuất hiện của cớm. Cô được chỉ đường tới thang máy. Cửa thang máy vừa mở, mùi xú uế xông ra nồng nặc khiến cô không chịu nổi và quyết định lên bằng cầu thang bộ.

Nhăn mặt vì cơn đau từ khớp xương bị viêm, cô đẩy cánh cửa dẫn vào tầng sáu và tìm tới phòng 672. Cô gõ cửa, sau đó lùi sang một bên. "Cảnh sát đây, ông Jorgensen? Làm ơn mở cửa." Không biết người đàn ông này có mối quan hệ như thế nào với kẻ giết người, cô thận trọng để sẵn một bàn tay lên khẩu Glock, một vũ khí tốt, đáng tin cậy.

Không ai trả lời song cô đã nghe thấy tiếng miếng kim loại đậy lỗ quan sát trên cánh cửa mở ra.

"Cảnh sát đây", cô lặp lại.

"Để thẻ cảnh sát của cô dưới cánh cửa."

Cô làm theo.

Một khoảng im lặng, sau đó là tiếng chuỗi xích và một then ngang được tháo ra. Cánh cửa hé mở nhưng vẫn được giữ lại bằng một thanh chống an toàn. Khoảng trống tuy rộng hơn so với khe hở chiếc xích an toàn cho phép nhưng vẫn chưa đủ để một người có thể lách vào.

Một người đàn ông trung niên ló đầu ra. Mái tóc ông ta để dài, cáu bẩn, râu ria lởm chởm. Đôi mắt hiện rõ vẻ bối rối xen lẫn bực bội.

"Ông là Robert Jorgensen?"

Người đàn ông nhìn chằm chằm vào mặt cô rồi lại nhìn chiếc thẻ cảnh sát, quay nó giơ lên ánh sáng, mặc dù ô cửa kính hình chữ nhật đã mờ đục. Ông ta trả lại chiếc thẻ, tháo xích an toàn ra. Cánh cửa mở rộng. Người đàn ông ngó nghiêng kiểm tra gian sảnh phía sau lưng cô rồi ra hiệu cho cô vào phòng. Sachs thận trọng bước vào, tay vẫn đặt sát khẩu súng. Cô kiểm tra phòng và nhà vệ sinh. Trong phòng không còn ai khác và ông ta cũng không có vũ khí. "Ông là Robert Jorgensen?", cô hỏi lại.

Ông ta gật đầu.

Cô xem xét kỹ lưỡng hơn căn phòng tồi tàn. Trong phòng có một chiếc giường, một chiếc bàn, một chiếc ghế dựa, một ghế bành và một chiếc trường kỷ rách tướp. Tấm thảm sàn màu xám đậm lấm đầy vết bẩn. Một chiếc đèn duy nhất tỏa thứ ánh sáng vàng nhợt nhạt, những tấm mành đều được kéo xuống. Toàn bộ của nả của ông ta đều nằm trong bốn chiếc va li lớn và một chiếc túi thể thao. Căn phòng không có bếp nhưng góc phòng đặt một tủ lạnh cỡ nhỏ, hai chiếc lò vi sóng và một máy pha cà phê. Thực đơn của người đàn ông này chủ yếu là súp và mì ăn liền. Khoảng một trăm cặp tài liệu được sắp cẩn thận dựa vào tường.

Quần áo ông đang mặc có lẽ thuộc về một quãng thời gian khác, tốt đẹp hơn nhiều trong cuộc đời ông ta. Chúng là những món đồ đắt tiền nhưng giờ đây đã sờn trơ sợi và đầy vết bẩn. Đôi giày sang trọng gót đã mòn vẹt. Có thể đoán: ông ta đã mất giấy phép hành nghề y vì một rắc rối liên quan tới ma túy hay chứng nghiện rượu.

Lúc này, ông chủ nhà đang bận bịu làm công việc lạ lùng: cắt rời từng mảnh một cuốn sách y khoa dày bìa cứng. Một chiếc kính lúp đã được kẹp chặt vào bàn, ông ta đang xé các trang sách rồi cắt chúng thành những dải nhỏ.

Một chứng bệnh tâm thần có thể đã dẫn tới sự xuống dốc của ông ta.

"Cô đến đây vì những bức thư. Đã đến lúc rồi."

"Những bức thư?"

Ông ta nhìn cô nghi ngờ. "Không phải sao?"

"Tôi không biết về bất cứ bức thư nào cả."

"Tôi đã gửi thư tới Washington. Cô đã đọc chúng đúng không? Tôi đã gửi tới tất cả nhân viên công vụ, nhân viên an ninh của các vị. Chắc chắn cô phải biết, ai cũng phải biết... Cơ sở dữ liệu tội phạm và tất cả những thứ đó..."

"Tôi thực sự không hiểu ông muốn nói gì."

Người đàn ông có vẻ tin cô. "Vậy thì...", đôi mắt ông ta mở to, nhìn xuống túi cô. "Đợi đã, điện thoại di động của cô có mở máy không?"

"Tất nhiên là có."

"Lạy Chúa trên thiên đàng! Cô bị làm sao vậy?"

"Tôi..."

"Tại sao cô không cởi tuột hết quần áo ra luôn rồi lao xuống phố nói địa chỉ của mình cho bất cứ kẻ lạ mặt nào cô bắt gặp? Tháo pin ra. Không chỉ tắt máy. Lấy pin ra!"

"Tôi sẽ không làm thế."

"Lấy chúng ra. Nếu không, mời cô cuốn xéo khỏi đây ngay lập tức. Cả máy PDA[1] và máy nhắn tin nữa."

---

[1] Viết tắt của Personal Digital Assistant: máy hỗ trợ kỹ thuật số cá nhân.

Có vẻ như đây là một yêu cầu tiên quyết. Nhưng cô cương quyết nói: "Tôi không muốn bị mất bộ nhớ. Tôi sẽ tháo pin điện thoại và máy nhắn tin".

"Okay", ông ta hầm hừ và cúi người về phía trước trong khi cô tháo pin điện thoại và máy nhắn tin, đồng thời tắt chiếc PDA.

Tiếp đó, cô yêu cầu xem giấy tờ tùy thân của ông ta. Ông ta cự nự nhưng vẫn lấy ra một tấm bằng lái xe. Địa chỉ cấp ở Greenwich, Connecticut, một trong những đô thị sang trọng, lịch sự nhất trong nước. "Tôi không đến đây vì những bức thư, ông Jorgensen. Tôi chỉ có vài câu hỏi. Tôi sẽ không làm tốn nhiều thời gian của ông đâu."

Người đàn ông ra hiệu cho cô ngồi xuống chiếc trường kỷ nặng mùi đồng thời cũng ngồi xuống chiếc ghế cạnh bàn. Như thể không đừng nổi, ông ta quay lại với cuốn sách và dùng dao cạo cắt ra một mảnh gáy sách. Ông ta điều khiển con dao một cách thành thạo, tự tin và nhanh chóng. Sachs lấy làm mừng giữa họ vẫn có chiếc bàn ngăn cách, khẩu súng của cô có thể rút ra bất cứ lúc nào mà không gặp trở ngại.

"Ông Jorgensen, tôi đến đây vì một tội ác vừa xảy ra sáng nay."

"À, phải, tất nhiên rồi", môi bĩu lại, ông ta liếc nhìn Sachs lần nữa, thái độ hoàn toàn rõ ràng: cam chịu và khinh bỉ. "Vậy *lần này* tôi bị cho là đã làm những gì?"

*Lần này?*

"Đây là một vụ cưỡng dâm và giết người. Nhưng chúng tôi biết rõ ông không liên quan. Ông đã ở đây tại thời điểm án mạng xảy ra."

Một nụ cười tàn nhẫn hiện ra trên khuôn mặt vị chủ nhà. "Ái chà, theo dõi dấu vết tôi. Tất nhiên rồi." Rồi khuôn mặt ông ta cau lại. "Quỷ tha ma bắt." Câu này được dùng để dành cho thứ gì đó ông ta vừa tìm thấy hoặc không tìm được, trong mảnh gáy sách đã cắt rời. Người đàn ông vứt nó vào sọt rác. Sachs để ý thấy trong những chiếc túi rác mở hé miệng nhét đầy những mảnh vụn của quần áo, sách, tạp chí, thậm chí cả những chiếc hộp nhỏ. Bên trong chiếc lò vi sóng lớn hơn có một cuốn sách.

Chứng sợ mầm bệnh, cô đoán thầm.

Ông ta nhận ra cái nhìn của cô. "Dùng vi sóng là cách tốt nhất để hủy diệt chúng."

"Vi khuẩn? Hay virus?"

Người đàn ông phá lên cười trước câu hỏi, như thể cô đang bông đùa. Ông ta hất hàm về phía cuốn sách trước mặt mình. "Thực sự khó mà tìm ra chúng. Nhưng cô vẫn phải tìm thôi. Cô cần phải thấy rõ kẻ thù của mình trông ra sao." Lần này là một cái hất hàm về phía chiếc lò vi sóng. "Không lâu nữa bọn họ sẽ sản xuất ra những thứ mà cô không thể tiêu diệt được bằng cả vũ khí hạt nhân. Tốt hơn là hãy tin tôi đi."

*Bọn họ... chúng...* Sachs từng là nhân viên tuần tra trong Ban Tuần tra nhiều năm liền - một "di động", tiếng lóng trong giới cảnh sát. Cô đã làm việc ở khu vực Quảng trường Thời Đại ngay từ thuở ban đầu, trước khi nơi đó trở nên càng ngày càng giống với Bắc Disneyland. Nhân viên tuần tra Sachs đã có khá nhiều kinh nghiệm với những người vô gia cư hoặc có vấn đề về tâm thần. Cô nhận ra ngay những triệu chứng của chứng hoang tưởng, thậm chí cả bệnh tâm thần phân liệt.

"Ông có quen ai tên là DeLeon Williams không?"

"Không."

Cô đưa ra tên của các nạn nhân và những người bị cài bẫy khác, bao gồm cả anh họ Rhyme.

"Không, chưa bao giờ nghe nói đến ai trong số họ." Có vẻ như câu trả lời là thành thật. Cuốn sách thu hút toàn bộ sự chú ý của ông ta gần nửa phút. Ông ta cắt rời một trang sách, giơ lên cao và lại nhăn mặt, rồi ném trang sách đi.

"Ông Jorgensen, địa chỉ phòng ông đang ở đã được tìm thấy trên một mảnh ghi chú gần hiện trường vụ án mạng xảy ra hôm nay."

Bàn tay đang cầm con dao chợt sững lại như hóa đá. Ông ta nhìn cô với đôi mắt hốt hoảng như lên cơn sốt. Ông ta hỏi như người nghẹt thở: "Ở đâu? Cô đã tìm thấy nó ở chỗ nào vậy?".

"Trong một thùng rác ở Brooklyn. Nó bị dính vào bằng chứng. Có thể kẻ sát nhân đã vứt nó đi."

Ông ta thì thào hỏi, giọng lạc đi, "Cô có một cái tên chứ? Trông hắn thế nào? Nói cho tôi biết!". Ông ta nhổm người dậy, khuôn mặt đỏ lựng. Đôi môi run bần bật.

"Bình tĩnh nào, ông Jorgensen. Hãy bình tĩnh. Chúng tôi không hoàn toàn khẳng định chính hắn là kẻ đã vứt lại mảnh ghi chú."

"Ồ, chính là hắn đấy. Dám cược với cô chính là hắn. Thằng khốn nạn đó!" Ông ta chồm người ra phía trước. "Cô có một cái tên chứ?"

"Không."

"Chết tiệt, nói cho tôi biết! Hãy làm điều gì đó vì tôi, chứ không phải với tôi!"

Cô nghiêm giọng nói: "Nếu tôi có thể giúp ông, tôi sẽ giúp. Nhưng ông cần phải bình tĩnh. Ông đang nói về ai vậy?".

Người đàn ông buông rơi con dao, ngồi phịch xuống ghế, hai tay buông thõng. Một nụ cười cay đắng xuất hiện trên khuôn mặt ông ta. "Ai? Ai? Tất nhiên là Chúa, còn ai vào đây nữa."

"Chúa?"

"Và tôi là Job - con người vô tội phải chịu đựng sự hành hạ kinh khủng nhất của Chúa. Tất cả những thử thách ông ta phải chịu đựng chẳng là gì với những gì tôi đã phải trải qua... Ôi, chính là hắn. Hắn đã tìm ra nơi tôi đang sống và ghi lại trong mảnh ghi chú mà các người tìm thấy. Tôi nghĩ mình đã trốn thoát. Nhưng hắn lại tìm thấy tôi."

Sachs nghĩ cô đã nhìn thấy những giọt nước mắt trào ra. Cô hỏi: "Tất cả chuyện này là gì? Hãy nói cho tôi biết đi". Jorgensen đưa tay lên vuốt mặt. "Mấy năm trước tôi từng là một bác sĩ có giấy phép hành nghề ở Connecticut. Tôi có người vợ và hai đứa trẻ tuyệt vời. Tiền trong ngân hàng không thiếu, cuộc sống về hưu được đảm bảo, chúng tôi có cả một căn nhà nghỉ nữa. Cuộc sống thoải mái, tôi đã rất hạnh phúc. Thế rồi mọi chuyện bắt đầu xảy ra, ban đầu chưa có gì lớn. Tôi làm thủ tục để nghị cấp thẻ tín dụng mới, để hưởng ưu đãi trong chương trình dành cho khách hàng trung thành của hãng hàng không. Nhưng tôi đã bị từ chối, công ty nói tôi là người có nguy cơ về tín dụng vì đã chuyển nhà đến ba lần trong sáu tháng trước đó. Tôi nghĩ đó chỉ là một sự nhầm lẫn. Tôi kiếm được ba trăm nghìn đô la một năm, chưa bao giờ quá hạn thanh toán thẻ tín dụng hay trả tiền vay thế chấp trong đời mình... Và tôi không hề chuyển nhà. Một kẻ nào đó đã lấy tên, số bảo hiểm xã hội và thông tin tín dụng của tôi để thuê những căn hộ nhưng không trả tiền. Trước đó hắn còn mua sắm đồ đạc hết gần một trăm nghìn đô la và cho chuyển tới những căn hộ đó."

"Đánh cắp danh tính?"

"Ôi, đó là tội đánh cắp danh tính khủng khiếp nhất có thể xảy ra. Hắn đã dùng tên tôi lập các thẻ tín dụng, tạo ra những hóa đơn thanh toán khổng lồ, gửi đơn đặt hàng tới nhiều địa chỉ khác nhau. Và tất nhiên không bao giờ thanh toán chúng. Khi tôi vừa biết được một vụ, hắn đã lại gây ra một vụ khác. Mọi thông tin riêng tư về tôi hắn đều biết. Tên thời con gái của mẹ tôi, ngày sinh của bà, tên con chó đầu tiên của tôi, chiếc xe đầu tiên của tôi, mọi thứ mà các công ty hay hỏi để làm mật khẩu. Hắn có tất cả số điện thoại cũng như số thẻ gọi của tôi. Hắn đã tạo ra hóa đơn điện thoại đến mười nghìn đô la. Bằng cách nào ư? Hắn gọi điện hỏi thời gian và nhiệt độ ở Mát xcơ va, Singapore hay Sydney rồi để máy treo như thế trong hàng giờ liền."

"Tại sao?"

"Tại sao? Cô còn hỏi tôi ư. Bởi vì hắn là Chúa. Còn tôi là Job... Thằng khốn nạn đó đã dùng tên tôi mua cả một ngôi nhà! Và sau đó không thanh toán tiền. Tôi chỉ phát hiện ra chuyện này khi một luật sư của công ty chuyên thu nợ tìm đến phòng khám của tôi ở New York và hỏi về việc thanh toán khoản tiền ba trăm bảy mươi nghìn đô la. Hắn cũng tạo ra một khoản nợ đánh bạc trực tuyến nữa.

"Hắn giả mạo tôi để tạo ra những yêu cầu thanh toán bảo hiểm, vậy là công ty bảo hiểm bỏ rơi tôi. Tôi không thể mở phòng khám mà không có bảo hiểm rủi ro nghề nghiệp bác sĩ. Chúng tôi đành phải bán nhà, đến đồng xu cuối cùng đều phải dùng vào việc trang trải những hóa đơn đòi nợ đang ào ào ập xuống đầu, lúc đó đã lên tới khoảng hai triệu đô la."

"Hai triệu?"

Jorgensen nhắm nghiền hai mắt lại trong khoảnh khắc. "Mọi việc còn trở nên tồi tệ hơn nữa. Khi tất cả những chuyện vừa rồi xảy ra, vợ tôi luôn có mặt bên tôi... cho tới khi hắn gửi những món quà đắt tiền được mua bằng thẻ tín dụng của tôi tới vài người y tá từng làm việc ở phòng khám, kèm theo những lời mời mọc và nhận xét đầy ngụ ý. Một người trong số họ để lại lời cảm ơn và nói rằng cô ta sẵn sàng đi chơi với tôi vào dịp cuối tuần. Con gái tôi nghe được lời nhắn này và khóc nức nở khi kể lại với vợ tôi. Tôi nghĩ cô ấy tin tôi không làm gì sai trái. Nhưng bốn tháng trước cô ấy vẫn bỏ tôi để chuyển tới sống cùng chị gái ở Colorado."

"Tôi rất tiếc."

"Tiếc ư? Được thôi, rất cảm ơn cô. Nhưng tôi vẫn chưa kể xong đâu. Sau khi vợ tôi bỏ đi, tôi phải đối mặt với việc bị bắt giữ. Những khẩu súng được mua bằng thẻ tín dụng cùng một bằng lái xe giả mang tên tôi đã được dùng trong những vụ cướp có vũ trang ở phía đông New York, New Haven, Yorkers và làm trọng thương một nhân viên ngân hàng. Văn phòng Cục Điều tra Liên bang tại New York đã bắt tôi. Cuối cùng họ thả tôi ra nhưng tôi vẫn có tiền sử bị bắt giữ trong lý lịch. Một vết nhơ mãi mãi không xóa được. Sau đó, đến lượt Cơ quan Bài trừ ma túy bắt giữ tôi vì họ đã tìm ra dấu vết liên quan tới việc nhập khẩu trái phép một số loại thuốc cần kê đơn trong nhà tôi.

"À, tôi đã phải ngồi tù một thời gian, tất nhiên không phải là tôi mà là kẻ hắn đã bán cho thẻ tín dụng và bằng lái xe giả mang tên tôi. Tên thật của kẻ đó là gì thì không ai biết. Nhưng với thế giới này, tài liệu lưu trữ của chính phủ cho biết Robert Samuel Jorgensen, số bảo hiểm xã hội 923 674 182, cư trú ở Greenwich, Connecticut, là một tù nhân. Nó cũng nằm trong lý lịch của tôi. *Mãi mãi.*"

"Đáng ra ông phải kiện, phải báo cảnh sát."

Ông ta chế nhạo: "Ồ, thôi đi. Cô cũng là cớm mà. Cô biết quá rõ một vụ kiểu này sẽ ở đâu trong thứ tự ưu tiên của cảnh sát chứ? Chỉ ngay trên vụ xử phạt đi bộ sai luật giao thông".

"Ông có biết được điều gì có thể giúp ích cho chúng tôi không? Bất kỳ điều gì về hắn? Độ tuổi, màu da, học vấn, nơi ở?"

"Không, chẳng có gì hết. Cho dù nhìn vào đâu tôi cũng chỉ thấy có mỗi một người: chính tôi. Hắn đã cướp mất bản thân tôi khỏi con người tôi... Ôi, người ta lúc nào chả nói các biện pháp an toàn, quy trình bảo vệ. Nhảm nhí hết. Phải, nếu cô mất thẻ tín dụng, có thể cô vẫn an toàn ở một mức độ nào đó. Nhưng nếu kẻ nào muốn hủy hoại cuộc đời cô, cô chẳng thể làm gì được. Người ta luôn tin vào những gì mà những chiếc máy tính cung cấp. Nếu máy tính nói cô đang nợ tiền thì có nghĩa là cô đang nợ tiền. Nếu chúng nói cô là một mối rủi ro tồi tệ về bảo hiểm thì cô đúng là vậy. Báo cáo nói cô không còn khoản tín dụng nào thì là cô đã hết sạch tín dụng, cho dù cô có là triệu phú đi nữa. Loài người tin vào dữ liệu và bất cần sự thật."

"À, cô muốn biết công việc mới đây nhất của tôi là gì không?" Người đàn ông đứng bật dậy, mở chiếc tủ lấy ra một bộ đồng phục của người giao đồ ăn nhanh. Rồi Jorgensen quay lại bàn và tiếp tục việc cắt xẻ cuốn sách, vừa làm vừa lầm bẩm, "Tao sẽ tìm ra mày, đồ mắc dịch". Ông ta ngước mắt lên. "Cô có muốn biết phần tệ hại nhất của tất cả chuyện này không?"

Cô gật đầu.

"Hắn không bao giờ sống trong những căn hộ mà hắn thuê dưới tên tôi. Hắn không bao giờ bán những lô thuốc nhập bất hợp pháp. Cũng chẳng hề nhận những món hàng hắn đã đặt. Đám cảnh sát tìm thấy tất cả những thứ đó. Hắn cũng chưa từng sống trong ngôi nhà xinh xắn mà hắn đã mua. Hiểu chứ? Mục đích duy nhất của hắn là hành hạ tôi. Hắn là Chúa, tôi là Job."

Sachs nhìn thấy một bức ảnh trên mặt bàn. Bức hình chụp Jorgensen và người phụ nữ tóc vàng trạc tuổi ông ta, hai người đang vòng tay ôm lấy một cô bé vị thành niên và một cậu bé con. Ngôi nhà đằng sau trông rất đẹp. Cô tự hỏi nếu đúng kẻ đứng sau việc này chính là tên tội phạm họ đang tìm kiếm - Năm Hai Hai - thì tại sao hắn lại nhọc công làm tất cả việc đó để hủy hoại cuộc đời một con người. Liệu có phải hắn đang thử nghiệm phương pháp sẽ sử dụng để tiếp cận nạn nhân và cài bẫy người thế thân? Liệu Robert Jorgensen có phải là vật thí nghiệm của hắn?

Hay Năm Hai Hai là một gã bệnh hoạn độc ác? Những gì hắn gây ra cho Jorgensen có thể gọi là một vụ bạo hành tinh thần.

"Tôi nghĩ ông nên tìm một nơi khác để sống, ông Jorgensen."

Một nụ cười cam chịu đáp lại cô. "Tôi biết. Như thế an toàn hơn."

Sachs thầm nghĩ tới cách diễn đạt bố cô từng sử dụng. Nó mô tả khá chính xác cách nhìn của cô về cuộc đời. "Khi ta vận động, họ không thể bắt được ta..."

Người đàn ông hất hàm về phía cuốn sách. "Cô có biết làm cách nào hắn tìm ra tôi ở đây không? Mọi thứ bắt đầu trở nên tồi tệ sau khi tôi mua cuốn sách đó. Tôi nghĩ rằng câu trả lời ẩn chứa trong đó. Tôi đã dỡ tung nó ra nhưng vô ích. Chắc chắn phải có câu trả lời bên trong cuốn sách đó. Chắc chắn *phải* có!"

"Chính xác thì ông đang tìm kiếm cái gì?"

"Cô không biết sao?"

"Không."

"Tất nhiên là thiết bị định vị rồi. Người ta gắn chúng vào sách, quần áo... Chẳng bao lâu nữa chúng sẽ có mặt trong mọi thứ."

Vậy là không phải mầm bệnh.

"Lò vi sóng vô hiệu hóa được các thiết bị định vị sao?", cô hỏi, tìm cách gợi chuyện.

"Phần lớn. Cô có thể phá hủy ăng ten nhưng ngày nay thường thiết bị định vị đã trở nên quá nhỏ, chỉ có thể nhìn qua kính hiển vi." Jorgensen chợt im bặt, cô nhận ra ông ta đang nhìn cô đầy ngụ ý như thể đang suy nghĩ điều gì đó. Rồi lên tiếng. "Cô cầm lấy nó đi."

"Cái gì?"

"Cuốn sách." Đôi mắt ông ta đảo quanh phòng như một người điên. "Nó chứa đựng câu trả lời bên trong, câu trả lời cho mọi thứ xảy đến với tôi... Xin cô đấy! Cô là người đầu tiên đã không đảo mắt lảng tránh khi tôi kể câu chuyện của mình, là người duy nhất đã không nhìn tôi như thể tôi là một gã điên."

Người đàn ông ngồi xuống, cúi người về phía trước. "Cô cũng muốn tóm cổ hắn chẳng kém gì tôi. Tôi dám cược cô có trong tay mọi thứ thiết bị cần thiết. Máy quét hiển vi, các loại cảm biến... Cô có thể tìm ra nó! Nó sẽ dẫn cô tới hắn. Phải!" Ông ta chìa cuốn sách về phía cô.

"Thú thực, tôi không rõ chúng tôi đang tìm cái gì nữa."

Người đàn ông gật đầu ra vẻ thông cảm. "Ồ, cô không cần phải giải thích với tôi đâu. Rắc rối là ở chỗ đó. Chúng luôn thay đổi không ngừng. Chúng luôn đi trước chúng ta một bước. Nhưng hãy làm ơn..."

*Chúng...*

Cô cầm lấy cuốn sách, băn khoăn không biết có nên nhét nó vào chiếc túi đựng bằng chứng và gắn tấm thẻ kiểm soát lên không. Cô mường tượng mình trông sẽ lố bịch thế nào khi quay về nhà của Rhyme. Có lẽ chỉ nên lặng lẽ cầm theo cuốn sách.

Người đàn ông nhô người qua bàn, nắm chặt lấy tay cô. "Cảm ơn cô." Và ông ta lại bật khóc.

"Vậy ông sẽ chuyển đi?"

Ông ta nói: "Đó là điều tôi phải làm", rồi cho cô biết tên của một nhà trọ tạm bợ nằm ở khu Lower East Side. "Đừng ghi lại địa chỉ. Đừng nói với bất cứ ai. Đừng nhắc đến tôi qua điện thoại. Bọn chúng lúc nào cũng lắng nghe."

"Hãy gọi tôi nếu ông nhớ ra được điều gì về... Chúa." Cô đưa cho ông ta tấm card của mình.

Người đàn ông ghi nhớ những thông tin trên tấm thẻ rồi xé vụn ra từng mảnh. Sau đó, ông ta đi vào nhà vệ sinh, ném một nửa chúng xuống bồn cầu rồi giật nước. Ông ta nhận ra vẻ tò mò của cô. "Tôi sẽ xả nốt nửa còn lại sau. Xả đi toàn bộ một thứ gì đó cùng một lúc cũng ngu ngốc không kém gì để lại các hóa đơn trong hộp thư mà không thèm khóa. Con người ta ngu ngốc như vậy đó."

Người đàn ông dẫn cô ra cửa, đứng sát cạnh cô. Mùi quần áo đã lâu chưa giặt xộc vào mũi. Đôi mắt đỏ ngầu của ông ta nhìn cô dữ dằn. "Cô cảnh sát, hãy nghe tôi nói đây. Tôi biết cô có một khẩu súng to đùng. Nhưng nó chẳng có ích gì với một gã như hắn đâu. Cô cần phải tiếp cận thật gần trước khi có thể bắn hắn. Nhưng hắn lại chẳng cần phải tiếp cận cô. Hắn có thể ngồi trong một căn phòng tối tăm ở đâu đó, vừa nhâm nhi một ly rượu vang vừa nghiền nát cuộc đời cô thành từng mảnh." Jorgensen hất hàm về phía cuốn sách đang nằm trong tay cô. "Và giờ đây khi cô đã cầm nó trong tay, cô cũng bị theo dõi."

# CHƯƠNG 13

Tôi đã kiểm tra các bản tin, ngày nay có vô số cách thức hữu hiệu để thu thập thông tin và không thấy nói gì về một nhân viên cảnh sát tóc đỏ bị đồng nghiệp trong lực lượng bảo vệ luật pháp bắn hạ ở Brooklyn.

Nhưng ít nhất *bọn chúng* đã có một phen phát hoảng.

Giờ hẳn *bọn chúng* đang rất bực bội.

Tốt. Tại sao chỉ có tôi phải cảm thấy bực bội?

Vừa bước đi tôi vừa suy nghĩ: Việc này đã diễn ra như thế nào? Tại sao lại có thể *xảy ra được?*

Chuyện này thật không tốt, không tốt chút nào hết...

*Bọn chúng* biết chính xác tôi đang làm gì, nạn nhân của tôi là ai.

Và biết rằng tôi đang trên đường tới nơi ở của DeLeon 6832, vào *đúng thời điểm đó.*

Bằng cách nào?

Tìm kiếm, tập hợp và phân tích các dữ liệu. Không, tôi không thể hiểu *bọn chúng* đã làm được điều đó bằng cách nào.

Ít nhất là chưa thể. Cần phải suy nghĩ nhiều hơn nữa.

Tôi không có đủ thông tin. Làm sao tôi có thể rút ra kết luận nếu không có dữ liệu? Bằng cách nào?

A, chậm lại, chậm lại đã, tôi tự nói với mình. Khi các *mười sáu chữ số* bước đi quá nhanh, họ để rò rỉ các dữ liệu, bộc lộ ra đủ loại thông tin, ít nhất với những người thông minh, có khả năng suy luận như tôi có thể nhận ra được.

Chủ nhật đối với tôi đã không còn đẹp nữa. Những con phố toàn một màu xám xịt. Ánh sáng mặt trời thật bức bối, ô uế. Thành phố lạnh lẽo, những bờ hè xác xơ nham nhở. Đám *mười sáu chữ số* đang cười cợt, vênh vang với bộ dạng thật phô trương.

Tôi ghét tất cả chúng!

Nhưng hãy cúi đầu xuống, làm bộ tận hưởng một ngày đẹp trời đi.

Nhất là hãy suy nghĩ. Thử phân tích xem. Một chiếc máy tính, khi đối diện với một vấn đề, sẽ phân tích dữ liệu ra sao?

Suy nghĩ. *Bọn chúng* đã phát hiện ra bằng cách nào?

Một tòa nhà, hai tòa, ba tòa, bốn...

Không có câu trả lời nào xuất hiện. Chỉ có kết luận: *Bọn chúng* khá thông minh. Một câu hỏi nữa: Chính xác *bọn chúng* là những kẻ nào? Tôi cho rằng...

Tôi chợt sững người trước một ý nghĩ khủng khiếp. Ôi, không... Tôi dừng lại, thò tay vào trong ba lô. Không, không, không, nó biến mất rồi! Mảnh giấy ghi chú, dính vào túi đựng các bằng chứng, tôi đã quên gỡ nó trước khi vứt túi đi. Địa chỉ của *mười sáu chữ số* mà tôi ưa thích nhất: 3694 - 8938 - 5330 - 2498, con vật cưng của tôi - được thế giới biết đến dưới tên bác sĩ Robert Jorgensen. Tôi vừa tìm ra nơi hắn lẩn trốn và ghi lại vào một mảnh giấy. Tôi giận điên người vì đã không ghi nhớ địa chỉ đó rồi hủy đi.

Tôi ghét chính mình, ghét mọi thứ. Làm sao tôi có thể bất cẩn vậy chứ?

Tôi muốn muốn gào lên.

Robert 3694 của tôi! Suốt hai năm trời, hắn là chú chuột lang của tôi, là vật thí nghiệm trên nhân loại của tôi. Thông tin cá nhân, đánh cắp danh tính, thẻ tín dụng...

Nhưng, hơn tất cả, quá trình hủy hoại hắn quả là một đỉnh cao vĩ đại. Cực điểm của cảm xúc, không thể tả bằng lời. Giống như cocain hay heroin vậy. Chọn ra người đàn ông của một gia đình hoàn toàn bình thường, hạnh phúc, một bác sĩ giỏi, tận tụy và hủy hoại ông ta.

Tôi không thể để xảy ra bất cứ sai sót nào. Giả thiết rằng ai đó đã tìm thấy mảnh giấy và tìm tới hắn ta. Hắn sẽ chạy trốn... và tôi sẽ phải để cho hắn chạy.

Lại có một thứ gì đó của tôi bị lấy đi mất trong ngày hôm nay. Tôi không thể mô tả nổi cảm giác của mình. Đau đớn như bị lửa thiêu, sợ hãi như trong cơn hoảng loạn. Nó khiến tôi cảm thấy như mình đang rơi tự do và sẽ đập xuống mặt đất mờ ảo bên dưới bất cứ lúc nào nhưng... không... hẳn.

Tôi lách qua bầy linh dương, những *mười sáu chữ số* đang đổ xô ra đường trong ngày nghỉ. Hạnh phúc của tôi đã bị hủy hoại, cảm giác thư thái, dễ chịu biến mất hoàn toàn. Chỉ mới vài giờ trước đây thôi, tôi đang ngắm nhìn bọn chúng với sự tò mò vô hại và cảm giác thèm muốn, thì nay tôi chỉ muốn trút giận lên đầu một kẻ nào đó, cắt lát làn da trắng bệch của hắn thành những miếng mỏng như vỏ cà chua bằng một trong những con dao cạo kiểu 89 của tôi.

Đó là dao cạo hiệu Krusius Brothers, kiểu cuối thế kỷ mười chín. Nó có một lưỡi dài, cán cầm bằng sừng hươu rất đẹp và cũng là niềm tự hào trong bộ sưu tập của tôi.

"Các bằng chứng, Mel. Chúng ta hãy xem xét chúng."

Rhyme đang nói tới những thứ đã được lấy từ chiếc thùng rác gần nhà DeLeon Williams.

"Có dấu vân tay nào không?"

Vật đầu tiên Cooper kiểm tra vân tay là những chiếc túi nilon, gồm chiếc túi đựng những bằng chứng mà Năm Hai Hai định sử dụng để sắp đặt và những chiếc túi ở bên trong, đựng một ít máu vẫn chưa đông và một chiếc khăn giấy dính đầy máu. Nhưng kết quả thật đáng thất vọng: trên những chiếc túi này không hề có dấu vân tay, mặc dù chất liệu của chúng lưu giữ dấu vân tay rất tốt (hoàn toàn có thể nhìn thấy được dấu vân tay một cách rõ ràng chứ không chỉ là dấu ẩn và không cần đến các hóa chất hay nguồn chiếu sáng đặc biệt). Cooper tìm thấy những dấu vết cho thấy kẻ tình nghi đã đeo găng tay bằng vải bông khi tiếp xúc với những chiếc túi. Những kẻ tội phạm giàu kinh nghiệm ưa dùng loại này hơn găng cao su vì cao su giữ dấu vân tay bên trong các ngón của găng rất tốt. Sử dụng nhiều loại hóa chất và đèn soi khác nhau, Mel Cooper tiếp tục kiểm tra những vật còn lại và cũng không tìm ra được dấu vân tay nào.

Rhyme hiểu rõ những vụ án Năm Hai Hai là thủ phạm khác biệt rõ rệt với những vụ thông thường ở chỗ nó chứa đựng hai loại bằng chứng. Thứ nhất, những bằng chứng giả mà kẻ sát nhân chủ định sắp đặt để đổ tội cho người khác mà lần này là DeLeon Williams, thủ phạm chắc hẳn đã đảm bảo rằng không có thứ nào trong đó có thể trở thành đầu mối giúp lần ngược trở lại hắn. Thứ hai, những bằng chứng thực sự mà hắn đã vô tình để lại và rất có thể sẽ dẫn tới nơi ở của hắn, chẳng hạn như vết tàn thuốc lá và mẫu tóc búp bê.

Chiếc khăn giấy đẫm máu cùng chỗ máu chưa đông thuộc về loại thứ nhất, được để lại một cách có chủ định. Tương tự là cuộn băng dính, có lẽ theo dự kiến sẽ được bỏ vào ga ra hay xe hơi của Williams, chắc chắn sẽ phù hợp với những đoạn băng dính được dùng để bịt mồm hay trói Myra Weiburg. Nhưng chắc hẳn cuộn băng dính này đã được cẩn thận giữ cách xa nơi ở của Năm Hai Hai để không tạo ra bất cứ dấu vết nào.

Chiếc giày chạy hiệu Sure-Track cỡ 13 có lẽ sẽ không được bỏ vào nhà Williams nhưng nó vẫn thuộc về loại bằng chứng "sắp đặt" vì Năm Hai Hai chắc chắn đã dùng nó để tạo ra vết giày tương tự như vết giày của Williams. Tuy vậy, Mel Cooper vẫn kiểm tra và tìm ra vết bia dính vào đế giày. Theo tài liệu về các nguyên liệu sử dụng trong đồ uống lên men, được Rhyme xây dựng cho Sở Cảnh sát New York nhiều năm trước, vết bia này có nhiều khả năng thuộc về nhãn bia Miller. Dấu vết này có thể thuộc về một trong hai loại - được sắp đặt hay thực thụ. Họ cần đợi xem Pulaski thu thập được những gì từ hiện trường vụ sát hại Myra Weinburg để biết chắc chắn.

Trong túi cũng có một bức ảnh Myra được in từ máy tính, có lẽ để tạo giả thiết Williams đã làm quen với cô gái trên mạng; có nghĩa đây cũng là một bằng chứng được sắp đặt. Tuy vậy, Rhyme vẫn yêu cầu Cooper kiểm tra kỹ bức ảnh, nhưng xét nghiệm với thuốc thử Ninhydrin không phát hiện được vết vân tay nào. Các phân tích hiển vi và hóa học cho biết bức ảnh được in trên một loại giấy thông dụng không thể lần ra được nguồn gốc, trên một chiếc máy in laser hiệu Hewlett-Packard, ngoài ra không có gì khác.

Nhưng họ đã có một phát hiện rất có thể sẽ hữu ích. Rhyme và Cooper tìm thấy thứ gì đó dính trên giấy: vết của loại nấm mốc *Stachybotrys Chartarum*. Đây chính là loại "mốc nhà" mà ai cũng biết. Vì lượng tìm thấy rất nhỏ nên rất ít khả năng Năm Hai Hai cố ý dính chúng lên đó. Có thể những vết nấm mốc xuất phát từ chỗ ở hay nơi làm việc của kẻ sát nhân. Sự có mặt của loại nấm mốc vốn gần như chỉ tìm thấy trong nhà này cũng đồng nghĩa với việc ít nhất một phần chỗ ở hay nơi làm việc của hắn luôn ở trong tình trạng tối tăm ẩm thấp. Nấm mốc không thể phát triển được ở nơi khô ráo.

Mảnh giấy ghi chú, cũng nhiều khả năng không phải là bằng chứng sắp đặt, là sản phẩm của hãng 3M. Nó không phải loại thông dụng rẻ tiền nhất nhưng vẫn không thể lần ra nguồn gốc. Cooper không tìm thấy dấu vết nào ngoài một ít bào tử nấm mốc trên mảnh giấy, ít nhất chi tiết này cũng cho họ biết nhiều khả năng mảnh giấy thuộc về Năm Hai Hai. Mực viết trên đó là của một loại bút dùng một lần được bán rộng rãi ở các cửa hàng trên khắp đất nước.

Đó là tất cả bằng chứng có được. Trong lúc Cooper đang tập hợp kết quả, một kỹ thuật viên từ phòng thí nghiệm bên ngoài gọi tới báo rằng xét nghiệm sơ bộ xác nhận máu tìm thấy trong những chiếc túi chính là của Myra Weinburg.

Sellitto có một cuộc gọi, mở máy trao đổi vài câu rồi ngắt máy. "Thế đấy... Đám DEA đã lần theo cuộc gọi báo về Amelia tới một chiếc điện thoại trả trước. Không ai trông thấy người gọi. Cũng có không ai trên đường nhìn thấy hắn. Các camera an ninh tại hai nhà ga điện ngầm gần đó cũng không ghi được hình ảnh nào đáng nghi ngờ vào khoảng thời gian hắn bỏ chạy."

"Đúng thôi, giờ thì hắn sẽ không làm điều gì gây nghi ngờ nữa. Đám phụ trách camera an ninh nghĩ gì không biết nữa. Một kẻ giết người đang đào tẩu chẳng lẽ bỗng dưng quay mòng mòng hay lột phăng quần áo trên người ra để biến thành một siêu anh hùng chắc?"

"Tôi cũng chỉ báo lại những gì họ nói thôi, Linc."

Vừa cau mặt bực bội, Rhyme vừa yêu cầu Thom viết toàn bộ kết quả cuộc kiểm tra bằng chứng lên một chiếc bảng trắng.

### Trên phố gần nơi ở của DeLeon Williams

*- Ba túi nilon, loại ZipLoc Freezer, dung tích một gallon[1].*

---

[1] Đơn vị đo thể tích của Anh và Mỹ. Một gallon bằng 3,785 lít (Mỹ) hoặc 4,546 lít (Anh).

*- Một chiếc giày phải, kiểu giày chạy Sure-Track cỡ 13, dưới đế dính vết bia đã khô (có thể là bia hiệu Miller), chưa từng được đi. Không có dấu vết đáng chú ý nào khác. Mục đích có thể để tạo ra vết giày tại hiện trường án mạng.*

*- Khăn giấy thấm máu trong túi nilon. Xét nghiệm sơ bộ xác nhận là máu của nạn nhân.*

*- Hai cc máu đựng trong túi nilon. Xét nghiệm sơ bộ xác nhận là máu của nạn nhân.*

*- Mảnh giấy ghi chú có ghi địa chỉ Henderson House Residence, phòng 672, người đang ở là Robert Jorgensen. Không lần ra được nguồn gốc bút, giấy, mực được sử dụng viết địa chỉ. Tìm thấy nấm mốc Stachybotrys Chartarum trên giấy.*

*- Ảnh màu nạn nhân in từ máy tính. Mực in của máy Hewlett-Packard. Ngoài ra không lần ra được nguồn gốc. Giấy in ảnh không lần ra được nguồn gốc. Tìm thấy nấm mốc Stachybotrys Chartarum trên ảnh.*

*- Băng dính, hiệu Home Depot, không lần ra được nơi bán.*

*- Không tìm thấy dấu vân tay.*

Chuông cửa reo lên. Ron Pulaski hối hả bước vào, bê theo hai chiếc thùng, bên trong đựng các túi nilon bằng chứng từ hiện trường Myra Weinburg đã bị giết.

Rhyme có thể thấy vẻ mặt cậu cảnh sát trẻ đã thay đổi. Khuôn mặt thẫn thờ. Pulaski thường tỏ ra dè dặt, lúng túng đôi khi lại có vẻ kiêu hãnh, đầy tự hào, thậm chí có lúc cậu ta còn đỏ mặt nhưng lúc này đôi mắt cậu trống rỗng, ánh mắt quả quyết vốn có đã biến mất. Cậu ta liếc nhìn Rhyme, gật đầu, lầm lì bước tới bàn xét nghiệm bàn giao bằng chứng cùng các tấm thẻ ghi nhận dạng bằng chứng lại cho Cooper, chuyên gia kỹ thuật khám nghiệm vừa nhận lấy vừa thở dài.

Cậu cảnh sát trẻ lùi lại, nhìn về phía tấm bảng mà Thom vừa viết lên. Hai tay đút vào túi quần jean, áo sơ mi Hawaii bỏ ngoài, cậu ta không hề nhìn một từ cụ thể nào cả.

"Cậu ổn chứ, Pulaski?"

"Tất nhiên."

"Trông cậu không được ổn lắm", Sellitto nói.

"Không, không có gì đâu."

Không đúng. Điều gì đó trong lần đầu tiên tự mình khám nghiệm hiện trường án mạng đã làm cậu ta khó chịu.

Cuối cùng cậu ta lên tiếng: "Cô gái vẫn còn nằm đó, mặt ngửa lên, nhìn chằm chằm vào trần nhà. Cứ như cô ấy vẫn còn sống và đang nhìn vào thứ gì đó, hơi cau mày, giống như tò mò vậy. Tôi cứ nghĩ người ta đã phủ lên cô ấy một tấm vải".

"Cậu không nên bứt rứt vì chuyện này nữa", Sellitto khẽ nói.

Pulaski nhìn qua cửa sổ. "Chuyện này thật điên rồ. Nhưng... cô ấy trông hơi giống Jenny."

Lincoln Rhyme và Amelia Sachs có nhiều điểm tương đồng trong công việc. Đối với họ, sự thấu cảm trong khi khám nghiệm hiện trường các tội ác rất cần thiết. Nhờ nó, bạn sẽ cảm nhận được những gì thủ phạm, cũng như nạn nhân, đã trải qua. Điều đó giúp hiểu rõ hơn hiện trường và tìm ra những bằng chứng mà rất có thể bạn sẽ bỏ sót.

Những người có được kỹ năng này là những bậc thầy trong khám nghiệm hiện trường. Dù rằng hậu quả đi kèm với nó đôi khi khiến họ khổ sở.

Nhưng Rhyme và Sachs khác nhau ở một điểm quan trọng. Sachs tin rằng, điều quan trọng là không được mất cảm giác khi đứng trước hiện trường kinh hoàng của tội ác. Phải luôn có cảm giác thấu cảm mỗi lần tới hiện trường và cả sau đó. Nếu không, trái tim người cảnh sát sẽ trở nên chai lì, tâm hồn sẽ ngày càng giống với nội tâm tăm tối của kẻ mà anh ta đang truy đuổi.

Rhyme lại cảm thấy cần phải bình thản đến mức tối đa. Chỉ bằng cách gạt bỏ bi kịch sang một bên mới có thể trở thành một cảnh sát xuất sắc nhất mà năng lực cho phép và các bi kịch có thể tái diễn trong tương lai sẽ được ngăn chặn hiệu quả hơn ("không được coi đó là một thân thể con người nữa", anh thường lên lớp cho những người mới. "Đó là một nguồn bằng chứng. Và là một nguồn rất quan trọng").

Nhà tội phạm học tin tưởng Pulaski có tiềm năng giống mình hơn, nhưng trong giai đoạn đầu của sự nghiệp, cậu ta đang rơi vào vùng ảnh hưởng của Amelia Sachs. Lúc này, Rhyme thông cảm với cậu nhưng bọn họ đang có một vụ án cần giải quyết. Tối nay, khi đã về nhà, Pulaski có thể ôm chặt lấy cô vợ của mình và thầm than khóc cho cái chết của người phụ nữ có ngoại hình giống cô.

Anh hỏi cộc lốc: "Cậu vẫn tỉnh táo đấy chứ, Pulaski?".

"Vâng, thưa ông. Tôi ổn."

Không hẳn là vậy, nhưng câu nói của Rhyme đã mang lại hiệu quả nhất định. "Đã kiểm tra xác nạn nhân rồi chứ?"

Một cái gật đầu. "Tôi và bác sĩ pháp y đã cùng tiến hành khám nghiệm. Tôi đảm bảo ông ấy đã choàng tấm bọc cao su quanh giày."

Để tránh nhầm lẫn khi kiểm tra dấu chân và giày dép, Rhyme đã quy định các nhân viên điều tra hiện trường làm việc cho anh phải dùng các tấm bọc cao su quanh chân, ngay cả khi họ đang mặc bộ đồ áo liền quần chuyên dụng bằng chất dẻo, để tránh gây tạp nhiễm bằng chứng bởi tóc, da và những thứ khác xuất phát từ chính cơ thể họ.

"Tốt lắm." Sau đó Rhyme hăm hở nhìn về phía hai chiếc thùng. "Bắt đầu thôi. Chúng ta đã làm hỏng một kế hoạch của hắn. Rất có thể hắn đang điên lên và chuyển sang săn lùng mục tiêu khác. Cũng có thể hắn đang mua vé đi Mexico. Dù là khả năng nào đi nữa, tôi muốn chúng ta thật khẩn trương."

Cậu cảnh sát trẻ mở cuốn sổ ghi chép của mình ra. "Tôi..."

"Thom, vào đây nào. Cậu đang ở xó xỉnh nào vậy?"

"Bình tĩnh, Lincoln", anh chàng điều dưỡng vừa bước vào phòng vừa lên tiếng kèm theo nụ cười hồ hởi. "Anh phải biết yêu cầu một cách lịch sự chứ."

"Một bản danh sách nữa. Cậu hãy ghi lại trên bảng."

"Thế ư?"

"Thôi nào."

"Tôi không nghĩ thế."

"Thom."

"Thôi được."

"Bắt đầu: Hiện trường vụ sát hại Myra Weinburg."

Anh chàng Thom viết đầu đề lên bảng và đứng sẵn sàng với cây bút trong tay, trong lúc Rhyme hỏi, "Pulaski, theo tôi hiểu nơi đó không phải là căn hộ của nạn nhân đúng không?".

"Đúng thế, thưa ông. Một cặp vợ chồng sở hữu ngôi nhà đó. Họ đang du lịch trên biển. Tôi đã liên lạc được với họ. Họ nói chưa bao giờ nghe tới tên Myra Weinburg. Trời ơi, giá mà ông nghe được giọng của họ lúc ấy, quả thực rất bực bội. Như vậy, thủ phạm đã phá khóa để lọt vào trong."

"Vậy là hắn biết không có ai ở nhà và không có hệ thống báo động", Cooper nói. "Thú vị đây."

"Anh nghĩ sao?", Sellitto lắc đầu. "Hắn chỉ tình cờ chọn nơi đó làm địa điểm gây án sao?"

"Quanh đó thực sự rất vắng vẻ", Pulaski chen vào.

"Còn cô gái lúc đó đang làm gì?"

"Tôi tìm thấy xe đạp của cô ấy bên ngoài, trong túi nạn nhân có chiếc chìa Kryptonite[1], hoàn toàn khớp với khóa của xe."

"Đi xe đạp. Có thể hắn đã theo dõi lộ trình của nạn nhân và biết cô sẽ có mặt ở đó vào một thời điểm nhất định. Bằng cách nào đó, hắn biết chủ nhà đã đi vắng, sẽ không bị ai quấy rầy... Okay, Rookie[2], hãy trình bày những gì cậu tìm thấy. Thom, nếu cậu không thấy phiền, hãy viết lại tất cả."

"Ông đang cố gắng quá mức đấy."

"Không sao. Tiếp: nguyên nhân tử vong?", Rhyme hỏi Pulaski.

"Tôi đã yêu cầu bên pháp y chuyển ngay kết quả giải phẫu cho chúng ta ngay khi có."

Sellitto bật cười cộc cằn, "Ông ta bảo sao?".

"Hình như là 'Phải, tất nhiên rồi'. Và vài câu nữa."

"Trước khi có thể yêu cầu kiểu đó, cậu cần phải được thăng chức đã. Nhưng tôi đánh giá cao cố gắng của cậu. Còn kết quả sơ bộ?"

Cậu ta nhìn xuống các ghi chép của mình. "Thủ phạm đã đánh một số cú vào đầu nạn nhân. Nhằm mục đích khuất phục, ông bác sĩ nghĩ vậy." Cậu cảnh sát trẻ chợt dừng lại, có lẽ cậu đang nhớ lại chấn thương tương tự chính mình đã phải chịu mấy năm trước. Mấy giây sau, cậu tiếp tục: "Nguyên nhân gây tử vong là do

---

[1] Tên một công ty chuyên sản xuất các loại khóa.

[2] Cách gọi Ron (Pulaski) một cách thân mật và hơi kẻ cả bề trên.

bị ngạt thở. Xuất huyết trên mắt và bên trong mí mắt, những điểm chảy máu rất nhỏ...".

"Tôi biết chúng là gì, Rookie."

"Tất nhiên rồi... Thêm hiện tượng căng phồng tĩnh mạch vùng da đầu, mặt. Đây là vật có khả năng chính là hung khí." Anh ta giơ lên chiếc túi, bên trong đựng một đoạn dây thừng dài khoảng một mét hai.

"Mel?"

Cooper cầm lấy, thận trọng mở nó ra trên tờ giấy sạch khổ lớn dùng để in báo, quét nhẹ để tìm các dấu vết có thể còn dính trên đó. Anh ta xem xét kỹ lưỡng rồi lấy được một ít mẫu sợi.

"Gì vậy?", Rhyme sốt ruột hỏi.

"Kiểm tra."

Anh chàng cảnh sát trẻ quay lại với các ghi chép của mình. "Còn về hành động cưỡng dâm, theo bác sĩ, nó được thực hiện trong cả đường âm đạo và hậu môn sau khi nạn nhân đã chết."

"Tư thế của thi thể?"

"Không có gì đặc biệt... nhưng tôi nhận thấy một điều, thám tử", Pulaski nói. "Tất cả các móng tay của cô gái đều để dài, trừ một ngón. Móng của ngón đó bị cắt rất ngắn."

"Đến chảy máu?"

"Phải. Bị cắt sâu tới tận lớp thịt dưới móng." Anh ta ngần ngừ trước khi nói tiếp. "Có lẽ trước khi nạn nhân chết."

Vậy là Năm Hai Hai có ít nhiều tính cách của một kẻ tàn bạo, bệnh hoạn, Rhyme thầm nghĩ. "Hắn thích sự đau đớn."

"Kiểm tra những bức ảnh chụp hiện trường từ vụ cưỡng dâm trước."

Viên cảnh sát trẻ vội vàng đi tìm các bức ảnh. Cậu ta lướt nhanh qua chúng và tìm ra một bức. Mắt cậu ta nheo lại. "Hãy nhìn xem, thám tử. Ở đây hắn cũng cắt cụt một móng tay nạn nhân. Cũng ở ngón đó."

"Chàng trai của chúng ta thích các chiến lợi phẩm. Một chi tiết rất hữu ích."

Pulaski hăng hái gật đầu. "Hãy thử nghĩ về chi tiết này xem, ngón tay đeo nhẫn. Điều đó liên quan tới quá khứ của hắn chăng? Có thể vợ hắn đã bỏ hắn, hoặc hắn bị mẹ hắn bỏ rơi, hay hình bóng một người mẹ..."

"Cừ lắm, Pulaski. Cậu giúp tôi nhớ ra chúng ta đã quên mất một thứ khác."

"Gì vậy, thưa ông?"

"Cậu có đọc tử vi hằng ngày[1] của mình sáng nay trước khi chúng ta bắt đầu cuộc điều tra không?"

"... Của tôi?"

"À, và ai đã được giao việc bói lá chè nhỉ? Tôi quên mất."

Sellitto tặc lưỡi. Pulaski đỏ bừng mặt.

Rhyme cằn cằn: "Việc dựng chân dung tâm lý như thế chẳng ích lợi gì hết. Điều hữu ích từ những chiếc móng tay là biết được Năm Hai Hai đang sở hữu dấu vết liên hệ về ADN tới tội ác hắn gây ra. Đó là chưa kể, nếu chúng ta xác định được hắn đã dùng dụng cụ nào để cắt món chiến lợi phẩm đó, rất có thể chúng ta có cơ hội tìm ra hắn. Bằng chứng, Rookie. Không phải những suy đoán vu vơ về tâm lý học".

"Tôi hiểu."

---

[1] Những dự đoán về công việc, tâm trạng... chia theo mười hai cung hoàng đạo của chiêm tinh phương Tây, hay được đăng trên các tờ báo nhằm mục đích giải trí, thư giãn.

"Lincoln chỉ muốn tốt thôi mà."

"Tất nhiên rồi."

"Đoạn dây thừng thế nào, Mel?"

Cooper đang tìm kiếm trong cơ sở dữ liệu về các loại sợi. "Loại sợi gai thông dụng, có trong hàng nghìn đại lý bán lẻ trên cả nước." Anh ta thử phân tích hóa học. "Không có dấu vết gì."

Thế là vứt đi.

"Còn gì nữa không, Pulaski?", Sellitto hỏi.

Anh ta lần theo danh sách. Dây câu, dùng để trói tay cô gái đã cứa sâu vào da đến mức gây chảy máu. Băng dính để bịt mồm nạn nhân. Loại băng dính hiệu Home Depot, tất nhiên được lấy từ chính cuộn băng dính Năm Hai Hai đã vứt đi, các đầu băng dính bị xé khớp nhau hoàn toàn. Hai chiếc bao cao su chưa dùng tìm thấy gần thi thể nạn nhân, anh chàng cảnh sát trẻ giải thích, đồng thời giơ chiếc túi đựng chúng lên. Đều là hiệu Trojan Enz.

"Còn đây là những miếng gạc dùng lấy mẫu."

Mel Cooper cầm lấy, kiểm tra những miếng gạc đã được dùng để lấy mẫu dịch từ âm đạo và hậu môn. Bên pháp y hẳn sẽ cung cấp một báo cáo chi tiết hơn, nhưng đã có thể thấy rõ trong những thứ tìm thấy có vết của chất bôi trơn giống với các bao cao su hiệu Enz. Không hề tìm thấy vết tinh dịch tại hiện trường.

Một miếng gạc nữa, dùng để lấy mẫu trên sàn, nơi Pulaski tìm thấy dấu của một chiếc giày chạy có vết bia. Xét nghiệm chứng tỏ đây là bia Miller. Đương nhiên, hình ảnh tĩnh điện của dấu giày cho thấy đây là một chiếc giày phải cỡ 13, hiệu Sure-Track - cũng chính là chiếc giày Năm Hai Hai đã phi tang vào thùng rác.

"Chủ nhân ngôi nhà chẳng hề có lon bia nào, đúng không? Cậu có kiểm tra nhà bếp và nơi cất thực phẩm đấy chứ?"

"Có kiểm tra, thưa ông. Tôi không tìm thấy chút bia nào."

Lon Sellitto gật đầu. "Cá mười đô với anh, bia hiệu Miller chính là loại đồ uống ưa thích của DeLeon."

"Tôi không nhận cược với anh về vụ này đâu, Lon. Còn gì nữa không?"

Pulaski giơ lên chiếc túi nilon đựng một hạt nhỏ màu nâu mà cậu ta tìm thấy trên tai nạn nhân. Phân tích cho biết đó là thuốc lá. "Có tìm thấy gì với nó không, Mel?"

Kết quả kiểm tra cho thấy đó là một mảnh thuốc lá được cắt rất nhỏ, loại được dùng trong thuốc lá điếu, nhưng không hề tương đồng với các mẫu thuốc hiệu Tareyton có trong cơ sở dữ liệu. Lincoln Rhyme là một trong số hiếm hoi những người không hút thuốc ở quốc gia này phản đối các lệnh cấm hút thuốc. Thuốc lá và tàn thuốc là những mối liên hệ pháp y tuyệt vời giữa tội phạm và hiện trường tội ác chúng gây ra. Cooper không thể nói rõ nó thuộc hiệu nào. Tuy vậy, anh khẳng định mảnh thuốc lá có độ ẩm rất thấp, rất có thể nó đã được mua từ lâu.

"Myra hay những người chủ nhà có hút thuốc không?"

"Tôi không thấy dấu vết nào nói lên điều này. Tôi đã làm đúng những gì ông vẫn nói, ngửi kỹ mùi tại hiện trường khi vừa tới đó. Không có mùi khói thuốc."

"Tốt." Cho tới lúc này, Rhyme thực sự hài lòng với kết quả khám nghiệm hiện trường. "Tình hình tìm kiếm vân tay ra sao?"

"Đã tìm hiểu mẫu vân tay của các chủ nhà, từ cả tủ thuốc và những đồ vật để trên bàn đầu giường..."

"Vậy là cậu không chỉ quấy quá cho qua chuyện. Cậu đã thực sự đọc kỹ cuốn sách của tôi." Rhyme đã dành ra vài đoạn trong cuốn sách pháp y của mình để nêu lên tầm quan trọng của việc thu thập các dấu vân tay tại hiện trường và vị trí nào tốt nhất để tìm ra chúng.

"Đúng thế, thưa ộng."

"Tôi rất vui. Thế tôi có kiếm được khoản thu nhập nào từ nó không đấy?"

"Tôi mượn của anh trai mình." Người anh song sinh của Pulaski là một nhân viên cảnh sát tại Đồn Cảnh sát số 6 ở Greenwich Village.

"Hy vọng là anh cậu đã trả tiền mua nó."

Rhyme giải thích rằng phần lớn dấu vân tay tìm thấy trong ngôi nhà là của vợ chồng chủ nhà, điều này khẳng định được từ các mẫu vật. Những dấu vân tay khác có thể từ khách đến thăm, nhưng không có khả năng Năm Hai Hai lại bất cẩn đến thế. Cooper quét lại tất cả dấu vân tay vào Hệ thống Nhận dạng vân tay tự động. Họ sẽ sớm có kết quả.

"Okay, Pulaski, cậu có ấn tượng gì về hiện trường?"

Câu hỏi có vẻ làm cậu ta bất ngờ. "Ấn tượng?"

"Đây là những cái cây đơn lẻ." Rhyme hướng mắt về phía các túi đựng bằng chứng. "Cậu nghĩ gì về cả khu rừng?"

Cậu cảnh sát trẻ ngẫm nghĩ. "Đúng là tôi có một ý nghĩ. Mặc dù có vẻ rất ngớ ngẩn."

"Cậu biết rõ tôi sẽ là người đầu tiên nói toạc ra nếu cậu đưa ra một giả thiết ngớ ngẩn, Rookie."

"Khi vừa tới đó, tôi cảm nhận là không có vật lộn xảy ra ở bên ngoài."

"Ý cậu là gì?"

"Ông thấy đấy, xe đạp của cô gái được khóa vào cột đèn bên ngoài ngôi nhà như thế chính nạn nhân đã dựng nó vào đó, không hề nghĩ rằng có điều gì không hay sắp xảy ra."

"Vậy là hắn không chỉ đơn giản vồ lấy cô gái ngay ngoài đường."

"Đúng thế. Để đi vào trong nhà, ông phải đi qua một chiếc cổng, sau đó tới một lối đi dài dẫn đến cửa trước. Lối đi đó thực sự rất hẹp, chất đầy những thứ mà đôi vợ chồng chủ nhà tích trữ, chai lọ, đồ thể thao, dụng cụ làm vườn, mấy đồ để tái chế. Nhưng không có gì lộn xộn ở đấy." Cậu ta chỉ vào một bức ảnh khác. "Nhưng hãy nhìn vào bên trong, đây chính là nơi cuộc vật lộn bắt đầu. Chiếc bàn và những bình hoa. Ngay cạnh cửa trước." Giọng cậu ta lại có vẻ xúc động. "Dường như cô gái đã chống cự rất quyết liệt."

Rhyme gật đầu. "Được rồi. Vậy là Năm Hai Hai đã khôn khéo tán chuyện với nạn nhân để lừa cô vào trong nhà. Cô gái khóa chiếc xe đạp lại, đi theo lối đi và họ bước vào trong nhà. Cô gái dừng lại trước cửa, phát hiện ra hắn nói dối và tìm cách thoát ra ngoài."

Anh ngẫm nghĩ về chi tiết này. "Vậy chắc chắn hắn phải biết khá nhiều về Myra để khiến cô cảm thấy thoải mái và có thể tin tưởng hắn... Đúng thế, hắn có tất cả những thông tin về bản thân những người đó, họ mua gì, họ đi nghỉ khi nào, họ có lắp đặt hệ thống báo động hay không, họ sẽ có mặt ở đâu... Không tồi, Rookie. Giờ chúng ta đã biết điều gì đó chắc chắn về hắn."

Pulaski cố giữ một nụ cười trên khuôn mặt.

Tiếng báo hiệu hoàn thành việc tìm kiếm từ máy tính của Cooper vang lên. Anh ta nhìn kết quả trên màn hình. "Không có dấu vân tay nào thuộc về hắn. Một số không tròn trĩnh."

Rhyme nhún vai, không lấy làm ngạc nhiên. "Tôi quan tâm tới ý tưởng rằng hắn biết rất nhiều. Hãy gọi cho DeLeon Williams. Liệu Năm Hai Hai có lựa chọn chính xác những bằng chứng hắn muốn sắp đặt không?"

Cuộc đàm thoại ngắn ngủi của Sellitto đã cho thấy câu trả lời là có, Williams đi giày hiệu Sure-Track cỡ 13, thường xuyên mua bao cao su hiệu Trojan Enz. Anh ta sở hữu dây câu loại bốn mươi cân Anh, uống bia Miller và mới đây đã tới một cửa hàng của Home Depot mua băng dính và dây thừng bằng sợi gai.

Nhìn vào danh sách bằng chứng trong vụ cưỡng dâm trước, Rhyme nhận thấy những chiếc bao cao su Năm Hai Hai sử dụng là hiệu Durex. Tên sát nhân đã chọn chúng vì Joseph Knightly mua bao cao su loại này.

Qua điện thoại, anh hỏi Williams: "Có phải anh bị mất một chiếc giày không?".

"Không."

Sellitto nói: "Vậy là hắn đã mua một đôi cùng kiểu, cùng cỡ như đôi giày anh đi. Làm thế nào hắn biết được điều này?".

"Gần đây anh có bắt gặp ai lảng vảng quanh nhà và ga ra của mình, đi qua gần xe hơi hay thùng rác không? Nơi ở của anh gần đây có bị đột nhập không?"

"Không, chúng tôi chắc chắn là không. Tôi đang thất nghiệp và ngồi gần như cả ngày để trông nhà. Có điều gì thì chắc chắn tôi sẽ biết. Hàng xóm láng giềng quanh đây cũng chẳng phải loại tốt đẹp gì, chúng tôi có lắp hệ thống báo động. Luôn trong trạng thái hoạt động."

Rhyme cảm ơn anh ta và họ dừng liên lạc.

Anh ngả đầu ra sau, nhìn về phía bản danh sách và đọc cho Thom những gì cần viết.

### Hiện trường vụ án mạng Myra Weinburg

- *Nguyên nhân tử vong: ngạt thở. Đang đợi báo cáo cuối cùng của pháp y.*

- Không có hiện tượng cắt xẻo hay sắp đặt tư thế thi thể nạn nhân, nhưng móng tay ngón đeo nhẫn trên bàn tay trái bị cắt cụt. Có thể thủ phạm cắt móng tay nạn nhân để giữ làm chiến lợi phẩm.

- Chất bôi trơn từ bao cao su hiệu Trojan Enz.

- Hai chiếc bao cao su chưa mở, hiệu Trojan Enz.

- Không tìm thấy bao cao su đã sử dụng hay vết dịch sinh học của thủ phạm.

- Vết bia Miller trên sàn (có nguồn gốc bên ngoài hiện trường vụ án).

- Dây câu sợi đơn loại 40 cân Anh, rất thông dụng.

- Một đoạn dây thừng sợi gai dài một mét hai (MW).

- Băng dính miệng nạn nhân.

- Mảnh thuốc lá cũ, không xác định được nguồn gốc.

- Dấu giày, loại giày chạy Sure-Track của nam giới, cỡ 13.

- Không có dấu vân tay.

Rhyme hỏi: "Anh chàng của chúng ta đã gọi 911 để báo về chiếc Dodge đúng không?".

"Phải", Sellitto xác nhận.

"Tìm thông tin về cuộc gọi đó. Hắn đã nói gì, giọng hắn nghe ra sao."

Sellitto nói thêm: "Những vụ trước đó nữa - vụ anh họ anh, vụ trộm tiền xu và vụ cưỡng dâm".

"Tốt, đúng thế. Tôi đã không nghĩ đến việc này."

Sellitto liên lạc tới trung tâm chuyển cuộc gọi. Những cuộc gọi tới số 911 đều được ghi âm và lưu lại. Anh ta yêu cầu thông tin. Mười phút sau, anh ta nhận được một cuộc gọi lại. Những cuộc gọi nặc danh tới 911 trong vụ Arthur cũng như vụ vừa xảy ra hôm nay vẫn được lưu trong hệ thống. Người phụ trách trung tâm chuyển cuộc gọi thông báo rằng những bản ghi âm đã được gửi tới địa chỉ email của Cooper dưới dạng file đuôi wav[1]. Những vụ xảy ra trước đó đã được ghi vào đĩa CD và gửi tới kho lưu trữ. Có thể phải mất cả ngày để tìm ra chúng.

Khi các file ghi âm tới nơi, Cooper mở ra, bật lên. Trong đó là một giọng nam giới kêu cảnh sát khẩn trương tới địa chỉ nơi anh ta nghe thấy có tiếng kêu. Người đàn ông mô tả lại chiếc xe chạy khỏi hiện trường. Giọng nói trong hai đoạn ghi âm có vẻ giống nhau.

"Lấy mẫu giọng nói chứ?", Cooper hỏi. "Nếu tìm được một đối tượng tình nghi, chúng ta có thể so sánh với nó."

Mẫu giọng nói được đánh giá cao hơn nhiều trong thế giới khoa học hình sự so với các thiết bị phát hiện nói dối và được chấp nhận ở một số tòa án, tùy thuộc vào thẩm phán. Nhưng Rhyme lắc đầu. "Hãy nghe xem. Hắn nói qua một chiếc 'hộp'."

Chiếc "hộp" là thiết bị cho phép che giấu giọng thật của người gọi điện. Nó không làm giọng nói trở nên kỳ quặc như tiếng nói của Darth Vader[2], âm sắc vẫn hoàn toàn bình thường, chỉ trở nên hơi ồm ồm. Nhiều tổng đài trợ giúp và bộ phận dịch vụ khách hàng sử dụng thiết bị này để làm giọng nói của tất cả nhân viên tương tự nhau.

Đúng lúc này cửa phòng mở, Amelia Sachs bước vào, dưới nách kẹp một vật khá lớn. Rhyme không thể đoán ra được là thứ gì. Gật đầu chào mọi người, sau đó cô nhìn vào tấm bảng bằng chứng, rồi nói: "Có vẻ như cậu làm việc chu đáo đấy, Pulaski".

"Cảm ơn."

---

[1] Waveform Audio File Format: định dạng chuẩn cho các file âm thanh của Microsoft và IBM.

[2] Một nhân vật phản diện trong xê ri phim *Chiến tranh giữa các vì sao*.

Rhyme nhận ra vật cô đang mang theo người là một cuốn sách. Đã bị gỡ tung ra một cách dở dang. "Cái quỷ quái gì thế?"

"Một món quà từ Robert Jorgensen, ông bạn bác sĩ của chúng ta."

"Một bằng chứng?"

"Cũng khó nói. Trò chuyện với ông ta quả là một điều kỳ lạ."

"Kỳ lạ là sao, Amelia?", Sellitto hỏi.

"Thử tưởng tượng rằng Batboy[1], Elvis[2] và người ngoài hành tinh đứng đằng sau vụ ám sát Kennedy. Kiểu kỳ lạ như vậy đó."

Pulaski bật cười và bắt gặp ngay một cái nhìn coi thường từ Lincoln Rhyme.

---

[1] Sinh vật hư cấu nửa người nửa dơi thường xuyên xuất hiện trên một tờ báo lá cải của Mỹ.

[2] Elvis Presley - ca sĩ Mỹ được mệnh danh là Vua nhạc Rock and Roll.

# CHƯƠNG 14

ô kể lại câu chuyện về một người đàn ông bị ám
ảnh nặng nề, danh tính bị tước đoạt, cuộc đời bị
hủy hoại. Một người đã mô tả kẻ thù vô hình luôn
truy đuổi hành hạ ông ta là Chúa, còn bản thân mình là Job.

Rõ ràng người đàn ông khốn khổ đã ít nhiều mất trí, hai chữ
"kỳ lạ" vẫn chưa đủ mạnh mẽ để mô tả đúng tình cảnh của ông ta.
Cho dù chỉ có một phần là thật thì câu chuyện của ông ta thực sự
xúc động, khiến người nghe khó có thể cầm lòng. Một cuộc đời bị
hủy hoại hoàn toàn và một tội ác không rõ mục đích.

Rồi Sachs cũng chiếm được hoàn toàn sự chú ý của Rhyme
khi cô nói: "Jorgensen cam đoan rằng kẻ đứng đằng sau tất cả
chuyện này đã luôn bám theo ông ta kể từ khi ông mua cuốn sách
này hai năm trước. Dường như hắn biết rõ mọi thứ ông ta làm".

"Biết mọi thứ", Rhyme lặp lại, nhìn vào tấm bảng ghi bằng
chứng. "Cũng chính là điều bọn anh vừa trao đổi với nhau vài phút
trước. Hắn có được mọi thông tin cần thiết về các nạn nhân cũng
như những người sẽ trở thành kẻ thế thân cho hắn." Anh thuật lại
cho cô những gì họ đã biết được.

Cô đưa cuốn sách cho Mel Cooper và nói với anh ta Jorgensen tin bên trong cuốn sách có gắn một thiết bị định vị.

"Thiết bị định vị?", Rhyme giễu cợt. "Ông ta đã xem quá nhiều phim của Oliver Stone[1]... Được thôi, cứ tìm đi nếu em muốn. Nhưng đừng sao nhãng những manh mối thực sự."

Sachs gọi cho cảnh sát ở những nơi xảy ra các vụ việc trong đó Jorgensen bị biến thành nạn nhân, nhưng việc này đã không đem lại kết quả nào hữu ích. Đúng là đã có hành vi giả mạo danh tính, không còn nghi ngờ gì nữa. "Nhưng", một anh chàng cớm ở Florida hỏi lại, "cô có biết có bao nhiêu vụ kiểu này đang diễn ra không? Chúng tôi tìm thấy một địa chỉ của bọn giả mạo nhưng khi đến nơi để tiến hành khám xét thì chẳng còn gì nữa. Bọn chúng đã khuân đi mọi thứ mua bằng tài khoản của nạn nhân và tếch đi Texas hay Montana".

Phần lớn bọn họ đã nghe nói tới Jorgensen ("đúng là ông ta đã viết rất nhiều thư") và tỏ ra thông cảm. Nhưng không ai có đầu mối dẫn tới một cá nhân hay một băng nhóm nào cụ thể có khả năng đứng sau những tội ác đó và họ không có đủ thời gian để điều tra những vụ việc này như họ mong muốn. "Dù có thêm một trăm nhân viên nữa chúng tôi vẫn không thể đạt được bất cứ tiến triển nào."

Sau khi đã gác máy, Sachs cho mọi người biết vì Năm Hai Hai biết địa chỉ của Jorgensen, cô đã yêu cầu anh chàng thường trực của khu nhà báo cho cô biết ngay lập tức nếu có ai đó gọi điện hay đến hỏi về ông ta. Nếu anh chàng này chấp nhận làm thế, Sachs sẽ lờ đi, không đả động gì về khu nhà cho thuê này với cơ quan quản lý nhà đất thành phố.

"Làm tốt lắm", Rhyme nói, "em đã biết trước có vi phạm gì sao?".

_____

[1] Một đạo diễn phim nổi tiếng người Mỹ.

"Không hề, cho tới khi anh chàng kia đồng ý. Ồ, nhanh gần bằng tốc độ ánh sáng." Sachs đi tới bên các bằng chứng Pulaski đã mang về từ ngôi nhà gần SoHo, cúi xuống xem xét.

"Có ý tưởng nào không, Amelia?", Sellitto hỏi.

Cô đứng nhìn chăm chăm vào chiếc bảng, các đầu ngón tay áp chặt vào nhau trong khi cố gắng tìm ra điều gì đó có ý nghĩa từ tập hợp bằng chứng rời rạc này.

"Hắn đã lấy được thứ này từ đâu?", cô giơ lên chiếc túi chứa chân dung Myra Weinburg in từ máy tính - một khuôn mặt dịu dàng tươi vui, đôi mắt cô gái nhìn thẳng vào ống kính. "Chúng ta cần tìm cho ra."

Một điểm đáng giá. Rhyme chưa hề nghĩ tới nguồn gốc của bức ảnh mà chỉ đơn giản cho rằng Năm Hai Hai đã tải nó xuống từ một trang web nào đó. Anh đã quan tâm nhiều hơn tới tờ giấy in ảnh như một nguồn dấu vết.

Trong bức ảnh, Myra Weinburg đang đứng bên một thân cây nở đầy hoa, mỉm cười nhìn thẳng vào ống kính. Cô cầm trong tay một thứ đồ uống màu hồng đựng trong một ly thủy tinh loại chuyên đựng rượu martini.

Rhyme nhận ra Pulaski cũng đang nhìn chằm chằm vào bức ảnh, đôi mắt cậu ta lại có vẻ bất an.

*Cô ấy trông hơi giống Jenny.*

Rhyme nhận thấy những đường viền ảnh rất đặc biệt, cùng những vệt có vẻ như nét một số chữ cái ở phía phải, kéo dài ra ngoài khuôn ảnh. "Chắc chắn hắn đã lấy bức ảnh trên mạng. Để có vẻ như DeLeon Williams đã tìm kiếm nạn nhân."

Sellitto nói: "Biết đâu chúng ta có thể lần ra dấu vết của hắn qua địa chỉ mà hắn đã tải bức ảnh. Làm thế nào để biết hắn tìm thấy bức ảnh ở đâu?".

"Thử tìm theo tên cô gái trên Google xem", Rhyme gợi ý.

Cooper thử làm theo và có được một tá kết quả, một số trong đó dẫn đến một Myra Weinburg khác. Những câu trả lời liên quan tới nạn nhân đều là trang web của các tổ chức chuyên nghiệp. Song không có bức ảnh nào của cô gái giống với bức hình Năm Hai Hai đã in ra.

Sachs nói: "Tôi có ý này. Để tôi gọi cho chuyên gia máy tính của mình".

"Ai thế, anh chàng ở Bộ phận Tội phạm tin học à?", Sellitto hỏi.

"Không, một người giỏi hơn anh ta."

Cô nhấc điện thoại lên bấm số. "Chào, Pammy. Em đang ở đâu thế?... Tốt. Chị có việc cần nhờ em đây. Hãy lên mạng để chat qua webcam đi. Chúng ta sẽ trao đổi phần tiếng qua điện thoại."

Sachs quay sang Cooper. "Anh bật webcam của mình lên được chứ, Mel."

Anh chàng chuyên gia pháp y gõ lên bàn phím và một khoảnh khắc sau trên màn hình xuất hiện hình ảnh căn phòng của Pam tại nhà bố mẹ nuôi cô bé tại Brooklyn. Khi cô bé ngồi xuống, một khuôn mặt xinh đẹp tuổi vị thành niên xuất hiện. Hình ảnh hơi biến dạng do các thấu kính góc rộng.

"Chào Pam."

"Xin chào, ông Cooper", một giọng nói du dương vang lên qua loa ngoài của điện thoại.

"Nhường chỗ cho tôi nào", Sachs nói và thế chỗ Cooper trước bàn phím. "Bé con, bọn chị vừa tìm thấy một bức ảnh và nghĩ nó được tải về từ Internet. Em có thể xem qua và nói cho bọn chị nếu em biết nó được tải về từ đâu không?"

"Tất nhiên rồi."

Sachs giơ tờ giấy in ảnh lên trước webcam.

"Lóa quá. Chị lấy nó ra khỏi túi nilon được không?"

Cô xỏ tay vào một đôi găng cao su, rồi thận trọng lấy bức ảnh ra, giơ lên lần nữa.

"Rõ hơn rồi đấy. Chắc chắn nó được tải từ OurWorld."

"Đó là cái gì vậy?"

"Chị biết đấy, một mạng xã hội. Kiểu như Facebook hay MySpace. Một mạng mới đang rất nổi. Ai cũng truy cập vào đó."

"Anh có biết về nó không, Rhyme?", Sachs hỏi.

Anh gật đầu. Cũng thật lạ, gần đây anh rất hay nghĩ về chủ đề này. Anh đã đọc một bài trên *Thời báo New York* về các mạng liên kết và thế giới không gian ảo như *Cuộc đời thứ hai*. Anh rất ngạc nhiên khi biết con người đang ngày càng dành ít thời gian cho thế giới thực và nhiều thời gian trong thế giới ảo hơn, từ avatar đến mạng xã hội, rồi làm việc từ xa qua Internet. Có vẻ như đám trẻ ngày nay đang dành ít thời gian ra ngoài hơn bất cứ thời kỳ nào của lịch sử nước Mỹ. Trớ trêu thay, nhờ vào một chế độ luyện tập cho phép cải thiện thể trạng, cũng như sự thay đổi về thái độ của anh, bản thân Rhyme ngày càng bớt chìm đắm vào thế giới ảo và đánh bạo ra ngoài nhiều hơn. Ranh giới ngăn cách giữa người lành lặn và tàn tật đang mờ dần.

Lúc này Sachs hỏi Pam: "Em có chắc bức ảnh này được tải từ trang đó không?".

"Đúng mà. Bọn họ có kiểu viền ảnh đặc biệt đó. Nếu chị nhìn thật gần, nó không chỉ là một đường viền; nó được ghép lại từ những hình quả cầu nhỏ xíu, giống như Trái Đất, xếp lặp đi lặp lại."

Rhyme nheo mắt. Phải, khung viền của bức ảnh đúng như cô bé mô tả. Rồi anh nhớ ra từng đọc thấy OurWorld trong bài báo nọ. "Chào Pam, mạng đó có nhiều thành viên lắm đúng không?"

"Ồ, xin chào ông Rhyme. Đúng thế. Khoảng ba mươi hay bốn mươi triệu người. Cô gái đó thuộc 'lãnh địa' nào?"

"Lãnh địa?", Sachs hỏi.

"Đó là cách họ gọi trang cá nhân. 'Lãnh địa' của bạn. Cô ấy là ai vậy?"

"Chị rất tiếc, cô ấy vừa bị giết hôm nay", Sachs nói bằng giọng đều đều. "Đây chính là vụ điều tra mà chị đã nói với em đấy."

Rhyme sẽ không đời nào đề cập đến vụ án mạng với một đứa trẻ vị thành niên. Nhưng đây là cuộc gọi của Sachs và cô biết rõ những gì có thể chia sẻ, cái gì không.

"Ôi, em xin lỗi." Pam có vẻ đồng cảm nhưng không hề sốc hay hốt hoảng trước sự thật phũ phàng.

Rhyme hỏi: "Pam, liệu có người nào đó có thể truy cập và xâm nhập vào lãnh địa của người khác không?".

"Thế này nhé, đáng ra cần đăng nhập. Nhưng nếu không muốn đăng bài hay lập lãnh địa riêng cho mình, ông vẫn có thể xâm nhập vào để nhìn ngó một chút."

"Vậy theo cháu người đã in bức ảnh này ra biết rõ về máy tính."

"Đúng thế, cháu đoán là anh ta phải biết. Có điều không phải anh ta in bức ảnh ra."

"Gì cơ?"

"Ông không thể in hay tải về bất cứ thứ gì. Thậm chí ngay cả khi dùng lệnh in hình ảnh trên màn hình. Có một cơ chế lọc trong hệ thống để ngăn chặn những kẻ xâm nhập trái phép. Ông không thể bẻ khóa được. Nó cũng giống như biện pháp được dùng để bảo vệ các cuốn sách điện tử có bản quyền trên mạng."

"Vậy làm cách nào hắn có được bức ảnh?", Rhyme hỏi.

Pam bật cười. "Ồ, chắc là anh ta làm theo cách tất cả bọn cháu đều làm ở trường nếu muốn có ảnh của một anh chàng dễ thương hay một người có phong cách lạ lùng kỳ quái nào đó. Bọn cháu chỉ việc dùng máy ảnh kỹ thuật số chụp lại màn hình thôi. Ai cũng làm thế mà."

"Hẳn rồi", Rhyme vừa nói vừa lắc đầu. "Thế mà tôi chưa từng nghĩ đến."

"Ồ, đừng lo, ông Rhyme", cô bé nói. "Không hiếm khi người ta bỏ quên mất câu trả lời hiển nhiên nhất đâu."

Sachs liếc nhìn Rhyme, lúc này đang mỉm cười trước lời an ủi của cô bé. "Okay, Pam. Cảm ơn nhiều. Tôi sẽ gặp cháu sau."

"Bye!"

"Hãy bổ sung vào bức chân dung anh bạn của chúng ta."

Sachs cầm lấy chiếc bút và bước tới bên tấm bảng trắng.

### Mô tả đặc điểm ĐTBA 522

- *Nam giới.*

- *Có thể hút thuốc hay sống/làm việc với người hút thuốc, hoặc ở gần nguồn gây ra tàn thuốc.*

- *Có con hoặc sống/làm việc gần nơi có trẻ con hay nơi có nguồn đồ chơi.*

- *Quan tâm tới tác phẩm nghệ thuật, tiền xu cổ?*

- *Nhiều khả năng da trắng hoặc sáng màu.*

- *Vóc người trung bình.*

- *Khỏe - có khả năng siết cổ nạn nhân.*

- *Có cơ hội tiếp cận thiết bị ngụy trang giọng nói.*

- Nhiều khả năng biết rõ về máy tính, mạng xã hội OurWorld. Còn các trang mạng xã hội khác?

- Lấy chiến lợi phẩm từ nạn nhân. Một kẻ tàn bạo biến thái?

- Một phần nơi ở/nơi làm việc thường xuyên trong tình trạng thiếu ánh sáng, ẩm thấp.

**Bằng chứng không sắp đặt trước**

- Vết bụi.

- Vết bìa các tông cũ.

- Tóc búp bê, sợi BASF B35 nylon 6.

- Tàn thuốc lá từ thuốc lá điếu Tareyton.

- Mảnh thuốc lá cũ, không phải Tareyton, nhưng không rõ loại.

- Vết nấm mốc Stachybotrys Chartarum.

Rhyme đang xem xét lại các chi tiết thì nghe thấy Mel Cooper phá lên cười. "Ái chà chà."

"Gì thế?"

"Chuyện này thú vị đây."

"Nói cụ thể đi. Tôi không cần sự thú vị. Tôi cần thực tế."

"Dù gì đi nữa vẫn rất thú vị." Cooper đang chiếu chùm sáng mạnh vào phần gáy đã bị cắt tung ra trên cuốn sách của Robert Jorgensen.

"Anh cho rằng ông bác sĩ này đã hóa rồ khi nói về thiết bị định vị đúng không? Được thôi, thử đoán xem. Oliver Stone có thể làm được một bộ phim về chuyện này đấy. Có thứ gì đó được cài vào cuốn sách. Chính xác là vào phần gáy sách."

"Thật sao?", Sachs nói, lắc đầu. "Tôi đã nghĩ ông ấy hơi lẩn thẩn ."

"Để tôi xem nào", Rhyme nói, sự tò mò bắt đầu bị đánh thức, trong khi tâm trạng ngờ vực nhất thời được xếp sang một bên.

Cooper đưa một chiếc camera nhỏ có độ phân giải cao lại bàn thí nghiệm, chiếu một chùm tia hồng ngoại vào cuốn sách. Phía dưới lớp dán gáy hiện lên một vật hình chữ nhật nhỏ xíu, trên bề mặt có những vạch ngang dọc.

"Lấy nó ra", Rhyme nói.

Cooper thận trọng tách gáy sách và lấy ra một mảnh dài chừng một inch[1] làm bằng giấy có phủ chất dẻo, trên bề mặt có những đường vạch nhỏ chạy giống như trên một bản vi mạch máy tính. Trên đó cũng có một dãy số cùng tên nhà sản xuất DMS, Inc.

Sellitto hỏi: "Cái chết tiệt gì thế này? Có đúng là một thiết bị định vị không?".

"Tôi không hiểu cách thức hoạt động của nó. Không thấy pin hay bất cứ nguồn cấp năng lượng nào", Cooper nói.

"Mel, hãy tìm công ty này."

Một cuộc tìm kiếm nhanh trong danh mục các công ty cho biết đó là công ty Data Management Systems, có trụ sở ở ngoại ô Boston. Anh ta đọc to lên một đoạn mô tả về công ty này, trong đó có bộ phận chuyên sản xuất những thiết bị tí hon như thứ họ vừa tìm thấy, những con chíp RFID, nhận dạng bằng tín hiệu ở tần số radio.

"Tôi đã nghe nói về chúng", Pulaski nói. "Trên CNN."

"À, nguồn thông tin tuyệt vời cho khoa học hình sự", Rhyme nói với giọng mỉa mai chua chát.

---

[1] Đơn vị đo chiều dài của Anh. 1inch = 2,54 centimet.

"Không, đó là trong *CSI[1]*", Sellitto nói, khiến Ron Pulaski bật cười rồi vội vàng im bặt.

Sachs hỏi: "Vậy thứ thiết bị này có tác dụng gì?".

"Một điều khá là thú vị đấy."

"Lại một lần nữa, thú vị."

"Về nguyên tắc, đây là một con chíp đã được lập trình để có thể hoạt động được nhờ vào một máy quét tín hiệu radio. Không cần đến pin, ăng ten của chúng thu nhận sóng radio và nguồn sóng này cung cấp đủ năng lượng để chúng hoạt động."

Sachs nói: "Jorgensen nói cần phá hủy ăng ten để vô hiệu hóa chúng và có thể phá hủy một số loại thiết bị kiểu này bằng lò vi sóng. Nhưng thứ đó...", cô chỉ về phía con chíp họ vừa phát hiện ra, "ông ta không thể phá hủy được. Hay ít nhất ý ông ta là vậy".

Cooper nói tiếp, "Chúng được sử dụng để kiểm soát hàng hóa tại các cơ sở sản xuất và bán lẻ. Trong vài năm tới, mọi sản phẩm bán ra tại Mỹ sẽ được gắn chíp RFID. Hiện tại, một số tập đoàn bán lẻ đã đưa ra yêu cầu này trước khi họ nhập về một dòng sản phẩm nào đó".

Sachs bật cười. "Đúng là điều Jorgensen đã nói với tôi. Có thể ông ta không đến mức ngớ ngẩn như tôi nghĩ."

"Mọi sản phẩm?", Rhyme hỏi.

"Phải. Như thế các cửa hàng sẽ biết số hàng đó ở đâu trong kho, họ đang có trong tay bao nhiêu hàng, thứ gì bán chạy hơn những thứ khác, khi nào cần bổ sung hàng lên kệ bán, khi nào cần nhập hàng. Chúng cũng được dùng trong việc kiểm soát hành lý ở các hãng hàng không, nhờ vậy họ luôn biết rõ hành lý của các vị đang ở đâu mà không cần phải trực tiếp quét mã vạch kiểm tra. Và

---

[1] Viết tắt của Crime Scene Investigation là Điều tra hiện trường tội ác.

cả trong thẻ tín dụng, bằng lái xe, thẻ nhân viên. Người ta gọi chúng là những chiếc thẻ 'thông minh'."

"Jorgensen muốn nhìn tận mắt thẻ cảnh sát của tôi. Ông ta đã kiểm tra nó rất kỹ lưỡng. Có thể ông ta muốn biết nó có thuộc loại thẻ này không."

"Chúng có mặt khắp mọi nơi", Cooper tiếp tục. "Trong những chiếc thẻ chiết khấu các vị sử dụng tại các cửa hàng tạp hóa, trong thẻ khách hàng quen thuộc của các hãng hàng không, cũng như các thẻ thông minh dùng thanh toán phí cầu đường."

Sachs hất hàm về phía bảng ghi các bằng chứng. "Thử nghĩ về điều đó xem, Rhyme. Jorgensen nói rằng kẻ mà ông ta gọi là Chúa biết mọi thứ về cuộc sống của ông ta. Đủ để đánh cắp được danh tính, mua đủ thứ dưới tên ông ta, thực hiện các khoản vay, lấy thẻ tín dụng, cũng như tìm ra nơi ông ta ẩn náu."

Rhyme cảm nhận được sự hưng phấn, đầy kích thích khi tiến lên phía trước trong một cuộc săn lùng. "Năm Hai Hai biết đủ rõ về các nạn nhân của hắn để tiếp cận họ, vượt qua sự cảnh giác của họ. Hắn biết đủ rõ về những kẻ hắn chọn làm vật thế thân để sắp đặt trước những bằng chứng tương tự như những thứ những họ có ở nhà."

"Và", Sellitto nói thêm, "hắn biết chính xác họ ở đâu vào thời điểm hắn gây án. Vì thế họ không thể có được bằng chứng ngoại phạm".

Sachs chăm chú nhìn thiết bị định vị nhỏ bé. "Jorgensen nói cuộc đời ông ta bắt đầu tan nát kể từ khi ông ta có cuốn sách này."

"Ông ta đã mua nó ở đâu vậy? Có hóa đơn hay nhãn giá không, Mel?"

"Không gì hết. Nếu có chắc ông ta đã cắt đi mất rồi."

"Hãy gọi cho Jorgensen. Đưa ông ta đến đây."

Sachs lấy điện thoại di động ra và gọi tới khu nhà cho thuê nơi cô vừa gặp người bác sĩ. Cô cau mày. "Đi rồi sao?", cô hỏi anh chàng thường trực.

Có vẻ không được ổn lắm, Rhyme thầm đoán.

"Ông ta đã chuyển đi", cô nói sau khi ngắt liên lạc. "Nhưng em biết ông ta đi đâu." Cô lấy ra một mảnh giấy, thực hiện một cuộc gọi khác. Tuy nhiên sau vài câu trao đổi ngắn, cô ngắt liên lạc, thở dài thất vọng. Jorgensen không hề có mặt tại khách sạn đó, thậm chí ông ta cũng không hề gọi điện tới để đặt phòng.

"Em có số di động không?"

"Ông ấy không có điện thoại di động. Không tin tưởng chúng. Nhưng ông ấy biết số của em. Nếu chúng ta gặp may ông ấy sẽ gọi." Sachs đi tới gần con chip nhỏ xíu. "Mel. Cắt dây dẫn đi. Chính là ăng ten đấy."

"Cái gì?"

"Jorgensen nói một khi chúng ta cầm cuốn sách, cũng có nghĩa chúng ta đã bị theo dõi. Cắt nó đi."

Cooper nhún vai liếc nhìn về phía Rhyme, anh thầm nghĩ ý kiến của Sachs thật ngớ ngẩn. Nhưng Amelia Sachs không phải là người dễ dàng sợ bóng sợ gió. "Cứ làm thế đi. Chỉ cần ghi thêm một dòng ghi chú trên tấm thẻ mô tả bằng chứng: 'Bằng chứng đã được vô hiệu hóa'."

Một cách diễn đạt thường được dành cho các loại bom và súng.

Sau đó Rhyme không còn quan tâm tới RFID nữa. Anh ngước mắt lên. "Được rồi. Cho tới khi chúng ta có được tin tức từ ông ta, hãy cùng nghiên cứu tiếp vụ này đã... Tiếp tục nào, mọi người. Hăng hái lên. Tôi cần vài ý tưởng ở đây! Chúng ta có một tên tội phạm có thể tiếp cận được tất cả những thông tin cá nhân của người khác. Bằng cách nào? Hắn biết về mọi thứ mà những kẻ thế thân thường mua. Dây câu, dao làm bếp, kem cạo râu, phân bón cỏ, bao cao su, băng dính, dây thừng, bia. Đã có bốn nạn nhân và bốn người bị vu oan - ít nhất là vậy. Hắn không thể theo dõi tất cả mọi người ở khắp mọi nơi cùng một lúc, hắn cũng không hề đột nhập vào nơi ở của họ."

"Có thể hắn là nhân viên tại một trong những cửa hàng đại hạ giá", Cooper đề xuất.

"Nhưng DeLeon mua một vài thứ trong số những đồ vật được lựa chọn làm bằng chứng tại cửa hàng Home Depot. Tại đó, anh không thể mua được bao cao su hay đồ ăn vặt."

"Có thể Năm Hai Hai làm việc cho một công ty thẻ tín dụng thì sao?", Pulaski gợi ý. "Hắn có thể biết được những gì người ta mua bằng thẻ tín dụng."

"Không tồi, Rookie... Nhưng cũng có những lúc các nạn nhân buộc phải thanh toán bằng tiền mặt."

Thật ngạc nhiên, Thom lại chính là người đưa ra được một câu trả lời. Anh ta moi chùm chìa khóa của mình ra. "Tôi nghe thấy Mel vừa nhắc đến những chiếc thẻ giảm giá." Anh ta chìa ra mấy chiếc thẻ nhựa nhỏ gắn vào dây móc chìa khóa. Một dùng cho A&P[1], một cho Food Emporium[2]. "Tôi quẹt thẻ và hưởng một khoản khấu trừ. Cho dù tôi trả tiền mặt, cửa hàng vẫn biết tôi mua những gì."

"Tuyệt lắm", Rhyme nói. "Nhưng từ đó chúng ta sẽ đi tới đâu? Chúng ta vẫn đang lần tìm theo hàng tá những nơi các nạn nhân và những người bị đổ tội thường hay mua hàng."

"A."

---

[1] Tên một hệ thống siêu thị và cửa hàng bán lẻ thực phẩm tại Mỹ.
[2] Tên một hệ thống siêu thị và cửa hàng bán lẻ thực phẩm tại Mỹ.

Rhyme nhìn Sachs, lúc này đang chăm chú nhìn vào tấm bảng danh sách bằng chứng và hơi mỉm cười. "Em nghĩ em tìm ra rồi."

"Cái gì?", Rhyme hỏi, hy vọng nghe được một lập luận thông minh dựa trên nguyên tắc khoa học hình sự và áp dụng được trên thực tế.

"Giày", cô nói gọn lỏn. "Câu trả lời chính là những chiếc giày."

# CHƯƠNG 15

"**H**ắn không chỉ biết chung chung về những thứ nạn nhân thường mua", Sachs giải thích. "Đáng nói ở đây là hắn biết được những chi tiết cụ thể. Hãy nhìn vào ba vụ án. Vụ anh họ anh, vụ Myra Weinburg và vụ đánh cắp tiền xu. Năm Hai Hai không chỉ biết rõ những người hắn sẽ cài bẫy đi giày loại nào. Hắn biết cả cỡ giày."

Rhyme nói: "Tốt lắm. Hãy tìm hiểu xem DeLeon Williams và Arthur hay mua giày dép ở đâu".

Một cuộc gọi chóng vánh cho Judy Rhyme và một cuộc gọi khác cho Williams đã chứng tỏ những đôi giày đều được mua từ thư đặt hàng trực tuyến - một đôi qua ca ta lô, đôi kia qua một trang web nhưng cả hai trường hợp đều là đặt hàng trực tiếp từ các công ty.

"Được rồi", Rhyme nói, "hãy chọn ra một trong số hai công ty đó, gọi điện cho họ và tìm hiểu xem công việc bán hàng được tiến hành ra sao. Tung một đồng xu để chọn nào."

Sure-Track là cái tên thắng cuộc. Chỉ cần bốn cuộc gọi là họ tiếp cận được với một nhân vật có liên quan tới công ty này, không ai khác ngoài vị chủ tịch hội đồng quản trị kiêm tổng giám đốc.

Có thể nghe thấy tiếng nước chảy, tiếng đập nước bì bõm, tiếng trẻ con cười đùa trong khi người đàn ông ở đầu dây bên kia hỏi với giọng không được chắc chắn lắm, "Một tội ác?".

"Nó không liên quan trực tiếp tới ông", Rhyme trấn an người đối thoại với mình. "Một trong những sản phẩm của ông là bằng chứng trong vụ án này."

"Nhưng chắc không phải gã đó định làm nổ tung máy bay bằng cách giấu bom trong giày đấy chứ?" Ông ta dừng lại, như thể để cập đến việc này là hành vi xâm phạm đến an ninh quốc gia vậy.

Rhyme giải thích tình hình, kẻ thủ ác nắm được thông tin cá nhân của các nạn nhân, bao gồm những thông tin chi tiết về đôi giày Sure-Track, cũng như về đôi giày Alton của anh họ anh và đôi Bas Walker của một người bị cài bẫy khác. "Ông có bán hàng qua đại lý phân phối lẻ nào không?"

"Không hề. Chỉ phân phối trên mạng."

"Ông có chia sẻ thông tin với các đối thủ cạnh tranh không? Thông tin về các khách hàng?"

Một thoáng ngần ngừ.

"Thưa ông?", Rhyme hỏi lại sau khi không có câu trả lời.

"À, chúng tôi không thể chia sẻ thông tin. Như thế sẽ vi phạm luật chống độc quyền."

"Được rồi, có cách nào để một ai đó có thể tiếp cận được thông tin về các khách hàng mua giày Sure-Track?"

"Đó là một tình huống nhạy cảm."

Rhyme nhăn mặt.

Sachs nói: "Thưa ông, kẻ chúng tôi đang tìm kiếm là một tên sát nhân và cưỡng dâm. Ông có ý tưởng nào về cách thức hắn biết được thông tin về khách hàng của ông không?".

"Thực sự là không."

Lon Sellitto chen vào: "Vậy thì bọn này sẽ kiếm bằng được một cái trát chết dẫm và gỡ tung các hồ sơ lưu trữ của ông ra từng tờ một".

Không phải là phương thức tế nhị Rhyme sẽ sử dụng, nhưng kiểu tiếp cận đao to búa lớn này cũng hiệu quả chẳng kém.

Người đàn ông ở đầu dây bên kia tá hỏa: "Đợi đã, đợi đã, tôi có ý này".

"Gì vậy?", Sellitto gằn giọng.

"Nếu hắn có được thông tin từ nhiều công ty khác nhau, rất có thể hắn lấy được từ một nhà khai thác dữ liệu."

"Đó là cái gì vậy?", Rhyme hỏi.

Dường như lần này khoảng im lặng là do ngạc nhiên. "Ông chưa bao giờ nghe nói đến bọn họ sao?"

Rhyme đảo mắt một vòng, "Chưa bao giờ. Bọn họ là ai?".

"Đúng như tên gọi vậy. Những công ty làm dịch vụ cung cấp thông tin, bọn họ bới móc các dữ liệu về khách hàng, những vụ mua bán của những người này, nhà cửa, thẻ tín dụng, lịch sử tín dụng, tóm lại là mọi thứ. Đám này phân tích những dữ liệu đó rồi bán chúng. Ông biết đấy, để giúp các công ty phát hiện ra những xu hướng của thị trường, tìm kiếm khách hàng mới, tìm ra mục tiêu phù hợp để gửi các loại thư tín trực tiếp, rải tờ rơi quảng cáo. Những việc đại loại như thế."

*Mọi thứ về họ...*

Rhyme thầm nghĩ: rất có thể chúng ta đang tìm thấy điều gì đó. "Bọn họ có lấy được thông tin từ các con chip RFID không?"

"Tất nhiên là có. Đó là một trong những nguồn dữ liệu lớn nhất."

"Công ty của ông sử dụng nhà khai thác dữ liệu nào?"

"Ồ, tôi cũng không rõ nữa. Một vài nguồn khác nhau." Giọng ông ta có vẻ dè dặt.

"Chúng tôi thực sự cần phải biết", Sachs nói, trưng ra củ cà rốt[1] sau khi Sellitto đã giơ cây gậy. "Chúng tôi không muốn có thêm ai bị tổn thương nữa. Tên tội phạm này rất nguy hiểm."

Một tiếng thở dài kết thúc sự do dự của ông tổng giám đốc. "Được rồi, tôi nghĩ rằng SSD là nguồn chính. Họ là một công ty lớn. Nhưng nếu các vị nghĩ rằng ai đó tại công ty này dính dáng đến một tội ác, thì quả là không thể. Bọn họ là những gã xuất sắc nhất thế giới. Ngoài ra còn hệ thống an ninh, còn..."

"Trụ sở của họ ở đâu?", Sachs hỏi.

Thêm một lần do dự nữa. Tiếp tục đi nào, chết tiệt, Rhyme nghĩ thầm.

"Ở New York."

Địa bàn hoạt động của Năm Hai Hai. Nhà tội phạm học bắt gặp cái nhìn của Sachs. Anh mỉm cười. Có vẻ hứa hẹn đây.

"Có còn nhà cung cấp nào khác ở khu vực này không?"

"Không. Axciom, Experian và Choicepoint - những nhà khai thác dữ liệu lớn khác không đặt trụ sở gần đây. Nhưng hãy tin tôi đi, không thể có chuyện ai đó tại SSD dính dáng vào việc này. Tôi xin thề."

"SSD có nghĩa là gì?", Rhyme hỏi.

"Strategic Systems Datacorp." (Tập đoàn Các hệ thống dữ liệu chiến lược)

---

[1] Tác giả muốn nhắc tới "Củ cà rốt và cây gậy" - một chiến thuật ngoại giao của cựu Tổng thống Mỹ Roosevelt: nói chuyện với đối thủ thì ôn hòa, nhưng trong tay luôn phải có một cây gậy to làm áp lực. Cây gậy là vũ lực để làm hậu thuẫn, còn củ cà rốt là dùng tiền bạc làm miếng mồi nhử.

"Ông có đầu mối liên lạc nào ở đó không?"

"Cũng không có ai đặc biệt", ông ta đáp lại rất nhanh.

"Không ư?"

"Được rồi, có những đại diện bán hàng mà chúng tôi cùng làm việc trực tiếp. Vào lúc này tôi không thể nhớ ra tên của họ. Tôi có thể kiểm tra để tìm."

"Ai là chủ của công ty này?"

Thêm một khoảng im lặng. "Chắc là Andrew Sterling, người sáng lập và Tổng Giám đốc. Nghe này, tôi đảm bảo không ai ở đó làm bất cứ điều gì phạm pháp. Không thể."

Thế rồi Rhyme hiểu ra một điều: Người đàn ông này đang hoảng sợ. Sợ chính SSD. "Ông lo lắng về điều gì vậy?"

"Chỉ là...", bằng giọng xưng tội, ông ta nói, "chúng tôi không thể hoạt động được nếu không có họ. Chúng tôi thực sự... hợp tác chặt chẽ với họ".

Tuy nhiên, nếu suy từ giọng nói của ông ta thì cách diễn đạt chính xác phải là "phụ thuộc vào".

"Chúng tôi sẽ rất kín đáo", Sachs nói.

"Cảm ơn cô. Thực sự cảm ơn cô." Có thể dễ dàng nhận ra vẻ nhẹ nhõm trong giọng nói của ông ta.

Sachs lịch thiệp cảm ơn ông tổng giám đốc về sự hợp tác và cô nhận được một cái nhìn đầy ngụ ý từ Sellitto.

Rhyme ngắt liên lạc. "Khai thác dữ liệu? Đã có ai nghe nói đến chuyện này chưa?"

Thom nói: "Tôi không biết gì về SSD nhưng tôi đã nghe nói đến những người khai thác dữ liệu. Đó là ngành kinh doanh của thế kỷ hai mươi mốt".

Rhyme nhìn vào danh sách bằng chứng. "Vậy nếu Năm Hai Hai làm việc cho SSD hay là một trong những khách hàng của họ, hắn có thể tìm ra mọi thứ hắn cần biết về việc ai đó mua kem cạo râu, dây thừng, bao cao su, dây câu, tất cả những bằng chứng hắn có thể sắp đặt." Thế rồi một ý tưởng nữa chợt đến với anh. "Ông chủ công ty giày có nói rằng bọn họ bán dữ liệu về danh sách địa chỉ gửi thư. Arthur đã nhận được vài bức thư gửi trực tiếp liên quan tới tranh của Prescott, nhớ chứ? Năm Hai Hai hắn đã tìm ra thông tin này từ danh sách địa chỉ gửi thư của họ. Rất có thể Alice Sanderson cũng có tên trên một danh sách."

"Và nhìn xem, những bức ảnh chụp hiện trường này." Sachs bước tới chỗ những tấm bảng và chỉ vào mấy bức ảnh chụp tại hiện trường vụ đánh cắp tiền xu. Những bức thư gửi trực tiếp nằm đầy trên các mặt bàn và sàn nhà.

Pulaski nói: "Ông nhớ chứ? Thám tử Cooper có nhắc tới thẻ E-ZPass[1]. Nếu cái công ty SSD này khai thác dữ liệu từ chúng, kẻ sát nhân có thể sẽ biết được chính xác khi nào anh họ ông có mặt trong thành phố và khi nào ông ấy quay về nhà".

"Lạy Chúa Jesus!", Sellitto lẩm bẩm. "Nếu đúng thế, anh chàng này đã vấp phải một cái bẫy thực sự khốn kiếp."

"Kiểm tra về vụ khai thác dữ liệu này đi, Mel. Tôi muốn biết chắc SSD là nhà cung cấp duy nhất ở thành phố này."

Sau vài động tác gõ bàn phím. "Hừm. Tôi nhận được hơn hai mươi triệu câu trả lời cho 'khai thác dữ liệu'."

"Hai mươi triệu?"

Suốt một giờ đồng hồ sau đó, cả nhóm cùng theo dõi Cooper thu hẹp dần danh sách những nhà khai thác dữ liệu hàng đầu trong nước, có khoảng sáu công ty loại này. Anh ta tải về hàng

---

[1] Một loại thẻ thông dụng để thanh toán phí cầu đường tại Mỹ.

trăm trang chủ của họ kèm các chi tiết khác. So sánh danh sách khách hàng của một số công ty khai thác dữ liệu khác nhau với những sản phẩm được Năm Hai Hai sử dụng làm bằng chứng, dường như có nhiều khả năng SSD là nguồn duy nhất của tất cả thông tin. Trên thực tế, đây cũng là công ty duy nhất có các cơ sở nằm trong hoặc ngay gần thành phố New York.

"Nếu anh muốn", Cooper nói, "tôi có thể tải về các bản quảng cáo chào hàng của họ".

"Ồ, rất cần đấy, Mel. Hãy cùng xem xem."

Sachs ngồi xuống cạnh Rhyme, hai người cùng nhìn lên màn hình trong khi trang chủ của SSD xuất hiện, trên cùng là biểu tượng của công ty: một tháp canh và khung cửa sổ, từ khung cửa tỏa ra những tia sáng.

### Strategic Systems Datacorp

*Tìm kiếm những khung cửa sổ mở ra cơ hội cho bạn*

*"Tri thức là Sức mạnh"... Hàng hóa giá trị nhất trong thế kỷ hai mươi mốt là thông tin và SSD là doanh nghiệp hàng đầu đi tiên phong trong việc sử dụng tri thức để tạo lập nên các chiến lược, tái thiết các mục tiêu và giúp bạn để ra các giải pháp để đương đầu với vô vàn thách thức bạn sẽ phải đối diện trong thế giới hiện đại ngày nay. Với hơn bốn nghìn khách hàng tại Mỹ và nước ngoài, SSD để ra các tiêu chuẩn của lĩnh vực khai thác với tư cách là nhà cung cấp dịch vụ tri thức ưu việt nhất trên trái đất.*

### Cơ sở dữ liệu

*innerCircle® là cơ sở dữ liệu tư nhân lớn nhất thế giới, với các thông tin thiết yếu về hai trăm tám mươi triệu người Mỹ và một trăm ba mươi triệu công dân của những quốc gia khác. innerCircle® được lưu trữ*

*trong Hệ thống Mạng máy tính song hành quy mô lớn (MPCAN®1)*
*thuộc quyền sở hữu của chúng tôi, hệ thống máy tính thương mại mạnh*
*nhất từng được thiết lập.*

*innerCircle® hiện đang lưu giữ hơn năm trăm petabyte² thông tin,*
*tương đương với hàng triệu triệu trang dữ liệu và chúng tôi dự kiến hệ*
*thống này sẽ sớm đạt tới một exabyte³, một lượng dữ liệu lớn đến mức chỉ*
*cần năm exabyte là đủ để ghi lại mọi lời mà từng người đã nói ra trong*
*suốt tiến trình lịch sử!*

*Chúng tôi có trong tay các thông tin cá nhân và công cộng: số*
*điện thoại, địa chỉ, biển đăng ký phương tiện đi lại, thông tin về các giấy*
*phép, lịch sử mua sắm và sở thích, thói quen đi lại, hồ sơ lưu trữ tại các*
*cơ quan công quyền và các số liệu thống kê quan trọng về đời tư, lịch sử*
*tín dụng, thu nhập và rất nhiều điều nữa. Chúng tôi đưa các dữ liệu này*
*đến tận tay bạn với tốc độ ánh sáng, dưới hình thức dễ dàng tiếp cận và*
*có thể sử dụng tức thời, được tối ưu hóa theo đúng các nhu cầu cụ thể*
*của bạn.*

*innerCircle® tăng trưởng với hàng trăm nghìn lần bổ sung dữ*
*liệu mỗi ngày.*

### Các công cụ

*- Watchtower DBM®, hệ thống quản lý cơ sở dữ liệu toàn diện*
*nhất trên thế giới. Là đối tác của bạn trong quá trình hoạch định chiến*
*lược, Watchtower® giúp bạn xác lập các mục tiêu của mình, lựa chọn lấy*
*những dữ liệu hữu ích nhất từ innerCircle® và đem đến tận tay bạn một*
*chiến lược đảm bảo cho thắng lợi, hai mươi tư trên bảy, thông qua hệ*
*thống máy chủ tốc độ cao và được bảo mật cao độ của chúng tôi.*

---

[1] Massively Parallel Computer Array Network.

[2] 1 petabyte $= 2^{50}$ byte .

[3] 1 exabyte $= 2^{60}$ byte

*Watchtower® đáp ứng và vượt qua những tiêu chuẩn mà SQL[1] đã thiết lập nhiều năm nay.*

*- Xpectation®, phần mềm dự đoán hành vi, dựa trên các công nghệ mới nhất về trí tuệ nhân tạo và mô hình hóa. Các nhà sản xuất, nhà cung cấp dịch vụ, nhà phân phối bán buôn và bán lẻ... muốn biết thị trường của bạn đang đi theo hướng nào và khách hàng của bạn sẽ muốn gì trong tương lai? Nếu vậy đây chính là sản phẩm dành cho bạn. Các cơ quan bảo vệ pháp luật, hãy lưu ý: Với Xpectation®, các vị có thể dự đoán trước tại đâu và khi nào các tội ác sẽ xảy ra, quan trọng hơn cả, ai là kẻ có khả năng sẽ gây ra tội ác đó.*

*- FORT® (công cụ tìm kiếm các mối quan hệ ẩn), một sản phẩm độc nhất vô nhị mang tính cách mạng, thực hiện việc phân tích hàng triệu sự kiện dường như không có quan hệ với nhau để xác định các mối liên hệ mà bản thân con người không thể tự phát hiện ra được. Dù bạn là một công ty thương mại muốn biết nhiều hơn về thị trường (hay các đối thủ cạnh tranh của bạn) hay một tổ chức bảo vệ pháp luật đang phải đối mặt với một vụ án hình sự hóc búa, FORT® sẽ đem lại cho bạn bước đột phá!*

*- ConsumerChoice®, phần mềm và thiết bị theo dõi cho phép bạn xác định được phản ứng chính xác của người tiêu dùng với các chương trình quảng cáo, marketing cũng như các sản phẩm mới hay các sản phẩm đang được đưa ra thăm dò. Hãy quên đi các quan điểm theo nhóm tập trung vào từng chủ đề. Giờ đây, thông qua theo dõi sinh trắc học, bạn có thể tập hợp và phân tích những cảm xúc thực của mỗi cá nhân về những kế hoạch dự kiến của bạn - trong khi họ thường không hề biết mình đang bị quan sát!*

*- Hub Overvue®, phần mềm tổng hợp thông tin. Sản phẩm dễ sử dụng này cho phép bạn kiểm soát mọi cơ sở dữ liệu trong tổ chức của bạn và với những hoàn cảnh thích hợp, có thể trong cả khuôn khổ những hoạt động của các công ty khác.*

---

[1] Structured Query Language: Ngôn ngữ truy vấn mang tính cấu trúc là ngôn ngữ chuẩn hóa để định nghĩa và xử lý dữ liệu trong một cơ sở dữ liệu quan hệ.

- *SafeGard®, phần mềm và các dịch vụ kiểm tra an ninh và nhận dạng.* Dù mối quan tâm của bạn là các mối đe dọa khủng bố, bắt cóc con tin tập thể, gián điệp công nghệ hay bị cướp mất nhân viên hoặc khách hàng, SafeGard® đảm bảo các cơ sở vật chất của bạn luôn được đảm bảo an ninh, cho phép bạn tập trung vào công việc kinh doanh cốt yếu của mình. Bộ phận này bao gồm cả những công ty hàng đầu thế giới về kiểm tra nguồn gốc, đảm bảo an ninh và sàng lọc đối tượng, được sử dụng bởi đối tượng khách hàng là các tập đoàn và chính phủ trên khắp thế giới. Bộ phận SafeGard® của SSD cũng nắm giữ tên tuổi hàng đầu trong lĩnh vực cung cấp phần mềm và thiết bị phần cứng phục vụ sinh trắc học, Bio-Chek®.

- *NanoCure®, dịch vụ và phần mềm nghiên cứu y học.* Chào mừng đến với thế giới của các hệ thống vi sinh học thông minh dùng trong chẩn đoán và điều trị bệnh. Các chuyên gia y tế, các chuyên gia về công nghệ nano của chúng tôi đang tạo dựng các giải pháp cho những vấn đề sức khỏe phổ biến mà nhân loại ngày nay đang phải đương đầu. Từ việc theo dõi các vật chất di truyền để báo trước các chứng bệnh nguy hiểm đến tính mạng tới phát triển các thiết bị có thể tiêm vào cơ thể cho phép chữa khỏi các chứng bệnh nguy hiểm chết người khó điều trị, bộ phận NanoCure® của chúng tôi đang làm việc để tạo ra một xã hội khỏe mạnh.

- *On-Trial®, các dịch vụ và hệ thống hỗ trợ trong các tranh chấp dân sự.* Từ trách nhiệm liên quan đến các sản phẩm cho tới các vụ kiện chống độc quyền, On-Trial® hỗ trợ quá trình xử lý và đệ trình hồ sơ cũng như việc kiểm soát bằng chứng.

- *PublicSure®, phần mềm trợ giúp cho lực lượng bảo vệ pháp luật.* Đây chính là hệ thống dành cho việc thống nhất và quản lý các hồ sơ tội phạm và các hồ sơ công cộng có liên quan được lưu trữ tại các cơ sở dữ liệu quốc tế, của liên bang, tiểu bang và các địa phương. Thông qua PublicSure® các kết quả tìm kiếm có thể được tải về máy tính tại các văn phòng, trên các xe tuần tra, hay về các PDA cũng như điện thoại di động chỉ trong vòng vài giây sau khi gửi truy vấn, giúp các nhân viên điều tra đẩy nhanh tốc độ phá án và tăng cường mức độ sẵn sàng và an ninh cho các nhân viên hoạt động trong lĩnh vực bảo vệ pháp luật.

- EduServe®, các dịch vụ và phần mềm hỗ trợ giáo dục. Quản lý những gì trẻ em học là điều tối quan trọng với một xã hội thành công. EduServe® giúp Hội đồng Quản lý và giáo viên tại các cơ sở giáo dục từ mầm non đến lớp mười hai sử dụng một cách hiệu quả nhất nguồn lực của họ và cung cấp dịch vụ đào tạo đảm bảo đem lại chất lượng giáo dục tốt nhất trên mỗi đô la tiền thuế sử dụng.

Rhyme phá lên cười, vẻ không tin nổi. "Nếu Năm Hai Hai có thể tiếp cận được tất cả những thông tin này... nếu thế, quả thực hắn là một kẻ biết hết mọi điều."

Mel Cooper nói: "Okay, nghe nhé. Tôi đang tìm kiếm những công ty mà SSD sở hữu. Đoán xem một trong số này là công ty nào".

Rhyme đáp: "Tôi sẽ chọn công ty có ba chữ cái đầu là DMS, cho dù nó có nghĩa là cái chết tiệt gì đi nữa. Nhà sản xuất ra con chíp RFID trong cuốn sách, đúng không?".

"Phải. Anh thắng rồi."

Không ai nói gì trong một hồi lâu. Rhyme nhận thấy tất cả những người có mặt trong phòng đều đang nhìn vào biểu tượng có khung cửa sổ phát sáng của SSD trên màn hình máy tính.

"Vậy đấy", Sellitto lẩm bẩm, mắt dán chặt vào danh sách bằng chứng. "Từ đây chúng ta sẽ đi đến đâu?"

"Theo dõi ", Pulaski đề xuất.

"Có lý đấy", Sellitto nói. "Tôi sẽ gọi cho bên Tìm kiếm và Theo dõi, cử đến một vài đội."

Rhyme liếc nhìn anh ta nghi ngờ. "Tiến hành theo dõi một công ty, với gì nhỉ? Một nghìn nhân viên?", anh lắc đầu, sau đó hỏi: "Anh biết nguyên tắc Occam chứ, Lon?".

"Occam là gã mắc dịch nào thế? Một tay thợ cạo đúng không?"

Rhyme thở dài, "Một triết gia. Con dao cạo là hình ảnh ẩn dụ ám chỉ việc cắt bỏ đi những lời diễn giải dài dòng lủng củng về một hiện tượng. Ông ta nói rằng khi bạn có nhiều cách tiếp cận khác nhau, cách đơn giản nhất gần như luôn là cách đúng".

"Vậy thì lý thuyết đơn giản đó của anh là gì?"

Nhìn chăm chăm vào trang thông tin quảng cáo, nhà tội phạm học trả lời Sachs: "Anh nghĩ em và Pulaski nên đến hỏi thăm SSD một chuyến vào sáng mai".

"Và làm gì ở đó?"

Anh nhún vai. "Hỏi xem có ai làm việc tại đó là một kẻ giết người không."

# CHƯƠNG 16

A, cuối cùng cũng về đến nhà.

Tôi đóng cửa lại.

Khóa chặt cả thế giới ở bên ngoài.

Tôi hít một hơi thật sâu, đặt chiếc ba lô xuống đi văng, bước vào gian bếp sạch tinh tươm, uống một ít nước tinh khiết. Lúc này tôi không muốn động đến bất cứ loại chất kích thích nào.

Lại là thứ đáng bực mình đó.

Căn nhà này quả là một ngôi nhà đẹp trong thành phố. Xây từ trước chiến tranh, rộng thênh thang (cần phải như vậy khi bạn đang sống như tôi và sở hữu những bộ sưu tập mà tôi đang có). Không dễ để tìm được một địa điểm hoàn hảo. Tôi đã mất một khoảng thời gian dài để tìm ra nó. Và giờ tôi đang ở đây, hầu như không bị nhòm ngó. Trở nên hoàn toàn vô danh ở New York là một việc dễ dàng đến kỳ lạ. Một thành phố mới tuyệt diệu làm sao! Ở đây, phương thức tồn tại mặc định là sống ngoài vòng kiểm soát. Ở đây, bạn cần phải nỗ lực vật lộn để người ta nhận ra mình. Nhiều *mười sáu chữ số* đã làm như thế, tất nhiên rồi. Nhưng biết làm sao được, thế giới vẫn tồn tại nhiều kẻ ngu ngốc hơn mức chấp nhận được.

Thế nhưng, hãy nghe cho rõ, cần phải duy trì vẻ bề ngoài. Những căn phòng nằm ở mặt trước ngôi nhà của tôi được bài trí đơn giản và rất có gu (xin cảm ơn, Scandinavia[1]). Tôi không quan hệ xã giao ở đây nhiều lắm nhưng vẫn cần phải có một diện mạo có vẻ bình thường. Bạn cần phải hoạt động trong thế giới thực. Nếu không, các *mười sáu chữ số* sẽ bắt đầu đặt ra câu hỏi liệu có chuyện gì đang xảy ra không hay liệu bạn có phải là một con người khác hẳn so với những gì bạn vẫn thể hiện không.

Từ đó, chỉ cần thêm một bước ngắn nữa thôi là sẽ có ai đó lượn lờ quanh nhà, lẻn vào *căn phòng* của bạn và cuỗm đi mọi thứ. Mọi thứ mà bạn đã phải cực khổ bỏ công sức ra mới có được.

Mọi thứ.

Đó là điều tồi tệ nhất trong những điều tồi tệ nhất.

Vậy là bạn cần đảm bảo rằng *căn phòng* của bạn hoàn toàn bí mật. Bạn cần đảm bảo rằng những báu vật của bạn được cất giấu đằng sau những khung cửa sổ kéo kín rèm hay lắp song sắt, trong khi bạn tiếp tục duy trì cuộc đời kia của mình trước mặt bàn dân thiên hạ, giống như nửa được Mặt trời rọi sáng của Mặt trăng. Tránh xa khỏi vòng kiểm soát là cách tốt nhất để có được một không gian sống thứ hai. Bạn nên làm những gì tôi đã làm: giữ cho cuộc sống bề ngoài luôn sạch sẽ ngăn nắp, cho dù việc này khiến tất cả dây thần kinh của bạn bị hành hạ chẳng kém gì phải nghe tiếng một đồ vật bằng thép cạo ken két trên nền đá hoa.

Bạn có một ngôi nhà bình thường. Bởi vì đó là thứ ai cũng có.

Và bạn duy trì một mối quan hệ thân tình với đồng nghiệp và bạn bè. Bởi vì đó là điều ai cũng làm.

---

[1] Phong cách thiết kế nội thất từng rất phổ biến trong những năm năm mươi.

Thỉnh thoảng bạn lại có một cuộc hẹn hò, dụ dỗ cô gái ở lại qua đêm và thực hiện đủ loại tư thế.

Bởi vì đó cũng là điều ai cũng làm. Cũng chẳng quan trọng nếu cô nàng không khiến bạn phấn khích bằng việc bạn vừa ngọt ngào tán tỉnh, vừa bước vào phòng ngủ của cô nàng, mỉm cười thật sảng khoái, nói với cô nàng rằng anh và em là hai tâm hồn đồng điệu bởi chúng ta có rất nhiều điểm giống nhau. Nằm sẵn sàng trong túi áo jacket của bạn là một cuộn băng dính và một con dao cạo.

Lúc này, tôi kéo rèm che kín những khung cửa sổ trông ra vịnh rồi bước lại phía cuối phòng khách.

"Ái chà, chỗ này quả là sạch sẽ ngăn nắp... Nhìn từ bên ngoài trông nó có vẻ to hơn."

"Đúng thế, một cảm giác rất thú vị."

"Mà này, anh có một cửa ra vào nữa trong phòng khách của mình. Đằng sau cánh cửa đó là gì thế?"

"À, chỗ đó ấy à. Chỉ là chỗ chứa đồ thôi. Một nhà kho. Chẳng có gì để nhìn đâu. Một chút vang nhé?"

Được thôi, thứ nằm đằng sau đó chính là nơi tôi đang đi tới. Ngôi nhà thực sự của tôi. *Căn phòng* của tôi, tôi gọi nó như vậy. Nó giống như một tòa tháp cố thủ - tuyến phòng ngự cuối cùng của một tòa lâu đài trung cổ - nơi trú ẩn kín đáo nhất nằm ở giữa trung tâm. Khi mọi thứ khác đã bị mất, nhà vua cùng gia đình sẽ rút lui vào tòa tháp cố thủ.

Tôi bước vào tòa tháp cố thủ của mình qua khung cửa thần kỳ đó. Đây đúng là một căn phòng, hay chính xác hơn là một căn phòng nhỏ để đồ, bên trong bạn sẽ nhìn thấy những bộ quần áo được treo trên móc, những chiếc hộp đựng giày. Nhưng gạt chúng sang bên, bạn sẽ tìm thấy một cánh cửa thứ hai. Nó mở sang phần còn lại của ngôi nhà, có diện tích rộng hơn rất nhiều so với phần mặt tiền bị co hẹp lại tối đa mang màu vàng Thụy Điển kinh tởm.

*Căn phòng của tôi...*

Giờ tôi đã bước vào nó, khóa trái cánh cửa sau lưng mình và bật hệ thống chiếu sáng lên.

Cố thư giãn. Nhưng sau ngày hôm nay, sau tai họa vừa xảy ra, tôi không tài nào rũ bỏ được cảm giác bực bội.

Chuyện này thật không tốt, không tốt chút nào hết...

Tôi gieo mình xuống chiếc ghế kê trước bàn làm việc, khởi động chiếc máy tính trong khi nhìn chăm chú vào bức họa của Prescott treo trước mặt, một món quà của Alice 3895. Ông ta có nét vẽ mới tinh tế làm sao! Những đôi mắt của các thành viên gia đình trong bức họa thật ấn tượng. Prescott đã thành công trong việc đem đến cho mỗi con mắt một cái nhìn khác nhau. Nhìn thoáng qua tất cả đều có liên hệ với nhau, trạng thái biểu cảm cũng tương tự nhau. Thế nhưng chúng đều khác biệt, như thể mỗi con mắt là hình ảnh một khía cạnh của cuộc sống trong một gia đình: hạnh phúc, trắc trở, giận dữ, bí hiểm, khống chế, bất lực.

Tất cả những gì tạo nên một gia đình.

Tôi cho là vậy.

Tôi mở chiếc ba lô, lấy ra những báu vật đã thu được ngày hôm nay. Một chiếc hộp thiếc, một bộ bút chì, một cái nạo pho mát cũ. Tại sao lại có ai đó vứt đi những thứ này chứ? Tôi cũng lấy ra những vật hữu dụng mà tôi sẽ dùng đến trong vài tuần tới: một vài bản xin vay tín dụng đã được ký khống mà người ta bất cẩn bỏ đi, biên lai thẻ tín dụng, hóa đơn điện thoại... Những gã ngốc, tôi có thể nói như vậy.

Tất nhiên còn có một hiện vật nữa cho bộ sưu tập của tôi, nhưng tôi sẽ ghi hình nó lại sau. Không phải là một chiến tích huy hoàng như mong muốn vì tôi đã phải dùng đến băng dính để làm im lặng những tiếng kêu la chói tai của Myra 9834, lúc đó tôi đã lo ngại về những người qua đường. Nói gì thì nói, không thể có chuyện hiện vật nào trong một bộ sưu tập cũng là một món trang sức hoàng gia, bạn cần một chút đời thường để tạo nên những điểm nhấn đặc biệt.

Sau đó tôi đi lững thững trong *căn phòng* của mình, đặt các báu vật vào vị trí thích hợp.

*Nhìn từ bên ngoài trông nó có vẻ to hơn...*

Cho tới hôm nay, tôi có 7403 tờ báo, 3243 số tạp chí (*National Geographics* là chủ đạo, tất nhiên rồi), 4235 kẹp diêm...và, bỏ qua về số lượng, còn có: mắc áo, dụng cụ nhà bếp, hộp đựng suất ăn trưa, chai sô đa, vỏ hộp đựng ngũ cốc, kéo, đồ cạo râu, những cái xỏ giày và miếng cốt giày[1], cúc áo, những chiếc hộp đựng măng sét, lược, đồng hồ đeo tay, quần áo, những dụng cụ cả loại hữu dụng và đã lỗi thời. Những đĩa hát đựng trong vỏ in màu hay in đen trắng. Các vỏ chai, những món đồ chơi, bình đựng mứt, nến và giá nến, đĩa đựng đường, vũ khí. Còn nhiều, nhiều nữa.

Ngoài ra trong *căn phòng* còn gì nữa? Những gian trưng bày về các *mười sáu chữ số*, giống như một viện bảo tàng, từ những gian trưng bày những món đồ chơi đáng yêu (dù rằng Howdy Doody[2] là một gã công tử bột khốn kiếp khiến người ta phát ớn) cho tới những gian dành lưu giữ những thứ mà tôi trân trọng như báu vật nhưng phần lớn người khác, than ôi, sẽ cảm thấy không thích thú gì. Những lọn tóc, móng tay và vài món kỷ vật đã nhăn nheo, khô quất thu lượm được từ các chuyến đi săn khác nhau. Giống như chuyến đi săn chiều hôm nay. Tôi đặt chiếc móng tay của Myra 9834 vào một vị trí nổi bật. Việc này thông thường phải đem đến cho tôi đủ hưng phấn để đạt tới cực khoái nhưng bây giờ đã trở nên u ám và bị hủy hoại hoàn toàn.

---

[1] Miếng gỗ, chất dẻo hoặc kim loại có hình bàn chân được đặt ở trong để giữ dáng của giày.

[2] Nhân vật chính trong một chương trình múa rối dành cho thiếu nhi phát sóng trên kênh NBC của Mỹ từ năm 1947 đến 1960.

Tôi căm thù *bọn chúng* biết chừng nào...

Với hai bàn tay run rẩy, tôi đậy nắp chiếc hộp đựng xì gà lại, không còn chút hứng thú nào với kho báu của mình lúc này nữa.

Căm thù, căm thù, căm thù...

Quay trở lại máy tính, tôi bắt đầu suy nghĩ: Có khi chẳng hề có nguy cơ nào cả. Có thể đó chỉ là một chuỗi những biến cố ngẫu nhiên kỳ lạ đã dẫn *bọn chúng* tới nhà của DeLeon 6832.

Nhưng tôi không thể mạo hiểm.

Rắc rối: Nguy cơ các báu vật sẽ bị tước đoạt khỏi tay đang hoàn toàn ám ảnh tôi.

Giải pháp: Tiếp tục những gì tôi đã bắt đầu ở Brooklyn. Giáng trả. Loại bỏ bất cứ mối đe dọa nào.

Điều mà phần lớn *mười sáu chữ số*, bao gồm cả những kẻ săn lùng tôi, không hiểu và cũng là điều đẩy họ vào tình thế bất lợi một cách thảm hại là: Tôi tin vào sự thật rằng, hoàn toàn không có gì sai trái về đạo đức khi cướp đi một mạng sống. Bởi vì tôi biết có một sự tồn tại vĩnh hằng hoàn toàn độc lập với những cái túi da đựng các nội tạng mà chúng ta đang tạm thời mang trên mình. Tôi có bằng chứng hẳn hoi: Chỉ cần nhìn vào những bản dữ liệu về cuộc đời bạn, được thiết lập bắt đầu từ giây phút bạn chào đời. Tất cả luôn còn đó, được lưu trữ ở hàng nghìn địa điểm, được sao chép, cập nhật, vô hình và không thể hủy diệt được. Sau khi hình hài của mỗi con người biến mất, thân xác biến mất, các dữ liệu vẫn tồn tại mãi mãi.

Nếu đó không phải là định nghĩa của một linh hồn bất tử thì tôi không biết nó còn có thể là gì khác nữa.

# CHƯƠNG 17

Phòng ngủ hoàn toàn yên ắng.

Rhyme đã để Thom về nhà qua đêm Chủ nhật cùng Peter Hoddins, bạn gái lâu năm của anh chàng điều dưỡng. Rhyme đã hành cậu ta không ít. Anh không đừng được chuyện đó, nhiều lúc cũng cảm thấy thật tệ vì đã làm vậy. Nhưng anh cố gắng bù lại cho cậu ta những khi Amelia Sachs ở lại qua đêm với anh, như đêm nay chẳng hạn, anh giải phóng cho Thom. Cậu thanh niên cần một cuộc sống bên ngoài ngôi nhà này nhiều hơn việc suốt ngày quanh quẩn chăm sóc một gã què bẩn tính.

Anh nghe thấy những âm thanh khẽ vọng ra từ phòng tắm. Những âm thanh cho biết một phụ nữ đang chuẩn bị lên giường ngủ. Tiếng thủy tinh va vào nhau lanh canh, tiếng cửa lùa bằng nhựa lạch xạch, tiếng xịt nước thơm, tiếng nước chảy cùng mùi hương tỏa ra từ bầu không khí ẩm ướt của phòng tắm.

Anh thích những khoảnh khắc này. Chúng gợi anh nhớ lại cuộc đời anh *trước đây*.

Tâm trí anh lại hiện lên những bức ảnh treo trong phòng thí nghiệm dưới nhà. Bên cạnh bức ảnh chụp Lincoln mặc bộ đồ thi đấu điền kinh là một bức ảnh đen trắng. Trong ảnh có hai chàng thanh niên ngoài hai mươi tuổi gầy gò, cao lêu đều, mặc com lê đang đứng cạnh nhau. Hai cánh tay của hai người đều giơ thẳng, như thể đang băn khoăn có nên ôm lấy người kia không.

Bố và bác của Rhyme.

Anh vẫn thường nhớ về bác Henry. Còn về bố anh thì lại không nhiều đến thế. Điều này đúng trong suốt cuộc đời anh. Ồ không, không có gì đáng chê trách về Teddy Rhyme cả. Chỉ đơn giản là người trẻ hơn trong hai anh em ruột cũng là người thường e dè thu mình lại. Ông yêu thích công việc của mình, hàng ngày cặm cụi vùi đầu từ chín giờ sáng tới năm giờ chiều trong các phòng thí nghiệm khác nhau, thích đọc sách, một thú vui ông luôn tìm đến mỗi buổi tối trong khi thư thái ngồi trong chiếc ghế bành bọc đệm dày đã sờn, còn vợ ông, Anne, bận bịu may vá hoặc xem ti vi. Teddy yêu thích lịch sử, nhất là cuộc Nội chiến, một sở thích mà Rhyme đoán chính là nguồn gốc dẫn tới tên của anh.

Cậu con trai và người cha chung sống khá vui vẻ, dù Rhyme vẫn nhớ rõ những khoảnh khắc im lặng đầy lúng túng, ngượng nghịu khi chỉ có hai bố con với nhau. Những gì đem đến rắc rối cũng thúc đẩy con người ta nhập cuộc. Những gì đem đến thách thức cũng khiến bạn cảm thấy sức sống cuộn chảy trong mình. Teddy không bao giờ đem đến rắc rối hay thách thức.

Nhưng bác Henry thì có, với những lời nói thẳng tuột.

Anh không thể ở trong cùng một căn phòng với ông nhiều hơn vài phút mà không bị sự chú ý của ông soi tới như một ngọn đèn pha. Sau đó sẽ là những câu đùa cợt, những chuyện bông lơn, những tin tức mới nhất về gia đình. Và luôn có những câu hỏi, một số được đặt ra bởi ông thực sự tò mò muốn biết thêm. Nhưng phần lớn được hỏi chỉ để gợi ra một cuộc tranh luận với anh. Ôi, Henry mới say mê những cuộc đấu trí làm sao. Anh có thể co lại khép nép, có thể đỏ mặt, có thể nổi cáu. Nhưng anh cũng nóng bừng người lên vì hãnh diện về những lời khen ngợi hiếm hoi nhận được từ ông, vì anh biết mình đã giành được một cách xứng đáng. Chưa bao giờ một lời khen ngợi giả tạo hay những lời động viên vô căn cứ được phát ra từ miệng của bác Henry.

"Cháu gần tới đích rồi đấy. Cố suy nghĩ thêm đi nào! Cháu đã có tất cả chúng trong con người mình. Einstein[1] đã thực hiện tất cả các nghiên cứu quan trọng nhất khi ông ta mới chỉ nhỉnh hơn cháu vài tuổi."

Nếu anh đưa ra được đáp án đúng, anh sẽ được thưởng bằng một cái nhướn mày tán đồng, tương đương với việc giành được giải thưởng tại Hội chợ Khoa học Westinghouse. Nhưng cũng rất thường xuyên anh đưa ra những lý lẽ hoàn toàn sai bét, những giả thiết ngớ ngẩn, những lời chỉ trích đầy cảm tính, những nhận xét thiên lệch... Nhưng mục đích của ông không phải là giành phần thắng trước anh, ông chỉ có mục đích duy nhất là đi tới chân lý và đảm bảo anh hiểu rõ con đường cần phải đi. Một khi ông đã phá tan tành lập luận của anh thành từng mảnh và đảm bảo anh hiểu được tại sao, cuộc tranh luận đến đó là kết thúc.

*Vậy cháu hiểu mình đã bắt đầu sai lầm ở đâu rồi chứ? Cháu đã tính toán nhiệt độ với một tập hợp giả thiết sai lầm. Chính xác là vậy! Bây giờ, hãy cùng đi gọi vài cú điện thoại, tập hợp thêm vài người nữa và cùng đi xem White Sox[2] vào thứ Bảy này. Bác cần một chiếc bánh mì kẹp xúc xích nóng hổi ngay tại sân bóng chày và chắc chắn chúng ta sẽ không kiếm nổi lấy một cái ở Comiskey Park[3] vào tháng Mười đâu.*

Lincoln luôn thích thú với những cuộc so tài trí tuệ, thường lái xe đến tận Công viên Hyde ngồi dự các buổi tọa đàm hay các cuộc thảo luận nhóm không chính thức do bác anh làm chủ tọa tại

---

[1] Albert Einstein, nhà vật lý học nổi tiếng người Mỹ gốc Đức - Do Thái.
[2] Một đội bóng chày của Chicago, bang Illinois.
[3] Sân chơi bóng chày của đội White Sox từ năm 1910 đến năm 1990.

trường đại học, thực ra, anh còn có mặt thường xuyên hơn Arthur, người luôn có những mối bận tâm khác.

Nếu bác anh vẫn còn sống, chắc hẳn lúc này ông đã bước thẳng vào căn phòng của Rhyme mà không buồn để ý tới cơ thể bất động của anh, chỉ tay vào chiếc máy sắc ký khí[1] và nói thẳng tuột, "Tại sao cháu vẫn còn xài cái thứ thối tha này?". Rồi bước qua trước mặt những tấm bảng trắng ghi lại các bằng chứng, ông hẳn sẽ bắt đầu lục vấn Rhyme về cách anh xử trí vụ Năm Hai Hai.

*Phải rồi, nhưng liệu cho rằng gã này có phương thức ứng xử như thế đã hợp lý chưa? Hãy nói lại lần nữa các lập luận của cháu cho bác nghe.*

Anh lại nhớ tới buổi tối mà anh đã thường hồi tưởng đến: Đêm Giáng sinh năm cuối của anh ở trường trung học, tại nhà bác anh ở Evanston. Tại đó có mặt vợ chồng Henry - Paula cùng những người con của họ, Robert, Arthur và Marie; vợ chồng Teddy - Anne cùng Lincoln; vài người cô bác họ hàng cùng các anh chị em họ; một hai người láng giềng.

Lincoln và Arthur đã giành gần hết buổi tối chơi bi a pool trong phòng chơi ở dưới nhà và trò chuyện về những dự tính cho mùa thu năm sau cũng như về trường đại học. Trái tim của Lincoln đặt cả vào Học viện Công nghệ Massachussetts. Arthur cũng dự định sẽ nộp đơn xin học ở đó. Cả hai đều tin tưởng vào khả năng được nhận, tối hôm đó hai anh em tranh luận với nhau về việc sẽ ở chung một phòng trong ký túc xá hay tìm một căn hộ ở ngoài trường (tình huynh đệ giữa các chàng trai phải tranh đấu với viễn cảnh nhen nhóm một tổ ấm yêu đương cùng một cô bạn gái).

Sau đó, đại gia đình tập hợp quanh chiếc bàn lớn trong phòng ăn, gần đó, mặt nước hồ Michigan đang gợn sóng ì oạp, những cơn gió rít lên qua những cành cây khẳng khiu xám xịt

---

[1] Loại máy dùng để phân tách các chất trong một hỗn hợp.

ngoài sân sau. Henry ngự trị tại bàn ăn với cùng phong cách khi ông ngự trị trên bục giảng, rất có trách nhiệm và ý thức, với một nụ cười thoáng hiện trên đôi mắt nhanh nhẹn không bỏ qua một chi tiết nhỏ nào của những cuộc trò chuyện đang diễn ra quanh mình. Ông kể những câu chuyện đùa, những giai thoại thú vị, hỏi thăm về cuộc sống của các vị khách. Ông luôn quan tâm, luôn tò mò và có những lúc ông thật lôi cuốn. "Nào, Marie, giờ tất cả mọi người đều đã có mặt đông đủ, hãy kể cho chúng ta cùng nghe về suất học bổng nghiên cứu sinh ở Georgetown đi. Bố nghĩ tất cả mọi người ở đây đều đồng ý nó sẽ rất phù hợp với con. Jerry có thể tới thăm con ở đó vào các dịp cuối tuần trên chiếc xe đồng bóng mới toanh của cậu ta. À mà hạn chót để nộp hồ sơ là khi nào vậy? Đợi chút nào, dường như bố nhớ ra rồi."

Cô gái có mái tóc lưa thưa vừa né tránh cái nhìn của ông vừa nói do dịp lễ Giáng sinh và các bài thi tốt nghiệp, cô vẫn chưa hoàn thành xong giấy tờ. Nhưng chắc chắn sẽ hoàn thành. Chắc chắn.

Tất nhiên mục tiêu của Henry là buộc con gái ông phải cam kết trước mặt những người chứng kiến, bất chấp việc cô sẽ phải xa vị hôn phu của mình thêm sáu tháng nữa.

Rhyme luôn tin tưởng bác anh hoàn toàn có thể trở thành một luật sư biện hộ hay một chính khách xuất sắc.

Sau khi những gì còn lại của món gà tây và món pa tê đã được dọn đi, thay thế bằng Grand Marnier[1], cà phê và chè, bác Henry kéo mọi người ra phòng khách, nổi bật lên trong căn phòng là một chiếc lò sưởi với gộc cây đang cháy bùng bùng và một bức chân dung nghiêm nghị của ông nội Lincoln - một người có ba bằng tiến sĩ và là giáo sư tại Harvard. Đã đến giờ cho cuộc thi tài.

Bác Henry sẽ đưa ra một câu hỏi khoa học, người đầu tiên tìm ra câu trả lời sẽ được một điểm. Ba người đạt điểm số cao nhất

---

[1] Một loại rượu dùng sau bữa ăn, làm từ cognac và tinh dầu chanh đắng.

sẽ giành được các phần thưởng đích thân ông đã lựa chọn và được bác Paula gói lại rất chu đáo.

Không khí căng thẳng có thể cảm nhận được thật rõ ràng, luôn là như vậy khi bác Henry đóng vai chủ trì và là một người tham gia thi đấu cực kỳ nghiêm túc. Bố Lincoln là một đối thủ lợi hại trong rất nhiều câu hỏi về Hóa học và nếu chủ đề thi tài liên quan tới những con số, mẹ anh, một giáo viên Toán bán thời gian, có lúc còn đưa ra câu trả lời trước khi bác Henry kịp nói xong câu hỏi. Tuy nhiên, những người về đầu tiên trong toàn bộ cuộc thi lại là những người anh chị em họ - Robert, Marie, Lincoln và Arthur cùng chồng chưa cưới của Marie.

Đến giai đoạn cuối, khoảng gần tám giờ tối, những người tham gia thi đấu đều đã nhổm cả dậy khỏi chỗ ngồi, theo đúng nghĩa đen. Thứ tự xếp hạng thay đổi sau từng câu hỏi. Những lòng bàn tay ướt đẫm mồ hôi. Khi chỉ còn vài phút theo chiếc đồng hồ đếm thời gian của bác Paula, Lincoln trả lời đúng liên tiếp ba câu hỏi và vươn lên vị trí số một. Đứng thứ hai là Marie, thứ ba là Arthur.

Trong những tràng vỗ tay tán thưởng, Lincoln cúi chào như thể đang đứng trên sân khấu và nhận giải quán quân từ tay bác anh. Anh vẫn còn nhớ rõ cảm giác ngạc nhiên khi mở tờ giấy gói màu nâu: một chiếc hộp nhựa trong suốt đựng một khối bê tông kích thước chừng một inch. Thế nhưng đây không hề là một trò đùa. Lincoln đang cầm trong tay một mảnh của Sân vận động Stagg cũ tại Đại học Chicago, nơi phản ứng hạt nhân dây chuyền đầu tiên đã được thực hiện dưới sự chỉ đạo của nhà bác học cùng tên với anh họ anh, Arthur Compton và đồng sự Enrico Fermi. Ông Henry có lẽ đã lấy được một mảnh khi sân vận động này bị phá đi vào những năm 1950. Lincoln đã rất xúc động trước giải thưởng mang dấu ấn lịch sử này và đột nhiên cảm thấy vui mừng vì mình đã tham gia cuộc chơi một cách nghiêm túc. Anh vẫn còn giữ lại mảnh bê tông ở đâu đó, trong một thùng các tông dưới tầng hầm.

Nhưng lúc đó Lincoln không còn thời gian để chiêm ngưỡng phần thưởng quý báu của mình.

Tối hôm đó anh có một cuộc hẹn muộn với Adrianna.

Cũng giống như gia đình vừa đột nhiên chen vào dòng suy nghĩ, lúc này cô huấn luyện viên thể dục tóc đỏ xinh đẹp cũng có vị trí của mình trong ký ức của Lincoln.

Adrianna Waleska - phát âm với một âm V nhẹ, vẫn còn giữ lại trong họ của mình gốc gác Gdansk[1] từ hai thế hệ trước - làm việc tại văn phòng của chuyên gia tư vấn đại học tại trường trung học của Lincoln. Vào đầu năm cuối cấp, trong khi mang mấy bản đăng ký đến nộp, anh đã nhìn thấy trên bàn làm việc của cô cuốn *Stranger in a strange land*, một cuốn tiểu thuyết của Heinlein, với các mép trang đã quăn sờn. Hai người đã bỏ ra cả giờ đồng hồ sau đó để trò chuyện về cuốn sách, thường là nhất trí với nhau, đôi chỗ tranh luận, kết quả là Lincoln nhận ra anh đã lỡ giờ Hóa học. Không vấn đề gì. Ưu tiên vẫn là ưu tiên.

Đó là một cô gái cao dong dỏng, mảnh dẻ, hai hàm răng đều tăm tắp, một thân hình gợi cảm dưới những chiếc áo len xù dài tay và những chiếc quần jean ống loe. Nụ cười của cô có thể xếp hạng từ nóng bỏng đến quyến rũ. Chẳng bao lâu sau hai người bắt đầu hẹn hò, trải nghiệm đầu tiên vào thế giới của những mối quan hệ lãng mạn thực thụ. Mỗi người đến dự các buổi thi đấu thể thao của người kia, cùng nhau tới thăm quan Thorne Rooms[2] tại Học viện Mỹ thuật Chicago, tới các câu lạc bộ nhạc Jazz ở khu Old Town và thỉnh thoảng cùng tới thăm băng ghế sau chiếc Chevy Monza của cô, một chiếc xe khó có thể nói là có một băng ghế sau đúng nghĩa và do đó chỉ là một cái cớ. Adrianna sống cách nhà anh một quãng chạy ngắn, xét theo các tiêu chuẩn chạy băng đồng dã ngoại của

---

[1] Một thành phố cảng ở Ba Lan.
[2] Phòng Thiết triều của Hoàng gia Anh.

anh, nhưng cách di chuyển này chẳng ổn chút nào, không thể xuất hiện trước cửa nhà nàng với thân hình mồ hôi nhễ nhại, vậy là anh mượn chiếc xe của gia đình mỗi khi có thể và phóng đi gặp cô.

Họ trò chuyện với nhau hàng giờ liền. Cũng như với bác Henry, anh và Adie đã cùng nhau *cam kết*.

Cũng có những trở ngại tồn tại. Sang năm sau, anh sẽ tới Boston học đại học; còn cô, tới San Diego để theo đuổi nghiên cứu sinh học và làm việc tại vườn bách thú. Nhưng chúng chỉ đơn thuần là những trở ngại và Lincoln Rhyme, vào lúc đó cũng như bây giờ, không bao giờ chấp nhận trở ngại như cớ để bỏ cuộc.

Sau này - sau vụ tai nạn và sau khi anh và Blaine đã chia tay, Rhyme đôi lúc vẫn tự hỏi liệu chuyện gì sẽ xảy ra nếu anh và Adrianna ở lại bên nhau và tiếp tục những gì họ đã bắt đầu. Buổi tối Giáng sinh đó, thực ra anh đã đi rất gần tới cầu hôn. Anh dự kiến trao cho cô không phải một chiếc nhẫn mà là, như anh đã khéo léo chuẩn bị trước, "một loại đá rất đặc biệt" - phần thưởng được bác anh trao trong cuộc thi hiểu biết khoa học nho nhỏ.

Nhưng anh đã không thể nói ra, tất cả bởi thời tiết. Trong khi hai người ngồi sát bên nhau trên một băng ghế, tuyết bắt đầu rơi xuống mỗi lúc một dày từ trên bầu trời đêm yên ả của miền Trung Tây và chỉ sau vài phút, tóc và áo khoác của họ đã phủ một lớp tuyết trắng xóa. Cô gái chỉ kịp quay về nhà mình còn Lincoln về tới nhà anh, trước khi mọi con đường bị ngừng trệ. Tối hôm đó, anh nằm thao thức trên giường, bên cạnh là chiếc hộp nhựa đựng mảnh bê tông, tập đi tập lại bài cầu hôn của mình.

Lời cầu hôn đã không bao giờ được nói ra. Những biến cố chen vào cuộc đời họ, đẩy họ đi theo những hướng khác nhau, dường như đều là những biến cố nhỏ nhoi vô nghĩa, cho dù sự nhỏ nhoi đó, cũng giống như những nguyên tử vô hình đã va đập vào nhau để phân hạch trong một sân vận động bỏ hoang lạnh lẽo, đã thay đổi thế giới mãi mãi.

*Mọi thứ hẳn đã khác đi...*

Rhyme thoáng nhìn thấy Sachs đang chải lại mái tóc dài màu đỏ của cô.

Anh nhìn cô một lúc lâu, cảm thấy vui vì cô đã ở lại tối nay, một cảm giác khiến anh thư thái hơn thường lệ. Rhyme và Sachs không phải là hai người không thể tách rời. Họ đều là những con người cực kỳ độc lập và thường ưa thích có thời gian riêng cho mình. Nhưng tối nay anh muốn cô ở lại đây. Cảm nhận sự hiện diện của cơ thể cô ngay bên anh, một cảm giác - ở những chỗ hiếm hoi anh vẫn còn khả năng cảm nhận - càng mãnh liệt hơn bởi sự hiếm hoi của nó.

Tình yêu anh dành cho cô là một trong những động lực để anh duy trì chế độ luyện tập với một máy tập chạy được vi tính hóa và máy tập đạp xe Electrologic. Nếu các tiến bộ y học bước qua được điểm dừng đó và cho phép anh có thể đi lại, các cơ bắp của anh sẽ được chuẩn bị sẵn sàng. Anh cũng đang cân nhắc tới một cuộc phẫu thuật nữa rất có thể sẽ cho phép cải thiện thể trạng của anh cho tới ngày đó. Về mặt thực nghiệm, phương pháp phẫu thuật này vẫn còn gây nhiều tranh cãi, nó được gọi là phẫu thuật điều chỉnh đường dẫn thần kinh ngoại vi, một kỹ thuật đã từng được bàn đến nhiều và đôi khi được thử nghiệm trên thực tế trong nhiều năm mà không đem lại nhiều kết quả tích cực. Nhưng gần đây một số bác sĩ nước ngoài đã thực hiện loại phẫu thuật này với ít nhiều thành công, bất chấp sự dè dặt của cộng đồng y học Mỹ. Quy trình này sử dụng can thiệp phẫu thuật để nối các đầu dây thần kinh ở phía trên vị trí bị tổn thương với phần thần kinh nằm phía dưới. Có thể gọi đó là việc bắc một chiếc cầu mới để đi vòng qua vị trí một cây cầu đã đổ.

Những trường hợp thành công thường có được ở những cơ thể bị tổn thương ít nghiêm trọng hơn so với cơ thể của Rhyme, nhưng kết quả đúng là rất ấn tượng: có lại kiểm soát bàng quang, cử động của các chi, thậm chí có thể đi lại được. Kết quả cuối cùng này sẽ không thể có được với trường hợp của Rhyme, nhưng những cuộc trao đổi cùng một bác sĩ Nhật đi tiên phong trong phương pháp phẫu thuật này và với một đồng nghiệp đang giảng dạy tại bệnh viện của trường y thuộc trường đại học Ivy Leaque[1] đã đem đến hy vọng sẽ cải thiện được đáng kể một số chức năng. Có thể là khả năng cảm nhận và cử động hai cánh tay, hai bàn tay và bàng quang.

Cả quan hệ tình dục nữa.

Những người bị liệt, thậm chí cả những người liệt tứ chi, vẫn hoàn toàn có khả năng quan hệ tình dục. Nếu như nguồn kích thích tạo ra hưng phấn xuất phát từ nguyên nhân tinh thần - nhìn thấy một người đàn ông hay một phụ nữ mà chúng ta thích - thì không, thông điệp này không thể đi qua được vị trí bị tổn thương trên cột sống. Nhưng cơ thể con người là một cỗ máy tuyệt vời, và có một cơ chế thần kinh kỳ diệu nào đó hoạt động tự động một cách độc lập bên dưới nơi bị tổn thương. Có một chút kích thích tại chỗ, những người bị liệt nặng nhất thậm chí cũng có thể làm tình được.

Ánh đèn trong buồng tắm vụt tắt và anh dõi theo bóng dáng cô đang tiến lại gần, leo lên cái mà từ lâu cô đã gọi là chiếc giường tiện nghi nhất thế giới.

"Anh...", anh vừa mới bắt đầu thì giọng nói của anh đã bị đôi môi cô làm cho tắt lịm khi cô ôm ghì lấy anh hôn thật mãnh liệt.

"Anh vừa nói gì?", cô thì thầm, lướt đôi môi xuống cằm anh, rồi xuống cổ.

Anh đã quên mất. "Anh quên mất rồi."

---

[1] Một hiệp hội các trường đại học ở khu vực Đông Bắc Mỹ gồm tám trường thành viên: Brown, Columbia, Cornell, Dartmouth, Harvard, Pennsylvania, Princeton và Yale.

Đôi môi anh ngậm lấy tai cô và rồi nhận ra đống chăn trên giường đã bị kéo xuống. Việc này đã khiến cô phải tốn sức không ít, Thom đã chuẩn bị giường không khác gì một anh lính sợ chết khiếp thượng sĩ giám thị của mình. Không lâu sau, anh đã nhìn thấy đống chăn bị vun thành đống dưới chân. Chiếc áo phông của Sachs cũng gia nhập vào đó.

Cô hôn anh lần nữa. Anh đáp lại thật say mê.

Đúng lúc đó chuông điện thoại của cô reo lên.

"Ú ù", cô thì thầm. "Em chẳng nghe thấy gì cả." Sau bốn lần đổ chuông, tín hiệu của hộp thư thoại vang lên như sự giải thoát. Song chỉ một nháy mắt sau chuông lại reo.

"Có khi mẹ em gọi đấy", Rhyme nói.

Rose Sachs đã trải qua một số liệu trình điều trị để giải quyết bệnh tim. Tình hình khá tốt song gần đây bà có vài vấn đề về sức khỏe.

Sachs vừa hầm hử cằn nhằn vừa mở máy, lập tức thân thể cả hai người đều chìm vào một quầng sáng xanh. Nhìn thông tin người gọi, cô nói: "Là Pam. Em nên nghe máy".

"Tất nhiên rồi."

"Chào em. Có chuyện gì thế?"

Khi cuộc đối thoại tiếp tục, Rhyme đoán có chuyện gì không ổn.

"Okay... chắc rồi... Nhưng chị đang ở nhà Lincoln. Em muốn qua đây không?", cô liếc nhìn Rhyme, anh gật đầu tán thành. "Okay, em yêu. Bọn chị vẫn còn thức, chắc mà." Cô đóng máy.

"Có chuyện gì thế?"

"Em không biết. Con bé không nói. Nó chỉ nói bố mẹ nuôi nó, Dan và Enid có hai đứa bé phải nhận khẩn cấp tối nay. Vậy là tất cả đám trẻ lớn tuổi hơn phải ở chung phòng. Con bé buộc phải chuồn ra ngoài. Nó không muốn ở lại nhà em một mình."

"Đến chỗ anh cũng được. Em biết mà."

Sachs lại nằm xuống, miệng cô say sưa thám hiểm thân thể anh. Cô thì thầm: "Em đã tính thử rồi. Con bé sẽ phải cho đồ vào túi, lấy xe khỏi ga ra... phải mất bốn mươi lăm phút nữa mới đến đây được. Bọn mình vẫn còn chút thời gian".

Cô cúi người ra trước định hôn anh lần nữa.

Đúng lúc đó chuông cửa reo inh ỏi. Máy đàm thoại nội bộ kêu lạch tạch: "Ông Rhyme? Amelia? Xin chào, Pam đây mà. Chị mở cửa cho em được không?".

Rhyme bật cười, "Có lẽ con bé vừa gọi điện từ ngay ngoài bậc thềm".


Hai người cùng ngồi trong một phòng ngủ trên lầu, Pam và Sachs.

Căn phòng vốn được dành riêng cho cô bé bất cứ khi nào muốn ở lại. Một, hai con thú nhồi bông bày trên giá có vẻ như đã bị quên bằng (khi có mẹ và bố dượng suốt ngày bị FBI săn đuổi, đương nhiên các món đồ chơi sẽ không hiện diện nhiều trong tuổi thơ của bạn) nhưng cô bé có hàng trăm cuốn sách và đĩa CD. Nhờ Thom, khăn, áo phông và tất của cô bé lúc nào cũng sạch sẽ. Một bộ thiết bị radio vệ tinh Sirius và một máy nghe đĩa, cả giày chạy của cô bé cũng để tại đây, Pam rất thích chạy theo con đường dài 1,6 dặm[1] vòng quanh hồ ở Công viên Trung tâm. Cô bé tập chạy vì thích thú và cũng để cảm thấy đói.

Lúc này cô bé ngồi trên giường, chăm chú quét sơn bóng màu vàng lên móng chân, giữa hai móng liền nhau kẹp một cục

---

[1] Khoảng 2,57 km.

bông để ngăn cách. Mẹ cô bé đã cấm tiệt chuyện này, cũng như việc trang điểm ("vì kính trọng Christ," cho dù lý do có vẻ rất ổn), và sau khi thoát khỏi đám cực hữu hoạt động bất hợp pháp, cô bé đã bổ sung vài thú vui nho nhỏ nữa vào tính cách của mình, như những thứ này chẳng hạn, một chút thuốc nhuộm có màu tươi tắn cho mái tóc, vài ba chiếc khuyên bấm ở tai. Sachs cảm thấy nhẹ nhõm vì cô bé không đi quá đà, nếu ai đó có lý do để lao mình vào những trò kỳ quái thì đó chính là Pamela Willoughby.

Sachs ngồi trên một chiếc ghế, gác chân lên trên, các móng chân của cô vẫn để tự nhiên. Một cơn gió nhẹ mang vào căn phòng nhỏ hỗn hợp pha trộn đủ thứ hương vị của mùa xuân từ Công viên Trung tâm: mùi bổi[1], mùi đất, mùi lá cây ướt đẫm sương đêm, mùi khói xe. Cô nhấp một ngụm sô cô la nóng. "Ối chà. Nhớ thổi trước khi uống nhé."

Pam thổi nhẹ vào chiếc cốc của mình rồi nhấp thử. "Tuyệt quá. Nóng bỏng lưỡi." Cô bé quay lại với những chiếc móng chân. Trái ngược hẳn với vẻ mặt trong ngày hôm đó, giờ đây khuôn mặt cô bé có vẻ băn khoăn.

"Em biết chúng gọi là gì không?", Sachs đưa tay chỉ.

"Chân? Ngón chân?"

"Không, phía dưới cơ."

"Có chứ. Đáy chân và đáy ngón chân." Cả hai bật cười.

"Lòng bàn chân. Chúng cũng có vân giống như vân tay vậy. Lincoln từng có lần tóm được một tên tội phạm vì thủ phạm đã dùng chân trần đá vào một người đã bất tỉnh. Nhưng có một lần hắn đá trượt và đạp mạnh xuống sàn. Để lại dấu bàn chân trên đó."

"Hay ghê. Ông ấy nên viết thêm một cuốn sách nữa."

"Chị đang giục anh ấy", Sachs nói. "Nào, có chuyện gì thế?"

---

[1] Đống cành lá, cỏ rác lẫn lộn, thường dùng để đun.

"Stuart."

"Nói tiếp đi."

"Có lẽ em không nên đến. Ngốc quá."

"Thôi nào. Chị là cảnh sát, đừng quên. Chị sẽ bắt em phải khai bằng hết."

"Chuyện là, Emily gọi đến, thật lạ khi bạn ấy gọi vào Chủ nhật. Bạn ấy chưa bao giờ làm thế và em nghĩ chắc có chuyện gì đây. Ban đầu bạn ấy thực sự không muốn nói gì cả nhưng sau đó lại quyết định nói. Bạn ấy kể hôm nay đã trông thấy Stuart với một cô gái khác. Sau trận bóng đá. Cô gái này học cùng trường. Thế mà anh ấy nói với em là anh ấy đi thẳng về nhà."

"Được rồi, vậy sự thật là gì? Hai người bọn họ chỉ nói chuyện thôi đúng không? Thế thì chẳng có gì không ổn cả."

"Bạn ấy nói không chắc lắm, nhưng mà, có vẻ như anh ấy đang tán tỉnh cô gái kia. Sau đó, khi nhận ra có người khác đang nhìn mình, anh ấy đã bỏ đi thật nhanh cùng cô gái. Như kiểu anh ấy muốn trốn tránh ấy." Dự án tân trang bộ móng chân chững lại trong khi vẫn còn dang dở. "Em thực sự, thực sự thích anh ấy. Nếu anh ấy không muốn gặp em nữa thì tệ quá."

Sachs và Pam đã từng cùng nhau tới gặp một chuyên gia tư vấn và với sự đồng ý của Pam, Sachs đã trao đổi riêng với người phụ nữ này. Pam có khả năng sẽ trải qua một giai đoạn căng thẳng sau sang chấn tâm lý kéo dài, không chỉ do quãng thời gian dài bị giam hãm bởi những bậc cha mẹ bệnh hoạn, mà cả vì một giai đoạn khi người bố dượng thiếu chút nữa đã khiến cô bé mất mạng trong lúc tìm cách sát hại các nhân viên cảnh sát. Những vấn đề như chuyện về Stuart Everett, vốn nhỏ nhặt với hầu hết mọi người, đã bị khuếch đại lên trong tâm trí cô bé và có thể gây ra những hậu quả ghê gớm. Sachs đã được khuyên không nên khiến cô bé sợ hãi thêm, song cũng không được coi nhẹ. Cần nhìn thẳng vào từng vấn đề một cách cẩn thận, cố gắng phân tích chúng.

"Bọn em có nói gì về việc gặp gỡ người khác không?"

"Anh ấy nói... ừ thì, một tháng trước anh ấy nói là không."

"Còn nguồn tin tình báo nào nữa không?", Sachs hỏi.

"Tình báo?"

"Ý chị là còn ai khác trong đám bạn của em nói gì không?"

"Không."

"Em có quen ai trong bạn bè của cậu ấy không?"

"Cũng có quen. Nhưng chưa đến mức có thể hỏi về chuyện đó. Như thế chẳng hay chút nào."

Sachs mỉm cười, "Vậy là các điệp viên sẽ không được việc rồi. Thế thì, việc em cần làm là hỏi chính cậu ấy. Thẳng thắn".

"Chị nghĩ thế sao?"

"Chị nghĩ thế."

"Vậy nếu anh ấy trả lời là có gặp cô gái đó thật?"

"Khi đó em nên cảm thấy may mắn là cậu ấy thành thực với em. Đó là một dấu hiệu tốt. Em có thể thuyết phục cậu ấy rời bỏ cô ta." Hai chị em cùng bật cười. "Điều em sẽ làm là nói rằng em chỉ muốn hẹn hò với một người." Bà mẹ tập sự Sachs vội vàng bổ sung thêm: "Chúng ta không nói về hôn nhân ở đây, đừng đề cập đến chuyện đó. Chỉ là hẹn hò thôi".

Pam vội gật đầu. "Ồ, chắc chắn rồi."

Cảm thấy nhẹ nhõm, Sachs nói tiếp: "Cậu ấy chính là người em muốn gặp gỡ. Em cũng trông đợi điều tương tự từ cậu ấy. Em mong muốn sẽ có một điều gì đó quan trọng giữa hai người, gắn bó với nhau, cùng nhau tâm sự mọi thứ, có một mối quan hệ thân thiết và muốn tiến xa thêm nữa".

"Giống như chị và ông Rhyme."

"Phải, giống như vậy. Nhưng nếu cậu ấy không muốn, thì cũng không sao."

"Không, không đúng thế đâu." Pam xị mặt.

"Không, chị đang chỉ nói với em những gì em sẽ nói ra. Sau đó hãy nói với cậu ta, em sẽ gặp gỡ cả những người khác nữa. Cậu ta sẽ không thể chấp nhận cả hai cách cùng lúc."

"Em đoán là thế. Nhưng nếu anh ấy nói thế cũng được thì sao?". Chỉ nội ý nghĩ đó đã khiến khuôn mặt cô bé tối sầm.

Một tiếng cười vang lên. Sachs lắc đầu, "Phải, sẽ là mất thời gian vô ích nếu người ta đã bắt bài được em. Nhưng chị không nghĩ cậu ta đoán được đâu".

"Được rồi. Mai em sẽ đi gặp anh ấy sau khi tan học. Em sẽ nói chuyện với anh ấy."

"Hãy gọi và kể lại cho chị nhé." Sachs đứng dậy, cầm lấy lọ sơn móng và đóng nắp lại. "Ngủ đi. Muộn rồi đấy."

"Nhưng còn móng chân của em. Em chưa xong mà."

"Đừng đi dép hở ngón."

"Amelia!"

Cô dừng lại trên ngưỡng cửa.

"Chị và ông Rhyme sẽ cưới nhau chứ?"

Sachs mỉm cười và đóng cửa lại.

# III
# NHÀ TIÊN TRI

**Thứ Hai, ngày Hai mươi ba tháng Năm**

*Với sự chính xác đáng kinh ngạc, các hệ thống máy tính thực hiện việc dự đoán hành vi bằng cách kiểm tra một số lượng khổng lồ dữ liệu về khách hàng được các doanh nghiệp tập hợp lại. Được gọi là các phép phân tích dự báo, quá trình dự đoán tự động hóa này đã trở thành một ngành kinh doanh có trị giá tới 2,3 tỷ đô la tại Mỹ và đang có triển vọng vươn tới mốc 3 tỷ đô la vào năm 2008.*

*Chicago Tribune*[1]

---

[1] Tờ nhật báo lớn ở Chicago, Illinois, Hoa Kỳ do Công ty Tribune làm chủ.

# CHƯƠNG 18

*Thật là quy mô...*

Amelia Sachs ngồi trong khu tiền sảnh có trần cao hun hút tại Strategic Systems Datacorp và thầm nghĩ những gì ông chủ công ty giày đã mô tả về hoạt động khai thác dữ liệu của SSD quả là đã được nói giảm đi *rất nhiều* so với thực tế.

Tòa nhà tọa lạc tại khu trung tâm thành phố cao ba mươi tầng, một khối màu xám nhọn hoắt, bên ngoài những bề mặt lát granit nhẵn bóng sáng lóng lánh như mica. Những khung cửa sổ chỉ là các khe hẹp nhưng từ vị trí và độ cao đó lại đem đến một góc nhìn về thành phố khiến người ta phải ngỡ ngàng. Cô không lạ gì tòa nhà này, vốn được dân tình đặt biệt danh là Đá Xám, nhưng chưa bao giờ biết chủ sở hữu của nó là ai.

Cô cùng Ron Pulaski ngồi đối diện với một bức tường cao ngất, trên đó là danh sách vị trí các văn phòng của SSD trên khắp thế giới, trong đó có London, Buenos Aires, Mumbai, Singapore, Bắc Kinh, Dubai, Sydney và Tokyo.

*Rất quy mô...*

Phía trên danh sách các văn phòng đó là biểu tượng của công ty: Khung cửa sổ trên chiếc tháp canh.

Cô cảm thấy bụng mình hơi thắt lại khi hồi tưởng đến những khung cửa sổ của ngôi nhà bỏ hoang nằm đối diện với khu nhà nơi Robert Jorgensen sống. Cô nhớ lại những lời nói của Lincoln Rhyme về sự cố xảy ra với các đặc vụ liên bang ở Brooklyn.

*Hắn biết chính xác em đang ở đâu. Có nghĩa là hắn đang theo dõi. Hãy cẩn thận, Sachs...*

Nhìn quanh khu tiền sảnh, cô trông thấy sáu người có vẻ là dân kinh doanh đang đợi tại đây, đa số trông có vẻ bất an, cô nhớ lại tay chủ công ty giày cùng nỗi lo lắng bị mất dịch vụ do SSD cung cấp. Rồi cô nhìn thấy, gần như đồng thời, tất cả họ cùng ngoái đầu nhìn ra phía sau quầy tiếp tân. Ánh mắt họ tập trung vào một người đàn ông thấp lùn, dáng vẻ trẻ trung, khỏe mạnh, đang bước vào gian tiền sảnh, trên những tấm thảm trải sàn màu trắng đen, đi thẳng tới chỗ Sachs và Pulaski. Cử chỉ của ông ta không thể chê vào đâu được, những sải bước dài, dứt khoát. Người đàn ông tóc muối tiêu gật đầu, mỉm cười và nhanh nhẹn chào hỏi bằng tên riêng hầu hết những người đang có mặt.

Ông ta trông giống một ứng cử viên đang tranh cử tổng thống. Đó là ấn tượng đầu tiên của Sachs.

Nhưng ông ta không hề dừng bước cho tới khi đến trước mặt hai nhân viên cảnh sát. "Buổi sáng tốt lành. Tôi là Andrew Sterling."

"Tôi là thám tử Sachs. Đây là cảnh sát Pulaski."

Sterling thấp hơn Sachs đến vài inch nhưng trông khá vạm vỡ với bờ vai rộng. Chiếc áo sơ mi trắng tinh của ông ta có cổ và ống tay áo được hồ bột. Hai cánh tay khá cơ bắp, chiếc áo jacket vừa đến bó khít vào người. Không có món đồ trang sức nào.

Những nếp nhăn hằn lên từ đuôi mắt, trong khi nụ cười dễ dãi hiện lên trên khuôn mặt ông ta.

"Xin mời hai vị vào văn phòng của tôi."

Ông chủ của một công ty lớn... thế nhưng đã đến tận nơi gặp họ, thay vì cử một trợ lý dẫn họ lên nơi đặt ngai vàng của ông ta.

Sterling thoải mái bước qua những gian sảnh rộng thênh thang. Ông ta chào hỏi tất cả nhân viên, thỉnh thoảng lại hỏi thăm về kỳ nghỉ cuối tuần của họ. Tất cả đều bị chinh phục bởi những nụ cười ông tặng họ mỗi lần ông được nghe kể về một kỳ cuối tuần vui vẻ, hay những thoáng cau mày ái ngại khi ông được ai đó cho biết có người thân bị ốm hay chẳng may bị lỡ mất cuộc chơi dự kiến. Khi ấy, có đến hàng chục nhân viên có mặt ở đó và ông ta trò chuyện với từng người một.

"Xin chào, Tony", ông ta nói với một người lao công đang trút tài liệu đã hủy vào một túi rác to. "Cậu có xem chương trình trò chơi không?"

"Không, ngài Andrew, tôi để lỡ mất. Có quá nhiều thứ phải làm."

"Có lẽ chúng ta nên bắt đầu áp dụng quy định kỳ nghỉ cuối tuần kéo dài ba ngày", Sterling đùa cợt.

"Tôi sẽ bỏ phiếu ủng hộ chuyện đó, ngài Andrew."

Cứ thế họ tiếp tục đi theo lối đi rộng thênh thang.

Sachs không nghĩ cô biết nhiều người trong Sở Cảnh sát New York bằng số người Sterling vừa chào hỏi trong chuyến đi bộ dài năm phút vừa rồi.

Trang trí nội thất bên trong trụ sở công ty dừng lại ở mức độ tối thiểu: một vài bức họa và phác thảo bằng chì khổ nhỏ rất có phong cách - không hề có một bức ảnh hay tranh màu nào - chìm nghỉm giữa khoảng không gian mênh mông của những bức tường trắng bong không một vết bẩn. Đồ đạc cũng màu trắng hoặc đen, kiểu dáng giản dị và đều là hàng cao cấp đắt tiền của Ikea[1]. Có thể là một thông điệp nào đó, Sachs thầm nghĩ, nhưng cô vẫn cảm thấy cách bài trí này thật lạnh lẽo.

Trong lúc ba người bước đi, cô thầm nhẩm qua trong đầu những gì đã biết được tối hôm trước, sau khi đã chúc Pam ngủ ngon. Thông tin về người đàn ông này, được tập hợp lại từ trang chủ của công ty, quả thực là ít ỏi. Ông ta là một người kín đáo cực độ - một Howard Hughes[2], không phải một Bill Gates. Giai đoạn đầu cuộc đời ông ta là một bí ẩn. Cô không tìm thấy bất cứ thông tin nào về thời thơ ấu hay bố mẹ của người đàn ông này. Vài bài báo có thoáng để cập đến ông ta khi mười bảy tuổi, thời điểm ông ta có được những công việc đầu tiên, phần lớn trong lĩnh vực bán hàng, tiếp cận trực tiếp khách hàng hay marketing qua điện thoại, tiến dần lên quy mô lớn hơn, với các sản phẩm đắt tiền hơn. Cuối cùng là những chiếc máy tính. Với một anh chàng có trong tay "bảy phần tám bằng cử nhân từ một trường buổi tối", như Sterling nói với báo giới, ông ta nhận ra mình là một người bán hàng thành công. Ông ta đã quay lại trường học, hoàn thành nốt một phần tám chiếc bằng còn lại, lấy bằng thạc sĩ về khoa học máy tính. Những câu chuyện đầy chất Horatio Alger[3] và chỉ chứa đựng những chi tiết quảng bá cho sự hiểu biết và vị thế của ông với tư cách một doanh nhân.

Thế rồi, khi ngoài hai mươi, "sự thức tỉnh vĩ đại" xuất hiện, ông ta nói vậy, còn cô cảm thấy câu nói này nghe giống như của

---

[1] Viết tắt của Ingvar Kamprad Elmtaryd Agunnaryd: một doanh nghiệp tư nhân Thụy Điển, tập đoàn quốc tế chuyên thiết kế đồ nội thất, thiết bị và phụ kiện nhà.

[2] Một trong những tỷ phú giàu nhất thế giới, người Mỹ, có hành vi lập dị và lối sống ẩn dật.

[3] Horatio Alger Jr., nhà văn Mỹ nổi tiếng với những cuốn tiểu thuyết trong đó nhân vật chính là những chàng trai trẻ xuất thân khiêm tốn đã nỗ lực vươn lên địa vị đáng tôn trọng trong xã hội.

một lãnh tụ cộng sản Trung Hoa. Sterling bán được khá nhiều máy tính nhưng điều này vẫn không khiến ông ta hài lòng. Tại sao ông ta không thể thành công hơn? Ông không hề lười biếng, cũng không ngu ngốc.

Rồi ông ta nhận ra vấn đề: ông ta thiếu sự sáng tạo.

Không ít người bán hàng khác cũng vậy.

Thế là Sterling học lập trình máy tính và dành ra hàng tuần liền ngồi lỳ trong một căn phòng tối thui mười tám tiếng mỗi ngày để viết phần mềm. Ông ta đem thế chấp, cầm cố mọi thứ có trong tay và khởi nghiệp một công ty, dựa trên một nguyên lý: Tài sản quý giá nhất sẽ không thuộc về công ty mà thuộc quyền sở hữu của hàng triệu người, phần lớn có thể có được nhờ khai thác tự do những thông tin về chính những người này. Sterling bắt đầu xây dựng một cơ sở dữ liệu bao gồm những khách hàng tiềm năng cho nhiều lĩnh vực cung cấp dịch vụ và sản xuất, tình hình trong lĩnh vực kinh doanh của họ, cho tới thu nhập, tình trạng hôn nhân của những người này, những tin tốt hay xấu về tình hình tài chính, pháp lý và thuế má của họ, cũng như những loại thông tin khác, cả cá nhân lẫn nghề nghiệp, mà ông ta có thể mua, đánh cắp hay có được bằng bất kỳ cách nào khác. "Nếu có chuyện gì đó diễn ra ngoài kia, tôi muốn có mọi thông tin về nó", người ta thường dẫn ra câu nói đó của ông.

Phần mềm ông ta đã viết, phiên bản đầu tiên của hệ thống quản lý cơ sở dữ liệu Watchtower là một cuộc cách mạng vào thời điểm nó xuất hiện, một bước tiến bộ vượt trội so với SQL nổi danh - kẻ khai sinh ra lập trình theo truy vấn, điều này thì Sachs đã biết. Chỉ trong vài phút Watchtower có thể xác định được những khách hàng nào đáng bỏ công ra liên lạc, cũng như cần thuyết phục họ ra sao và khách hàng nào không bõ công làm điều đó (nhưng tên tuổi có thể được đem bán cho các công ty khác để những công ty này tự sử dụng).

Công ty của ông ta lớn mạnh nhanh chóng, không khác gì một con quái vật trong bộ phim khoa học giả tưởng. Sterling đổi tên nó thành SSD, chuyển tới Manhattan và bắt đầu mua lại các công ty nhỏ hơn trong lĩnh vực công nghệ thông tin để bổ sung cho đế quốc của mình. Mặc dù không hề được các tổ chức bảo vệ quyền bí mật cá nhân nào ưa chuộng, tại SSD chưa bao giờ xảy ra một vụ tai tiếng nào kiểu Enron[1]. Đội ngũ nhân viên cần phải đổ mồ hôi để được trả lương - không ai nhận được những khoản thưởng cao lố bịch như ở phố Wall - song nếu công ty phát đạt, thì bản thân họ cũng phát đạt. SSD đài thọ tiền đóng học phí, cung cấp các khoản hỗ trợ mua nhà, các suất thực tập cho con cái nhân viên, còn những người làm bố mẹ được cho nghỉ một năm khi có con. Công ty này cũng nổi tiếng về phương thức mang tính gia đình trong việc đối xử với các công nhân phổ thông và Sterling luôn ủng hộ việc thuê vợ, chồng, bố mẹ hay con cái của nhân viên vào làm những vị trí này. Mỗi tháng ông ta đều đứng ra tài trợ các buổi gặp mặt mang tính động viên và xây dựng tinh thần đoàn kết trong công ty tại những địa điểm sang trọng.

Vị tổng giám đốc tỏ ra rất kín đáo về đời tư của mình, dù Sachs biết ông ta không hút thuốc, không uống rượu và chưa từng có ai nghe thấy ông ta nói ra một câu khiếm nhã. Ông ta sống một cách khiêm nhường, nhận một khoản lương thấp đến mức đáng kinh ngạc và để lại toàn bộ gia sản của mình trong cổ phần của SSD. Ông ta luôn tránh xa các hoạt động xã giao của giới thượng lưu New York. Không xe hơi thể thao, không máy bay riêng. Bất chấp sự tôn trọng dành cho sự hòa hợp gia đình trong đội ngũ nhân viên của SSD, ông ta đã hai lần ly hôn và lúc này đang sống độc thân. Có những thông tin trái ngược nhau về những đứa con ông từng có thời trai trẻ. Ông ta có đến vài chỗ ở nhưng địa chỉ của chúng không hề được đề cập đến trong hồ sơ cung cấp cho các cơ

---

[1] Vụ xì căng đan nổi tiếng của Tập đoàn Enron, Mỹ liên quan tới tài chính.

quan công quyền. Có lẽ vì ông ta hiểu quá rõ sức mạnh của dữ liệu, Andrew Sterling cũng dè chừng sự nguy hiểm của chúng.

Lúc này Sterling, Sachs và Pulaski đã tới cuối một hành lang dài, bước vào một phòng làm việc bên ngoài, nơi kê bàn làm việc của hai trợ lý, cả hai chiếc bàn đều xếp đầy giấy tờ, cặp hồ sơ, bản in tài liệu được sắp xếp chỉn chu đến hoàn hảo. Khi họ tới, một người trợ lý đang có mặt, một thanh niên trẻ, đẹp trai, mặc một bộ vét khá bảo thủ. Biển tên của anh ta ghi rõ *Martin Coyle*. Chỗ làm việc của anh ta là nơi được sắp xếp ngăn nắp hơn cả, Sachs cảm thấy rất thú vị khi nhận ra thậm chí một số lớn sách xếp phía sau anh ta cũng được xếp theo kích thước nhỏ dần.

"Ngài Andrew." Anh ta gật đầu chào ông chủ, tảng lờ hai nhân viên cảnh sát ngay khi nhận ra hai người không hề được giới thiệu. "Các tin nhắn tới điện thoại của ông đã được chuyển vào máy tính."

"Cảm ơn cậu." Sterling nhìn sang chiếc bàn còn lại. "Có phải Jeremy đang đi kiểm tra nhà hàng chuẩn bị cho bữa tiệc chiêu đãi báo chí không?"

"Anh ấy đã làm việc đó sáng nay rồi. Anh ấy đang mang giấy tờ qua văn phòng luật sư để giải quyết những vấn đề khác."

Sachs ngỡ ngàng khi thấy Sterling có tới hai trợ lý cá nhân, một người làm công việc nội bộ, người kia phụ trách những việc liên quan tới bên ngoài. Tại Sở Cảnh sát New York, các thám tử thường chia sẻ công việc với nhau, đó là trường hợp họ may mắn vì có ai đó sẵn sàng giúp mình.

Họ tiếp tục đi vào văn phòng riêng của Sterling, căn phòng này cũng không lớn hơn là bao so với những văn phòng khác cô đã nhìn thấy ở đây. Trên các bức tường không treo bất kỳ vật trang trí nào ngoài biểu tượng của SSD với khung cửa sổ đầy soi mói trên tòa tháp canh, Andrew Sterling hoàn toàn bị che khuất, cách biệt hẳn khỏi một góc nhìn rất đẹp về toàn cảnh thành phố. Cảm giác bị cầm tù trong một không gian kín mít khiến cô bất giác rùng mình.

Sterling ngồi xuống một chiếc ghế bằng gỗ giản dị, không phải một chiếc ghế bành bọc da ngạo nghễ như ngai vàng của một ông vua. Ông ta ra hiệu mời hai người ngồi xuống những chiếc ghế kiểu dáng tương tự, có thêm đệm bông. Sau lưng ông ta là những chiếc giá thấp xếp đầy sách, nhưng thật lạ lùng, chúng được xếp với gáy sách hướng lên trên chứ không phải quay ra ngoài. Những người tới thăm căn phòng này không thể biết được loại sách ông ta lựa chọn nếu không bước qua chỗ ngồi của vị chủ nhà và cúi xuống nhìn hay lấy một cuốn sách.

Vị tổng giám đốc gật đầu chỉ về phía chiếc bình đựng một thứ chất lỏng và sáu chiếc cốc thủy tinh đang úp ngược. "Đó là nước. Nhưng nếu các vị thích cà phê hay trà, tôi có thể gọi ai đó tìm về."

*Tìm về?* Cô chưa từng nghe ai đó dùng đến từ này.

"Không, cảm ơn ông."

Pulaski lắc đầu.

"Tôi xin phép. Chỉ một lát thôi." Sterling cầm lấy điện thoại, bấm số. "Andy à? Anh đã gọi cho tôi?"

Từ giọng điệu của ông ta, Sachs đoán người được gọi là ai đó thân cận với ông ta, dù rõ ràng đây là một cuộc điện thoại công việc liên quan tới một khúc mắc nào đó. Nhưng giọng Sterling vẫn hoàn toàn bình thản, "À. Tất nhiên, tôi nghĩ anh phải làm vậy thôi. Chúng tôi cần những con số đó. Anh biết đấy, chúng đâu có ngồi yên trên tay *bọn họ*. Bọn họ sẽ thực hiện một động thái nào đó bất kỳ lúc nào... Tốt".

Ông ta gác máy và nhận ra Sachs đang chăm chú quan sát mình. "Con trai tôi làm việc cho công ty." Một cái hất đầu về phía bức ảnh đặt trên bàn làm việc, chụp chung Sterling và một thanh niên đẹp trai, dáng người dong dỏng, trông khá giống vị tổng giám đốc. Cả hai người đều mặc áo phông của SSD trong một cuộc đi chơi dã ngoại dành cho nhân viên, có thể là một trong những buổi tụ tập để động viên tinh thần. Hai người đàn ông đứng cạnh nhau nhưng không hề chạm vào người nhau. Không ai trong hai người mỉm cười.

Vậy là một chút đời tư của ông ta đã được hé lộ.

"Bây giờ", ông ta nói, hướng đôi mắt xanh lục của mình vào Sachs, "tất cả chuyện này là gì vậy? Cô có nói đến những tội ác".

Sachs giải thích: "Vài tháng vừa qua, có một số vụ án mạng xảy ra trong thành phố. Chúng tôi cho rằng ai đó rất có thể đã sử dụng thông tin trong các máy tính của công ty ông để tiếp cận các nạn nhân, sát hại họ, sau đó sử dụng những thông tin về nạn nhân cùng các thông tin khác để bẫy những người vô tội bị kết án thay cho hắn".

*Kẻ biết tất cả...*

"Thông tin?", mối bận tâm của ông ta có vẻ thành thật. Ông ta tỏ ra bối rối. "Tôi không rõ chuyện đó xảy ra bằng cách nào, hãy cho tôi biết nhiều hơn."

"Tên sát nhân biết chính xác những loại sản phẩm cá nhân mà nạn nhân sử dụng và hắn đã để lại dấu vết của những sản phẩm này tại nơi ở của một người vô tội để làm bằng chứng liên hệ người đó với vụ giết người." Thỉnh thoảng đôi mi phía trên hai tròng mắt màu ngọc lục bảo của Sterling nheo lại. Ông ta có vẻ thực sự bối rối khi nghe cô kể lại chi tiết về các vụ đánh cắp tranh và tiền xu cũng như hai vụ cưỡng dâm.

"Thật kinh khủng...", choáng váng trước những điều vừa được biết, ông ta quay mặt nhìn về hướng khác. "Cưỡng dâm?"

Sachs lạnh lùng gật đầu, sau đó giải thích vì sao SSD được coi như là công ty duy nhất trong thành phố có thể tiếp cận được mọi thông tin mà kẻ sát nhân đã sử dụng.

Ông ta đưa hai tay lên xoa mặt, chậm rãi gật đầu.

"Tôi có thể hiểu tại sao cô lại quan tâm... Nhưng chẳng lẽ việc theo dõi những người hắn chọn làm nạn nhân, tìm ra họ mua gì không đơn giản hơn sao? Hay đột nhập vào máy tính, xâm nhập vào hộp thư điện tử, nhà riêng, ghi lại biển đăng ký xe của họ trên đường phố?"

"Vấn đề là ở chỗ đó. Hắn có thể. Nhưng hắn sẽ phải làm tất cả những việc ông vừa nói để có được những thông tin hắn cần. Ít nhất đã có bốn vụ án mạng, chúng tôi nghĩ có thể còn có nhiều hơn nữa và điều đó có nghĩa là cần cập nhật mọi thông tin liên quan tới bốn nạn nhân và bốn người hắn cài bẫy để đổ tội. Cách hiệu quả nhất để thu thập lượng thông tin đó là thông qua một nhà khai thác dữ liệu."

Sterling mỉm cười, hay đúng hơn là một cái nhăn mặt tế nhị.

Sachs cau mày và gật đầu.

Vị chủ nhà lên tiếng: "Không có gì sai với khái niệm đó cả 'khai thác dữ liệu'. Báo chí đã biết về công việc chúng tôi đang làm, và cô tìm thấy nó khắp mọi nơi".

*Hai mươi triệu kết quả tìm được có liên quan...*

"Nhưng tôi thích gọi SSD là một nhà cung cấp dịch vụ kiến thức hơn - một KSP (Knowledge Service Provider). Giống như các nhà cung cấp dịch vụ Internet vậy."

Sachs có một cảm giác lạ lùng, có vẻ ông ta bị tổn thương bởi những gì cô vừa nói. Cô muốn nói mình sẽ không lặp lại điều đó một lần nữa.

Sterling đặt một xấp giấy lên mặt bàn làm việc được xếp đặt ngăn nắp của mình. Thoạt đầu Sachs nghĩ chúng là những tờ giấy trắng nhưng rồi cô nhận ra những tờ giấy này đều được xếp úp mặt có chữ xuống. "Thế này nhé, hãy tin tôi, nếu có ai đó ở SSD liên quan tới vụ này, tôi muốn tìm ra hắn không kém gì cô. Việc này sẽ có ảnh hưởng rất xấu đến chúng tôi, mà các nhà cung cấp dịch vụ kiến thức vốn đã không có được nhiều thiện cảm với báo giới hay tại Quốc hội."

"Trước hết", Sachs nói, "kẻ sát nhân đã mua hầu hết những thứ hắn sử dụng bằng tiền mặt, chuyện này chúng tôi hoàn toàn chắc chắn".

Sterling gật đầu, "Hắn đương nhiên không muốn để lại bất cứ dấu vết nào".

"Đúng thế. Nhưng những đôi giày được hắn mua theo thư đặt hàng hay trực tuyến. Ông có trong tay một danh sách những người mua các loại giày này với các cỡ này ở khu vực New York chứ?", cô đưa cho ông ta một bản danh sách các đôi giày hiệu Alton, Bass và Sure-Track. "Rất có thể cùng một người đã mua tất cả những đôi giày này."

"Vào khoảng thời gian nào?"

"Ba tháng trở lại đây."

Sterling gọi một cuộc điện thoại. Ông ta chỉ trao đổi vài câu vắn tắt và chưa đầy sáu mươi giây sau đã bắt đầu nhìn vào màn hình máy tính của mình. Ông ta xoay màn hình lại để Sachs có thể nhìn được, dù cô không dám chắc mình đang nhìn vào cái gì - những dòng thông tin sản phẩm và mã số.

Vị tổng giám đốc lắc đầu, "Có khoảng tám trăm đôi Alton được bán ra, cùng với một nghìn hai trăm đôi Bass và hai trăm đôi Sure-Track. Nhưng không có ai mua cả ba loại này. Thậm chí hai loại".

Rhyme đã ngờ rằng kẻ sát nhân, nếu sử dụng thông tin từ SSD, hắn sẽ tìm cách xóa dấu vết nhưng họ vẫn hy vọng đầu mối này sẽ cho kết quả. Nhìn chăm chăm vào những con số, cô tự hỏi liệu kẻ sát nhân có dùng đến những kỹ thuật đánh cắp danh tính mà hắn đã hoàn thiện trong quá trình hành hạ Robert Jorgensen để đặt mua giày hay không.

"Tôi rất tiếc."

Cô gật đầu.

Sterling mở nắp một chiếc bút ngòi bạc đã mòn vẹt, với lấy một tập ghi chú. Ông ta cẩn thận viết vài ghi chú mà Sachs không đọc được, nhìn chăm chú vào chúng, rồi gật đầu với chính mình. "Tôi có thể hình dung được hai vị đang nghĩ rằng đối tượng ở đây là một kẻ xâm nhập, một nhân viên, ai đó trong những khách hàng của chúng tôi hoặc một tay hacker, đúng không?"

Ron Pulaski liếc nhìn Sachs và nói: "Chính xác".

"Được. Hãy đi đến tận cùng của vấn đề." Ông ta liếc nhanh chiếc đồng hồ Seiko đang đeo. "Tôi muốn gọi vài người nữa tới đây. Có thể sẽ mất vài phút. Chúng tôi có các buổi *vòng tròn tinh thần* vào thứ Hai hằng tuần khoảng giờ này."

"*Vòng tròn tinh thần?*", Pulaski hỏi.

"Những cuộc họp nhóm để khích lệ tinh thần do lãnh đạo các bộ phận chủ trì. Chúng sẽ kết thúc nhanh thôi. Chúng tôi bắt đầu đúng tám giờ. Nhưng đôi khi kéo dài hơn một chút. Tùy vào người chủ trì." Ông ta ra lệnh: "Nhận lệnh, liên lạc nội bộ, Martin".

Sachs cười thầm. Ông tổng giám đốc này cũng sử dụng hệ thống nhận dạng giọng nói như Lincoln Rhyme.

"Vâng, thưa ngài Andrew?", giọng trả lời vang lên từ chiếc hộp nhỏ trên bàn.

"Tôi muốn gặp Tom - Tom an ninh và Sam. Họ có trong *vòng tròn tinh thần* không ?"

"Không, thưa ngài Andrew, nhưng Sam ở Washington hết tuần này, thứ Sáu mới về. Mark, trợ lý của anh ấy, đang có mặt."

"Vậy thì gọi cậu ta."

"Vâng, thưa ông."

"Nhận lệnh, liên lạc nội bộ, ngừng liên lạc." Rồi ông ta nói với Sachs: "Cô chờ một lát".

Cô thầm nghĩ khi Andrew Sterling cho gọi ai đó, người được gọi sẽ phải có mặt tương đối nhanh. Ông ta viết thêm vài ghi chú nữa. Trong khi đó, cô liếc nhìn lên biểu tượng của công ty gắn trên tường. Sau khi ông ta đã viết xong, cô lên tiếng: "Tôi cảm thấy rất tò mò về nó. Tòa tháp và cửa sổ có nghĩa gì?".

"Ở một mức độ nào đó chỉ đơn thuần là tìm kiếm dữ liệu. Nhưng còn một ý nghĩa thứ hai." Ông ta mỉm cười, cảm thấy thích thú khi có cơ hội giải thích chuyện này. "Cô có biết nguyên lý khung cửa vỡ trong triết học xã hội không?"

"Không."

"Tôi biết đến nó nhiều năm trước và không bao giờ quên. Nguyên tắc cơ bản là để cải thiện xã hội, cô cần tập trung vào những điều nhỏ nhặt. Nếu cô kiểm soát hay sửa chữa được chúng, sẽ kéo theo những thay đổi lớn hơn. Chẳng hạn như các dự án nhà ở có liên hệ với tỷ lệ tội phạm cao. Cô có thể tiêu tốn hàng triệu đô la để tăng cường lực lượng cảnh sát tuần tra và hệ thống camera an ninh nhưng nếu những khu nhà trông vẫn tàn tạ và nguy hiểm thì chúng vẫn là những nơi tàn tạ và nguy hiểm. Thay vì hàng triệu đô la đó, hãy bỏ ra chỉ vài nghìn thôi để chữa lại cửa sổ, quét sơn, dọn dẹp sạch sẽ các lối đi. Trông có vẻ hời hợt bề ngoài, nhưng mọi người sẽ để ý. Họ sẽ cảm thấy hãnh diện về nơi họ sống. Họ sẽ bắt đầu báo cho cô biết về những kẻ trở thành mối đe dọa, cũng như những người không biết trông nom tài sản của mình."

"Tôi tin chắc cô cũng biết, đó chính là bước đi mang tính đột phá trong phòng ngừa tội phạm ở New York vào những năm chín mươi. Việc này đã mang lại hiệu quả."

"Ngài Andrew?", giọng Martin vang lên qua hệ thống liên lạc nội bộ. "Tom và Mark đang ở đây."

Sterling ra lệnh: "Cho họ vào". Ông ta đặt tờ giấy vừa dùng để viết các ghi chú ra trước mặt mình. Rồi nhìn Sachs với một nụ cười nham hiểm. "Để xem xem liệu có ai đó đã nhìn trộm qua khung cửa sổ của chúng tôi không."

# CHƯƠNG 19

Chuông cửa reo lên và Thom dẫn vào một người đàn ông ngoài ba mươi tuổi có mái tóc nâu rối bù, mặc quần jean và chiếc áo phông Weird Al Yankovic, bên ngoài là chiếc áo khoác thể thao cũ sờn.

Ngày nay, bạn không thể tham gia vào trò chơi điều tra hình sự mà không hiểu rõ về máy tính nhưng cả Rhyme và Cooper đều nhận ra được hạn chế của mình. Khi sự can thiệp của công nghệ số vào vụ Năm Hai Hai đã rõ ràng, Sellitto lập tức yêu cầu sự giúp đỡ từ Đơn vị Tội phạm máy tính của Sở Cảnh sát New York, một nhóm đặc nhiệm gồm ba mươi hai thám tử và một đội ngũ nhân viên hỗ trợ.

Rodney Szarnek bước vào căn phòng, liếc nhìn về phía màn hình máy tính gần nhất và nói "Hey" như thể đang nói chuyện với nó. Cũng hệt như vậy, khi quay về phía Rhyme, anh ta chẳng hề tỏ vẻ quan tâm đến cơ thể thương tật của anh mà chỉ để tâm tới thiết bị điều khiển không dây gắn vào tay vịn chiếc xe điện, trông có vẻ thực sự ngưỡng mộ.

"Hôm nay là ngày nghỉ của anh à?", Sellitto hỏi, liếc nhìn cách phục sức của anh chàng chuyên gia vi tính trẻ tuổi, giọng nói thể hiện rõ sự không hài lòng. Rhyme biết anh chàng thám tử thuộc về trường phái cổ điển, nhân viên cảnh sát cần phải ăn mặc đúng mực.

"Ngày nghỉ á?", Szarnek lặp lại, chẳng hề nhận ra sự chỉ trích trong câu hỏi. "Không. Làm sao tôi có ngày nghỉ cho được?"

"Chỉ muốn hỏi thôi."

"Hừm. Giờ thì, chuyện này là thế nào?"

"Chúng tôi cần giăng bẫy."

Ý tưởng Lincoln Rhyme đề xuất, đến thẳng SSD và hỏi trực diện, không rào đón về một kẻ sát nhân, thực ra không ngây thơ như vẻ bề ngoài của nó. Khi anh nhìn thấy trên trang chủ của công ty tuyên bố rằng bộ phận PublicSure của SSD hỗ trợ các đơn vị cảnh sát, anh có linh cảm Sở Cảnh sát New York cũng là một khách hàng của họ. Nếu đúng vậy, nhiều khả năng kẻ sát nhân có thể tiếp cận vào hệ thống các hồ sơ của Sở. Một cuộc điện thoại ngắn đã cho biết câu trả lời, Sở Cảnh sát New York đúng là một khách hàng của họ. Phần mềm PublicSure và các chuyên gia tư vấn của SSD cung cấp các dịch vụ quản lý dữ liệu cho thành phố, bao gồm việc hệ thống hóa thông tin, báo cáo và biên bản của các vụ án. Nếu một nhân viên tuần tra trên đường cần kiểm chứng thông tin, hay một thám tử mới vào được giao thụ lý một vụ án mạng cần lục lại lịch sử của vụ án, PublicSure sẽ chuyển mọi chi tiết cần thiết đến tận bàn làm việc, tới máy tính trên xe tuần tra, hay thậm chí tới PDA hay điện thoại di động, chỉ trong vòng vài phút.

Với việc cử Sachs và Pulaski tới công ty này hỏi thẳng việc ai có thể tiếp cận được các file dữ liệu của các nạn nhân và người bị cài bẫy, Năm Hai Hai có thể biết được họ đang lần theo dấu hắn và sẽ tìm cách thâm nhập vào hệ thống máy tính của Sở Cảnh sát New York thông qua PublicSure để tìm hiểu nội dung các báo cáo. Nếu hắn làm thế, họ có thể lần được dấu vết của kẻ đã truy cập vào các file dữ liệu này.

Rhyme giải thích tình hình cho Szarnek, anh chàng gật gù ra vẻ hiểu biết, như thể ngày nào anh ta cũng thực hiện những cú giăng bẫy như vậy. Tuy nhiên, anh ta sững sờ khi được biết tên công ty rất có thể có mối liên quan với kẻ sát nhân, "SSD? Nhà khai thác dữ liệu lớn nhất thế giới. Bọn họ nhặt nhạnh mọi thông tin về tất cả những đứa con của Chúa đang hiện diện trên hành tinh này".

"Có vấn đề gì sao?"

Vẻ vô tư lự của một con sâu máy tính biến mất, anh chàng nhỏ giọng đáp: "Tôi hy vọng là không".

Anh ta bắt tay vào việc với chiếc bẫy của họ, vừa làm vừa giải thích những gì đang thực hiện. Anh ta loại bỏ khỏi các file dữ liệu mọi chi tiết về vụ án mà họ không muốn Năm Hai Hai biết được, rồi chuyển thủ công toàn bộ những file dữ liệu nhạy cảm này tới một máy tính không kết nối Internet. Sau đó, anh ta đặt một chương trình lần tìm dấu vết có cảnh báo qua giao diện đồ họa vào trước file dữ liệu của vụ "Myra Weinburg: cưỡng dâm/giết người" trên server của Sở Cảnh sát New York. Thêm vào đó những file phụ để dụ kẻ sát nhân như "Tung tích các đối tượng nghi vấn", "Phân tích pháp y" và "Nhân chứng", tất cả chỉ chứa đựng những ghi chú chung chung về quy trình khám nghiệm hiện trường. Nếu bất cứ ai truy cập vào chúng, cho dù là xâm nhập trái phép hay thông qua một kênh chính thống, thông báo về danh tính nhà cung cấp dịch vụ cũng như địa chỉ của người truy cập sẽ được gửi ngay lập tức tới cho Szarnek. Họ có thể biết ngay người vừa truy cập vào những file đó là một cảnh sát có lý do chính đáng hay ai đó từ bên ngoài. Nếu đúng là trường hợp thứ hai, Szarnek sẽ báo cho Rhyme hoặc Sellitto và họ sẽ cử ngay một Đội Can thiệp khẩn cấp tới địa chỉ đó ngay lập tức. Szarnek cũng thêm vào một lượng lớn thông tin và dữ liệu khác, chẳng hạn như các thông tin công khai về SSD, tất cả đều được mã hóa, để đảm bảo kẻ sát nhân sẽ phải mất nhiều thời gian kết nối nhằm giải mã dữ liệu, nhờ đó sẽ giúp họ có cơ hội chắc chắn tìm ra hắn hơn.

"Sẽ mất khoảng bao lâu?"

"Mười lăm, hai mươi phút."

"Tốt. Khi cậu hoàn tất nó, tôi muốn kiểm tra xem liệu ai đó từ bên ngoài có thể xâm nhập vào những file này được không."

"Xâm nhập vào hệ thống của SSD?"

"Đúng thế."

"Ê, nghe này. Bọn họ có hết lớp tường lửa này tới lớp tường lửa khác."

"Dẫu vậy chúng tôi vẫn cần phải biết."

"Nhưng nếu như một trong số người của họ chính là kẻ sát nhân, tôi đoán ông không muốn tôi gọi điện tới công ty đó để nghị họ phối hợp, đúng không?"

"Không sai."

Khuôn mặt Szarnek ỉu xìu. "Vậy thì tôi sẽ phải tự tìm cách xâm nhập."

"Cậu có thể làm vậy một cách hợp pháp chứ?"

"Có và không. Tôi sẽ thử đánh giá các bức tường lửa. Sẽ không phạm pháp nếu tôi không thực sự xâm nhập vào hệ thống của họ, đánh sập nó và gây ra một vụ tai tiếng ầm ĩ trên truyền thông đại chúng mà kết cục sẽ khiến tất cả chúng ta phải ngồi nhà đá bóc lịch." Anh ta nói thêm với giọng u ám: "Hoặc tệ hơn thế nữa".

"Okay, nhưng trước hết tôi muốn có chiếc bẫy. Càng nhanh càng tốt." Rhyme liếc nhìn đồng hồ. Sachs và Pulaski hẳn đã hoàn tất nhiệm vụ loan tin về vụ án tại Đá Xám.

Szarnek lôi một chiếc máy tính xách tay nặng trịch từ trong túi ra và đặt lên một chiếc bàn gần đó. "Liệu tôi có thể kiếm được một... Ồ, cảm ơn."

Thom đang mang đến một bình cà phê cùng tách.

"Đúng thứ tôi đang định hỏi. Thêm đường, không sữa. Dân máy tính dù sao vẫn là dân máy tính, dù anh ta có là cớm đi nữa. Không thể nào làm quen nổi với thứ người ta vẫn gọi là ngủ." Anh ta thả đường vào tách cà phê, khuấy cho tan rồi uống một hơi nửa tách trong khi Thom vẫn đứng bên cạnh. Cậu điều dưỡng lại rót đầy tách. "Cảm ơn. Giờ chúng ta đang có những gì trong tay?" Anh ta nhìn về phía Cooper đang cắm cúi làm việc. "Ái chà."

"Ái chà?"

"Anh vẫn xài một chiếc modem cáp với tốc độ truyền 1,5 megabyte trên giây thôi sao? Anh biết đấy, giờ người ta đã sản xuất màn hình màu cho máy tính rồi và còn có cả thứ có tên là Internet nữa."

"Vui quá nhỉ", Rhyme lẩm bẩm.

"Hãy gọi cho tôi khi vụ này kết thúc. Chúng ta sẽ đi lại dây và chỉnh lại mạng LAN[1]. Lắp đặt FE[2] cho anh."

*Những FE, LAN kỳ quặc...*

Szarnek lấy kính đổi màu ra đeo, nối chiếc máy tính của anh ta vào máy của Rhyme rồi bắt đầu gõ liên hồi lên bàn phím. Rhyme nhận thấy một số chữ cái trên mặt phím đã mờ tịt, bàn di chuột ố vàng vì mồ hôi. Có vẻ như cả bàn phím của chiếc máy tính bị phủ đầy bụi.

Cái nhìn của Sellitto về phía Rhyme như muốn nói: *"Mỗi người một tật"*.

---

[1] Viết tắt của Local Area Network: mạng máy tính cục bộ, một hệ thống mạng dùng để kết nối các máy tính trong một phạm vi nhỏ.

[2] Fast Ethernet: Ethernet tốc độ cao (có tốc độ truyền dữ liệu 100 Mbit/giây, trong khi tốc độ truyền dữ liệu của Ethernet cổ điển là 10 Mbit/giây).

Người đầu tiên trong số hai người đàn ông bước vào văn phòng của Andrew Sterling là một người trung niên, dong dỏng, với khuôn mặt kín đáo. Ông ta trông giống như một tay cớm đã nghỉ hưu. Người thứ hai, trẻ hơn và có vẻ thận trọng, là ví dụ điển hình cho một quản lý cấp thấp tại công ty lớn. Anh ta trông giống anh chàng tóc vàng trong bộ phim sitcom *Frazier*.

Về người thứ nhất, suy đoán của Sachs không sai bao nhiêu; ông ta không phải là cảnh sát, nhưng lại là cựu đặc vụ FBI, đang phụ trách công tác an ninh của SSD, Tom O'Day. Người còn lại là Mark Whitcomb, Phó Ban Kiểm soát.

Sterling giải thích: "Tom và các chàng trai bộ phận an ninh của ông đảm bảo những người bên ngoài không gây ra điều gì bất lợi cho chúng tôi. Bộ phận của Mark đảm bảo chúng tôi không gây ra chuyện gì xấu cho cộng đồng. Chúng tôi giống như một người đang đi qua bãi mìn. Tôi tin chắc những gì cô tìm hiểu được về SSD cũng cho cô thấy chúng tôi chính là mục tiêu nhắm tới của hàng trăm đạo luật tiểu bang và liên bang về quyền cá nhân - đạo luật Graham-Leach-Bliley về việc viện cớ để sử dụng sai mục đích thông tin cá nhân, luật Cấm gian lận trong báo cáo tín dụng, luật Chi trả và Giải trình bảo hiểm y tế, luật Bảo vệ đời tư cá nhân của người điều khiển phương tiện cơ giới. Và vô số luật cấp tiểu bang nữa. Ban Kiểm soát đảm bảo chúng tôi nắm rõ được luật chơi và giữ cho hoạt động của mình trong khuôn khổ cho phép".

Tốt thôi, cô thầm nghĩ. Hai người này sẽ là lựa chọn hoàn hảo để loan rộng thông tin về cuộc truy tìm Năm Hai Hai và thúc đẩy kẻ sát nhân tìm tới cái bẫy đang được giăng ra.

Viết nguệch ngoạc lên một tờ giấy ghi chú màu vàng, Mark Whitcomb nói: "Chúng tôi muốn đảm bảo khi Michael Moore[1] làm

---

[1] Michael Francis Moore: đạo diễn phim nổi tiếng người Mỹ.

một bộ phim về các công ty cung cấp dữ liệu, chúng tôi sẽ không trở thành vai chính trên sân khấu".

"Đừng đùa", Sterling vừa nói vừa bật cười nhưng khuôn mặt vẫn hiện rõ sự lo ngại thực sự. Ông ta hỏi Sachs: "Tôi có thể chia sẻ với họ những gì cô vừa cho tôi biết chứ".

"Tất nhiên rồi, xin cứ tự nhiên."

Sterling tường thuật lại tất cả một cách cô đọng và rõ ràng. Ông ta đề cập tới mọi chi tiết, thậm chí cả tới nhãn hiệu cụ thể của các bằng chứng.

Withcomb cau mày trong lúc lắng nghe. O'Day im lặng ghi lại tất cả, không hề mỉm cười. Sachs hoàn toàn tin chắc thái độ lạnh lùng đúng kiểu FBI này không phải là một thói quen học được mà là một nét tính cách bẩm sinh.

Sterling nghiêm giọng nói: "Vậy đấy. Đó là vấn đề chúng ta đang phải đối mặt. Nếu SSD dính dáng đến vụ này dưới bất kỳ hình thức nào, tôi muốn được biết rõ và tôi muốn có các giải pháp. Chúng tôi đã phân định ra bốn nguồn gốc tiềm năng của nguy cơ này. Hacker, những kẻ đột nhập, nhân viên của công ty hoặc khách hàng. Các anh nghĩ sao?".

Cựu đặc vụ O'Day nói với Sachs: "Được rồi, hãy bắt đầu xem xét từ các hacker. Chúng tôi có hệ thống tường lửa tốt nhất trong giới kinh doanh. Tốt hơn của Microsoft hay Sun. Chúng tôi sử dụng công ty ICS có trụ sở tại Boston để đảm trách về an ninh mạng. Tôi có thể nói với cô chúng tôi giống như kho báu trong các trò chơi vậy, mọi hacker trên thế giới đều muốn phá vỡ hệ thống an ninh của chúng tôi. Và chưa từng có ai làm được điều đó kể từ khi chúng tôi chuyển tới New York năm năm trước. Có vài trường hợp xâm nhập được vào các server quản trị khoảng mười hay mười lăm phút. Nhưng chưa từng có một vụ xâm nhập nào vào innerCircle, và đó là nơi nghi phạm chưa xác định được danh tính của các vị cần tiếp cận để tìm những thông tin hắn cần cho những tội ác của hắn. Việc xâm nhập vào một server đơn lẻ không có ích gì, hắn cần xâm nhập được vào ít nhất ba hay bốn server hoàn toàn độc lập với nhau".

Sterling nói thêm: "Còn về một kẻ bên ngoài đột nhập, chuyện này cũng không thể xảy ra. Chúng tôi có hệ thống an ninh ngoại vi tương tự như hệ thống được sử dụng tại Cục An ninh quốc gia. Chúng tôi có mười lăm nhân viên bảo vệ thường trực và hai mươi nhân viên bảo vệ bán thời gian. Bên cạnh đó, không vị khách nào được phép tới gần các server của innerCircle. Chúng tôi kiểm soát tất cả mọi người, không để ai tự do đi lang thang, kể cả các khách hàng". Sachs và Pulaski đã được tháp tùng đến gian tiền sảnh bởi một người trong đám nhân viên bảo vệ đó - một anh chàng trẻ tuổi không hề có khiếu hài hước và việc hai người là cảnh sát cũng chẳng hề làm anh ta mất cảnh giác.

O'Day nói thêm: "Chúng tôi đã có một sự cố cách đây ba năm. Nhưng không có thêm bất cứ lôi thôi nào từ dạo đó". Ông ta nhìn Sterling. "Chính là vụ tay phóng viên."

Vị tổng giám đốc gật đầu. "Một anh chàng phóng viên bốc đồng do một trong những tờ báo lá cải phát không cử đến. Anh ta đang viết một bài báo về đánh cắp danh tính và quyết định rằng chúng tôi chính là hiện thân của cái ác. Axciom và Choicepoint đã có được linh cảm đúng đắn và không cho anh chàng này vào trong trụ sở của họ. Tôi đã tin vào tự do báo chí, vậy là tôi trò chuyện với anh ta... Anh ta đi vệ sinh, sau đó nói rằng bị lạc đường. Anh ta quay lại đây vui vẻ phấn chấn đến mức khó tin. Nhưng có cái gì đó không bình thường. Nhân viên bảo vệ của chúng tôi đã kiểm tra cặp của anh ta và tìm thấy một chiếc máy ảnh. Trong đó là những bức ảnh chụp các kế hoạch kinh doanh được bảo vệ dưới chế độ bí mật thương mại, thậm chí cả các mật mã."

O'Day nói: "Anh chàng phóng viên không chỉ mất việc mà còn bị truy tố với tội danh xâm nhập mang tính tội phạm. Anh ta đã được tận hưởng sáu tháng trong nhà tù tiểu bang. Như tôi được biết, kể từ đó đến nay anh ta không thể tìm được cho mình một công việc ổn định với vai trò phóng viên".

Sterling hơi cúi đầu xuống và nói với Sachs: "Chúng tôi rất, rất xem trọng công tác an ninh".

Một thanh niên xuất hiện trên ngưỡng cửa. Thoạt đầu cô nghĩ anh ta là Martin, người trợ lý của vị tổng giám đốc nhưng cô nhanh chóng nhận ra ấn tượng đó chẳng qua chỉ do vóc người và bộ vét màu đen giống nhau. "Ngài Andrew, tôi xin lỗi phải quấy rầy."

"À, Jeremy."

Vậy ra đây là anh chàng trợ lý thứ hai. Anh ta nhìn vào bộ cảnh phục của Pulaski, sau đó nhìn sang Sachs. Thế rồi, cũng giống như Martin, khi anh ta nhận ra mình không hề được giới thiệu, anh ta tảng lờ mọi người có mặt trong phòng trừ ông chủ của mình.

"Carpenter", Sterling nói. "Tôi cần gặp ông ta hôm nay."

"Vâng, ngài Andrew."

Sau khi người trợ lý ra ngoài, Sachs hỏi: "Còn các nhân viên thì sao? Có ai đó đã gặp rắc rối về vi phạm nội quy không?".

Sterling nói: "Chúng tôi luôn điều tra rất kỹ về thân thế nhân viên của mình. Tôi sẽ không cho phép tuyển dụng bất cứ ai từng có rắc rối pháp lý ngoại trừ vi phạm luật giao thông. Và điều tra thân thế là một trong những chuyên môn của chúng tôi. Nhưng ngay cả khi một nhân viên muốn truy cập vào innerCircle, anh ta cũng không thể đánh cắp được bất cứ dữ liệu nào. Mark, hãy cho cô đây biết về những khu biệt lập đi".

"Tất nhiên rồi, ngài Andrew." Quay sang Sachs, anh ta nói: "Chúng tôi có những bức tường lửa bê tông".

"Tôi không phải là một chuyên gia công nghệ cao", Sachs nói.

Whitcomb bật cười, "Không, không, chẳng có gì công nghệ cao ở đây cả. Bê tông theo đúng nghĩa đen. Tương tự như với các bức tường và sàn. Chúng tôi chia nhỏ các dữ liệu ra sau khi thu thập được và lưu trữ chúng ở những địa điểm riêng rẽ theo đúng nghĩa vật chất. Cô sẽ hiểu rõ hơn nếu tôi cho cô biết sơ qua về phương thức hoạt động của SSD. Chúng tôi bắt đầu với tôn chỉ dữ liệu chính là tài sản chủ đạo của mình. Nếu ai đó sao chép lại được innerCircle chúng tôi sẽ phá sản chỉ sau một tuần. Vậy nhiệm vụ số một là bảo vệ tài sản của mình. Trên thực tế những dữ liệu này bắt nguồn từ đâu? Từ hàng ngàn nguồn khác nhau: các công ty thẻ tín dụng, ngân hàng, hồ sơ lưu trữ của các cơ quan chính phủ, cửa hàng bán lẻ, giao dịch trực tuyến, nhân viên tòa án, cơ quan đăng kiểm phương tiện cơ giới, bệnh viện, công ty bảo hiểm. Chúng tôi coi mỗi sự kiện làm phát sinh ra dữ liệu là một biến cố, có thể là một cuộc gọi tới số 800[1], việc đăng ký một chiếc xe, một yêu cầu chi trả bảo hiểm y tế, lập hồ sơ một vụ tranh tụng, một đứa trẻ ra đời, một đám cưới, một quyết định mua hàng, trả lại hàng hóa, một lời phàn nàn... Trong nghề của cô, một biến cố có thể là một vụ cưỡng dâm, một vụ trộm, hay một vụ giết người - bất cứ tội ác nào. Tương tự là việc mở hồ sơ một vụ án, chọn bồi thẩm, mở phiên tòa, kết án".

Whitcomb nói tiếp: "Mỗi khi dữ liệu về một biến cố tới SSD, đầu tiên nó sẽ được chuyển tới Trung tâm Tiếp nhận, tại đây dữ liệu sẽ được đánh giá. Vì lý do an ninh chúng tôi thực hiện chính sách bảo mật dữ liệu, tách riêng tên người liên quan và thay bằng một mã số".

"Mã số bảo hiểm xã hội?"

Một thoáng biểu cảm lướt qua khuôn mặt Sterling lần đầu tiên kể từ khi Sachs gặp ông ta. "À không. Những mã số bảo hiểm xã hội đó được thiết lập riêng cho các tài khoản hưu trí do chính

---

[1] Số điện thoại đặc biệt gọi miễn phí.

phủ quản lý. Từ lâu lắm rồi. Thật tai hại khi chúng lại trở thành dữ liệu để xác nhận danh tính, vừa không chính xác, vừa dễ dàng bị đánh cắp hay mua lại. Rất nguy hiểm, không khác gì để một khẩu súng đã nạp đạn và không cài chốt an toàn trong nhà. Mã số của chúng tôi là một dãy *mười sáu chữ số*. Chín mươi tám phần trăm người Mỹ trưởng thành có mã số SSD. Hiện tại, bất cứ đứa trẻ nào có đăng ký khai sinh ở bất cứ đâu tại khu vực Bắc Mỹ đều được tự động gán cho một mã số."

"Tại sao lại là *mười sáu chữ số*?", Pulaski hỏi.

"Như thế sẽ cho phép chúng tôi thoải mái mở rộng", Sterling nói. "Không bao giờ phải lo hết số. Chúng tôi có thể tạo ra gần một tỷ tỷ mã số. Trái đất này sẽ hết không gian sống trước khi SSD hết số. Các mã số này giúp hệ thống của chúng tôi được bảo vệ tốt hơn và việc xử lý dữ liệu cũng nhanh hơn nhiều so với sử dụng tên thật hay số bảo hiểm xã hội. Ngoài ra, sử dụng mã số vô hiệu hóa nhân tố con người và loại trừ mọi ý kiến đánh đồng. Về mặt tâm lý, chúng ta chắc chắn đã có sẵn những định kiến của mình về ai đó có tên là Adolf, Britney[1], Shaquilla[2] hay Diego[3] thậm chí trước cả khi chúng ta gặp họ, chỉ vì tên của họ. Một con số sẽ loại bỏ những nhiễu loạn đó. Và cải thiện tính hiệu quả. Mark, tiếp tục đi."

"Tất nhiên rồi, ngài Andrew. Sau khi tên người đã được thay thế bằng mã số, Trung tâm Tiếp nhận sẽ đánh giá biến cố, quyết định xem nó thuộc về lĩnh vực nào và chuyển nó tới một hoặc có thể nhiều hơn, trong ba khu vực riêng rẽ - các khu lưu trữ dữ liệu biệt lập của chúng tôi. Khu A là nơi chúng tôi lưu trữ các dữ liệu về đời tư, sở thích cá nhân. Khu B là tài chính. Bao gồm lịch sử về lương, giao dịch ngân hàng, báo cáo tín dụng, bảo hiểm. Khu C là các hồ sơ, tài liệu công và chính phủ."

---

[1] Britney Spears, ca sĩ nhạc pop nổi tiếng người Mỹ.
[2] Shaquille Rashaun O'Neal, cựu cầu thủ bóng rổ chuyên nghiệp Mỹ.
[3] Diego Ribas da Cunha, cầu thủ bóng đá người Brazil.

"Sau đó các dữ liệu được sàng lọc", Sterling lại chen vào lần nữa. "Những tạp nhiễm bị loại bỏ và dữ liệu được đồng bộ hóa. Chẳng hạn, trong một số bản khai, giới tính của cô sẽ được ghi là 'Nữ', một số bản khai khác là 'Nữ giới'. Cũng có khi là một số 1 hay một số 0. Cô cần phải thống nhất chúng lại."

"Chúng tôi cũng loại bỏ những nhiễu loạn - những dữ liệu không chất lượng. Có thể đây là những dữ liệu sai hoặc có quá nhiều chi tiết, hay quá ít. Nhiễu loạn gây ra những tạp nhiễm, và tạp nhiễm cần phải được loại bỏ", ông ta nói câu này một cách cương quyết. Một thoáng biểu cảm nữa. "Những dữ liệu đã qua sàng lọc sau đó sẽ được lưu vào một trong những khu biệt lập của chúng tôi cho tới khi một khách hàng nào đó cần tới nhà tiên tri."

"Ý ông là gì?", Pulaski hỏi.

Sterling giải thích: "Vào những năm 1970, các phần mềm cơ sở dữ liệu trên máy tính đưa ra một bản phân tích hiệu quả hoạt động trong quá khứ cho các công ty. Tới những năm chín mươi, dữ liệu cho biết hiện tại họ đang làm ăn ra sao. Hữu ích hơn. Giờ đây chúng tôi có thể dự báo những gì người tiêu dùng *sẽ* làm và hướng dẫn khách hàng của mình tận dụng điều đó".

Sachs nói: "Vậy là các vị không chỉ tiên đoán tương lai. Các vị đang cố thay đổi nó".

"Chính xác. Nhưng liệu còn lý do nào khác để tới gặp một nhà tiên tri hay không?"

Đôi mắt ông ta rất bình thản, gần như thích thú. Nhưng Sachs vẫn cảm thấy không thoải mái, nhớ lại vụ va chạm với các đặc vụ hôm trước ở Brooklyn. Như thể Năm Hai Hai đã làm đúng những gì ông ta vừa mô tả: dự đoán một cuộc đấu súng giữa họ.

Sterling ra hiệu cho Whitcomb, anh này tiếp tục: "Okay, vậy là các dữ liệu, không còn chứa đựng bất cứ cái tên nào mà chỉ có những con số, đi tới ba khu lưu trữ biệt lập nằm ở các tầng khác nhau trong các vùng kiểm soát an ninh khác nhau. Một nhân viên làm việc trong khu vực biệt trữ các hồ sơ công sẽ không thể tiếp cận được dữ liệu ở khu biệt trữ về đời tư, sở thích cá nhân hay khu biệt trữ về tài chính. Không ai làm việc ở bất cứ khu biệt trữ nào có thể tiếp cận thông tin ở Trung tâm Tiếp nhận và kết nối giữa tên, địa chỉ của một người với mã số *mười sáu chữ số* của người đó".

Sterling nói: "Đó chính là điều Tom muốn nói khi anh khẳng định một hacker cần xâm nhập vào từng khu biệt trữ dữ liệu một cách độc lập".

O'Day nói thêm: "Chúng tôi theo dõi hai mươi tư trên bảy. Nếu ai đó không được phép đang cố tìm cách xâm nhập vào một khu biệt trữ, chúng tôi sẽ biết ngay lập tức. Những kẻ đó sẽ bị sa thải tức khắc và gần như chắc chắn bị bắt giữ. Bên cạnh đó, cô không thể tải về bất cứ thứ gì từ các máy tính trong các khu biệt trữ, không có cửa cho việc này, thậm chí nếu cô tìm cách đột nhập vào nơi đặt một máy chủ và dùng thiết bị kết nối trực tiếp với phần cứng, cô cũng không thể mang nó ra được. Tất cả mọi người đều bị kiểm tra - toàn bộ nhân viên, các nhân sự quản lý cao cấp, nhân viên bảo vệ, phụ trách hệ thống chữa cháy, lao công. Thậm chí cả ngài Andrew. Chúng tôi có thiết bị phát hiện kim loại và kiểm tra mật độ vật liệu gắn tại mọi lối ra vào các khu biệt trữ và Trung tâm Tiếp nhận, kể cả cửa thoát hiểm".

Whitcomb tiếp tục bài lên lớp: "Cô buộc phải đi qua một thiết bị từ trường. Nó sẽ xóa hết mọi dữ liệu số trong bất cứ thiết bị nào cô mang theo người, Ipod, điện thoại hay ổ cứng. Không có ai ra khỏi những căn phòng đó mà mang theo được dù chỉ một kilobyte dữ liệu".

Sachs nói: "Vậy là việc đánh cắp dữ liệu từ những khu biệt trữ đó - cho dù là hacker bên ngoài, những kẻ đột nhập vào tận nơi hay từ nhân viên bên trong công ty - đều gần như không thể".

Sterling gật đầu, "Dữ liệu là tài sản duy nhất của chúng tôi. Chúng tôi canh giữ chúng như những thánh tích".

"Thế kịch bản còn lại, ai đó làm việc cho một trong các khách hàng thì sao?"

"Như Tom vừa nói, theo như cách thủ phạm hoạt động, hắn cần tiếp cận được hồ sơ lưu trữ trong innerCircle về từng nạn nhân cũng như về những người đã bị bắt nhầm."

"Đúng thế."

Sterling giơ hai tay lên như một vị giáo sư. "Nhưng khách hàng không được tiếp cận các hồ sơ này. Mà dù sao đi nữa chúng cũng không phải thứ họ muốn. InnerCircle chứa các dữ liệu thô không đem lại lợi ích gì cho họ. Thứ họ cần là kết quả phân tích dữ liệu chúng tôi thực hiện. Khách hàng đăng nhập vào Watchtower - hệ thống quản lý dữ liệu mà chúng tôi nắm bản quyền - hay các chương trình khác như Xpectation hoặc FORT. Chúng sẽ tìm kiếm trong innerCircle, lấy ra các dữ liệu có liên quan và tập hợp lại dưới hình thức có thể sử dụng được. Nếu cô muốn so sánh với việc khai mỏ, việc Watchtower làm là tìm kiếm quặng vàng giữa hàng tấn đất đá."

Cô trả lời: "Nhưng nếu một khách hàng mua một danh sách địa chỉ đặt hàng chẳng hạn, họ rất có thể sẽ thu được đủ dữ liệu về một trong số các nạn nhân trong các vụ án của chúng tôi để gây ra những tội ác đó, đúng không?". Cô hất đầu chỉ về phía bản danh sách bằng chứng trước đó cô đã đưa cho Sterling, "Chẳng hạn, kẻ chúng tôi tìm kiếm có thể lấy được danh sách tất cả những người đã mua một loại kem cạo râu, bao cao su, băng dính, giày thể thao, vân vân".

Sterling nhướn một bên mày lên. "Hừm. Sẽ là một lượng công việc khổng lồ, nhưng về lý thuyết hoàn toàn có thể... Được thôi. Tôi sẽ tập hợp danh sách tất cả các khách hàng của chúng tôi đã mua dữ liệu trong đó có tên những nạn nhân của các vị - trong ba tháng gần đây, được không? Không, có lẽ là sáu."

"Như thế là đủ." Cô lục tìm trong chiếc cặp của mình, nó ít ngăn nắp hơn nhiều so với bàn làm việc của Sterling, đưa cho ông ta một danh sách các nạn nhân và những người bị bắt giữ.

"Chúng tôi đã thỏa thuận với khách hàng và được quyền chia sẻ thông tin về họ. Không có rắc rối gì về pháp lý nhưng sẽ mất vài giờ để tập hợp các thông tin lại."

"Cảm ơn ông. Giờ tôi có một câu hỏi cuối cùng liên quan tới các nhân viên của ông... Cho dù họ không được phép làm điều đó tại các khu biệt trữ, liệu họ có thể tải về một hồ sơ từ chỗ làm việc của mình không?"

Ông ta gật đầu, có vẻ như rất ấn tượng về câu hỏi của cô, dù câu hỏi đó hàm ý rất có thể một nhân viên của SSD chính là kẻ sát nhân. "Phần lớn nhân viên không thể làm được việc đó. Một lần nữa xin nhắc lại, chúng tôi cần bảo vệ dữ liệu của mình. Nhưng có một số ít người có đặc quyền được gọi là 'quyền tiếp cận không hạn chế'".

Whitcomb mỉm cười, "Đúng thế, nhưng nghĩ xem những người đó là ai, ngài Andrew".

"Nếu có một nghi vấn xuất hiện, chúng ta cần kiểm tra mọi khả năng."

Whitcomb nói với Sachs và Pulaski: "Vấn đề là những nhân viên có quyền tiếp cận không hạn chế đều là nhân sự cao cấp ở đây. Họ đều đã gắn bó nhiều năm với công ty này. Chúng tôi giống như một gia đình. Chúng tôi cùng tiệc tùng với nhau, có những buổi gặp gỡ thân tình...".

Sterling giơ tay lên ngắt lời anh ta, "Chúng ta cần phải làm tới cùng, Mark. Tôi muốn làm rõ chuyện này, bằng bất kỳ giá nào".

"Những ai có quyền tiếp cận không hạn chế?", Sachs hỏi.

Sterling nhún vai, "Tôi. Hoặc giám đốc phụ trách bán hàng, giám đốc hoạt động chuyên môn. Tôi nghĩ giám đốc nhân sự của chúng tôi cũng hoàn toàn có thể lấy được một hồ sơ, dù tôi chắc anh ta chưa từng làm vậy. Và còn sếp của Mark, giám đốc bộ phận kiểm soát". Ông ta cung cấp tất cả tên cho cô.

Sachs liếc nhìn Whitcomb, anh ta lắc đầu, "Tôi không có quyền đó".

O'Day cũng không.

"Thế các trợ lý của ông?", Sachs hỏi Sterling, ám chỉ tới Jeremy và Martin.

"Không... còn về những người làm công tác bảo trì sửa chữa - đám kỹ thuật viên thì những nhân viên thường không thể lấy được trọn vẹn một hồ sơ, nhưng hai quản lý phụ trách bộ phận này có thể làm được việc đó. Một người phụ trách ca ngày, một người phụ trách ca đêm." Ông ta cũng cung cấp tên hai người cho cô.

Sachs nhìn vào danh sách. "Có một cách đơn giản để biết họ vô tội hay không."

"Cách nào?"

"Chúng tôi biết kẻ sát nhân có mặt ở đâu vào chiều Chủ nhật. Nếu họ có bằng chứng ngoại phạm, họ sẽ nằm ngoài diện nghi vấn. Hãy để tôi nói chuyện với họ. Ngay bây giờ, nếu có thể."

"Được", Sterling nói và tỏ vẻ tán đồng với đề xuất của cô: Một "giải pháp" đơn giản cho một trong các "vấn đề" của ông ta. Thế rồi cô nhận ra một điều: Lần nào nhìn vào cô trong buổi sáng nay, ông ta đều nhìn thẳng vào mắt cô. Không giống như nhiều người, nếu không muốn nói là hầu hết những người đàn ông khác Sachs từng gặp, Sterling chưa từng một lần để mắt đến cơ thể cô, thậm chí không hề tỏ vẻ ve vãn. Cô thầm nghĩ không rõ chuyện phòng the của ông ta ra sao. Sachs hỏi: "Tôi có thể một mình xem xét hệ thống an ninh tại các khu biệt trữ dữ liệu không?".

"Tất nhiên. Chỉ cần để máy nhắn tin, điện thoại di động, PDA, cùng mọi thiết bị ổ cứng cầm tay của cô ở ngoài. Nếu không, mọi dữ liệu sẽ bị xóa hết. Cô sẽ bị kiểm tra khi ra khỏi đó."

"Okay."

Sterling gật đầu ra hiệu cho O'Day, ông này bước ra ngoài sảnh rồi quay trở lại với tay nhân viên bảo vệ mặt lạnh như tiền đã dẫn Sachs và Pulaski từ gian tiền sảnh rộng mênh mông dưới tầng trệt lên.

Sterling in ra một tờ thông hành cho cô, ký tên rồi đưa cho nhân viên bảo vệ, anh chàng này dẫn cô ra ngoài.

Sachs cảm thấy nhẹ nhõm khi Sterling không phản đối yêu cầu của cô. Cô có lý do riêng để muốn tự mình nhìn thấy các khu biệt trữ dữ liệu. Như thế, cô không chỉ làm cho nhiều người hơn biết đến cuộc điều tra - với hy vọng cá sẽ cắn câu - mà cô còn có thể hỏi tay nhân viên bảo vệ về các biện pháp an ninh nhằm kiểm chứng lại những gì O'Day, Sterling và Whitcomb đã nói với mình.

Nhưng anh chàng này không hề có ý định hé răng, như thể anh ta là một cậu bé đã được bố mẹ dặn kỹ không được nói chuyện với người lạ.

Hai người đi qua những cánh cửa, qua những hành lang dài, xuống một cầu thang, rồi leo lên một cầu thang nữa. Chẳng bao lâu sau Sachs đã hoàn toàn mất phương hướng. Cô rùng mình. Không gian xung quanh ngày càng co hẹp lại, chật chội, âm u. Cảm giác sợ hãi bị cầm tù lại bùng dậy trong cô; trong khi những khung cửa sổ của Đá Xám vốn đã nhỏ, nhưng tại đây, gần sát các khu biệt trữ dữ liệu, chúng còn không tồn tại. Cô hít một hơi thật sâu. Chẳng ăn thua gì.

Sachs liếc nhìn biển tên của anh chàng bảo vệ. "Này, John?"

"Vâng, thưa bà?"

"Các cửa sổ làm sao vậy? Hoặc là nhỏ xíu, hoặc là chẳng hề có cái nào."

"Ngài Andrew lo rằng người ta có thể tìm cách chụp ảnh các thông tin từ bên ngoài, chẳng hạn như các mật mã truy cập. Hay các kế hoạch kinh doanh."

"Thật sao? Chẳng lẽ ai đó có thể làm được việc này?"

"Tôi không biết. Thỉnh thoảng chúng tôi lại được lệnh tiến hành kiểm tra các vọng quan sát nằm gần tòa nhà, cửa sổ của các tòa nhà đối diện công ty. Chưa từng phát hiện ra một trường hợp khả nghi. Nhưng ngài Andrew vẫn muốn chúng tôi duy trì hoạt động này."

Các khu biệt trữ dữ liệu là những khu vực thật kỳ quặc, mọi thứ đều được mã hóa bằng màu. Thông tin cá nhân màu xanh dương, tài chính màu đỏ, chính quyền màu xanh lục. Các khu biệt trữ đều có không gian rất rộng, nhưng điều này cũng không giúp cô thoát được cảm giác ám ảnh bị cầm tù. Trần nhà rất thấp, các căn phòng đều tối om, những lối đi lại chật chội xen giữa những hàng máy tính. Một âm thanh đều đều không ngừng vang lên, nghe giống như tiếng gầm gừ trầm trầm. Hệ thống điều hòa nhiệt độ làm việc hết công suất, hoàn toàn hiểu được nếu tính đến số lượng máy tính được lắp đặt cũng như lượng điện năng chúng tiêu thụ, nhưng không khí vẫn ngột ngạt khó thở.

Quả thực, cô chưa từng nhìn thấy nhiều máy tính đến thế trong đời. Đó là những khối hộp lớn màu trắng và thật lạ lùng, được định danh không phải bằng các con số hay chữ cái mà bằng những miếng đề can hình các nhân vật hoạt hình như người Nhện, người Dơi, Barney[1], Road Runner [2] hay chuột Mickey.

"SpongeBob[3]?", cô vừa hỏi vừa hất hàm ra dấu về phía một tấm đề can.

Lần đầu tiên John mỉm cười. "Một biện pháp an ninh nữa mà ngài Andrew đã nghĩ ra. Chúng tôi có những người chuyên tìm kiếm trên mạng bất cứ ai để cập đến SSD và innerCircle. Nếu có ai đó nói đến công ty kèm theo tên một nhân vật hoạt hình, như 'Wile E. Coyote[4]' hay 'Siêu nhân', có nhiều khả năng người đó đang quan tâm quá mức tới những chiếc máy tính này. Những cái tên này dễ nhận ra hơn nhiều so với khi chúng tôi chỉ đơn thuần đánh số các máy tính."

"Thông minh đấy", cô nói, thầm nghĩ tới sự hài hước oái oăm khi Sterling thích con người được mã hóa thành số, trong khi lại đặt tên cho những chiếc máy tính của mình.

Hai người bước vào Trung tâm Tiếp nhận, được sơn bằng tông màu xám tối tăm. Nơi này còn nhỏ hơn các khu biệt trữ và khiến cảm giác sợ hãi bị cầm tù của Sachs mỗi lúc một mạnh lên. Cũng như tại các khu biệt trữ, vật trang trí duy nhất là biểu tượng hình tháp canh với khung cửa sổ tỏa sáng, cùng một bức ảnh Andrew Sterling khổ lớn, trên mặt ông ta nở một nụ cười tạo kiểu. Phía dưới bức ảnh là dòng chữ: "Bạn là Số Một!".

Có thể câu tán dương này được dành cho thị phần hay một giải thưởng mà công ty đã đạt được. Hoặc cũng có thể là

---

[1] Con khủng long bằng bông màu tím và xanh lá cây, một nhân vật trong chương trình truyền hình dành riêng cho trẻ em từ 1-8 tuổi ở Mỹ.

[2] Chú gà tây đáng yêu, nhân vật chính trong các bộ phim hoạt hình nổi tiếng *Looney Tunes* và *Merrie Melodies*.

[3] Nhân vật hư cấu trong xê ri truyền hình hoạt hình *SpongeBob SquarePants*.

[4] Chú sói, kẻ thù của Road Runner, trong phim Wile E. Coyote luôn cố tìm mọi cách bắt chú gà tây.

một câu khẩu hiệu nhằm nhấn mạnh tầm quan trọng của các nhân viên. Tuy vậy, Sachs cảm thấy câu nói như một lời báo điềm gở, như thể đang nằm đầu một danh sách không hề muốn có mặt.

Nhịp thở của cô nhanh dần khi cảm giác bị giam hãm mỗi lúc một mạnh lên.

"Cảm thấy khó chịu, đúng không?", anh chàng nhân viên bảo vệ hỏi.

Cô mỉm cười, "Cũng hơi hơi".

"Chúng tôi luôn đi tuần nhưng không ai muốn ở lại các khu biệt trữ lâu hơn thời gian buộc phải có mặt."

Lúc này cô đã phá vỡ được tảng băng cách biệt giữa hai người và có được từ John không chỉ những từ cộc lốc, cô hỏi anh ta về hệ thống an ninh, để kiểm tra xem Sterling và những người khác có nói đúng sự thật không.

Có vẻ như họ đã nói thật. John lặp lại đúng những gì vị tổng giám đốc đã nói: Không máy tính hay vị trí làm việc nào trong các căn phòng này có cổng hay khe cắm để tải dữ liệu, chỉ có bàn phím và màn hình, không gì khác. Những căn phòng này đã được cô lập hoàn toàn, không tín hiệu vô tuyến nào có thể thoát ra ngoài. Anh ta cũng giải thích lại điều mà Sterling và Whitcomb vừa cho cô biết lúc trước, rằng dữ liệu từ mỗi khu biệt trữ sẽ vô dụng nếu không kết hợp với dữ liệu từ các khu khác cũng như từ Trung tâm Tiếp nhận. Không có nhiều biện pháp an ninh trực tiếp trên từng màn hình máy tính, nhưng để vào được bên trong các khu biệt trữ, bạn cần có thẻ nhận dạng, một mã số để mở cửa và phải qua máy quét nhận dạng sinh trắc học hoặc một nhân viên bảo vệ vạm vỡ sẽ giám sát từng bước đi của bạn (cũng chính là những gì John đang làm cho tới lúc này, một cách không được tế nhị cho lắm).

Chế độ an ninh bên ngoài các khu biệt trữ cũng rất nghiêm ngặt, đúng như các nhân sự cao cấp đã cho cô biết. Cả cô và anh chàng bảo vệ đều bị kiểm tra kỹ lưỡng khi họ ra khỏi mỗi khu biệt trữ và phải đi qua máy dò kim loại cùng một khung cửa dày cộp được gọi là thiết bị xóa dữ liệu. Trên cỗ máy có in lời cảnh báo: *Đi qua hệ thống này, toàn bộ dữ liệu số trong máy tính, ổ cứng, điện thoại di động và các thiết bị khác sẽ bị xóa vĩnh viễn.*

Trong khi hai người quay lại văn phòng của Sterling, John nói với cô theo anh ta được biết chưa từng có ai đột nhập vào SSD. Dù vậy, O'Day vẫn thường xuyên yêu cầu họ luyện tập phòng chống xâm nhập. Như phần lớn nhân viên bảo vệ, John không mang súng nhưng Sterling để ra quy định ít nhất phải có hai nhân viên bảo vệ được vũ trang thường trực hai mươi bốn giờ mỗi ngày.

Trở lại văn phòng của vị tổng giám đốc, cô thấy Pulaski đang ngồi ở chiếc ghế sofa bọc da lớn kê gần bàn làm việc của Martin. Dù không phải là người thấp bé nhưng lúc này cậu ta dường như bỗng nhỏ lại, giống một anh chàng sinh viên bị gọi lên văn phòng hiệu trưởng. Trong lúc cô vắng mặt, cậu cảnh sát trẻ đã bắt tay vào kiểm tra trường hợp của Samuel Brockton - sếp của Whitcomb - người có quyền tiếp cận không hạn chế. Ông ta đã ở Washington D.C., hồ sơ đăng ký của khách sạn cho thấy ông ta đang dùng bữa trong phòng ăn vào thời điểm xảy ra vụ án mạng hôm qua. Cô ghi lại chi tiết này, sau đó liếc nhìn danh sách những người có quyền tiếp cận không hạn chế.

*Andrew Sterling, Chủ tịch, Tổng Giám đốc.*

*Sean Cassel, Giám đốc Marketing và Bán hàng.*

*Wayne Gillespie, Giám đốc Hoạt động Chuyên môn.*

*Samuel Brockton, Giám đốc Bộ phận Kiểm soát.*

*Bằng chứng ngoại phạm - hồ sơ khách sạn xác nhận có mặt tại Washington.*

Peter Arlonzo-Kemper, Giám đốc Nhân sự.

Steven Shraeder, Phụ trách Đội Kỹ thuật và Hỗ trợ, ca ngày.

Faruk Mameda, Phụ trách Đội Kỹ thuật và Hỗ trợ, ca đêm.


Cô nói với Sterling: "Tôi muốn nói chuyện trực tiếp với họ càng sớm càng tốt".

Vị tổng giám đốc gọi trợ lý của mình và được biết ngoại trừ Brockton, những người còn lại đều đang ở trong thành phố. Nhưng Shraeder đang phải khắc phục một sự cố phần cứng tại Trung tâm Tiếp nhận và Mameda phải ba giờ chiều mới có mặt. Ông ta lệnh cho Martin tìm một phòng họp còn trống và gọi họ lên để cảnh sát thẩm vấn.

Sterling ra lệnh ngắt liên lạc với hệ thống liên lạc nội bộ, rồi nói: "Thám tử, giờ đến lượt cô. Hãy trả lại sự trong sạch cho chúng tôi... hoặc tìm ra tên sát nhân".

# CHƯƠNG 20

Rodney Szarnek đã bố trí xong chiếc bẫy chuột của họ và trong lúc này anh chàng cảnh sát trẻ đầu tóc bù xù đang vui vẻ tìm cách đột nhập vào các server chính của SSD. Anh ta rung đùi, thỉnh thoảng lại huýt sáo khiến Rhyme rất bực bội, nhưng anh để mặc Rodney muốn làm gì thì làm. Nhà tội phạm học cũng có thói quen tự nói chuyện với chính mình trong khi khám nghiệm hiện trường, cân nhắc những hướng tiếp cận cho vụ án.

*Mỗi người một tật...*

Chuông cửa reo lên, một cảnh sát từ phòng thí nghiệm của Đội Điều tra hiện trường tại Queens mang đến cho họ món quà, đó là bằng chứng từ một trong số các vụ án trước: con dao hung khí trong vụ đánh cắp tiền xu và giết người. Những bằng chứng vật chất còn lại đang "được lưu trữ ở đâu đó". Một yêu cầu tìm kiếm đã được đệ trình, nhưng chẳng ai có thể nói chắc liệu có thể tìm ra chúng hay không và nếu có thì khi nào.

Rhyme để Cooper ký vào bản bàn giao bằng chứng, thậm chí ngay cả khi vụ án đã xử xong, các quy định phải tuân thủ vẫn không thay đổi. "Lạ thật, phần lớn bằng chứng còn lại bị thất lạc", Rhyme nhận xét, mặc dù anh cũng hiểu, vì là một vũ khí, con dao chắc chắn được giữ riêng trong két, khóa kín trong kho lưu trữ, thay vì được để cùng chỗ các bằng chứng không có khả năng sát thương.

Rhyme liếc qua danh sách bằng chứng của vụ án đó. "Họ tìm thấy vết bụi trên cán dao. Hãy thử xem có thể khám phá ra nó là gì hay không. Nhưng, trước tiên, chúng ta biết gì về bản thân con dao này?"

Cooper nhập thông tin về nhà sản xuất vào cơ sở dữ liệu các loại vũ khí của Sở Cảnh sát New York. "Sản xuất ở Trung Quốc, được nhập khẩu phân phối cho hàng nghìn cửa hàng bán lẻ, đồ rẻ tiền. Vì vậy chúng ta có thể giả định hắn đã trả tiền mặt khi mua."

"Được rồi, tôi cũng không trông chờ nhiều từ nó. Hãy chuyển sang vết đất xem."

Cooper đi găng vào và mở túi đựng bằng chứng ra. Anh ta cần thận dùng bàn chải quét nhẹ cán con dao có lưỡi dính máu nạn nhân đã ngả sang màu nâu sẫm, những hạt bụi trắng từ đó rơi xuống một tờ giấy dùng cho xét nghiệm.

Bụi luôn là niềm đam mê của Rhyme. Trong khoa học hình sự, khái niệm này dùng để chỉ các tiểu phân rắn có kích thước nhỏ hơn năm trăm micromet, có nguồn gốc từ các loại sợi quần áo, chăn đệm, mảnh tế bào chết từ da người và động vật, mảnh xác thực vật và côn trùng, những mảnh phân khô, bụi và có thể là bất cứ loại hợp chất hóa học nào. Một số loại bay lơ lửng trong không khí, một số loại nhanh chóng bám vào các bề mặt. Bụi có thể gây ra các vấn đề về sức khỏe như bệnh bụi phổi và có trường hợp rất dễ gây cháy nổ (như bụi bột mì trong các thang nâng vận chuyển ngũ cốc chẳng hạn), thậm chí có thể ảnh hưởng đến khí hậu.

Trong khoa học hình sự, do lực hút tĩnh điện hay các đặc tính kết dính khác, bụi thường chuyển từ cơ thể thủ phạm sang hiện trường tội ác và ngược lại, nhờ đó chúng trở nên rất hữu ích cho cảnh sát. Khi Rhyme còn phụ trách bộ phận Điều tra Hiện trường của Sở Cảnh sát New York, anh đã thiết lập một cơ sở dữ liệu lớn về bụi, được tập hợp lại từ cả năm khu vực của thành phố cũng như một phần các tiểu bang New Jersey và Connecticut.

Chỉ có một lượng rất nhỏ bụi bám trên cán dao nhưng Mel Cooper đã lấy được đủ lượng cần thiết để làm mẫu phân tích bằng sắc ký khí khối phổ, phương pháp phân tích cho phép phá vỡ các hợp chất thành các thành phần cấu tạo nên chúng, rồi định danh từng thành phần một. Quá trình này sẽ mất một thời gian nhất định. Không phải lỗi của Cooper. Hai bàn tay anh to và gân guốc đến mức đáng ngạc nhiên so với một người vóc dáng dong dỏng như vậy, luôn hoạt động nhanh chóng và hiệu quả. Vấn đề nằm ở chiếc máy đang chậm chạp vận hành, thong thả thực hiện phép màu kỹ thuật cao của nó một cách tuần tự tỉ mẩn. Trong khi chờ đợi kết quả, Cooper thực hiện vài phép thử hóa học bổ trợ trên một phần khác của mẫu bụi để phát hiện những thành phần rất có thể máy sắc ký khí khối phổ không tìm ra được.

Cuối cùng cũng có kết quả, Mel Cooper vừa giải thích những gì anh ta thu được từ tất cả các phân tích đã thực hiện, vừa viết các chi tiết lên một tấm bảng trắng. "Được rồi, Lincoln. Chúng ta có vermiculite, thạch cao, chất tạo bọt tổng hợp, mảnh thủy tinh, vết sơn, sợi len tổng hợp, sợi thủy tinh, hạt calcite, sợi giấy, hạt thạch anh, nhiên liệu rắn cháy ở nhiệt độ thấp, mạt kim loại, sợi amiăng loại chrysolite và vài hóa chất. Có vẻ là hydrocarbon thơm đa vòng, paraffin, olefin, napthene, octan, polyclorobiphenyl, dibenzodioxin - những thứ không mấy khi gặp - và dibenzofuran. À, cả một lượng nhỏ ete bromodiphenyl nữa."

"Trung tâm Thương mại Thế giới", Rhyme nói.

"Là nó?"

"Phải."

Bụi từ hai tòa tháp của Trung tâm Thương mại Thế giới bị đánh sập năm 2001 đã trở thành nguyên nhân gây ra những vấn đề về sức khỏe cho công nhân làm việc gần Ground Zero[1] và nhiều thành phần khác nhau của loại bụi này gần đây đã được bàn đến trên các bản tin. Rhyme biết rõ về thành phần của nó.

"Vậy là hắn ta ở trong thành phố?"

"Rất có thể", Rhyme nói. "Nhưng anh có thể tìm thấy thứ bụi này ở năm khu vực của thành phố. Lúc này hãy tạm đặt một dấu hỏi vào nó đã..." Anh cau mặt. "Như vậy những mô tả về đặc điểm tên tội phạm chúng ta có được cho đến giờ là: có thể là một người đàn ông da trắng hoặc da sáng màu, sưu tập tiền xu, ưa thích mỹ thuật. Nơi ở hay chỗ làm việc của hắn có thể nằm ở khu trung tâm thành phố. Có thể có con, có thể hút thuốc." Rhyme nheo mắt nhìn con dao. "Cho tôi xem nó gần hơn." Cooper mang hung khí đến chỗ Rhyme và anh chăm chú săm soi từng milimet của phần cán dao. Cơ thể khuyết tật nhưng thị lực của anh vẫn tốt như một cậu bé vị thành niên. "Đây này. Là cái gì vậy?"

"Đâu?"

"Giữa phần đốc và phần cán bằng xương."

Một mảnh nhỏ của thứ gì đó màu nhạt. "Anh có thể nhìn thấy nó sao?", anh chàng chuyên gia phân tích thì thầm. "Tôi đã hoàn toàn bỏ qua nó." Với đầu kim lấy mẫu, anh ta lấy nó ra đặt lên phiến kính rồi quan sát qua kính hiển vi. Anh bắt đầu với độ phóng đại thấp từ bốn đến hai mươi tư lần, vốn thường đủ cho công việc này, trừ những trường hợp bạn cần viện đến độ nhạy của một kính hiển vi quét điện tử. "Có vẻ là một mẩu đồ ăn. Một thứ đồ nướng. Có màu cam. Phổ màu khiến người ta nghĩ tới dầu ăn. Có lẽ là đồ ăn vặt như loại Doritos chẳng hạn, hay khoai tây chiên."

---

[1] Thuật ngữ chỉ vùng bình địa ngay chỗ một quả bom nguyên tử phát nổ, không còn gì sống sót, xuất phát từ sự kiện hai toà tháp đôi của Trung tâm Thương mại Thế giới bị đánh sập ngày 11/9/2001.

"Không đủ để phân tích qua sắc ký khí khối phổ?"

"Không thể", Cooper xác nhận.

"Hắn ta sẽ không bao giờ sắp đặt thứ gì bé đến vậy tại nhà của kẻ thế thân. Đây là một mẩu thông tin xác thực nữa về Năm Hai Hai."

Mẩu thức ăn này là thứ quái quỷ gì mới được chứ? Một phần bữa trưa của hắn vào ngày thực hiện vụ giết người chăng?

"Tôi muốn nếm thử nó."

"Cái gì? Có máu dính trên đó đấy."

"Cán dao, không phải lưỡi dao. Chỉ riêng chỗ có mẩu đồ ăn thôi. Tôi muốn biết nó là thứ gì."

"Không có đủ để nếm đâu. Với mảnh thức ăn tí xíu này sao? Anh may lắm mới không bỏ qua nó. Tôi thậm chí còn không nhìn thấy."

"Không, chính bản thân con dao. Rất có thể tôi tìm ra một mùi hương hay một loại gia vị cho phép chúng ta biết được gì đó."

"Anh không thể thè lưỡi liếm một hung khí giết người được, Lincoln."

"Điều đó được ghi ở đâu vậy, Mel? Tôi không nhớ từng đọc nó. Chúng ta cần thông tin về tên khốn này!"

"Được rồi... Okay." Anh chàng chuyên gia phân tích chìa con dao tới gần sát mặt Rhyme và nhà tội phạm học cúi người về phía trước, chạm lưỡi vào vị trí nơi họ tìm thấy mảnh thức ăn.

"Chúa ơi!" Anh ngả đầu ra sau.

"Có gì không ổn sao?", Cooper phát hoảng vội hỏi.

"Cho tôi xin ít nước!"

Cooper quẳng con dao xuống bàn xét nghiệm và chạy đi gọi Thom, trong khi Rhyme nhổ liên tục xuống sàn nhà. Cả miệng anh như đang bốc cháy.

Thom vội vàng chạy vào. "Có gì không ổn sao?"

"Trời ạ... rát quá. Tôi xin ít nước kia mà! Tôi chỉ ăn phải một thứ xốt rất cay thôi."

"Xốt cay, giống như loại Tabasco à?"

"Tôi không biết là loại nào!"

"Thế thì thứ anh cần không phải là nước. Anh cần sữa hoặc sữa chua."

"Vậy thì lấy nhanh lên!"

Thom quay lại với một hộp sữa chua và bón cho Rhyme vài thìa. Anh ngạc nhiên khi cảm giác bỏng rát dịu đi ngay lập tức. "Phù, cay quá... Okay, Mel, chúng ta vừa biết thêm một điều gì đó, rất có thể chàng trai của chúng ta khoái các món ăn vặt và điệu salsa của hắn. Được thôi, bắt đầu với đồ ăn vặt và xốt cay. Ghi lên bản danh sách đi."

Trong khi Cooper viết, Rhyme nhìn đồng hồ và bật rủa cáu kinh: "Sachs đang ở chỗ quái nào không biết nữa?".

"Ừ thì cô ấy ở SSD", Cooper có vẻ bối rối.

"Tôi biết chuyện đó. Ý tôi là, tại sao cô ấy vẫn còn chưa quay về đây? Và, Thom, tôi muốn thêm một ít sữa chua nữa!"

### *Mô tả đặc điểm ĐTBA 522*

*- Nam giới.*

*- Có thể hút thuốc hay sống/làm việc với người hút thuốc, hoặc ở gần nguồn gây ra tàn thuốc.*

*- Có con hoặc sống/làm việc gần nơi có trẻ con hay nơi có nguồn đồ chơi.*

*- Quan tâm tới tác phẩm nghệ thuật, tiền xu cổ?*

- *Nhiều khả năng da trắng hoặc da sáng màu.*

- *Vóc người trung bình.*

- *Khỏe - có khả năng siết cổ nạn nhân.*

- *Có cơ hội tiếp cận thiết bị ngụy trang giọng nói.*

- *Nhiều khả năng biết rõ về máy tính, mạng xã hội OurWorld. Còn các trang mạng xã hội khác?*

- *Lấy chiến lợi phẩm từ nạn nhân. Một kẻ tàn bạo biến thái?*

- *Một phần nơi ở/nơi làm việc thường xuyên trong tình trạng thiếu ánh sáng, ẩm thấp.*

- *Sống tại khu Manhattan hoặc gần khu này?*

- *Ăn đồ ăn vặt/xốt cay*


**Bằng chứng không sắp đặt trước**

- *Vết bụi.*

- *Vết bìa các tông cũ.*

- *Tóc búp bê, sợi BASF B35 nylon 6.*

- *Tàn thuốc lá từ thuốc lá điếu Tareyton.*

- *Mảnh thuốc lá cũ, không phải Tareyton, nhưng không rõ loại.*

- *Vết nấm mốc Stachybotrys Chartarum.*

- *Bụi, từ vụ tấn công Trung tâm Thương mại Thế giới, rất có khả năng là dấu hiệu cho thấy chỗ ở/nơi làm việc ở khu Manhattan.*

- *Mảnh đồ ăn vặt với xốt cay.*

# Chương 21

Căn phòng họp nơi Sachs và Pulaski được đưa tới cũng nhỏ hẹp đúng như văn phòng của Sterling. Cô đi đến kết luận rằng *bài trí đơn điệu* là một cách diễn đạt không tồi để mô tả toàn bộ công ty này.

Sterling đích thân dẫn họ tới phòng này, mời họ ngồi xuống hai chiếc ghế kê ngay phía dưới biểu tượng khung cửa số nằm trên đỉnh tháp canh. Ông ta nói: "Tôi không hề trông đợi được đối xử khác biệt hơn so với bất cứ ai. Vì tôi có quyền tiếp cận không hạn chế nên cũng là một người trong diện nghi vấn. Nhưng tôi có bằng chứng ngoại phạm cho vụ án xảy ra hôm qua, tôi đã ở Long Island cả ngày. Tôi thường xuyên lái xe tới một trong số những cửa hàng hạ giá quy mô lớn và các trung tâm mua bán dành cho những người có thẻ thành viên để quan sát xem người ta đang mua những thứ gì, bằng phương thức nào và vào thời điểm nào trong ngày. Tôi luôn tìm kiếm các phương thức giúp công việc kinh doanh hiệu quả hơn và tôi chỉ có thể làm được điều đó trừ khi hiểu rõ khách hàng của mình cần gì".

"Ông đã gặp gỡ ai?"

"Không ai cả. Tôi không bao giờ cho người khác biết mình là ai. Tôi muốn quan sát mọi thứ đúng như trên thực tế. Cả những khiếm khuyết, thiếu sót, mọi thứ. Nhưng số liệu lưu trong thẻ E-Zpass trong xe của tôi sẽ cho thấy tôi đã đi qua trạm kiểm soát vào đường hầm Midtown vào lúc khoảng chín giờ sáng, theo hướng về phía đông, sau đó quay trở lại lúc năm giờ rưỡi chiều. Cô có thể kiểm tra với cơ quan quản lý phương tiện cơ giới." Ông ta đọc biển số xe của mình. "À, ngày hôm qua? Tôi có gọi điện cho con trai tôi. Nó bắt tàu đến Westchester để đi dã ngoại trong một khu bảo tồn rừng. Nó đi một mình và tôi muốn biết tình hình của nó. Tôi gọi điện lúc khoảng hai giờ chiều. Hồ sơ lưu trữ các cuộc đàm thoại sẽ cho thấy một cuộc gọi đi từ nhà tôi tại Hampton. Hoặc cô có thể kiểm tra danh sách số gọi đến trong điện thoại di động của con trai tôi. Trong đó hẳn phải có ngày giờ. Đuôi số của nó là 8187."

Sachs ghi lại thông tin này cùng với số điện thoại ngôi nhà nghỉ hè của Sterling. Cô cảm ơn ông ta, sau đó Jeremy, anh chàng trợ lý "đối ngoại", vào phòng và thì thầm gì đó với ông chủ của mình.

"Tôi có việc cần xem xét ngay. Nếu cô cần bất kỳ điều gì, chỉ cần cho tôi biết."

Vài phút sau người đầu tiên trong danh sách nghi vấn của họ có mặt. Sean Cassel, Giám đốc Marketing và Bán hàng. Cô hơi ngạc nhiên khi nhận ra anh ta còn khá trẻ, có lẽ khoảng ba mươi lăm tuổi, nhưng từ đầu đến giờ cô thấy rất ít người ngoài bốn mươi. Dữ liệu chắc hẳn là một Thung lũng Silicon[1] mới, một thế giới của các doanh nghiệp trẻ.

Cassel với khuôn mặt dài, đẹp trai theo kiểu cổ điển, thân hình khá vạm vỡ. Hai cánh tay rắn chắc, bờ vai rộng. Anh ta mặc "đồng phục" của SSD, mà trong trường hợp này là một bộ vét kiểu hải quân. Chiếc áo sơ mi trắng bóc không tỳ vết, cổ tay có những

---

[1] Ban đầu tên này được dùng để chỉ một số lượng lớn các nhà phát minh và hãng sản xuất các loại chíp silicon nhưng sau đó nó trở thành tên hoán dụ cho tất cả khu thương mại công nghệ cao trong khu vực.

đường viền vàng khổ rộng. Chiếc cà vạt vàng bằng lụa dày. Anh ta có mái tóc xoăn, nước da hồng hào, đôi mắt nhìn Sachs chăm chú qua cặp kính. Đây là lần đầu tiên cô nhìn thấy một chiếc kính hiệu Dolce & Gabbana có khung mắt kính.

"Xin chào."

"Xin chào. Tôi là thám tử Sachs, đây là cảnh sát Pulaski. Mời anh ngồi." Sachs bắt tay anh ta, nhận thấy bàn tay anh ta nắm lấy tay cô chặt và lâu hơn so với Pulaski.

"Vậy cô là một thám tử?", anh chàng giám đốc phụ trách bán hàng không mảy may quan tâm tới cậu nhân viên tuần tra.

"Đúng vậy. Anh muốn xem thẻ của tôi không?"

"Không, biết thế là được rồi."

"Hiện nay, chúng tôi đang điều tra thông tin về một số nhân viên của công ty. Anh có quen ai tên là Myra Weinburg không?"

"Không. Có việc gì vậy?"

"Cô gái này là nạn nhân của một vụ án mạng."

"À." Một thoáng ân hận xuất hiện, trong khi lớp vỏ sành điệu bên ngoài tạm thời biến mất trong giây lát. "Tôi đã nghe nói về một vụ phạm tội. Nhưng tôi không ngờ đó lại là một vụ án mạng. Tôi rất tiếc. Cô ấy có phải là nhân viên ở đây không?"

"Không. Nhưng kẻ sát hại cô ấy rất có thể đã tiếp cận được thông tin lưu trữ trong máy tính của công ty anh. Tôi biết anh có quyền tiếp cận không hạn chế tới innerCircle, liệu bằng cách nào đó người nào làm việc dưới quyền anh có thể tập hợp được một hồ sơ cá nhân đầy đủ dữ liệu không?"

Anh ta lắc đầu, "Để tiếp cận một hộp kín cô cần có ba mật mã khác nhau. Hoặc một nhận dạng sinh trắc học và mật mã".

"Hộp kín?"

Anh ta ngập ngừng: "À, đó là cách chúng tôi gọi một hồ sơ. Chúng tôi dùng khá nhiều các biệt ngữ tắt trong ngành kinh doanh cung cấp tri thức".

Như các bí mật trong một chiếc hộp kín, cô thầm nghĩ.

"Nhưng không ai có thể ăn cắp được mật mã của tôi. Tất cả mọi người đều rất thận trọng trong việc giữ bí mật những mật mã. Ngài Andrew đặc biệt nhấn mạnh chuyện này." Cassel bỏ kính ra lau bằng một mảnh vải màu đen đã xuất hiện trên tay anh ta không biết từ lúc nào. "Ông ấy từng sa thải nhiều nhân viên vì sử dụng mật mã của người khác, cho dù được sự đồng ý của người sở hữu. Sa thải ngay tại chỗ." Anh ta chăm chú tập trung vào việc lau kính. Rồi ngước mắt nhìn lên. "Nhưng chúng ta hãy thành thật với nhau. Điều cô đang thực sự muốn biết không phải là các mật mã mà là các bằng chứng ngoại phạm. Tôi nói có đúng không?"

"Chúng tôi cũng muốn biết cả điều đó nữa. Anh đã ở đâu từ lúc mười hai giờ trưa tới bốn giờ chiều ngày hôm qua?"

"Chạy bộ. Tôi đang luyện tập cho một cuộc thi ba môn phối hợp nhỏ... Trông cô có vẻ như cũng tập chạy. Cô rất có dáng thể thao."

Nếu đứng yên một chỗ và khoét những lỗ hổng trên các tấm bia cách bạn hai mươi lăm và năm mươi foot[1] là luyện tập thể thao thì câu trả lời là có. "Có người nào có thể xác nhận điều đó không?"

"Rằng cô rất có dáng thể thao? Với tôi điều này hoàn toàn hiển nhiên."

Amelia chỉ mỉm cười trước câu nói của Cassel. Đôi khi tốt nhất là làm ra vẻ hưởng ứng. Ngược lại, Pulaski tỏ ra bứt rứt không thoải mái - một điều Cassel đã nhận ra với vẻ thú vị thấy rõ - nhưng Sachs không nói gì. Cô không cần ai ra tay bảo vệ danh dự hộ mình.

---

[1] 1 foot = 0,3048 m.

Vừa liếc mắt nhìn sang phía cậu cảnh sát mặc cảnh phục, Cassel vừa nói tiếp: "Không, tôi e là không. Có một người bạn nán lại. Nhưng đến khoảng chín rưỡi thì cô ấy về. Liệu tôi có bị nghi vấn hay không?".

"Lúc này chúng tôi chỉ đơn thuần thu thập thông tin", Pulaski nói.

"Ngay lúc này sao?", anh ta lên giọng kẻ cả như thể đang nói chuyện với một đứa trẻ. "Chỉ các sự kiện thực tế, thưa bà. Chỉ các sự kiện thực tế thôi."

Một câu đối thoại trong một chương trình truyền hình cũ rích. Nhưng chương trình nào thì Sachs không tài nào nhớ nổi.

Sachs hỏi anh ta đã ở đâu vào thời điểm xảy ra các vụ đánh cắp tiền xu, vụ cưỡng dâm trước và vụ người phụ nữ sở hữu một bức tranh của Prescott. Anh ta đeo kính lên và trả lời cô là không còn nhớ rõ. Anh ta có vẻ hoàn toàn thoải mái.

"Anh tới các khu biệt trữ dữ liệu có thường xuyên không?"

"Có thể mỗi tuần một lần."

"Anh có mang thông tin nào ra ngoài không?"

Trán anh ta cau lại. "Thế này nhé... không ai có thể. Hệ thống an ninh sẽ không cho phép bất cứ ai làm việc đó."

"Anh có thường xuyên tải các hồ sơ về không?"

"Tôi không nhớ đã bao giờ làm vậy. Chúng chỉ là những dữ liệu thô và quá lủng củng để giúp ích được cho bất cứ công việc nào của tôi."

"Được rồi. Tôi đánh giá cao việc anh đã dành thời gian cho chúng tôi. Tôi nghĩ vào lúc này thế là đủ."

Nụ cười và vẻ bỡn cợt tan biến. "Vậy là có rắc rối gì sao? Liệu có chuyện gì tôi phải lo ngại không?"

"Chúng tôi chỉ đang thực hiện việc điều tra sơ bộ."

"À, đừng thả lỏng." Một cái liếc nhìn nữa về phía Pulaski. "Ghì chặt nó vào ngực, đúng không, Thượng sĩ Friday[1]?"

A, đúng là nó rồi, Sachs nhớ ra. *Dragnet*. Bộ phim truyền hình về cảnh sát cũ rích mà cô đã xem đi xem lại cùng bố nhiều năm trước.

Sau khi anh ta đi ra, một nhân viên khác vào gặp họ. Wayne Gillespie, người phụ trách kỹ thuật công nghệ phần mềm và phần cứng của công ty. Anh ta hoàn toàn không giống với ấn tượng của Sachs về một con sâu máy tính. Ít nhất là ban đầu. Anh ta có làn da rám nắng và thân hình khỏe mạnh, đeo một chiếc vòng tay đắt tiền bằng bạc hoặc bạch kim. Bàn tay thật mạnh mẽ khi bắt tay cô. Nhưng quan sát kỹ lưỡng hơn, cô đi đến kết luận, về bản chất, anh chàng này vẫn là dân kỹ thuật điển hình, một cậu nhóc mà bà mẹ phải để tâm chăm chút chuyện ăn mặc trước khi cho đến trường chụp ảnh lớp. Anh chàng thấp nhỏ, gầy gò, mặc một bộ vét nhàu nhĩ, chiếc cà vạt được thắt sơ sài. Đôi giày đã trầy xước nhiều chỗ, móng tay nham nhở và không lấy gì làm sạch. Mái tóc đáng ra phải được cắt từ lâu. Rõ ràng anh ta khoái cái việc ngồi ôm chiếc máy tính của mình trong một căn phòng tối tăm hơn nhiều vị trí quản lý cao cấp của công ty.

Không như Cassel, Gillespie có vẻ bối rối, hai tay không ngừng cử động, mân mê ba thiết bị điện tử đeo ở thắt lưng - một chiếc điện thoại di động BlackBerry, một máy PDA và một chiếc điện thoại di động khá cầu kỳ. Anh ta tránh nhìn thẳng vào mắt họ, còn việc tán tỉnh Sachs có lẽ là thứ cuối cùng xuất hiện trong đầu anh ta, mặc dù giống như vị giám đốc bán hàng, ngón tay đeo nhẫn của anh ta vẫn để trống. Có lẽ Sterling thích chọn những người đàn ông độc thân vào các vị trí lãnh đạo trong công ty của

---

[1] Thượng sĩ Joe Friday, một nhân vật trong xê ri truyền hình *Dragnet*.

ông ta. Những ông hoàng trung thành vẫn còn tốt hơn những vị công tước quá tham vọng.

Sachs có cảm giác Gillespie đã nghe được ít hơn Cassel về lý do sự có mặt của họ tại đây, cô thu hút được sự chú ý của anh ta khi mô tả lại các vụ án mạng. "Thú vị đây. Okay, rất thú vị. Không tồi chút nào, hắn đã *lướt piano* dữ liệu để gây ra những vụ đó."

"Hắn làm gì?"

Gillespie liên tục đan các ngón tay vào nhau một cách bồn chồn. "Ý tôi là hắn đã tìm dữ liệu. Tập hợp chúng lại."

Không có lời bình luận nào về việc những người vô tội đã bị tấn công và sát hại. Liệu có phải anh ta đang diễn trò không? Kẻ sát nhân thực sự rất có thể sẽ vờ tỏ ra kinh hoàng hay thông cảm.

Sachs hỏi anh ta đã ở đâu ngày Chủ nhật, anh chàng này cũng không có bằng chứng ngoại phạm, mặc dù anh ta đã lấy lý do mình đang sửa lỗi một kiểu mật mã tại nhà và tham gia thi đấu trong một trò chơi nhập vai.

"Vậy sẽ có thông tin lưu trữ về thời gian anh ở trên mạng ngày hôm qua chứ?"

Một thoáng chần chừ. "Ờ thì, tôi chỉ tập chơi thôi mà, cô biết đấy. Không cần lên mạng. Khi tôi ngẩng đầu lên thì đã muộn. Tôi *chìm* quá, mọi chuyện xung quanh dường như đều biến mất vậy."

"*Chìm?*"

Anh ta hiểu ra mình đang nói một kiểu biệt ngữ người thường không thể hiểu nổi. "À, ý tôi là, tôi đang ở trong một màn chơi. Bị chìm đắm hoàn toàn như thế phần còn lại của cuộc sống không còn tồn tại nữa."

Anh ta khẳng định việc không biết Myra Weinburg cũng như việc không ai có thể biết mật mã của mình. "Còn về chuyện bẻ khóa mật mã của tôi, thì xin chúc may mắn - chúng đều gồm mười sáu ký tự lựa chọn ngẫu nhiên. Tôi không bao giờ viết ra ở bất cứ đâu. Cũng may là tôi có trí nhớ tốt."

Gillespie hầu như liên tục "ở trong hệ thống". "Vì đó chính là công việc của tôi", anh ta biện hộ thêm cho mình. Tuy vậy một thoáng cau mày bối rối hiện trên nét mặt anh ta khi bị hỏi về chuyện tải các hồ sơ cá nhân. "Không thể nào có chuyện đó. Theo dõi tất cả những gì một anh chàng xa lạ khuân về tuần trước từ cửa hàng tạp hóa khu vực đó. Xin chào nhé... Tôi còn việc hay ho hơn để làm."

Anh ta cũng xác nhận thường dành rất nhiều thời gian trong các khu biệt trữ để "căn chỉnh những chiếc hộp". Cô có cảm tưởng anh ta thích ở đó, cảm thấy nơi đó - chính nơi mà cô chỉ muốn chạy ra càng nhanh càng tốt - thật dễ chịu.

Gillespie cũng không thể nhớ chính xác anh ta đã ở đâu vào thời điểm xảy ra các vụ án mạng khác. Sau lời cảm ơn của cô, anh ta bước ra ngoài, rút chiếc PDA từ thắt lưng ra trước khi bước qua ngưỡng cửa và bắt đầu soạn một tin nhắn bằng hai ngón cái với tốc độ còn nhanh hơn cả mười ngón tay của cô.

Trong khi ngồi đợi người tiếp theo trong diện tình nghi, Sachs hỏi Pulaski: "Cậu cảm thấy sao?".

"Tôi không thích Cassel."

"Tôi đồng ý với cậu."

"Nhưng anh ta dường như quá kênh kiệu để có thể là Năm Hai Hai. Nếu có thể vì cái tôi của mình để giết ai đó, thì chắc chắn anh ta sẽ là số một trong danh sách tình nghi của tôi... Còn Gillespie thì sao? Tôi không rõ nữa. Anh ta tỏ ra ngạc nhiên về cái chết của Myra, nhưng tôi không dám chắc đúng là vậy. Và còn cả thái độ của anh ta... một Quý ông Sành điệu. 'Lướt piano' và 'chìm'? Cô biết những thứ đó là gì không? Những cách nói lóng du nhập từ vỉa hè. 'Lướt piano' nghĩa là tìm khe hở, giống như dùng cả mười đầu ngón tay sờ soạng khắp nơi vậy. Một cách điên cuồng. Còn 'chìm' có nghĩa là bị phê thuốc khi dùng heroin hay thuốc an thần. Đó là cách những đứa nhóc ở các khu ngoại ô nói, cố tỏ ra sành sỏi với những tay bán ma túy dạo ở khu Harlem hay Bronx."

"Cậu nghĩ anh chàng này dính dáng đến ma túy?"

"Anh ta có vẻ khá bối rối. Nhưng ấn tượng của tôi ư?"

"Tôi đang hỏi cậu đấy."

"Thứ anh ta nghiện không phải là ma túy, mà là thứ này..." Cậu cảnh sát trẻ tuổi làm dấu ám chỉ xung quanh mình. "Dữ liệu."

Cô suy ngẫm về ý tưởng đó và đồng ý. Bầu không khí ở SSD có thể khiến người ta say mê, dù không phải theo cách dễ chịu. Kỳ quái và mông lung, giống cảm giác như khi bạn sử dụng thuốc an thần.

Một người đàn ông nữa xuất hiện trên ngưỡng cửa - giám đốc nhân lực, một người gốc Phi còn trẻ với nước da sáng, ăn mặc chỉn chu. Peter Arlonzo-Kemper cho hay anh ta hiếm khi lui tới các khu biệt trữ dữ liệu nhưng được phép làm điều đó, để gặp gỡ nhân viên ngay tại vị trí làm việc của họ. Thỉnh thoảng anh ta có tới khu vực đặt innerCircle nhưng chỉ tìm kiếm dữ liệu về nhân viên của SSD, chưa bao giờ chạm đến dữ liệu về công chúng bên ngoài.

Vậy là anh ta có tiếp cận các "hộp kín", bất chấp những gì Sterling đã nói về anh ta.

Người đàn ông vạm vỡ luôn nở một nụ cười cứng đơ trên khuôn mặt và trả lời bằng giọng đều đều, thường xuyên thay đổi chủ đề, thông điệp chính của anh ta là Andrew là "ông chủ tử tế nhất, đáng quý nhất mà bất cứ ai có thể ao ước". Chưa từng có ai nghĩ tới việc phản bội ông hay phản bội các "lý tưởng" của SSD, cho dù chúng thế nào đi nữa. Anh ta không thể tưởng tượng ra lại có một kẻ tội phạm bên trong những bức tường thiêng liêng của công ty.

Những lời ca ngợi của anh ta quả là hết sức nhiệt tình.

Sau khi cô chấm dứt được tràng ca tụng của vị giám đốc nhân lực, cô được biết anh ta đã ở cùng với vợ cả ngày Chủ nhật (như vậy anh ta là nhân viên duy nhất trong công ty đã lập gia đình mà cô có dịp trò chuyện). Và vào thời điểm Alice Sanderson bị sát hại, anh ta đang bận rộn dọn dẹp lại ngôi nhà của bà mẹ vừa qua đời ở khu Bronx. Tuy chỉ có một mình nhưng anh ta tin rằng có thể tìm thấy người nào đó đã trông thấy anh ta. Arlonzo-Kemper không thể nhớ chính xác mình đã ở đâu vào thời điểm xảy ra những vụ án mạng còn lại.

Khi hai người đã hoàn tất các cuộc thẩm vấn, nhân viên bảo vệ tháp tùng Sachs và Pulaski quay trở lại phòng ngoài khu văn phòng của Sterling. Vị tổng giám đốc đang gặp một người đàn ông trạc tuổi mình, vóc người mạnh mẽ với mái tóc vàng sẫm chải lật ra sau. Ông ta đang ngồi thử trên chiếc ghế gỗ cứng đơ. Rõ ràng không phải là nhân viên của SSD: Ông ta mặc một chiếc áo sơ mi Polo và áo khoác thể thao. Sterling ngước nhìn và trông thấy Sachs. Ông ta kết thúc cuộc gặp, đứng dậy, rồi đưa người đàn ông kia ra ngoài.

Sachs nhìn thứ mà vị khách đang cầm, một tập giấy, trên cùng có in tên "Associated Warehousing", có lẽ là tên công ty của ông ta.

"Martin, cậu có thể gọi xe cho ông Carpenter được không?"

"Vâng, ngài Andrew."

"Chúng ta là một, đúng không Bob?"

"Phải, Andrew", Carpenter - người đàn ông cao lừng lững bên cạnh Sterling, nghiêm nghị bắt tay vị tổng giám đốc, rồi quay người ra về. Một nhân viên bảo vệ tháp tùng ông ta xuống dưới tiền sảnh.

Hai người cảnh sát đi theo Sterling vào văn phòng.

"Các vị tìm thấy gì rồi?"

"Chưa có gì chắc chắn. Một số người có bằng chứng ngoại phạm, một số không có. Chúng tôi sẽ tiếp tục điều tra vụ này và kiểm tra xem các bằng chứng hay nhân chứng có dẫn đến manh mối nào không. Có một thứ đang làm tôi băn khoăn. Liệu tôi có thể có được bản sao của một hồ sơ không? Hồ sơ của Arthur Rhyme."

"Ai?"

"Anh ta là cái tên có trong danh sách những người đã bị bắt oan."

"Tất nhiên rồi", Sterling ngồi xuống bàn, đặt ngón tay cái lên một máy quét, sau đó gõ lên bàn phím trong vài giây. Rồi ông ta dừng lại, mắt nhìn chăm chú lên màn hình. Lại thêm một hồi gõ nữa và tài liệu bắt đầu được in ra. Ông ta đưa cho cô chừng ba mươi trang giấy - "hộp kín" về Arthur Rhyme.

Được lắm, cũng dễ dàng đấy chứ, cô thầm nhận xét. Rồi Sachs gật đầu làm dấu về phía chiếc máy tính. "Có báo cáo nào ghi lại việc ông vừa làm không?"

"Báo cáo? Ồ, không. Chúng tôi không kiểm soát các hoạt động tải về trong phạm vi nội bộ", ông ta nhìn qua danh sách của mình lần nữa, "Tôi sẽ bảo Martin tập hợp danh sách khách hàng. Sẽ mất khoảng hai hay ba giờ".

Đúng lúc họ bước vào căn phòng phía ngoài, Sean Cassel bước vào. Khuôn mặt lặng thinh, anh ta nói: "Chuyện danh sách khách hàng này là gì vậy, ngài Andrew? Ngài định cung cấp cho họ sao?".

"Đúng thế, Sean."

"Tại sao lại là khách hàng?"

Pulaski nói: "Chúng tôi nghi ngờ ai đó làm việc cho một khách hàng của SSD đã có được các thông tin mà hắn đã sử dụng để gây ra các vụ án mạng".

Anh chàng giám đốc bán hàng giễu cợt: "Hiển nhiên đó là những gì các vị nghi ngờ rồi... Nhưng tại sao? Không ai trong số họ được phép tiếp cận trực tiếp đến innerCircle. Họ không thể tải về các hồ sơ hoàn chỉnh được".

Pulaski giải thích: "Rất có thể những khách hàng này đã mua những danh sách đặt mua hàng có chứa đựng những thông tin trong đó".

"Danh sách đặt mua hàng? Anh có biết một khách hàng sẽ phải truy cập vào hệ thống bao nhiêu lần để tập hợp đủ những thông tin anh đang nói đến không? Điều đó sẽ choán hết thời gian làm việc của kẻ đó. Thử nghĩ tới chuyện này đi."

Pulaski đỏ bừng mặt, bối rối nhìn xuống sàn, "Thôi được...".

Mark Whitcomb, phụ trách Bộ phận Kiểm soát, đang đứng gần bàn của Martin, "Sean, anh ta không biết công việc của chúng ta diễn ra như thế nào đâu".

"Được rồi, Mark, tôi nghĩ vấn đề ở đây liên quan nhiều hơn đến việc tư duy hợp lý. Không phải vậy sao? Mỗi khách hàng sẽ phải mua hàng trăm danh sách đặt mua hàng. Không chừng có thể có đến hàng ba, bốn trăm lượt người đã từng xem qua hồ sơ của những *mười sáu chữ số* mà họ quan tâm."

"*Mười sáu chữ sô?*", Sachs hỏi.

"Có nghĩa là người." Anh ta vung tay về phía những khung cửa sổ hẹp, dường như muốn ám chỉ đến đám đông nhân loại ở bên ngoài Đá Xám. "Cách gọi này xuất phát từ hệ thống mã hóa chúng tôi sử dụng."

Lại thêm một biệt ngữ nữa. Những chiếc hộp kín, những *mười sáu chữ số*, lướt piano... Có vẻ gì đó tự mãn, nếu không muốn nói là hợm hĩnh, toát ra từ những cách diễn đạt này. Nhưng biết đâu đây chính là thái độ của Cassel.

Sterling bình tĩnh nói: "Chúng ta cần làm mọi thứ có thể để tìm ra sự thật".

Cassel lắc đầu, "Chắc chắn không phải là một khách hàng, ngài Andrew. Không ai dám dùng dữ liệu của chúng ta để gây ra tội ác. Làm thế chẳng khác gì tự sát".

"Sean, nếu SSD có can dự vào chuyện này, chúng ta cần phải biết."

"Được thôi, ngài Andrew. Bất cứ điều gì ngài nghĩ là tốt nhất." Sean Cassel tảng lờ Pulaski, dành cho Sachs một nụ cười lạnh lùng không chút bỡn cợt, rồi bỏ đi.

Sachs nói với Sterling: "Chúng tôi sẽ lấy bản danh sách khách hàng khi quay trở lại để nói chuyện với những người phụ trách nhóm kỹ thuật".

Trong khi vị tổng giám đốc ra chỉ dẫn cho Martin, Sachs nghe thấy Mark Whitcomb thì thầm với Pulaski: "Đừng để ý tới Cassel. Anh ta và Gillespie là những cậu bé vàng của ngành kinh doanh này. Những kẻ cấp tiến trẻ tuổi, cậu biết đấy. Tôi là một chướng ngại. Cậu cũng là một chướng ngại".

"Không vấn đề gì", anh chàng cảnh sát trẻ đáp với giọng nước đôi, dù Sachs có thể thấy cậu ta rất biết ơn. Cậu ta đã có mọi thứ trừ sự tự tin.

Whitcomb rời đi và hai cảnh sát cũng chào tạm biệt Sterling.

Vị tổng giám đốc khẽ chạm vào cánh tay cô. "Có một điều tôi muốn nói với cô, thám tử."

Cô quay về phía ông ta, lúc này đang đứng khoanh tay trước ngực, đôi mắt xanh lục bảo mạnh mẽ ngước nhìn cô. Cái nhìn chăm chú như thôi miên người khác, khiến bất cứ ai nhìn vào cũng không thể né tránh.

"Tôi không phủ nhận mình bước chân vào dịch vụ cung cấp kiến thức để kiếm tiền, nhưng bên cạnh lý do đó còn vì muốn cải thiện xã hội của chúng ta. Hãy nghĩ về những gì chúng tôi đã, đang và sẽ làm được. Những đứa trẻ lần đầu tiên có bộ quần áo tử tế và món quà Giáng sinh đẹp đẽ bằng món tiền bố mẹ chúng dành dụm được nhờ SSD. Những cặp vợ chồng mới cưới giờ đây có thể vay thế chấp của ngân hàng để mua căn nhà đầu tiên cho mình vì SSD có thể tiên lượng được mức độ rủi ro tín dụng trên thực tế của họ là chấp nhận được. Những kẻ đánh cắp danh tính bị tóm cổ vì các thuật toán của chúng tôi tìm ra được một chi tiết không ăn khớp trong các dữ liệu sử dụng thẻ tín dụng. Những con chíp RFID gắn trên lắc tay hay đồng hồ của một đứa trẻ sẽ cho bố mẹ chúng biết con cái họ đang ở đâu vào bất cứ lúc nào. Hay những nhà vệ sinh thông minh có thể phát hiện các triệu chứng tiểu đường trước cả khi bạn biết mình đang có nguy cơ mắc bệnh."

"Và thử nghĩ về công việc cô đang làm, thám tử. Chẳng hạn, cô đang điều tra một vụ án mạng. Có những vết cocaine được tìm thấy trên một con dao - hung khí gây án. Chương trình PublicSure của chúng tôi sẽ cung cấp cho cô danh sách những người có tiền sự dính dáng đến cocaine và đã từng dùng dao để gây ra một hành động phạm pháp trong hai mươi năm qua, ở bất cứ khu vực địa lý nào, kể cả các chi tiết như bọn họ thuận tay trái hay phải, đi cỡ giày nào. Trước khi cô kịp đặt câu hỏi, dấu vân tay của những kẻ đó đã hiện lên trên màn hình, cùng ảnh nhận dạng, các chi tiết về phương thức gây án, những đặc điểm nhận dạng đáng chú ý, những hình thức cải trang chúng đã sử dụng trong quá khứ, mẫu giọng nói cùng vô số thông tin hữu ích khác."

"Chúng tôi cũng có thể cho cô biết những ai đã mua chính mác dao đó hay thậm chí chính con dao đó. Chúng tôi rất có thể biết cả người mua dao đã ở đâu vào thời điểm xảy ra tội ác, địa điểm cư trú hiện tại của hắn ta. Nếu hệ thống không thể tìm ra người đó, nó có thể cho cô biết tỷ lệ phần trăm xác suất khả năng hắn đang trú tại nhà một kẻ tòng phạm đã biết, đồng thời đưa ra mẫu vân tay và các đặc điểm nhận dạng của chúng. Toàn bộ lượng thông tin khổng lồ này sẽ đến tận tay cô chỉ trong khoảng hai mươi giây."

"Xã hội của chúng ta cần sự giúp đỡ, thám tử. Cô còn nhớ nguyên lý những khung cửa sổ vỡ chứ?... Đúng vậy, SSD ở đây là để giúp đỡ...", ông ta mỉm cười. "Kia là đích đến. Đây là con đường dẫn tới đó. Tôi yêu cầu cô hãy kín đáo khi điều tra. Tôi sẽ làm bất cứ điều gì có thể - đặc biệt nếu thủ phạm có khả năng là người trong SSD. Nhưng nếu những tin đồn thất thiệt bắt đầu lan truyền về việc rò rỉ dữ liệu tại đây, về sự bất cẩn trong công tác an ninh, các đối thủ cạnh tranh của chúng tôi cũng như những kẻ chỉ trích sẽ vồ lấy chúng. Một cách nhanh chóng và dữ dội nhất có thể. Điều đó sẽ ảnh hưởng xấu đến nhiệm vụ chính của SSD là cố gắng hàn gắn được nhiều ô cửa vỡ nhất trong giới hạn năng lực cho phép và giúp thế giới tốt đẹp hơn. Chúng ta nhất trí chứ?"

Amelia Sachs chợt cảm thấy ân hận về nhiệm vụ hai mang của mình, đi gieo mồi nhử để lôi kéo thủ phạm tìm đến bẫy mà không nói gì với Sterling. Cô cố gắng nhìn thẳng vào mắt ông ta trong khi nói: "Tôi nghĩ chúng ta đã hoàn toàn nhất trí với nhau".

"Tuyệt lắm. Nào, Martin, làm ơn hãy đưa hai vị khách của chúng ta về."

# CHƯƠNG 22

"Những khung cửa sổ vỡ?"

Sachs đang kể cho Rhyme về biểu tượng của SSD.

"Anh thích nó."

"Thật sao?"

"Phải. Nghĩ mà xem. Đó là một hình ảnh ẩn dụ đại diện cho những gì chúng ta đang làm tại đây. Chúng ta tìm kiếm những mảnh bằng chứng nhỏ để dẫn tới câu trả lời lớn."

Sellitto hất hàm về phía Rodney Szarnek đang ngồi trong góc, vẫn tiếp tục huýt sáo, quên hết mọi sự trên đời trừ chiếc máy tính của cậu ta. "Cậu nhóc mặc áo phông đó đã lắp đặt xong chiếc bẫy và lúc này đang cố tìm cách xâm nhập vào trong." Sau đó Sellitto hỏi cô: "Có may mắn nào không, cô cảnh sát?".

"Đám người này biết rõ việc họ đang làm. Nhưng tôi vẫn còn vô số bài tẩy chưa giở ra."

Sachs cho mọi người biết người phụ trách an ninh của SSD không tin có ai đó có thể xâm nhập được vào innerCircle.

"Trò chơi sẽ càng giàu hương vị hơn", Szarnek nói. Cậu ta thanh toán xong một tách cà phê nữa và tiếp tục quay lại huýt sáo khe khẽ.

Sachs kể cho mọi người về Sterling, công ty của ông ta cũng như quá trình khai thác dữ liệu diễn ra như thế nào. Bất chấp những gì Thom đã giải thích hôm trước cũng như kết quả tìm kiếm sơ bộ của họ, Rhyme không thể ngờ quy mô của ngành kinh doanh này lại phát triển rộng lớn như vậy.

"Cái ông Sterling đó có diễn trò ngờ vực không?", Sellitto hỏi.

Rhyme cười gằn khi nghe thấy câu hỏi.

"Không. Ông ta rất hợp tác. May cho chúng ta, ông ta là một người thực sự tôn thờ lý tưởng. Dữ liệu chính là Chúa trời của ông ta. Ông ta muốn loại bỏ tận gốc bất cứ thứ gì có thể gây tổn hại tới công ty của mình." Cô còn nói thêm Sterling thậm chí còn kiểm tra các hồ sơ để tìm xem có kẻ nào đã mua tất cả các mặt hàng mà hung thủ đã sử dụng làm bằng chứng sắp đặt không, nhưng kết quả không tìm thấy gì. Chuyện này không làm Rhyme ngạc nhiên, Năm Hai Hai chắc chắn sẽ thận trọng mua sắm bằng tiền mặt hay sử dụng danh tính của người khác.

Sachs không quên mô tả lại hệ thống an ninh chặt chẽ tại SSD, số lượng ít ỏi những người được phép tiếp cận cả ba khu biệt trữ dữ liệu và việc không thể đánh cắp được dữ liệu, cho dù lọt được vào bên trong. "Họ từng gặp phải một kẻ xâm nhập là phóng viên, anh chàng chỉ muốn săn tìm một câu chuyện nóng sốt, thậm chí còn không hề đánh cắp bí mật thương mại. Nhưng kết quả là bị tóm tại trận và sự nghiệp phóng viên của anh ta cũng đi đời luôn."

"Không chút khoan nhượng, đúng không?"

Sachs ngẫm nghĩ về lời nhận xét. "Không. Em nghĩ là đó là sự phòng ngừa tối đa... Còn về đám nhân viên, em đã thẩm vấn hầu hết những người có quyền tiếp cận các hồ sơ thông tin cá nhân. Có vài người không có bằng chứng ngoại phạm vào chiều hôm qua. À, em cũng hỏi họ có ghi lại những lần tải dữ liệu không nhưng họ không làm điều đó. Chúng ta sẽ có một danh sách các khách hàng đã mua dữ liệu về các nạn nhân và những người thế thân."

"Nhưng điều quan trọng là em đã cho tất cả bọn họ biết về một cuộc điều tra và cái tên Myra Weinburg?"

"Đúng thế."

Rồi cô lấy từ trong cặp ra một tập tài liệu - hồ sơ về Arthur. Cô giải thích: "Em nghĩ có thể có ích. Nếu nó không cung cấp được điều gì mới cho vụ án thì có lẽ anh cũng sẽ quan tâm đến nó để biết anh họ anh hiện ra sao". Sachs tháo ghim kẹp ra và đặt tập tài liệu lên chiếc khung đọc ở gần chỗ Rhyme - một thiết bị giở trang sách giúp anh.

Anh liếc nhìn qua tập tài liệu. Sau đó quay trở lại với những bảng danh sách bằng chứng.

"Anh không muốn nhìn qua một lượt sao?", cô hỏi.

"Có lẽ để sau."

Cô quay lại với chiếc cặp của mình. "Đây là danh sách các nhân viên của SSD được quyền tiếp cận các hồ sơ mà bọn họ gọi là 'hộp kín'."

"Như trong các hoạt động bí mật?"

"Đúng vậy. Pulaski đang đi kiểm tra các bằng chứng ngoại phạm của họ. Bọn em còn phải quay lại để thẩm tra hai người phụ trách đội kỹ thuật nhưng hiện tại đây là những gì có được." Cô viết tất cả lên tấm bảng trắng, kèm theo một vài ghi chú.

*Andrew Sterling, Chủ tịch, Tổng Giám đốc.*

*Bằng chứng ngoại phạm - đã ở Long Island, cần xác minh lại.*

*Sean Cassel, Giám đốc Marketing và Bán hàng.*

*Không có bằng chứng ngoại phạm.*

*Wayne Gillespie, Giám đốc Hoạt động Chuyên môn.*

*Không có bằng chứng ngoại phạm.*

*Samuel Brockton, Giám đốc Bộ phận Kiểm soát.*

*Bằng chứng ngoại phạm - hồ sơ khách sạn xác nhận có mặt tại Washington.*

*Peter Arlonzo-Kemper, Giám đốc Nhân sự.*

*Bằng chứng ngoại phạm - ở cùng vợ, cần xác minh lại.*

*Steven Shraeder, Phụ trách Đội Kỹ thuật và Hỗ trợ, ca ngày.*

*Chưa thẩm tra.*

*Faruk Mameda, Phụ trách Đội Kỹ thuật và Hỗ trợ, ca đêm.*

*Chưa thẩm tra.*

*Các khách hàng của SSD (?).*

*Đợi danh sách từ Sterling.*


"Mel?", Rhyme gọi, "Hãy kiểm tra ở NCIC[1] và Sở".

Cooper nhập những cái tên này vào Trung tâm Thông tin tội phạm quốc gia cũng như Trung tâm Thông tin của Sở Cảnh sát New York và Chương trình Kiểm soát tội phạm bạo lực của Bộ Tư pháp.

"Đợi đã... Hình như có một kết quả."

"Gì vậy?", Sachs vừa hỏi vừa chạy lại gần.

---

[1] Viết tắt của National Criminal Information Center: Trung tâm Thông tin tội phạm quốc gia.

"Arlonzo Kemper - Tội phạm thiếu niên ở Pennsylvania. Tấn công có vũ trang hai mươi lăm năm trước. Hồ sơ vẫn còn bị niêm phong."

"Độ tuổi có vẻ đúng. Anh ta hiện khoảng ba mươi lăm tuổi và có nước da sáng."

"Được rồi, yêu cầu bỏ niêm phong hồ sơ đó. Hay ít nhất hãy tìm hiểu xem có phải cùng một người hay không."

"Để tôi xem xem có thể làm được gì", Cooper gõ bàn phím vài lần nữa.

"Có gì liên quan tới những người khác không?", Rhyme hất hàm về phía bản danh sách đối tượng nghi vấn.

"Không hề. Chỉ có một mình anh ta."

Cooper thực hiện tìm kiếm trong nhiều cơ sở dữ liệu của liên bang cũng như các tiểu bang, đồng thời qua cả các tổ chức nghề nghiệp. Rồi anh nhún vai. "Anh ta tới học trường Luật Hastings ở Đại học California. Tôi không tìm ra được mối liên hệ nào với Pennsylvania. Có vẻ là một người cô độc, ngoài những hiệp hội trong trường, tổ chức duy nhất anh ta tham gia là Hiệp hội những nhà quản lý nhân sự của quốc gia. Anh ta đã tham gia vào lực lượng kỹ thuật hai năm trước nhưng từ đó đến nay cũng không làm gì nhiều."

"Okay, anh ta có hành vi phạm tội thời thiếu niên, đuổi theo một cậu nhóc khác trong một khu giam giữ... Ồ!"

"Ồ cái gì?", nhà tội phạm học sẵng giọng.

"Không phải anh chàng của chúng ta. Tên của gã tội phạm thiếu niên này không có dấu gạch nối, một cái tên hoàn toàn khác. Arlonzo Kemper. Cooper liếc nhìn vào danh sách tên. "Anh chàng của chúng ta tên là Peter, họ là Arlonzo-Kemper. Tôi đã gõ nhầm. Nếu tôi gõ đủ cả dấu gạch nối, hẳn thông tin này sẽ không hiển thị. Rất xin lỗi."

"Không phải là tội lỗi khủng khiếp nhất trên đời", Rhyme nhún vai. Đây là một bài học đáng giá về bản chất của dữ liệu. Có vẻ như họ đã tìm ra một kẻ tình nghi, thậm chí đánh giá của Cooper về tính cách người này còn gợi ý rất có thể đây chính là kẻ họ tìm kiếm - hắn ta có vẻ là một người cô độc. Thế nhưng cuối cùng manh mối này lại là sự nhầm lẫn hoàn toàn vì một sai sót nhỏ nhoi do gõ thiếu một phím. Thiếu chút nữa họ đã đổ dồn vào gã đàn ông này và lãng phí nguồn lực nhầm chỗ nếu Cooper không kịp thời nhận ra sai sót của mình.

Sachs ngồi xuống cạnh Rhyme, anh lên tiếng hỏi khi nhìn vào đôi mắt cô: "Có chuyện gì vậy?".

"Thật buồn cười, khi em quay về đây, em cảm thấy như vừa thoát khỏi một sự thôi miên. Em nghĩ em cần một ý kiến từ bên ngoài, về SSD. Khi ở đó, em bị mất hoàn toàn phương hướng... Một nơi khiến người ta lạc lối."

"Sao lại thế?"

"Anh đã bao giờ đến Vegas chưa?"

Sellitto cùng cô vợ cũ đã từng tới đó. Rhyme bật cười, "Las Vegas, nơi câu hỏi duy nhất là anh đang ở vào thế bất lợi đến mức nào. Và tại sao anh lại muốn quẳng tiền đi?".

Sachs tiếp tục nói: "Đúng thế, nơi đó giống như một sòng bạc. Mọi thứ bên ngoài đều ngừng tồn tại. Những khung cửa sổ nhỏ xíu hoặc không hề có cửa sổ. Không chuyện phiếm, không cười cợt. Tất cả mọi người hoàn toàn tập trung vào công việc của họ. Như thể anh đang ở trong một thế giới khác".

"Và cô muốn một người khác đưa ra ý kiến về nơi đó?", Sellitto nói.

"Đúng vậy."

Rhyme gợi ý: "Tay nhà báo được không?". Đồng nghiệp của Thom - Peter Hoddins, từng là phóng viên của tờ *Thời báo New*

*York*, hiện tại đang viết những cuốn sách về chính trị và xã hội không hư cấu. Rất có thể anh ta biết ai trong đám phóng viên kinh tế phụ trách về lĩnh vực khai thác dữ liệu.

Nhưng cô lắc đầu, "Không, nên là người từng trực tiếp làm việc với họ. Một nhân viên cũ chẳng hạn".

"Được đấy. Lon, anh có thể liên hệ với Cơ quan Kiểm soát thất nghiệp không?"

"Chắc rồi." Sellitto gọi tới Cơ quan Kiểm soát thất nghiệp của tiểu bang New York. Sau chừng mười phút chuyển máy từ văn phòng này sang văn phòng khác, anh ta cũng tìm được tên một cựu trợ lý giám đốc kỹ thuật của SSD. Anh ta làm cho công ty này vài năm nhưng một năm rưỡi trước đã bị sa thải. Tên anh ta là Calvin Geddes, hiện đang sống tại Manhattan. Sellitto ghi lại thông tin và chuyển cho Sachs. Cô gọi cho Geddes và hẹn gặp anh ta trong khoảng một giờ nữa.

Rhyme không có quan điểm rõ rệt nào về kết quả của chuyến đi này. Trong bất cứ cuộc điều tra nào, bạn cũng cần phải xem xét mọi căn cứ có thể. Nhưng các đầu mối như Geddes hay việc Pulaski đi xác minh lại các bằng chứng ngoại phạm, theo Rhyme, đều giống như những hình ảnh ta nhìn thấy qua một ô kính mờ - những giả thiết về sự thật nhưng không phải là bản thân sự thật. Chỉ có những bằng chứng chắc chắn, dù ít ỏi, mới nắm giữ câu trả lời chính xác về danh tính thực sự của kẻ thủ ác. Vì thế anh lại quay trở lại với bảng danh sách bằng chứng.


Xéo...

Arthur Rhyme không còn cảm thấy sợ mấy gã Latinh và đám này cũng không còn để ý đến anh. Anh biết gã da đen đô con lúc nào cũng văng tục kia cũng không phải là mối đe dọa thực sự.

Làm anh bất an chính là gã da trắng trên mình chi chít những vết xăm. Gã vẹo (đó là cách gọi dành cho những kẻ nghiện methamphetamin[1]) khiến Arthur hoảng hồn. Tên gã là Mick. Hai bàn tay luôn co giật, gã không ngừng gãi sồn sột lên làn da sứt sẹo của mình, đôi mắt trắng dã kỳ quái liên tục đảo lên đảo xuống như những bong bóng nước đang sôi. Gã hay lẩm bẩm một mình.

Arthur cố tránh gã trong suốt ngày hôm qua và cả đêm thức trắng. Giữa những khoảnh khắc tuyệt vọng đỉnh điểm là khoảng thời gian dài đằng đẵng anh thầm ước ngày mai khi tỉnh dậy Mick đã biến đi nơi khác, gã sẽ phải ra tòa và biến mất vĩnh viễn khỏi cuộc đời Arthur.

Nhưng may mắn đó đã chẳng hề đến. Sáng hôm nay gã lại xuất hiện và luôn kè kè cạnh anh. Gã tiếp tục nhìn chằm chằm vào Arthur. Một lần, gã lẩm bẩm: "Mày và tao", khiến Arthur cảm thấy gai lạnh dọc sống lưng.

Thậm chí cả mấy gã Latinh dường như cũng không muốn dây đến Mick. Cũng có thể khi ở trong tù, người ta cần tuân thủ một vài quy tắc bất thành văn về những gì đúng và sai. Những kẻ như gã nghiện gầy nhẳng xăm trổ đầy người này có lẽ nằm ngoài những quy tắc đó và ở đây ai cũng biết chuyện này.

*Ở đây mọi người đều biết rõ mọi thứ. Trừ mày. Mày chẳng biết cái khỉ gì hết.*

Có lần gã nhìn Arthur và bật cười sằng sặc như thể vừa nhận ra anh. Gã bắt đầu nhổm dậy định tiến về phía Arthur nhưng sau đó lại ngồi phịch xuống bẻ ngón tay cái như thể đã quên biến mất điều vừa định làm.

"Mày, anh chàng Jersey", một giọng nói vang lên bên tai. Arthur giật bắn mình.

---

[1] Loại ma túy tổng hợp mạnh hơn cocaine, heroine nhiều lần.

Gã da đen đô con đã đến ngay sau lưng, ngồi xuống cạnh Arthur. Băng ghế gỗ kêu răng rắc.

"Antwon. Antwon Johnson."

Liệu anh có nên làm một nắm đấm và chạm tay với hắn? Đừng cư xử như một thằng ngốc, anh thầm nói với chính mình và chỉ gật đầu,"Arthur...".

"Tao biết." Johnson liếc nhìn Mick và nói với Arthur: "Thằng vẹo kia thối đời rồi. Đừng dính đến món meth[1] kinh tởm đó. Nó sẽ làm đời mày khốn nạn mãi mãi". Sau một lát, gã nói tiếp: "Thế đấy. Mày là một thằng to đầu đúng không?".

"Kiểu đó."

"'Kiểu đó' là cái chó chết gì?"

Đừng làm ra vẻ. "Tôi có bằng về Vật lý và một bằng về Hóa học. Tôi đã học ở MIT[2]."

"Mitt[3]?"

"Đó là một trường học."

"Trường tốt chứ?"

"Khá tốt."

"Vậy mày biết về mấy món khoa học chết rấp chứ? Hóa học, Vật lý, tất cả mấy thứ đó?"

Chuỗi câu hỏi này không hề giống của hai gã Latinh, những kẻ đã định tống tiền anh trước đó. Dường như Johnson thực sự quan tâm. "Có. Ít nhiều."

Sau đó gã hỏi: "Mày biết cách làm bom chứ? Một quả đủ để đánh sập bức tường chết tiệt kia xuống".

---

[1] Methamphetamin.

[2] Học viện Công nghệ Massachussetts.

[3] Găng tay đánh bóng chày.

"Tôi...", tim anh lại bắt đầu đập thình thịch, dữ dội hơn lúc trước rất nhiều. "Ờ thì..."

Antwon Johnson phá lên cười: "Đùa thôi mà, anh bạn".

"Tôi..."

"Đùa thôi."

"À", Arthur bật cười, đồng thời tự hỏi liệu tim mình sẽ nổ tung ra ngay lúc ấy hay còn đợi thêm một chút. Anh đã không được thừa hưởng mọi gien di truyền từ người bố nhưng liệu những gien liên quan đến bệnh tim có nằm trong món thừa kế đó không?

Mick đang lẩm bẩm gì đó một mình và dồn hết sự quan tâm vào khuỷu tay phải, ra sức gãi nó đến đỏ ửng lên.

Cả Johnson và Arthur đều quan sát gã.

*Gã vẹo...*

Johnson nói: "Này, anh bạn Jersey, tao muốn hỏi mày một chuyện".

"Được thôi."

"Mẹ tao, bà ấy rất mộ đạo. Một lần bà ấy nói với tao rằng Kinh thánh rất đúng. Ý tao là mọi thứ đều y xì như những gì được viết trong thứ khỉ gió ấy. Okay, nhưng nghe này: Tao bèn nghĩ, thế thì những con khủng long ở chỗ nào trong Kinh thánh? Chúa tạo ra đàn ông, đàn bà, trái đất, dòng sông, con lừa, con rắn... và cả cái thứ bẩn thiu nhất nữa. Nhưng tại sao trong đó chẳng hề nói Chúa tạo ra khủng long? Tao từng nhìn thấy xương của chúng. Chúng có thật. Vậy sự thật là cái chết tiệt gì, hỏi mày đấy?"

Arthur Rhyme nhìn gã vẹo, Mick. Rồi ánh mắt chuyển sang chiếc đinh đóng trên tường. Hai lòng bàn tay đẫm mồ hôi, anh thầm nghĩ, trong tất cả những thứ có thể xảy đến với mình ở cái nhà tù này, anh lại sắp bị giết vì đã lấy đạo đức của một nhà khoa học ra chống lại cái ý tưởng thông minh đột xuất của một gã phạm.

À, là cái chết tiệt gì nhỉ?

Anh nói: "Nếu quả thực Trái Đất này mới sáu nghìn năm tuổi thì điều đó sẽ trái ngược với mọi quy luật đã biết của khoa học - những quy luật đã được mọi nền văn minh tiến bộ trên thế giới thừa nhận. Cũng không khác gì việc anh có thể mọc cánh và bay qua khung cửa sổ đằng kia vậy".

Gã đô con cau mày.

Mình toi rồi.

Johnson nhìn chằm chằm vào anh. Rồi gã gật đầu, "Tao cũng biết thế. Chẳng có lý chút nào cả, sáu nghìn năm. Mẹ kiếp".

"Tôi có thể cho anh biết tên một cuốn sách anh có thể đọc về chủ đề đó. Một tác giả tên là Richard Dawkins và ông ta..."

"Tao không muốn đọc cuốn sách chết giẫm nào cả. Chỉ cần mày nói thế là được, quý ông Jersey."

Arthur thực sự muốn cụng nắm đấm với anh chàng da đen. Nhưng anh cố kìm mình lại. Anh hỏi: "Mẹ anh sẽ nói sao khi anh kể chuyện này với bà?".

Khuôn mặt đen tròn vành vạnh hiện rõ vẻ ngạc nhiên. "Tao sẽ không nói với bà ấy. Làm thế chỉ tổ rách chuyện. Mày sẽ không bao giờ cãi lý được với mẹ mày đâu."

Hoặc là với bố, Arthur tự nhủ.

Rồi Johnson trở nên nghiêm túc. Gã nói: "Này, người ta đồn là mày không gây ra chuyện mà họ buộc tội mày".

"Tất nhiên là không."

"Thế nhưng mày vẫn bị quẳng vào đây?"

"Phải."

"Chuyện chết tiệt gì đã xảy ra vậy?"

"Tôi ước mình biết được điều này. Đó là tất cả những gì tôi nghĩ đến từ khi bị bắt. Hắn đã làm cách nào?"

"Hắn là thằng nào?"

"Kẻ sát nhân thực sự."

"Nghe chuyện của mày có vẻ giống phim *Kẻ đào tẩu.* Hay O.J Simpson."

"Cảnh sát tìm thấy đủ thứ bằng chứng liên kết tôi với tội ác. Bằng cách nào đó kẻ sát nhân thực sự đã biết mọi thứ về tôi: ô tô, nhà cửa, thời gian biểu... tất cả những thứ tôi mua và hắn đã sắp đặt chúng làm bằng chứng. Tôi dám chắc đó là những gì đã xảy ra."

Antwon Johnson ngẫm nghĩ rồi phá lên cười, "Anh bạn. Đó chính là vấn đề chết tiệt của mày".

"Sao?"

"Mày vác mặt ra ngoài và mua mọi thứ. Đáng ra mày chỉ nên đi xoáy thôi. Khi đó chẳng thằng nào biết mày đang làm gì hết."

# CHƯƠNG 23

Lại một gian tiền sảnh nữa.

Nhưng khác xa so với SSD.

Kể từ khi Amelia Sachs không còn là nhân viên tuần tra trả lời những cuộc điện thoại của các hộ gia đình trong đám con nghiện ở Hell's Kitchen[1], cô chưa từng nhìn thấy nơi nào luộm thuộm như ở đây. Một vài trong số những người cô gặp hồi đó vẫn giữ được sự tự trọng và họ luôn cố gắng duy trì nó. Còn nơi này khiến cô ngán ngẩm đến mức không muốn nói lời nào. Tổ chức phi lợi nhuận Private Now tọa lạc tại một xưởng sản xuất piano cũ ở quận Chelsea, xứng đáng đoạt giải quán quân về sự nhếch nhác.

Những đống bản in từ máy tính, những chồng sách - đa số là sách luật và văn bản luật của chính phủ in trên giấy vàng, vô số báo và tạp chí. La liệt những hộp các tông, bên trong chất đầy những chiếc khác nhỏ hơn. Rồi những cuốn danh bạ điện thoại. Những tập báo *Federal Register*[2].

Và bụi. Phải đến cả tấn bụi.

---

[1] Một khu vực ở New York nằm giữa đường số 34 và đường số 59, đại lộ số 8 và sông Hudson.

[2] Tờ tin chính thức ra hàng ngày (trừ ngày nghỉ và ngày lễ) của chính quyền Mỹ.

Một nhân viên tiếp tân mặc quần jean xanh và áo len dài tay đang mải mê gõ trên chiếc bàn phím máy tính cũ kỹ, vừa cố ý nói với giọng thì thào vào chiếc di động đang để ở chế độ đàm thoại rảnh tay. Chốc chốc lại có những người mặc quần jean, áo phông hay quần nhung kẻ và sơ mi công sở nhàu nhĩ hối hả từ tầng trên bước xuống, đi vào căn phòng, vội vã cầm lấy những cặp tài liệu hay nhặt những mảnh giấy ghi tin nhắn điện thoại, rồi nhanh chóng biến mất.

Trên tường dán đầy những tờ giấy rẻ tiền in hình các biểu tượng hay áp phích.

***Các cửa hàng sách: Hãy đốt ngay hóa đơn của khách hàng, trước khi chính phủ đốt những cuốn sách của họ!!!***

Trên một tấm áp phích hình chữ nhật nhăn nheo có in một câu nổi tiếng từ cuốn tiểu thuyết *1984* của George Orwell về một xã hội chuyên chế:

***Big Brother[1] đang theo dõi bạn***

Và nằm nổi bật trên bức tường tróc lở đối diện với Sachs là những dòng chữ:

***Hướng dẫn cho du kích chiến đấu vì quyền bí mật cá nhân***

*- Không bao giờ tiết lộ mã số bảo hiểm xã hội của bạn.*

*- Không bao giờ tiết lộ số điện thoại của bạn.*

*- Hãy tổ chức các cuộc hoán đổi thẻ khách hàng trung thành trước khi đi mua hàng.*

*- Không bao giờ tình nguyện tham dự các cuộc thăm dò ý kiến.*

*- Không bao giờ tham gia vào những cơ hội tình cờ bạn bắt gặp.*

---

[1] Big Brother, một nhân vật hư cấu trong tiểu thuyết *1984*, nhà độc tài bí ẩn chủ trương theo dõi sát sao từng người dân trong chế độ chuyên chế của mình.

*- Đừng điền thông tin vào các thẻ đăng ký sản phẩm.*

*- Đừng điền thông tin vào các thẻ "bảo hành". Không có chúng bạn vẫn được bảo hành. Chúng là những công cụ để thu thập thông tin!*

*- Hãy nhớ vũ khí nguy hiểm nhất của bọn Nazi[1] chính là thông tin.*

*- Tránh xa tôi đa mọi hình thức kiểm soát.*

Trong khi cô đang cố tiêu hóa những dòng chữ này thì cánh cửa trầy xước bật mở, một người đàn ông da trắng thấp lùn với đôi mắt sắc sảo bước đến bắt tay cô rồi mời cô vào văn phòng của anh ta, một nơi còn bừa bộn hơn cả gian sảnh bên ngoài.

Calvin Geddes, cựu nhân viên của SSD, giờ đang làm việc cho tổ chức đấu tranh vì quyền bí mật cá nhân này. "Tôi đã chuyển sang phía bóng tối", anh ta mỉm cười nói. Người đàn ông này đã từ bỏ trang phục đầy bảo thủ của SSD và đang mặc chiếc áo sơ mi màu vàng không cài cúc cổ, không cà vạt, cùng một chiếc quần jean và đôi giày thể thao.

Tuy nhiên, nụ cười vui vẻ nhanh chóng tắt ngấm khi cô kể lại cho anh ta câu chuyện về những vụ án mạng.

"Phải rồi", anh ta lẩm bẩm, đôi mắt trở nên cứng rắn và tập trung, "Tôi biết chuyện này rồi sẽ xảy ra. Tôi đã biết chắc là như vậy".

Geddes giải thích, anh vốn xuất thân là dân công nghệ và từng làm việc cho công ty đầu tiên của Sterling, cũng là tiền thân của SSD, tại Thung lũng Silicon. Công việc của anh là viết các loại mã cho họ. Khi SSD phát triển với tốc độ chóng mặt và chuyển trụ sở về New York, anh cũng chuyển về đây và bắt đầu cuộc sống dễ chịu.

Nhưng rồi trải nghiệm đó bắt đầu nhuốm vị chua cay.

---

[1] Viết tắt của Nazism: chủ nghĩa phát xít Đức.

"Chúng tôi đã gặp rất nhiều rắc rối. Khi đó những dữ liệu còn chưa có cách để mã hóa và chúng tôi phải chịu trách nhiệm về một số vụ đánh cắp danh tính nghiêm trọng. Một số nạn nhân đã tự sát. Những tên quấy rối phụ nữ đã hai lần thực hiện đăng ký như khách hàng nhưng mục đích là thu thập thông tin từ innerCircle. Hai trong số những phụ nữ chúng tìm kiếm thông tin đã bị tấn công, một người thiếu chút nữa mất mạng. Có những trường hợp các bậc cha mẹ đang giành quyền nuôi con sử dụng dữ liệu của chúng tôi để tìm nơi ở của bạn đời cũ và tiến hành bắt cóc lũ trẻ. Thật tai hại. Tôi cảm thấy mình giống như kẻ đã phát minh ra bom nguyên tử để rồi ân hận về điều đó. Vì thế, tôi cố thiết lập thêm nhiều biện pháp kiểm soát. Điều đó có nghĩa tôi không tin vào cái gọi là 'tầm nhìn SSD' theo cách nói của ông chủ tôi nữa."

"Sterling?"

"Về cơ bản thì đúng. Andrew không trực tiếp đuổi việc tôi. Ông ta không bao giờ để mình bị bẩn tay. Ông ta đẩy những việc không hay ho gì cho cấp dưới. Như thế ông ta có thể xuất hiện như ông chủ tuyệt vời nhất, nhân hậu nhất trên thế giới... Về mặt thực tế, sẽ có ít bằng chứng chống lại ông ta hơn nếu để người khác sắm vai đồ tể thay mình... Thế đấy, khi rời khỏi đó tôi liền gia nhập Privacy Now."

Tổ chức này cũng giống như EPIC[1], Trung tâm Thông tin điện tử bí mật cá nhân, anh ta giải thích. PN[2] đấu tranh chống lại những mối đe dọa tới bí mật riêng tư của mỗi cá nhân từ phía chính phủ, các doanh nghiệp, các thể chế tài chính, các nhà cung cấp máy tính, công ty điện thoại, cùng những kẻ đầu cơ và khai thác dữ liệu nhằm mục đích thương mại. Tổ chức này đã vận động hành lang ở Washington, đệ đơn kiện chính phủ theo Luật Tự do thông tin, tiến hành điều tra các chương trình giám sát và kiện các

---

[1] Electronic Privacy Information Center.
[2] Viết tắt của Privacy Now.

tập đoàn tư nhân không tuân thủ các luật về quyền bí mật và tiết lộ thông tin cá nhân.

Sachs không nói gì với anh ta về chiếc bẫy dữ liệu Rodney Szarnek đã thiết lập, nhưng giải thích một cách chung chung về việc họ đang tìm kiếm các khách hàng và nhân viên của SSD có khả năng thu thập được những hồ sơ dữ liệu cá nhân hoàn chỉnh. "Hệ thống an ninh có vẻ rất nghiêm ngặt. Nhưng đó là những gì Sterling và người của ông ta nói với chúng tôi. Tôi muốn nghe quan điểm của một người ở bên ngoài."

"Rất vui được giúp đỡ cô."

"Mark Whitcomb nói với chúng tôi về những bức tường lửa bê tông và việc chia nhỏ dữ liệu ra để biệt trữ."

"Anh chàng Whitcomb này là ai vậy?"

"Anh ta làm cho Bộ phận Kiểm soát của họ."

"Chưa từng nghe nói đến nó, có vẻ là bộ phận mới."

Sachs giải thích: "Anh ta là một luật sư bảo vệ khách hàng từ trong công ty để đảm bảo rằng mọi quy định của chính phủ đều được thực thi đầy đủ".

Geddes có vẻ thích thú, anh ta nói thêm: "Chuyện đó không xuất phát từ sự nhân ái trong trái tim của Andrew Sterling đâu. Rất có thể bọn họ thường xuyên bị kiện và muốn thể hiện một bộ mặt sạch sẽ trước công chúng và Quốc hội. Sterling sẽ không bao giờ nhượng bộ một ly nếu ông ta không buộc phải làm thế... Nhưng về các khu biệt trữ dữ liệu thì hoàn toàn chính xác. Sterling giữ gìn dữ liệu như thể chúng là Chén Thánh[1] vậy. Còn xâm nhập vào ư? Gần như không thể. Không ai có cách trực tiếp đột nhập vào đó để đánh cắp dữ liệu".

---

[1] Theo một truyền thuyết về giáo hội Công giáo, Chén Thánh là chiếc chén mà Chúa Giê-su đã sử dụng tại Bữa ăn tối cuối cùng.

"Ông ta nói với tôi, có một vài nhân viên có thể truy cập vào và lấy các hồ sơ dữ liệu từ innerCircle. Theo những gì anh biết thì điều đó có đúng không?"

"À, đúng đấy. Vài người trong bọn họ có quyền tiếp cận, nhưng ngoài ra thì không ai khác. Tôi chưa bao giờ có quyền đó. Mặc dù tôi đã làm ở đó từ lúc khởi đầu."

"Anh có suy nghĩ nào không? Có thể là một nhân viên nào đó với quá khứ không bình lặng? Bạo lực?"

"Tôi đã rời khỏi công ty vài năm. Tôi cũng chưa từng gặp ai đặc biệt nguy hiểm tại đó. Nhưng tôi buộc phải thú thực, bất chấp vẻ bề ngoài của một đại gia đình hạnh phúc mà Sterling thích trưng ra, tôi chưa bao giờ biết rõ thực sự một người nào của SSD."

"Thế những người này thì sao?", cô đưa cho anh ta xem danh sách những đối tượng nghi vấn.

Geddes liếc qua bản danh sách. "Tôi từng làm việc với Gillespie. Tôi biết Cassel. Tôi không ưa cả hai người này. Bọn họ phất lên cùng cơn sốt khai thác dữ liệu, cũng giống như Thung lũng Silicon vào những năm chín mươi, những kẻ hãnh tiến. Những người còn lại tôi đều không biết. Rất tiếc." Rồi anh ta nhìn cô kỹ lưỡng hơn. "Vậy là cô đã tới đó?", anh ta vừa hỏi vừa mỉm cười vui vẻ, "Cô nghĩ thế nào về Andrew?".

Vô vàn ý nghĩ dồn dập ùa tới cùng một lúc trong khi cô cố gắng tóm tắt lại những cảm nhận của mình. Cuối cùng là: "Quyết đoán, lịch thiệp, tò mò, khôn ngoan nhưng...", giọng nói của cô tắt dần.

"Nhưng cô thực sự không hiểu về ông ta."

"Đúng thế."

"Bởi vì ông ta luôn trưng ra một khuôn mặt bằng đá tảng. Trong suốt những năm làm việc cùng ông ta, tôi chưa bao giờ thực sự biết rõ ông ta. Không ai biết rõ về ông ta. Không thể thăm dò được. Tôi thích cách diễn tả này. Đó chính là Andrew. Tôi đã luôn tìm kiếm những manh mối... Cô có nhận ra điều gì lạ lùng với giá sách của ông ta không?"

"Anh không thể nhìn thấy những gáy sách."

"Chính xác. Tôi đã một lần lén xem thử. Đoán thử đi? Không phải là về máy tính, quyền bí mật riêng tư, dữ liệu hay kinh doanh. Hầu hết là sách Lịch sử, Triết học, Chính trị về Đế quốc Roma, các hoàng đế Trung Hoa, Franklin Roosevelt[1], John Kennedy[2], Stalin[3], Idi Amin[4], Khruschev[5]. Ông ta đọc rất nhiều về chế độ phát xít. Không ai sử dụng thông tin theo cách giống như Đức quốc xã đã làm và ông ta luôn sẵn sàng nói với cô về điều đó. Lần đầu tiên máy tính được sử dụng ở quy mô lớn để theo dõi các nhóm sắc tộc. Đó là cách giúp chúng củng cố quyền lực. Sterling cũng làm điều tương tự trong thế giới kinh doanh. Cô nhận ra tên của công ty đó chứ, SSD? Người ta đồn rằng ông ta đã lựa chọn nó một cách có chủ ý. SS - viết tắt cho lực lượng xung kích tinh nhuệ của chế độ Nazi, SD - viết tắt tên cơ quan an ninh và tình báo của chúng. Cô có biết các đối thủ cạnh tranh của ông ta nói nó có nghĩa là gì không? 'Selling Souls for Dollars[6]'", Geddes cười chua chát.

"Ồ, đừng hiểu sai ý tôi. Andrew không hề bài xích Do Thái hay bất cứ nhóm sắc tộc nào. Chính trị, quốc tịch, tôn giáo và chủng tộc chẳng có ý nghĩa gì với ông ta hết. Tôi từng một lần nghe ông ta nói: 'Dữ liệu không có biên giới'. Chiếc ghế quyền lực trong thế kỷ hai mươi mốt thuộc về thông tin, chứ không phải dầu mỏ

---

[1] Tổng thống thứ ba mươi hai của Mỹ.

[2] Tổng thống thứ ba mươi lăm của Mỹ.

[3] Iosif Vissarionovich Stalin, cựu Tổng Bí thư Đảng Cộng sản Liên Xô.

[4] Cựu Tổng thống của Uganda.

[5] Nikita Khrushchev, cựu Tổng Bí thư Đảng Cộng sản Liên Xô.

[6] Bán các linh hồn đổi lấy đô la.

hay vị trí địa lý. Và Andrew Sterling muốn trở thành người quyền lực nhất trên trái đất... Tôi tin chắc ông ta đã dành cho cô bài diễn văn Khai-thác-dữ-liệu-chính-là-Chúa-trời."

"Giúp chúng ta thoát khỏi bệnh tiểu đường, mua nhà, mua quà Giáng sinh cho lũ trẻ và giúp cảnh sát giải quyết các vụ án?"

"Chính là nó đấy. Tất cả đều đúng. Nhưng hãy cho tôi biết liệu những lợi ích đó có đáng để ai đó biết mọi chi tiết về cuộc sống của cô hay không. Có thể cô không quan tâm, miễn là tiết kiệm được vài đô. Nhưng liệu cô có thực sự muốn những chùm tia laser của ConsumerChoice quét qua mắt trong rạp chiếu phim và ghi lại phản ứng của cô với những đoạn quảng cáo họ chiếu trước bộ phim không? Cô có muốn gắn một con chíp RFID lên chìa khóa xe hơi của mình để cảnh sát biết được cô đã phóng đến một trăm dặm một giờ vào tuần trước, trong khi lộ trình của cô chỉ toàn đi qua những tuyến đường không được chạy quá tốc độ năm mươi dặm một giờ? Cô có muốn những người xa lạ biết con gái cô mặc đồ lót loại gì không? Hay cô đã có quan hệ tình dục chính xác vào thời điểm nào?"

"Cái gì?"

"À, vâng, thưa quý bà. innerCircle biết cô đã mua bao cao su và sản phẩm bôi trơn vào buổi chiều, cũng như chồng cô đang đi chuyến tàu tốc hành lúc sáu giờ mười lăm phút để quay về nhà. Nó biết rõ cô có cả buổi tối tự do vì con trai cô đi xem một trận đấu của Mets[1], còn con gái cô đang mua sắm quần áo tại The Gap[2] trong khu Village. Nó biết rõ cô chuyển sang kênh phim người lớn trên truyền hình cáp lúc bảy giờ mười tám phút. Và cô đã đặt vài món ngon lành từ một nhà hàng Trung Hoa chuyên giao đồ ăn tận nhà vào lúc mười giờ kém mười lăm để dành cho sau lúc yêu đương. Tất cả những thông tin này đều có trong đó."

---

[1] New York Mets, một đội bóng chày nhà nghề.
[2] Hệ thống cửa hàng bán lẻ quần áo và phụ kiện tại Mỹ.

"À, SSD biết rõ liệu con cái cô có gặp rắc rối ở trường học hay không và khi nào cần gửi tới cho cô thư quảng cáo trực tiếp về các dịch vụ gia sư và tư vấn thiếu nhi. Chồng cô có gặp rắc rối trên giường hay không và đâu là thời điểm thích hợp để gửi cho anh ta vài thư quảng cáo tế nhị về các phương thức điều trị rối loạn cương dương vật. Khi tiểu sử gia đình, thói quen mua sắm cũng như tình trạng thất nghiệp có thể đưa cô vào nhóm đối tượng có xu hướng tự tử... Cô có muốn không?"

"Nhưng điều đó cũng tốt chứ sao. Như thế một chuyên gia tư vấn có thể giúp đỡ tôi."

Geddes cười gằn lạnh lùng, "Sai. Bởi vì tư vấn cho những người có khuynh hướng tự sát không mang lại lợi nhuận. SSD gửi tên của những người đó tới các cửa hàng dịch vụ mai táng và đám luật sư chuyên chia tài sản thừa kế - đám này có thể biến cả gia đình người đó thành khách hàng của bọn họ, không chỉ bản thân người sắp tự tử. Nhân tiện đây cũng xin nói luôn, đó là một công việc hái ra tiền".

Sachs thực sự bị sốc.

"Cô đã bao giờ nghe đến hai từ 'buộc chặt' chưa?"

"Chưa."

"SSD sẽ xác lập ra một hệ thống, được xây dựng dựa trên chính cô và gọi nó là 'Thế giới của thám tử Sachs'. Cô là trung tâm và các mối dây sẽ nối tới đối tác bao gồm chồng, cha mẹ, hàng xóm, đồng nghiệp, bất cứ ai có thể giúp SSD biết về cô và họ sẽ thu lợi từ hiểu biết đó. Tất cả những người có mối liên hệ dù lớn hay nhỏ với cô đều bị 'buộc chặt'. Mỗi người trong số họ lại là trung tâm trong thế giới của mình với hàng tá người khác bị 'buộc chặt' với họ."

Một thoáng suy nghĩ rồi đôi mắt anh ta sáng lên, "Cô có biết về siêu dữ liệu không?".

"Là cái gì vậy?"

"Dữ liệu về dữ liệu. Mọi tư liệu được khởi tạo hay lưu trữ trong một máy tính - thư từ, hồ sơ, báo cáo, hồ sơ tố tụng, bảng tính, danh sách cửa hàng tạp hóa - đều chứa những dữ liệu ẩn. Ai là người đã tạo ra nó, nó đã được gửi đi đâu, tất cả những thay đổi đã được thực hiện, ai là người thực hiện và thực hiện khi nào - tất cả đều được ghi lại trong máy tính, từng giây một. Cô viết một tờ trình cho sếp của mình và để đùa bỡn cô bắt đầu gõ 'Đồ con lợn thân mến', sau đó xóa nó đi và viết lại nghiêm chỉnh. Nhưng, 'Đồ con lợn' vẫn còn được lưu lại trong máy tính."

"Anh nghiêm chỉnh đấy chứ?"

"Ồ, đương nhiên rồi. Dung lượng bộ nhớ dành cho một tài liệu xử lý từ ngữ được đánh lớn hơn nhiều so với những ký tự trong bản thân tài liệu đó. Vậy phần còn lại là gì? Siêu dữ liệu. Chương trình quản lý cơ sở dữ liệu Watchtower có những công cụ đặc biệt - những con robot phần mềm - không làm gì khác ngoài tìm kiếm và lưu trữ siêu dữ liệu từ mọi tài liệu mà nó tập hợp. Chúng tôi gọi đó là 'Bộ phận Bóng', vì siêu dữ liệu chẳng khác gì cái bóng đi kèm dữ liệu chính thống và chúng còn có ý nghĩa hơn nhiều so với dữ liệu."

Bóng, *mười sáu chữ số*, biệt trữ, hộp kín... Đây là một thế giới hoàn toàn mới mẻ với Amelia Sachs.

Geddes rõ ràng rất khoái chí khi có được một thính giả háo hức lắng nghe đến vậy. Anh ta cúi người về phía trước, "Cô cũng biết SSD có một bộ phận về giáo dục chứ?".

Cô hồi tưởng lại bản danh sách trong tài liệu quảng cáo mà Mel Cooper đã tải về,"Biết. EduServe".

"Nhưng Sterling không hề nói với cô về nó, đúng không?"

"Không hề."

"Bởi vì ông ta không muốn để lộ ra chức năng chính của nó là thu thập mọi thứ về lũ trẻ. Bắt đầu ngay từ nhà trẻ. Chúng thích mua gì, xem gì, truy cập vào trang web nào, kết quả học tập của chúng ra sao, hồ sơ sức khỏe trong trường học thế nào... Và đó là những thông tin rất, rất có giá trị với các hệ thống cửa hàng bán lẻ. Nhưng điều đáng sợ hơn về EduServe là hội đồng điều hành các trường học có thể tới SSD để dự đoán về các sinh viên của họ trên phần mềm, sau đó thiết lập chương trình giáo dục cho các sinh viên đó - với tiêu chí là những gì tốt nhất cho cộng đồng hay xã hội. Với đặc điểm cá nhân của Billy, chúng tôi nghĩ anh ta nên vào làm việc trong một phòng thí nghiệm chuyên biệt. Suzy nên trở thành bác sĩ, nhưng chỉ trong hệ thống y tế công cộng... Kiểm soát được lũ trẻ là sẽ kiểm soát được tương lai. Cũng xin nhắc luôn đây cũng là một nhân tố nữa trong triết lý của Adolf Hitler", anh ta phá lên cười, "Okay, không lên lớp nữa... Nhưng cô hiểu tại sao tôi không thể chịu đựng được bọn họ lâu hơn nữa chứ?".

Nhưng sau đó Geddes sa sầm mặt, "Tôi đang nghĩ về tình huống của cô lúc này, nhiều năm trước chúng tôi từng có một sự cố ở SSD, từ trước khi công ty chuyển về New York. Đã có một người chết. Rất có thể chỉ là một trùng hợp ngẫu nhiên. Nhưng...".

"Không sao, cứ kể cho tôi biết."

"Vào những ngày đầu, chúng tôi giao phần lớn công việc thu thập dữ liệu cho những tay đào mỏ."

"Cho ai?"

"Những công ty hay cá nhân săn lùng dữ liệu. Những kẻ kỳ quái. Bọn họ giống như những kẻ đào vàng thời xưa - những kẻ dò quặng, có thể nói vậy. Cô biết đấy, dữ liệu cũng có sự cuốn hút lạ lùng đó. Cô có thể bị nghiện việc săn tìm dữ liệu. Cô sẽ không bao giờ thấy là đủ. Cho dù sưu tập được bao nhiêu đi nữa, bọn họ vẫn muốn có nhiều hơn. Những gã này luôn tìm kiếm cách thức mới để sưu tập dữ liệu. Cạnh tranh dữ dội, bất chấp thủ đoạn. Sean Cassel đã khởi đầu trong lĩnh vực này như vậy đấy. Hắn ta là một tay săn lùng dữ liệu.

"Tuy nhiên, hồi đó có một tay săn lùng dữ liệu rất ấn tượng. Anh ta làm việc cho một công ty nhỏ. Tên công ty đó là Rocky Mountain Data, trụ sở ở Colorado... Tên anh ta là gì nhỉ?", Geddes nheo mắt lại. "Hình như là Gordon thì phải, hoặc có thể đó là họ của anh ta. Dù thế nào đi nữa, chúng tôi được biết anh ta không thích chuyện SSD thôn tính công ty của mình cho lắm. Thiên hạ đồn rằng anh ta săn lùng bất cứ thứ gì có thể tìm được về công ty và bản thân Sterling - để đối phó với chúng tôi. Chúng tôi nghĩ rất có thể anh ta đã cố gắng tìm ra những chuyện bẩn thỉu để gây sức ép buộc Sterling ngừng vụ thôn tính lại. Cô biết Andy Sterling - con trai của Andrew - cũng làm việc cho công ty chứ?"

Cô gật đầu.

"Chúng tôi nghe đồn Sterling đã bỏ rơi cậu ta nhiều năm trước, sau đó cậu nhóc đã lần ra dấu vết của ông ta. Nhưng sau đó chúng tôi cũng nghe nói ông ta còn một đứa con trai bị bỏ rơi nữa. Rất có thể là con với người vợ đầu tiên hay một cô bạn gái. Sterling luôn muốn giữ bí mật chuyện này."

"Trong khi Sterling và một số người nữa tìm tới thương lượng việc mua lại Rocky Mountain, anh chàng Gordon này đã chết trong một vụ tai nạn. Đó là tất cả những gì tôi biết. Tôi không có mặt ở đó. Tôi đang ngồi ở Thung lũng viết mã."

"Và vụ mua bán đã diễn ra trót lọt?"

"Đúng thế. Thứ gì Andrew muốn, Andrew sẽ có... Giờ hãy cho phép tôi đưa ra một ý tưởng về kẻ sát nhân của cô. Chính là Andrew Sterling."

"Ông ta có bằng chứng ngoại phạm."

"Vậy sao? Hay nhỉ, đừng quên ông ta chính là ông vua của thông tin. Nếu cô là người *kiểm soát* dữ liệu, cô có thể *thay đổi* dữ liệu. Cô đã xác minh lại bằng chứng ngoại phạm đó thật cẩn thận chưa?"

"Chúng tôi đang làm việc đó."

"Được, ngay cả nếu nó được xác minh, đừng quên ông ta có những kẻ làm việc cho mình, những kẻ sẵn sàng làm bất cứ điều gì ông ta muốn. Ý tôi là bất cứ điều gì. Hãy nhớ, luôn có người khác làm những việc bẩn thỉu cho ông ta."

"Nhưng ông ta là một triệu phú. Ông ta có lợi gì khi đi đánh cắp tiền xu hay một bức tranh, sau đó sát hại nạn nhân?"

"Lợi ích của ông ta?", Geddes cao giọng như thể vị giáo sư đang nói chuyện với một sinh viên không hiểu bài. "Lợi ích của ông ta nằm ở chỗ trở thành người quyền lực nhất thế giới. Ông ta muốn bổ sung cho tập dữ liệu nhỏ xinh của mình từng con người trên trái đất này. Ông ta đặc biệt quan tâm tới các khách hàng thuộc chính phủ và các cơ quan bảo vệ pháp luật. Càng nhiều vụ án được phá thành công nhờ sử dụng innerCircle, càng có nhiều cơ quan cảnh sát trong nước và ngoài nước tìm đến ký hợp đồng. Điều đầu tiên Hitler làm khi hắn lên nắm quyền là củng cố lại hệ thống an ninh trên toàn nước Đức. Rắc rối lớn nhất chúng ta gặp phải ở Iraq là gì? Chúng ta đã giải thể quân đội và cảnh sát địa phương mà đáng ra phải sử dụng họ. Andrew không bao giờ phạm phải sai lầm kiểu đó."

Geddes bật cười, "Cô nghĩ tôi là một gã lập dị, đúng không? Nhưng công việc hằng ngày của tôi chính là những thứ đó. Hãy nhớ kỹ, nếu ngoài kia thực sự có ai đó đang dõi theo mọi việc cô làm hằng ngày, từng giây từng phút một. Chuyện đó không phải là hoang tưởng. Nói ngắn gọn lại, đó chính là SSD".

# CHƯƠNG 24

Trong lúc đợi Sachs quay về, Lincoln Rhyme lơ đãng lắng nghe Lon Sellitto giải thích không tìm thấy được bất cứ bằng chứng nào đã được sử dụng trong các vụ án trước - vụ cưỡng dâm đầu tiên và vụ đánh cắp tiền xu.

"Kỳ quái thật", chàng thám tử đô con lẩm bẩm.

Rhyme đồng ý. Nhưng sự chú ý của anh chuyển từ lời nhận xét của Sellitto sang tập hồ sơ của SSD về người anh họ, lúc này nó đang ở ngay cạnh Rhyme, trên chiếc khung đọc. Anh đã cố gắng tảng lờ nó đi.

Nhưng tập tài liệu đó vẫn có một sức thu hút kỳ lạ khiến anh như thể chiếc kim bị hút về phía nam châm. Nhìn vào những trang giấy đã mở với những dòng chữ màu đen trên nền giấy trắng, anh tự nhủ, có lẽ đúng như Sachs đoán, rất có thể tập hồ sơ chứa đựng điều gì đó hữu ích. Thế rồi anh tự thú nhận với mình anh chỉ đơn thuần cảm thấy tò mò.

Strategic Systems Datacorp, INC

*Các hồ sơ innerCircle®*

*Arthur Robert Rhyme*

*Mã số SSD của đối tượng : 3480 - 9021 - 4966 - 2083*


*\* Sở thích cá nhân*

Hồ sơ 1A. Sản phẩm tiêu dùng

Hồ sơ 1B. Dịch vụ tiêu dùng

Hồ sơ 1C. Du lịch

Hồ sơ 1D. Sức khỏe

Hồ sơ 1E. Giải trí


*\* Tài chính/Giáo dục/Nghề nghiệp*

Hồ sơ 2A. Giáo dục

Hồ sơ 2B. Việc làm, thu nhập

Hồ sơ 2C. Tín dụng và xếp loại

Hồ sơ 2D. Sản phẩm và dịch vụ kinh doanh hay sử dụng


*\* Chính phủ/Luật pháp*

Hồ sơ 3A. Thông tin cá nhân quan trọng

Hồ sơ 3B. Đăng ký bầu cử

Hồ sơ 3C. Lịch sử pháp lý

Hồ sơ 3D. Lịch sử hình sự

Hồ sơ 3E. Tuân thủ pháp luật

Hồ sơ 3F. Nhập cư và nhập quốc tịch

Những thông tin chứa đựng trong các hồ sơ này là tài sản của Tập đoàn Strategic Systems Datacorp (SSD). Việc sử dụng các thông tin này phải tuân thủ theo văn bản thỏa thuận giữa SSD và Khách hàng đã được xác lập trong các điều khoản chung về thỏa thuận với khách hàng. ©Strategic Systems Datacorp giữ mọi quyền có liên quan.

Ra lệnh cho thiết bị lật trang giở qua những trang sau, anh đọc lướt qua tập hồ sơ ba mươi trang dày đặc chữ. Một số mục khá đầy đủ, một số mục rất sơ sài. Phần đăng ký bầu cử được biên tập lại, phần tuân thủ pháp luật cũng như nhiều phần của tín dụng nối tới các hồ sơ riêng biệt, có thể do pháp luật hạn chế việc cho phép tiếp cận tới những thông tin này.

Anh dừng lại ở danh sách dài những sản phẩm tiêu dùng mà Arthur và gia đình đã mua (những thành viên khác của gia đình được mô tả bằng cách diễn đạt quái đản "các cá thể có ràng buộc"). Không nghi ngờ gì nữa, bất cứ ai đọc qua hồ sơ này cũng có thể biết rõ về thói quen tiêu dùng cũng như nơi Arthur thường mua hàng, để lôi anh họ anh vào vụ sát hại Alice Sanderson.

Rhyme biết được tên câu lạc bộ đồng quê nơi Arthur từng đăng ký thành viên và đã ngừng tham gia vài năm trước, có lẽ vì bị mất việc. Anh cũng biết được những kỳ nghỉ trọn gói mà anh họ mình đã đặt, Rhyme thực sự ngạc nhiên khi biết Arthur đã tập trượt tuyết. Và có thể bản thân Arthur hoặc một đứa con gặp rắc rối về cân nặng vì có một người đã tham gia vào chương trình ăn kiêng. Anh ta cũng đăng ký cho cả gia đình làm thành viên của một câu lạc bộ sức khỏe. Rhyme tìm thấy một lần mua đặt cọc trước những món đồ trang sức vào gần dịp Giáng sinh, trong cửa hàng bán đồ trang sức tại một trung tâm mua sắm ở New Jersey. Rhyme thầm tưởng tượng những viên đá nhỏ xíu nằm lọt thỏm trên chiếc khung quá lớn so với kích thước của chúng - một món quà thay thế tạm thời trong lúc chờ đợi những ngày tháng tốt đẹp hơn.

Đọc đến một thông tin khác, Lincoln cười khẽ. Giống hệt anh, Arthur cũng chuộng loại whisky thuần chất từ mạch nha và cũng đúng là nhãn hiệu mới nhất mà Rhyme ưa thích - Glenmorangie.

Anh ta có hai chiếc xe hơi: một chiếc Mercedes và một chiếc Cherokee.

Tuy nhiên, đọc tới đây, nụ cười của nhà tội phạm học tắt lịm, anh chợt nhớ về một chiếc xe khác - chiếc Corvette màu đỏ Arthur đã được bố mẹ tặng vào sinh nhật thứ mười bảy. Arthur đã lái nó tới Boston để nhập học Học viện Công nghệ Massachussetts.

Rhyme hồi tưởng lại lúc hai chàng trai lên đường tới trường đại học. Đó là một thời điểm rất có ý nghĩa với Arthur cũng như bố anh, ông Henry Rhyme rất phấn khởi khi con trai mình được một trường đại học tiếng tăm như vậy nhận vào học. Nhưng những dự tính của hai anh em họ - cùng ở chung phòng, tranh đấu để giành các cô gái, ganh đua thể hiện trí thông minh - đều không trở thành hiện thực. Lincoln không được Học viện Công nghệ Massachussetts chấp nhận, thay vào đó anh tới Đại học Illinois-Champagne/Urbana, nơi cấp cho Lincoln một suất học bổng toàn phần (vào thời điểm đó, nơi này cũng có đôi chút quyến rũ vì nó tọa lạc trong thành phố nơi HAL - chiếc máy tính tự ngưỡng mộ chính mình trong bộ phim *2001: A space Odyssey* của Stanley Kubrick - đã ra đời).

Bố mẹ anh, ông Teddy và bà Anne rất vui vì con trai mình sẽ học ở một trường tại quê nhà, bác anh cũng vậy, ông Henry nói với cháu rằng ông hy vọng cậu sẽ thường xuyên quay về Chicago và tiếp tục giúp đỡ ông trong công việc nghiên cứu, thậm chí có thể thỉnh thoảng dự các lớp học của ông.

"Ta rất tiếc, cháu và Arthur sẽ không ở cùng phòng. Nhưng hai đứa sẽ gặp nhau vào mỗi mùa hè, các kỳ nghỉ. Thỉnh thoảng bố cháu và bác sẽ đảo qua Bean Town thăm cháu."

"Như thế chắc cũng ổn", Lincoln đã trả lời ông như thế.

Anh giữ riêng cho mình tâm sự rằng tuy rất thất vọng vì không được Học viện Công nghệ Massachussetts chấp nhận nhưng sự từ chối này cũng có mặt hay của nó, bởi vì anh không bao giờ muốn nhìn mặt ông anh họ chết giẫm của mình một lần nữa.

Tất cả cũng chỉ vì chiếc Corvette màu đỏ.

Chuyện đó đã xảy ra không lâu sau bữa tiệc Giáng sinh mà tại đó anh đã đoạt được giải thưởng là miếng bê tông lịch sử, vào một ngày lạnh tê người của tháng Hai, thời điểm mà cho dù trời nắng đẹp hay đầy mây, cũng là tháng thời tiết khắc nghiệt nhất ở Chicago. Lincoln đang tham gia tranh tài ở một hội chợ khoa học tại Đại học Đông Bắc, Evanston. Anh mời Adrianna đi cùng mình, thầm nghĩ rằng sau chuyến đi này anh sẽ ngỏ lời cầu hôn.

Thế nhưng cô gái không thể đi được, cô đang chuẩn bị cùng mẹ tới siêu thị Marshall Field's ở Loop để mua đồ, cả hai mẹ con đều bị hấp dẫn bởi một đợt giảm giá lớn. Lincoln rất thất vọng nhưng cũng không nghĩ ngợi nữa mà dành hết sự tập trung vào cuộc thi. Anh giành vị trí đầu bảng ở hạng cao cấp, sau đó anh và nhóm bạn cùng thu dọn bản đề án và khuân mọi thứ ra ngoài. Trong bầu không khí cắt da cắt thịt, đầu ngón tay họ tím tái, hơi thở biến thành từng đám sương mù vây xung quanh, mấy chàng trai nhét đống đồ vào ngăn chứa hàng của xe bus rồi chạy tới cửa xe để leo lên.

Bỗng có ai đó nói: "Này, xem kìa. Những chiếc lốp Excellent".

Một chiếc Corvette màu đỏ đang phóng qua sân trường.

Người cầm lái là ông anh họ Arthur của anh. Cũng không có gì là lạ, gia đình bác anh sống ngay gần đó. Thế nhưng điều khiến Lincoln ngỡ ngàng là cô gái ngồi cạnh Arthur, anh nghĩ đó chính là Adrianna.

Có đúng không?

Anh không dám chắc.

Quần áo hoàn toàn giống: một chiếc áo khoác da màu nâu và một chiếc mũ lông, trông giống hệt chiếc mũ Lincoln đã mua tặng cô dịp Giáng sinh.

"Linc, lên đi. Xe bus sắp đóng cửa đấy."

Thế nhưng Lincoln vẫn đứng im tại chỗ, nhìn chằm chằm vào chiếc xe trong khi nó vòng qua góc ngoặt trên con đường phủ đầy tuyết trắng.

Có phải cô ấy đã nói dối anh? Người con gái anh đã định cầu hôn? Không thể nào. Mà chẳng lẽ cô lại lừa dối anh để đi với Arthur?

Vốn thường xuyên suy luận khoa học, anh bắt đầu xem xét các sự kiện thực tế một cách khách quan.

Thứ nhất. Arthur và Adrianna có quen nhau. Ông anh họ anh đã gặp cô nhiều tháng trước trong văn phòng của chuyên gia tư vấn đại học, nơi Adrianna làm việc sau giờ học tại trường trung học của Lincoln. Hai người có thể dễ dàng trao đổi số điện thoại với nhau.

Thứ hai. Lúc này Lincoln chợt nhớ ra Arthur đã không hỏi anh về cô gái nữa. Điều này thật lạ. Hai chàng trai đã dành ra rất nhiều thời gian trò chuyện với nhau về các cô gái, nhưng gần đây Art không một lần nào đả động đến cô.

Rất đáng ngờ.

Thứ ba. Hồi tưởng lại, anh cảm thấy Adie có vẻ lảng tránh khi nói về cuộc thi khoa học (anh cũng không hề nói đến chuyện cuộc thi được tổ chức ở Evanston, có nghĩa là cô nàng sẽ không phải e dè gì khi ngồi xe lượn qua những con phố cùng Art). Lincoln muốn phát điên vì ghen. Thiếu chút nữa mình đã tặng cho cô ta một mảnh của Sân vận động Stagg, lạy Chúa! Một mảnh vỡ thứ thiệt còn sót lại từ thánh đường của khoa học hiện đại! Anh suy nghĩ về những lần khác cô đã từ chối không gặp anh với những cái cớ, mà bây giờ nghĩ lại có vẻ thật lạ lùng. Tổng cộng khoảng ba hay bốn lần.

Thế nhưng anh vẫn không muốn tin. Anh lầm lũi bước trên tuyết tới một bốt điện thoại công cộng gọi tới nhà và xin được nói chuyện với cô.

"Xin lỗi nhé, Lincoln, con gái cô đi chơi với bạn rồi", mẹ Adrianna trả lời anh.

*Bạn...*

"Thế ạ. Cháu sẽ gọi lại sau... À, cô Waleska ơi, cô và bạn ấy có định vào thành phố nhân đợt bán hàng hạ giá ở Field hôm nay không?"

"Không, đợt bán hàng hạ giá tuần sau mới diễn ra cơ... Cô phải đi chuẩn bị bữa ăn đây, Lincoln. Giữ ấm cháu nhé. Ngoài trời lạnh lắm đấy."

"Chắc chắn rồi ạ." Lincoln biết điều này quá rõ. Anh đang đứng trong một buồng điện thoại, quai hàm run bần bật, không buồn cúi xuống nhặt đồng sáu mươi cent đã tuột khỏi bàn tay lạnh cóng rơi xuống mặt tuyết sau nỗ lực hết lần này tới lần khác của anh để nhét những đồng xu vào điện thoại.

"Lạy Chúa, Lincoln, lên xe bus thôi!"

Tối hôm đó, anh gọi điện cho cô, cố giữ cuộc nói chuyện bình thường trước khi hỏi ngày hôm đó cô đã làm gì. Cô kể lể chuyến đi mua sắm cùng mẹ rất vui, nhưng đám đông tại đó thì thật khủng khiếp. Những lời cô nói thật dông dài, vô nghĩa như một kẻ đang tự thú.

Dù thế, anh vẫn không thể tin sự nghi ngờ này.

Anh vẫn tiếp tục gặp gỡ cô. Lần tiếp theo khi Art tới chơi, anh để ông anh họ ngồi trong căn phòng dưới nhà rồi lẻn ra ngoài mang theo một chiếc bàn lăn dùng để thu nhặt lông chó rụng - loại mà hiện nay các đội điều tra hiện trường vẫn dùng - để thu thập bằng chứng từ băng ghế trước của chiếc Corvette.

Anh cất những gì thu được vào một chiếc túi nilon. Sau đó, trong lần gặp Adrianna, anh lấy một ít mẫu lông từ mũ và áo khoác của cô. Anh cảm thấy việc làm của mình thật hèn. Mặt anh đỏ bừng bừng vì xấu hổ và lúng túng nhưng điều đó cũng không thể ngăn cản anh so sánh các mẫu sợi thu được bằng kính hiển vi ở trường. Tất cả đều tương đồng, cả mẫu lông thú từ chiếc mũ lẫn mẫu sợi tổng hợp của chiếc áo khoác.

Cô bạn gái anh đang định cầu hôn đã lừa dối anh.

Và từ số lượng sợi tìm thấy trong xe Arthur, anh kết luận cô ta đã có mặt ở đó không chỉ một lần.

Một tuần sau, anh phát hiện hai người trong xe. Không còn lý do gì để nghi ngờ nữa.

Lincoln không chia tay theo cách nhẹ nhàng hay giận dữ. Chỉ đơn giản là chấm dứt. Không có tâm trạng để đối chứng trực diện, anh để mặc cho quan hệ của mình với Adrianna nguội lạnh dần. Họ đi chơi cùng nhau vài lần nữa trong sự im lặng, thật gượng gạo. Cả hai đều lúng túng e dè. Anh lại càng bực bội hơn khi cô gái tỏ ra thực sự bất bình về thái độ dần trở nên xa cách của anh. Chết tiệt. Chẳng lẽ cô ta nghĩ có thể bắt cá hai tay được sao? Cô ta phát điên vì anh... ngay cả khi đang lừa dối anh.

Anh cũng xa lánh cả người anh họ của mình. Lincoln lấy cớ là kỳ thi tốt nghiệp, những buổi tập chạy và một chuyện không may nhưng chính là sự may mắn dưới lớp hóa trang: Lincoln bị Học viện Công nghệ Massachussetts từ chối.

Hai chàng trai vẫn thỉnh thoảng gặp nhau trong những buổi sum họp gia đình không thể vắng mặt, lễ tốt nghiệp nhưng mọi thứ giữa hai người đã hoàn toàn thay đổi. Và không ai trong hai người hé ra một lời nào về Adrianna trong suốt nhiều năm sau đó.

*Cả cuộc đời tôi đã thay đổi. Nếu không vì cậu, mọi thứ rất có thể đã khác đi...*

Thậm chí, cả lúc này Rhyme vẫn thấy hai bên thái dương giần giật. Anh không cảm nhận được gì về hai lòng bàn tay của mình, nhưng có lẽ chúng đang ướt đẫm mồ hôi. Dòng suy nghĩ nặng nề trong anh bị Amelia Sachs cắt ngang khi cô bước qua ngưỡng cửa.

"Có tiến triển nào không?", cô hỏi.

Đây là một dấu hiệu xấu. Nếu cô thu thập được điều gì đó từ Calvin Geddes, cô sẽ không đời nào hỏi ngay như vậy.

"Không", anh thừa nhận. "Chúng ta vẫn đang đợi tin tức của Ron về các bằng chứng ngoại phạm và vẫn chưa có con mồi nào sập vào chiếc bẫy Rodney giăng ra."

Sachs đỡ tách cà phê Thom mời và cầm lấy một chiếc sandwich kẹp thịt gà tây trong khay.

"Món sa lát cá ngừ ngon hơn đấy, Thom đã tự tay làm món đó", Lon Sellitto nói.

"Cái này cũng được rồi." Cô ngồi xuống cạnh Rhyme, mời anh một miếng. Không có bụng dạ nào để ăn, anh lắc đầu. "Anh họ anh ra sao rồi?", cô hỏi đồng thời liếc nhìn tập hồ sơ đang lật mở trên chiếc khung đọc.

"Anh họ anh?"

"Ở khu tạm giam, anh ấy sống thế nào? Chuyện đó chắc chắn rất khó khăn."

"Anh chưa có cơ hội nói chuyện với anh ấy."

"Có lẽ anh ấy quá bối rối nên quên mất chưa liên lạc với anh. Anh nên gọi cho anh ấy."

"Anh sẽ gọi sau. Em đã khai thác được gì từ Geddes chưa?"

Cô thừa nhận cuộc gặp đã không đem lại nhiều kết quả, "Anh ta chủ yếu thuyết giảng về sự xói mòn quyền bí mật cá nhân". Cô thuật lại cho anh một vài điểm đáng báo động: sự xâm phạm đời tư, những thông tin cá nhân bị thu thập hàng ngày, mối nguy hiểm của EduServe, sự bất tử của dữ liệu, các siêu dữ liệu lưu trữ trong hồ sơ của máy tính.

"Có điều gì hữu ích cho chúng ta không?", anh hỏi với giọng gay gắt.

"Hai điều. Thứ nhất, anh ta không tin rằng Sterling vô tội."

"Cô có nói ông ta có bằng chứng ngoại phạm không?", Sellitto nhắc, đồng thời cầm lấy một chiếc sandwich nữa.

"Có thể không phải ông ta đích thân làm. Ông ta có thể sử dụng một người khác."

"Tại sao? Ông ta là tổng giám đốc của một công ty lớn. Làm thế có ích lợi gì cho ông ta?"

"Càng nhiều tội ác, xã hội càng cần tới SSD để bảo vệ người dân. Geddes nói ông ta rất ham hố quyền lực. Như Napoleon của dữ liệu vậy."

"Vậy là ông ta thuê một kẻ đi đập vỡ những khung cửa sổ để ông ta có cơ hội xuất hiện và sửa sang chúng", Rhyme gật đầu, anh có vẻ ấn tượng với ý tưởng này. "Chỉ có điều nó đã phản lại ông ta. Ông ta không bao giờ nghĩ chúng ta lần ra việc cơ sở dữ liệu của SSD đứng đằng sau những tội ác. Okay. Hãy ghi điều này vào danh sách các đối tượng tình nghi. Một đối tượng chưa rõ làm việc cho Sterling."

"Geddes cũng cho em biết mấy năm trước SSD có mua lại một công ty khai thác dữ liệu ở Colorado. Tay đào mỏ chủ chốt của công ty này - nghĩa là một người săn lùng dữ liệu - đã bị giết chết."

"Có mối liên hệ nào giữa Sterling và cái chết đó không?"

"Không biết nữa. Nhưng cũng đáng để chúng ta kiểm tra. Em sẽ thử gọi vài cú điện thoại."

Chuông cửa reo lên, Thom ra mở cửa. Ron Pulaski bước vào với khuôn mặt cau có, nhễ nhại mồ hôi. Rhyme đôi lúc muốn khuyên cậu ta hãy thả lỏng người và bình tĩnh hơn. Nhưng vì chính bản thân không thể làm được, nên anh cảm thấy lời khuyên của mình có vẻ đạo đức giả.

Cậu cảnh sát trẻ cho biết hầu hết bằng chứng ngoại phạm vào ngày Chủ nhật đã được xác minh. "Tôi đã kiểm tra với những người quản lý E-Zpass, họ xác nhận Sterling đã đi qua đường hầm Midtown đúng khoảng thời gian đã khai. Tôi đã cố tìm gặp con trai ông ta để xác minh xem Sterling có gọi về từ Long Island để kiểm tra con trai mình hay không. Nhưng anh ta không có nhà."

"Còn một điều nữa - anh chàng giám đốc nhân sự. Bằng chứng ngoại phạm duy nhất của anh ta là cô vợ. Cô ta chứng thực cho chồng nhưng cư xử như một con chuột đang hoảng sợ. Cô ta cũng y hệt ông chồng: 'SSD là nơi tuyệt vời nhất trên thế giới này'. Bla, bla, bla..."

Rhyme, người luôn nghi ngờ các nhân chứng trong bất cứ cuộc điều tra nào, không quan tâm nhiều lắm đến chi tiết này. Có một điều anh đã học được từ Kathryn Dance, chuyên gia về ngôn ngữ cơ thể và ý nghĩa cử chỉ của Văn phòng Cục điều tra liên bang ở California, đó là ngay cả khi người ta thuật lại hoàn toàn sự thật cho cảnh sát, nhiều khi họ vẫn trông giống như những kẻ có tội.

Sachs đến bên bảng danh sách những đối tượng nghi vấn và cập nhật thông tin.

*Andrew Sterling, Chủ tịch, Tổng Giám đốc.*

*Bằng chứng ngoại phạm - đã ở Long Island, đã xác minh. Đợi xác minh của người con trai.*

*Sean Cassel, Giám đốc Marketing và Bán hàng.*

*Không có bằng chứng ngoại phạm.*

*Wayne Gillespie, Giám đốc Hoạt động Chuyên môn.*

*Không có bằng chứng ngoại phạm.*

*Samuel Brockton, Giám đốc Bộ phận Kiểm soát.*

*Bằng chứng ngoại phạm - hồ sơ khách sạn xác nhận có mặt tại Washington.*

*Peter Arlonzo-Kemper, Giám đốc Nhân sự.*

*Bằng chứng ngoại phạm - ở cùng vợ, đã được vợ xác minh (độ tin cậy?).*

*Steven Shraeder, Phụ trách Đội Kỹ thuật và Hỗ trợ, ca ngày.*

*Chưa thẩm tra.*

*Faruk Mameda, Phụ trách Đội Kỹ thuật và Hỗ trợ, ca đêm.*

*Chưa thẩm tra.*

*Các khách hàng của SSD (?).*

*Đợi danh sách từ Sterling.*

*Đối tượng chưa rõ được Andrew Sterling tuyển mộ (?).*

Sachs nhìn đồng hồ. "Ron, lúc này chắc Mameda đã có mặt ở công ty rồi đấy. Cậu hãy tới đó nói chuyện với anh ta và Shraeder. Tìm hiểu xem bọn họ đã ở đâu hôm qua vào thời gian xảy ra án mạng Weinburg. Trợ lý của Sterling chắc cũng đã chuẩn bị xong danh sách khách hàng. Nếu không, hãy ngồi lỳ ở văn phòng cho tới khi anh chàng trợ lý đưa nó cho cậu. Hãy làm ra vẻ quan trọng. Hoặc nóng nảy thì càng tốt."

"Quay lại SSD ư?"

"Phải."

Rhyme nhận thấy rõ vì một vài lý do nào đó, cậu ta có vẻ không muốn đi.

"Được thôi. Nhưng để tôi gọi cho Jenny kiểm tra mọi thứ ở nhà một chút đã." Cậu ta lấy di động ra bấm phím quay số nhanh.

Từ phần cuộc hội thoại anh nghe thấy, Rhyme đoán cậu ta đang nói chuyện với đứa con trai nhỏ của mình, rồi sau đó có lẽ là cô con gái vì giọng còn trẻ con hơn nữa. Rhyme không để ý thêm.

Đúng lúc đó điện thoại của chính anh đổ chuông, 44 là những số đầu của số đang gọi tới.

À, tốt quá.

"Nhận lệnh, trả lời điện thoại."

"Thám tử Rhyme phải không?"

"Tôi là thanh tra Longhurst đây."

"Tôi biết anh đang bận rộn với cuộc điều tra của mình, song tôi nghĩ rất có thể anh muốn biết tình hình tiến triển ở đây."

"Tất nhiên rồi. Xin cô cứ tiếp tục. Mục sư Goodlight hiện ra sao rồi?"

"Ông ta vẫn ổn, dù có hơi hoảng hốt. Ông ta nằng nặc đề nghị không cho nhân viên an ninh hay cảnh sát mới nào được tiếp cận địa điểm an toàn. Ông ta chỉ tin tưởng những người đã ở cùng mình mấy tuần qua."

"Cũng khó trách được ông ta."

"Tôi có một người phụ trách theo dõi bất cứ ai lại gần nơi đó - cựu thành viên của SAS[1]. Họ là những người cừ nhất trong việc này... Hiện chúng tôi đã lục soát kỹ lưỡng nơi ẩn náu của kẻ tình nghi ở Oldham từ nóc nhà cho đến tầng hầm. Tôi muốn thông tin với anh những gì chúng tôi tìm thấy. Vết đồng và chì trùng hợp với những gì thu được từ các viên đạn bị cưa hay giũa, vài hạt thuốc

---

[1] Special Air Service: Lực lượng Biệt kích dù của Anh.

súng và những vết thủy ngân rất nhỏ. Chuyên gia đạn đạo học của chúng tôi nói rất có thể hắn đã chế tạo một viên đạn ghém."

"Phải, đúng vậy đấy. Thủy ngân lỏng được đổ vào đầu đạn sẽ gây ra sức phá hoại khủng khiếp."

"Họ cũng tìm thấy mỡ được dùng để bôi trơn buồng đạn của súng trường. Trong bồn rửa có vết của thuốc nhuộm tóc và một số mẫu sợi màu xám sẫm của vải bông, ngấm đầy hồ bột - chất dùng trong giặt là. Cơ sở dữ liệu của chúng tôi kết luận chúng trùng hợp với mẫu vải may quân phục."

"Cô có nghĩ những bằng chứng này đã được cố ý sắp đặt không?"

"Bên pháp y khẳng định là không. Những dấu vết đó đều rất nhỏ."

*Tóc vàng, xạ thủ bắn tỉa, quân phục...*

"Vừa xảy ra một sự kiện khiến mọi thứ ở đây bị đặt vào tình trạng báo động: một vụ tìm cách đột nhập vào trụ sở của một tổ chức phi chính phủ gần Piccadilly. Đây chính là văn phòng của Cơ quan Cứu trợ Đông Phi, một tổ chức phi chính phủ, phi lợi nhuận mà mục sư Goodlight đang làm việc. Nhân viên bảo vệ lập tức xuất hiện nhưng thủ phạm đã tẩu thoát. Gã phi tang dụng cụ đã dùng để mở khóa xuống cống thoát nước. Nhưng chúng tôi đã gặp may. Những người đi đường đã nhớ được nơi gã phi tang nó. Người của chúng tôi đã tìm được dụng cụ này và phát hiện ra vài vết đất trên đó. Mẫu đất này có chứa một loại hublông[1] chỉ mọc ở Warwickshire. Mẫu hublông này đã qua xử lý để dùng cho việc sản xuất bia đắng."

"Bia đắng? Có giống bia đen không?"

---

[1] Hublông là một loại cây leo dàn thuộc họ cây gai dầu. Người ta sử dụng nụ hoa của cây hublông cái trong sản xuất bia.

"Đúng thế, một thứ bia đen. Tình cờ tại đây chúng tôi có trong tay một cơ sở dữ liệu về các loại đồ uống có cồn, cũng như các thành phần nguyên liệu của chúng."

Giống như cơ sở dữ liệu của tôi, anh thầm nghĩ. "Cô có thật sao?"

"Tôi đã tự mình tập hợp chúng lại", cô thanh tra đáp.

"Tuyệt quá. Kết quả thế nào?"

"Nhà máy sản xuất đồ uống duy nhất dùng loại nguyên liệu này nằm ở gần Birmingham. Cho đến lúc đó, chúng tôi đã có hình ảnh kẻ xâm nhập vào văn phòng tổ chức phi chính phủ do camera an ninh ghi lại và vì mẫu hublông, tôi đã cho kiểm tra các cuộn băng ghi hình của camera an ninh tại Birmingham. Quả đúng như vậy, cũng người đàn ông này xuống tàu ở ga New Street vài giờ sau đó với một chiếc ba lô lớn. Thật không may, chúng tôi đã để mất dấu hắn trong đám đông."

Rhyme thầm suy nghĩ về những điều vừa được nghe. Câu hỏi quan trọng ở đây là: Liệu có phải mẫu hublông được dính lên công cụ để đánh lạc hướng cảnh sát không? Anh chỉ có thể cảm nhận được nếu trực tiếp khám nghiệm hiện trường hay có bằng chứng trong tay. Nhưng lúc này tất cả những gì anh có chỉ là một linh cảm mà Sachs vẫn gọi là cơn co thắt bụng.

Sắp đặt hay không?

Rhyme quyết định lựa chọn đáp án, "Thanh tra, tôi không tin vào chi tiết này. Tôi e rằng Logan đang tung ra động thái này nhằm hai mục đích. Giống như trước đây, hắn muốn chúng ta tập trung chú ý vào Birmingham trong khi hắn lẳng lặng ra tay ở London".

"Tôi rất vui được nghe anh nói vậy, thám tử. Tôi cũng nghiêng về giả thiết này."

"Chúng ta cần thể hiện đúng như hắn muốn. Mọi người trong đội hiện đang ở đâu?"

"Đội của Danny Krueger và đặc vụ FBI đang ở London. Còn đặc vụ Pháp cùng anh chàng từ Interpol đang kiểm tra các đầu mối tại Oxford và Surrey. Tuy vậy chúng không dẫn chúng ta tới đâu cả."

"Nếu là tôi, tôi sẽ yêu cầu tất cả họ tới Birmingham ngay lập tức. Đó là cách làm hơi trúc trắc nhưng lúc này đương nhiên phải thực hiện."

Cô thanh tra người Anh bật cười, "Đảm bảo để hắn biết chúng ta đã mắc câu".

"Không sai. Tôi muốn hắn nghĩ chúng ta thực sự tin có cơ hội tóm cổ hắn tại đó. Hãy cử cả các đội chiến thuật nữa. Làm ồn ào một chút, như thể cô đang rút quân khỏi khu vực cài bẫy ở London."

"Nhưng trên thực tế lại tăng cường theo dõi tại đó."

"Đúng thế. Hãy báo trước cho quân của mình là hắn sẽ xuất hiện để ra tay. Đặc điểm nhận dạng: tóc vàng, mặc quân phục màu xám."

"Rất ấn tượng, thám tử. Tôi sẽ thực hiện ngay."

"Hãy giữ liên lạc với tôi."

"Chào."

Rhyme ra lệnh ngắt liên lạc, đúng lúc một giọng nói từ đối diện căn phòng vọng lại: "Hey, nói tóm lại là các ông bạn ở SSD rất cừ. Tôi không thể xâm nhập được vào cơ sở dữ liệu thứ nhất". Người vừa lên tiếng là Rodney Szarnek. Rhyme đã quên khuấy cậu ta.

Cậu ta đứng dậy gia nhập vào nhóm người còn lại. "innerCircle còn khó nhằn hơn cả Fort Knox[1]. Cả hệ thống quản

---

[1] Kho dự trữ vàng của Mỹ, nằm cạnh căn cứ quân sự cùng tên ở tiểu bang Kentucky.

lý cơ sở dữ liệu của họ, Watchtower, cũng vậy. Tôi thực sự nghi ngờ khả năng ai đó có thể xâm nhập vào mà không có trong tay cả một hệ thống các siêu máy tính liên kết với nhau, thứ mà chỉ đơn giản là không thể tìm thấy trên Best Buy hay RadioShack[1]."

"Nhưng?", Rhyme thấy trên mặt cậu ta có vẻ gì đó lúng túng.

"Ờ thì, SSD có những biện pháp an ninh trong hệ thống mà tôi chưa từng thấy trước đây. Chúng rất vững chắc và đáng sợ, phải thú thực là vậy. Tôi đã lập một tài khoản nặc danh và xóa sạch dấu vết của mình khi xâm nhập. Nhưng phần mềm an ninh của họ đã xâm nhập vào hệ thống máy tính của tôi, tìm cách nhận dạng tôi từ những gì nó tìm thấy trên phần đĩa trống."

"Rodney, điều đó chính xác là gì vậy?"

Cậu ta miễn cưỡng giải thích rằng có thể tìm thấy trong các không gian trống của ổ cứng những mảnh dữ liệu, kể cả các dữ liệu đã bị xóa. Các phần mềm có thể tập hợp chúng lại thành dạng dữ liệu đọc được. Hệ thống an ninh của SSD biết Szarnek đã xóa sạch dấu vết, vì thế nó đã xâm nhập vào bên trong máy tính của cậu ta để đọc dữ liệu trong phần đĩa trống và xác định xem cậu ta là ai. "Quái đản hết chỗ nói. Tôi chỉ tình cờ chộp được nó. Nếu không thì...", cậu ta nhún vai và tìm đến tách cà phê để tự trấn an.

Rhyme chợt nảy ra một ý tưởng. Càng suy nghĩ kỹ, anh càng thấy thích nó. Anh nhìn sang chàng Szarnek xương xẩu, "Này, Rodney, cậu có muốn thử cảm giác làm cớm thứ thiệt để thay đổi không khí không?".

Vẻ vô lo của chàng sâu máy tính biến mất, "Tôi không nghĩ mình sinh ra để làm trò đó đâu".

---

[1] Best Buy, RadioShack: Tên các công ty bán lẻ hàng điện tử tiêu dùng có thương hiệu của Mỹ.

Sellitto đã hoàn tất chiếc sandwich cuối cùng. "Cậu vẫn chưa thực sự biết thế nào là sống cho tới khi một viên đạn xuyên thủng hàng rào âm thanh và bay sát rạt tai cậu."

"Đợi đã, đợi đã... Lần duy nhất tôi từng bắn nhau là trong một trò chơi nhập vai và..."

"Ồ, cậu sẽ không phải gặp nguy hiểm đâu", Rhyme nói với anh chàng chuyên gia máy tính, trong khi cái nhìn thú vị lại hướng sang Ron Pulaski, lúc này đang đóng di động lại.

"Cái gì?", cậu cảnh sát trẻ cau mày hỏi.

# CHƯƠNG 25

"**N**gài còn cần gì nữa không, ngài sĩ quan?"

Ngồi trong phòng họp của SSD, Ron Pulaski ngước nhìn lên khuôn mặt vô cảm của Jeremy Mills, trợ lý thứ hai của Sterling. Anh chàng này chính là trợ lý "bên ngoài", cậu nhớ lại. "Không, thế này được rồi, xin cảm ơn. Nhưng anh có thể hỏi ông Sterling về một số giấy tờ ông ấy đang tập hợp cho chúng tôi được không? Đó là một bản danh sách khách hàng. Tôi nghĩ Martin đang chuẩn bị nó."

"Tôi rất sẵn lòng chuyển lời tới ngài Andrew ngay khi ông ấy kết thúc cuộc gặp." Rồi anh chàng có đôi vai bè bè đi quanh căn phòng, chỉ dẫn vị trí các công tắc của hệ thống đèn và điều hòa, giống như anh chàng trực tầng khách sạn đã tháp tùng Jenny và Pulaski tới căn phòng mộng mơ của họ trong chuyến đi tuần trăng mật.

Hồi ức này lại nhắc nhở Pulaski về sự giống nhau giữa Jenny và Myra, người phụ nữ đã bị cưỡng dâm và sát hại ngày hôm qua. Cô hay để xõa tóc và nụ cười mỉm của cô là điều mà cậu rất yêu quý, nhưng sao lại có sự giống nhau đến thế...

"Thưa ngài sĩ quan?"

Pulaski ngước lên, nhận ra mình đã lơ đãng khá lâu, "Ồ, tôi xin lỗi".

Anh chàng trợ lý vừa chăm chú quan sát người cảnh sát vừa chỉ về phía chiếc tủ lạnh nhỏ, "Trong này, luôn có sẵn soda và nước".

"Cảm ơn. Tôi không cần gì cả."

Hãy tập trung nào, cậu ta tự nói với mình một cách bực bội. Quên Jenny đi. Quên lũ trẻ đi. Việc này can hệ đến mạng sống của nhiều người. Amelia đã giao cho anh thực hiện những cuộc thẩm vấn này. Vậy hãy tiến hành đi.

*Cậu tham gia điều tra cùng chúng tôi chứ, chàng trai? Chúng tôi cần cậu giúp đỡ.*

"Nếu anh muốn gọi điện thoại, có thể dùng máy này. Bấm số chín để gọi ra bên ngoài. Hoặc anh có thể bấm nút này, sau đó đọc số cần gọi. Nó có thể được kích hoạt bằng giọng nói." Anh ta chỉ vào điện thoại di động của Pulaski, "Cái này nhiều khả năng sẽ không hoạt động tốt lắm tại đây vì có quá nhiều tầng chắn để đảm bảo an ninh".

"Thật sao? Okay." Pulaski cố nhớ lại liệu mình đã từng thấy ai đó dùng điện thoại di động hay PDA ở đây không. Nhưng không thể nào nhớ nổi.

"Tôi sẽ gọi các nhân viên anh cần gặp đến. Nếu anh đã sẵn sàng."

"Tốt quá."

Anh chàng trợ lý trẻ tuổi quay người, bước xuống dưới sảnh. Pulaski lấy sổ ghi chép trong cặp tài liệu, liếc nhìn vào các tên nhân viên cần thẩm vấn.

*Steven Shraeder, Phụ trách Đội Kỹ thuật và Hỗ trợ, ca ngày*

*Faruk Mameda, Phụ trách Đội Kỹ thuật và Hỗ trợ, ca đêm*

Cậu ta đứng dậy nhìn ra ngoài sảnh. Gần đó một người lao công đang dọn các thùng rác. Pulaski nhớ từng gặp người này trước đây, có vẻ như Sterling sợ rằng dù chỉ một chút rác không được dọn sạch cũng có thể đem lại tiếng xấu cho công ty. Người nhân viên vệ sinh có thân hình rắn chắc không hề có phản ứng nào khi nhìn thấy bộ đồng phục cảnh sát mà chỉ chăm chú vào công việc vốn dĩ đang được thực hiện một cách rất tỉ mỉ chu đáo của mình. Xa hơn, phía cuối lối đi sạch bóng, cậu cảnh sát trẻ có thể thấy một nhân viên bảo vệ đang đứng trông chừng. Thậm chí Pulaski không thể vào phòng vệ sinh mà không đi qua anh chàng này. Cậu quay lại chỗ ngồi của mình để đợi hai người trong danh sách nghi vấn.

Người đầu tiên xuất hiện là Faruk Mameda, một chàng trai gốc Trung Đông, Pulaski thầm đoán. Anh ta rất điển trai, khuôn mặt nghiêm nghị, toát lên vẻ tự tin. Trước cái nhìn của Pulaski, anh ta vẫn tỏ ra rất thoải mái. Mameda từng làm việc cho một công ty nhỏ mà SSD mua lại năm sáu năm trước. Công việc là giám sát đội ngũ kỹ thuật viên. Độc thân, không có gia đình, anh ta thích làm việc vào ca đêm.

Pulaski thực sự ngạc nhiên vì anh ta nói giọng của dân bản xứ rất chuẩn. Pulaski hỏi Mameda đã biết gì về cuộc điều tra chưa. Anh ta khẳng định chưa biết các chi tiết cụ thể - có thể đúng, vì anh ta làm ca đêm và vừa mới tới công ty. Tất cả những gì anh ta biết là Sterling đã gọi điện bảo anh ta tới nói chuyện với cảnh sát về một vụ án mạng nào đó.

Anh ta cau mày khi Pulaski cho biết: "Gần đây đã có vài vụ án mạng xảy ra. Chúng tôi tin rằng thông tin của SSD đã được kẻ sát nhân sử dụng trong quá trình lên kế hoạch những tội ác đó".

"Thông tin?"

"Về nơi ở và những thứ các nạn nhân đã mua."

Thật lạ lùng! Câu tiếp theo Mameda hỏi là: "Anh đã nói chuyện với tất cả nhân viên chưa?".

Những điều cần nói và không được nói - đó là điều Pulaski không bao giờ biết chính xác. Amelia luôn nói điều quan trọng là phải đưa cuộc thẩm vấn vào guồng một cách trôi chảy, luôn giữ cho cuộc trò chuyện diễn ra liên tục nhưng không bao giờ để lộ ra quá nhiều. Sau lần bị chấn thương ở đầu, cậu cảnh sát trẻ tin rằng khả năng suy xét của mình đã bị suy giảm, vì thế cậu ta thực sự bối rối khi phải xem xét những điều cần nói và không được nói với đối tượng thẩm vấn. "Không phải tất cả, tất nhiên là không."

"Có một vài người khả nghi thôi và những người mà chúng tôi đã xác định trước là đáng nghi ngờ." Giọng nói của anh chàng bắt đầu có vẻ thủ thế, quai hàm siết chặt: "Tôi hiểu rồi. Quá rõ. Chuyện này vẫn xảy ra không ít vào thời buổi này".

"Kẻ mà chúng tôi muốn truy tìm là một người đàn ông và hắn có khả năng tiếp cận tới toàn bộ innerCircle và Watchtower. Chúng tôi đang thẩm vấn tất cả những ai phù hợp với đặc điểm này." Pulaski thầm đoán về vấn đề Mameda đang lo lắng, "Không có gì liên quan tới quốc tịch của anh đâu".

Nỗ lực muốn trấn an người đối thoại của Pulaski đã không tạo được hiệu quả mong muốn. Mameda gằn giọng: "À, được thôi, tôi là có quốc tịch Mỹ - một công dân Mỹ, giống như anh. Nhưng nói cho cùng, rất ít người sống ở quốc gia này thực sự là người bản địa".

"Tôi xin lỗi."

Mameda nhún vai. "Có những thứ trong cuộc sống mà chúng ta buộc phải làm quen. Thật không may! Miền đất của tự do đồng thời cũng là miền đất của định kiến. Tôi...", giọng nói bỗng tắt lịm đi khi anh ta ngước mắt nhìn ra phía sau viên cảnh sát, ở một tầm cao hơn vị trí Pulaski đang ngồi, như thể có ai đó đang đứng nhìn thẳng vào anh ta. Cậu cảnh sát khẽ quay người lại. Không có ai.

Mameda tiếp tục: "Ngài Andrew nói ông ấy muốn tôi hợp tác hoàn toàn. Vậy tôi sẽ hợp tác. Anh có thể làm ơn hỏi ngay những gì cần hỏi được không? Tối nay tôi rất bận".

"Hồ sơ các cá nhân hay những chiếc hộp kín, các anh gọi chúng như vậy đúng không?"

"Phải. Hộp kín."

"Anh đã bao giờ tải chúng về chưa?"

"Tôi tải về làm gì? Ngài Andrew sẽ không tha thứ cho chuyện đó."

Thú vị đây: Cơn giận dữ của Andrew Sterling là rào cản đầu tiên. Không phải cảnh sát hay pháp luật.

"Vậy là anh chưa từng làm điều đó?"

"Chưa bao giờ. Nếu có một đoạn mã có hại nào đó, hay dữ liệu bị hỏng hoặc có vấn đề về giao diện, tôi có thể kiểm tra một phần hồ sơ hay danh sách tên hồ sơ, nhưng chỉ thế thôi. Vừa đủ để hình dung ra vấn đề và viết một chương trình sửa lỗi hay gỡ bỏ đoạn mã có hại."

"Liệu có khả năng ai đó tìm ra mật mã truy cập của anh, xâm nhập vào innerCircle và tải về các hồ sơ không?"

Anh ta dừng lại,"Bọn họ không thể làm thế được. Tôi không hề viết lại mật mã của mình ở bất cứ đâu".

"Anh có thường xuyên tới các khu biệt trữ dữ liệu không, tất cả các khu? Và Trung tâm Tiếp nhận nữa?"

"Có, tất nhiên rồi. Đó là công việc của tôi, sửa chữa các máy tính, đảm bảo dữ liệu được lưu chuyển một cách trôi chảy."

"Anh có thể cho tôi biết anh đã làm gì vào chiều Chủ nhật không? Trong khoảng từ mười hai giờ trưa đến bốn giờ chiều?"

"À", anh ta gật đầu. "Vậy ra mục đích thực sự của tất cả chuyện này là đây. Muốn biết xem tôi có mặt ở hiện trường tội ác không chứ gì?"

Pulaski thực sự cảm thấy bối rối khi phải nhìn vào đôi mắt đầy tức giận của anh ta.

Mameda đặt cả hai bàn tay lên mặt bàn, như thể sắp đứng bật dậy và bùng nổ phẫn nộ. Nhưng rồi anh ta vẫn ngồi yên tại chỗ. "Tôi dùng bữa sáng cùng vài người bạn..." Anh ta nói thêm: "Họ từ nhà thờ Hồi giáo tới - chắc là anh cũng muốn biết".

"Tôi..."

"Từ lúc đó cho đến cuối ngày, tôi chỉ có một mình. Tôi đi xem phim."

"Một mình?"

"Để đỡ bị phân tâm hơn, tôi thường đi một mình. Đó là một bộ phim của Jafar Panahi - đạo diễn người Iran. Anh đã bao giờ xem...", miệng anh ta mím chặt, "Thôi, quên nó đi".

"Anh còn giữ vé không?"

"Không... Sau đó tôi đi mua sắm và về đến nhà khoảng sáu giờ. Tôi gọi đến công ty kiểm tra xem họ có cần tôi ở đấy không, nhưng máy móc đều chạy ngon lành, vậy là tôi ăn tối cùng một người bạn."

"Vào buổi chiều anh có mua thứ gì bằng thẻ tín dụng không?"

Anh ta nổi nóng: "Đó chỉ là vài món đồ vặt vãnh: một tách cà phê, một chiếc sandwich. Và tất nhiên trả bằng *tiền mặt*...". Anh ta chồm người ra trước, thì thầm một cách hằn học: "Tôi nghĩ rằng anh không hỏi tất cả mọi người những câu vừa rồi. Tôi biết các người nghĩ gì. Các người luôn nghĩ chúng tôi đối xử với phụ nữ

như với súc vật. Nhưng tôi không tin anh có thể thực sự buộc tội
tôi cưỡng dâm ai đó. Đó là một hành động man rợ. Và anh đang
xúc phạm tôi!".

Pulaski cố nhìn thẳng vào mắt Mameda: "Được rồi, chúng
tôi đang thẩm vấn tất cả những ai có thể tiếp cận được innerCircle
và những gì họ đã làm hôm qua. Kể cả ông Sterling. Chúng tôi chỉ
đang làm việc của mình".

Anh ta dịu đi đôi chút nhưng vẫn tiếp tục nổi nóng khi
Pulaski hỏi anh ta đã có mặt ở đâu vào thời điểm xảy ra các vụ án
mạng khác, "Tôi không nhớ gì nữa". Anh ta từ chối nói thêm bất cứ
điều gì, gật đầu chào đầy hăm dọa, đứng dậy bước ra ngoài.

Pulaski cố hình dung điều gì vừa xảy ra. Liệu cách cư xử
của Mameda cho thấy anh ta có tội hay vô tội? Anh không thể
khẳng định rõ ràng nhưng điều rõ nhất anh cảm thấy là mình đã bị
qua mặt.

Hãy cố gắng suy nghĩ thấu đáo hơn, anh ta tự nói với mình.

Người thứ hai cần thẩm vấn - Shraeder - hoàn toàn trái
ngược với Mameda: một con sâu máy tính thuần túy. Anh ta có vẻ
lóng ngóng, rụt rè, bộ quần áo nhàu nhĩ và không lấy gì làm vừa
vặn, hai bàn tay dính đầy mực. Anh ta đeo một cặp kính to quá
khổ, hai mắt kính trầy xước. Một con người hoàn toàn rơi ra khỏi
khuôn khổ của SSD. Trong khi Mameda luôn tỏ ra thủ thế,
Shraeder lại có vẻ không biết gì. Anh ta xin lỗi đã tới muộn - mặc
dù thực ra không phải vậy - rồi giải thích rằng anh ta đang bận với
một chương trình sửa lỗi vẫn chưa hoàn thành. Anh ta đi vào giải
thích cụ thể về chương trình đó, dông dài như thế cậu cảnh sát là
người có bằng cấp về công nghệ máy tính và Pulaski đã phải đưa
anh ta về đúng quỹ đạo.

Các đầu ngón tay ngó ngoáy không ngừng, như là anh ta
đang gõ lên một chiếc bàn phím tưởng tượng, Shraeder lắng nghe

với vẻ ngạc nhiên - hoặc làm ra vẻ ngạc nhiên - khi Pulaski nói về những vụ án mạng. Sau vẻ mặt thông cảm, anh ta bắt đầu trả lời những câu hỏi mà cậu cảnh sát trẻ đưa ra. Đúng là anh ta thường xuyên lui tới các khu biệt trữ và *có thể* tải về các hồ sơ, nhưng chưa bao giờ làm vậy. Anh ta cũng đảm bảo rằng không ai có thể lấy được mật mã của mình.

Còn về ngày Chủ nhật, anh ta có bằng chứng ngoại phạm, vào khoảng một giờ chiều anh ta đã tới văn phòng công ty để khắc phục tiếp một sự cố lớn xảy ra ngày thứ Sáu. Một lần nữa Pulaski lại phải ngắt lời Shraeder trước khi anh ta định giải thích chi tiết về chuyện đó. Anh chàng trẻ tuổi bước tới chiếc máy tính ở góc phòng họp, gõ lên bàn phím rồi quay màn hình lại để Pulaski cũng có thể nhìn được. Trên đó là thời gian biểu của anh ta. Pulaski xem qua các dòng ghi chú cho ngày Chủ nhật. Đúng là Shraeder đã tới công ty lúc mười hai giờ năm mươi tám phút chiều và ra về sau năm giờ chiều.

Vì Shraeder đã có mặt ở công ty vào thời điểm Myra bị sát hại, Pulaski cũng không mất công hỏi thêm về những vụ án khác, "Tôi nghĩ thế là đủ. Xin cảm ơn". Shraeder đi ra với vẻ bất an. Pulaski ngồi thụp xuống, nhìn chăm chăm qua một khung cửa sổ hẹp. Hai lòng bàn tay ướt đẫm mồ hôi, dạ dày đau thắt lại. Cậu lấy điện thoại di động ra định gọi. Nhưng Jeremy, anh chàng trợ lý mặt nặng như đeo đá, đã nói không sai. Chẳng có tý sóng chết tiệt nào.

"Này, xin chào."

Pulaski giật bắn người. Vừa thở hắt ra, cậu cảnh sát vừa ngước lên và trông thấy Mark Whitcomb đang đứng trên ngưỡng cửa, nách đang kẹp mấy tờ ghi chú màu vàng, hai tay bưng hai tách cà phê. Một bên mày đang nhướn lên. Đứng cạnh anh ta là một người đàn ông nhiều tuổi hơn, tóc đã ngả màu muối tiêu trước tuổi. Pulaski đoán nhân vật này hẳn là một nhân viên của SSD bởi vì anh ta cũng mặc bộ đồng phục quen thuộc với sơ mi trắng và com lê tối màu.

Chuyện gì nữa đây? Cậu ta cố nở một nụ cười bình thản rồi gật đầu ra hiệu mời họ vào.

"Ron, giới thiệu để anh làm quen với sếp của tôi, Sam Brockton."

Họ bắt tay. Brockton nhìn Pulaski chăm chú rồi nói với một nụ cười gượng gạo: "Vậy anh là người đã yêu cầu các cô phục vụ kiểm tra về tôi ở khách sạn ở Washington?".

"Tôi e là vậy."

"Ít nhất tôi cũng không rơi vào diện tình nghi", Brockton nói. "Nếu Bộ phận Kiểm soát chúng tôi có thể giúp được gì, hãy cho Mark biết. Anh ấy đã cập nhật cấp tốc cho tôi về vụ án của các vị."

"Tôi đánh giá cao việc này."

"Chúc may mắn." Brockton để Whitcomb ở lại, anh này đưa một tách cà phê mời Pulaski.

"Cho tôi sao? Xin cảm ơn."

"Tình hình thế nào rồi?", Whitcomb hỏi.

"Đang tiến triển."

Anh chàng phó Bộ phận Kiểm soát của SSD bật cười và đưa tay gạt một lọn tóc vàng khỏi trán. "Các vị cũng kín tiếng chẳng kém gì chúng tôi."

"Tôi đoán là vậy. Nhưng tôi có thể nói tất cả mọi người đều rất hợp tác."

"Tốt. Anh xong chưa?"

"Chỉ còn đợi một thứ nữa từ ông Sterling."

Cậu ta cho đường vào tách cà phê rồi căng thẳng khuấy liên hồi, vượt cả mức cần thiết, cuối cùng cũng dừng lại.

Whitcomb giơ tách cà phê của mình chạm vào tách của Pulaski như thể cụng ly. "Tôi chưa bao giờ thích những khung cửa sổ tí xíu này. Ngay giữa New York, vậy mà chẳng nhìn thấy gì cả."

"Tôi cũng thấy khó hiểu. Tại sao vậy?"

"Ngài Andrew lo ngại về an ninh. Người ta có thể chụp ảnh từ bên ngoài."

"Thật sao?"

"Cũng không phải là hoàn toàn hoang tưởng", Whitcomb nói. "Việc khai thác dữ liệu liên quan tới rất nhiều tiền. Những con số khổng lồ."

"Tôi chắc là vậy." Pulaski tự hỏi bí mật gì mà ai đó có thể nhìn thấy từ một khung cửa sổ cách đó năm tòa nhà, đó là khoảng cách tới tòa nhà văn phòng gần nhất có chiều cao ngang với Đá Xám. "Anh sống trong thành phố chứ?", anh ta hỏi Pulaski.

"Chúng tôi ở khu Queens."

"Tôi đang ở tận bên Island, nhưng lớn lên ở Astoria, ngay bên kia đại lộ Ditmars. Gần ga tàu."

"Hả, tôi ở cách đó ba tòa nhà."

"Thật sao? Anh có hay tới nhà thờ St.Tim's không?"

"Tôi hay tới nhà thờ St.Agnes. Tôi đã từng tới St.Tim's vài lần nhưng Jenny không thích các bài giảng đạo tại đó, người ta kết tội chúng ta nhiều quá."

Whitcomb bật cười, "Cha Albright".

"Ồ, phải, chính là ông ta đấy."

"Anh trai tôi - anh ấy là cớm ở Philly[1] - cho rằng tất cả những gì các vị cần làm nếu muốn một kẻ sát nhân tự thú là nhốt hắn vào cùng một căn phòng với Cha Albright. Năm phút thôi, và hắn sẽ khai nhận bất cứ điều gì."

"Anh trai anh cũng là cớm?", Pulaski bật cười hỏi.

"Cảnh sát chống ma túy."

"Thám tử?"

"Phải."

"Còn anh trai tôi ở lực lượng tuần cảnh, đồn số 6, ở dưới khu Village."

"Vui thật đấy. Anh trai của hai chúng ta... Vậy là anh em anh cùng vào cảnh sát?"

"Đúng thế, anh em tôi thường làm mọi thứ giống nhau. Chúng tôi là anh em sinh đôi."

"Rất thú vị. Anh trai tôi hơn tôi ba tuổi nhưng đô con hơn nhiều. Tôi có thể lực nhưng quả thực tôi không muốn phải bẻ tay một gã trộm cắp nào đó."

"Chúng tôi không mấy khi phải bẻ tay đâu. Chủ yếu là đấu lý với những kẻ xấu. Chắc cũng giống những gì các vị làm ở Bộ phận Kiểm soát."

Whitcomb bật cười, "Đúng vậy, khá giống".

"Tôi đoán là..."

"Hey, hãy xem ai đây! Thượng sĩ Friday."

Ruột gan Pulaski như thắt lại khi ngước lên, trông thấy anh chàng bảnh trai đầu tóc bóng mượt Sean Cassel cùng anh bạn nối khố Giám đốc Kỹ thuật Wayne Gillespie, anh chàng này hưởng

---

[1] Tức Philadelphia.

ứng trò đùa với câu đáp lại: "Trở lại để tìm kiếm sự thật sao, thưa bà? Chỉ sự thật mà thôi". Rồi anh ta giơ tay chào.

Nói chuyện với Whitcomb về nhà thờ khiến Pulaski nhớ lại lại trường trung học Công giáo, nơi cậu và anh trai liên tục ở trong tình trạng chiến tranh với những gã trai đến từ khu Forest Hills. Những kẻ giàu có, áo quần bảnh bao và sành điệu hơn họ rất nhiều. Và cũng nhanh mồm hơn với những lời châm chích tàn nhẫn ("Hey, hai anh em đột biến gen kìa!"). Quả là một cơn ác mộng. Đôi khi Pulaski tự hỏi có phải mình đã vào ngành cảnh sát chỉ vì sự tôn trọng mà bộ cảnh phục cùng khẩu súng đem đến không.

Whitcomb mím chặt môi lại.

"Chào, Mark", Gillespie nói.

"Cuộc thẩm vấn thế nào rồi, thượng sĩ?", Cassel hỏi cậu cảnh sát trẻ.

Pulaski từng bị nhìn chằm chằm trên đường phố, từng bị chửi rủa và phải tránh những cú nhổ nước bọt hay ném gạch, đôi khi thậm chí không kịp né. Tất cả những điều đó cũng không khiến cậu bực bội bằng những lời châm chọc bâng quơ kiểu này. Nụ cười đầy cợt nhả. Giống như cá mập đùa bỡn con mồi trước khi nhai ngấu nghiến bằng hàm răng nhọn của nó. Pulaski đã tìm kiếm "Thượng sĩ Friday" trong Google bằng chiếc BlackBerry của mình và biết đó là một nhân vật trong một chương trình truyền hình cũ có tên *Dragnet*. Dù Friday là người hùng, ông ta vẫn bị coi là "vuông chằn chặn", cách diễn đạt chỉ người thẳng như ruột ngựa và cực kỳ nhạt nhẽo.

Tai Pulaski nóng bừng trong khi đọc thông tin trên màn hình điện thoại, lúc này cậu mới hiểu ra Cassel đang nhạo báng mình.

"Của anh đây", Cassel chìa chiếc đĩa CD nằm trong hộp đựng nữ trang cho Pulaski. "Hy vọng là có ích, thượng sĩ."

"Cái gì vậy?"

"Danh sách các khách hàng đã tải về thông tin liên quan tới các nạn nhân. Các vị muốn có nó mà, còn nhớ chứ?"

"Ồ. Tôi nghĩ là ông Sterling sẽ đưa nó cho tôi."

"Thế này nhé, ngài Andrew là một người bận rộn. Ngài yêu cầu tôi đưa nó cho anh."

"Được thôi, cảm ơn."

Gillespie nói: "Tất cả những gì các vị cần đã được cắt ra một cách không thể gọn gàng hơn. Hơn ba trăm khách hàng rơi vào diện yêu cầu. Từng người đều có trên hai trăm danh sách địa chỉ mua hàng".

"Tôi đang muốn nói với anh. Anh sẽ phải chong đèn cả đêm đấy. Vậy chúng tôi xứng đáng được cấp phù hiệu đặc vụ liên bang rồi chứ?"

*Thượng sĩ Friday thường bị những người ông ta thẩm vấn chế nhạo...*

Pulaski mỉm cười, dù không hề muốn.

"Thôi nào, hai người."

"Bình tĩnh đi, Whitcomb", Cassel nói. "Chúng ta vẫn đùa cợt ở đây mà. Chúa ơi. Đừng có nghiêm túc quá thế chứ."

"Anh đang làm gì dưới này vậy, Mark?", Gillespie hỏi. "Chẳng phải anh cần tìm thêm những bộ luật mà chúng ta đang vi phạm sao?"

Whitcomb đảo mắt, nở một nụ cười chua chát, dù Pulaski thấy anh ta cũng đang bối rối và bị tổn thương.

Pulaski nói: "Các vị không phiền nếu tôi xem qua chiếc đĩa tại đây chứ? Phòng trường hợp tôi có thể có vài câu hỏi?".

"Anh có thể thăng tiến." Cassel kéo cậu cảnh sát tới chiếc máy tính trong góc phòng và bật máy. Anh ta đặt chiếc đĩa CD vào ổ đĩa rồi lùi lại còn Pulaski ngồi xuống trước máy tính. Hộp thoại trên màn hình hỏi cậu muốn chọn phần mềm gì để mở. Cậu ta thực sự bối rối khi thấy trước mặt mình rất nhiều lựa chọn mà không nhận ra được bất cứ chương trình nào có vẻ quen thuộc trong số chúng.

Cassel đứng sau lưng cậu cảnh sát. "Anh không định mở ra sao?"

"Có chứ. Chỉ đang không biết chọn chương trình nào là hợp nhất?"

"Anh không có nhiều lựa chọn đâu", Cassel bật cười nói như thể đây là một việc quá hiển nhiên. "Excel."

"X-L?", Pulaski hỏi lại. Cậu biết tai mình đang đỏ bừng. Cậu ghét chuyện này. Ghét cay ghét đắng.

"Bảng tính", Whitcomb đưa ra lời gợi ý rất chi tiết song với Pulaski lời gợi ý này cũng chẳng giúp được gì.

"Anh không biết Excel sao?", Gillespie cúi người xuống, những ngón tay gõ lên bàn phím nhanh đến mức không thể nhìn rõ.

Chương trình được khởi động và một bảng tính hiện ra, trên đó chứa đựng những cái tên, địa chỉ, ngày, giờ.

"Trước đây anh từng đọc qua các bảng tính rồi, đúng không?"

"Tất nhiên."

"Nhưng không phải là Excel sao?", Gillespie nhướn mày ngạc nhiên.

"Không. Bằng những phần mềm khác", Pulaski thấy căm ghét chính mình vì đã rơi đúng vào bẫy của bọn họ. Giờ thì phải ngậm miệng lại và bắt tay vào việc.

"Những phần mềm khác? Thật sao?" ,Cassel hỏi. "Thú vị thật đấy."

"Tất cả là của anh, Thượng sĩ Friday. Chúc may mắn."

"À, mà tên của nó là E-X-C-E-L", Gillespie đánh vần. "Anh có thể nhìn thấy nó ngay trên màn hình. Biết đâu anh muốn thử tìm hiểu. Nó rất dễ học đấy. Ý tôi là, một cậu nhóc trung học cũng sử dụng được."

"Tôi sẽ tìm hiểu."

Hai người rời khỏi căn phòng.

Whitcomb nói: "Tôi đã nói từ trước, ở đây không có ai ưa họ cho lắm. Nhưng công ty không thể hoạt động mà không có họ. Bọn họ quả là những gã thiên tài".

"Vậy thì tôi chắc chẳng có ai mà bọn họ không để cho biết điều này."

"Anh nói đúng. Okay, tôi sẽ để anh làm việc. Anh làm việc ở đây ổn chứ?"

"Tôi sẽ tìm hiểu được mọi thứ."

"Nếu anh quay lại công ty vào một dịp khác, hãy tìm tôi nhé."

"Tôi sẽ làm thế."

"Hoặc chúng ta có thể hẹn nhau ở Astoria, cùng uống cà phê. Anh có thích đồ ăn Hy Lạp không?"

"Rất thích."

Pulaski mường tượng ra một cuộc gặp gỡ vui vẻ. Sau lần bị chấn thương ở đầu, cậu cảnh sát đã sao lãng các mối quan hệ bạn bè vì nghĩ rằng người ta sẽ không chào đón mình. Cậu ta thực sự thích có dịp la cà bên ngoài với một người bạn, bên những vại bia, hay cùng thưởng thức một bộ phim hành động, những điều mà Jenny hầu như chẳng để tâm tới.

Được thôi, cậu ta sẽ nghĩ về chuyện này sau khi cuộc điều tra kết thúc, tất nhiên rồi.

Khi Whitcomb đã đi, Pulaski nhìn quanh. Không có ai. Nhưng cậu ta vẫn còn nhớ cách Mameda ngước mắt nhìn lên trên, phía sau lưng mình đầy bất an. Rồi cậu chợt nhớ về một chương trình đặc biệt mới xem cùng Jenny có nói tới một sòng bạc tại Las Vegas đã gắn những camera an ninh - "những con mắt trên bầu trời" - ở khắp nơi. Cả câu chuyện về tay nhân viên bảo vệ ngoài sảnh cũng như anh chàng phóng viên đã tàn đời vì nhòm ngó SSD.

Phải, Ron Pulaski thực sự hy vọng ở đây không có camera theo dõi. Vì nhiệm vụ của cậu hôm nay không chỉ dừng lại ở việc mang về chiếc đĩa CD chứa danh sách khách hàng và thẩm vấn các đối tượng nghi vấn, Lincoln Rhyme đã cử cậu tới đây để xâm nhập vào hệ thống máy tính được bảo vệ nghiêm ngặt nhất ở New York.

# CHƯƠNG 26

**N**hâm nhi tách cà phê đen đặc có đường trong quán cà phê bên kia đường đối diện với Đá Xám, anh chàng ba mươi chín tuổi Miguel Abrera đang ngó qua bức thư vừa nhận được từ bưu điện. Lại một biến cố nữa xuất hiện trong chuỗi những điều không bình thường trong cuộc sống của anh ta. Hầu hết chúng chỉ dừng lại ở mức kỳ quặc hay làm anh phát bực, còn bức thư này lại mang đến điều đáng lo ngại.

Anh xem qua một lượt nữa từ đầu tới cuối. Sau đó gấp lại, ngả người ra sau, liếc nhìn đồng hồ đeo tay. Vẫn còn mười phút nữa trước khi phải quay lại với công việc.

Miguel là một chuyên gia bảo trì, theo cách gọi hoa mỹ của SSD nhưng anh nói với mọi người mình là lao công. Cho dù tên của nó là gì đi nữa, công việc của anh là công việc của một lao công. Anh làm tốt công việc của mình và ưa thích nó. Tại sao phải xấu hổ về cách người ta gọi mình chứ?

Anh có thể nghỉ ngơi ngay tại công ty song thứ cà phê miễn phí của SSD thật nhạt nhẽo, thậm chí còn chẳng có sữa hay kem tử tế để pha cùng. Bên cạnh đó, anh cũng không phải là người ưa buôn chuyện mà chỉ thích yên tĩnh đánh bạn với tờ báo và tách cà phê hơn (dù thế anh vẫn cảm thấy thiếu vài hơi thuốc lá. Trước đó Miguel đã chia tay những điếu thuốc sau một lần kết bạn với phòng cấp cứu và dù Chúa chẳng có vẻ gì đứng về phía anh, nhưng Miguel vẫn từ bỏ hẳn thói quen đó).

Anh ngước mắt lên và thấy một đồng nghiệp, Tony Petrin - Đội trưởng Đội bảo trì, đang bước vào quán cà phê. Hai người gật đầu chào nhau, Miguel e ngại anh ta sẽ đến chỗ mình ngồi. Nhưng Petrin đi thẳng tới góc phòng ngồi một mình, rút điện thoại để đọc email hay kiểm tra tin nhắn. Một lần nữa, Miguel lại lấy lá thư được gửi đích danh cho mình ra đọc. Sau đó, vừa nhâm nhi tách cà phê ngọt lừ vừa ngẫm nghĩ về những điều bất thường xảy ra gần đây.

Như bảng theo dõi thời gian chẳng hạn. Tại SSD, bạn chỉ cần bước qua cánh cửa quay, lập tức thẻ nhận dạng cá nhân sẽ cho máy tính biết thời điểm bạn tới công ty và ra về. Nhưng trong mấy tháng qua có vài lần bảng theo dõi của anh ta gặp trục trặc. Anh luôn làm việc bốn mươi giờ một tuần và cũng được trả lương cho bốn mươi giờ. Nhưng vài lần anh tình cờ ngó vào bảng theo dõi thời gian và phát hiện số liệu trên đó không đúng. Chúng báo rằng anh đã đến và ra về sớm hơn so với thực tế. Ngoài ra, anh đã nghỉ một ngày trong tuần và đi làm vào thứ Bảy. Nhưng sự thật không hề xảy ra những chuyện đó. Anh có nói lại chuyện này với người quản lý của mình. Ông ta chỉ nhún vai: "Có thể là lỗi phần mềm. Chừng nào người ta chưa sa thải cậu thì chẳng có gì rắc rối cả".

Rồi sau đó đến chuyện xảy ra với báo cáo kiểm tra tài khoản. Một tháng trước, anh choáng váng phát hiện ra số dư trong tài khoản cao hơn mười nghìn đô la so với mức thực tế. Tuy nhiên, khi anh ta tới chi nhánh ngân hàng để yêu cầu sửa lại, số dư đã quay về con số thực. Cho tới lúc này chuyện đó đã xảy ra ba lần. Có lần người ta đã gửi nhầm vào tài khoản của anh ta tới bảy mươi nghìn đô la.

Vẫn chưa hết. Mới đây thôi, anh nhận được cuộc điện thoại từ một công ty về yêu cầu vay thế chấp. Nhưng anh đang sống trong một ngôi nhà thuê và chưa bao giờ làm giấy đề nghị vay thế chấp. Trước kia, anh và vợ từng hy vọng mua được một ngôi nhà riêng nhưng sau khi cô và cậu con trai nhỏ của họ qua đời trong một tai nạn xe hơi, anh chẳng còn tâm trạng nghĩ đến nó nữa.

Lo lắng, anh đã kiểm tra lại báo cáo tín dụng của mình. Nhưng trong đó không liệt kê yêu cầu vay thế chấp nào. Không có gì bất thường, chỉ có điều anh nhận thấy chỉ số đánh giá tín dụng của mình đã được nâng lên một cách đáng kể. Tất nhiên anh không hề kêu ca phàn nàn gì về may mắn kỳ lạ này.

Nhưng trong tất cả những điều lạ lùng đó, lá thư giới thiệu là điều anh băn khoăn nhất:

*Ông Abrera thân mến!*

*Chúng ta đều hiểu rằng ở những thời điểm khác nhau trong cuộc đời mỗi con người, ai cũng phải trải qua những nỗi đau khủng khiếp, phải chịu đựng những mất mát to lớn. Trong những thời điểm đó, con người ta thường cảm thấy cuộc sống thật quá khó khăn. Thậm chí có người nghĩ rằng mình không thể chịu đựng nổi gánh nặng và những ý nghĩ nông nổi đáng tiếc sẽ xuất hiện trong con người tội nghiệp ấy.*

*Chúng tôi đến từ Trung tâm Tư vấn sự sống, nhận ra được sự khó khăn mà ông cũng như bất cứ ai vừa phải gánh chịu một mất mát to lớn, phải đối diện. Đội ngũ nhân viên giàu kinh nghiệm của chúng tôi sẽ giúp ông vượt qua những thời điểm khó khăn nhất nhờ sự kết hợp các liệu pháp y khoa với các buổi tư vấn cá nhân và tư vấn theo nhóm. Chúng tôi đảm bảo sau khi đến với chúng tôi, ông sẽ cảm thấy hoàn toàn hài lòng và tìm lại được cho mình ý nghĩa quan trọng của cuộc sống.*

Cho tới lúc này, Miguel Abrera chưa bao giờ nghĩ đến tự tử, thậm chí cả vào thời điểm tồi tệ nhất trong đời, sau vụ tai nạn của vợ con anh xảy ra mười tám tháng trước. Với Miguel Abrera, tự sát là hành động không thể chấp nhận được.

Bản thân lá thư này là một điều đáng để lo ngại. Hai khía cạnh khác của tình huống thực sự làm anh bực bội. Thứ nhất là lá thư đã được gửi thẳng đến địa chỉ mới của anh chứ không phải chuyển tiếp. Không ai trong số những người đã tham gia tư vấn tâm lý cho anh hay làm việc tại bệnh viện nơi vợ con anh qua đời biết anh đã chuyển nơi ở một tháng trước.

Thứ hai là đoạn cuối cùng của lá thư.

*Giờ đây, khi ông đã thực hiện bước đầu tiên, quyết định tìm tới chúng tôi, chúng tôi mời ông đến trung tâm để có thể trực tiếp đánh giá tình trạng hiện tại của ông. Cuộc đánh giá hoàn toàn không tính phí và ông có thể lựa chọn tới vào bất cứ thời điểm nào thích hợp. Đừng chần chừ. Chúng tôi có thể cho ông sự giúp đỡ cần thiết nhất lúc này!*

Anh chưa từng làm *bất cứ* điều gì để liên hệ với dịch vụ này.

Họ đã làm thế nào để có được danh tính của anh?

Có thể đó chỉ là một chuỗi ngẫu nhiên kỳ quặc. Anh sẽ quan tâm đến nó sau, đã đến giờ phải quay lại làm việc. Mặc dù ngài Andrew Sterling là ông chủ tốt bụng và chu đáo nhất người ta có thể mong ước nhưng Miguel biết chắc những lời đồn đại cũng không sai: Ông ta đích thân xem xét bảng theo dõi thời gian của tất cả các nhân viên.


Ngồi một mình trong phòng họp tại SSD, Ron Pulaski vừa chăm chú nhìn vào màn hình điện thoại di động vừa sốt ruột đi đi lại lại. Trong lúc bước đi thơ thẩn như vậy, cậu ta nhận ra, việc đi theo các đường ngang dọc như một mạng lưới cũng không khác việc khám nghiệm hiện trường là mấy. Nhưng vẫn không có một tí sóng nào xuất hiện, đúng như cảnh báo của Jeremy. Vậy là sẽ phải dùng hệ thống điện thoại cố định ư? Liệu nó có bị theo dõi không?

Đột nhiên Pulaski nhận ra mặc dù chính cậu đã đồng ý giúp Lincoln Rhyme nhận vụ này nhưng nguy cơ mất việc tại Sở Cảnh sát New York của cậu đang rất cao. Với Pulaski, công việc cảnh sát là thứ quan trọng nhất trong cuộc đời, chỉ xếp sau gia đình. Cậu bắt đầu suy nghĩ về quyền lực ghê gớm của Andrew Sterling. Nếu ông ta đã hủy hoại được cuộc đời của một phóng viên làm việc cho một tờ báo lớn, vậy thì cậu cảnh sát mới toanh như cậu sẽ không có cơ may nào khi đối chọi với vị tổng giám đốc này. Nếu bọn họ bắt được quả tang, cậu sẽ bị bắt giữ. Sự nghiệp hiển nhiên sẽ sụp đổ hoàn toàn. Khi đó biết nói sao với anh trai và bố mẹ đây?

Pulaski chợt cảm thấy bực mình với Lincoln Rhyme ghê gớm. Chết tiệt thật, tại sao mình lại không phản đối kế hoạch đánh cắp dữ liệu? Mình không nhất thiết phải làm việc này. Ồ, *tất nhiên rồi, thám tử... bất cứ điều gì ông nói.*

Thật là quá dại dột!

Nhưng hình ảnh thi thể của Myra Weinburg lại hiện về trong tâm trí Pulaski, đôi mắt mở to trừng trừng nhìn lên trần nhà, vài sợi tóc xõa ra trên trán, rất giống Jenny. Một cách vô thức, người cậu đã cúi về phía trước, ống nghe điện thoại kẹp vào dưới cằm và ngón tay đã tự bấm số chín để gọi ra ngoài.

"Rhyme đây."

"Thám tử. Là tôi."

"Pulaski!", Rhyme kêu lên, "Cậu đã ở chỗ quái quỷ nào vậy? Đang gọi từ đâu thế? Đây là số điện thoại cố định".

"Đây là lần đầu tiên tôi hoạt động một mình và ở chỗ này điện thoại di động không bắt được sóng", cậu ta cằn nhằn.

"Được rồi, bắt đầu đi."

"Tôi đang ở trước một máy tính."

"Okay, tôi sẽ chuyển cho Rodney Szarnek."

Mục tiêu của vụ trộm chính là thứ mà anh chàng thiên tài máy tính lập dị của họ đã nhắc đến: khoảng không gian trống trên ổ cứng máy tính. Sterling đã tuyên bố các máy tính của công ty không lưu lại danh sách những lần nhân viên tải các hồ sơ về. Nhưng sau khi Szarnek đã giải thích về lượng thông tin vẫn đang trôi nổi trong những khoảng không gian bộ nhớ ngoài kiểm soát ở các máy tính của SSD, Rhyme đã hỏi liệu chúng có bao gồm thông tin về những người đã tải dữ liệu hay không.

Szarnek nói đây là một khả năng hoàn toàn có thể xảy ra. Đột nhập vào innerCircle sẽ là bất khả thi song chắc chắn phải có một máy chủ nhỏ hơn phục vụ các hoạt động quản lý hành chính, như bảng theo dõi thời gian làm việc và tải dữ liệu. Nếu Pulaski truy cập được vào hệ thống, nhiều khả năng Szarnek có thể thông qua Pulaski lấy trộm các dữ liệu nằm trong phần bộ nhớ trống. Sau đó ráp chúng lại và tìm hiểu xem có nhân viên nào của SSD từng tải về hồ sơ các nạn nhân hay những người bị cài bẫy hay không.

"Okay", Szarnek lúc này đã tiếp quản điện thoại, lên tiếng, "Anh đã vào được hệ thống của họ rồi chứ?".

"Tôi đang đọc một đĩa CD họ đưa cho tôi."

"Hey. Thế nghĩa là bọn họ chỉ cho anh tiếp cận một cách thụ động. Chúng ta sẽ phải làm nhiều hơn thế." Cậu chuyên gia máy tính đọc cho Pulaski vài câu lệnh mà Pulaski hoàn toàn không hiểu là gì để gõ vào.

"Máy tính thông báo với tôi là tôi không được phép làm điều đó."

"Tôi sẽ cố để anh chui được vào trong." Szarnek lại đọc cho cậu cảnh sát trẻ một loạt câu lệnh nữa còn phức tạp hơn. Pulaski lúng túng gõ đi gõ lại mấy lần, mặt dần dần nóng bừng lên. Thậm chí đến phát cáu với chính mình vì gõ lộn vị trí các chữ cái hay nhầm dấu gạch chéo ngược thay vì gạch chéo xuôi.

*Chấn thương ở đâu...*

"Tôi không thể dùng chuột để tìm những thứ đó sao?"

Szarnek giải thích hệ điều hành sử dụng ở công ty này là Unix chứ không phải những hệ điều hành thân thiện với người dùng như Windows hay Apple. Unix đòi hỏi những dòng lệnh dài lê thê, cần được gõ bằng tay và nhập chính xác từ bàn phím.

"Ồ!"

Nhưng cuối cùng chiếc máy cũng chấp nhận cho cậu cảnh sát trẻ truy cập vào. Pulaski cảm thấy cực kỳ tự hào về mình.

"Cắm ổ cứng ngoài vào đi", Szarnek nói.

Từ trong túi áo, Pulaski lấy ra một chiếc ổ cứng di động dung lượng tám mươi gigabyte và cắm vào cổng USB của chiếc máy tính. Theo những chỉ dẫn của Szarnek, cậu ta khởi động một chương trình cho phép chuyển khoảng đĩa trống trên máy chủ thành những file riêng biệt, nén chúng lại rồi lưu trữ trong chiếc ổ cứng di động.

Tùy thuộc vào dung lượng của phần bộ nhớ này, quá trình trên có thể mất vài phút hay hàng giờ.

Một cửa sổ nhỏ hiện ra và chương trình chỉ cho Pulaski biết: *Đang hoạt động.*

Pulaski ngồi xuống ghế, lướt qua các thông tin trong chiếc đĩa CD vẫn đang được mở trên màn hình. Trên thực tế, cậu ta chẳng hiểu nhiều về những thông tin về khách hàng này. Tên khách hàng của SSD thì đã rõ, cùng địa chỉ, số điện thoại, tên của những người được quyền tiếp cận hệ thống, nhưng phần lớn thông tin nằm trong các file đuôi rar hay zip, có lẽ là các danh sách địa chỉ mua hàng đã được nén lại. Cậu ta bấm thanh trượt kéo xuống tận trang cuối, một nghìn một trăm hai mươi.

Trời ạ... sẽ phải mất rất, rất nhiều thời gian để lần mò trong đó tìm xem có ai trong số khách hàng đã thu thập thông tin về nạn nhân và...

Dòng suy nghĩ của Pulaski bị cắt đứt bởi những giọng nói vang lên ngoài sảnh, mỗi lúc lại gần phòng họp.

Ôi, không, đừng có vào lúc này chứ. Cậu ta thận trọng cầm chiếc ổ cứng di động nhỏ gọn đang khẽ kêu rì rì lên, nhét vào túi quần. Nó phát ra một tiếng click nhỏ. Rất khẽ, nhưng Pulaski dám chắc ở tận đầu kia căn phòng vẫn còn nghe rõ. Sợi cáp USB vẫn còn nằm ngay trong tầm mắt.

Những giọng nói mỗi lúc một lại gần hơn.

Một trong số đó là giọng nói của Sean Cassel.

Gần hơn nữa...

Làm ơn mà. Đi đi!

Trên màn hình là một cửa sổ nhỏ hình vuông: *Đang hoạt động...*

Quỷ tha ma bắt, Pulaski thầm nghĩ và dịch chiếc ghế về phía trước. Sợi cáp cắm cũng như cửa sổ làm việc kia chắc chắn sẽ đập vào mắt bất cứ ai tiến hai ba bước vào trong căn phòng.

Đột nhiên một cái đầu xuất hiện bên khung cửa. "Hey, Thượng sĩ Friday. Thế nào rồi?", giọng của Cassel.

Cậu cảnh sát trẻ phải cúi mình xuống. Gã này có thể nhìn thấy chiếc ổ cứng. "Tốt lắm, cảm ơn." Một chân của cậu đưa ra trước cổng USB để che đi sợi cáp và giắc cắm. Cử chỉ có vẻ quá lộ liễu.

"Anh có thích món Excel đó không?"

"Hay lắm. Tôi rất thích."

"Tuyệt vời. Nó là phần mềm tốt nhất. Anh cũng có thể truy xuất các file. Anh có hay dùng PowerPoint không?"

"Cũng không nhiều lắm."

"Không sao, có thể anh sẽ dùng đến nó một ngày nào đó, thượng sĩ, khi anh trở thành cảnh sát trưởng. Excel cũng rất cần thiết cho quản lý tài chính gia đình. Nó sẽ giúp anh luôn đi đầu trong những khoản đầu tư của mình. À, còn vài trò chơi đi kèm nữa. Anh sẽ thích nó cho xem."

Pulaski mỉm cười trong khi tim đang đập to không kém gì tiếng kêu của chiếc ổ cứng.

Với một cái nháy mắt, Cassel lại biến mất.

Nếu Excel mà có kèm trò chơi, tao sẽ ăn cả cái đĩa này, đồ ngạo mạn!

Pulaski lau hai bàn tay vào chiếc quần Jenny mới là phẳng phiu sáng hôm đó. Cô vẫn làm công việc này mỗi buổi sáng hay buổi tối hôm trước nếu cậu phải đi tuần sớm hoặc trực đêm.

Chúa ơi, làm ơn đi, đừng làm con bị mất việc, cậu ta thầm cầu nguyện. Trong thoáng chốc, ký ức của Pulaski lại quay về ngày hai anh em cậu thi đỗ vào trường cảnh sát. Thật tự hào biết bao!

Và cái ngày họ tốt nghiệp ra trường, trong nghi lễ tuyên thệ, người mẹ đã rơm rớm chấm nước mắt, còn người bố đã nhìn cậu với ánh mắt đầy chia sẻ. Chúng đều là những khoảnh khắc tuyệt vời nhất trong cuộc đời cậu.

Chẳng lẽ tất cả sẽ bị phá hỏng hết? Okay, phải công nhận Rhyme rất xuất sắc và không ai làm việc có trách nhiệm như ông ấy. Nhưng vi phạm pháp luật như thế này ư? Quỷ tha ma bắt, ông ấy đang ngồi yên vị ở nhà trên chiếc xe lăn của ông ấy, thoải mái chờ đợi. Không phải nơm nớp lo sợ sẽ có chuyện gì xảy ra.

Tại sao mình phải trở thành con cừu bị mang ra tế thần?

Thế nhưng Pulaski vẫn chăm chú tập trung vào nhiệm vụ vụng trộm của mình. Nhanh lên, nhanh lên nào, cậu ta thầm kêu lên trong đầu. Nhưng chương trình vẫn tiếp tục thu thập dữ liệu một cách rề rà, chỉ có thể nói lên với cậu là nó vẫn đang thực hiện công việc của mình. Không có cột màu nào đầy dần về bên phải, không đếm ngược thời gian như trong phim ảnh.

Chỉ có ba chữ: *Đang hoạt động...*

"Có chuyện gì thế, Pulaski?", Rhyme hỏi.

"Có mấy nhân viên nhưng họ đi rồi."

"Công việc tiến triển sao rồi?"

"Ổn, tôi nghĩ vậy."

"Cậu nghĩ?"

"Nó...", một thông báo mới xuất hiện: *Hoàn tất. Bạn có muốn ghi vào một file không?.*

"Okay, xong rồi. Nó muốn tôi ghi vào một file."

Szarnek tiếp quản điện thoại: "Điều này rất quan trọng. Hãy làm chính xác những gì tôi nói". Cậu ta hướng dẫn Pulaski cách tạo các file, nén chúng lại và chuyển vào chiếc ổ cứng. Với đôi bàn tay run rẩy, Pulaski làm theo chỉ dẫn. Mồ hôi chảy đầm đìa trên người cậu. Sau vài phút nhiệm vụ đã hoàn thành.

"Bây giờ sẽ cần phải xóa sạch dấu vết, đưa mọi thứ trở về như cũ. Để đảm bảo không ai làm lại được những điều anh vừa làm và phát hiện ra anh", Szarnek chỉ dẫn cậu cảnh sát đến các file nhật ký và đọc cho cậu ta gõ vào vài dòng lệnh nữa. Cuối cùng Pulaski cũng xử lý xong bước cuối cùng này.

"Xong rồi."

"Okay, chuồn khỏi đó ngay, Rookie", Rhyme hối thúc.

Pulaski gác máy, rút ổ cứng di động ra, nhét lại vào trong túi, rồi ra khỏi máy tính. Cậu ta đứng dậy bước ra ngoài, chớp mắt ngạc nhiên khi thấy tay nhân viên bảo vệ đang tiến lại gần mình.

Anh chàng này cũng chính là người đã dẫn Amelia tới các khu biệt trữ dữ liệu và luôn đi sát sau lưng cô như thể đang áp giải một kẻ ăn cắp bị bắt quả tang tới văn phòng phụ trách của cửa hàng để chờ cảnh sát đến.

Chẳng lẽ hắn ta đã nhìn thấy gì sao?

"Cảnh sát Pulaski. Tôi sẽ đưa anh quay lại văn phòng của ngài Andrew." Khuôn mặt anh chàng lạnh tanh, đôi mắt không biểu hiện bất cứ cảm xúc nào. Anh ta dẫn cậu đi ngược qua sảnh. Theo mỗi bước chân, chiếc ổ cứng đều đập vào chân khiến Pulaski cảm thấy như nó là một thanh sắt đã bị nung đỏ. Vài lần cậu ta cố tình liếc nhìn lên trần. Đó là một lớp trần cách âm, không thấy bóng dáng một chiếc camera đáng nguyền rủa nào.

Không khí ám ảnh hoang tưởng bao trùm tòa nhà khiến người ta chói mắt hơn cả hệ thống chiếu sáng toàn một màu trắng lóa.

Khi họ tới nơi, Sterling vẫy cậu ta vào văn phòng, rồi đóng mấy tờ tài liệu đang xem xét lại. "Ngài cảnh sát, cậu đã có những gì cậu cần rồi chứ?"

"À vâng, tôi đã có mọi thứ", Pulaski giơ chiếc đĩa CD lên như một cậu nhóc trong cuộc thi hùng biện tại trường.

"Tốt quá." Đôi mắt sáng màu xanh lục của vị tổng giám đốc nhìn cậu ta từ đầu đến chân. "Còn cuộc điều tra tiến triển ra sao?"

"Cũng trôi chảy." Đó là những từ đầu tiên xuất hiện trong đầu Pulaski. Cậu ta cảm thấy mình như một thằng ngốc. Nếu là Amelia Sachs, cô sẽ trả lời ra sao nhỉ? Cậu ta không thể đoán được.

"Hiện tại thì thế nào rồi? Danh sách khách hàng có giúp gì được cho các vị không?"

"Tôi mới xem qua để đảm bảo chúng tôi có thể tự đọc được chúng. Chúng tôi sẽ mang về phòng thí nghiệm để tìm hiểu kỹ hơn."

"Phòng thí nghiệm ở Queens phải không? Đó là nơi anh công tác à?"

"Chúng tôi thực hiện công việc tại đó, cũng như ở vài nơi khác."

Sterling không nói gì trước câu trả lời lảng tránh của Pulaski, chỉ mỉm cười. Vị tổng giám đốc thấp hơn cậu ta đến bốn hay năm inch nhưng Pulaski vẫn cảm thấy mình mới là người đang phải ngước nhìn lên. Hai người cùng đi ra phòng ngoài. "Được rồi, nếu có gì mới, hãy cho chúng tôi biết. Chúng tôi luôn ủng hộ các vị một trăm phần trăm."

"Cảm ơn ông."

"Martin, hãy thu xếp những việc chúng ta đã bàn bạc lúc trước, sau đó đưa sĩ quan Pulaski xuống dưới nhà."

"Ồ, tôi có thể tự đi được."

"Cậu ta sẽ đưa cậu về. Chúc buổi tối vui vẻ." Sterling quay vào văn phòng của mình. Cánh cửa được đóng lại.

"Phiền ngài đợi tôi vài phút nữa", Martin nói với người cảnh sát rồi nhấc điện thoại lên, hơi quay đi, tránh để Pulaski nghe thấy.

Pulaski đi đến cửa, nhìn ngược nhìn xuôi khắp gian sảnh bên ngoài. Một người từ trong văn phòng đi ra. Anh ta đang khe khẽ nói gì đó vào điện thoại di động. Có vẻ như điện thoại di động vẫn hoạt động ngon lành trong phần này của tòa nhà. Anh ta nheo mắt nhìn Pulaski, khẽ chào tạm biệt rồi gập máy lại.

"Xin lỗi, có phải anh là sĩ quan Pulaski không?"

Cậu ta gật đầu.

"Tôi là Andy Sterling."

Hiểu rồi, con trai của quý ông Sterling.

Đôi mắt sẫm màu của chàng trai trẻ nhìn thẳng vào mắt Pulaski đầy tự tin, mặc dù cái bắt tay có vẻ dè dặt thăm dò. "Tôi tin là anh đã gọi cho tôi. Bố tôi cũng để lại tin nhắn cho biết tôi cần nói chuyện với anh."

"Vâng, đúng thế. Anh có thời gian chứ?"

"Anh cần biết những gì?"

"Chúng tôi muốn kiểm tra một số người đã làm gì vào chiều Chủ nhật."

"Lúc đó, tôi đang đi bộ đường dài ở Westchester. Tôi lái xe tới đó vào buổi trưa và trở về..."

"Ồ, không. Tôi chỉ muốn xác minh xem bố anh đã ở đâu. Ông ấy nói đã gọi cho anh vào khoảng hai giờ chiều từ Long Island."

"À phải. Nhưng tôi không nhận cuộc gọi của ông vì không muốn dừng lại trong lúc đang đi." Anh ta hạ giọng: "Bố tôi không biết phân định giữa công việc và thú vui, tôi nghĩ ông muốn gọi tôi tới văn phòng, còn tôi thì không muốn làm hỏng ngày nghỉ của mình chút nào. Sau đó tôi đã gọi lại cho ông vào khoảng ba rưỡi".

"Anh có phiền nếu tôi kiểm tra điện thoại của anh không?"

"Không hề." Anh ta mở điện thoại và cho hiển thị danh sách các cuộc gọi đến. Trong đó có vài cuộc đã nhận và đã gọi vào sáng Chủ nhật nhưng buổi chiều chỉ có một cuộc gọi đến từ số điện thoại mà Sachs đã cung cấp cho cậu ta - số điện thoại nhà riêng của Sterling tại Long Island. "Okay. Được rồi. Tôi đánh giá cao sự hợp tác của anh."

Vẻ mặt chàng trai trẻ có vẻ băn khoăn. "Tôi đã được nghe qua một chút. Chuyện đó thật kinh khủng. Có một cô gái bị cưỡng bức và sát hại đúng không?"

"Đúng thế."

"Các vị sắp bắt được hắn chưa?"

"Chúng tôi đã lần ra vài đầu mối."

"Tốt quá. Những gã như thế cần bị bắt giam và xử bắn."

"Cảm ơn anh vì đã dành thời gian cho chúng tôi."

Trong khi chàng thanh niên quay đi, Martin xuất hiện, đưa mắt nhìn theo chiếc lưng của Andy đang xa dần. "Mời anh đi theo tôi, sĩ quan Pulaski." Với nụ cười méo mó như một cái nhăn mặt, anh ta bước tới thang máy.

Pulaski đang bị cơn căng thẳng thần kinh giày vò tưởng như sắp bị ăn tươi nuốt sống, mọi ý nghĩ đều tập trung cả vào chiếc ổ cứng. Cậu ta nghĩ chắc chắn tất cả mọi người đều nhìn thấy nó đang nằm cộm lên trong túi quần mình. Lời nói ra bắt đầu lan man không đầu không cuối, "Vậy, Martin... anh đã ở công ty này lâu rồi đúng không?".

"Phải."

"Anh cũng là dân máy tính?"

Lại một nụ cười khác, cũng vô nghĩa như nụ cười trước đó.

"Không hẳn."

Hai người bước xuống theo lối đi trống trơn lạnh lẽo, chỉ có hai tông màu đen và trắng. Pulaski ghét cảm giác như bị bóp nghẹt, cầm tù ở đây. Cậu ước ngay bây giờ mình đang ở trên đường phố, tại Queens, hay Nam Bronx cũng được. Trong đầu Pulaski lúc này chỉ có ý nghĩ chạy trốn, chạy thật nhanh ra khỏi chỗ này bất chấp nguy hiểm.

Một cảm giác hoảng loạn đáng sợ.

*Anh chàng phóng viên không chỉ mất việc mà còn bị truy tố với tội danh xâm nhập bất hợp pháp. Rốt cuộc, anh ta đã được tận hưởng sáu tháng trong nhà tù tiểu bang.*

Pulaski cũng đang mất phương hướng. Con đường này hoàn toàn khác so với đường lúc trước cậu ta đã đi khi tới văn phòng của Sterling. Lúc này Martin rẽ qua chỗ ngoặt và đẩy một cánh cửa nặng nề mở ra.

Pulaski do dự khi nhìn thấy trước mặt mình là một chốt kiểm soát với ba nhân viên bảo vệ mặt mũi nghiêm nghị, cùng thiết bị phát hiện kim loại và máy dò tia X. Nơi này không phải là khu biệt trữ dữ liệu, vì thế không có hệ thống xóa dữ liệu như tại khu vực khác của tòa nhà, nhưng cậu ta vẫn không thể nào mang chiếc ổ cứng di động ra ngoài mà không bị phát hiện. Lần trước, khi tới đây cùng Amelia Sachs, họ đã không phải đi qua bất cứ chốt kiểm tra an ninh nào. Thậm chí còn chẳng hề nhìn thấy chúng.

Tim đập thình thịch, hai bàn tay tứa đầy mồ hôi. Không! Không thể bị đuổi việc. Quyết không thể. Công việc này rất quan trọng với mình.

"Lần trước chúng tôi không phải đi qua chốt kiểm tra nào như thế này", cậu ta nói với tay trợ lý bằng giọng cố tỏ ra bình thản.

"Điều này tùy thuộc vào việc anh có ở một mình không có ai giám sát trong một khoảng thời gian hay không", Martin giải thích. "Chúng tôi có một máy tính thực hiện việc đánh giá và thông báo cho chúng tôi biết." Anh ta mỉm cười, "Đừng coi đây là xâm phạm cá nhân".

"À, không đâu."

Lúc đồng ý làm việc này, cậu ta đã bị thứ quỷ quái gì ám vậy? Ban đầu cậu chấp nhận nguy hiểm bởi suy nghĩ mình đang ngăn chặn kẻ đã sát hại dã man một phụ nữ trông rất giống Jenny. Một kẻ giết người không ghê tay, bất cứ ai cũng có thể trở thành nạn nhân nếu hắn thích người đó.

Nhưng lý do này cũng không hoàn toàn đúng.

Bố mẹ sẽ nói sao nếu cậu thú nhận với họ mình đã bị bắt vì tội đánh cắp dữ liệu? Còn người anh trai cũng làm cảnh sát của cậu nữa?

"Anh có mang dữ liệu nào theo người không?"

Pulaski giơ chiếc đĩa CD ra cho người nhân viên bảo vệ thấy. Anh ta cầm lấy, kiểm tra chiếc hộp đựng rồi bấm quay số nhanh gọi tới một số máy. Anh ta hơi cứng người lại sau đó khẽ trả lời. Chiếc đĩa được nhét vào một máy tính. Nó có ở trong danh mục các vật được mang ra ngoài, tuy vậy người nhân viên bảo vệ vẫn đưa nó qua máy dò tia X, cẩn thận quan sát hình ảnh quét của chiếc hộp đựng đồ nữ trang cũng như chiếc đĩa bên trong. Nó chạy trên băng chuyền tới đầu kia chiếc máy dò kim loại.

Pulaski định bước đi tiếp nhưng nhân viên bảo vệ thứ ba chặn cậu ta lại: "Xin lỗi, làm ơn lấy hết đồ khỏi các túi và đặt mọi đồ vật bằng kim loại lên kia".

"Tôi là sĩ quan cảnh sát", cậu ta nói, cố làm ra vẻ vui đùa.

Tay bảo vệ đáp: "Sở đã đồng ý tuân thủ các quy tắc an ninh của chúng tôi, vì chúng tôi là nhà thầu của chính phủ. Quy tắc này áp dụng cho tất cả mọi người. Anh có thể gọi điện cho cấp trên của mình để xác minh nếu muốn".

Pulaski đã bị kẹt.

Martin tiếp tục theo dõi sát sao mọi hành vi của cậu.

"Mời đặt mọi thứ lên băng chuyền."

Suy nghĩ đi, nhanh lên, Pulaski bực dọc thúc giục chính mình. Nghĩ ra điều gì đó đi chứ. Nghĩ đi!

Phải tìm cách thoát ra khỏi chỗ này.

Mình không thể. Mình không đủ khôn ngoan.

À, có đấy. Nếu là Amelia Sachs, cô ấy sẽ làm gì? Cả Lincoln Rhyme nữa?

Cậu ta quay người đi, quỳ một gối xuống, lúi húi tháo dây giày ra rồi chậm rãi cởi ra. Khi đứng lên, cậu ta đặt đôi giày đánh xi đen bóng lên băng chuyền, đồng thời cũng moi sạch mọi thứ khỏi các túi, đặt mọi đồ vật kim loại vào chiếc khay.

Pulaski bước qua máy dò kim loại và tiếng cảnh báo vang lên khi chiếc máy dò thấy chiếc ổ cứng.

"Anh còn thứ gì đó trên người không?"

Nuốt nước bọt khan, cậu ta lắc đầu, lộn ngược các túi ra, "Không".

"Chúng tôi sẽ phải dò kiểm tra trên người anh."

Pulaski bước ra. Người nhân viên bảo vệ thứ hai cầm thanh dò kim loại lướt trên cơ thể cậu cảnh sát, rồi dừng lại trên ngực. Chiếc máy phát ra tiếng kêu chói tai.

Cậu cảnh sát phá lên cười. "Ôi, tôi xin lỗi." Cậu ta cởi một cúc áo sơ mi để lộ ra chiếc áo chống đạn. "Áo chống đạn bằng kim loại. Tôi quên mất nó. Nó có thể chặn đứng mọi thứ trừ một viên đạn xuyên giáp của súng trường."

"Nhưng với một khẩu Desert Eagle[1] thì chắc chiếc áo của anh cũng thành đồng nát thôi", tay nhân viên bảo vệ nói.

"Còn tôi có quan điểm thế này: một khẩu súng ngắn mà có nòng dài tới cỡ caliber 50 thì thật là kệch cỡm, y như một ông lão đang cặp kè với một em xinh tươi vậy", Pulaski pha trò và cuối cùng cũng làm mấy tay bảo vệ bật cười. Sau đó, cậu bắt đầu cởi chiếc áo sơ mi.

"Thế là được rồi. Anh không cần phải cởi hết ra đâu."

---

[1] Một loại súng ngắn do hãng IMI (Israel) chế tạo.

Pulaski cài lại cúc áo với đôi bàn tay còn đang run rẩy, ngay trên nó là chiếc ổ cứng đang nằm giữa áo mặc trong và áo vét. Nó đã được cậu ta đã nhét vào đó khi cúi xuống tháo giày.

Pulaski bắt đầu nhặt lại tất cả đồ đạc của mình.

Martin dẫn cậu ta đi qua một cánh cửa nữa. Cuối cùng đã tới được tiền sảnh chính, vẫn cái không gian rộng lớn, toàn một màu xám ảm đạm của đá cẩm thạch, nổi bật trên đó là biểu tượng của SSD - chiếc tháp canh và khung cửa sổ.

"Chúc một ngày tốt lành, sĩ quan Pulaski", Martin nói, rồi quay người đi vào trong.

Pulaski tiếp tục bước tới phía hai cánh cửa lớn bằng kính dày, cố gắng kiểm soát hai bàn tay vẫn đang run bần bật. Lần đầu tiên kể từ khi bắt đầu đặt chân tới nơi này, cậu đã nhận thấy có một dãy camera an ninh được đặt trong khu tiền sảnh. Chúng như những con kền kền đang lặng lẽ đậu trên tường, chỉ đợi đến khi con mồi trọng thương thở hắt ra rồi gục xuống là lao vào cắn xé.

# CHƯƠNG 27

Ngay cả khi được nghe giọng nói của Judy, một chút cảm giác êm đềm dẫu đầy nước mắt từ giọng nói thân thuộc, Arthur Rhyme vẫn không thể ngừng nghĩ tới gã da trắng xăm mình, gã nghiện kỳ quái đó, Mick.

Gã vẫn tiếp tục lảm nhảm nói chuyện một mình, cứ năm phút lại thò cả hai tay vào trong quần và liếc mắt nhìn về phía Arthur.

"Anh yêu? Anh có đấy không?"

"Anh xin lỗi."

"Em cần nói với anh một chuyện", Judy nói.

Dù là gì đi nữa, về tay luật sư, tiền bạc, hay lũ trẻ... có lẽ vẫn sẽ vượt quá sức chịu đựng của anh. Arthur Rhyme nghĩ mình sắp nổ tung vì căng thẳng.

"Cứ nói đi", anh thì thầm với giọng cam chịu.

"Em đã tới gặp Lincoln."

"Em đã làm gì?"

"Em cần phải làm điều gì đó. Ông luật sư của anh không đáng tin tưởng, Art. Chuyện này sẽ không tự trở lại ổn thỏa được đâu."

"Nhưng... anh đã yêu cầu em không được gọi cho cậu ta mà."

"Chuyện này có can hệ tới cả một gia đình, Art. Không chỉ đơn thuần là chuyện anh muốn gì, còn cả em và các con nữa. Đáng ra chúng ta cần làm điều đó sớm hơn."

"Anh chỉ không muốn cậu ta dính dáng vào. Không, hãy gọi lại cho cậu ta và nói cảm ơn, mọi việc vẫn ổn cả."

"Ổn cả?", Judy Rhyme buột miệng. "Anh có điên không đấy?"

Anh từng có lúc tin rằng cô mạnh mẽ hơn anh và cũng thông minh hơn. Cô đã rất giận khi anh rời bỏ Princeton sau khi không được phong giáo sư. Cô đã nói anh cư xử như một đứa trẻ hay hờn. Anh ước gì đã nghe lời cô.

Judy phẫn nộ: "Anh luôn nuôi ảo tưởng rằng John Grisham[1] sẽ bất thần xuất hiện trước tòa vào phút chót và ra tay cứu anh. Nhưng điều đó sẽ không diễn ra đâu. Chúa ơi, Art, anh phải cảm thấy biết ơn vì em đã cố làm gì đó".

"Anh rất biết ơn em", anh vội vã nói, những lời nói lao ra khỏi miệng anh như những con sóc. "Chỉ là..."

"Chỉ là sao? Đó là một con người đã suýt mất đi mạng sống, đã phải chịu cảnh liệt toàn thân và giờ đây sống trên một chiếc xe lăn. Cậu ấy đã dừng tất cả công việc để chứng minh anh vô tội. Anh đang nghĩ vớ vẩn gì vậy? Anh muốn các con mình lớn lên với một người bố phải ngồi tù vì tội giết người chăng?"

"Tất nhiên là không." Anh băn khoăn không biết cô có tin khi anh phủ nhận từng quen Alice Sanderson không. Tất nhiên cô biết chắc anh không giết Alice song cô có thể nghi ngờ họ là nhân tình của nhau.

"Anh có niềm tin vào hệ thống pháp luật, Judy", lời nói của anh nghe mới yếu ớt làm sao.

---

[1] Một tiểu thuyết gia Mỹ nổi tiếng về các tiểu thuyết hình sự.

"Lincoln chính là hệ thống đó, Art. Anh cần gọi và cảm ơn cậu ấy."

Arthur do dự, rồi hỏi: "Cậu ấy nói gì?".

"Em vừa mới nói chuyện với cậu ấy hôm qua. Cậu ấy đã gọi điện đến để hỏi về đôi giày của anh, một trong các bằng chứng. Nhưng cậu ấy không nói gì thêm."

"Em đã đến gặp trực tiếp? Hay chỉ gọi điện?"

"Em tới chỗ cậu ấy, ở phía tây Công viên Trung tâm. Ngôi nhà của cậu ấy trong thành phố thực sự rất đẹp."

Một loạt hồi ức về người em họ chợt sống dậy trong tâm trí anh như ngọn lửa được thổi bùng lên.

"Trông cậu ấy thế nào?"

"Tin hay không tùy anh nhưng hầu như không khác gì so với khi chúng mình gặp cậu ấy ở Boston. Thực ra giờ trông Lincoln còn có vẻ khỏe hơn trước đây."

"Cậu ấy không thể đi lại được đúng không?"

"Không thể cử động được, chỉ nhúc nhích được đầu và vai."

"Vợ cũ của cậu ấy, Blaine, thì sao? Họ còn gặp nhau không?"

"Không, cậu ấy đang đi lại với một nữ cảnh sát. Cô ấy rất đẹp, cao ráo, tóc đỏ. Phải thú nhận là em thực sự ngạc nhiên. Nhưng đáng lẽ em không nên tỏ ra như vậy."

Một cô gái tóc đỏ cao ráo? Arthur nhớ ngay tới Adrianna và cố dẹp bỏ hồi ức đó sang một bên. Nhưng nó vẫn ương bướng không chịu biến đi.

*Hãy nói cho tôi biết tại sao, Arthur. Nói cho tôi biết tại sao anh làm thế.*

Một tiếng gầm gừ nữa từ Mick. Tay gã lại chui vào trong túi quần. Đôi mắt long lên đầy hận thù nhìn về phía Arthur.

"Anh xin lỗi, em yêu. Cảm ơn em vì đã gọi cho cậu ấy."

Đúng lúc đó anh cảm thấy một hơi thở nóng hổi phả vào cổ mình, "Mày, xéo khỏi điện thoại ngay".

Một gã Latinh đang đứng sau lưng anh.

"Xéo khỏi điện thoại."

"Judy, anh phải gác máy đây. Trong này chỉ có một chiếc điện thoại. Anh đã dùng quá thời gian rồi."

"Em yêu anh, Art..."

"Anh..."

Gã Latinh bước tới trước, Arthur liền gác máy, sau đó quay về băng ghế của mình ở góc khu tạm giam. Anh cúi đầu nhìn chằm chằm xuống sàn nhà, một vết vỡ hình quả thận, mãi không rời mắt.

Nhưng nó không phải là thứ thu hút sự chú ý của anh. Anh đang nghĩ về quá khứ. Nhiều ký ức nữa cùng sống dậy, hòa vào những kỷ niệm về Adrianna và người em họ Lincoln... Ngôi nhà của gia đình Arthur ở North Shore. Nhà của gia đình Lincoln tại khu ngoại ô phía tây. Henry, người cha nghiêm nghị như một ông vua của Arthur. Anh trai anh, Robert và chị Marie rụt rè nhưng vô cùng thông minh.

Anh cũng nghĩ về người cha của Lincoln, chú Teddy (đằng sau biệt danh này là cả một câu chuyện thú vị vì tên thánh thực sự của chú không phải là Theodore, Arthur biết chuyện đó nhưng thật lạ lùng, Lincoln lại không biết gì). Anh vẫn luôn thích chú Teddy. Một người chú hiền hậu, hơi e dè, hơi kín đáo, kiệm lời nhưng ai lại không trở thành như thế dưới cái bóng của một người anh như Henry Rhyme?

Thỉnh thoảng, khi Lincoln không có nhà, Arthur vẫn lái xe tới thăm chú Teddy và cô Anne. Trong căn phòng nhỏ ấm cúng lát ván gỗ của gia đình, hai chú cháu cùng ngồi xem một bộ phim cũ hay trò chuyện về lịch sử nước Mỹ.

Vết lõm trên sàn của nhà tù Tomb giờ đây biến thành hình dáng của hòn đảo Ireland. Dường như nó bắt đầu chuyển động trong khi Arthur nhìn chăm chú, hai mắt dán chặt vào nó, thầm ước chính mình được rời khỏi nơi này, biến mất qua một lỗ hổng thần kỳ nào đó, trở lại với cuộc sống ngoài kia.

Giờ đây Arthur Rhyme cảm thấy hoàn toàn tuyệt vọng. Anh hiểu ra lúc trước mình đã ngây thơ đến mức nào. Không có lối thoát thần kỳ nào cả, lối thoát thực tế cũng không. Anh biết Lincoln rất xuất sắc. Anh đã đọc tất cả những bài viết trên báo, thậm chí cả một số bài viết khoa học của người em họ.

*Các tác dụng sinh học của một số vật liệu dạng phân tử kích thước nano...*

Nhưng giờ Arthur hiểu Lincoln không thể làm gì cho mình. Tình thế này hoàn toàn vô vọng và anh sẽ phải ngồi tù suốt phần đời còn lại.

Không, vai trò của Lincoln trong chuyện này hoàn toàn thích hợp. Cậu em họ - người thân mà anh gần gũi nhất thời niên thiếu, người em trai mà anh không bao giờ có - cần phải có mặt để chứng kiến sự suy sụp của Arthur.

Một nụ cười u ám hiện trên khuôn mặt, anh rời mắt khỏi vết lõm trên sàn nhà và nhận ra điều gì đó đã thay đổi.

Thật lạ lùng. Cả khu vực tạm giam giờ đều vắng tanh.

Mọi người đi đâu cả rồi?

Có tiếng bước chân lại gần.

Hốt hoảng, anh ngước nhìn lên và thấy một người đang đi về phía mình, rất nhanh, bước chân gấp gáp. Người bạn của anh, Antwon Johnson. Đôi mắt lạnh như băng.

Arthur chợt hiểu ra. Có ai đó đang định tấn công anh từ sau lưng!

Chắc hẳn là tên Mick.

Và Johnson đang chạy tới cứu anh.

Anh nhỏm dậy, quay phắt người nhìn ra sau... Tâm trí hoảng loạn, anh thấy tim mình chùng xuống vài giây. Nhưng gã nghiện, không thấy hắn đâu cả...

Chẳng có ai ở đó hết.

Đúng lúc đó anh cảm thấy Antwon Johnson vừa choàng một chiếc thòng lọng quanh cổ mình. Một chiếc thòng lọng tự chế từ chiếc áo sơ mi bị xé thành từng dải rồi bện lại thành dạng dây thừng.

"Không...", Arthur chới với trên hai chân. Gã khổng lồ đã nhấc bổng anh khỏi băng ghế. Lôi anh tới bức tường có chiếc đinh nhô ra cách sàn nhà chừng hai mét mốt, anh đã nhìn thấy nó trước đó. Arthur rên rỉ và vùng vẫy.

"Suỵt", Johnson nhìn quanh góc nhà vắng tanh của khu tạm giam.

Arthur cố vùng vẫy, đấm vào cổ và vai kẻ tấn công mình nhưng chẳng khác gì đánh vào một khối gỗ hay tảng bê tông. Rồi anh cảm thấy cả người bị nhấc bổng khỏi sàn. Gã da đen đã nâng anh lên, móc chiếc thòng lọng cây nhà lá vườn đã tự tay tạo ra vào chiếc đinh. Rồi gã buông tay, lùi lại đứng nhìn Arthur giãy giụa cố tự giải thoát.

Tại sao, tại sao, tại sao? Anh đang cố nói nhưng chỉ có những dòng nước bọt ướt nhẹp nhểu ra từ miệng. Johnson đứng nhìn anh một cách đầy hiếu kỳ. Không một tia giận dữ hay ác độc. Chỉ có vẻ thích thú hiện rõ trên khuôn mặt.

Cơ thể anh rùng mình co giật và mọi thứ trước mắt dần tối sầm lại. Arthur đã nhận ra tất cả chỉ là một màn dàn dựng –

Johnson đã cứu anh khỏi tay đám Latinh chỉ vì một lý do duy nhất: Hắn muốn Arthur cho riêng mình.

"Nnnnn..."

Tại sao?

Gã da đen chống hai tay vào mạng sườn, bước lại gần. Gã thì thầm: "Tao đang làm phúc cho mày đấy, anh bạn. Mẹ kiếp, dù thế nào rồi mày cũng sẽ tự tìm đến cái chết sau một hai tháng nữa thôi. Chỗ này không hợp với mày. Giờ hãy thôi quẫy đạp đi. Chỉ cần thả lỏng ra, buông xuôi thôi, hiểu tao đang nói gì không?".

Pulaski quay về sau điệp vụ tại SSD và giơ chiếc ổ cứng màu xám bóng loáng lên.

"Làm tốt lắm, Rookie", Rhyme nói.

Sachs nháy mắt, "Điệp vụ tối mật đầu tiên của cậu đấy".

Cậu ta nhăn mặt, "Chẳng giống một nhiệm vụ cho lắm. Có lẽ giống hành động tội phạm hơn".

"Tôi tin chắc chúng ta có thể tìm ra một lý do hợp lý nếu chịu khó tìm tòi", Sellitto an ủi cậu ta.

Rhyme nói với Rodney Szarnek: "Bắt đầu đi".

Cậu chuyên gia máy tính cắm chiếc ổ cứng di động vào cổng USB trên chiếc laptop của mình rồi gõ vài lần lên bàn phím, mắt nhìn chăm chăm vào màn hình.

"Tốt, tốt lắm..."

"Cậu có một cái tên rồi chứ?", Rhyme sốt ruột hỏi. "Có ai ở SSD từng tải các hồ sơ về không?"

"Cái gì?", Szarnek bật cười. "Thứ này đâu có hoạt động như vậy. Phải mất một thời gian. Tôi sẽ phải tải nó lên hệ thống máy tính trung tâm tại bộ phận tội phạm máy tính và sau đó..."

"Một thời gian có nghĩa là bao lâu?", Rhyme sẵng giọng.

Một lần nữa Szarnek lại chớp mắt, như thể lần đầu tiên nhận ra nhà tội phạm học là người tàn tật, "Còn tùy vào mức độ tản mát của dữ liệu, thời gian tồn tại của các file, vị trí, sự phân chia bộ nhớ, và sau đó...".

"Được rồi, được rồi. Hãy làm tốt nhất có thể."

Sellitto hỏi: "Cậu còn tìm được gì nữa không?".

Pulaski kể lại quá trình thẩm vấn các nhân viên kỹ thuật còn lại được phép tiếp cận tất cả các khu biệt trữ dữ liệu. Cậu ta cũng nói thêm đã trò chuyện với Andy Sterling và điện thoại di động của anh ta cũng xác nhận bố anh ta đã gọi tới từ Long Island vào thời gian xảy ra vụ án mạng. Vậy là bằng chứng ngoại phạm của ông ta đã được chứng thực. Thom lại cập nhật lên danh sách đối tượng tình nghi của họ.

*Andrew Sterling, Chủ tịch, Tổng Giám đốc.*

*Bằng chứng ngoại phạm - đã ở Long Island, đã xác minh. Được con trai chứng thực.*

*Sean Cassel, Giám đốc Marketing và Bán hàng.*

*Không có bằng chứng ngoại phạm.*

*Wayne Gillespie, Giám đốc Hoạt động Chuyên môn.*

*Không có bằng chứng ngoại phạm.*

*Samuel Brockton, Giám đốc Bộ phận Kiểm soát.*

*Bằng chứng ngoại phạm - hồ sơ khách sạn xác nhận có mặt tại Washington.*

*Peter Arlonzo-Kemper, Giám đốc Nhân sự.*

*Bằng chứng ngoại phạm - ở cùng vợ, đã được vợ xác minh (độ tin cậy?).*

*Steven Shraeder, Phụ trách Đội Kỹ thuật và Hỗ trợ, ca ngày.*

*Bằng chứng ngoại phạm - có mặt ở công ty, theo bảng theo dõi thời gian.*

*Faruk Mameda, Phụ trách Đội Kỹ thuật và Hỗ trợ, ca đêm.*

*Không có bằng chứng ngoại phạm.*

*Các khách hàng của SSD (?).*

*Danh sách đã được Sterling cung cấp.*

*Đối tượng chưa rõ được Andrew Sterling tuyển mộ (?).*

Giờ thì tất cả những người tại SSD có quyền tiếp cận innerCircle đều đã biết về cuộc điều tra... Thế nhưng phần mềm đang canh chừng file hồ sơ "Vụ án mạng Myra Weinburg" vẫn chưa thấy thông báo về một vụ xâm nhập. Liệu có phải Năm Hai Hai đang thận trọng không? Hay chiếc bẫy đã được giăng ra không đúng hướng? Chẳng lẽ toàn bộ giả thiết rằng kẻ sát nhân có liên hệ tới SSD là sai lầm? Rhyme chợt nghĩ họ đã để tâm quá mức tới quyền lực của Sterling cũng như công ty của ông ta mà quên mất những đối tượng nghi vấn tiềm tàng khác.

Pulaski lấy ra một chiếc đĩa CD. "Đây là bản danh sách các khách hàng. Tôi đã liếc nhanh qua một lượt. Có chừng ba trăm năm mươi người."

"Ái chà", Rhyme nhăn mặt.

Szarnek đưa chiếc đĩa vào ổ đọc và mở nó ra trên một bảng tính. Rhyme xem qua các dữ liệu trên màn hình phẳng của mình, gần một nghìn trang dày đặc ký tự.

"Nhiễu loạn", Sachs nói. Cô giải thích Sterling đã nói với cô về việc các dữ liệu sẽ trở thành vô dụng nếu bị lỗi, quá sơ sài hay quá rối rắm. Anh chàng chuyên gia tin học kéo thanh trượt lướt qua đống thông tin hỗn độn này - những khách hàng nào đã mua những sản phẩm gia dụng và dược phẩm nào, họ đã làm yêu cầu chi trả bảo hiểm về việc gì, họ rút tiền từ những máy ATM nào, sở hữu loại xe hơi gì... Quá nhiều thông tin. Nhưng rồi Rhyme chợt nảy ra một ý tưởng, "Trong đó có thể hiện thời gian và địa điểm các dữ liệu được tải xuống không?".

Szarnek kiểm tra trên màn hình, "À, có đấy".

"Hãy tìm xem ai đã tải thông tin về ngay trước khi xảy ra các vụ án."

"Khá lắm, Linc", Sellitto nói. "Năm Hai Hai hẳn sẽ muốn có được những dữ liệu cập nhật nhất."

Szarnek cân nhắc tới ý tưởng vừa xuất hiện, "Tôi nghĩ tôi có thể tạo ra một công cụ để giải quyết việc đó. Có thể mất ít thời gian, đúng thế, nhưng hoàn toàn khả thi. Chỉ cần cho tôi biết chính xác thời điểm xảy ra các vụ án".

"Chúng tôi có thể kiếm được cho cậu. Mel?"

"Tất nhiên rồi." Anh chàng chuyên gia pháp y bắt đầu tập hợp các chi tiết về bốn vụ án.

"Hey, anh cũng đang dùng chương trình Excel đó sao?", Pulaski hỏi Szarnek.

"Đúng thế."

"Chính xác thì nó là gì vậy?"

"Bảng tính cơ bản, chủ yếu dùng trong báo cáo doanh số bán hàng và báo cáo tài chính. Nhưng giờ thì nó được dùng vào đủ mọi việc."

"Tôi có thể học nó được không?"

"Đương nhiên. Anh có thể tham gia một lớp học. Ở New School hay Learning Annex chẳng hạn."

"Đáng ra tôi đã phải tìm hiểu về nó từ trước. Tôi sẽ xem qua những trường anh bảo."

Rhyme đã hiểu tại sao Pulaski lại dè dặt đến vậy khi phải quay lại SSD. Anh nói: "Hãy đặt nó xuống cuối danh sách ưu tiên của cậu, Rookie".

"Chuyện gì vậy, thưa ông?"

"Hãy nhớ, người ta luôn tìm đủ mọi cách gây rắc rối cho cậu trong mọi chuyện. Đừng vì họ biết thứ gì đó mà cậu không biết thì cho rằng bọn họ đúng còn cậu sai. Câu hỏi ở đây là: Liệu cậu có cần nó để làm tốt hơn công việc của mình không? Nếu câu trả lời là có thì hãy học nó. Nếu đó chỉ là một trò tiêu khiển, vậy thì quên nó đi."

Cậu sĩ quan trẻ bật cười, "Okay, cảm ơn ông".

Rodney Szarnek cầm lấy chiếc CD, chiếc ổ cứng di động, gói ghém chiếc máy tính của cậu ta lại để tới Đơn vị Tội phạm máy tính và nhờ tới hệ thống máy tính trung tâm.

Sau khi cậu ta đi khỏi, Rhyme liếc nhìn Sachs, lúc này đang đứng bên điện thoại, tìm kiếm thông tin về tay săn lùng dữ liệu đã bị giết ở Colorado vài năm trước. Anh không nghe rõ được những gì cô nói, nhưng rõ ràng có những thông tin rất quan trọng. Cô hơi cúi đầu về phía trước, đôi môi ẩm ướt, ngón tay đang mân mê một lọn tóc. Đôi mắt long lanh, đầy tập trung. Một tư thế cực kỳ quyến rũ.

Ngớ ngẩn thật. Hãy tập trung vào vụ án đi. Anh cố gạt bỏ cảm xúc của mình sang một bên.

Song quyết tâm của Rhyme không được thành công cho lắm.

Sachs gác máy, "Cảnh sát tiểu bang Colorado cho biết: Tên của tay săn lùng dữ liệu là P. J. Gordon. Peter James. Ngày hôm đó anh ta đạp xe lên núi và không trở về nữa. Người ta tìm thấy xe đạp của anh ta ở dưới chân một vách đá, vỡ nát, ngay cạnh một dòng sông rất sâu. Thi thể được tìm thấy cách đó hai mươi dặm về phía hạ lưu một tháng sau. Xét nghiệm ADN dương tính".

"Kết quả điều tra thế nào?"

"Khó mà gọi đó là một cuộc điều tra. Ở vùng đó vẫn thường xảy ra chuyện đám choai choai bị chết khi đi xe đạp, trượt tuyết hay đi mô tô trượt tuyết nên vụ này được xếp vào tai nạn. Nhưng vẫn còn vài câu hỏi để ngỏ. Chẳng hạn, dường như Gordon đã tìm cách xâm nhập vào các máy chủ của SSD ở California - không phải cơ sở dữ liệu mà là những file thông tin về chính bản thân công ty này, cũng như hồ sơ cá nhân của một vài nhân viên. Không ai rõ anh ta có xâm nhập được vào bên trong hay không. Em đã cố lần theo dấu vết những người khác từng làm ở cùng công ty Rocky Mountain Data với anh ta để tìm hiểu thêm. Nhưng không còn ai ở đó nữa. Có vẻ như Sterling mua lại công ty, chiếm lấy cơ sở dữ liệu của nó và tống khứ mọi người đi."

"Có tìm được ai để chúng ta có thể gọi điện tìm hiểu về anh ta không?"

"Cảnh sát tiểu bang không tìm thấy người thân nào."

Rhyme chậm rãi gật đầu, "Okay, đây là một giả thiết rất đáng quan tâm, nếu tôi sử dụng cách diễn đạt ưa thích của anh, Mel ạ. Anh chàng Gordon này đã tự mở cuộc săn lùng dữ liệu riêng của mình vào các file thông tin của SSD và tìm thấy điều gì đó về Năm Hai Hai, khiến hắn nhận ra mình đang gặp rắc rối, có nguy cơ bị phanh phui. Vậy là hắn giết Gordon và làm cho vụ đó trông giống như tai nạn. Cảnh sát Colorado có hồ sơ nào của vụ này không, Sachs?".

Cô thở dài, "Trong kho lưu trữ. Họ đang tìm chúng".

"Được rồi, tôi muốn tìm xem những ai đã làm ở SSD vào thời gian đó, khi Gordon chết."

Pulaski gọi cho Mark Whitcomb tại SSD. Nửa giờ sau anh ta gọi lại. Một cuộc trò chuyện với người phụ trách nhân sự đã cho biết có hàng chục nhân viên hiện tại đã làm cho công ty vào thời gian đó, bao gồm Sean Cassel, Wayne Gillespie, Mameda và Shraeder, cũng như Martin, một trong hai trợ lý cá nhân của Sterling.

Con số tương đối lớn này có nghĩa là vụ Peter Gordon không chắc là một đầu mối triển vọng. Tuy vậy, Rhyme hy vọng nếu có được toàn bộ báo cáo của cảnh sát tiểu bang Colorado, rất có thể sẽ tìm ra một vài bằng chứng dẫn tới một trong các đối tượng tình nghi.

Anh đang nhìn chăm chăm vào bản danh sách thì điện thoại của Sellitto đổ chuông. Anh ta mở máy nghe. Bỗng nhiên anh chàng thám tử cứng người lại. "Cái gì?", anh ta gầm lên, nhìn sang Rhyme. "Đừng nói bậy bạ chứ. Có chuyện gì vậy?... Gọi ngay cho tôi khi anh tìm hiểu được."

Ngắt điện thoại. Đôi môi Sellitto mím chặt, một nếp nhăn xuất hiện trên trán. "Linc, tôi rất tiếc. Có kẻ nào đó đã tấn công anh họ anh trong khu tạm giam và định giết anh ấy."

Sachs bước lại chỗ Rhyme, áp hai bàn tay lên vai anh. Anh có thể nhận thấy sự hốt hoảng trong cử chỉ của cô.

"Anh ấy thế nào rồi?"

"Ông giám đốc sẽ gọi lại cho tôi, Linc. Ông ấy đang ở phòng cấp cứu của nhà tù. Vẫn chưa biết tình hình cụ thể."

# CHƯƠNG 28

"Chào mọi người."

Pam Willoughby, được Thom tháp tùng vào trong nhà, đang tươi cười vui vẻ. Cô bé lên tiếng chào nhóm điều tra. Họ cũng đón chào cô bé bằng những nụ cười, bất chấp tin khủng khiếp về Arthur Rhyme vừa nhận được. Thom hỏi cô bé xem mọi việc ở trường hôm nay đã diễn ra như thế nào.

"Tuyệt vời. Thực sự rất tuyệt." Sau đó cô bé hạ giọng xuống hỏi: "Amelia, chị cho em phút nhé?".

Sachs liếc nhìn Rhyme, anh gật đầu ra hiệu với cô về phía cô bé, một cử chỉ có nghĩa: Chúng ta không thể làm gì thêm cho Art tới khi biết được nhiều hơn, cứ đi đi.

Cô đi ra ngoài cùng cô bé. Những cô cậu trẻ này thật buồn cười, Sachs thầm nghĩ. Bạn có thể đọc được mọi thứ ngay trên khuôn mặt chúng. Ít nhất là tâm trạng hiện tại. Nói đến Pam, có lúc Sachs ước gì cô có nhiều hơn những kỹ năng như của Kathryn Dance trong việc giải mã tâm trạng của cô bé cũng như tìm ra cô bé đang nghĩ gì. Chiều nay, dường như cô bé đang tràn trề hạnh phúc.

"Em biết là chị rất bận", Pam nói.

"Không sao mà."

Hai người đi ra phòng khách ở phía ngoài.

"Thế nào?", Sachs mỉm cười bí hiểm.

"Okay. Em đã làm những gì chị bảo. Em đã hỏi Stuart về cô gái kia."

"Và?"

"Họ vẫn thường đi chơi với nhau - trước khi anh ấy quen em. Thậm chí anh ấy đã kể với em về cô ấy trước đây rồi. Tình cờ anh ấy gặp lại cô gái trên đường và họ chỉ trò chuyện thôi. Nhưng cô ta thuộc dạng cứ muốn bám riết lấy bọn con trai, chị biết đấy. Đó là một trong những lý do khiến anh ấy không muốn gặp cô ta nữa. Khi Emily trông thấy hai người, cô ta đã cố tình ôm lấy anh ấy và lúc đấy anh ấy đang cố gỡ cô ta ra. Chỉ có thế thôi. Mọi thứ đều ổn cả."

"Thế thì chúc mừng. Vậy là đối phương đã hoàn toàn bị loại khỏi cuộc chơi?"

"Ồ, vâng. Chắc chắn là vậy, ý em là, anh ấy không thể hẹn hò với cô ta vì anh ấy có thể bị mất việc...", giọng nói của Pam đột nhiên ngừng bặt.

Sachs chẳng cần phải là một người đã quen thẩm vấn để nhận ra cô gái vừa lỡ lời. "Mất việc? Việc gì thế?"

"À, chị biết mà."

"Không hẳn đâu, Pam. Tại sao cậu ta lại có thể bị mất việc?"

Mặt đỏ bừng, cô bé nhìn chằm chằm xuống tấm thảm phương đông trải dưới chân họ. "Cô ta là học sinh trong lớp của anh ấy năm nay."

"Cậu ta là một giáo viên?"

"Kiểu như vậy."

"Tại trường trung học của em?"

"Năm nay thì không. Anh ấy dạy ở Jefferson. Năm ngoái anh ấy đã dạy em. Vì thế mọi chuyện vẫn ổn nếu bọn em..."

"Đợi đã, Pam...", Sachs bắt đầu hồi tưởng lại. "Em kể với chị anh ta ở trường mà."

"Em nói em đã gặp anh ấy ở trường."

"Còn Câu lạc bộ Thơ?"

"Ừ thì..."

"Cậu ta là người hướng dẫn", Sachs nói, mặt cau lại. "Và cậu ta huấn luyện bóng đá. Cậu ta không chơi bóng."

"Chính xác thì em đã không nói dối."

Sachs thầm nói với chính mình, trước hết không được mất bình tĩnh. Làm thế sẽ không ích lợi gì. "Được rồi, Pam, chuyện này..." Là trò quỷ quái gì vậy? Cô có quá nhiều câu hỏi. Cô hỏi luôn câu đầu tiên xuất hiện trong đầu: "Cậu ta bao nhiêu tuổi rồi?".

"Em không biết. Không già đến thế đâu." Cô bé ngước nhìn lên. Đôi mắt đầy bực bội. Sachs từng chứng kiến cô bé tỏ ra thách thức, trái tính trái nết, kiên quyết đến ngang ngạnh. Nhưng cô chưa từng thấy cô bé như lúc này - như con thú bị dồn vào bẫy, thủ thế, có thể trở nên hung hãn bất cứ lúc nào.

"Pam?"

"Em đoán là khoảng bốn mươi mốt gì đó."

Nguyên tắc không được mất bình tĩnh bắt đầu sụp đổ.

Cô phải làm thế nào bây giờ? Đúng, Amelia Sachs vẫn luôn muốn có con - mong muốn được thôi thúc bởi kỷ niệm về những phút giây tuyệt vời ở bên bố cô - nhưng cô chưa bao giờ suy nghĩ đến trách nhiệm khó khăn của việc làm cha mẹ.

Sachs tự nhủ: "Hãy dùng đến lý trí". Nhưng trong hoàn cảnh này nó cũng giống như câu "không được mất bình tĩnh" lúc trước, chẳng có mấy hiệu quả. "Được rồi, Pam..."

"Em biết chị sắp nói gì. Nhưng nó không phải là vì *chuyện đó.*"

Sachs không dám chắc. Khi đàn ông và phụ nữ ở bên nhau... dù ít dù nhiều, vẫn luôn là vì *chuyện đó.* Nhưng cô không thể xem xét đến khía cạnh tình dục của chuyện này. Làm thế chỉ khiến cô mất bình tĩnh và mất đi lý trí.

"Anh ấy rất khác biệt. Ý em là lũ con trai ở trường chỉ biết tới thể thao không thì là trò chơi điện tử. Tẻ nhạt kinh khủng."

"Pam, đâu có thiếu gì những chàng trai biết đọc thơ và diễn kịch. Chẳng lẽ không có cậu con trai nào ở Câu lạc bộ Thơ hay sao?"

"Đâu có giống nhau... Em chưa từng nói với ai về những gì em đã trải qua, về mẹ em và những chuyện khác. Nhưng em đã nói với Stuart và anh ấy hiểu tất cả. Anh ấy cũng từng trải qua một giai đoạn khó khăn. Bố anh ấy bị giết khi anh ấy mới bằng tuổi em. Anh ấy đã phải tự nuôi mình để tiếp tục đến trường, làm một lúc hai thậm chí ba việc."

"Nhưng đó không phải là một ý kiến hay đâu, cô bé yêu quý. Có những rắc rối thậm chí em không thể tưởng tượng ra được ngay lúc này."

"Anh ấy rất tốt với em. Em thích ở bên anh ấy. Chẳng phải đó là điều quan trọng nhất sao?"

"Là một phần nhưng không phải tất cả."

Hai tay Pam khoanh lại đầy thách thức.

"Thậm chí dù bây giờ anh ta không còn là giáo viên của em nữa, anh ta vẫn có thể gặp phải những rắc rối rất nghiêm trọng." Nói xong câu này, Sachs cảm thấy dường như cô đã mất đi lý lẽ để thuyết phục cô bé.

"Anh ấy nói em đáng để mạo hiểm."

Bạn chẳng cần phải là Freud[1] để tìm ra đáp số: Một cô gái có bố bị giết từ khi còn rất nhỏ, trong khi mẹ và bố dượng lại là hai kẻ khủng bố... thật là rất dễ xiêu lòng trước một người đàn ông lớn tuổi hơn biết quan tâm chăm sóc.

"Thôi nào, Amelia, em đã định lấy chồng đâu. Bọn em mới chỉ hẹn hò thôi mà."

"Vậy thì tại sao không thử tạm nghỉ một thời gian? Một tháng thôi. Thử gặp gỡ vài chàng trai khác xem cảm giác thế nào." Bệnh hoạn làm sao, Sachs thầm nói với chính mình. Lý lẽ cô đưa ra có vẻ giống như một đạo quân đi chặn hậu đang cố giữ lấy đường lui.

Đáp lại là một cái cau mày hơi thái quá. "Chị thử nói xem, tại sao em lại muốn làm thế? Em không phải loại con gái thích mồi chài con trai, giống như những đứa con gái khác trong lớp em."

"Em yêu, chị biết em có cảm tình với anh ta. Nhưng hãy cho mình thêm thời gian. Chị không muốn em bị tổn thương. Có rất nhiều chàng trai tuyệt vời ở ngoài kia. Họ thích hợp hơn và về lâu về dài em sẽ hạnh phúc hơn."

"Em sẽ không cắt đứt với anh ấy. Em yêu anh ấy. Và anh ấy yêu em." Cô bé xếp lại những cuốn sách của mình và bình thản nói: "Tốt hơn em nên đi. Em có bài tập về nhà phải làm". Cô bé bắt đầu đi ra cửa nhưng sau đó dừng bước và quay lại khẽ nói: "Khi chị bắt đầu qua lại với ông Rhyme, chẳng lẽ không ai nói đó là một ý tưởng ngu ngốc sao? Rằng chị có thể tìm thấy ai đó không phải

---

[1] Sigmund Freud, một bác sĩ về thần kinh và tâm lý người Áo, là người đặt nền móng và phát triển lĩnh vực nghiên cứu về phân tâm học.

ngồi xe lăn? Rằng có rất nhiều 'chàng trai tuyệt vời' ở ngoài kia? Em chắc là đã có người nói những câu tương tự vậy".

Pam nhìn cô một lát, rồi quay người ra về, đóng sập cửa lại sau lưng mình.

Sachs hồi tưởng lại, đúng, quả thực từng có người nói thế với cô, gần như chính xác những từ đó.

Và chẳng phải người đó chính là mẹ đẻ của cô sao?

Miguel Abrera 5465 - 9842 - 4591 - 0243, anh chàng "chuyên gia bảo trì" như công ty đã gọi một cách rất chính xác, rời chỗ làm vào đúng thời gian như thường lệ, năm giờ chiều. Lúc này anh ta vừa ra khỏi toa tàu điện ngầm tại nhà ga gần nhà ở Queens. Tôi bám ngay sau anh ta.

Tôi cố giữ bình tĩnh. Nhưng không dễ chút nào.

Đám cảnh sát đã đến sát, rất sát tôi! Điều trước đây chưa từng xảy ra. Trong bao nhiêu năm sưu tập, vô số *mười sáu chữ số* đã chết, nhiều cuộc đời bị hủy hoại, không ít người phải ngồi tù vì tôi nhưng chưa từng có ai tiếp cận gần đến thế. Từ lúc biết về những nghi vấn của cảnh sát, tôi đã duy trì một vẻ bề ngoài rất tự nhiên, dám chắc là vậy. Tuy thế, tôi vẫn hối hả phân tích tình hình, tìm kiếm giữa đống dữ liệu những mạt vàng về những gì họ đã biết và chưa biết. Nguy cơ thực tế của tôi đang ở mức nào. Nhưng không thể tìm ra được câu trả lời.

Có quá nhiều nhiễu loạn trong dữ liệu!

*Các tạp nhiễm...*

Tôi xem xét lại hành vi của mình gần đây. Tôi đã rất thận trọng. Tất nhiên dữ liệu có thể quay sang chống lại người sử dụng: khiến bạn bị đóng ghim như một con bướm Morpho menelaus màu xanh có mùi hạnh nhân lên một tấm lót nhung đỏ. Nhưng những kẻ trong nghề như chúng tôi có thể dùng dữ liệu để bảo vệ mình. Dữ liệu có thể được xóa bỏ, ngụy tạo, bóp méo. Chúng tôi có thể thêm vào các nhiễu loạn một cách có chủ đích hay đặt tập hợp dữ liệu về A vào ngay cạnh tập hợp dữ liệu về X để khiến A và X trông giống nhau hay khác nhau hơn so với thực tế.

Chúng tôi có thể lừa bịp bằng những cách thức đơn giản nhất. Những con chíp RFID chẳng hạn. Nhét một thẻ phát tín hiệu vào va li của ai đó và nó sẽ chứng minh rằng chiếc xe hơi của bạn đã lang thang đến hàng chục nơi khác nhau trong dịp cuối tuần, trong khi trên thực tế nó vẫn chỉ nằm yên trong ga ra suốt quãng thời gian đó. Hay thử nghĩ xem, thật đơn giản biết bao khi nhét thẻ nhân viên của bạn vào phong bì và gửi nó đến văn phòng, để yên đó trong bốn giờ đồng hồ rồi lại nhờ ai đó lấy chiếc phong bì và mang đến cho bạn ở một nhà hàng trong thành phố kèm theo lời xin lỗi vì quên mất đã không qua lấy nó. Cảm ơn nhiều. Tôi sẽ đãi bạn bữa trưa... Các dữ liệu sẽ cho thấy điều gì? Còn sao nữa, rằng bạn đang nai lưng ra làm việc ở văn phòng, trong khi trên thực tế bạn đang lau chùi con dao cạo của mình bên cạnh thi thể đang nguội dần của ai đó. Việc trên thực tế không có ai nhìn thấy bạn ngồi ở bàn làm việc chẳng có gì quan trọng. Bảng theo dõi thời gian của tôi đây, thưa ngài cảnh sát... Chúng ta tin vào dữ liệu, không tin vào những đôi mắt trần tục của con người. Có vô khối mẹo như thế nữa mà tôi đã tính toán đến mức hoàn hảo.

Và lúc này tôi đang phải trông cậy vào một trong những biện pháp cực đoan hơn.

Đằng trước tôi, Miguel 5465 dừng bước, liếc nhìn vào một quán bar. Tôi biết chắc anh ta rất ít uống, và nếu anh ta vào đó uống một vại bia cerveza, chuyện đó sẽ làm chệch thời gian biểu đi chút ít nhưng vẫn không làm hỏng toàn bộ kế hoạch của tôi tối nay. Nhưng rồi anh ta bỏ qua món đồ uống, tiếp tục bước đi dọc con phố, đầu ngả sang một bên. Tôi thực sự thấy tiếc cho anh ta vì đã không chiều theo mong muốn của bản thân vì anh ta chỉ còn chưa đến một tiếng đồng hồ nữa để sống.

# CHƯƠNG 29

Cuối cùng cũng có người từ trung tâm tạm giam gọi đến cho Sellitto.

Anh ta gật đầu trong lúc lắng nghe, "Cảm ơn". Anh ta ngừng liên lạc. "Arthur sẽ ổn thôi. Anh ấy bị đau nhưng không đến nỗi tệ lắm."

"Tạ ơn Chúa", Sachs thì thầm.

"Chuyện gì xảy ra vậy?", Rhyme hỏi.

"Không ai biết rõ. Kẻ tình nghi là Antwon Johnson, đang thụ án trong nhà tù liên bang vì tội bắt cóc và trốn qua biên giới tiểu bang. Người ta chuyển hắn tới Tomb để chuẩn bị xét xử một số tội danh liên quan tới pháp luật tiểu bang. Có vẻ hắn làm chuyện đó không trù tính trước và cố dàn dựng như thể Arthur tự treo cổ. Lúc đầu Johnson chối tội, sau đó khăng khăng nói Arthur muốn chết và đã nhờ hắn giúp."

"Các quản giáo đã tìm thấy anh ấy kịp thời?"

"Không. Rất lạ lùng. Một tù nhân khác bám theo Johnson. Mick Gallenta, hai án chung thân vì buôn bán amphetamin và heroin. Tay này chỉ bé bằng nửa Johnson nhưng đã xông vào, nện gục hắn và gỡ Arthur từ trên tường xuống. Gần như suýt nữa gây nên một cuộc nổi loạn."

Điện thoại đổ chuông, Rhyme nhận ra mã khu vực là 201.

Judy Rhyme.

Anh nhận máy.

"Cậu đã nghe tin gì chưa, Lincoln?", giọng chị run rẩy vang lên trong máy.

"Em biết rồi."

"Tại sao ai đó lại làm như thế? Tại sao?"

"Nhà tù là nhà tù. Đó là một thế giới khác."

"Nhưng nơi đó chỉ là một khu giam giữ, Lincoln. Tạm giam. Tôi có thể hiểu được nếu anh ấy bị tống vào tù cùng những kẻ sát nhân đã bị kết án. Nhưng phần lớn những người ở đó mới đang chờ xử, đúng không?"

"Đúng thế."

"Vậy tại sao lại có người mạo hiểm với phiên tòa của chính mình để tìm cách giết một tù nhân khác tại đó?"

"Em không biết, Judy. Quả là không hiểu nổi. Chị đã nói chuyện với anh ấy chưa?"

"Họ cho phép anh ấy gọi điện thoại. Anh ấy nói chưa được tốt lắm. Cổ họng bị tổn thương. Nhưng không quá trầm trọng. Họ sẽ giữ anh ấy lại bệnh xá một hay hai ngày."

"Tốt", Rhyme nói. "Nghe này, Judy, em muốn có nhiều thông tin hơn trước khi gọi điện, nhưng... em tin chắc chúng ta sẽ có thể chứng minh Arthur vô tội. Dường như có một kẻ khác đứng đằng sau tội ác đó. Hắn vừa sát hại một nạn nhân nữa hôm qua và em nghĩ chúng ta có thể liên hệ hắn với vụ án mạng Sanderson."

"Ôi! Thật thế sao? Hắn là tên khốn kiếp nào vậy, Lincoln?" Không còn thận trọng, không còn cân nhắc từng từ hay lo ngại sẽ xúc phạm tới người nghe. Judy Rhyme đã trở nên cứng rắn chỉ sau hai mươi bốn giờ.

"Đó là điều lúc này bọn em đang tìm kiếm." Anh nhìn Sachs, rồi quay lại điện thoại. "Và có vẻ như hắn không có bất cứ mối liên hệ nào với nạn nhân. Không hề có lấy một mối liên hệ."

"Cậu...?", giọng nói của chị lạc đi. "Cậu chắc là vậy chứ?"

Sachs nói rõ tên mình rồi chen vào: "Đúng thế".

Họ có thể nghe rõ thấy tiếng thở của chị, "Liệu tôi có nên gọi cho luật sư không?".

"Ông ta không làm gì được đâu. Với tình hình như hiện tại, anh ấy sẽ vẫn bị bắt."

"Tôi có nên gọi Art báo cho anh ấy biết không?"

Rhyme do dự, "Có chứ, tất nhiên rồi".

"Ở bệnh xá, anh ấy đã hỏi thăm cậu đấy, Lincoln."

"Vậy sao?"

Anh cảm thấy Amelia Sachs đang nhìn mình.

"Phải. Anh ấy nói, cho dù kết cục ra sao, anh ấy muốn cảm ơn cậu đã giúp đỡ."

*Mọi thứ đã có thể khác đi...*

"Em phải gác máy đây, Judy. Bọn em có rất nhiều việc phải làm. Nếu tìm hiểu thêm được gì, em sẽ cho chị biết ngay lập tức."

"Cảm ơn, Lincoln và cả mọi người nữa. Chúa ban phước cho tất cả."

Một thoáng do dự. "Tạm biệt, Judy."

Rhyme không buồn dùng đến hệ thống nhận lệnh qua giọng nói. Anh dùng ngón trỏ bàn tay phải để chấm dứt cuộc gọi. Anh có thể kiểm soát ngón đeo nhẫn của bàn tay trái tốt hơn nhưng ngón tay bên phải có thể cử động nhanh như một con rắn.

Miguel 5465 là một người đã trải qua bi kịch và là một nhân viên đáng tin cậy. Anh ta thường xuyên tới thăm vợ chồng người chị gái sống ở Long Island và gửi tiền qua Western Union cho mẹ và em gái đang sống ở Mexico. Anh ta là một người rất đạo đức. Có một lần, một năm sau khi vợ con anh ta qua đời, anh ta nhặt được một khoản bốn trăm đô la quý báu từ máy ATM đặt tại một khu vực của Brooklyn vốn nổi tiếng với những cô gái làng chơi. Thế nhưng anh chàng nhân viên bảo trì đã bỏ qua.

Tôi còn biết nhiều hơn nữa về Miguel 5465, hơn phần lớn những *mười sáu chữ số* khác trong cơ sở dữ liệu bởi vì anh ta là một trong những lối thoát hiểm của tôi.

Thứ tôi đang cần đến một cách khẩn cấp vào lúc này.

Tôi đã chuẩn bị chu đáo anh ta cho vai trò kẻ thế thân trong cả năm qua. Sau khi anh ta chết, đám cảnh sát mẫn cán sẽ bắt đầu ghép các mảnh đầu mối lại với nhau. Gì đây, chúng ta đã tìm ra kẻ sát nhân, tên thủ phạm cưỡng dâm, kẻ đánh cắp tranh và tiền xu! Anh ta đã tự thú tất cả trong lá thư tuyệt mệnh của mình - chán nản và đi đến chỗ giết người do cái chết của những người thân. Trong túi áo anh ta là chiếc hộp đựng móng tay của nạn nhân Myra Weinburg.

Và thử nhìn xem chúng ta còn có gì đây nữa: Những khoản tiền được chuyển qua tài khoản của anh ta và biến mất một cách khó hiểu. Miguel 5465 đang trông đợi một khoản vay thế chấp lớn để mua một ngôi nhà ở Long Island, với nửa triệu đô la phải trả trước, bất chấp mức lương bốn mươi sáu nghìn đô la một năm của anh ta. Anh ta đã tìm đến các trang web buôn bán tác phẩm nghệ thuật, hỏi han về tranh của Prescott. Dưới tầng hầm tòa nhà chung cư nơi anh ta đang sống, có năm két bia Miller, bao cao su hiệu Trojan, kem cạo râu Edge và một bức ảnh của Myra Weinburg chụp lại từ OurWorld. Cũng bị cất giấu ở đó còn có những cuốn sách viết về cách xâm nhập vào các hệ thống máy tính, cùng các thẻ nhớ chứa các phần mềm dùng để lấy mật mã. Anh ta đã bị trầm cảm nặng, thậm chí chỉ mới tuần trước đã liên hệ tới một trung tâm dịch vụ tư vấn cho những người có xu hướng tự sát để nghị gửi cho mình một bản tài liệu giới thiệu.

Còn có cả bảng theo dõi thời gian của anh ta, với các thông tin cho thấy anh ta đã vắng mặt ở công ty khi các vụ án xảy ra.

Một cú lên rổ ghi điểm ngoạn mục.

Trong túi áo tôi là bức thư tuyệt mệnh, giả mạo một cách khá thuyết phục nét chữ viết tay của anh ta, tập hợp lại từ bản sao của các tấm séc và bản đề nghị vay tiền bị anh ta bỏ đi nhưng đã được cẩn thận scan lại và tung lên mạng một cách hớ hênh. Bức thư cũng được viết trên loại giấy tương tự như loại giấy anh ta đã mua một tháng trước đây tại một cửa hàng gần nhà, mực là loại mực trong thứ bút mà anh ta sở hữu.

Và vì điều cuối cùng mà cảnh sát muốn xảy ra là một cuộc điều tra quy mô nhắm vào nhà thầu cung cấp dữ liệu chính cho họ, SSD, mọi chuyện sẽ chấm dứt ở đây. Anh ta sẽ chết. Hồ sơ được khép lại. Tôi sẽ quay trở lại *căn phòng* của mình, xem xét lại những sai lầm tôi đã phạm phải và tìm cách trở nên thông minh hơn trong tương lai.

Chẳng phải đây chỉ là một bài học mà cuộc đời luôn dạy cho tất cả chúng ta sao?

Còn về bản thân vụ tự sát, tôi đã tìm trên Google Earth[1] và chạy một phần mềm dự báo, phần mềm này sẽ đưa ra dự đoán cách anh ta sẽ đi về nhà từ ga tàu điện ngầm sau khi rời khỏi SSD. Miguel 5465 nhiều khả năng sẽ đi qua một công viên nhỏ nằm giữa khu Queens này, ngay cạnh đường cao tốc. Tiếng ồn khó chịu của xe cộ cùng bầu không khí ngột ngạt từ khói xả của những động cơ diesel cũng đồng nghĩa với việc công viên này thường rất vắng vẻ. Tôi sẽ áp sát thật nhanh sau lưng anh ta - anh ta có thể nhận ra tôi - rồi tung ra sáu cú nện vào đầu với một ống tuýp sắt. Sau đó tôi sẽ nhét bức thư tuyệt mệnh và chiếc hộp đựng móng tay vào túi áo anh ta, lôi anh ta ra bờ dốc, từ đó anh ta sẽ rơi xuống con đường cao tốc nằm phía dưới mười lăm mét.

Miguel 5465 đang bước đi chậm rãi, liếc nhìn vào mặt tiền các cửa hàng. Tôi ở sau anh ta chừng chín, mười mét, đầu cúi xuống, hoàn toàn đắm chìm vào việc tận hưởng các giai điệu âm nhạc sau khi hết giờ làm, giống như hàng chục người đi làm bằng vé tháng khác đang trên đường về nhà, dù chiếc iPod của tôi đang tắt (âm nhạc là một thứ tôi không sưu tập).

Giờ thì công viên chỉ còn cách có một tòa nhà nữa. Tôi...

Nhưng đợi đã, có điều gì đó không ổn. Anh ta không rẽ về phía công viên. Anh ta dừng lại trước một cửa hàng của người Hàn Quốc, mua vài bông hoa và rời khỏi con phố thương mại nhộn nhịp, hướng về khu kế bên lúc này đã vắng tanh.

Tôi theo dõi toàn bộ quá trình, đưa chúng vào xem xét dựa trên cơ sở hiểu biết của mình. Dự báo của phần mềm dường như đang không chính xác.

Một cô bạn gái chăng? Hay một người thân?

---

[1] Google Earth là một phần mềm mô phỏng quả địa cầu, nó tạo ra bản đồ thế giới dựa vào những hình ảnh chi tiết được chụp từ vệ tinh, những hình chụp trên không trung và hệ thống GIS.

Thế quái nào lại có thứ gì đó về cuộc sống của anh ta mà tôi không biết?

Nhiễu loạn trong dữ liệu. Tôi ghét điều đó!

Không, không, chuyện này không hay chút nào cả! Những bông hoa cho một cô bạn gái không hề tương thích với chân dung của một kẻ giết người sắp tự sát.

Miguel 5465 tiếp tục đi trên vỉa hè, trong bầu không khí tràn ngập hương vị mùa xuân của nhựa cỏ mới cắt, hoa tử đinh hương và nước tiểu của chó.

À, hiểu rồi. Tôi thở phào nhẹ nhõm.

Anh chàng nhân viên bảo trì bước qua cổng nghĩa trang.

Tất nhiên rồi, cô vợ và cậu con trai đã qua đời. Dự đoán vẫn chính xác. Chỉ có điều sẽ có chút chậm trễ. Con đường về nhà vẫn sẽ đưa anh ta qua công viên. Thế này có khi còn hay hơn, một lần viếng thăm cuối cùng tới mộ người vợ. Hãy tha thứ cho anh vì đã cưỡng dâm và giết người khi không còn em, em yêu. Tôi đi theo, giữ một khoảng cách an toàn và đôi giày dễ chịu có đế cao su của tôi không phát ra bất cứ tiếng động nào.

Miguel 5465 đi thẳng tới một ngôi mộ kép. Tại đó, anh ta làm dấu thánh, quỳ xuống cầu nguyện. Sau đó đặt hoa xuống bên cạnh bốn bó hoa khác, đều đã héo úa ở những mức độ khác nhau. Tại sao những chuyến viếng thăm nghĩa trang này không xuất hiện trong cơ sở dữ liệu?

Tất nhiên rồi - anh ta đã trả tiền mặt khi mua hoa.

Anh ta đứng dậy, bắt đầu rời đi.

Tôi bắt đầu bám theo, hít một hơi thật sâu.

Đúng lúc đó:"Xin lỗi ông".

Tôi lạnh người. Rồi chậm chạp quay sang người quản trang, lúc này đang nói với tôi. Ông ta xuất hiện một cách lặng lẽ, thận trọng bước đi trên thảm cỏ đã được xén ngắn ướt sương tới chỗ tôi đang đứng. Ông ta chuyển cái nhìn từ mặt tôi xuống bàn tay phải mà tôi vội đút ngay vào túi. Ông ta rất có thể đã nhìn thấy chiếc găng vải bông màu be tôi đang đeo, mà cũng có thể không.

"Xin chào", tôi nói.

"Tôi nhìn thấy ông sau những lùm cây đằng kia."

Tôi phải trả lời thế nào đây?

"Những lùm cây?"

Đôi mắt của ông ta cho tôi hay ông ta rất coi trọng việc chăm sóc bảo vệ những linh hồn đã chết.

"Tôi có thể biết ông đang đến viếng ai không?"

Tên ông ta có trên bộ đồng phục nhưng tôi không thể thấy rõ được. Stony? Tên kiểu gì vậy? Tôi nóng mặt vì bực bội. Đây là lỗi của *bọn chúng... bọn chúng*, những kẻ săn lùng tôi! *Bọn chúng* đã khiến tôi bất cẩn. Tôi đã bị rối trí bởi những nhiễu loạn, những tạp nhiễm đó! Tôi ghét *bọn chúng*, ghét *bọn chúng*, ghét...

Tôi cố nở một nụ cười dễ mến. "Tôi là một người bạn của Miguel."

"À. Vậy ông biết Carmela và Juan?"

"Vâng, đúng thế."

Stony, hay Stanley thì phải, đang tự hỏi tại sao tôi vẫn còn ở lại đây vì Miguel 5465 đã ra về. Ông ta hơi thay đổi tư thế. Phải, đúng là Stony... Bàn tay ông ta đưa lại gần chiếc bộ đàm đeo bên hông. Tôi không nhớ nổi những cái tên trên bia mộ nữa. Tôi tự hỏi không biết có phải vợ Miguel tên là Rosa, con trai anh ta tên là Jose còn tôi vừa sập bẫy hay không nữa.

Sự khôn ngoan của người khác thực đáng bực mình.

Stony liếc nhìn chiếc bộ đàm của mình và khi ông ta ngước lên con dao đã đi được nửa quãng đường hướng tới ngực ông ta. Một, hai, ba nhát đâm, được cẩn thận nhắm vào khoảng giữa các xương - bạn có thể bị trật khớp một ngón tay nếu không cẩn thận, đó là điều tôi đã học được bằng việc trả giá. Rất đau đớn.

Tuy nhiên, người quản trang, dù bị sốc, vẫn tỏ ra mạnh mẽ hơn tôi tưởng. Ông ta lao tới, chộp lấy cổ áo tôi bằng bàn tay không bận bịt vết thương. Chúng tôi giằng co, lôi kéo, một vũ điệu quái gở giữa những nấm mồ, cho tới khi tay ông ta tuột ra và người quản trang ngã ngửa xuống vỉa hè cạnh lối đi, một con đường bê tông dẫn tới văn phòng quản lý nghĩa trang. Bàn tay ông ta đã chộp lấy chiếc bộ đàm đúng khoảnh khắc con dao của tôi tìm tới cổ ông ta.

Xoẹt, xoẹt, hai nhát dao nhẹ nhàng mở phanh động mạch hay tĩnh mạch, mà cũng có thể là cả hai, làm một vòi máu bất thần vọt lên không trung.

Tôi đã kịp né khỏi nó.

"Không, không, tại sao? Tại sao?", ông ta đưa hai tay lên vết thương, nhờ thế hai bàn tay ông ta không còn gây cản trở nữa, giúp tôi thực hiện điều tương tự cho phía cổ bên kia của ông ta. Xoẹt, xoẹt, tôi không thể dừng lại được. Không cần thiết nhưng lúc này tôi đang điên, đang căm hận - căm hận *bọn chúng* vì đã khiến tôi phạm sai lầm. *Bọn chúng* đã buộc tôi phải dùng Miguel 5465 làm kế thoát thân. Và giờ đây *bọn chúng* khiến tôi mất tập trung. Tôi trở nên bất cẩn.

Thêm nhiều nhát dao nữa... Rồi tôi lùi lại, và ba mươi giây sau đó, sau vài lần quờ quạng giãy đạp, người đàn ông đã lịm đi. Đến giây thứ sáu mươi, cái chết sẽ thế chỗ sự sống.

Tôi chỉ có thể đứng một chỗ, đờ đẫn trước cơn ác mộng vừa trải qua, thở hổn hển bởi nỗ lực gắng sức vừa rồi. Tôi cúi gập người xuống, cảm thấy mình như một con vật khốn khổ.

Đám cảnh sát - *bọn chúng* - sẽ biết tôi chính là thủ phạm, hẳn rồi. Mọi dữ liệu đều phơi bày ra đó. Vụ án mạng xảy ra ngay cạnh mộ phần gia đình một nhân viên của SSD và sau hồi vật lộn vừa rồi với gã quản trang, tôi dám chắc sẽ có những bằng chứng lưu lại, đám cảnh sát ma lanh có thể lần ra dấu vết tới những hiện trường khác. Tôi không có đủ thời gian để thu dọn.

*Bọn chúng* sẽ hiểu tôi đã đi theo Miguel 5465 để ngụy tạo vụ tự tử của anh ta và bị người quản trang bắt gặp.

Rồi có tiếng động phát ra từ chiếc bộ đàm. Ai đó đang gọi cho Stony. Giọng có vẻ bình thản, chỉ là một kiểm tra thông thường. Nhưng khi không ai trả lời, họ sẽ sớm chạy tới tìm ông ta.

Tôi quay người vội vã rời khỏi đó, như thể tôi là một tang quyến bị nỗi đau đè nặng đang hoang mang về những gì tương lai dành sẵn cho mình.

Nhưng quả thực đó chính là tình cảnh của tôi lúc này.

# Chương 30

Một vụ án mạng nữa.

Và không nghi ngờ gì, Năm Hai Hai chính là thủ phạm.

Rhyme và Sellitto đang có trong tay danh sách nóng cập nhật bất cứ vụ án mạng nào xảy ra tại thành phố New York. Khi nhận được cuộc gọi từ Văn phòng Thám tử, họ chỉ cần vài câu hỏi để tìm ra nạn nhân, một nhân viên quản trang, đã bị sát hại ngay cạnh mộ vợ con một nhân viên của SSD, nhiều khả năng thủ phạm là một người đàn ông đã bám theo người nhân viên tới đó.

Quá nhiều để có thể coi là trùng hợp, đương nhiên.

Người nhân viên của công ty, một người làm nhiệm vụ bảo trì, không nằm trong diện đối tượng tình nghi. Anh ta đang trò chuyện với một người đến viếng mộ khác khi họ nghe thấy tiếng kêu của người quản trang.

"Đúng hẳn rồi", Rhyme gật đầu. "Ổn chứ, Pulaski?"

"Vâng, thưa ông."

"Hãy gọi cho ai đó tại SSD. Tìm hiểu xem những người có tên trong danh sách nghi vấn đã ở đâu trong hai giờ vừa qua."

"Được thôi." Thêm một nụ cười cam chịu nữa. Rõ ràng cậu ta không khoái nơi đó cho lắm.

"Và, Sachs..."

"Em sẽ đi kiểm tra hiện trường tại nghĩa trang." Cô đã gần ra tới cửa.

Sau khi Sachs và Pulaski đi khỏi, Rhyme gọi cho Rodney Szarnek tại Đơn vị Tội phạm máy tính Sở Cảnh sát New York. Anh thông tin cho anh ta về vụ án mạng vừa diễn ra và nói: "Tôi đoán hắn đang nóng lòng muốn có thông tin về những gì chúng ta đã biết được. Đã có gì từ chiếc bẫy chưa?".

"Không có gì từ bên ngoài Sở. Chỉ có một cuộc tìm kiếm từ văn phòng của ông Đại úy Malloy ở Big Building. Xem qua các file trong hai mươi phút rồi đăng xuất."

Malloy? Rhyme cười thầm. Mặc dù Sellitto đã cập nhật mọi tiến triển cho viên đại úy đúng như chỉ thị, rõ ràng ông ta vẫn không thể rũ bỏ được bản chất một nhân viên điều tra trong mình và cố tự tập hợp nhiều thông tin nhất có thể - có lẽ để đưa ra các đề xuất. Rhyme đáng ra nên gọi báo cho ông ta biết về cái bẫy, cũng như việc các file dữ liệu mồi nhử không chứa đựng bất cứ thông tin hữu ích nào.

Anh chàng chuyên gia máy tính nói: "Tôi cho rằng không có gì đáng chú ý, vì vậy tôi không gọi cho anh".

"Không sao." Rhyme ngừng liên lạc. Anh nhìn chăm chăm hồi lâu vào những tấm bảng ghi danh sách các bằng chứng. "Lon, tôi có một ý tưởng."

"Gì vậy?", Sellitto hỏi.

"Chàng trai của chúng ta luôn đi trước chúng ta một bước. Chúng ta tiếp cận vụ này như thể hắn giống như những tên tội phạm khác. Nhưng không phải như thế."

*Người biết tất cả...*

"Tôi muốn thử cách khác. Tôi cần trợ giúp."

"Từ ai?"

"Trong thành phố."

"Khu vực hơi rộng đấy. Chính xác là ở đâu."

"Malloy. Và ai đó ở Tòa thị chính."

"Tòa thị chính? Để làm quái gì vậy? Điều gì làm anh nghĩ họ sẽ bận tâm nhấc máy khi chúng ta gọi đến?"

"Bởi vì họ phải làm thế."

"Có lý do nào sao?"

"Anh cần thuyết phục bọn họ, Lon. Chúng ta cần vượt lên trước gã này. Anh có thể làm được điều đó."

"Chính xác là làm gì?"

"Tôi nghĩ chúng ta cần một chuyên gia."

"Loại nào?"

"Chuyên gia máy tính."

"Chúng ta có Rodney."

"Cậu ta không hẳn là điều tôi nghĩ tới trong đầu."

Nạn nhân đã bị đâm bằng dao đến chết.

Bị đâm một cách rất chính xác, đúng thế, nhưng cũng thật vô lý, vào ngực, rồi sau đó bị cắt cổ một cách tàn bạo trong cơn tức giận, Sachs thầm đánh giá. Đây là một đặc điểm nữa của Năm Hai Hai. Cô đã trông thấy những vết thương như thế tại các hiện trường khác, những nhát đâm cắt dữ dội và không mấy trúng đích thường chứng tỏ kẻ sát nhân đã bị mất khả năng kiểm soát bản thân.

　　Điều đó rất tốt cho các nhà điều tra, những tên tội phạm dễ bị kích thích cũng là những tên tội phạm bất cẩn. Chúng thường hớ hênh và để lại nhiều bằng chứng hơn những tên tội phạm làm chủ được bản thân khi gây án. Nhưng, như Amelia Sachs đã học được từ những ngày còn tuần tra trên đường phố, điểm bất lợi là chúng cũng nguy hiểm hơn nhiều. Những kẻ điên rồ và nguy hiểm như Năm Hai Hai không hề phân biệt giữa các nạn nhân đã dự tính trước với những người vô tình qua đường hay cảnh sát.

　　Bất cứ đe dọa hay cảm giác không thoải mái nào cần được triệt tiêu ngay lập tức và dứt quát. Và mọi logic cứ việc cuốn xéo xuống địa ngục.

　　Trong ánh sáng chói chang của những ngọn đèn halogen nhóm điều tra hiện trường đã bật lên làm cả khu mộ chìm trong một thứ ánh sáng kỳ quái, Sachs xem xét thi thể nạn nhân đang nằm ngửa, hai chân dang rộng ở đúng vị trí cuối cùng trong cơn giãy chết. Một vũng máu chảy dài từ xác chết lan rộng trên vỉa hè bê tông của Vườn Tưởng niệm Forest Hills cũng như đám cỏ bên cạnh.

　　Không tìm được bất cứ nhân chứng nào và Miguel Abrera, người nhân viên bảo trì của SSD, cũng không cho biết thêm được điều gì. Anh ta đang bị chấn động mạnh vì mình đã trở thành đích ngắm của tên sát nhân, đồng thời cũng vì người bạn của anh ta đã bị sát hại, anh ta đã làm quen với người quản trang trong những lần thường xuyên tới viếng mộ vợ con. Tối hôm đó anh ta có một cảm giác mơ hồ rằng ai đó đã bám theo mình từ ga tàu điện ngầm, thậm chí anh ta đã dừng lại, liếc nhìn vào các cửa kính để xem liệu có cái đuôi nào bám theo mình hay không. Nhưng anh ta không phát hiện được ai và tiếp tục đi tới nghĩa trang.

　　Lúc này, trong bộ đồng phục áo liền quần màu trắng, Sachs chỉ huy hai nhân viên cảnh sát từ Đơn vị Điều tra hiện trường chính của Sở đóng tại Queens tiến hành chụp ảnh và quay video mọi thứ. Cô kiểm tra thi thể nạn nhân, sau đó bắt đầu khám nghiệm hiện trường một cách đặc biệt cẩn thận. Đây là một hiện trường quan trọng. Vụ án mạng đã xảy ra rất nhanh và dã man, rõ ràng người quản trang đã làm Năm Hai Hai bị bất ngờ. Họ đã giằng co, có nghĩa là sẽ có nhiều cơ hội tìm thấy bằng chứng cung cấp nhiều thông tin hơn về kẻ sát nhân.

Sachs bắt đầu quá trình khám nghiệm, cô bước từng bước một trong khu vực hiện trường theo một chiều, sau đó rẽ vuông góc và lại tìm kiếm một lần nữa đúng khu vực đó.

Đến nửa đường, cô đột ngột dừng lại.

Một tiếng động.

Cô dám chắc đó là tiếng của kim loại va chạm vào nhau. Một viên đạn lên nòng? Hay một con dao được mở ra?

Cô liếc xung quanh, nhưng chỉ nhìn thấy khu nghĩa trang lờ mờ dưới màn đêm. Amelia Sachs không tin vào những hồn ma, bình thường vẫn cảm thấy những nơi như thế này thật bình yên, thậm chí dễ chịu. Nhưng lúc này hai hàm răng cô đang va vào nhau lập cập, bàn tay tứa mồ hôi bên trong những chiếc găng cao su.

Cô vừa quay lại phía xác nạn nhân thì kinh ngạc khi nhìn thấy một tia sáng lóe lên gần đó.

Liệu có phải là ánh đèn từ những chiếc xe đang chạy trên đường chiếu qua các khóm cây?

Hay Năm Hai Hai đang lại gần với một con dao trong tay?

*Ngoài-vòng-kiểm-soát...*

Cô không thể không nghĩ tới việc hắn đã một lần tìm cách giết cô - vụ gài bẫy ngay gần ngôi nhà của DeLeon Williams với tay đặc vụ liên bang - và không thành công. Rất có thể hắn đã hạ quyết tâm phải kết thúc việc hắn đã khởi đầu.

Cô quay trở lại với công việc của mình. Nhưng khi đã gần hoàn tất công việc thu thập bằng chứng, cô lại rùng mình ớn lạnh.

Lại có tiếng động, lần này từ phía bên kia của khu vực được chiếu sáng, nhưng vẫn nằm trong khuôn viên nghĩa trang, lúc này đã bị các nhân viên tuần tra phong tỏa. Cô nheo mắt nhìn qua quầng sáng. Liệu có phải đó chỉ là một làn gió vừa thổi qua một thân cây? Hay một con vật nào đó?

Bố cô, một cảnh sát điều tra đã cống hiến trọn đời cho ngành và là một nguồn cung cấp hào phóng những điều khôn ngoan học được từ đường phố, đã có lần nói với cô: "Hãy quên những xác chết đi, Amie, họ không làm gì hại con đâu. Hãy để tâm đến những kẻ khiến họ phải chết".

Cũng gần tương tự như lời khuyên của Rhyme: "Tìm kiếm cẩn thận, nhưng hãy canh chừng sau lưng em".

Amelia Sachs không tin vào giác quan thứ sáu. Không phải theo cách người ta vẫn nghĩ về những thế lực siêu nhiên. Với cô, toàn bộ thế giới tự nhiên thật đáng kinh ngạc, đầy phức tạp và mạnh mẽ. Nhưng trong trường hợp này, chúng ta không hề cần đến những quyền năng siêu nhiên để đưa ra những suy luận chính xác nhất.

Cô biết chắc có ai đó đang ở đây.

Cô bước ra khỏi phạm vi hiện trường và gài khẩu Glock vào hông. Nắm lấy báng súng vài lần để định hướng cho bàn tay trong trường hợp cô cần rút súng khẩn cấp. Cô quay lại với công việc khám nghiệm, kết thúc việc thu thập bằng chứng và khẩn trương quay về hướng trước đó cô đã nhìn thấy sự chuyển động.

Ánh sáng trong khu hiện trường mạnh đến chói mắt, nhưng cô biết chắc có ai đó ở ngoài kia, quan sát cô từ phía sau lò hỏa táng. Có thể chỉ là một công nhân làm việc tại đó, nhưng không thể bỏ sót bất cứ điều gì. Tay đặt sẵn lên súng, cô bước về phía trước chừng sáu mét. Bộ đồ màu trắng đang mặc biến cô thành một mục tiêu ngon xơi trong bóng tối, nhưng cô quyết định chấp nhận mạo hiểm.

Cô rút khẩu Glock, khẩn trương bước nhanh qua các khóm cây một cách đầy khó nhọc với đôi chân đang đau nhức vì cơn viêm khớp, hướng tới chỗ bóng đen nọ. Nhưng rồi Sachs dừng lại, nhăn mặt trong khi nhìn về phía khu tiếp nhận của lò hỏa táng, nơi cô đã phát hiện thấy kẻ xâm nhập. Miệng cô mím chặt lại, thầm bực bội với chính mình. Người đàn ông đó, một bóng người nổi bật dưới ánh sáng từ ngoài đường hắt vào nghĩa trang, là một cảnh sát; cô có thể nhìn thấy hình dáng chiếc mũ của nhân viên tuần tra và tư thế ủ ê buồn chán của một người đang phải đứng gác. Cô gọi: "Này anh? Có thấy ai quanh đây không?".

"Không, thám tử Sachs", anh ta trả lời. "Chắc chắn là không."

"Cảm ơn."

Cô kết thúc việc thu thập bằng chứng sau đó bàn giao lại hiện trường cho bác sĩ pháp y.

Quay lại xe, cô mở thùng xe ra và bắt đầu cởi bộ đồ áo liền quần màu trắng ra. Đồng thời trò chuyện với mấy cảnh sát khác tới từ Sở, chỉ huy của Đội Điều tra hiện trường tại Queens. Họ cũng đang thay bộ đồng phục của mình. Một người cau mày nhìn quanh tìm kiếm thứ gì đó.

"Đánh mất gì sao?", cô hỏi.

Anh ta cau có, "Phải. Nó ở ngay đây mà. Cái mũ của tôi".

Sachs lạnh người. "Cái gì?"

"Nó mất rồi."

Chết tiệt. Cô ném bộ đồng phục vào thùng xe, lao vội tới chỗ viên thượng sĩ đồn cảnh sát khu vực, lúc này đang là người phụ trách hiện trường. "Anh có cử ai tới khu tiếp nhận của lò hỏa táng không?", cô vừa thở không ra hơi vừa hỏi.

"Đằng kia à? Không. Tôi thấy không cần. Chúng tôi đã phong tỏa toàn bộ khu vực này và..."

Quỷ tha ma bắt.

Quay lại, cô chạy tới chỗ khu tiếp nhận, khẩu Glock trong tay. Cô hét lớn với mấy cảnh sát đứng gần đó: "Hắn đang ở đây! Tới chỗ lò hỏa táng. Nhanh lên!".

Sachs dừng lại trước tòa nhà cũ xây bằng gạch đỏ, nhìn thấy cánh cổng dẫn ra phố mở tung. Kiểm tra nhanh, xung quanh không để lộ ra dấu vết nào của Năm Hai Hai. Cô tiếp tục chạy ra phố, vội vã nhìn ra ngoài, cả về bên phải và bên trái. Dòng người, xe cộ đi lại, những kẻ tò mò đang đứng nhìn - rất nhiều. Nhưng hắn đã biến mất.

Cô quay trở lại khu tiếp nhận và không ngạc nhiên khi tìm thấy chiếc mũ cảnh sát nằm ngay gần đó. Nó nằm bên cạnh tấm biển *Để quan tài tại đây*. Cô nhặt chiếc mũ cho vào một chiếc túi đựng bằng chứng và quay lại chỗ các nhân viên cảnh sát. Sachs và người thượng sĩ của đồn cảnh sát khu vực cử các nhân viên đi quanh khu vực nghĩa trang tìm hiểu xem có ai nhìn thấy kẻ tình nghi hay không. Sau đó cô trở lại xe. Tất nhiên, hắn lúc này hắn đã cách đây rất xa, nhưng cô vẫn không thể rũ bỏ được cảm giác bất an đầy ám ảnh - xuất phát chủ yếu từ việc hắn không hề bỏ chạy khi trông thấy cô đi về phía lò hỏa táng, thay vì thế vẫn thản nhiên nán lại.

Nhưng điều khiến cô bị ám ảnh hơn cả là giọng nói bình thản của hắn khi hắn gọi cô bằng tên.

"Họ có đồng ý không?", Rhyme gần như gắt lên khi Lon Sellitto bước qua ngưỡng cửa, trở về từ chuyến đi vào thành phố gặp Đại úy Malloy và Phó Thị trưởng Ron Scott, để trình bày về cái mà Rhyme gọi là 'Kế hoạch Chuyên gia'.

"Không mấy vui vẻ. Nó khá đắt đỏ và họ..."

"Chết... tiệt. Phải gọi ngay cho ai đó."

"Bình tĩnh, bình tĩnh nào. Họ sẽ thực hiện nó và đang tiến hành thu xếp. Tôi mới chỉ đang nói là họ cần nhẫn thôi mà."

"Đáng ra anh phải nói ngay cho tôi biết là họ đồng ý. Tôi không cần biết họ cần nhẫn nhiều thế nào."

"Joseph Malloy sẽ gọi cho tôi và cung cấp các chi tiết."

Đến khoảng chín giờ rưỡi tối, cửa phòng lại mở và Amelia Sachs bước vào, mang theo bằng chứng thu thập được từ hiện trường vụ sát hại người quản trang.

"Hắn đã có mặt ở đó", cô nói.

Rhyme không hiểu ý cô.

"Năm Hai Hai. Ở nghĩa trang. Hắn đang theo dõi chúng ta."

"Đừng vớ vẩn", Sellitto nói.

"Hắn đã chuồn mất khi tôi hiểu ra." Cô đưa ra chiếc mũ của nhân viên tuần tra và thuật lại chuyện hắn đã dùng nó cải trang trong lúc theo dõi cô.

"Hắn làm thế để được cái chết tiệt gì chứ?"

"Thông tin", Rhyme khẽ nói. "Biết càng nhiều, hắn sẽ càng có lợi, còn chúng ta càng trở nên hoang mang..."

"Cô đã kiểm tra khu vực chưa?", Sellitto hỏi.

"Một đội cảnh sát khu vực đã làm chuyện đó. Không ai nhìn thấy hắn."

"Hắn biết mọi thứ. Chúng ta thì chẳng biết gì."

Cô mở chiếc thùng ra, đôi mắt Rhyme dõi theo từng chiếc túi đựng bằng chứng. "Họ đã giằng co. Có thể có vài dấu vết rất hữu ích sót lại."

"Hãy hy vọng là thế."

"Tôi đã nói chuyện với Abrera, người nhân viên bảo trì. Anh ta kể trong tháng vừa rồi có vài chuyện rất lạ lùng. Bảng theo dõi thời gian của anh ta bị thay đổi, có những khoản tiền bất thường gửi vào tài khoản của anh ta."

Cooper đề xuất: "Giống như Jorgensen - đánh cắp danh tính?".

"Không, không", Rhyme nói. "Tôi dám cá Năm Hai Hai đang nuôi dưỡng để biến anh ta thành kẻ thế thân. Có thể là một vụ tự sát. Rồi để lại một bức thư tuyệt mệnh... Chỗ đó có phải là mộ vợ con anh ta không?"

"Đúng thế."

"Rõ rồi. Anh ta bị suy sụp. Chuẩn bị tự kết liễu đời mình. Tự thú về mọi tội ác trong bức thư tuyệt mệnh. Chúng ta khép lại vụ án. Nhưng người quản trang đã bắt gặp hắn trong lúc hành sự. Lúc này Năm Hai Hai đang sa vào ngõ cụt. Hắn không thể làm vụ ngụy tạo tự sát lần nữa. Hắn sẽ phải cố làm điều gì đó khác. Nhưng là gì?"

Cooper đã bắt đầu kiểm tra các bằng chứng. "Không có tóc trong chiếc mũ, không có bất cứ dấu vết nào... Nhưng quý vị biết tôi tìm thấy gì không? Một mẩu băng dính."

"Hắn đã xóa sạch dấu vết trước khi bỏ chiếc mũ lại", Rhyme nói, mặt cau có. Giờ thì không việc gì Năm Hai Hai làm có thể khiến anh ngạc nhiên nữa.

Sau đó Cooper lại thông báo: "Từ hiện trường ngôi mộ, tôi tìm thấy một mẩu sợi. Tương tự như của sợi dây thừng đã được dùng trong vụ trước".

"Tốt! Trên đó có gì không?"

Cooper chuẩn bị mẫu rồi tiến hành xét nghiệm. Một lát sau anh ta thông báo kết quả: "Okay, thu được hai thứ. Nhiều nhất là naphthalene trong môi trường kết tinh trơ".

"Những viên băng phiến", Rhyme nói. Thứ này đã xuất hiện trong một vụ đầu độc diễn ra vài năm trước. "Nhưng là loại cũ." Anh giải thích, trên thực tế trong phần lớn trường hợp naphthalene đã bị loại bỏ và được thay thế bằng những nguyên liệu an toàn hơn. "Hoặc", anh nói thêm, "từ nước ngoài nhập vào".

"Và một thứ nữa." Cooper ra dấu về phía màn hình máy tính. Hợp chất được phát hiện có công thức $Na(C_6H_{11}NHSO_2O)$. "Và nó lẫn với lecithin, sáp carnauba và axit citric."

"Thứ quái gì vậy?", Rhyme buột miệng hỏi.

Thêm một cơ sở dữ liệu nữa được tham khảo. "Natri cyclamate."

"À, một chất làm ngọt nhân tạo, đúng không?"

"Đúng là nó", Cooper vừa đọc vừa nói. "Bị FDA cấm sử dụng từ ba mươi năm trước. Lệnh cấm vẫn đang bị tranh cãi nhưng không có sản phẩm nào sử dụng nó kể từ những năm bảy mươi."

Sau đó dòng suy nghĩ của Rhyme lần lượt nhảy từ chủ đề này sang chủ đề khác, theo đúng hành trình của đôi mắt anh khi chúng nhảy từ mục này tới mục khác trên các tấm bảng danh sách bằng chứng. "Bìa các tông cũ. Nấm mốc. Sợi thuốc lá đã khô. Tóc búp bê? Soda cũ? Và những hộp đựng băng phiến? Tất cả những thứ này dẫn tới đâu mới được chứ? Liệu có phải hắn sống gần một cửa hàng bán đồ cổ? Hay ngay trên một cửa hàng đồ cổ?"

Họ tiếp tục tiến hành các phân tích: vết phospho sesquisulfid, nguyên liệu chính trong sản xuất diêm an toàn, cùng mẫu bụi từ Trung tâm Thương mại Thế giới và những mảnh từ lá cây dieffenbachia, hay còn gọi là huệ tây lá đốm. Một loại cây cảnh trong nhà rất phổ biến.

Những bằng chứng còn lại gồm mẫu giấy từ những tờ giấy viết màu vàng, nhiều khả năng là hai tờ khác nhau vì có khác biệt về màu sắc. Thêm nữa, lại tìm thấy thứ gia vị mà Rhyme từng phát hiện trên con dao được dùng để sát hại người sưu tập tiền xu. Lần này họ có đủ mẫu để giám định một cách nghiêm chỉnh các hạt gia vị và màu sắc. "Là hạt tiêu cayen", Cooper thông báo.

Sellitto lẩm bẩm: "Trước đây từng có thời anh có thể tóm ai đó có láng giềng gốc Latinh với thứ này. Nhưng giờ anh có thể nhảy salsa và tìm thấy các loại xốt cay bỏng mồm này ở bất cứ đâu. Từ Whole Foods cho tới 7-Elevens[1]".

Bằng chứng duy nhất còn lại là một dấu giày trên nền đất của ngôi mộ mới gần nơi xảy ra vụ án mạng. Sachs suy đoán đây là dấu giày của Năm Hai Hai vì có vẻ người để lại dấu giày đang chạy về phía lối ra của nghĩa trang.

So sánh hình ảnh quét tĩnh điện của dấu giày với cơ sở dữ liệu các loại dấu giày cho thấy đôi giày Năm Hai Hai đi là một đôi hiệu Skecher cỡ 11 đã mòn, một mẫu giày khá tiện lợi, dù không thực sự kiểu cách, mà những người lao động và những người đi bộ dã ngoại thường dùng.

Trong khi Sachs nhận một cuộc gọi, Rhyme yêu cầu Thom viết các chi tiết vừa tìm hiểu được lên bản danh sách đúng như anh đọc. Rhyme nhìn đăm đăm vào các thông tin, đã có thêm rất nhiều thông tin so với ban đầu. Nhưng chẳng dẫn tới đâu cả.

### Mô tả đặc điểm ĐTBA 522

- *Nam giới.*

- *Có thể hút thuốc hay sống/làm việc với người hút thuốc, hoặc ở gần nguồn gây ra tàn thuốc.*

- *Có con hoặc sống/làm việc gần nơi có trẻ con hay nơi có nguồn đồ chơi.*

---

[1] Whole Foods, 7-Elevens: tên các chuỗi siêu thị thực phẩm tại Mỹ.

- *Quan tâm tới tác phẩm nghệ thuật, tiền xu cổ?*

- *Nhiều khả năng da trắng hoặc da sáng màu.*

- *Vóc người trung bình.*

- *Khỏe - có khả năng siết cổ nạn nhân.*

- *Có cơ hội tiếp cận thiết bị ngụy trang giọng nói.*

- *Nhiều khả năng biết rõ về máy tính, mạng xã hội OurWorld. Còn các trang mạng xã hội khác?*

- *Lấy chiến lợi phẩm từ nạn nhân. Một kẻ tàn bạo biến thái?*

- *Một phần nơi ở/nơi làm việc thường xuyên trong tình trạng thiếu ánh sáng, ẩm thấp.*

- *Sống tại khu Manhattan hoặc gần khu này?*

- *Ăn đồ ăn vặt/xốt cay.*

- *Sống gần cửa hàng đồ cổ?*

- *Đi giày đi làm hiệu Skecher cỡ 11.*

**Bằng chứng không sắp đặt trước**

- *Vết bụi.*

- *Vết bìa các tông cũ.*

- *Tóc búp bê, sợi BASF B35 nylon 6.*

- *Tàn thuốc lá từ thuốc lá điếu Tareyton.*

- *Mảnh thuốc lá cũ, không phải Tareyton, nhưng không rõ loại.*

- *Vết nấm mốc Stachybotrys Chartarum.*

- *Bụi, từ vụ tấn công Trung tâm Thương mại Thế giới, rất có khả năng là dấu hiệu cho thấy chỗ ở/nơi làm việc ở khu Manhattan.*

- *Mảnh đồ ăn vặt/hạt tiêu cayen.*

- *Sợi thừng có chứa:*

+ *Chất làm ngọt soda cyclamate (hàng cũ hoặc nguồn gốc nước ngoài).*

+ *Viên băng phiến có chứa naphthalene (hàng cũ hoặc nguồn gốc nước ngoài).*

- *Mảnh lá cây huệ tây lá đốm (cây cảnh trong nhà, cần ánh sáng).*

- *Vết từ hai tờ giấy viết khác nhau màu vàng.*

- *Vết giày đi làm hiệu Skecher cỡ 11.*

# CHƯƠNG 31

"Rất cảm ơn anh đã đồng ý gặp tôi, Mark."

Whitcomb, phó Bộ phận Kiểm soát, mỉm cười niềm nở. Pulaski cảm thấy anh ta phải thực sự yêu công việc của mình để vẫn tiếp tục làm việc muộn như vậy - ngay cả sau chín giờ rưỡi tối. Nhưng sau đó anh chàng cảnh sát chợt nhận ra chính bản thân mình cũng đang làm việc.

"Lại một vụ án mạng nữa? Và vẫn cùng thủ phạm gây án?"

"Chúng tôi hoàn toàn chắc chắn."

Người đàn ông trẻ tuổi cau mày. "Tôi lấy làm tiếc. Lạy Chúa. Khi nào vậy?"

"Chừng ba giờ trước."

Họ đang ở trong văn phòng của Whitcomb, một nơi có vẻ thân thiện hơn nhiều so với văn phòng của Sterling, và cũng bừa bộn hơn, cũng khiến người ta cảm thấy thoải mái hơn. Anh ta đặt tập giấy đang viết dở sang bên và đưa tay về phía một chiếc ghế ra hiệu mời ngồi. Pulaski ngồi xuống, nhận thấy một bức ảnh gia đình đặt trên bàn làm việc, vài bức tranh khá đẹp treo trên tường, cùng với các bằng tốt nghiệp và vài chứng chỉ chuyên môn. Pulaski liếc dọc liếc ngang về phía các lối đi vắng lặng, lấy làm mừng vì cả Cassel lẫn Gillespie, hai kẻ quấy rối hãnh tiến, đều không có mặt.

"Đây là vợ anh phải không?"

"Em gái tôi." Whitcomb mỉm cười nhưng Pulaski đã từng thấy cái nhìn này trước đây. Nó có nghĩa đây là một chủ đề khá nặng nề. Chẳng lẽ cô gái đã chết?

Không, đó là câu trả lời *còn lại*.

"Tôi đã ly hôn. Công việc quá bận rộn. Thật khó để có một gia đình." Người đàn ông trẻ giơ cánh tay lên, có lẽ ám chỉ SSD, Pulaski thầm đoán. "Nhưng đây là một công việc quan trọng. Thực sự quan trọng."

"Tôi chắc là vậy."

Sau khi cố gắng tìm gặp Andrew Sterling, Pulaski cuối cùng cũng tìm được Whitcomb, anh này đã đồng ý gặp cậu cảnh sát và cung cấp bảng theo dõi thời gian của ngày hôm đó - để xem ai trong số các đối tượng nghi vấn không có mặt ở công ty vào khoảng thời gian người quản trang bị giết.

"Tôi có ít cà phê đây."

Pulaski nhận ra trên bàn làm việc của anh ta có một chiếc khay bạc với hai chiếc tách bằng sứ.

"Tôi vẫn nhớ anh thích món này."

"Cảm ơn."

Vị chủ nhân dáng người dong dỏng của văn phòng rót cà phê ra tách.

Cậu cảnh sát nhấp một ngụm. Tuyệt quá. Pulaski vẫn trông đợi đến lúc tình hình tài chính khả quan hơn, cậu ta sẽ cho phép mình mua một chiếc máy pha cappuccino[1]. Cậu cảnh sát trẻ thực sự thích tách cà phê. "Tối nào anh cũng làm việc muộn thế này sao?"

"Cũng khá thường xuyên. Các hoạt động quản lý của chính phủ thường rất chặt chẽ trong bất cứ ngành kinh doanh nào, nhưng trong ngành kinh doanh thông tin, rắc rối nằm ở chỗ họ thực sự không biết mình cần cái gì. Chẳng hạn, các tiểu bang có thể kiếm một số tiền kha khá từ việc bán các thông tin về giấy phép lái xe. Tại vài nơi, các công dân sở tại đã nổi cáu thực sự và chuyện này bị cấm tiệt. Nhưng ở nhiều tiểu bang khác nó lại vẫn triển khai tốt."

"Ở một số địa phương, nếu công ty của anh bị tin tặc đột nhập, anh phải thông báo cho khách hàng biết những thông tin nào đã bị đánh cắp, cho dù đó là loại thông tin gì đi nữa. Ở những tiểu bang khác, anh chỉ cần thông báo nếu đó là các thông tin về tài chính. Ở vài nơi khác thì thậm chí anh chẳng phải báo gì cho khách hàng hết. Một mớ bòng bong. Nhưng chúng tôi cần kiểm soát được tất cả."

Nghĩ đến những vi phạm về an ninh, Pulaski chợt bị ám ảnh bởi cảm giác tội lỗi vì cậu ta đã đánh cắp dữ liệu từ các không gian bộ nhớ trống của SSD. Whitcomb đã ở cùng cậu ta trong khoảng thời gian các file đó được tải về. Liệu anh chàng nhân viên Kiểm soát có bị rắc rối không nếu Sterling khám phá ra chuyện này?

"Đây rồi." Whitcomb đưa cho cậu ta khoảng hai mươi tờ giấy toàn các bảng ghi thời gian ngày hôm đó.

Pulaski lướt qua các trang giấy, so sánh những cái tên trên đó với các đối tượng nghi vấn của họ. Đầu tiên, cậu ta ghi lại thời điểm Miguel Abrera rời công ty - muộn hơn năm giờ chiều một chút. Sau đó tim Pulaski đập mạnh khi cậu ta tình cờ bắt gặp cái họ

---

[1] Một loại cà phê pha theo kiểu Ý.

*Sterling.* Ông ta rời công ty chỉ vài giây sau Miguel, như thể đi ngay sau lưng người nhân viên bảo trì... Nhưng rồi Pulaski nhận ra nhầm lẫn của mình. Người rời công ty lúc đó là Andy Sterling, người con trai. Vị tổng giám đốc đã rời công ty sớm hơn vào lúc bốn giờ chiều và quay trở lại chỉ nửa giờ trước, có lẽ sau khi đi uống vài ly và ăn bữa tối để bàn công chuyện.

Một lần nữa, cậu ta cảm thấy bực bội với chính mình vì đã không đọc kỹ những bảng thời gian. Thiếu chút nữa cậu ta đã gọi Lincoln Rhyme khi nhìn thấy hai mốc thời gian rời công ty sát nhau đến vậy. Khi đó thì mất mặt biết chừng nào? Hãy suy nghĩ cho cẩn thận hơn, cậu ta bực bội thầm ra lệnh cho mình.

Về các đối tượng nghi vấn khác, Faruk Mameda - người phụ trách kỹ thuật ca đêm - đã có mặt tại SSD vào thời gian xảy ra án mạng. Bảng theo dõi thời gian của Giám đốc Hoạt động Chuyên môn Wayne Gillespie cho biết anh ta đã rời công ty trước Abrera nửa tiếng, nhưng đã quay lại văn phòng lúc sáu giờ và ở lại thêm vài giờ nữa. Pulaski cảm thấy hơi thất vọng vì chi tiết này dường như đã loại gã hãnh tiến khỏi danh sách đen. Tất cả những người còn lại đều vắng mặt đủ thời gian để có thể bám theo Miguel tới nghĩa trang, hoặc đến đó trước anh ta và chờ đợi. Nói một cách chính xác, phần lớn nhân viên đều không có mặt ở văn phòng. Cậu ta nhận ra Sean Cassel đã ra ngoài gần hết buổi chiều nhưng vừa quay trở lại công ty nửa tiếng trước.

"Có ích gì không?", Whitcomb hỏi.

"Ít nhiều. Anh có phiền không nếu tôi giữ nó?"

"Không, cứ cầm đi."

"Cảm ơn." Pulaski gấp tập giấy lại nhét vào túi áo.

"À, tôi đã nói chuyện với anh trai tôi. Tháng tới anh ấy sẽ có mặt ở thành phố. Không biết anh có hứng thú không nhưng tôi nghĩ có thể anh sẽ thích gặp anh ấy. Có thể cả anh và anh trai anh.

Ba người có thể trao đổi những câu chuyện cảnh sát." Rồi Whitcomb mỉm cười lúng túng, như thể đó là điều cuối cùng các sĩ quan cảnh sát muốn làm. Thực ra không đúng vậy, Pulaski có thể cam đoan với anh ta, cảnh sát luôn thích những câu chuyện về cảnh sát.

"Nếu như lúc đó vụ này đã được giải quyết xong. Hay như các anh gọi thế nào nhỉ?"

"Khép lại."

"Giống như trong xê ri truyền hình đó. *The Closer*, đúng rồi... Nếu vụ án được khép lại. Còn bây giờ hẳn là không thể có chuyện cạn một cốc bia với đối tượng tình nghi, phải không?"

"Anh khó có thể bị coi là một đối tượng tình nghi, Mark", Pulaski nói, đồng thời bật cười. "Nhưng đúng thế, tốt nhất nên đợi. Tôi sẽ xem anh trai tôi có thể thu xếp được thời gian không."

"Mark", một giọng nói nhẹ nhàng vang lên sau lưng họ.

Pulaski quay lại và trông thấy Andrew Sterling, mặc quần đen và chiếc sơ mi trắng, tay áo xắn lên. Một nụ cười niềm nở. "Cảnh sát Pulaski. Cậu có mặt ở đây thường xuyên đến mức có lẽ tôi nên đưa cậu vào bảng lương mới phải."

Một nụ cười e dè từ cậu cảnh sát trẻ.

"Tôi không biết là cậu đã quay lại, ngài cảnh sát."

"Tôi đã gọi điện. Điện thoại tự động chuyển vào hộp thư thoại của ông."

"Thật sao?", vị tổng giám đốc cau mày. Rồi đôi mắt màu lục trở nên tập trung. "Cũng phải. Hôm nay Martin về sớm. Chúng tôi có thể giúp được cậu điều gì không?"

Pulaski sắp sửa để cập tới bảng theo dõi thời gian nhưng Whitcomb nhanh chóng chen vào: "Ron vừa cho biết đã có một vụ án mạng nữa xảy ra".

"Không thể nào, vậy sao? Cùng thủ phạm?"

Pulaski nhận ra mình đã phạm phải một sai lầm. Công việc phải lượn lờ quanh Andrew Sterling này thật ngu ngốc. Không phải vì cậu ta nghĩ Sterling có tội hay sẽ tìm cách che giấu điều gì đó, cậu chỉ muốn có thông tin thật nhanh và nói thẳng thắn ra cũng vì muốn tránh chạm mặt Cassel hay Gillespie, điều hoàn toàn có thể xảy ra nếu cậu ta tìm tới văn phòng tổng giám đốc để hỏi các bảng theo dõi thời gian.

Nhưng lúc này cậu ta nhận ra mình đã lấy thông tin về SSD từ một nguồn không phải là Andrew Sterling - một sai lầm, nếu không muốn nói là một hành động phạm pháp rõ ràng.

Cậu ta tự hỏi không biết ông ta có cảm nhận được sự lo lắng của mình không. Cậu ta nói: "Chúng tôi nghĩ vậy. Dường như lúc đầu kẻ sát nhân định nhắm vào một nhân viên của SSD, nhưng cuối cùng lại sát hại một người tình cờ đi ngang qua".

"Nhân viên đó là ai vậy?"

"Miguel Abrera."

Sterling lập tức nhận ra cái tên này: "Ở Bộ phận Bảo trì, phải rồi. Anh ta không sao chứ?".

"Anh ta ổn cả, hơi choáng váng. Nhưng không hề hấn gì."

"Tại sao anh ta lại trở thành mục tiêu? Cậu có nghĩ anh ta biết điều gì đó không?"

"Tôi không rõ", Pulaski nói.

"Chuyện đó xảy ra lúc nào?"

"Khoảng từ sáu giờ đến sáu rưỡi tối nay."

Sterling nheo mắt, làm vài nếp nhăn hằn lên quanh hai mắt ông ta. "Tôi có một giải pháp. Điều cậu nên làm là kiểm tra bảng theo dõi thời gian của các đối tượng tình nghi, ngài cảnh sát. Điều đó sẽ cho phép loại trừ những ai có bằng chứng ngoại phạm."

"Tôi..."

"Tôi sẽ lo chuyện này, ngài Andrew", Whitcomb lập tức lên tiếng, ngồi xuống trước máy tính của anh ta. "Tôi sẽ lấy chúng từ chỗ Nhân sự." Với Pulaski, anh ta nói: "Sẽ không mất nhiều thời gian đâu".

"Tốt", Sterling nói. "Hãy cho tôi biết cậu tìm thấy gì."

"Được thôi, ngài Andrew."

Vị tổng giám đốc bước lại gần, ngước nhìn thẳng vào mắt Pulaski. Ông ta bắt tay cậu cảnh sát trẻ thật chặt. "Tạm biệt, ngài cảnh sát."

Khi ông ta đã đi khỏi, Pulaski nói: "Cảm ơn. Đáng ra tôi nên hỏi ông ấy trước".

"Phải, đáng ra anh nên làm thế. Tôi cứ nghĩ là anh đã làm rồi. Điều khiến ngài Andrew khó chịu nhất là không được cung cấp thông tin. Nếu ông ấy có thông tin, cho dù là tin xấu đi nữa, ông ấy vẫn vui vẻ. Anh đã thấy mặt hợp lý của ngài Andrew Sterling. Mặt không hợp lý dường như cũng chẳng khác biệt nhiều. Tin tôi đi."

"Anh sẽ không gặp rắc rối gì chứ?"

Một tiếng cười vang lên. "Chừng nào ông ấy không phát hiện ra tôi đã có các bảng theo dõi thời gian một giờ trước khi ông ấy đề xuất đến chúng."

Trong khi Pulaski đi ra thang máy cùng Whitcomb, cậu ta liếc nhìn ra sau lưng. Ở cuối lối đi là Andrew Sterling, đang trò chuyện cùng Sean Cassel, cả hai người cùng cúi đầu xuống. Tay Giám đốc Marketing và Bán hàng đang gật đầu. Tim Pulaski đập mạnh. Rồi Sterling quay đi. Cassel quay người lại, dùng miếng vải đen lau kính và nhìn thẳng vào Pulaski. Anh ta mỉm cười chào. Vẻ mặt, như cậu cảnh sát cảm nhận, cho thấy anh chàng không hề ngạc nhiên khi thấy cậu ta có mặt ở đó.

Tiếng chuông báo hiệu thang máy đến nơi vang lên, Whitcomb ra dấu mời Pulaski vào trong.

Điện thoại trong phòng thí nghiệm của Rhyme lại đổ chuông. Ron Pulaski báo cáo lại những gì tìm hiểu được tại SSD về địa điểm có mặt của các đối tượng tình nghi. Sachs bổ sung thông tin lên danh sách.

Chỉ có hai người có mặt tại văn phòng vào thời điểm xảy ra án mạng - Mameda và Gillespie.

"Vậy có thể là bất cứ ai trong số sáu người còn lại", Rhyme lẩm bẩm.

"Lúc đó hầu như chẳng còn ai ở công ty", cậu cảnh sát trẻ nói. "Không có nhiều người ở lại làm muộn."

"Họ không cần phải làm thế", Sachs chỉ ra nguyên do. "Hệ thống máy tính thực hiện toàn bộ công việc."

Rhyme bảo Pulaski về nhà với gia đình rồi anh ngả đầu vào gối tựa của chiếc xe lăn và nhìn chăm chú vào tấm bảng.

*Andrew Sterling, Chủ tịch, Tổng Giám đốc.*

*Bằng chứng ngoại phạm - đã ở Long Island, đã xác minh. Được con trai chứng thực.*

*Bằng chứng ngoại phạm trong vụ sát hại người quản trang (có mặt tại văn phòng, theo bảng theo dõi thời gian).*

*Sean Cassel, Giám đốc Marketing và Bán hàng.*

*Không có bằng chứng ngoại phạm.*

*Wayne Gillespie, Giám đốc Hoạt động Chuyên môn.*

*Không có bằng chứng ngoại phạm.*

*Bằng chứng ngoại phạm trong vụ sát hại người quản trang (có mặt tại văn phòng, theo bảng theo dõi thời gian).*

*Samuel Brockton, Giám đốc Bộ phận Kiểm soát.*

*Bằng chứng ngoại phạm - hồ sơ khách sạn xác nhận có mặt tại Washington.*

*Peter Arlonzo-Kemper, Giám đốc Nhân sự.*

*Bằng chứng ngoại phạm - ở cùng vợ, đã được vợ xác minh (độ tin cậy?).*

*Steven Shraeder, Phụ trách Đội Kỹ thuật và Hỗ trợ, ca ngày.*

*Bằng chứng ngoại phạm - có mặt ở công ty, theo bảng theo dõi thời gian.*

*Faruk Mameda, Phụ trách Đội Kỹ thuật và Hỗ trợ, ca đêm.*

*Không có bằng chứng ngoại phạm.*

*Bằng chứng ngoại phạm trong vụ sát hại người quản trang (có mặt tại văn phòng, theo bảng theo dõi thời gian).*

*Các khách hàng của SSD (?).*

*Danh sách đã được Sterling cung cấp.*

*Đối tượng chưa rõ được Andrew Sterling tuyển mộ (?).*

Nhưng liệu có phải Năm Hai Hai là một người trong bọn họ không? Rhyme tự hỏi mình lần nữa. Anh nghĩ tới những gì Sachs đã nói với mình về khái niệm "nhiễu loạn" trong khai thác dữ liệu. Liệu những cái tên này có phải chỉ là nhiễu loạn không? Nhằm đánh lạc hướng, thu hút sự chú ý của họ khỏi sự thật?

Rhyme điều khiển một cú quay ngoạn mục trên chiếc TDX và một lần nữa lại đối diện với những tấm bảng trắng. Có điều gì đó bất ổn. Nhưng là gì mới được chứ?

"Lincoln..."

"Suỵt."

Điều gì đó anh từng đọc, hay nghe nói đến. Hình như, một vụ án từ nhiều năm trước. Nó lởn vởn thoắt ẩn thoắt hiện lờ mờ trong trí nhớ. Không tài nào nắm bắt được. Chẳng khác gì tìm cách gãi một chỗ ngứa trên tai anh.

Anh biết rõ Cooper đang nhìn mình. Thật khó chịu. Anh nhắm nghiền hai mắt lại.

Gần như...

Phải rồi!

"Chuyện gì thế?"

Có vẻ anh vừa nói lớn tiếng.

"Tôi nghĩ tôi tìm ra nó rồi. Thom, cậu vẫn theo dõi các sự kiện văn hóa đúng không?"

"Thế có nghĩa là gì?"

"Cậu đọc các tạp chí, đọc báo. Xem các chương trình quảng cáo. Loại thuốc lá điếu Tareyton còn được sản xuất không?"

"Tôi không hút thuốc. Tôi *chưa bao giờ* hút thuốc."

"Tôi thà tranh đấu còn hơn thay đổi", Lon Sellitto chen vào.

"Cái gì?"

"Đó là câu quảng cáo vào những năm sáu mươi. Hình người với một con mắt màu đen?"

"Không nhớ từng nhìn thấy."

"Bố tôi từng hút loại thuốc lá này."

"Chúng còn được sản xuất không? Đây là điều tôi đang muốn hỏi."

"Tôi không biết. Nhưng anh không còn thấy chúng nhiều nữa."

"Đúng thế. Mẩu thuốc lá chúng ta tìm thấy cũng rất cũ. Vậy cho dù hắn có hút thuốc hay không, hoàn toàn có lý nếu giả thiết rằng hắn sưu tập thuốc lá điếu."

"Thuốc lá điếu. Kiểu sưu tập gì vậy?"

"Không, không chỉ riêng thuốc lá điếu. Món soda cũ với chất làm ngọt nhân tạo. Có thể đóng lon hay đóng chai. Những viên băng phiến, diêm, tóc búp bê. Và nấm mốc, loại *Stachybotrys Chartarum*, bụi từ các tòa tháp của Trung tâm Thương mại. Tôi không nghĩ rằng hắn sống trong khu trung tâm. Tôi nghĩ chỉ đơn giản là hắn không lau dọn gì suốt nhiều năm trời..."

Một tiếng cười gằn.

"Còn kiểu sưu tập gì mà mới đây chúng ta phải đối mặt nữa? Dữ liệu. Năm Hai Hai bị ám ảnh với việc sưu tập... Tôi nghĩ hắn là một kẻ mắc chứng nghiện tích trữ."

"Một kẻ gì cơ?"

"Hắn tích trữ đủ mọi thứ. Hắn không bao giờ vứt bỏ đi thứ gì. Đó là lý do tại sao lại có quá nhiều thứ 'cũ' như thế?"

"Phải, tôi đã nghe đến chuyện này", Sellitto nói. "Rất kỳ quái. Thậm chí ghê rợn."

Rhyme từng khám nghiệm hiện trường nơi một người mắc chứng nghiện tích trữ nặng đã chết, bị đè bẹp dưới một đống sách - trên thực tế, anh ta bị mắc kẹt và chịu đau đớn suốt hai ngày trước khi chết vì chấn thương nội tạng. Rhyme đã mô tả nguyên nhân gây ra cái chết là "chẳng vui vẻ gì". Anh không tìm hiểu nhiều về chứng bệnh này nhưng biết rõ New York có một tổ chức chuyên trách - nhằm giúp đỡ những người mắc chứng nghiện tích trữ được tư vấn điều trị, bảo vệ bản thân họ cũng như hàng xóm láng giềng khỏi cách hành xử bất bình thường của những người này.

"Hãy thử gọi điện cho anh chàng bác sĩ tâm lý của chúng ta xem sao."

"Terry Dobyns?"

"Có thể anh ta biết ai đó trong tổ chức chuyên trách giúp đỡ những người mắc chứng nghiện tích trữ. Hãy nhờ anh ta kiểm tra giúp và tìm cách lôi anh ta đến đây."

"Vào giờ này sao?", Cooper hỏi. "Hơn mười giờ rồi đấy."

Rhyme chẳng buồn quan tâm tới lịch đồng hồ sinh học của một ngày: Chúng ta đâu có ngủ, vậy tại sao ai đó lại cần phải ngủ? Chỉ một cái nhìn của Rhyme dành cho Cooper cũng đủ chuyển tải hoàn hảo thông điệp đó.

# CHƯƠNG 32

Lincoln ăn bữa thứ hai trong ngày của mình.

Thom đã chuẩn bị đồ ăn lần nữa, mặc dù Rhyme thường không đặc biệt hứng thú với việc ăn uống, anh vẫn ăn ngon lành chiếc sandwich kẹp thịt gà và bánh mì do anh chàng điều dưỡng tự làm. "Theo đúng công thức của James Beard", anh ta tuyên bố, mặc dù lời để cập tới tên người đầu bếp nổi tiếng và cũng là một tác giả các cuốn sách dạy nấu ăn, đối với Rhyme, chẳng tạo ra được bất cứ ấn tượng nào. Sellitto đã chén ngấu nghiến một chiếc sandwich, cầm theo một chiếc nữa trước khi ra về ("Còn ngon hơn món cá ngừ", anh ta tấm tắc). Mel Cooper thậm chí còn hỏi xin công thức làm món bánh mì đen cho cô vợ Gretta.

Sachs đang ngồi trước máy tính gửi vài email. Rhyme định hỏi cô đang làm gì thì chuông cửa reo vang.

Một lát sau, Thom dẫn vào phòng thí nghiệm Terry Dobyns, chuyên gia về hành vi của Sở Cảnh sát New York mà Rhyme đã quen biết nhiều năm nay. Mái tóc anh ta đã thưa hơn, bụng cũng đã to ra so với lần đầu họ gặp gỡ - khi Dobyns từng ngồi cạnh Rhyme hàng giờ liền, trong quãng thời gian khủng khiếp sau vụ tai nạn đã khiến anh bị liệt. Đôi mắt người bác sĩ vẫn đầy nhân ái như trong trí nhớ Rhyme và nụ cười bình thản, không một chút định kiến. Nhà tội phạm học vẫn giữ thái độ ngờ vực với việc thiết lập chân dung tâm lý tội phạm, ưa thích sự chính xác của khoa học hình sự hơn, nhưng anh cũng phải thừa nhận Dobyns đã không ít lần cung cấp các chỉ dẫn sáng suốt và hữu ích về những tên tội phạm Rhyme săn lùng.

Lúc này người bác sĩ đang lên tiếng chào mọi người, nhận tách cà phê từ tay Thom, đồng thời từ chối mọi đồ ăn. Anh ta ngồi xuống một chiếc ghế ngay cạnh chiếc xe lăn của Rhyme.

"Quả là đúng đắn khi các anh đã gọi cho tôi hỏi về chứng nghiện tích trữ. Tôi nghĩ anh có lý. Trước hết, tôi muốn nói luôn là tôi đã liên hệ với tổ chức chuyên trách, họ cũng đã rà soát lại những đối tượng đã xác định mắc phải hội chứng này trong thành phố. Số lượng cũng không nhiều và rắc rối là ở chỗ kẻ anh đang tìm không nằm trong danh sách này. Tôi loại trừ các đối tượng là phụ nữ, vì anh đã nói với tôi về vụ cưỡng dâm. Về các đối tượng nam giới, phần lớn đã cao tuổi hay không còn khả năng sinh lý. Hai đối tượng phù hợp với đặc điểm của kẻ anh đang săn lùng đang có mặt ở Staten Island và khu Bronx, cả hai đều có xác minh của nhân viên công tác xã hội hay thành viên gia đình vào thời điểm xảy ra vụ án mạng ngày Chủ nhật."

Rhyme không ngạc nhiên - Năm Hai Hai quá khôn ngoan để có thể sao nhãng việc xóa dấu vết. Nhưng anh vẫn hy vọng ít nhất có được một manh mối dù mong manh và cau có bực bội khi gặp phải ngõ cụt.

Dobyns khẽ mỉm cười. Đây là một vấn đề họ đã từng gặp phải nhiều năm trước. Rhyme chưa bao giờ cảm thấy thoải mái khi thể hiện sự bực bội hay thất vọng trong các vấn đề cá nhân. Tuy nhiên, với công việc thì anh lại là một bậc thầy về chuyện này.

"Nhưng tôi có thể cung cấp cho anh vài gợi ý nhiều khả năng sẽ hữu ích. Giờ thì hãy để tôi nói qua một chút về những kẻ bị chứng nghiện tích trữ. Đó là một chứng rối loạn ám ảnh mang tính cưỡng ép. Nó xảy ra khi một người phải đối diện với một xung đột hay tình huống căng thẳng mà anh ta không thể đối phó được về mặt cảm xúc. Tập trung vào làm một việc gì đó dễ dàng hơn nhiều so với việc nhìn thẳng vào vấn đề ẩn chứa bên trong. Rửa tay và đếm là những triệu chứng của rối loạn ám ảnh mang tính cưỡng ép. Nghiện tích trữ cũng tương tự."

"Cũng cần nói luôn, về mặt bản chất, hiếm khi ai đó mắc chứng nghiện tích trữ lại trở nên nguy hiểm. Có những nguy cơ về sức khỏe - nhiễm bệnh từ súc vật hay côn trùng, nấm mốc, nguy cơ cháy nổ - nhưng về cơ bản, những người nghiện tích trữ chỉ đơn giản muốn người khác để họ yên. Họ sẵn sàng sống khép mình giữa bộ sưu tập của họ, không bao giờ ra ngoài, nếu có thể."

"Nhưng ông bạn này của anh, nói thật lòng, quả là một kẻ lạ lùng. Một sự kết hợp giữa chứng tự yêu bản thân, tính cách yếm thế và rối loạn ám ảnh mang tính cưỡng ép dưới dạng nghiện tích trữ. Nếu hắn ta muốn thứ gì đó - có thể là những đồng tiền xu cổ, tranh hay sự thỏa mãn về tình dục - hắn buộc phải có nó. Hoàn toàn bắt buộc. Giết người sẽ không là gì nếu nó giúp hắn có được thứ hắn cần và bảo vệ bộ sưu tập của hắn. Trên thực tế, tôi sẵn sàng đi xa đến mức cho rằng việc giết chóc giúp hắn bình tĩnh hơn. Những người đang sống mới khiến hắn căng thẳng. Họ sẽ làm hắn thất vọng, sẽ rời bỏ hắn. Nhưng những đồ vật chết như tờ báo, hộp xì gà, nến, thậm chí cả những xác chết - anh có thể mang theo về nơi trú ngụ của anh; chúng *không bao giờ* phản bội anh... Tôi không cho rằng anh quan tâm đến những yếu tố liên quan tới thời thơ ấu có thể đã khiến hắn trở thành như vậy?"

"Không hẳn, Terry", Sachs nói. Cô mỉm cười nhìn Rhyme, lúc này đang lắc đầu.

"Thứ nhất, hắn sẽ cần có không gian. Rất nhiều. Và với giá nhà đất ở đây, hắn phải rất tháo vát hoặc rất giàu có. Những người nghiện tích trữ thường có xu hướng sống trong những ngôi nhà cổ hay nhà đô thị có diện tích lớn. Họ không bao giờ thuê nhà. Họ không thể chịu đựng được ý nghĩ về một người chủ nhà có quyền xâm nhập vào không gian sống của họ. Các ô cửa sổ sẽ bị sơn đen hay dán băng dính. Hắn ta cần phải giữ khoảng cách với thế giới bên ngoài."

"Cần đến bao nhiêu diện tích?", cô hỏi.

"Rất, rất nhiều phòng."

"Một số nhân viên của SSD chắc chắn có rất nhiều tiền", Rhyme suy luận. "Các nhân sự cao cấp."

"Vì gã thủ phạm của anh có chức vụ cao như vậy, hắn sẽ phải có hai cuộc sống. Chúng ta sẽ gọi chúng là cuộc sống 'bí mật' và 'bề ngoài'. Hắn cần tồn tại trong thế giới thực - để bổ sung và duy trì bộ sưu tập của hắn. Vì thế hắn phải thể hiện ra bên ngoài một cách bình thường. Rất có thể hắn có một ngôi nhà thứ hai hoặc một phần của ngôi nhà duy nhất được trang trí cho có vẻ bình thường. À, hắn sẽ thích sống trong hang ổ bí mật của mình hơn. Nhưng nếu hắn làm thế, chỉ có mặt ở đó, những người khác sẽ bắt đầu để ý. Vậy là hắn cũng có một không gian sống có vẻ tương tự như của bất cứ ai ở điều kiện xã hội và kinh tế của hắn. Hai nơi sống có thể được nối liền với nhau hoặc gần kề. Tầng trệt có thể hoàn toàn bình thường, trong khi các tầng lầu là nơi hắn lưu giữ bộ sưu tập của mình. Hoặc dưới tầng hầm."

"Về tính cách, hắn sẽ thể hiện trong cuộc sống bề ngoài một vai diễn gần như trái ngược hẳn với con người thực của hắn. Chẳng hạn, tính cách thật sự của Năm Hai Hai tàn nhẫn và nhỏ nhen. Con người Năm Hai Hai trước mặt công chúng sẽ mực thước, bình tĩnh, chín chắn, lịch thiệp."

"Hắn có thể xuất hiện như một doanh nhân?"

"Ồ, hết sức dễ dàng. Hắn sẽ vào vai rất tuyệt. Bởi vì hắn buộc phải làm thế. Điều đó khiến hắn giận dữ, thù hận. Nhưng hắn biết nếu không làm vậy, bộ sưu tập có thể gặp nguy hiểm và đó là điều hắn không thể chấp nhận được."

Dobyns nhìn qua các bản danh sách. Anh ta gật đầu, "Giờ thì tôi thấy anh đang băn khoăn về chuyện con cái của hắn đúng không? Tôi thực sự khó tin được hắn lại có con. Rất có thể hắn chỉ sưu tập đồ chơi thôi. Lại là điều gì đó liên quan tới tuổi thơ của hắn. Hắn sẽ sống độc thân. Hiếm khi có kẻ nghiện tích trữ nào lập gia đình. Nỗi ám ảnh sưu tập của hắn ta rất dữ dội. Hắn không muốn chia sẻ thời gian hay không gian của mình với một người khác và nói thẳng ra cũng khó lòng tìm được một người bạn đời cũng lập dị như vậy để sẵn sàng sống chung với hắn".

"Okay, thế còn thuốc lá và diêm? Hắn tích trữ thuốc lá điếu và diêm dạng vỉ, nhưng tôi không nghĩ hắn hút thuốc. Phần lớn những kẻ nghiện tích trữ đều sưu tập một lượng lớn giấy tờ, tạp chí, các đồ vật dễ cháy. Gã thủ phạm này không phải là kẻ ngốc. Hắn sẽ không bao giờ mạo hiểm với nguy cơ hỏa hoạn bởi vì chuyện này có thể hủy hoại bộ sưu tập của hắn. Hay ít nhất khiến hắn bị bại lộ, khi lực lượng cứu hỏa xuất hiện. Nhiều khả năng hắn cũng không có sở thích đặc biệt nào với tiền xu hay tác phẩm nghệ thuật. Hắn bị ám ảnh với việc sưu tập. Còn việc sưu tập thứ gì chỉ có ý nghĩa thứ yếu."

"Vậy nhiều khả năng là hắn không sống gần một cửa hàng đồ cổ?"

Dobyns bật cười, "Nơi ở của hắn chính xác trông sẽ y như thế. Nhưng, tất nhiên là không có khách hàng... Được rồi, tôi cũng không thể nghĩ ra gì thêm. Ngoại trừ việc cho anh biết hắn có thể nguy hiểm tới mức nào. Từ những gì anh đã nói với tôi, anh đã vài lần chặn đường hắn. Điều đó khiến hắn rất bực. Hắn sẽ giết bất cứ ai ngăn cản việc sưu tập của hắn, giết họ mà không cần suy nghĩ nhiều. Tôi đặc biệt muốn nhấn mạnh với anh về chi tiết này".

Họ cùng cảm ơn Dobyns. Anh ta chúc họ may mắn rồi ra về. Sachs cập nhật lại danh mục dữ liệu về ĐTBA, dựa trên những gì người chuyên gia tâm lý vừa cung cấp.

*Mô tả đặc điểm ĐTBA 522*

*- Nam giới.*

*- Nhiều khả năng không hút thuốc.*

*- Nhiều khả năng không có vợ con.*

*- Nhiều khả năng là người da trắng hoặc có màu da sáng.*

*- Vóc người trung bình.*

*- Khỏe - có khả năng siết cổ nạn nhân.*

*- Có cơ hội tiếp cận thiết bị ngụy trang giọng nói.*

*- Nhiều khả năng biết rõ về máy tính, mạng xã hội OurWorld. Còn các trang mạng xã hội khác?*

*- Lấy chiến lợi phẩm từ nạn nhân. Một kẻ tàn bạo biến thái?*

*- Một phần nơi ở/nơi làm việc thường xuyên trong tình trạng thiếu ánh sáng, ẩm thấp.*

*- Ăn đồ ăn vặt/xốt cay.*

*- Đi giày đi làm hiệu Skecher cỡ 11.*

*- Bị nghiện tích trữ. Mắc hội chứng rối loạn ám ảnh mang tính cưỡng ép.*

*- Có một cuộc sống "bí mật" và một cuộc sống "bề ngoài".*

*- Biểu hiện trước công chúng sẽ đối lập với bản chất thực sự.*

*- Nơi ở: không thuê nhà, có hai khu vực cư trú, một bình thường và một bí mật.*

*- Các cửa sổ nhà bị che hoặc sơn đen.*

*- Sẽ trở nên rất bạo lực khi thực hiện hành vi sưu tập hay khi bộ sưu tập bị đe dọa.*

"Hữu ích chứ?", Cooper hỏi.

Rhyme chỉ có thể nhún vai.

"Em nghĩ sao, Sachs? Liệu hắn ta có thể là ai đó trong số những người em đã nói chuyện ở SSD không?"

Cô nhún vai, "Em có thể nói Gillespie phù hợp nhất. Anh ta dường như có vẻ rất kỳ quặc. Nhưng Cassel là tay khôn khéo nhất nếu nói về khả năng chưng ra một bộ mặt dễ ưa. Arlonzo-Kemper đã kết hôn, chi tiết này loại anh ta khỏi danh sách, theo quan điểm của Terry. Em chưa gặp các kỹ thuật viên. Ron thì có".

Cùng với những rung động từ thiết bị điện tử, một hộp thoại hiển thị danh tính người gọi đến xuất hiện trên màn hình. Đó là Lon Sellitto, đã quay về nhà nhưng có vẻ vẫn đang tiếp tục bận rộn với "Kế hoạch Chuyên gia" mà Rhyme và anh ta đã cùng nhau vạch ra trước đó.

"Nhận lệnh, trả lời điện thoại... Lon, kế hoạch chúng ta sao rồi?"

"Tất cả đều được thu xếp rồi, Linc."

"Bao giờ?"

"Xem bản tin mười một giờ, anh sẽ thấy. Tôi đi ngủ đây."

Rhyme ngừng liên lạc và bật chiếc TV ở góc phòng thí nghiệm lên.

Mel Cooper cũng chào tạm biệt. Anh ta đang sắp xếp đồ nghề vào cặp thì chiếc máy tính trước mặt phát ra một tiếng "đinh". Anh ta nhìn lên màn hình. "Amelia, cô có email này."

Cô đến chỗ chiếc máy tính, ngồi xuống.

"Có phải cảnh sát Colorado liên hệ về Gordon không?", Rhyme hỏi.

Sachs không nói gì nhưng anh thấy một bên mày của cô hơi nhướn lên khi đọc bản email dài. Ngón tay của cô lại biến mất vào mái tóc đỏ cột đuôi ngựa và da đầu lại có lý do để e ngại.

"Chuyện gì vậy?"

"Em phải đi", cô nói và hối hả đứng dậy.

"Sachs, có chuyện gì thế?"

"Không liên quan gì đến vụ án. Gọi cho em nếu anh cần."

Nói tới đó, cô đã lao ra ngoài khung cửa, để lại đằng sau một màn bí ẩn mơ hồ như hương thơm hoa oải hương của loại xà phòng cô hay dùng.


Vụ án Năm Hai Hai đang diễn biến rất nhanh.

Thế nhưng cảnh sát cũng có lúc phải bận tâm tới những khía cạnh khác trong cuộc sống của họ.

Đó là lý do vì sao lúc này cô đang bồn chồn đứng trước một dãy nhà tách biệt ngăn nắp ở khu Brooklyn, không xa nơi ở của cô lắm. Không khí buổi đêm thật dễ chịu. Một làn gió nhẹ, đượm mùi hoa tử đinh hương và mùn đất đang thối. Sẽ thật tốt biết bao nếu được ngồi xuống lề đường hay một bậc cửa nào đó gần đây và không phải làm điều cô sắp làm.

Điều cô buộc phải làm.

Chúa ơi! mình ghét chuyện này.

Pam Wiloughby xuất hiện trên ngưỡng cửa. Cô bé mặc một chiếc áo len dài tay, tóc buộc túm đuôi ngựa. Cô bé đang nói chuyện cùng người con nuôi khác của gia đình, cũng là một đứa trẻ vị thành niên. Khuôn mặt hai đứa hiện vẻ bí mật pha lẫn ngây thơ thường thấy ở những cô bé vị thành niên. Hai con chó đang đùa nghịch với nhau dưới chân chúng: Jackson - con chó giống Havanese tí hon và một chú chó giống Briard lớn hơn nhưng cũng không kém phần tinh nghịch - Cosmic Cowboy.

Người nữ cảnh sát thỉnh thoảng lại tới đây gặp cô bé, sau đó hai người cùng đi xem phim, tới quán Starbuck hay đi ăn kem. Khuôn mặt Pam thường sáng lên mỗi khi nhìn thấy Sachs.

Nhưng không phải như tối nay.

Sachs ra khỏi xe, tựa người vào mui xe vẫn còn nóng bỏng. Pam bế Jackson lên và đến bên cạnh cô. "Chị xin lỗi vì qua muộn thế này."

"Không sao", cô bé tỏ vẻ dè dặt.

"Bài tập về nhà thế nào?"

"Lúc nào chẳng thế. Một số tốt, một số thật tệ."

Sachs vỗ về con chó mà Pam đang ôm chặt khư khư. Cô bé thường xuyên làm vậy với những thứ của mình. Cô bé luôn từ chối khi ai đó đề nghị cầm giúp túi đựng sách hay túi đựng đồ. Sachs đoán có lẽ vì đã từng bị tước đoạt mất quá nhiều, giờ đây cô bé muốn giữ chặt lấy bất cứ thứ gì có thể.

"Vậy có chuyện gì thế?"

Cô không nghĩ ra được cách nào để vào đề một cách nhẹ nhàng. "Chị đã nói chuyện với bạn em."

"Bạn nào?", Pam hỏi.

"Stuart."

"Chị đã làm gì?" Những vệt ánh sáng chiếu qua tán lá của một cây bạch quả rọi lên khuôn mặt bối rối của cô bé.

"Chị cần phải làm thế."

"Không, chị không được phép."

"Pam... chị lo cho em. Chị đã nhờ một người bạn ở Sở - một người chuyên thực hiện các thủ tục kiểm tra an ninh - điều tra về anh ta."

"Không!"

"Chị muốn biết liệu anh ta có gì giấu giếm không."

"Chị không có quyền làm thế!"

"Phải. Nhưng dù sao chị cũng đã làm. Và chị mới nhận được một email trả lời." Sachs cảm thấy dạ dày như thắt lại. Đối mặt với những tên sát nhân, phóng xe với tốc độ một trăm bảy mươi dặm một giờ... chẳng là gì cả so với lúc này khi cô đang hoang mang cực độ.

"Vậy có phải anh ấy là một tên sát nhân khốn kiếp hay không?", Pam hét lên, "Một kẻ giết người hàng loạt? Một tên khủng bố?".

Sachs do dự. Cô muốn nắm lấy cánh tay cô bé. Nhưng rồi không làm thế. "Không, em yêu. Nhưng... anh ta đã có gia đình."

Dưới những vệt sáng của đèn đường, Sachs thấy Pam chớp mắt.

"Anh ấy... đã có gia đình?"

"Chị rất tiếc. Vợ anh ta cũng là giáo viên, dạy tại một trường tư ở khu Long Island. Và anh ta đã có hai con."

"Không! Chị nhầm rồi." Sachs thấy bàn tay còn tự do của Pam đang nắm chặt đến mức tưởng chừng các sợi cơ sắp đứt tung.

Đôi mắt cô bé đầy phẫn nộ, nhưng cũng không có gì ngạc nhiên. Sachs tự hỏi liệu Pam có đang nhớ lại một vài hồi ức hay không. Có thể Stuart từng nói anh ta không có điện thoại nhà riêng, chỉ có điện thoại di động. Hay cũng có thể anh ta đã yêu cầu cô bé sử dụng một tài khoản thư điện tử riêng biệt, không phải cái anh ta hay dùng.

*Nhà anh đúng là một đống hỗn độn. Anh sẽ rất áy náy khi để em nhìn thấy nó. Anh là giáo viên, em biết đấy. Các giáo viên đều đãng trí... Anh phải thuê một người dọn nhà...*

Pam buột miệng: "Đây là một hiểu lầm. Chị đã nhầm anh ấy với ai đó".

"Chị vừa đến gặp anh ta xong. Chị đã hỏi và anh ta đã kể tất cả với chị."

"Không, chị không hề làm thế! Chị đang bịa ra mọi thứ!" Đôi mắt cô bé như tóe lửa, trên khuôn mặt thoáng hiện một nụ cười lạnh lẽo, khiến trái tim Sachs đau nhói. "Chị đang làm đúng như những gì mẹ em từng làm! Khi bà ta không muốn em làm việc gì đó, bà ta bèn nói dối em! Đúng như chị đang làm."

"Pam, chị không bao giờ..."

"Ai cũng tìm cách tước đi mọi thứ của em! Chị sẽ không làm được đâu! Em yêu anh ấy và anh ấy cũng yêu em, chị không thể đẩy anh ấy đi!" Cô bé quay người lại chạy vào trong nhà, ôm chặt con chó dưới cánh tay.

"Pam", giọng Sachs nấc lên, "Không, em yêu quý...".

Trước khi bước vào trong nhà, cô bé quay lại liếc nhìn thật nhanh, mái tóc xõa tung, người cứng lại như làm bằng sắt, khiến Amelia Sachs thầm cảm ơn quầng sáng hắt ngược đã khiến cô không thấy được khuôn mặt Pam; cô không có tâm trạng chứng kiến tận mắt vẻ căm thù mà cô biết đang hiện lên trên khuôn mặt đó.

Trò lố bịch diễn ra ở nghĩa trang vẫn còn hiện rõ mồn một.

Miguel 5465 đáng ra nên chết đi. Tên hắn ta nên được ghim lên một tấm bảng nhưng cho đám cảnh sát xăm xoi. *Bọn chúng* sẽ nói vụ án được khép lại và mọi thứ đáng ra đã ổn cả.

Nhưng hắn ta đã không chết. Con bướm đó đã bay mất. Tôi sẽ không thể tìm cách ngụy tạo vụ tự sát thêm lần nữa. *Bọn chúng* đã tìm hiểu được điều gì đó về tôi. *Bọn chúng* đã sưu tập được thêm thông tin...

*Tôi ghét bọn chúng, ghét bọn chúng, ghét bọn chúng, ghét bọn chúng...*

Chỉ thiếu chút nữa tôi đã cầm lấy con dao cạo, đùng đùng lao ra ngoài và...

Bình tĩnh. Bình tĩnh lại. Nhưng giờ đây việc giữ được bình tĩnh mỗi lúc một khó thực hiện hơn.

Tôi tạm hoãn vài chuyến đi săn đã lên kế hoạch cho tối nay. Tôi vốn dự định sẽ ăn mừng vụ tự sát và giờ tôi đang quay về *căn phòng* của mình. Được ở giữa những báu vật của mình sẽ giúp ích cho tôi. Những hiện vật từ các cuộc đi săn trong suốt năm vừa qua. Cảm giác những mảnh da thịt, những mẩu móng tay, những sợi tóc đã khô áp vào má tôi thật dễ chịu biết chừng nào.

Nhưng tôi đã kiệt sức. Tôi ngồi xuống trước bức tranh của Harvey Prescott, ngước mắt nhìn nó. Cả gia đình trong bức tranh nhìn lại tôi. Và đúng như những bức chân dung, đôi mắt của họ đi theo tôi tới bất cứ nơi đâu.

Thật dễ chịu. Và kỳ lạ.

Có thể một trong những lý do khiến tôi yêu thích bức tranh của ông ta đến thế nằm ở chỗ những nhân vật này được tạo nên một cách rất tươi mới. Không có ký ức nào ám ảnh khiến họ bực bội, khiến họ thức trắng đêm, thôi thúc họ phải lao ra ngoài phố, sưu tập những báu vật và chiến lợi phẩm.

A, những ký ức:

*Tháng Sáu, năm tuổi. Bố ấn tôi ngồi xuống, quẳng điếu thuốc lá chưa châm lửa đi và giải thích cho tôi biết tôi không thuộc về họ. "Chúng ta nhận mày vào gia đình vì chúng ta rất muốn mày. Chúng ta yêu mày cho dù mày không phải là con đẻ của chúng ta, mày hiểu không?..." Không hẳn thế, tôi không hiểu. Tôi ngây người nhìn chằm chằm vào ông. Kleenex liếc mắt về phía Mẹ. Bà buột miệng nói bà yêu tôi như con trai ruột. Không, yêu tôi nhiều hơn cả con ruột, dù tôi không hiểu tại sao bà phải nói thế. Nghe như một lời nói dối.*

*Bố rời khỏi nhà, tới chỗ làm thứ hai của ông. Mẹ chuẩn bị đi trông giữ những đứa trẻ khác, bỏ mặc tôi với nỗi băn khoăn. Tôi có cảm giác bị lấy mất thứ gì đó. Nhưng không rõ là thứ gì. Tôi nhìn qua khung cửa sổ. Ở đây thật đẹp. Những rặng núi, những vạt rừng xanh ngắt và bầu không khí mát mẻ. Nhưng tôi thích căn phòng của mình hơn, đó là nơi tôi trở về.*

*Tháng Tám, bảy tuổi. Bố và Mẹ đã đánh nhau. Đứa lớn nhất trong số chúng tôi, Lydia, đang khóc. Đừng bỏ đi, đừng bỏ đi, đừng bỏ đi... Bản thân tôi đang lên kế hoạch cho trường hợp tệ nhất, tích sẵn mọi thứ. Thức ăn và những đồng xu. Người ta không bao giờ nhớ ra những đồng xu bị mất, còn tôi, không gì có thể ngăn cản tôi sưu tập chúng. Tôi có một đống xu bằng đồng, hoặc bóng loáng hoặc xỉn màu, trị giá đến một trăm ba mươi tư đô la. Giấu chúng trong những chiếc hộp trong tủ của tôi...*

*Tháng Mười một, bảy tuổi. Bố quay về từ nơi một tháng qua ông đã "bới tìm đồng đô la lấm như chạch", cụm từ ông rất hay dùng (Lydia và tôi luôn mỉm cười mỗi khi nghe ông nói thế). Ông hỏi những đứa trẻ khác đâu. Chị nói không biết và không thể trông chừng được tất cả chúng. "Phải đếm chứ? Mày đang nghĩ cái chết tiệt gì vậy? Lấy ngay điện thoại gọi đến thành phố nhanh lên."*

"Bố có ở đây đâu mà biết", chị khóc ầm lên.

Phản ứng bối rối của Bố khiến Lydia và tôi thấy khó hiểu nhưng chắc chắn nó chẳng tốt lành gì.

Trong tủ của tôi có hai trăm năm mươi hai đô la dưới dạng tiền xu, ba mươi ba hộp cà chua, mười tám hộp các loại rau củ khác, mười hai gói SpaghettiO, thứ tôi chẳng thích nhưng tôi có chúng. Quan trọng là chỗ đó.

Tháng Mười, chín tuổi. Mẹ đang gọi điện thoại tới thành phố. Có thêm nhiều đứa trẻ được gửi nuôi khẩn cấp tới nhà tôi. Lúc này có cả thảy chín đứa. Lydia và tôi phụ giúp Mẹ. Chị đã mười bốn tuổi và biết chăm sóc những đứa nhỏ tuổi hơn. Lydia muốn Bố mua cho búp bê bởi vì chị chưa bao giờ có con nào. Nhưng ông lạnh lùng nói họ không thể kiếm được tiền từ thành phố nếu phung phí vào những thứ vớ vẩn đó.

Tháng Năm, mười tuổi. Tôi từ trường học về nhà. Tôi đã phải cắn răng chịu đựng khi lấy một ít tiền xu của mình để mua một con búp bê cho Lydia. Tôi trông đợi sẽ thấy vẻ mặt vui sướng trên gương mặt chị. Nhưng sau đó tôi nhận ra mình đã sai lầm khi để mở hé cửa tủ. Bố vào trong phòng tôi và xé tung những chiếc hộp. Những đồng xu văng ra nằm la liệt như những người lính ngã xuống trên chiến trường. Ông ta nhét chúng đầy các túi và lấy cả những chiếc hộp. "Vì mày đã ăn cắp những đồng tiền này, bây giờ mày sẽ mất chúng." Tôi òa khóc và giải thích cho ông tôi đã nhặt được những đồng xu đó. "Tốt", Bố đắc thắng nói. "Tao cũng tìm thấy chúng và điều đó có nghĩa là chúng thuộc về tao... Đúng quá còn gì. Làm sao mày có thể cãi lại lý lẽ đó? Mày không thể. Mà lạy Chúa, đến gần năm trăm đô cơ đấy." Rồi ông lấy điếu thuốc lá đang giắt trên vành tai xuống.

Muốn hiểu cảm giác khi người khác lấy đi những thứ thuộc về bạn, những chú lính đồ chơi của bạn, những con búp bê của bạn, những đồng xu của bạn ra sao ư? Chỉ cần ngậm mồm và bịt chặt mũi lại. Cảm giác giống như thế đó và bạn không thể chịu đựng được lâu đâu.

*Tháng Mười, mười một tuổi. Lydia bỏ đi. Không để lại lời nhắn. Cũng không cầm theo con búp bê. Jason, mười bốn tuổi, đến ở cùng chúng tôi từ trại mồ côi. Một đêm nó lẻn vào phòng tôi. Nó muốn chiếm chiếc giường của tôi (giường của tôi thì khô ráo, của nó thì không). Tôi phải ngủ trong chiếc giường ẩm ướt của nó trong suốt một tháng. Tôi phàn nàn với Bố. Ông ta bảo tôi ngậm miệng lại. Bọn họ cần tiền và họ nhận được thêm một khoản trợ cấp bổ sung cho những đứa trẻ ED như Jason... Ông ta không nói thêm gì nữa. Tôi không biết ED có nghĩa là gì. Lúc đó thì chưa.*

*Tháng Một, mười hai tuổi. Những ánh đèn nháy đỏ chói. Mẹ khóc rưng rức, những đứa trẻ khác cũng khóc. Vết bỏng trên cánh tay Bố rất đau đớn nhưng người lính cứu hỏa nói, thật may thứ ga hóa lỏng trên tấm nệm đã không bắt cháy quá nhanh. Nếu là xăng thì ông ta đã chết. Trong khi họ mang Jason đi, đôi mắt của nó tôi sầm lại dưới đôi lông mày, nó gào lên không biết tại sao hộp ga dùng cho bật lửa và những que diêm đó lại ở trong cặp sách của nó. Nó không làm chuyện đó, không làm! Và nó cũng không hề dán các bức ảnh chụp những người bị thiêu sống trong lớp học ở trường.*

*Bố quát vào mặt Mẹ. Nhìn xem bà đã làm gì?*

*Chính ông muốn khoản phụ cấp đó! Bà hét lên đáp lại.*

*Phụ cấp ED.*

*Có nghĩa là "bất ổn tâm lý", như sau này tôi tìm hiểu được.*

Những ký ức, những ký ức... A, có những ký ức tôi sẵn lòng vui vẻ tống khứ đi dành chỗ cho một thùng rác to nếu có thể.

Tôi mỉm cười với gia đình im lặng của mình, gia đình Prescott. Sau đó tôi quay lại với rắc rối trước mắt - *bọn chúng.*

Lúc này tôi đã bình tĩnh hơn, cảm giác bực bội đã dịu đi. Tôi tin chắc rằng cũng giống như ông bố nói dối như cuội của mình, giống như thằng nhóc Jason Stringfellow hốt hoảng khi bị cảnh sát bắt đi, giống như những *mười sáu chữ số* đã gào thét lên vào khoảnh khắc cao trào của một chuyến đi săn, những kẻ đang săn lùng tôi - *bọn chúng*- không lâu nữa cũng sẽ chết và chìm vào cát bụi. Tôi sẽ lại được sống những ngày hạnh phúc với gia đình hai chiều trong bức tranh cùng các báu vật của tôi trong *căn phòng* này.

Những chiến binh của tôi, các dữ liệu, đang chuẩn bị xuất trận. Tôi giống như Hitler ở trong boong ke của ông ta tại Berlin, ra lệnh cho những người lính Waffen-SS[1] tiến lên đối diện với những kẻ xâm lược. Chúng sẽ phải chết vì dữ liệu là bất khả chiến bại.

Tôi nhận ra lúc này đã gần mười một giờ đêm. Đã đến giờ theo dõi tin tức. Tôi cần xem *bọn chúng* đã biết gì về vụ án mạng ở nghĩa trang và những gì *bọn chúng* không biết. Bật TV lên thôi.

Kênh tin tức đang truyền "trực tiếp" từ Tòa thị chính. Lúc này Phó Thị trưởng, Ron Scott, một người đàn ông có ngoại hình nổi bật, đang giải thích rằng cảnh sát đã thiết lập một lực lượng chuyên trách để điều tra những vụ án mạng và cưỡng dâm diễn ra gần đây, cũng như vụ giết người vừa xảy ra tối nay trong nghĩa trang ở khu Queens, vụ này dường như có liên hệ với các tội ác xảy ra trước đó.

Scott giới thiệu một thanh tra của Sở Cảnh sát New York, Joseph Malloy, người sẽ "trình bày chi tiết hơn về vụ án".

Ông ta đưa ra một chân dung thủ phạm giống tôi và cũng giống với hai trăm nghìn người khác trong thành phố này.

Da trắng hoặc có nước da sáng màu? Ôi, thôi đi mà.

Ông ta cảnh báo dân chúng hãy thận trọng. "Chúng tôi nghĩ thủ phạm đã sử dụng những công nghệ đánh cắp danh tính để tiếp cận nạn nhân của hắn. Khiến họ mất cảnh giác."

---

[1] Một nhánh chiến đấu trong lực lượng SS - tổ chức vũ trang của Đảng Đức Quốc xã, chuyên mặc đồng phục màu đen.

"Hãy cảnh giác", ông ta tiếp tục nói, "trước bất cứ ai bạn không quen biết nhưng lại có thông tin về những vụ mua bán, tài khoản ngân hàng, dự định đi nghỉ, quá khứ vi phạm luật giao thông của bạn. Kể cả những chi tiết nhỏ nhặt nhất mà thông thường không ai để ý đến."

Trên thực tế, chính quyền thành phố vừa mời đến một chuyên gia về quản lý thông tin và an ninh từ Đại học Carnegie Mellon. Tiến sĩ Carlton Soames sẽ dành ra mấy ngày để trợ giúp các nhân viên điều tra, tư vấn cho họ về vấn đề đánh cắp danh tính, đầu mối được coi là hướng tốt nhất để tìm ra thủ phạm.

Soames trông giống như một cậu nhóc đầu bù tóc rối lớn lên tại một thị trấn heo hút vùng Trung Tây đột nhiên gặp vận đỏ với nụ cười đầy lúng túng. Bộ đồ hơi xộc xệch, đôi mắt kính vẹo vọ như tôi nhận thấy bởi hai đốm sáng phản chiếu không cân xứng từ chúng. Và chiếc nhẫn cưới kia đã đeo lâu chưa nhỉ? Tôi dám cá là khá lâu rồi. Có vẻ như anh chàng này thuộc loại lấy vợ sớm.

Anh ta không nói gì mà chỉ trố mắt ra nhìn ngơ ngẩn như một con vật đang hốt hoảng trước đám nhà báo và ống kính camera. Đại úy Malloy tiếp tục: "Trong thời kỳ mà nạn đánh cắp danh tính ngày càng tăng và gây ra những hậu quả ngày càng nghiêm trọng...".

Trò lặp từ này, rõ ràng là vô tình, có vẻ không được hay lắm.

"... chúng tôi đang thực hiện nghiêm túc trách nhiệm bảo vệ các công dân của thành phố này."

Đám phóng viên ào lên xô đẩy nhau, dồn dập trút lên vị phó thị trưởng, viên đại úy cùng anh chàng tiến sĩ còn chưa kịp hoàn hồn kia những câu hỏi mà thậm chí một cậu nhóc học lớp một cũng trả lời được. Malloy có vẻ lưỡng lự. Cụm từ "đang thực hiện" chính là chiếc khiên mà ông ta mang ra sử dụng.

Phó Thị trưởng Ron Scott một lần nữa trấn an công chúng rằng thành phố vẫn an toàn và mọi biện pháp cần thiết đều đang được tiến hành để bảo vệ họ. Cuộc họp báo kết thúc đột ngột.

Chúng ta quay trở lại với những tin tức thông thường, nếu bạn muốn gọi chúng như vậy. Rau bị nhiễm bẩn ở Texas, một phụ nữ bị mắc kẹt trên nóc xe tải trong trận lụt ở Missouri. Tổng thống bị cảm lạnh.

Tôi tắt TV và ngồi lại trong *căn phòng* tối lờ mờ của mình, tự hỏi tốt nhất nên tiến hành chuyến đi săn mới như thế nào.

Một ý tưởng chợt đến. Dù rằng nó hiển nhiên đến mức khiến tôi nghi ngờ. Thế nhưng, ngạc nhiên làm sao, chỉ cần ba cú điện thoại gọi đến những khách sạn nằm gần số 1 Police Plaza, tôi đã tìm ra nơi Tiến sĩ Carlton Soames đặt phòng.

# IV

# AMELIA 7303

Thứ Ba, ngày Hai mươi tư tháng Năm

*Không có cách nào để biết liệu bạn có bị theo dõi hay không, bằng cách nào và ở mức độ nào. Cảnh sát xâm nhập vào đời tư cá nhân của một người là điều chỉ có thể phỏng đoán. Rất có thể tất cả chúng ta đều đang bị họ theo dõi vào bất cứ khi nào và bất cứ đâu.*

George Orwell

*1984*

# CHƯƠNG 33

Amelia Sachs đến sớm.

Nhưng Lincoln Rhyme còn dậy sớm hơn, anh không tài nào ngủ ngon giấc vì những kế hoạch đang được triển khai ở đây lẫn tại Anh. Anh đã nằm mơ thấy người anh họ Arthur và bác Henry.

Sachs đến tìm anh ở phòng tập, tại đó Thom đang đưa Rhyme trở lại chiếc xe lăn TDX sau khi anh đã thực hiện xong bài tập năm dặm trên chiếc máy đạp xe tại chỗ Electrologic, một phần trong chương trình luyện tập hàng ngày của anh để cải thiện thể trạng và giữ cho hệ thống cơ bắp duy trì trạng thái bình thường sẵn sàng cho ngày có thể hoạt động trở lại. Sachs thế chỗ Thom trong khi cậu ta xuống dưới nhà chuẩn bị bữa sáng. Một trong những dấu hiệu chứng tỏ sự gắn bó giữa hai người là việc đã từ lâu Rhyme không còn cảm thấy e dè với việc cô giúp anh những việc riêng tư thông thường buổi sáng, điều có thể khiến nhiều người cảm thấy không thoải mái.

Tối hôm trước Sachs đã ngủ tại nhà riêng của cô ở Brooklyn, vì thế lúc này anh đang cập nhật cho cô biết tình hình của vụ Năm Hai Hai. Nhưng cô đang bận tâm đến một điều khác, anh hoàn toàn có thể nhận ra. Khi anh hỏi, cô chậm rãi thở dài, "Đó là Pam". Cô cho anh hay hóa ra người bạn trai của Pam lại là thầy giáo cũ của cô bé, hơn nữa đã có gia đình.

"Không...", Rhyme cau mày. "Anh rất tiếc. Tội nghiệp cô bé." Phản ứng đầu tiên của anh là muốn đe dọa buộc tay Stuart này phải biến khỏi cuộc sống của Pam.

"Em cũng là cảnh sát mà, Sachs. Hãy sử dụng điều đó. Hắn sẽ chạy bán xới. Hoặc anh sẽ gọi điện cho hắn nếu em muốn."

Tuy nhiên Sachs không nghĩ đó là cách thích hợp để giải quyết chuyện này. "Em sợ rằng nếu em ép quá hay tố giác hắn ta, em sẽ mất con bé. Nếu em không làm gì, chắc chắn nó sẽ phải chịu nhiều đau khổ. Chúa ơi, chuyện gì sẽ xảy ra nếu con bé muốn có con với hắn?" Cô bấm sâu một móng tay vào ngón cái để dừng dòng suy nghĩ của mình lại. "Mọi thứ sẽ khác đi nếu em thực sự là mẹ nó. Em sẽ biết cần giải quyết ra sao."

"Thật không?", Rhyme hỏi.

Cô ngẫm nghĩ, rồi mỉm cười thừa nhận: "Okay, có lẽ là không... Chuyện làm cha mẹ này thật không dễ dàng gì. Đáng ra bọn trẻ nên ra đời kèm theo một cuốn hướng dẫn sử dụng".

Hai người cùng ăn sáng trong phòng ngủ, Sachs bón đồ ăn cho Rhyme. Giống như phòng khách và phòng thí nghiệm, phòng ngủ đã có không khí gia đình hơn so với lần đầu tiên Sachs nhìn thấy nó nhiều năm trước. Khi đó căn phòng trông thật ảm đạm, trên tường chỉ có những tấm áp phích nghệ thuật được lật ngược lại để dùng thay bảng trắng trong những vụ án đầu tiên họ làm việc cùng nhau. Giờ đây những tấm áp phích đó đã được lật trở lại đúng mặt và bổ sung thêm: hình chụp những bức tranh mà Rhyme thích - những bức phong cảnh thiên nhiên theo phong cách trường phái ấn tượng và những cảnh đô thị đầy tâm trạng của những họa sĩ như George Inness và Edward Hopper. Rồi cô ngồi xuống bên chiếc xe lăn của anh, cầm lấy bàn tay phải, bàn tay gần đây anh đã tìm lại được ít nhiều khả năng kiểm soát và cảm nhận. Anh có thể cảm nhận được những đầu ngón tay của cô, mặc dù cảm giác đó thật lạ lùng, nhẹ nhàng hơn nhiều so với áp lực mà anh cảm thấy trên cổ hay khuôn mặt, nơi hệ thần kinh hoạt động bình thường. Như thể bàn tay cô là một làn nước đang ngấm vào da. Anh muốn bàn tay mình khép lại nắm lấy những ngón tay của cô và cảm nhận sức nặng từ những ngón tay cô đáp lại. Im lặng. Nhưng cảm thấy cô vẫn muốn nói về Pam, anh không nói gì, đợi cô tiếp tục. Anh quan sát đôi chim ưng đang đậu trên rìa tường, vừa mạnh mẽ, vừa cảnh giác, luôn ở trạng thái sẵn sàng. Loài chim ưng săn mồi vào ban ngày, chim trống và mái có kích thước khác biệt rõ rệt, đôi khi chim mái to và nặng gấp đôi chim trống. Chim non được cả bố và mẹ cùng chăm sóc.

"Rhyme?"

"Gì vậy?"

"Anh vẫn chưa gọi điện thoại cho anh ấy, đúng không?"

"Ai cơ?"

"Anh họ anh."

À, hóa ra không phải cô đang nghĩ về rắc rối với Pam. Anh không bao giờ hình dung ra cô lại suy nghĩ về Arthur Rhyme. "Không. Anh vẫn chưa gọi."

"Em chưa bao giờ nghe nói anh có một người anh họ."

"Anh chưa bao giờ nhắc đến anh ấy sao?"

"Chưa bao giờ. Anh có kể về bác Henry và Paula. Nhưng Arthur thì không. Tại sao thế?"

"Chúng ta làm việc quá căng thẳng. Không có thời gian để chuyện vãn." Anh mỉm cười. Cô thì không.

Anh có nên cho cô biết không? Rhyme băn khoăn. Phản ứng đầu tiên của anh là không. Bởi vì lời giải thích sẽ sặc mùi than thân trách phận. Với Lincoln Rhyme nó chẳng khác gì một thứ thuốc độc. Tuy vậy, cô vẫn đáng được biết. Trong tình yêu, khi hai con người gặp gỡ, có những tâm trạng, tình cảm, nỗi sợ hãi, bực bội không thể nào che giấu được.

Vậy là anh kể cho cô nghe.

Về Adrianna và Arthur, về cái ngày lạnh cắt da cắt thịt của cuộc thi khoa học, những lời nói dối sau đó, cuộc điều tra đáng xấu hổ với chiếc Corvette, thậm chí cả món quà suýt được mang ra làm vật đính ước - một mảnh bê tông đánh dấu kỷ nguyên nguyên tử. Sachs gật đầu và Rhyme tự cười một mình. Vì anh biết cô đang nghĩ: Có chuyện gì ghê gớm đâu. Một chút tình yêu của tuổi mới lớn, một chút lừa dối, một chút đau khổ. Quá nhỏ bé nếu xếp chung với tất cả những xúc phạm cá nhân con người phải chịu đựng. Tại sao chuyện nhỏ nhặt như thế có thể hủy hoại cả một mối quan hệ khăng khít sâu sắc?

*Hai người giống như hai anh em ruột vậy...*

"Nhưng chẳng phải Judy nói anh và Blaine từng đến thăm họ sao? Nghe như thể mọi thứ đã được hàn gắn lại."

"Ồ, phải. Quả có vậy. Ý anh là, đó chỉ là một rung động thời học trò mà thôi. Adrianna rất xinh đẹp... một cô gái cao ráo, tóc đỏ, nếu nói thật chính xác."

Sachs bật cười.

"Nhưng vẫn không đáng để hủy hoại một mối quan hệ ruột thịt."

"Vậy là vẫn còn gì đó anh chưa kể, đúng không?"

Lúc đầu Rhyme không nói gì nhưng sau đó lại tiếp tục: "Không lâu trước khi bị tai nạn, anh có tới Boston". Anh nhấp một ít cà phê qua ống hút. "Anh có bài thuyết trình tại một hội nghị quốc tế về khoa học hình sự. Sau khi kết thúc phần trình bày của mình, anh đi tới quán bar. Một người phụ nữ đi tới chỗ anh - một giáo sư đã về hưu của Học viện Công nghệ Massachussetts. Bà cảm thấy tò mò khi nghe thấy họ của anh, bà từng có một sinh viên tới từ vùng Trung Tây nhiều năm trước. Tên của người sinh viên đó là Arthur Rhyme. Bà hỏi liệu anh ta có phải là người thân của anh không?"

"Anh họ tôi, anh nói với bà ấy. Bà tiếp tục kể với anh về một chuyện Arthur đã làm rất đáng chú ý. Anh ấy đã gửi một bài nghiên cứu khoa học tới cùng đơn đăng ký của mình thay vì một bản luận văn. Một bài nghiên cứu rất xuất sắc, bà nói. Mới mẻ, được nghiên cứu chu đáo, vững chắc - à, nếu em muốn khen ngợi các nhà khoa học, Sachs, hãy nói rằng nghiên cứu của họ 'vững chắc'. " Anh im lặng trong giây lát. "Tóm lại, bà đã động viên anh ấy tiếp tục phát triển nó và đăng trên một tờ báo. Nhưng Arthur không bao giờ tiếp tục để tài đó nữa. Bà không duy trì liên lạc với anh ấy và muốn biết anh ấy có thực hiện thêm nghiên cứu nào trong lĩnh vực đó hay không."

"Anh rất tò mò. Anh hỏi bà chủ để của nghiên cứu đó là gì. Bà vẫn còn nhớ đầu đề, 'Các tác dụng sinh học của một số vật liệu ở dạng phần tử nano'. À, mà tiện thể anh cũng cần nói luôn, Sachs, chính anh đã viết bài đó."

"Anh?"

"Đó là bài anh đã viết để tham gia một cuộc thi khoa học. Đã đoạt giải nhì toàn tiểu bang. Đó là một nghiên cứu khá mới mẻ, anh thừa nhận là vậy."

"Arthur đã ăn cắp nó?"

"Phải." Ngay cả lúc này, sau bao nhiêu năm đã trôi qua, cảm giác phẫn nộ vẫn còn vò xé trong tâm trí anh. "Nhưng còn tồi tệ hơn thế nữa."

"Kể tiếp đi."

"Sau hội nghị đó, anh không thể dứt nổi những gì bà giáo sư đã nói ra khỏi đầu. Anh liên hệ với bộ phận tuyển sinh của Học viện Công nghệ Massachussetts. Họ lưu trữ lại mọi hồ sơ đăng ký dưới dạng vi phim. Họ gửi cho anh một bản copy hồ sơ của anh. Có điều gì đó không đúng. Đơn đăng ký đúng là bản anh đã gửi cho họ, với chữ ký của mình. Nhưng mọi thứ do trường trung học gửi đi, từ văn phòng của chuyên gia tư vấn đại học, đều bị thay đổi. Art đã lấy được bảng điểm trung học của anh và thay đổi nó. Anh ấy đã sửa những điểm A mà anh đạt được thành điểm B. Anh ấy giả mạo những bản thư giới thiệu với những lời nhận xét thật chung chung. Anh ấy làm cho chúng giống như những lá thư chỉ được viết chiếu lệ. Có lẽ đó là những thư giới thiệu chính anh ấy đã nhận được từ các giáo viên của mình. Còn thư giới thiệu của bác Henry đã biến mất khỏi hồ sơ của anh."

"Anh ấy đã lấy ra?"

"Và anh ấy còn thay bài luận của anh bằng một mớ ngớ ngẩn 'Tại sao tôi lại muốn học tại Học viện Công nghệ Massachussetts'. Thậm chí anh ấy còn thêm vào vài lỗi chính tả rất đắt giá."

"Ôi, em xin lỗi." Cô nắm lấy bàn tay anh chặt hơn. "Adrianna làm việc trong văn phòng chuyên gia tư vấn, đúng không? Vậy là cô ta đã giúp anh họ anh."

"Không. Thoạt đầu anh cũng nghĩ thế, nhưng rồi anh đã tìm ra tung tích cô ấy và gọi điện đến." Anh bật cười lạnh lẽo. "Anh và cô ấy nói chuyện về cuộc sống, về cuộc hôn nhân của mỗi người, về những đứa con của cô ấy, về công việc. Rồi quá khứ. Cô ấy luôn tự hỏi tại sao anh đã cắt đứt với cô ấy. Anh nói anh nghĩ rằng cô ấy đã quyết định hẹn hò với Arthur."

"Những gì anh nói khiến cô ấy rất ngạc nhiên, cô ấy giải thích rằng, không, cô ấy chỉ muốn giúp Art một việc - giúp anh ấy chuẩn bị đăng ký vào đại học. Anh ấy đã đến văn phòng nơi cô làm việc năm, sáu lần chỉ để nói về các trường, xem qua các mẫu bài luận, thư giới thiệu. Anh ấy nói chuyên gia tư vấn đại học của mình rất khủng khiếp và anh ấy đang cố tìm mọi cách để vào được một trường tốt. Anh ấy nhờ cô không nói gì với bất cứ ai, nhất là anh; anh ấy cảm thấy xấu hổ khi cần đến sự giúp đỡ, vậy là họ gặp nhau vài lần. Cô ấy vẫn còn cảm thấy có lỗi vì Art đã buộc cô ấy phải nói dối về chuyện đó."

"Khi cô ấy vào phòng vệ sinh hay ra ngoài copy thứ gì đó, anh ấy đã đánh tráo file hồ sơ của anh?"

"Đúng thế."

*Tại sao, Arthur chưa bao giờ làm tổn thương bất kỳ ai trong suốt cuộc đời anh ấy. Anh ấy không có khả năng làm điều đó...*

Sai rồi, Judy.

"Anh có hoàn toàn chắc chắn không?", Sachs hỏi.

"Có. Bởi vì ngay sau khi gọi cho cô ấy xong, anh đã gọi Arthur."

Cuộc nói chuyện đó, ngay lúc này Rhyme vẫn còn nhớ rõ tới từng từ.

"Tại sao, Arthur? Hãy nói cho tôi biết tại sao." Không lời chào hỏi nào ngoài câu đó.

Một thoáng im lặng. Chỉ có tiếng thở của Arthur.

Mặc dù nhiều năm đã trôi qua từ khi hành động tội lỗi đó xảy ra, Arthur hiểu ra ngay lập tức anh đang nói đến điều gì. Không cần quan tâm tới việc anh đã tìm ra bằng cách nào. Không buồn chối cãi hay vờ ra vẻ vô tội.

Câu trả lời của người anh họ đáp lại đầy khiêu khích. Anh ta bật ra đầy phẫn nộ: "Được thôi, cậu muốn biết câu trả lời chứ gì, Lincoln? Tôi sẽ cho cậu biết, đó là vì giải thưởng đêm Giáng sinh".

Không hiểu gì, Rhyme đã hỏi lại: "Giải thưởng?".

"Mà bố tôi đã đưa cho cậu trong cuộc thi sau bữa tiệc Giáng sinh vào năm cuối cấp trung học."

"Miếng bê tông từ Sân vận động Stagg?", Rhyme cau mày bối rối. "Ý anh là gì?"

"Tôi xứng đáng có được nó!", Arthur hét lên, hành động như thể chính anh ta là nạn nhân. "Bố đặt tên tôi theo người chỉ đạo dự án nguyên tử. Tôi biết ông đã giữ lại miếng bê tông kỷ niệm đó. Tôi biết ông sẽ trao nó cho tôi khi tôi tốt nghiệp trung học hay đại học. Nó là món quà mừng tốt nghiệp của tôi! Tôi đã mơ ước có nó trong bao nhiêu năm!"

Rhyme không biết phải nói gì nữa. Họ - hai người đàn ông trưởng thành - đang tranh cãi như hai đứa trẻ về một cuốn truyện tranh bị lấy cắp hay một cái kẹo.

"Ông ấy đã cho đi thứ quan trọng nhất đối với tôi. Và cho cậu", giọng anh ta như vỡ òa. Có phải anh ta đang khóc không?

"Arthur, tôi chỉ trả lời vài câu hỏi. Đó là một trò chơi."

"Một trò chơi?... Kiểu trò chơi chết tiệt gì vậy? Đó là đêm Giáng sinh! Đáng ra chúng ta nên hát những bài thánh ca hay xem phim *It's a wonderful life*. Nhưng không, không, bố muốn biến mọi thứ thành một phòng học chết tiệt. Thật tệ hại! Thật chán ngắt. Nhưng không ai có gan hé răng nói gì với ngài giáo sư vĩ đại."

"Chúa ơi, Art, đấy đâu phải lỗi của tôi! Chỉ là một phần thưởng tôi đoạt được. Tôi chẳng lấy cắp gì của anh cả."

Một tiếng cười cay độc. "Không ư? Được lắm, Lincoln, cậu đã bao giờ nhận ra là đã lấy cắp gì của tôi không?"

"Cái gì?"

"Nghĩ về nó đi! Chính là... bố tôi." Anh ta ngừng lại, hít thật sâu.

"Anh đang nói đến chuyện quái quỷ gì vậy?"

"Cậu đã đánh cắp ông ấy! Cậu hãy tự hỏi tại sao tôi phải làm cách ấy? Vì cậu đã cầm mất chìa khóa vào trường đại học rồi! Còn về học thuật ư? Cậu mới là con trai của ông ấy, không phải tôi. Cậu ngồi dự các lớp của ông ấy ở Đại học Chicago. Cậu giúp ông ấy trong các nghiên cứu."

"Thật điên rồ... Bác cũng bảo cả anh đến dự lớp mà. Tôi biết thế."

"Một lần là đủ với tôi. Ông ấy quẳng tôi ra rìa cho tới khi tôi muốn phát khóc lên."

"Bố anh thử thách tất cả mọi người, Art. Chính vì thế mà ông xuất sắc đến vậy. Ông bắt anh phải suy nghĩ, thúc ép anh cho tới khi anh có được câu trả lời đúng."

"Nhưng có những người trong chúng ta không bao giờ có được câu trả lời đúng. Tôi cũng giỏi. Nhưng tôi không xuất chúng. Và dường như con trai của Henry Rhyme cần phải xuất chúng. Nhưng cũng chẳng sao, vì ông ấy đã có cậu. Robert sang châu Âu, Marie chuyển đến California. Ngay cả lúc đó ông ấy cũng không muốn có tôi. Ông ấy chỉ muốn cậu!"

*Người con trai khác...*

"Tôi không đòi hỏi vai trò đó. Tôi không phá hoại anh."

"Không ư? A, Quý ông Vô tội. Cậu không diễn trò sao? Hay là cậu chỉ vô tình lái xe tới nhà chúng tôi vào mỗi dịp cuối tuần, ngay cả khi tôi không có nhà? Cậu không hề mời ông ấy đến dự cuộc thi chạy của cậu sao? Có chứ, chắc chắn rồi. Trả lời tôi đi: Cậu muốn có một người bố giống như ai trong số hai người, bố tôi hay bố cậu? Bố cậu đã bao giờ hò hét cổ vũ cậu chưa? Thậm chí đã bao giờ huýt sáo cổ vũ cậu từ trên khán đài chưa? Hay dành cho cậu cái nhướn mày tán thưởng đó?"

"Tất cả thật ngớ ngẩn", Rhyme gầm lên. "Anh gặp rắc rối với bố mình và anh đã làm gì? Anh phá hoại tôi. Đáng ra tôi đã được nhận vào Học viện Công nghệ Massachussetts. Nhưng anh đã hủy hoại tất cả! Cả cuộc đời tôi đã thay đổi. Nếu không phải do anh, mọi thứ rất có thể đã khác đi."

"Được thôi, tôi cũng có thể nói y hệt như thế về cậu, Lincoln. Tôi có thể nói y hệt... Cậu đã bao giờ đặt vào hoàn cảnh của bố cậu chưa? Cậu nghĩ ông ấy sẽ cảm thấy gì, có một đứa con trai như cậu, thông minh hơn ông ấy cả trăm lần? Suốt ngày vắng mặt khỏi nhà vì cậu ta thích bám quanh ông bác của mình hơn. Thậm chí đã bao giờ cậu cho bố cậu một cơ hội chưa?"

Nghe tới đó, Rhyme đã dập mạnh máy điện thoại xuống. Đó là lần cuối cùng hai người nói chuyện với nhau. Mấy tháng sau, anh bị liệt bởi vụ tai nạn ở hiện trường vụ án.

Mọi thứ rất có thể đã khác đi...

Sau khi anh thuật lại mọi chuyện cho Sachs nghe, cô nói: "Đó là lý do vì sao anh ấy không bao giờ tới thăm anh sau khi anh bị tai nạn".

Anh gật đầu, "Khi đó, sau vụ tai nạn, tất cả những gì anh có thể làm là nằm chết gí trên giường và thầm nghĩ, nếu Art không đánh tráo bộ hồ sơ đăng ký chắc anh đã được nhận vào Học viện Công nghệ Massachussetts và có thể làm nghiên cứu sau tốt nghiệp tại Đại học Boston hay gia nhập Sở Cảnh sát Boston hay tới New York. Dù trong trường hợp nào, hẳn anh sẽ không có mặt tại hiện trường vụ án dưới đường tàu điện ngầm và...", giọng anh nhỏ dần rồi chìm vào im lặng.

"Hiệu ứng cánh bướm", cô nói. "Một chi tiết nhỏ nhặt trong quá khứ tạo ra những khác biệt lớn lao trong tương lai."

Rhyme gật đầu. Anh biết Sachs có thể tiếp nhận việc này với sự thông cảm, thấu hiểu và sẽ không đưa ra phán xét về những ngụ ý rộng hơn trong câu nói của Rhyme về những điều đáng ra đã thuộc về anh: đi lại và sống một cuộc sống bình thường, trở thành một nhà tội phạm học xuất sắc hơn bây giờ rất, rất nhiều... và, tất nhiên, trở thành bạn đời của cô.

Amelia Sachs chính là kiểu phụ nữ như vậy.

Anh khẽ mỉm cười, "Điều buồn cười, Sachs...".

"Có liên quan tới những điều anh ấy đã nói?"

"Ồ, phải. Người bố đẻ của anh dường như chẳng bao giờ nhận ra khả năng của anh. Chắc chắn ông không bao giờ thách thức anh theo cách bác anh đã làm. Đúng là anh cảm thấy mình giống như con trai của bác Henry. Và anh thích cảm giác đó." Anh đã dần nhận ra rất có thể, một cách vô thức, anh đã theo đuổi một Henry Rhyme dữ dội, đầy sức sống. Hàng loạt ký ức trong chớp mắt ùa về tới tấp, nhắc lại những lần anh đã cảm thấy thật bối rối trước sự rụt rè của bố mình.

"Nhưng không gì có thể biện minh cho những việc anh ấy đã làm", cô nói.

"Không, không gì có thể."

"Tuy thế", cô bắt đầu.

"Em sắp nói chuyện đó đã xảy ra lâu rồi, vậy hãy để quá khứ thuộc về quá khứ, cứ để nước tràn qua đập, trôi qua cầu đi chứ gì?"

"Đại loại là thế", cô vừa đáp vừa mỉm cười. "Judy nói anh ấy đã hỏi thăm anh. Anh ấy đã đưa tay ra. Hãy tha thứ cho anh ấy."

*Hai người giống như hai anh em ruột vậy...*

Rhyme liếc nhìn xuống thân hình bất động của mình. Rồi nhìn lại Sachs. Anh khẽ nói: "Anh sẽ chứng minh anh ấy vô tội. Anh sẽ đưa anh ấy ra khỏi tù. Anh sẽ trả lại cuộc sống cho anh ấy".

"Sẽ không thể như cũ được, Rhyme."

"Có thể là không. Nhưng đó là điều tốt nhất anh có thể làm."

Sachs bắt đầu nói, có thể để đưa ra lý lẽ của cô lần nữa, nhưng chủ đề Arthur Rhyme cùng những hành động thấp hèn của anh ta lắng xuống khi điện thoại lại rung, trên màn hình xuất hiện số điện thoại của Lon Sellitto.

"Nhận lệnh, trả lời điện thoại... Lon. Kế hoạch thực hiện đến đâu rồi?"

"Chào, Linc. Tôi muốn cho anh biết là anh chàng chuyên gia máy tính của chúng ta đã vào cuộc rồi."

Anh chàng này trông quen quá, người gác cửa thầm nghĩ - người đàn ông vừa vui vẻ gật đầu chào khi anh ta rời khỏi Khách sạn Water Street.

Người gác cửa gật đầu chào lại.

Anh chàng nọ đang nói chuyện qua điện thoại di động và dừng lại trước cửa, trong khi những người ra vào bước qua anh ta. Người gác cửa đoán anh ta đang nói chuyện với vợ. Rồi giọng nói chợt thay đổi, "Patty, con yêu quý..." Một cô con gái. Sau vài câu trao đổi ngắn về một trận bóng đá, anh ta quay lại nói chuyện tiếp với vợ, giọng nói có vẻ người lớn hơn, nhưng vẫn rất tình cảm.

Anh chàng này thuộc một loại đàn ông mà người gác cửa biết rõ. Đã kết hôn mười lăm năm. Chung thủy, luôn nóng lòng được trở về nhà với một chiếc túi đựng những món quà vụng về nhưng chân thành. Không giống một số vị khách khác - như anh chàng thương gia tới đây với chiếc nhẫn cưới trên tay và ra ngoài ăn tối với ngón tay trống trơn. Hay bà doanh nhân đã chếnh choáng say được một người đồng nghiệp tử tế dìu vào thang máy (hai người này không bao giờ tháo nhẫn của họ ra, họ không cần phải làm thế).

Những gì một người gác cửa biết. Bạn có thể viết cả một cuốn sách về chúng.

Nhưng có một câu hỏi vẫn lởn vởn: Tại sao trông anh chàng nọ lại quen vậy?

Lúc này anh ta đang nói chuyện với vợ, đồng thời bật cười, "Em đã thấy anh? Cũng lên tin tức ở đó sao? Mẹ cũng xem à?".

Nhìn thấy anh ta. Một nhân vật nổi tiếng trên truyền hình?

Đợi đã, đợi đã. Gần nhớ ra rồi...

A, nhớ ra rồi. Tối hôm qua, lúc đang xem tin tức trên TV. Chắc rồi - anh chàng này là một giáo sư hay tiến sĩ gì đó. Sloane... hay Soames. Chuyên gia máy tính từ một trường đại học nào đó. Gã mà Ron Scott, Phó Thị trưởng thì phải, đã nói đến. Tay tiến sĩ đang giúp cảnh sát điều tra vụ cưỡng dâm và giết người xảy ra Chủ nhật và vài tội ác khác.

Thế rồi khuôn mặt anh chàng tiến sĩ đờ ra, anh ta nói: "Tất nhiên rồi, em yêu, đừng lo. Anh sẽ ổn thôi". Anh ta tắt máy và quay người nhìn quanh.

"Xin chào, thưa ông", người gác cửa nói. "Tôi đã trông thấy ông trên TV."

Anh chàng tiến sĩ mỉm cười ngượng nghịu,"Thật sao?". Anh ta có vẻ bối rối trước sự chú ý. "Này, anh có thể cho tôi biết làm cách nào đi tới số 1 Police Plaza không?"

"Ngay đằng kia thôi. Cách khoảng năm tòa nhà. Ngay cạnh Tòa thị chính. Ông không nhầm được đâu."

"Cảm ơn anh."

"Chúc may mắn." Người gác cửa quan sát một chiếc limousine đang tiến lại, cảm thấy vui vì có dịp gặp mặt một nhân vật có tên tuổi. Một chuyện có thể mang ra kể với vợ anh ta.

Đột nhiên anh ta cảm thấy bị thúc vào lưng khá đau khi một người đàn ông khác hối hả lao qua cửa khách sạn và đụng vào anh ta trong lúc đi ra ngoài. Gã nọ chẳng buồn ngoái lại nhìn hay nói một lời xin lỗi.

Đồ mắc dịch, người gác cửa thầm nghĩ, đồng thời nhìn theo gã đàn ông đang bước đi rất nhanh, đầu cúi gằm xuống, theo cùng hướng với anh chàng tiến sĩ. Tuy vậy người gác cửa cũng không nói gì. Cho dù họ có thô lỗ đến đâu đi nữa, đành chấp nhận thôi. Họ có thể là bạn bè của các vị khách, mà cũng có thể sẽ trở thành khách hàng vào tuần tới. Hay thậm chí là mấy tay quản lý từ trụ sở xuống kiểm tra.

Hãy chấp nhận và ngậm miệng lại. Đó là nguyên tắc.

Anh chàng tiến sĩ và gã thô lỗ khốn kiếp dần dần biến mất khỏi dòng suy nghĩ của người gác cổng khi một chiếc limousine dừng lại và người gác cổng bước tới mở cửa xe. Anh ta thấy một khe ngực mềm mại quyến rũ, thứ này còn tuyệt hơn cả một khoản tiền boa, nhưng anh ta biết chắc chắn cô nàng này không bao giờ dành cho mình.

# CHƯƠNG 34

**C**ái chết thật đơn giản.

Tôi chẳng bao giờ hiểu nổi tại sao người ta lại phức tạp hóa nó lên. Như phim ảnh chẳng hạn. Tôi không phải là người ưa thích phim kinh dị nhưng cũng đã xem khá nhiều thể loại này. Thỉnh thoảng tôi lại hẹn hò cùng đi chơi với một *mười sáu chữ số*, để tiêu sầu, để duy trì sự xuất hiện của tôi ở bên ngoài hoặc vì sau đó tôi sẽ giết cô nàng. Chúng tôi sẽ cùng tới rạp xem phim sau bữa ăn tối. Tôi theo dõi bộ phim, đồng thời thầm nghĩ, chuyện quái quỷ gì đang diễn ra trên màn ảnh vậy, tại sao phải dàn dựng những phương thức phức tạp đến thế để giết người?

Tại sao phải dùng dây dẫn và nguồn điện, các vũ khí hiện đại, những kế hoạch công phu trong khi bạn chỉ cần bước thẳng tới chỗ ai đó và nện họ đến chết bằng một chiếc búa trong vòng ba mươi giây?

Đơn giản. Hiệu quả.

Và đừng phạm sai lầm nào, đám cảnh sát rất khôn ngoan (thật mỉa mai làm sao, không ít người trong đám này có được sự trợ giúp từ SSD và innerCircle). Kế hoạch càng cầu kỳ, càng có nhiều khả năng để lại thứ gì đó bọn họ có thể sử dụng để lần ra dấu vết của bạn, càng nhiều khả năng có nhân chứng.

Kế hoạch của tôi ngày hôm nay dành cho *mười sáu chữ số* mà tôi đang bám theo qua các con phố cuối khu Manhattan chính là hiện thân của sự đơn giản.

Thất bại tại nghĩa trang ngày hôm qua đã ở lại sau lưng tôi, và tôi đang vô cùng phấn chấn. Một lần nữa tôi lại xuất trận và tất nhiên, tôi sẽ có thứ để bổ sung cho bộ sưu tập của mình.

Trong khi bám theo mục tiêu, tôi liên tục lách người luồn qua các *mười sáu chữ số*, lúc bên phải, lúc bên trái. Tại sao chứ? Hãy nhìn tất cả bọn họ xem... Nhịp tim của tôi nhanh dần. Đầu tôi rộn lên trước ý nghĩ những *mười sáu chữ số* này cũng là những bộ sưu tập - về quá khứ của họ. Nhiều thông tin hơn mức một người có thể hiểu. ADN, nói cho cùng, chẳng qua chỉ là một cơ sở dữ liệu về cơ thể chúng ta và lịch sử gene di truyền, ngược về quá khứ hàng thiên niên kỷ. Nếu bạn có thể đưa tất cả thông tin trong đầu họ vào các ổ đĩa cứng, bạn có thể lấy ra được bao nhiêu dữ liệu? Lượng dữ liệu đó sẽ khiến innerCircle trông nhỏ bé đến thảm hại.

Thật đáng kinh ngạc...

Nhưng hãy quay lại với công việc lúc này đã. Tôi đi vòng qua một *mười sáu chữ số* trẻ trung, ngửi mùi hương mà cô nàng vội vã xịt lên người sáng nay trong căn hộ của mình ở Staten Island hay Brooklyn trong một cố gắng thảm hại nhằm nâng cao giá trị bản thân với vẻ quyến rũ rẻ tiền. Tôi tiếp cận gần hơn mục tiêu của mình, cảm nhận sự khoan khoái dễ chịu khi khẩu súng ngắn chạm vào cơ thể. Kiến thức có thể là một loại sức mạnh, nhưng còn có những loại sức mạnh khác cũng hiệu quả không kém.

"Này, tiến sĩ, chúng ta có vài hoạt động rồi."

"Ừ", Roland Bell đáp, giọng anh ta vọng ra từ những chiếc loa trong xe theo dõi, nơi Lon Sellitto, Ron Pulaski đang ngồi cùng vài nhân viên kỹ thuật nữa.

Bell, một thám tử của Sở Cảnh sát New York đã vài lần làm việc cùng Rhyme và Sellitto, đang trên đường từ Khách sạn Water Street tới số 1 Police Plaza. Anh ta đã thay chiếc quần jean quen thuộc, áo sơ mi mặc đi làm và áo khoác thể thao bằng một bộ com lê nhàu nhĩ, vì anh ta đang đóng vai vị tiến sĩ tưởng tượng Carlton Soames.

Hay, như anh ta nói bằng giọng Bắc Carolina lè nhè của mình: "Một quả bom khói móc vào lưỡi câu".

Bell lúc này đang khẽ thì thầm vào chiếc microphone trên ve áo, cũng nhỏ xíu tới mức gần như không thể nhìn thấy được như chiếc tai nghe đang gắn vào tai anh ta, "Gần tới mức nào rồi?".

"Anh ta cách sau lưng anh khoảng mười lăm mét."

"Ừ."

Bell chính là cốt lõi trong "Kế hoạch Chuyên gia" của Lincoln Rhyme, một kế hoạch được lập dựa trên những hiểu biết ngày một đầy đủ hơn về Năm Hai Hai. "Hắn không chui vào chiếc bẫy máy tính của chúng ta nhưng hắn đang rất cần thông tin. Tôi biết điều này. Chúng ta cần một loại bẫy khác. Hãy tổ chức một cuộc họp báo và dụ hắn rời khỏi nơi ẩn náu. Hãy thông báo chúng ta đã nhờ đến một chuyên gia và để một người của chúng ta xuất hiện trên sân khấu dưới một danh tính giả."

"Anh đang giả thiết rằng hắn có theo dõi truyền hình."

"Ồ, hắn sẽ phải tìm hiểu trên các phương tiện thông tin đại chúng để biết chúng ta thực hiện điều tra như thế nào, đặc biệt sau sự việc vừa diễn ra ở nghĩa trang."

Sellitto và Rhyme đã liên hệ với một người không có liên hệ gì với vụ Năm Hai Hai - Roland Bell, người lúc nào cũng sẵn sàng, nếu anh ta không đang vướng vào một công việc khác. Sau đó Rhyme gọi điện cho một người bạn tại Đại học Carnegie Mellon, nơi anh đã đến giảng bài mấy lần. Anh nói với người bạn về những tội ác Năm Hai Hai đã gây ra và những người phụ trách của trường này, vốn nổi tiếng về các nghiên cứu trong lĩnh vực an ninh công nghệ cao, đã đồng ý giúp. Người phụ trách trang web của họ đã bổ sung thêm tên Tiến sĩ Carlton Soames lên trang chủ của trường.

Rodney Szarnek đã phịa ra một bản lý lịch cho Soames rồi gửi tới hàng tá trang web chuyên về khoa học, sau đó tập hợp lại trong một trang riêng khá thuyết phục của chính Soames. Sellitto đặt một phòng cho vị tiến sĩ tại Khách sạn Water Street, tổ chức cuộc họp báo và đợi xem Năm Hai Hai có cắn câu hay không.

Và dường như câu trả lời là có.

Bell đã rời Khách sạn Water Street trước đó chưa lâu và dừng lại, giả bộ thực hiện một cuộc điện thoại nhưng hoàn toàn thuyết phục và đứng ở một nơi trống trải đủ lâu để đảm bảo đã thu hút được sự chú ý của Năm Hai Hai. Nhóm theo dõi phát hiện có một người đàn ông đã hối hả rời khỏi khách sạn ngay sau Bell và lúc này đang bám theo anh ta.

"Cậu có nhận ra hắn ở SSD không? Có phải là người trong danh sách nghi vấn của chúng ta không?", Sellitto hỏi Pulaski, lúc này đang ngồi cạnh, nhìn chằm chằm vào màn hình. Bốn cảnh sát mặc thường phục đang ở cách Bell một tòa nhà, hai người có mang camera được ngụy trang.

Tuy vậy, khó mà có được góc nhìn rõ ràng về khuôn mặt kẻ sát nhân trên những con phố đông đúc. "Có thể là một người trong số nhân viên kỹ thuật. Hay, kể cũng lạ, trông gần giống chính Andrew Sterling. Hay, không thể nào, có thể hắn có kiểu bước đi giống ông ta. Tôi không rõ nữa. Xin lỗi."

Đổ mồ hôi ròng ròng trong chiếc xe tải nóng bức, Sellitto lau mặt, nhô người ra trước nói vào micro: "Okay, tiến sĩ, Năm Hai Hai đang tiếp cận. Ở phía sau anh mười hai mét. Hắn mặc bộ đồ và cà vạt tối màu, cầm một chiếc cặp. Trông vẻ hoan hỉ, có thể đoán là hắn có vũ khí". Phần lớn những cảnh sát từng lăn lộn vài năm trên đường phố đều có thể nhận ra sự khác biệt về tư thế và cách đi đứng khi một đối tượng nghi vấn có mang vũ khí trong người.

"Tóm được mày rồi", anh chàng cảnh sát kiệm lời bình luận, anh ta cũng mang trong người hai khẩu súng ngắn và có thể sử dụng chúng thành thạo hai tay như một.

"Anh bạn", Sellitto thì thầm, "tôi hy vọng trò này sẽ thành công. Okay, Roland, tới chỗ rẽ phải đi".

"Ừ".

Rhyme và Sellitto tin rằng Năm Hai Hai sẽ không bắn vị tiến sĩ ngay trên đường phố. Việc giết anh ta sẽ giúp được gì cho hắn? Rhyme đoán rằng dự định của tên sát nhân sẽ là bắt cóc Soames, tìm hiểu những gì cảnh sát đã biết, rồi sau đó giết hay đe dọa anh ta cùng gia đình để ép buộc Soames phá hoại cuộc điều tra. Vì vậy, kịch bản hành động đã quyết định rằng Roland Bell sẽ di chuyển ra khỏi tầm mắt của những người đi đường, tới nơi Năm Hai Hai có thể thực hiện việc bắt cóc và họ sẽ xuất hiện tóm gọn hắn. Sellitto đã tìm được một công trường xây dựng rất phù hợp cho việc này. Công trường có một lối đi dài đang bị ngăn lại không cho người đi đường sử dụng, đây cũng là một con đường tắt tới số 1 Police Plaza. Bell sẽ tảng lờ tấm biển báo *Đóng cửa*, đi tiếp vào con đường đó và chỉ sau chín, mười mét là anh ta biến mất khỏi tầm nhìn của mọi người. Một đội hành động đang phục kích ở đầu bên kia của lối đi, sẵn sàng xông ra khi Năm Hai Hai xuất hiện.

Người thám tử rẽ vào công trường, vòng qua tấm bảng thông báo, hướng tới lối đi bụi bặm, trong khi những tiếng ồn đinh tai nhức óc của búa và máy đóng cọc tràn ngập bên trong chiếc xe tải từ chiếc micro siêu nhạy của Bell.

"Chúng tôi thấy anh trên màn hình rồi, Roland", Sellitto nói trong khi một kỹ thuật viên bên cạnh bật một công tắc và một chiếc camera nữa bắt đầu tham gia theo dõi. "Anh đang xem chứ, Linc?"

"Không, Lon. Chúng tôi đang bật chương trình gameshow *Dancing with the celebrities*. Jane Fonda và Mickey Rooney sẽ là đôi tiếp theo."

"Đó là *Dancing with the stars*, Linc."

Giọng nói của Rhyme vang lên khắp bên trong chiếc xe: "Năm Hai Hai có rẽ theo không? Hay hắn quay lại?... Rẽ đi nào, rẽ đi nào..."

Sellitto di chuột rồi nháy đúp. Một hình ảnh khác hiện lên trên màn hình riêng biệt, thu lại từ camera của một đội Tìm kiếm và Theo dõi. Nó được quay từ một góc khác: Bell đang đi dọc theo lối đi tắt, quay lưng về phía camera. Anh chàng thám tử đang ngó nghiêng nhìn quanh công trường xây dựng với vẻ tò mò, giống như một người qua đường thông thường. Một lát sau, Năm Hai Hai xuất hiện sau lưng anh ta, vẫn giữ nguyên khoảng cách, cũng vừa đi vừa ngó nghiêng xung quanh, mặc dù rõ ràng hắn không hề quan tâm tới những người công nhân quanh đó; hắn đang quan sát để phát hiện những người có thể trở thành nhân chứng hay cảnh sát.

Sau đó hắn do dự, nhìn quanh một lần nữa và bắt đầu rút ngắn khoảng cách.

"Okay, mọi người, đứng dậy thôi", Sellitto gọi to. "Hắn đang tiếp cận anh, Roland. Chúng tôi sắp không quan sát được anh trong khoảng năm giây, vì vậy hãy cảnh giác. Rõ chưa?"

"Rồi", anh chàng cảnh sát dễ tính đáp. Như thể vừa trả lời một người phục vụ quầy bar hỏi anh ta có cần một chiếc ly kèm theo chai rượu Budweiser không.

# CHƯƠNG 35

**R**oland Bell thực ra không hề cảm thấy bình thản như giọng nói của anh ta.

Góa vợ với hai đứa con, ngôi nhà đẹp ở ngoại ô và một cô bạn gái đang sống ở Bắc Carolina mà anh ta sắp tiến tới ngỏ lời cầu hôn... Những yếu tố đời tư này có xu hướng làm nghiêng cán cân về phía tiêu cực khi bạn được yêu cầu đóng vai chú vịt mồi cho một kẻ giết người man rợ.

Thế nhưng, Bell không còn lựa chọn nào khác ngoài thực thi nhiệm vụ của mình - nhất là với một tên tội phạm như Năm Hai Hai, một kẻ cưỡng dâm và giết người, thứ tội phạm Bell đặc biệt căm ghét. Nói thật lòng, anh ta cũng không ngại ngần chuyện thỉnh thoảng tham gia những phi vụ như thế này.

"Tất cả chúng ta sẽ tìm ra trình độ của mình", bố anh ta hay nói vậy. Sau này khi người con trai nhận ra ông không phải đang nói về những dụng cụ bị đặt sai chỗ, anh ta đã đón nhận triết lý đó như cơ sở cho những ứng xử trong công việc của mình.

Chiếc áo jacket không cài khuy, tay anh ta đã sẵn sàng rút súng, ngắm và bắn với khẩu súng ngắn ưa thích của mình, một vũ khí hoàn hảo của Italia. Anh ta thấy mừng vì Lon Sellitto đã ngừng bông đùa. Cần nghe thấy tiếng động khi gã kia lại gần, tiếng nện thình thịch của chiếc búa đóng cọc quả thực rất ồn. Dẫu vậy, cố gắng tập trung hết mức, anh ta nghe thấy tiếng giày lạo xạo trên lối đi sau lưng mình.

Quãng chừng mười mét.

Bell biết đội can thiệp đang chờ sẵn phía trước, mặc dù anh ta không thể trông thấy họ và họ cũng không thể thấy anh ta vì đoạn gấp khúc của lối đi. Theo kế hoạch, họ sẽ bắt Năm Hai Hai ngay khi khu vực đã an toàn và không người qua lại nào có thể gặp nguy hiểm. Từ một con phố gần đó cũng như từ công trường xây dựng vẫn có thể nhìn thấy một phần đoạn đường này, họ đã mạo hiểm giả thiết rằng tên sát nhân sẽ chỉ tấn công khi Bell đã tới gần vị trí của nhóm can thiệp. Nhưng dường như hắn đã quyết định hành động nhanh hơn so với dự kiến của họ.

Dù vậy, Bell hy vọng hắn sẽ nán đợi thêm vài phút, một cuộc đấu súng diễn ra tại đây có thể sẽ gây nguy hiểm cho những người tình cờ đi qua và các công nhân xây dựng.

Nhưng mọi dự kiến đột ngột biến mất khỏi suy nghĩ của Bell khi anh ta đồng thời nghe thấy hai thứ âm thanh: tiếng chân của Năm Hai Hai chạy phía sau lưng, đáng báo động hơn là tiếng chuyện trò sôi nổi bằng tiếng Tây Ban Nha của hai phụ nữ, một trong hai người đẩy một chiếc xe nôi, họ xuất hiện từ phía sau tòa nhà nằm ngay sau lưng Bell. Các nhân viên cảnh sát của nhóm can thiệp đã phong tỏa cả đoạn lối đi này, nhưng không ai nghĩ tới việc thông báo cho những người quản lý các ngôi nhà có cửa sau mở ra con đường.

Bell liếc nhìn ra sau và thấy hai người phụ nữ đang đi ngang qua đúng giữa anh và Năm Hai Hai, hắn nhìn chằm chằm vào viên thám tử và chạy lao tới. Trong tay hắn là một khẩu súng.

"Chúng ta gặp rắc rối. Có dân thường giữa tôi và hắn. Đối tượng tình nghi có vũ khí! Nhắc lại, hắn có vũ khí. Hành động ngay!"

Bell với tay tới khẩu Beretta nhưng một trong hai người phụ nữ đã nhìn thấy Năm Hai Hai và khẩu súng của hắn, bèn kêu ré lên và nhảy ngược ra sau, đâm sầm vào Bell, hất anh ta ngã khuỵu xuống. Khẩu súng của viên cảnh sát rơi xuống mặt đường. Tên sát nhân tròn mắt sững sờ, đứng đờ người ra, chắc hẳn đang tự hỏi tại sao một tiến sĩ lại giấu súng trong người, nhưng hắn bừng tỉnh rất nhanh và chĩa súng vào Bell, lúc này đang định rút ra khẩu súng thứ hai của mình.

"Không!", tên sát nhân hét lên. "Đừng có làm vậy!"

Người cảnh sát không thể làm gì ngoài giơ hai tay lên. Anh ta nghe Sellitto nói: "Đội thứ nhất sẽ có mặt sau ba mươi giây, Roland".

Tên sát nhân không nói gì, dọa cho hai người phụ nữ bỏ chạy, sau đó hắn bước tới, súng chĩa vào ngực Bell.

Ba mươi giây, người thám tử nghĩ thầm, từng hơi thở nặng nhọc.

Từng đó thời gian hoàn toàn có thể dài bằng một đời người.


Đi bộ từ khu để xe tới số 1 Police Plaza, Đại úy Joseph Malloy đang rất bực bội vì đã không được biết gì về màn kịch có sự tham gia của thám tử Roland Bell. Ông ta biết Sellitto và Rhyme đang cố dùng mọi cách để tìm ra tên tội phạm và đành miễn cưỡng đồng ý cho tổ chức cuộc họp báo dàn cảnh, nhưng chuyện này quả thực đã đi quá giới hạn, ông ta thầm nghĩ hậu quả sẽ ra sao nếu nó không thành công.

Quỷ tha ma bắt, thậm chí sẽ vẫn có hậu quả cho dù nó có thành công đi nữa. Một trong những nguyên tắc tối thượng trong

chính quyền thành phố: Đừng giỡn mặt đám nhà báo. Nhất là ở
New York.

Ông ta vừa thò tay vào túi tìm chiếc điện thoại di động thì
cảm thấy có thứ gì đó chạm vào lưng mình. Ấn mạnh và rõ ràng có
mục đích. Một khẩu súng ngắn.

Không, không...

Tim ông ta bắt đầu đập thình thịch.

Sau đó một giọng nói bình thản vang lên: "Đừng quay lại,
đại úy. Nếu ông quay lại, ông sẽ thấy mặt tôi, có nghĩa là ông sẽ
chết. Ông hiểu chứ?". Hắn có vẻ là người có giáo dục, một điều
khiến Malloy ngạc nhiên.

"Đợi đã."

"Ông hiểu chứ?"

"Hiểu. Đừng..."

"Đến chỗ rẽ tiếp theo, ông sẽ rẽ phải vào con hẻm đó và
đi tiếp."

"Nhưng..."

"Tôi không lắp ống giảm thanh cho khẩu súng này. Nhưng
nòng súng đang gí đủ sát vào người ông để không ai biết được âm
thanh từ đâu phát ra và tôi sẽ biến mất trước khi ông kịp ngã
xuống đất. Viên đạn sẽ xuyên qua ông, với một nơi đông người thế
này tôi dám chắc nó sẽ trúng phải ai đó. Ông đâu muốn thế."

"Anh là ai?"

"Ông biết tôi là ai mà."

Joseph Malloy đã trải qua gần cả cuộc đời trong lực lượng
bảo vệ pháp luật và sau khi vợ ông bị sát hại trong vụ một kẻ
nghiện ma túy phát cuồng đột nhập vào nhà họ, nghề cảnh sát đã

không đơn giản chỉ là sự nghiệp: nó biến thành nỗi ám ảnh. Ông ta đã lên lon, trở thành một người làm quản lý, nhưng bản năng học được từ những đường phố của khu Nam Midtown nhiều năm trước làm ông ta lập tức hiểu ra, "Năm Hai Hai".

"Cái gì?"

Bình tĩnh. Hãy giữ bình tĩnh. Nếu bạn bình tĩnh, bạn là người nắm quyền kiểm soát. "Anh chính là kẻ đã sát hại người phụ nữ hôm Chủ nhật và người quản trang ở nghĩa địa tối qua."

"Ông nói 'Năm Hai Hai' có nghĩa là gì?"

"Đó là cách trong nội bộ Sở gọi anh. Một đối tượng chưa rõ, đối tượng bí ẩn, số năm trăm hai mươi hai." Cung cấp cho hắn vài chi tiết chính xác. Để hắn cảm thấy thư giãn. Tiếp tục trò chuyện.

Kẻ sát nhân khẽ bật cười, "Một con số? Thú vị nhỉ. Giờ, rẽ sang phải".

Được thôi, nếu hắn muốn giết bạn, bạn đã chết rồi. Hắn chỉ muốn biết điều gì đó hoặc hắn đang bắt cóc bạn để mặc cả. Hãy bình tĩnh. Rõ ràng hắn sẽ không giết bạn - hắn không muốn bạn nhìn thấy mặt hắn. Okay, Lon Sellitto nói bọn họ gọi hắn là kẻ biết mọi chuyện? Được lắm, hãy cố khai thác vài thông tin về hắn mà bạn có thể sử dụng được.

Không chừng bạn có thể thuyết phục hắn thả mình ra.

Không chừng bạn có thể khiến hắn lơi lỏng cảnh giác và tiếp cận đủ gần để giết hắn bằng hai bàn tay. Joseph Malloy hoàn toàn đủ khả năng làm chuyện đó.

Sau một quãng ngắn đi bộ, Năm Hai Hai ra lệnh cho ông ta dừng lại trong con hẻm. Hắn lấy một chiếc tất trùm lên đầu Malloy và kéo xuống qua mắt. Tốt. Một cảm giác nhẹ nhõm. Chừng nào mình không thấy mặt hắn, mình sẽ sống. Sau đó hắn trói hai tay ông ta lại bằng băng dính, rồi khám người viên cảnh sát. Một bàn tay cứng rắn nắm lấy vai viên đại úy, đưa ông ta về phía trước và đẩy vào cốp sau một chiếc xe hơi.

Chuyến đi bằng xe hơi trong bầu không khí nóng bức ngột ngạt, khoảng không gian chật chội, hai chân gập sát vào người. Một chiếc xe cỡ nhỏ. Okay, hãy cố gắng ghi nhận các chi tiết. Không có mùi dầu cháy khét. Bộ giảm sóc rất tốt. Ghi nhận. Không có mùi da. Ghi nhận. Malloy cố lần theo hướng họ đang đi sau các lần rẽ, nhưng không thể. Ông ta để ý lắng nghe các âm thanh: những tiếng ồn của giao thông đông đúc, tiếng một chiếc búa máy. Không có gì đặc biệt. Tiếng những con mòng biển, tiếng còi của một chiếc tàu thủy. Thế đấy, làm thế nào chúng có thể giúp định vị xem bạn đang ở đâu? Manhattan là một hòn đảo. Hãy tìm ra một chi tiết nào đó hữu ích!... Đợi đã, chiếc xe này có bộ phận trợ lực tay lái kêu khủng khiếp. Điều này có ích đây. Nhớ kỹ lấy.

Hai mươi phút sau họ dừng lại. Ông ta nghe tiếng rầm rầm của một cánh cửa ga ra đang đóng lại, một cánh cửa cỡ lớn, được đẩy đi trên rãnh trượt, những bánh xe kêu kèn kẹt. Malloy khẽ kêu khi nắp cốp xe bật lên khiến ông ta hơi giật mình. Không khí thoang thoảng mùi ẩm mốc nhưng mát mẻ phả khắp người ông ta. Viên đại úy khó nhọc hít thật sâu, đưa oxy vào hai lá phổi qua lần vải len ẩm của chiếc tất đang bịt đầu mình.

"Chúng ta ra thôi."

"Có vài điều tôi muốn nói với anh. Tôi là một đại úy..."

"Tôi biết ông là ai."

"Tôi có quyền lực rất lớn trong Sở." Malloy cảm thấy hài lòng với mình. Giọng nói của ông vẫn bình thản. Ông cố tỏ ra biết điều. "Chúng ta có thể tìm ra cách nào đó để thu xếp."

"Lại đằng kia." Năm Hai Hai giúp ông đứng xuống nền ga ra phẳng nhẵn.

Sau đó ông ta được cho ngồi xuống.

"Tôi biết anh có những nỗi khổ tâm của mình. Nhưng tôi có thể giúp. Cho tôi biết tại sao anh lại làm chuyện này, gây ra những tội ác đó."

Im lặng. Tiếp theo sẽ là gì đây? Liệu ông ta có cơ hội chiến đấu với hắn bằng thể lực không? Malloy thầm nghĩ. Hay ông ta nên tiếp tục tìm cách tiếp cận suy nghĩ của hắn? Đến lúc này chắc chắn người ta đã phát hiện ra việc ông ta mất tích. Sellitto và Rhyme nhiều khả năng đã hiểu chuyện gì vừa xảy ra.

Rồi ông ta nghe thấy một tiếng động.

Cái gì vậy?

Vài tiếng bật nút lách tách, tiếp theo là một giọng nói rất bé phát ra từ một thiết bị điện tử. Có vẻ như tên sát nhân đang thử một chiếc máy ghi âm.

Rồi một âm thanh nữa: tiếng kim loại va quệt vào nhau, giống như có người thu dọn dụng cụ.

Cuối cùng là âm thanh khó chịu của kim loại cọ ken két trên sàn bê tông khi hắn kéo lê chiếc ghế của mình sát lại phía Malloy đến mức đầu gối của hai người chạm vào nhau.

# Chương 36

Một kẻ săn tiền thưởng.

Họ đã tóm phải một gã chết giẫm chuyên săn tiền thưởng.

Ờ thì, như anh ta đính chính lại, một "chuyên gia truy lùng tội phạm lẩn trốn".

"Thế quái nào chuyện này lại xảy ra được?", là câu hỏi Lincoln Rhyme đặt ra.

"Chúng tôi đang kiểm tra", Lon Sellitto nói, trong lúc đứng bên cạnh công trường xây dựng dưới cái nóng và bầu không khí bụi bặm, đúng nơi người đàn ông bám theo Roland Bell đang ngồi với hai tay bị còng.

Cũng không hẳn anh chàng này đang bị bắt. Nói đúng ra, anh ta chẳng hề làm điều gì sai trái, anh ta có giấy phép mang súng trong người và chỉ tìm cách diễn màn công dân ra tay bắt giữ một kẻ anh ta tin là một tên tội phạm đang bị truy nã. Nhưng Sellitto đã phát cáu và ra lệnh còng tay anh ta lại.

Còn bản thân Roland Bell đang liên lạc điện thoại, cố tìm hiểu xem liệu có phát hiện Năm Hai Hai ở đâu đó quanh khu vực này không. Song cho tới lúc này vẫn chưa có ai trong đội can thiệp nhìn thấy bất cứ đối tượng nào phù hợp với những đặc điểm mơ hồ của tên sát nhân. "Không khéo hắn đang ở Timbuktu[1] rồi cũng nên", Bell càu nhàu với Sellitto rồi gập điện thoại di động lại.

"Nghe này...", anh chàng săn tiền thưởng đang ngồi bên lề đường bắt đầu mở miệng.

"Ngậm mồm vào", anh chàng thám tử đô con cáu tiết quát, có lẽ là lần thứ ba hay thứ tư. Anh ta quay lại với cuộc trao đổi cùng Rhyme, "Hắn ta bám theo Roland, tiếp cận và làm như thể chuẩn bị hạ thủ cậu ta. Nhưng hóa ra hắn ta chỉ đang thực hiện một trát của tòa án. Hắn nghĩ Roland là một tay có tên William Franklin. Bọn họ có ngoại hình khá giống nhau, Franklin và Roland. Tay này sống ở Brooklyn và đã không xuất hiện trong phiên tòa xử một vụ tấn công có vũ trang gây chết người và sở hữu súng bất hợp pháp. Công ty săn người lấy tiền thưởng đã truy lùng gã từ sáu tháng nay".

"Năm Hai Hai đã dàn dựng tất cả. Hắn tìm thấy thông tin về Franklin trong hệ thống dữ liệu và dụ tay săn người lấy tiền thưởng bám theo người của chúng ta để đánh lạc hướng."

"Tôi biết, Linc."

"Có ai trông thấy gì đó hữu ích không? Có ai theo dõi chúng ta không?"

"Không hề. Roland vừa kiểm tra với thành viên của các nhóm."

Im lặng. Sau đó, Rhyme hỏi: "Làm sao hắn biết đây là một chiếc bẫy?".

Mặc dù đây không phải là vấn đề quan trọng nhất. Vì chỉ có một câu hỏi duy nhất họ muốn biết câu trả lời và câu hỏi đó là: "Tên khốn này thực sự đang muốn làm gì?".

---

[1] Một thành phố ở Mali (châu Phi).

Không lẽ *bọn chúng* nghĩ tôi là một gã ngốc sao?

Chẳng lẽ *bọn chúng* nghĩ tôi sẽ không nghi ngờ?

Đến lúc này, họ đã biết đến các nhà cung cấp dịch vụ kiến thức. Về việc dự đoán xu hướng phản ứng của các *mười sáu chữ số*, dựa trên những hành vi trong quá khứ, cũng như từ hành vi ứng xử của những kẻ khác giống như họ. Nguyên tắc này đã trở thành một phần của cuộc đời tôi từ rất, rất lâu. Nó nên trở thành một phần cuộc sống của bất cứ ai. Hàng xóm của bạn sẽ phản ứng ra sao nếu bạn làm việc X? Sẽ phản ứng ra sao nếu bạn làm điều Y? Một phụ nữ sẽ ứng xử ra sao khi bạn vừa đưa cô nàng ra xe vừa cười ầm ĩ? Khi bạn im lặng và thò tay vào túi tìm thứ gì đó?

Tôi đã luôn nghiên cứu mọi hành vi của *bọn chúng* kể từ thời điểm *bọn chúng* bắt đầu khiến tôi bận tâm. Tôi phân loại chúng, phân tích chúng. Có những thời điểm *bọn chúng* thực sự xuất sắc, chẳng hạn chiếc bẫy đó: để cho các nhân viên và khách hàng của SSD biết về cuộc điều tra và đợi tôi tìm cách xâm nhập vào tìm hiểu các file thông tin về vụ Myra 9834 của Sở Cảnh sát New York. Thiếu chút nữa tôi đã làm thế, chỉ còn một cú gõ vào phím ENTER nữa thôi, nhưng rồi tôi cảm thấy có điều gì đó bất ổn. Lúc này tôi hiểu mình đã đúng.

Và cuộc họp báo thì sao? A, nước cờ này đã bốc mùi ngay từ lúc mở màn. Hầu như không hề khớp với các phương thức ứng xử đã được thiết lập và có thể dự đoán trước. Ý tôi là, cảnh sát và chính quyền thành phố lại gặp mặt giới báo chí vào lúc đêm khuya như thế ư? Và những nhân vật được tập hợp trên bục diễn giả hiển nhiên trông không thuyết phục chút nào.

Tất nhiên, có thể đó là một trường hợp ngoại lệ - thậm chí cả những thuật toán suy luận logic và tiên đoán hành vi chắc chắn nhất cũng có lúc sai lầm. Nhưng vì lợi ích của mình, tôi cần kiểm tra lại kỹ lưỡng hơn. Tôi không thể, cho dù một cách ngẫu nhiên, nói chuyện trực tiếp với bất cứ ai trong số *bọn chúng*.

Vậy là thay vào đó, tôi làm việc mà tôi có thể làm tốt nhất.

Tôi tìm kiếm trong những chiếc "hộp kín", nhìn qua khung cửa sổ bí mật của mình vào những dòng dữ liệu câm lặng. Tôi biết được nhiều hơn về những kẻ đã có mặt trên bục diễn giả trong cuộc họp báo: ông Phó Thị trưởng, Ron Scott và Đại úy Joseph Malloy - người phụ trách cuộc điều tra truy lùng tôi.

Và người thứ ba, anh chàng Tiến sĩ Carlton Soames.

Trừ một việc... Được thôi, anh ta chẳng phải là tiến sĩ nào hết.

Một tay cớm giả dạng.

Yêu cầu gõ vào trang web tìm kiếm đúng là có đưa ra câu trả lời về Tiến sĩ Soames trên trang chủ của Đại học Carnegie Mellon, cũng như trang cá nhân của anh ta. Lý lịch của anh chàng này cũng đã được đăng tải chu đáo trên một số trang web khác.

Nhưng tôi chỉ mất vài giây để mở phần mã của những tài liệu đó và kiểm tra phần siêu dữ liệu. Mọi chi tiết về anh chàng tiến sĩ hư cấu mới được soạn thảo và tải lên ngày hôm qua.

*Không lẽ bọn chúng nghĩ tôi là một gã ngốc sao?*

Nếu có đủ thời gian, tôi đã có thể biết chính xác tay cớm đó là ai. Tôi có thể tới cơ sở dữ liệu lưu trữ các trang web của hệ thống, tìm lại cuộc họp báo, chụp lại khuôn mặt người đàn ông đó và thực hiện tìm kiếm sinh trắc học. Tôi có thể so sánh hình ảnh đó với các hồ sơ của Cơ quan Đăng kiểm phương tiện giao thông khu vực cũng như các bức ảnh chân dung nhân viên sở cảnh sát và FBI để lần ra danh tính thực của hắn.

Nhưng chuyện này sẽ đòi hỏi không ít công sức và hoàn toàn không cần thiết. Tôi không quan tâm hắn ta là ai. Tất cả những gì tôi cần là đánh lạc hướng đám cảnh sát để bản thân tôi có thời gian tìm ra Đại úy Malloy, người chắc chắn sẽ là một cơ sở dữ liệu sống về cuộc điều tra.

Tôi dễ dàng tìm ra một trát truy nã dành cho người đàn ông có ngoại hình khá giống với tay cớm đóng vai Carlton Soames - một người da trắng chừng ngoài ba mươi tuổi. Sau đó, gọi cho kẻ săn tiền thưởng, tự nhận mình là một người từng quen biết kẻ đào tẩu và cho hay tôi đã phát hiện thấy hắn lảng vảng ở Khách sạn Water Street. Tất cả chỉ là trò trẻ con. Tôi mô tả chính xác cách ăn mặc của tay tiến sĩ giả rồi nhanh chóng cúp máy.

Cùng lúc đó tôi chờ sẵn tại bãi đỗ xe gần Police Plaza, nơi Đại úy Malloy lái chiếc Lexus đời cũ của ông ta (đã quá thời hạn thay dầu và lốp từ lâu) đến gửi mỗi buổi sáng trong khoảng từ bảy giờ bốn mươi tám phút đến chín giờ hai phút.

Tôi tiếp cận kẻ thù lúc tám giờ ba mươi lăm phút đúng.

Sau đó là vụ bắt cóc, đưa con tin tới một nhà kho ở khu West Side và sử dụng một thanh sắt rèn để thực hiện xả bộ nhớ từ cơ sở dữ liệu cứng đầu cứng cổ đến mức đáng ngưỡng mộ. Tôi đang tận hưởng cảm giác khoan khoái không thể lý giải được, còn tuyệt vời hơn cả khoái cảm tình dục khi biết được tôi đã có trong tay bộ sưu tập hoàn chỉnh: danh tính của tất cả những *mười sáu chữ số* đang săn đuổi tôi, cũng như danh tính của một vài người có dính dáng tới *bọn chúng* và cách *bọn chúng* thực hiện cuộc điều tra.

Một số thông tin trong đó đặc biệt có ý nghĩa (như cái họ "Rhyme" chẳng hạn. Đó là chìa khóa cho phép lý giải tại sao tôi lâm vào thế kẹt như hiện tại, giờ thì tôi đã hiểu).

Những chiến binh của tôi chẳng bao lâu nữa sẽ xuất trận, thẳng tiến tới Ba Lan, tiến vào vùng Rhineland[1]...

---

[1] Ám chỉ những cuộc xâm lược của phát xít Đức trong Thế chiến thứ Hai.

Như đã hy vọng, tôi đã có được một thứ cho bộ sưu tập đó của mình, cũng cần nói luôn đó là một trong những bộ sưu tập tôi ưa thích nhất. Đáng ra tôi cần đợi cho tới khi quay trở về *căn phòng* của mình, nhưng không thể cưỡng lại được cám dỗ. Tôi cầm lấy chiếc máy ghi âm, bấm nút tua rồi bật nút phát.

Một sự ngẫu nhiên đầy hạnh phúc: đúng thời điểm những tiếng gào thét của Đại úy Malloy đạt tới cao trào. Những âm thanh khiến cả tôi cũng phải rùng mình.

Anh bừng tỉnh khỏi giấc ngủ chập chờn với những cơn ác mộng kinh hoàng. Cổ họng đau nhức, cả trong lẫn ngoài, vì sợi dây đã thắt vào cổ, mặc dù cảm giác bỏng rát vì khát còn tồi tệ hơn trong khoang miệng.

Arthur nhìn quanh căn phòng bệnh xá bẩn thiu không hề có cửa sổ. Ra vậy, một xà lim trong bệnh xá thuộc khuôn viên nhà tù Tomb. Không khác gì căn phòng giam hay khu sinh hoạt chung khủng khiếp nơi suýt nữa anh đã bị giết chết.

Một y tá nam hay hộ lý bước vào, kiểm tra một chiếc giường trống và ghi chép lại gì đó.

"Xin lỗi", Arthur thều thào. "Tôi có thể gặp bác sĩ được không?"

Người đàn ông quay sang phía anh - một người gốc Phi vóc dáng cao to. Arthur chợt giật mình hốt hoảng, thầm nghĩ đây chính là Antwon Johnson, hắn đã lấy cắp một bộ đồng phục hộ lý và lẻn vào đây để hoàn tất việc mà hắn đã khởi đầu...

Nhưng không, đây là một người khác. Tuy thế, đôi mắt anh ta cũng lạnh lùng không kém, chúng chỉ nhìn Arthur Rhyme một khắc ngắn ngủi như thể liếc qua vũng nước đổ trên sàn. Anh ta quay đi không nói một lời.

Nửa giờ trôi qua, Arthur vẫn tiếp tục chập chờn.

Thế rồi cánh cửa lại mở, anh ngước nhìn lên, thoáng sững người, có một bệnh nhân khác được đưa tới. Arthur đoán anh chàng này bị viêm ruột thừa. Cuộc phẫu thuật đã kết thúc và anh ta đang hồi phục. Một hộ lý đưa anh ta lên giường, đưa cho anh ta chiếc ly, "Đừng uống. Súc miệng rồi nhổ ra".

Anh ta uống ngay lập tức.

"Không, tao đã nói với mày..."

Anh ta nhổ toẹt ra.

"Chết tiệt." Người hộ lý ném một nắm khăn giấy vào anh ta rồi đi ra ngoài.

Anh chàng bệnh nhân cùng phòng với Arthur ngủ thiếp đi, tay nắm chặt lấy những chiếc khăn giấy.

Khi đó Arthur đưa mắt nhìn qua khung cửa kính trên cánh cửa phòng. Có hai người đàn ông đứng bên ngoài, một gốc Latinh, một da đen. Gã da đen đang nheo mắt nhìn thẳng vào anh, sau đó thì thầm gì đó với gã kia, gã Latinh cũng lập tức nhìn anh.

Có điều gì đó trong biểu hiện của chúng cho Arthur biết điều khiến chúng quan tâm đến anh không chỉ là sự tò mò muốn ngó mặt tên khốn đã được Mick, gã nghiện dặt dẹo, cứu sống.

Không, chúng đang muốn ghi nhớ khuôn mặt anh. Tại sao?

Chẳng lẽ chúng cũng muốn giết anh?

Lại một cơn hoảng loạn nữa. Chẳng lẽ chỉ còn là vấn đề thời gian trước khi chúng thành công?

Anh nhắm mắt lại nhưng rồi quyết định rằng mình không nên ngủ. Không dám ngủ. Bọn chúng sẽ tấn công anh nếu anh ngủ, bọn chúng sẽ tấn công anh nếu anh nhắm mắt, bọn chúng sẽ tấn công anh nếu anh không cẩn thận để ý tới bất cứ thứ gì, bất cứ người nào trong từng giây từng phút.

Và lúc này cơn thống khổ của anh đã lên đến tột cùng. Judy nói Lincoln nhiều khả năng đã tìm ra điều gì đó có thể chứng minh sự vô tội của anh. Nhưng chưa rõ là gì vì thế Arthur không có cách nào để biết có phải em họ anh đã quá lạc quan hay cậu ta đã thực sự phát hiện ra một vài bằng chứng vững chắc chứng tỏ anh đã bị bắt nhầm. Anh phát điên lên trước hy vọng mập mờ này. Trước khi nói chuyện với Judy, Arthur Rhyme đã cam chịu chấp nhận một cuộc sống tồi tệ hơn địa ngục và một cái chết không bao lâu nữa sẽ đến.

*Tao đang làm phúc cho mày đấy, anh bạn. Mẹ kiếp, dù thế nào rồi mày cũng sẽ tự tìm đến cái chết sau một hai tháng nữa thôi. Chỗ này không hợp với mày. Giờ hãy thôi quẫy đạp đi...*

Nhưng lúc này, nhận ra vẫn còn cơ hội lấy lại tự do, sự cam chịu chuyển thành hoảng loạn. Anh nhìn thấy trước mắt vài tia hy vọng le lói đang có nguy cơ bị dập tắt.

Tim anh lại bắt đầu nhịp đập thình thịch ma quái của nó.

Anh chộp lấy nút bấm gọi nhân viên y tế. Bấm một lần. Rồi lần nữa.

Không có ai trả lời. Một lát sau, thêm một cặp mắt nữa xuất hiện bên khung cửa kính. Nhưng không phải là cặp mắt của bác sĩ. Liệu đó có phải là một trong những gã lưu manh anh đã trông thấy lúc trước không? Anh cũng không rõ nữa. Người này nhìn thẳng vào anh.

Cố gắng khống chế nỗi sợ hãi đang chạy dọc sống lưng như một luồng điện, anh bấm nút gọi nhân viên y tế thêm lần nữa, rồi buông nó xuống.

Vẫn không có ai trả lời.

Cặp mắt trong khung cửa chớp một lần rồi biến mất.

# CHƯƠNG 37

"Siêu dữ liệu."

Qua loa ngoài của điện thoại, Rodney Szarnek, ngồi trong phòng máy tính trung tâm của Sở Cảnh sát New York, đang giải thích cho Lincoln Rhyme bằng cách nào Năm Hai Hai đã biết được vị "chuyên gia" trên thực tế là một cảnh sát đóng giả.

Sachs, đứng ngay gần đó, hai tay khoanh lại, các ngón đang mân mê ống tay áo, nhắc lại với anh những gì cô đã tìm hiểu được từ Calvin Geddes ở Private Now, "Đó là các dữ liệu về dữ liệu. Nằm ẩn dưới các dữ liệu".

"Đúng thế", Szarnek xác nhận khi nghe thấy lời giải thích của cô. "Hắn ta nhiều khả năng đã phát hiện được chúng ta mới tạo ra bản lý lịch đó tối qua."

"Chết tiệt", Rhyme lẩm bẩm. Thế đấy, bạn không thể lường được tất cả mọi thứ. Nhưng bạn cần phải làm được điều đó nếu đối mặt với kẻ biết tất cả. Giờ thì kế hoạch, đáng ra có thể dụ hắn sa lưới, đã trở thành công cốc. Lần thứ hai họ thất bại.

Và còn tệ hơn thế, họ đã để lộ vở. Cũng tương tự như việc họ khám phá ra âm mưu dàn dựng vụ tự sát để thoát thân của hắn, hắn cũng đã biết được cách thức điều tra của họ và sẽ cảnh giác hơn để đối phó với những chiến thuật trong tương lai.

*Hiểu biết là sức mạnh...*

Szarnek nói thêm: "Tôi nhờ một người tại Carnegie Mellon truy tìm nhà cung cấp dịch vụ Internet của tất cả những người đã truy cập vào trang chủ của họ trong sáng hôm nay. Có sáu lượt truy cập xuất phát từ thành phố nhưng đều từ các dịch vụ công cộng, không tìm được dấu vết người sử dụng. Hai trường hợp từ các proxy[1] tại châu Âu và tôi biết các máy chủ đó. Họ sẽ không cộng tác với chúng ta".

Tất nhiên rồi.

"Đến lúc này chúng ta đã thu được một số thông tin từ các file dữ liệu trong phần bộ nhớ trống Ron lấy được từ SSD. Cũng khá mất thời gian. Chúng quả thực...", anh ta có vẻ quyết định tránh những giải thích về kỹ thuật, "... khá lộn xộn. Nhưng chúng ta đã ghép các mảnh rời rạc lại với nhau. Dường như đúng là có ai đó đã tập hợp các hồ sơ cá nhân lại và tải chúng về. Chúng ta có một biệt danh - một tên hiển thị hay tên mã truy cập. 'Runnerboy'. Tới lúc này thì đó là tất cả".

"Có ý tưởng nào về gã này không? Một nhân viên, khách hàng, hay hacker?"

"Không. Tôi đã gọi cho cậu bạn ở Cục Điều tra Liên bang và kiểm tra cơ sở dữ liệu của họ về các biệt danh và địa chỉ email đã biết. Họ tìm ra chừng tám trăm Runnerboy. Nhưng không có ai ở khu vực thành phố New York. Sắp tới có thể chúng ta sẽ biết thêm thông tin."

---

[1] Máy chủ Internet làm nhiệm vụ chuyển tiếp thông tin và kiểm soát tạo sự an toàn cho việc truy cập Internet của các khách hàng.

Rhyme bảo Thom viết "Runnerboy" lên danh sách những đối tượng nghi vấn. "Chúng ta sẽ kiểm tra với SSD. Xem có ai nhận ra cái tên này không."

"Còn những file thông tin khách hàng trên chiếc đĩa CD thì sao?"

. "Tôi đang cử một người kiểm tra thủ công. Thuật toán tôi đã viết mới chỉ đưa chúng ta tới đây thôi. Có quá nhiều biến số - các sản phẩm tiêu dùng khác nhau, thẻ đi tàu điện ngầm, thẻ E-ZPass. Phần lớn các công ty tải về một vài mục thông tin từ hồ sơ của các nạn nhân nhưng kết quả thống kê chưa tìm thấy bất cứ ai có thể xếp vào diện nghi vấn."

"Được rồi."

Anh ngắt máy.

"Chúng ta đã cố gắng, Rhyme", Sachs nói.

*Cố gắng...* Anh hơi nhướn mày, một cử chỉ không hề có bất cứ ý nghĩa nào.

Điện thoại lại rung và "Sellitto" xuất hiện trên tên người gọi đến.

"Nhận lệnh, trả lời... Lon, có gì..."

"Linc."

Có chuyện gì đó không ổn. Giọng của viên trung úy trống rỗng, run rẩy.

"Một nạn nhân nữa sao?"

Sellitto đằng hắng: "Hắn đã sát hại một người của ta."

Anh giật mình, liếc nhìn Sachs, cô cũng bất giác cúi người về phía điện thoại, hai tay buông thõng. "Ai? Cho chúng tôi biết đi."

"Joseph Malloy."

"Không!", Sachs khẽ nói.

Rhyme nhắm mắt lại, ngả đầu tựa lên đệm của chiếc xe lăn. "Phải, tất nhiên rồi. Đó là một vụ dàn cảnh, Lon. Hắn đã sắp đặt tất cả", anh hạ giọng xuống, "Tình hình tệ đến mức nào?".

"Ý anh là gì?", Sachs hỏi.

Bằng giọng nhẹ nhàng, Rhyme nói: "Hắn không chỉ sát hại Malloy, đúng không?".

Giọng nói run rẩy của Sellitto như bị bóp méo: "Không, Linc, không chỉ có thế".

"Hãy nói cho tôi biết!", Sachs bực bội nói. "Hai người đang nói về cái gì vậy?"

Rhyme nhìn thẳng vào đôi mắt cô, lúc này đang mở to vì dự cảm kinh hoàng mà cả hai đều đang cảm thấy. "Hắn đã sắp đặt tất cả vì hắn muốn có thông tin. Hắn đã tra tấn Malloy để có được chúng."

"Ôi, Chúa ơi!"

"Đúng không, Lon?"

Anh chàng thám tử to con thở dài. Anh ta ho khan, "Phải, rất khủng khiếp. Hắn đã sử dụng vài thứ dụng cụ tra tấn. Từ lượng máu tại hiện trường có thể thấy Malloy đã cầm cự rất lâu. Thằng con hoang khốn kiếp đã giết ông ấy bằng một phát súng".

Khuôn mặt Sachs đỏ bừng lên phẫn nộ. Cô nắm chặt lấy báng súng của mình. Hai hàm răng siết chặt, cô hỏi: " Malloy có con không?".

Rhyme chợt nhớ vợ viên đại úy đã bị sát hại mấy năm trước.

Sellitto trả lời: "Một cô con gái đang sống ở California. Tôi đã gọi điện rồi".

"Anh ổn chứ?", Sachs hỏi.

"Không, không hề", giọng anh ta như vỡ ra. Rhyme chưa từng thấy anh ta có vẻ xúc động đến vậy.

Trong tâm trí, anh vẫn có thể mường tượng ra giọng nói của Joseph Malloy khi ông đề cập đến chuyện Rhyme "quên" không chia sẻ thông tin về vụ Năm Hai Hai. Viên đại úy đã bỏ qua tự ái cá nhân và ủng hộ họ, thậm chí ngay cả sau khi nhà tội phạm học và Sellitto đã không trung thực với ông.

Trách nhiệm của một người cảnh sát đã được đặt lên trên cái tôi.

Năm Hai Hai đã tra tấn và giết ông vì hắn cần thông tin. Thứ thông tin chết tiệt...

Thế rồi, từ đâu đó trong nội tâm, Rhyme đã đánh thức phần sắt đá trong con người mình. Sự lãnh đạm như vài người từng nói, chứng tỏ anh có một tâm hồn bị tổn thương, nhưng anh lại tin nó cho phép anh làm tốt hơn công việc của mình. Anh nói một cách chắc nịch: "Okay, em biết điều đó nghĩa là gì đúng không?".

"Là gì?", Sachs hỏi.

"Hắn đang tuyên chiến."

"Tuyên chiến?", lần này Sellitto là người hỏi.

"Với chúng ta. Hắn sẽ không nằm im. Hắn sẽ không lẩn trốn. Hắn đang bảo chúng ta hãy cuốn xéo. Hắn đang phản công. Hắn nghĩ hắn có thể thoát khỏi vụ này. Sát hại cảnh sát ư? Ồ, phải. Hắn đã vạch ra chiến tuyến. Và lúc này hắn đã biết tất cả về chúng ta."

"Có thể Malloy không nói gì với hắn", Sachs nói.

"Không, ông ấy đã nói. Ông ấy đã làm mọi thứ có thể để chịu đựng nhưng cuối cùng ông ấy vẫn phải nói ra." Rhyme thậm chí không muốn phải hình dung những gì viên đại úy đã phải trải qua khi ông cố hết sức giữ im lặng. "Không phải lỗi của ông ấy... Nhưng giờ đây tất cả chúng ta đều gặp nguy hiểm."

"Tôi phải báo cáo lên Sở", Sellitto nói. "Họ muốn biết chuyện gì đã xảy ra không đúng theo dự kiến. Ngay từ đầu họ đã không hào hứng lắm với kế hoạch này."

"Tôi dám chắc là không. Chuyện đó xảy ra ở đâu vậy?"

"Một nhà kho. Khu Chelsea."

"Nhà kho... hoàn hảo với một kẻ nghiện tích trữ. Liệu hắn có mối liên hệ nào với chỗ đó không? Từng làm việc ở đó? Hay hắn chỉ tình cờ tìm ra nó thông qua tìm hiểu dữ liệu? Tôi muốn biết mọi thông tin về nhà kho đó."

"Tôi sẽ cho kiểm tra", Cooper nói. "Sellitto đã cung cấp các chi tiết rồi."

"Chúng ta sẽ cho khám nghiệm hiện trường." Rhyme liếc nhìn Sachs, cô gật đầu.

Sau khi anh chàng thám tử ngắt máy, Rhyme hỏi: "Pulaski đang ở đâu vậy?".

"Đang quay về từ chỗ dàn cảnh với Roland Bell."

"Hãy gọi tới SSD, tìm hiểu xem tất cả các đối tượng tình nghi của chúng ta đã ở đâu khi Malloy bị sát hại. Một số người trong bọn họ chắc chắn phải có mặt ở văn phòng. Anh muốn biết những ai *vắng mặt*. Và anh cũng muốn biết nhiều hơn về gã Runnerboy này. Em có nghĩ Sterling sẽ giúp không?"

"Ồ, đương nhiên rồi", Sachs nói, nhắc lại với anh về thái độ hợp tác tích cực của Sterling từ đầu cuộc điều tra. Cô bấm nút gọi trên điện thoại.

Một trợ lý tổng giám đốc nghe máy, Sachs liền xưng tên.

"Xin chào, thám tử Sachs. Tôi là Jeremy. Tôi có thể giúp gì được cô?"

"Tôi cần nói chuyện với ông Sterling."

"Tôi e hiện giờ không được."

"Việc này rất quan trọng. Đã có một vụ án mạng nữa. Một sĩ quan cảnh sát."

"Phải rồi, tôi đã biết qua khi xem bản tin. Tôi rất tiếc. Cô đợi một chút. Martin vừa mới tới."

Họ nghe thấy một cuộc thì thầm trao đổi, sau đó một giọng nói khác vang lên qua loa ngoài: "Thám tử Sachs. Tôi là Martin. Tôi rất tiếc khi nghe tin về vụ án mạng mới xảy ra. Nhưng ông Sterling hiện không có ở công ty".

"Chúng tôi cần nói chuyện với ông ấy, việc này thực sự rất quan trọng."

Tay trợ lý bình thản nói: "Tôi sẽ thử sắp đặt lại các việc khẩn".

"Thế còn Mark Whitcomb hay Tom O'Day thì sao?"

"Xin đợi cho một lát."

Sau một quãng thời gian khá lâu, giọng nói của anh chàng trợ lý trẻ tuổi lại vang lên: "Tôi rất tiếc là Mark cũng không có mặt tại văn phòng. Tom đang tham gia một cuộc họp. Tôi đã để lại tin nhắn. Có một cuộc gọi khác, thám tử Sachs. Tôi phải ngắt máy đây. Thực sự lấy làm tiếc về chuyện xảy ra với ông đại úy".

"Anh - người sẽ băng từ bờ bên này sang bờ bên kia để đến với em, người mang lại cho em nhiều ý nghĩa hơn anh có thể tưởng tượng."

Ngồi trên một băng ghế nhìn xuống dòng sông Đông, Pam Willoughby cảm thấy đau nhói trong lồng ngực, hai lòng bàn tay bắt đầu tứa mồ hôi.

Cô bé ngoái lại sau nhìn Stuart Everett, lúc này anh đang sáng bừng lên dưới ánh nắng mặt trời New Jersey. Một chiếc sơ mi xanh, quần jean, áo khoác thể thao và một chiếc túi da. Khuôn mặt trẻ trung như một cậu bé, mái tóc nâu bồng bềnh, đôi môi lúc nào cũng như sắp nở nụ cười nhưng thật sự hiếm khi xuất hiện.

"Chào anh", cô bé chào thật vui vẻ. Cô thầm bực bội với bản thân, bởi cô đã muốn tỏ vẻ thật lạnh lùng.

"Chào em." Anh đưa mắt nhìn về phía bắc, phía chân cầu Brooklyn. *"Fulton stress."*

"Bài thơ đó? Em biết. Nó 'vắt ngang qua chuyến phà Brooklyn'."

Từ tập thơ *Leaves of grass*, tuyệt tác của nhà thơ Walt Whitman. Sau khi Stuart Everett đã nói trên lớp rằng đó là tập thơ anh ưa thích nhất, cô bé đã mua về một cuốn, loại được in bằng giấy đắt tiền. Với suy nghĩ, nó sẽ làm hai người gắn bó với nhau hơn.

"Anh đâu có giảng câu đó trên lớp. Vậy mà em vẫn biết sao?"

Pam không nói gì.

"Anh ngồi được chứ."

Cô bé gật đầu.

Hai người im lặng ngồi bên nhau. Cô bé ngửi thấy mùi nước hoa của anh. Tự hỏi liệu có phải vợ anh đã mua nó cho anh.

"Chị của em chắc đã nói tất cả với em rồi."

"Phải."

"Anh thích cô ấy. Okay, lần đầu tiên khi cô ấy gọi cho anh, anh đã nghĩ cô ấy sắp sửa bắt anh."

Khuôn mặt cau có của Pam giãn ra thành một nụ cười.

Stuart tiếp tục: "Cô ấy không hài lòng về mối quan hệ của anh và em. Nhưng thế cũng tốt. Cô ấy lo lắng cho em".

"Amelia là người tốt nhất."

"Anh không tin nổi cô ấy lại là một cảnh sát."

Một cảnh sát đã tiến hành điều tra về bạn trai của mình. Ẩn mình trong bóng tối cũng đâu có tệ, Pam thầm nghĩ, biết quá nhiều đôi khi làm hỏng mất những quãng thời gian đẹp.

Anh cầm lấy tay cô. Cô bé không còn cảm thấy muốn hất tay anh đi nữa. "Xem nào, chúng ta hãy cùng nhìn thẳng vào sự việc một cách cởi mở."

Cô bé cố giữ đôi mắt của mình nhìn ra xa; nhìn thẳng vào đôi mắt nâu của anh, dưới hai hàng mi đang hạ xuống ủ rũ, sẽ là một ý tưởng tồi. Cô ngắm nhìn dòng sông và khu vịnh ở phía xa. Những chiếc phà vẫn còn hoạt động nhưng phần lớn phương tiện đang di chuyển là những chiếc thuyền tư nhân hoặc tàu chở hàng. Cô bé thỉnh thoảng vẫn tới đây để ngắm nhìn chúng. Sau những quãng thời gian bị ép buộc phải sống chui lủi trong những khu rừng hoang vu của vùng Trung Tây với người mẹ điên khùng và một đám cực hữu quá khích, Pam đã trở nên say mê những dòng sông và đại dương. Chúng luôn rộng mở, tự do và không ngừng vận động. Ý nghĩ đó đem đến cho cô bé cảm giác thật êm đềm.

"Anh đã không thành thật, anh biết. Nhưng mối quan hệ của anh và vợ anh không như bề ngoài của nó. Anh không ngủ với cô ấy nữa. Từ lâu rồi."

Liệu đó có phải là điều đầu tiên một người đàn ông nên nói ra vào lúc như thế này không? Pam tự hỏi. Cô bé thậm chí còn chưa nghĩ đến tình dục, mà chỉ nghĩ về tình trạng hôn nhân của anh ta.

Anh nói tiếp: "Anh không muốn mình yêu em. Anh nghĩ chúng ta là bạn. Nhưng em khác hoàn toàn với những người khác. Em thắp sáng lên thứ gì đó trong anh. Em rất đẹp, hiển nhiên rồi. Nhưng em giống như Whitman vậy. Khác thường. Đầy đam mê. Một phong cách thi sĩ theo cách của em".

"Anh đã có con", Pam không thể kìm lại, buột nói ra.

Một thoáng do dự. "Anh có con. Nhưng em sẽ thích chúng. John tám tuổi. Chiara đang học cấp Hai. Con gái anh đã mười một tuổi. Chúng là những đứa trẻ tuyệt vời. Đó là lý do tại sao Mary và anh vẫn còn sống với nhau, lý do duy nhất."

Tên vợ anh ấy là Mary. Cô bé thầm nghĩ.

Anh siết chặt lấy tay cô bé. "Pam, anh không thể để mất em."

Cô bé ngả người tựa vào anh, cảm nhận cảm giác êm dịu của cánh tay anh áp vào tay cô, ngửi mùi hương dễ chịu mà không còn bận tâm đến việc ai đã mua nước thơm dùng sau khi cạo râu cho anh. Cô nghĩ: Có lẽ sớm muộn gì anh ấy cũng sẽ nói tất cả với mình.

"Anh đã định sẽ nói với em sau một tuần nữa. Anh thề. Anh đang cố gắng để có đủ can đảm." Cô bé cảm thấy bàn tay anh đang run rẩy. "Anh nhìn thấy khuôn mặt của các con anh. Anh nghĩ, anh không thể phá vỡ gia đình. Thế rồi em xuất hiện. Người con gái đáng kinh ngạc nhất anh từng gặp... Anh đã cô đơn trong suốt một thời gian dài, rất dài."

"Nhưng các kỳ nghỉ thì sao?", cô hỏi. "Em muốn làm điều gì đó vào lễ Tạ ơn hay Giáng sinh cùng anh."

"Có thể anh sẽ thu xếp được vào một trong hai dịp đó. Ít nhất là một phần thời gian trong ngày. Chúng ta chỉ cần lên kế hoạch trước." Stuart cúi đầu xuống. "Sự thật là thế này. Anh không thể sống thiếu em. Nếu em có thể kiên nhẫn, chúng ta sẽ thu xếp được ổn thỏa."

Cô bé nhớ lại một buổi tối hai người ở bên nhau. Một buổi tối bí mật mà không ai khác biết. Tại căn nhà của Amelia Sachs trong thành phố, trong khi Amelia đang ở lại nhà Lincoln Rhyme, Pam và Stuart đã sử dụng nơi đó cho riêng hai người. Một buổi tối thật huyền ảo. Cô bé ước gì mỗi buổi tối trong đời mình đều giống như tối hôm đó.

Cô siết chặt hơn lấy bàn tay anh.

Anh thì thầm: "Anh không thể để mất em".

Anh áp lại sát hơn trên băng ghế. Cô bé cảm thấy thật dễ chịu mỗi lúc cơ thể hai người tiếp xúc với nhau. Cô thậm chí đã viết một bài thơ về anh, mô tả sự cuốn hút lẫn nhau giữa hai người như lực hấp dẫn, một trong những loại lực cơ bản của vũ trụ.

Pam ngả đầu tựa lên vai anh.

"Anh hứa sẽ không bao giờ dấu em bất cứ điều gì nữa. Nhưng anh xin em... Anh phải tiếp tục được nhìn thấy em."

Cô bé hồi tưởng lại những quãng thời gian tuyệt vời hai người từng có với nhau, những quãng thời gian mà bất cứ ai khác cũng sẽ cảm thấy vô nghĩa, thậm chí ngớ ngẩn.

Không gì có thể so sánh được với chúng.

Cảm giác dễ chịu cũng giống như dòng nước ấm chảy qua một vết thương, cuốn theo mọi nỗi đau.

Trong thời gian họ còn lẩn trốn, Pam và mẹ cô đã sống cùng hay sống xung quanh những người đàn ông nhỏ mọn - những kẻ sẵn sàng đánh đập phụ nữ "vì muốn tốt cho chính họ", những kẻ chẳng bao giờ chia sẻ một lời với vợ con mình, trừ khi lên lớp hay quát họ im miệng.

Stuart dường như không cùng một thế giới với những con quái vật đó.

Anh thì thầm: "Chỉ cần cho anh một chút thời gian. Mọi chuyện sẽ ổn thỏa. Anh xin hứa. Chúng ta sẽ gặp nhau như trước... À, anh có ý này. Anh biết em muốn đi du lịch. Có một hội thảo về thơ ở Montreal vào tháng tới. Anh có thể đưa em tới đó, đặt một phòng cho em. Em có thể tham dự các buổi tọa đàm. Chúng ta sẽ được hoàn toàn tự do các buổi tối".

"Ôi, em yêu anh." Cô bé ghé sát vào khuôn mặt anh. "Em hiểu tại sao anh không nói cho em biết, thật đấy."

Anh ôm chặt lấy cô, hôn lên cổ cô. "Pam, anh rất..."

Đúng lúc đó cô bé lùi lại, ôm chiếc túi đựng sách lên trước ngực như một chiếc lá chắn. "Nhưng không, Stuart."

"Gì cơ?"

Pam tin rằng trái tim mình đang đập nhanh hơn bất cứ lúc nào trước đây. "Khi nào anh ly dị xong hãy gọi điện thoại cho em, lúc đó chúng ta sẽ cùng xem xét. Nhưng cho tới lúc đó, không. Em không thể tiếp tục gặp anh nữa."

Cô bé nói những gì cô nghĩ Amelia Sachs hẳn sẽ nói trong tình huống như thế này. Nhưng liệu chị ấy có xử sự giống cô và không bật khóc không? Amelia sẽ không khóc. Không đời nào.

Cô bé cố nở một nụ cười trên khuôn mặt, gắng hết sức khống chế sự đau khổ khi cảm giác cô đơn và hoảng loạn xóa tan đi tâm trạng thư thái dễ chịu. Hơi ấm bỗng chốc trở thành những mảnh băng lạnh giá.

"Nhưng, Pam, em là tất cả đối với anh."

"Nhưng anh là gì với em, Stuart? Anh không thể là tất cả. Em sẽ không chấp nhận điều đó", cố giữ cho giọng nói bình thản, cô bé nói với anh nhưng cũng là tự nói với mình. "Nếu anh ly dị, em sẽ lại ở bên anh... Anh có làm không?"

Giờ đây cặp mắt đầy cám dỗ cúi gằm xuống. "Có", một câu trả lời khe khẽ.

"Ngay bây giờ?"

"Bây giờ anh không thể. Điều đó rất phức tạp."

"Không, Stuart. Chuyện này thực sự, thực sự đơn giản." Cô bé đứng dậy. "Nếu em không bao giờ gặp lại anh nữa, chúc anh có một cuộc sống tốt." Cô bé bắt đầu hối hả bước đi, quay về căn nhà của Amelia trong thành phố, ở ngay gần đó.

Okay, có thể Amelia sẽ không khóc. Nhưng Pam không còn kìm được những giọt nước mắt nữa. Cô bé bước dọc theo vỉa hè, đôi mắt ướt đẫm và sợ rằng mình sẽ yếu lòng, cô bé không dám nhìn lại phía sau, không dám nghĩ về việc mình đã làm.

Dẫu vậy cô bé vẫn có ý nghĩ: Cuộc chia tay mới ngớ ngẩn làm sao. Ước gì mình đã có được điều gì đó hay ho hơn.

# CHƯƠNG 38

Mel Cooper đang cau mặt.

"Khu nhà kho. Nơi Malloy bị giết. Có một nhà xuất bản nào đó thuê nó làm nơi chứa giấy tái chế, mặc dù đã nhiều tháng qua nó không được dùng đến nữa. Điều lạ lùng là quyền sở hữu của nơi đó không hề rõ ràng."

"Thế nghĩa là sao?"

"Tôi đã kiểm tra qua toàn bộ hồ sơ của tập đoàn này. Khu nhà kho đã được cho một chuỗi ba công ty thuê và thuộc quyền sở hữu của một tập đoàn có trụ sở tại Delaware - tập đoàn này lại thuộc quyền sở hữu của vài tập đoàn đóng tại New York. Chủ sở hữu đích thực của nó dường như đang ở Malaysia."

Năm Hai Hai đã biết chuyện này, cũng như chuyện hắn có thể thoải mái tra tấn một nạn nhân tại đó. Bằng cách nào ư? Bởi vì hắn là kẻ biết tất cả.

Điện thoại trong phòng thí nghiệm đổ chuông, Rhyme liếc nhìn danh tính người gọi. Họ đã có những tin tức tồi tệ đến mức không thể tệ hơn với vụ Năm Hai Hai, vậy vì Chúa hãy là tin tốt đi. "Thanh tra Longhurst."

"Thám tử Rhyme, tôi chỉ muốn cập nhật tình hình với anh. Có vẻ như mọi việc ở đây tiến triển khá tốt", giọng nữ thanh tra để lộ vẻ phấn khích rất hiếm gặp. Cô cho hay d'Estourne, nhân viên đặc vụ Pháp trong nhóm của họ, đã bay tới Birmingham và liên hệ với một số người gốc Algeria trong cộng đồng Hồi giáo ở thị trấn West Bromwich, ở ngoại vi thành phố. Anh ta biết được một người Mỹ đã đặt làm hộ chiếu và giấy tờ quá cảnh tới Bắc Phi để đi Singapore. Người này đã trả trước một khoản đặt cọc khá hậu và đám Algeria hứa các giấy tờ hắn cần sẽ sẵn sàng vào tối ngày mai. Ngay sau khi lấy những giấy tờ đó, hắn sẽ tới London để hoàn tất công việc của mình.

"Tốt", Rhyme tặc lưỡi nói. "Nghĩa là Logan đã có mặt tại London rồi, cô có nghĩ vậy không?"

"Hoàn toàn chắc chắn", Longhurst đồng ý. "Hắn sẽ ra tay vào ngày mai khi người đóng giả mục tiêu của chúng ta gặp gỡ với người của MI5 tại địa điểm đã bố trí."

"Đúng thế."

Vậy là Richard Logan đã đặt làm giấy tờ giả, trả trước một khoản hậu, nhằm giữ đội điều tra tập trung chú ý ở Birmingham, trong khi hắn nhanh chóng lẩn về London để hoàn tất nhiệm vụ giết mục sư Goodlight.

"Người của Danny Krueger nói sao?"

"Một chiếc thuyền sẽ đợi sẵn ở bờ biển phía nam đưa hắn biến đi. Sang Pháp."

*Đưa hắn biến đi.* Rhyme thích cách diễn đạt này. Cớm ở đây không nói như vậy.

Anh lại nghĩ tới ngôi nhà bí mật gần Manchester. Rồi vụ đột nhập vào văn phòng tổ chức phi chính phủ của Goodlight tại London. Liệu Rhyme có thể phát hiện ra điều gì nếu anh trực tiếp khám nghiệm hiện trường hai vụ đó qua đường truyền hình ảnh độ nét cao không? Một vài manh mối rất nhỏ mà họ đã bỏ qua có thể giúp chỉ ra rõ ràng hơn về địa điểm và thời gian tên sát thủ sẽ ra tay? Nếu vậy, mọi dấu vết lúc này đã biến mất. Anh chỉ có thể hy vọng họ đã đưa ra những lập luận chính xác.

"Cô đã có gì sẵn sàng rồi?"

"Mười nhân viên cảnh sát quanh khu vực sẽ diễn ra cuộc gặp. Tất cả đều mặc thường phục hoặc ngụy trang phục kích." Cô nói thêm rằng Danny Krueger, cùng với nhân viên đặc vụ Pháp và một nhóm điều tra nữa đang làm cho mình "có mặt một cách tế nhị" tại Birmingham. Longhurst cũng cho biết một biện pháp an ninh bổ sung tại địa điểm ông mục sư hiện đang được bảo vệ, không có bằng chứng nào cho thấy tên sát thủ đã tìm ra địa điểm này nhưng cô vẫn không muốn để xảy ra sơ suất.

"Chúng ta sẽ sớm biết được điều gì đó, thám tử."

Vừa đúng lúc họ ngừng liên lạc, máy tính của anh phát tín hiệu cho biết có người gửi tin nhắn đến.

*"Ông Rhyme?"*

Hai từ xuất hiện trên màn hình trước mặt anh. Một cửa sổ nhỏ cũng vừa mở. Đó là hình ảnh quay bằng webcam căn phòng khách của Amelia Sachs. Anh có thể thấy Pam đang hí hoáy bên bàn phím gõ tin nhắn cho anh.

Anh nói với cô bé qua hệ thống nhận dạng giọng nói: *"Xin chào Pam, áu ang làm gì ê?"*.

Cái máy tính chết tiệt. Có lẽ đáng ra anh phải nhờ chàng phù thủy tin học của họ, Rodney Szarnek, cài đặt một hệ thống mới.

Nhưng cô bé vẫn hiểu được những gì anh nói.

*"Tốt quá"*, cô bé gõ. *"Ông khỏe không?"*

*"Tôi vẫn khỏe."*

*"Amelia có đó không?"*

*"Không. Cô ấy ang điều tra một vụ."*

*"☹ Tiếc quá. Muốn nói chuyện với chị ấy. Gọi nhưng không nhấc máy."*

*"Có gì úng ôi có thể..."*

Chết tiệt. Anh thở dài và thử lại lần nữa: *"Có gì chúng tôi có thể giúp không?".*

*"Không. Cảm ơn."* Cô bé dừng lại, anh thấy cô liếc nhìn chiếc điện thoại di động. Rồi quay lại màn hình máy tính. Gõ:*"Rachell đang gọi. Cháu sẽ quay lại sau vài phút".*

Cô bé vẫn bật webcam nhưng quay đi, nói chuyện qua điện thoại di động. Cô bé kéo chiếc túi đựng sách to đùng vào lòng, thò tay vào trong tìm kiếm, mở một cuốn vở ra và tìm vài ghi chép trong đó. Có vẻ như Pam đang đọc những dòng ghi chép lên thành tiếng.

Rhyme liếc qua khung hình được truyền qua webcam trước khi quay lại với những tấm bảng trắng.

Có thứ gì đó.

Anh cau mày, điều khiển chiếc xe lăn lại gần màn hình hơn.

Không!

Dường như còn có ai đó trong căn nhà của Sachs. Có thể nào? Khó nói chắc chắn nhưng khi nheo mắt nhìn kỹ anh có thể thấy rõ một người đàn ông đang có mặt tại đó, nấp trong lối đi tối tăm, chỉ cách Pam chừng sáu mét.

Rhyme nheo mắt lại, cúi đầu ra phía trước hết mức có thể. Một kẻ đột nhập, khuôn mặt bị che lấp dưới một chiếc mũ. Hắn ta đang cầm vật gì đó trong tay. Một khẩu súng? Hay một con dao?

"Thom!"

Anh chàng điều dưỡng không nghe thấy tiếng gọi. Lúc này anh ta đang mang thùng rác ra ngoài đổ.

"Nhận lệnh, gọi Sachs, số nhà riêng."

Tạ ơn Chúa, bộ phận điều khiển qua giọng nói làm đúng như chỉ thị.

Anh có thể thấy Pam liếc nhìn chiếc điện thoại cố định để cạnh máy tính. Nhưng cô bé mặc kệ cho nó đổ chuông, đây không phải là nhà của cô bé, tốt nhất cứ để hộp thư thoại ghi lại lời nhắn. Cô bé tiếp tục nói chuyện qua điện thoại di động.

Gã đàn ông từ từ tiến ra khỏi lối đi, khuôn mặt vẫn bị che lấp dưới vành mũ, hướng thẳng về phía cô bé.

"Nhận lệnh, soạn tin nhắn!"

Hộp thoại lập tức xuất hiện trên màn hình.

"Nhận lệnh, gõ 'Pam!' Nhận lệnh, gửi đi."

*"Pamex ☞¹"*

Chết tiệt!

"Nhận lệnh, gõ 'Pam nguy hiểm chạy ngay'. Nhận lệnh, gửi."

Lần này tin nhắn được gửi đi không sai lệch nhiều lắm.

Pam, đọc tin nhắn đi, nhanh lên! Rhyme thầm giục giã. Nhìn lên màn hình đi!

Nhưng cô bé vẫn chìm vào cuộc trò chuyện. Khuôn mặt không còn vẻ vô tư, thoải mái như lúc trước. Cuộc trò chuyện có vẻ đang trở nên nghiêm túc.

Rhyme gọi 911, nhân viên tổng đài cam đoan với anh một xe cảnh sát sẽ có mặt tại căn nhà sau năm phút nữa. Nhưng kẻ xâm

---

¹ Máy tính bị lỗi nên đã đổi dấu! của Rhyme thành biểu tượng ☹.

nhập chỉ còn cách Pam vài giây, trong khi cô bé vẫn chưa hề biết về sự có mặt của gã.

Rhyme biết đó chính là Năm Hai Hai, tất nhiên rồi. Hắn đã tra tấn Malloy để moi thông tin về tất cả họ. Amelia Sachs là người đầu tiên trong danh sách phải chết. Chỉ có điều lần này không phải là Sachs. Sẽ là một cô bé vô tội.

Tim Rhyme đập thình thịch như đánh trống, một tình trạng khiến đầu đau nhức, giần giật. Anh lại thử gọi điện thoại. Bốn lần đổ chuông. "Xin chào, tôi là Amelia. Vui lòng để lại tin nhắn sau tín hiệu."

"Nhận lệnh, gõ. 'Pam, hãy gọi cho tôi ngay', dấu cách, 'Lincoln', dấu cách. Nhận lệnh, ngừng gọi điện thoại."

Anh biết nói gì với cô bé nếu liên lạc được? Sachs có vũ khí cất ở nhà nhưng anh không biết cô giấu ở đâu. Pam là một cô gái mạnh mẽ, kẻ xâm nhập có vẻ không cao to hơn cô bé là mấy. Nhưng hắn có vũ khí. Từ vị trí của hắn lúc này, hắn có thể choàng dây xiết cổ cô gái hay đâm một nhát vào lưng trước khi Pam kịp nhận ra sự có mặt của hắn.

Chuyện đó sẽ xảy ra ngay trước mắt anh.

Thế rồi, cuối cùng cô bé cũng quay về phía màn hình máy tính. Cô bé đã nhìn thấy tin nhắn.

Tiếp tục quay lại đi.

Rhyme nhìn thấy một bóng người trên sàn nhà. Liệu có phải tên sát nhân đang lại gần?

Vẫn tiếp tục nói chuyện qua điện thoại, Pam dịch người lại gần chiếc máy tính nhưng vẫn nhìn vào bàn phím, không phải màn hình.

Nhìn lên đi! Rhyme thầm thúc giục.

Làm ơn! Đọc cái tin nhắn mắc dịch đó đi chứ!

Nhưng như mọi đứa trẻ thời nay, Pam không cần phải nhìn lên màn hình để đảm bảo chắc chắn mình đã gõ chính xác. Với chiếc điện thoại di động vẫn còn kẹp vào má và vai, cô bé liếc nhìn lên bàn phím và gõ rất nhanh lên các phím chữ.

*"Cháu phải đi. Tạm biệt ông Rhyme. Gặp lại sau ☺"*

Màn hình trở nên đen kịt.


Amelia Sachs đang cảm thấy vô cùng khó chịu trong bộ áo liền quần chuyên dụng Tyvek mặc khi khám nghiệm hiện trường, cộng thêm chiếc mũ trùm đầu của bác sĩ phẫu thuật và đôi ủng. Cô lại cảm thấy cảm giác sợ hãi bị giam cầm trong một không gian kín, đồng thời thấy buồn nôn khi phải hít thở mùi khó chịu của giấy mục, máu và mồ hôi nồng nặc trong khu nhà kho.

Cô không biết rõ đại úy Joseph Malloy. Nhưng như Lon Sellitto đã nói, ông là "một người trong số chúng ta" và cô không khỏi ghê người trước những gì Năm Hai Hai đã làm với viên đại úy để moi được những thông tin hắn cần. Cô đã sắp hoàn tất việc khám nghiệm hiện trường và mang những chiếc túi đựng bằng chứng thu thập được ra ngoài, nhẹ nhõm hít thở không khí ngoài đó, cho dù nó sặc mùi khói diesel.

Cô vẫn còn nhớ rõ giọng nói của bố. Khi còn là một cô bé, cô đã có lần nhìn vào phòng ngủ của bố mẹ và thấy ông trong bộ sắc phục cảnh sát tuần tra, đang lau nước mắt. Điều này đã khiến cô xúc động mạnh, trước đó cô chưa từng thấy ông khóc. Ông vẫy tay ra hiệu gọi cô vào phòng. Hermann Sachs luôn thẳng thắn với con gái, ông kéo cô ngồi xuống một chiếc ghế kê cạnh giường và nói cho cô biết một người bạn của ông, một đồng nghiệp cảnh sát, đã bị bắn chết trong lúc cố ngăn cản một vụ cướp.

"Con gái, trong công việc này, tất cả mọi người đều là một gia đình. Có lẽ bố đã ở bên cạnh các đồng nghiệp nhiều hơn cả thời gian bố ở bên mẹ và con. Mỗi khi có ai đó trong bộ sắc phục cảnh sát bị chết, bản thân con người bố cũng chết đi một ít. Không quan trọng là nhân viên tuần tra hay chỉ huy, tất cả đều là gia đình và vẫn là một nỗi đau khi con mất đi ai đó."

Lúc này cô đang cảm nhận được nỗi đau mà ông từng nói đến. Một cách sâu sắc.

"Tôi xong rồi", cô nói với các thành viên Đội Điều tra hiện trường, lúc này đang đứng sau chiếc xe phản ứng nhanh. Cô thực hiện khám nghiệm hiện trường một mình nhưng các nhân viên cảnh sát từ Queens đã quay phim và chụp ảnh hiện trường, đồng thời kiểm tra các hiện trường thứ yếu - các tuyến đường ra vào có thể đã được thủ phạm sử dụng.

Gật đầu ra hiệu với bác sĩ pháp y trực và các đồng nghiệp của cô từ Bộ phận Giải phẫu pháp y, Sachs nói: "Mọi người có thể mang ông ấy tới nhà xác được rồi".

Vài người đàn ông, mặc đồng phục áo liền quần, đi những đôi găng dày màu xanh lục, bước vào trong. Đang xếp các túi đựng bằng chứng vào hộp để mang về phòng thí nghiệm của Rhyme, Sachs chợt ngừng lại.

Có ai đó đang theo dõi cô.

Cô nghe thấy tiếng kim loại va đập vào kim loại hoặc bê tông hay kính phát ra từ một đường hẻm vắng vẻ. Liếc nhìn về phía đó, cô tin mình vừa trông thấy một bóng người nấp sau khoảng sân dùng bốc dỡ hàng của nhà máy bỏ hoang đã ngừng hoạt động nhiều năm trước.

*Tìm kiếm thật cẩn thận, nhưng hãy để ý sau lưng em...*

Cô nhớ lại những gì đã diễn ra ở nghĩa trang, tên sát nhân đội chiếc mũ cảnh sát, đã theo dõi cô. Cô lại cảm thấy cảm giác bất an từng ám ảnh mình. Để các túi bằng chứng lại xe, cô bước vào con hẻm, tay đặt sẵn lên súng. Không có ai.

Hoang tưởng?

"Thám tử?", một người trong số kỹ thuật viên gọi.

Cô tiếp tục tiến lên. Liệu có phải một khuôn mặt vừa thấp thoáng sau khung cửa sổ bụi bặm kia không?

"Thám tử", người kỹ thuật viên tiếp tục gọi.

"Tôi sẽ quay lại ngay", giọng cô đã có chút bực bội.

Người kỹ thuật viên của Đội Điều tra hiện trường nói: "Xin lỗi, có một cuộc điện thoại gọi cô. Từ thám tử Rhyme".

Cô luôn tắt di động khi khám nghiệm hiện trường để tránh bị mất tập trung.

"Nói với anh ấy tôi sẽ gọi lại ngay."

"Thám tử, ông ấy nói chuyện có liên quan tới ai đó tên là Pam. Có chuyện xảy ra trong căn hộ của cô. Cô cần tới đó ngay."

# CHƯƠNG 39

Amelia Sachs vội vã chạy vào trong, không đếm xỉa gì tới cơn đau ở hai đầu gối.

Cô lách qua đám cảnh sát đứng trước cửa, thậm chí chẳng buồn gật đầu chào họ. "Ở đâu?"

Một người cảnh sát chỉ về phía phòng khách.

Sachs vội vàng lao vào phòng... và tìm thấy Pam đang ngồi trên ghế sô pha. Cô bé ngước mắt lên, mặt trắng bệch.

Người nữ cảnh sát ngồi xuống cạnh cô bé. "Em không sao chứ?"

"Em không sao. Chỉ hơi sợ một chút."

"Không bị đau ở đâu chứ? Chị có thể ôm em được chứ?"

Pam bật cười và Sachs đưa hai cánh tay ôm chầm lấy cô bé. "Chuyện gì xảy ra vậy?"

"Có ai đó đột nhập vào. Hắn đã ở đây khi em ở trong nhà. Ông Rhyme trông thấy hắn ở sau lưng em qua webcam. Ông ấy gọi mãi và đến lần thứ năm thì phải, em nhấc máy, ông ấy liền bảo em la hét thật to lên và chạy ra ngoài."

"Và em làm theo?"

"Cũng không hẳn. Em chạy vào bếp vớ lấy một con dao. Em sợ chết khiếp lên được. Hắn bỏ đi."

Sachs nhìn về phía một thám tử thuộc cảnh sát khu vực Brooklyn, một người Mỹ gốc Phi to béo, anh ta nói bằng giọng trầm trầm: "Hắn ta đã bỏ đi khi chúng tôi đến nơi. Hàng xóm không nhìn thấy gì".

Vậy là trí tưởng tượng đã chơi khăm cô ở khu nhà kho nơi Joseph Malloy bị giết. Hoặc có thể chỉ là mấy đứa trẻ hay một kẻ nát rượu tò mò muốn biết cảnh sát đang làm gì. Sau khi sát hại Malloy, Năm Hai Hai đã tìm tới chỗ ở của cô để tìm kiếm các hồ sơ, bằng chứng hoặc để kết thúc việc hắn đã bắt đầu: giết cô.

Sachs kiểm tra căn nhà cùng người thám tử và Pam. Bàn làm việc của cô đã bị lục tung nhưng dường như không có thứ gì bị mất.

"Em đã nghĩ có thể đó là Stuart." Pam hít thật sâu. "Em vừa chia tay anh ta."

"Thật sao?"

Một cái gật đầu.

"Tốt cho em... Nhưng không phải là anh ta đúng không?"

"Không. Gã này mặc quần áo khác và vóc người cũng không giống Stuart. Phải, anh ta là một tên khốn khiếp nhưng anh ta sẽ không đột nhập vào nhà người khác đâu."

"Em có thấy mặt gã không?"

"Không. Gã quay người bỏ chạy trước khi em kịp thấy mặt." Cô bé chỉ nhớ được dáng người của kẻ đột nhập.

Người thám tử thuật lại cô bé đã mô tả kẻ đột nhập là một người đàn ông, có nước da sáng, cũng có thể là người gốc Latinh, tầm vóc trung bình, mặc quần jean xanh và một chiếc áo khoác len màu xanh sẫm. Anh ta cũng đã gọi cho Rhyme để tìm hiểu xem anh biết được gì qua chiếc webcam nhưng nhà tội phạm học cũng chỉ trông thấy một bóng người mờ mờ trong lối đi.

Họ tìm ra cửa sổ nơi gã đã đột nhập vào căn nhà. Sachs có lắp đặt hệ thống báo động nhưng Pam đã tắt đi khi cô bé tới.

Cô nhìn quanh căn nhà. Cảm giác phẫn nộ và bải hoải về cái chết khủng khiếp của Malloy nhạt dần đi, thay thế bằng tâm trạng bất an cùng cảm giác dễ bị tổn thương mà cô từng cảm thấy ở nghĩa trang hay căn nhà kho nơi Malloy đã chết, ở SSD... đúng ra là ở mọi nơi kể từ khi họ bắt đầu săn đuổi Năm Hai Hai. Giống như chuyện đã xảy ra gần nhà DeLeon: Liệu có phải lúc này hắn đang theo dõi cô không?

Cô nhìn thấy có chuyển động bên ngoài cửa sổ, một vệt sáng lóe lên... Có phải đó là bóng phản chiếu của những chiếc lá bị gió thổi trong ánh nắng nhợt nhạt?

"Amelia?", Pam khẽ hỏi, trong khi bản thân cô bé cũng nhìn quanh đầy bất an. "Mọi thứ ổn cả chứ?"

Câu hỏi đưa Sachs trở về thực tại. Cần bắt tay vào việc. Phải thật nhanh. Tên sát nhân đã ở đây chưa lâu. Quỷ tha ma bắt, hãy tìm ra điều gì đó hữu ích. "Chắc rồi, em yêu. Mọi thứ đều ổn."

Một nhân viên tuần tra của lực lượng cảnh sát khu vực hỏi: "Thám tử, cô có muốn ai đó trong Đội Điều tra hiện trường đến kiểm tra không?".

"Được rồi," cô vừa nói vừa liếc nhìn Pam và cố mỉm cười. "Tôi sẽ tự lo việc đó."

Sachs lấy bộ dụng cụ khám nghiệm hiện trường xách tay từ trong cốp xe ra, sau đó cô và Pam cùng thực hiện việc kiểm tra.

Nói đúng ra, Sachs thực hiện việc khám nghiệm nhưng Pam, đứng bên ngoài phạm vi hiện trường, mô tả chính xác nơi tên sát nhân đã đứng. Mặc dù giọng nói chưa trấn tĩnh hoàn toàn, nhưng cô bé vẫn thực hiện phần việc của mình rất hiệu quả và chính xác.

*Em chạy vào trong bếp và vớ lấy một con dao.*

Vì Pam vẫn còn đang ở đây, Sachs đã yêu cầu một nhân viên tuần tra đứng gác ngoài vườn - nơi tên sát nhân đã chạy ra. Tuy thế, biện pháp đề phòng này cũng không làm cô hoàn toàn yên tâm, nhất là với khả năng khó tin của Năm Hai Hai trong việc theo dõi các nạn nhân của hắn, tìm hiểu tất cả về họ, tiếp cận họ. Cô muốn kiểm tra hiện trường và đưa Pam đi khỏi chỗ này càng sớm càng tốt.

Được cô bé chỉ dẫn, Sachs kiểm tra những chỗ hắn đã đặt chân vào nhưng cô không tìm thấy bất cứ dấu vết nào trong căn nhà. Tên sát nhân đã dùng găng tay khi phá cửa đột nhập hoặc đã không tiếp xúc với bất cứ bề mặt có khả năng lưu lại dấu vết, các cuộn lăn có keo dính đã không thu thập được dấu vết lạ nào.

"Hắn thoát ra ngoài qua lối nào?", Sachs hỏi.

"Em sẽ chỉ cho chị", Pam nhìn vào khuôn mặt Sachs, trên đó đã hiện rõ vẻ miễn cưỡng của cô khi phải để cô bé đối mặt thêm với nguy hiểm. "Tốt nhất em hãy nói cho chị." Sachs gật đầu và hai người cùng đi ra vườn. Cô thận trọng quan sát xung quanh. Rồi hỏi người nhân viên tuần tra: "Có thấy gì không?".

"Không. Nhưng tôi cũng phải nói rằng, mỗi khi cô nghĩ có ai đó đang theo dõi mình, cô sẽ nhìn thấy người nào đó đang theo dõi cô."

"Tôi đã nghe câu đó rồi."

Anh ta chỉ ngón tay vào một dãy cửa sổ tối om ở bên kia đường hẻm, sau đó chỉ về phía mấy bụi cây khô mọc dày và những khóm hoàng dương. "Tôi đã kiểm tra tất cả. Không có gì. Nhưng tôi vẫn để ý."

"Cảm ơn anh."

Pam dẫn Sachs tới lối đi Năm Hai Hai đã dùng để tẩu thoát và Sachs bắt đầu khám nghiệm hiện trường.

"Amelia?"

"Gì thế?"

"Em tệ quá, chị biết đấy. Những gì em đã nói với chị hôm qua. Lúc đó em cảm thấy hoàn toàn tuyệt vọng và hoảng hốt... Em nghĩ điều lúc này em muốn nói là em xin lỗi."

"Lúc đó em đã rất kiềm chế mà."

"Em cảm thấy mình không kiềm chế lắm."

"Tình yêu khiến chúng ta trở nên lạ lùng vậy đấy, em yêu quý."

Pam bật cười.

"Chúng ta sẽ nói về chuyện này sau. Có thể tối nay, tùy thuộc vào việc cuộc điều tra tiến triển ra sao. Chúng ta sẽ đi ăn tối."

"Okay, tất nhiên rồi."

Sachs tiếp tục việc khám nghiệm, cố gạt bỏ sang một bên cảm giác bất an của mình, linh cảm rằng Năm Hai Hai vẫn đang có mặt quanh đây. Nhưng bất chấp mọi cố gắng của cô, cuộc tìm kiếm không đem lại kết quả khả quan nào. Phần lớn mặt đất được rải sỏi, không tìm thấy dấu chân nào, ngoài một dấu ở gần cổng, nơi hắn đã từ sân thoát ra đường hẻm. Dấu vết duy nhất đó là phần mũi của đế giày, chứng tỏ hắn đã chạy rất gấp gáp nhưng nó không thể giúp gì về mặt điều tra hình sự. Không thấy vết lốp xe nào còn mới.

Nhưng trên đường quay vào sân, cô nhìn thấy một vật gì đó rất nhỏ màu trắng nằm trong bụi cây thường xuân và cây dừa cạn mọc trên mặt đất - có lẽ nó đã rơi khỏi túi áo của Năm Hai Hai khi hắn trèo qua cánh cổng khóa.

"Chị tìm thấy gì sao?"

"Có thể." Dùng một chiếc panh, Sachs nhặt lên một mẩu giấy nhỏ. Quay vào trong nhà, cô chuẩn bị bàn thí nghiệm tạm thời và tiến hành kiểm tra mảnh giấy. Cô phun ninhydrin lên rồi sau khi đã đeo kính bảo vệ mắt, cô chiếu một luồng sáng vào nó. Thật thất vọng vì không có dấu vết nào xuất hiện.

"Có giúp được gì không?", Pam hỏi.

"Có thể. Nó không thể chỉ đến tận cửa nhà hắn. Nhưng các bằng chứng không bao giờ làm được việc đó", cô mỉm cười nói thêm, "Nếu chúng làm được, người ta sẽ không cần đến những người như Lincoln và chị nữa. Chị sẽ đi kiểm tra lại".

Sachs lấy thùng đựng dụng cụ ra, dùng mũi khoan sửa lại cánh cửa sổ đã bị phá. Cô khóa trái cửa, bật hệ thống báo động lên.

Trước đó cô đã gọi điện báo cho Rhyme biết Pam không việc gì nhưng lúc này cô muốn anh biết về một đầu mối tiềm năng. Lấy điện thoại ra nhưng chưa kịp gọi, cô đã đứng sững lại bên lề đường nhìn quanh.

"Có chuyện gì thế, Amelia?"

Cô nhét điện thoại trở lại bao đựng. "Xe của chị." Chiếc Camaro đã biến mất. Sachs chợt giật mình. Cô đưa mắt nhìn về hai phía con phố, bàn tay áp vào khẩu Glock. Chẳng lẽ Năm Hai Hai đang ở đây? Liệu có phải hắn đã đánh cắp chiếc xe?

Người nhân viên tuần tra vừa từ sân sau đi ra, cô liền hỏi anh ta có trông thấy ai không.

"Chiếc xe cũ đó ư? Là xe của cô sao?"

"Phải, tôi nghĩ kẻ đột nhập có thể đã đánh cắp nó."

"Tôi rất tiếc, thám tử, nó đã bị cẩu đi rồi. Nếu biết là xe của cô, tôi đã can thiệp."

Cẩu đi? Có thể cô đã quên đặt bảng hiệu Sở Cảnh sát New York lên xe của mình.

Cô và Pam cùng đi ngược lên đầu phố, đến chỗ chiếc Honda Civic cũ kỹ của cô bé rồi đi xe tới đồn cảnh sát khu vực. Viên thượng sĩ trực ban tại đó, một người cô quen, đã nghe qua vụ đột nhập. "Chào, Amelia. Chúng tôi đã kiểm tra rất kỹ khu vực xung quanh. Không ai trông thấy thủ phạm."

"Nghe này, Vinnie, xe của tôi biến mất rồi. Tôi đậu nó ở cạnh trụ nước chữa cháy bên kia đường đối diện nhà mình."

"Xe đi mượn à?"

"Không."

"Không phải là chiếc Chevy cũ của cô chứ?"

"Chính nó đấy."

"Ồ, không. Tệ quá."

"Có người nói nó đã bị cẩu đi. Tôi không rõ mình có để bảng hiệu cảnh sát lên trên bảng điều khiển không nữa."

"Nhưng kiểu gì họ cũng phải kiểm tra biển đăng ký, để xem chủ xe là ai chứ. Chết tiệt, chuyện này tệ quá. Xin lỗi nhé, quý cô."

Pam mỉm cười thể hiện sự miễn dịch của mình với những từ mà thỉnh thoảng cô bé cũng buột miệng sử dụng.

Sachs đọc cho viên thượng sĩ biển số xe, sau đó anh ta gọi vài cuộc điện thoại và kiểm tra trong máy tính. "Không, không phải là đậu xe sai luật. Đợi một giây nhé." Anh ta lại gọi tiếp mấy cuộc điện thoại nữa.

Bực mình thật. Cô không thể nào không có xe được. Cô đang nóng lòng muốn kiểm tra lại dấu vết vừa tìm được tại nhà mình.

Nhưng cảm giác thất vọng của cô trở thành lo ngại khi cô nhận ra mặt Vinnie đang cau lại. "Anh chắc chứ?... Okay. Nó bị đưa đến đấy?... Hả? Được rồi, gọi lại ngay cho tôi khi biết được nhé." Anh ta dập máy.

"Gì vậy?"

"Chiếc Camaro, cô có mang nó đi thế chấp không?"

"Thế chấp? Không."

"Thế thì lạ quá. Một đội thu hồi đã mang nó đi."

"Ai đó đã *tịch thu* nó?"

"Theo họ nói, cô đã nợ sáu tháng tiền thanh toán."

"Vinnie, đó là một chiếc đời sáu mươi chín. Bố tôi đã mua nó bằng tiền mặt vào những năm bảy mươi. Nó chưa bao giờ bị mang đi thế chấp. Ai tự xưng là người cho vay vậy?"

"Anh chàng người quen của tôi không biết. Cậu ta sẽ đi kiểm tra và gọi lại. Cậu ấy cũng sẽ tìm xem họ đã mang chiếc xe đi đâu."

"Đó là thứ chết giẫm cuối cùng tôi cần. Anh có cái xe nào ở đây không?"

"Không có, xin lỗi."

Cô cảm ơn anh ta rồi bước ra ngoài, Pam theo sau. "Nếu nó bị dù chỉ một vết xước, sẽ có kẻ phải trả giá", cô lẩm bẩm. Có lẽ Năm Hai Hai chính là kẻ đứng đằng sau vụ này? Nếu thế cũng không hề ngạc nhiên, cho dù cô không thể tưởng tượng ra hắn đã dàn xếp việc đó như thế nào.

Một cơn bất an lại ập đến khi cô nghĩ tới việc hắn đã tiếp cận gần mình đến mức độ nào, đã có được thông tin về cô đầy đủ tới đâu.

*Kẻ biết tất cả...*

Cô hỏi Pam, "Chị mượn chiếc Civic của em được không?".

"Tất nhiên rồi. Có điều chị thả em xuống chỗ Rachel được không? Bọn em có bài tập về nhà cần làm cùng nhau."

"Em nghĩ sao, cô bé, nếu chị nhờ một trong những anh chàng trong đồn chở em vào thành phố?"

"Được thôi. Nhưng tại sao?"

"Gã này đã biết quá nhiều về chị rồi. Chị nghĩ tốt nhất chúng ta nên giữ khoảng cách." Cô và cô bé quay trở lại đồn cảnh sát để thu xếp việc đưa Pam vào thành phố. Quay trở ra bên ngoài, Sachs đưa mắt quan sát về cả hai phía. Không có dấu hiệu gì chứng tỏ ai đó đang theo dõi cô.

Cô ngước mắt liếc nhanh về phía một chuyển động đằng sau ô cửa sổ bên kia đường. Cô lập tức nhớ đến biểu tượng của SSD - khung cửa sổ trên tòa tháp canh. Người đang nhìn qua ô cửa sổ là một phụ nữ lớn tuổi song điều đó cũng không thể ngăn nổi cảm giác ớn lạnh dọc sống lưng của Sachs. Cô bước nhanh tới chỗ chiếc xe của Pam và nổ máy.

# CHƯƠNG 40

Sau âm thanh của các hệ thống máy móc bị tắt do mất điện, toàn bộ ngôi nhà trở nên tối om.

"Chuyện quái quỷ gì vậy?", Rhyme quát to lên.

"Mất điện rồi", Thom thông báo.

"Việc này thì tôi biết", nhà tội phạm học cáu bẳn. "Điều tôi muốn biết là tại sao."

"Chúng ta còn chưa kịp bật máy sắc ký khí nên không thể sụt nguồn được", Mel Cooper lên tiếng thanh minh. Anh ta ngó qua cửa sổ, như thể muốn kiểm tra xem các nhà xung quanh có bị mất điện hay không nhưng vì lúc này trời chưa tối hẳn nên chưa có đèn hiệu báo mất điện nào được bật lên.

"Chúng ta không thể bị để mình bị cô lập vào lúc này được. Quỷ tha ma bắt. Hãy tìm cách sửa lại hệ thống điện đi!"

Rhyme, Sellitto, Pulaski và Cooper ở lại trong căn phòng tranh tối tranh sáng, trong khi Thom ra tiền sảnh dùng điện thoại di động của mình gọi đi. Không lâu sao, anh ta bắt đầu nói chuyện với ai đó ở công ty điện lực: "Không thể nào. Tôi trả các hóa đơn trực tuyến qua mạng hàng tháng. Chưa bao giờ trễ. Tôi có đủ biên lai... Được rồi, chúng ở cả trong máy tính mà làm sao tôi vào mạng được khi không có điện?... Những tấm séc bị hủy, được rồi, nhưng một lần nữa, làm cách nào tôi fax chúng đến cho anh được nếu tôi không có điện?... Tôi không biết ở đâu có một cửa hàng Kinko's[1] hết, không".

"Chính là hắn", Rhyme nói.

"Năm Hai Hai? Hắn đã cắt điện?"

"Phải. Hắn đã tìm ra danh tính và nơi ở của tôi. Malloy chắc chắn đã cho hắn biết đây là sở chỉ huy cuộc điều tra của chúng ta."

Sự im lặng thật kỳ lạ. Điều đầu tiên Rhyme nghĩ đến là tình trạng hoàn toàn bị vô hiệu hóa của anh lúc này. Các thiết bị anh trông cậy vào giờ đều vô dụng và anh không có phương tiện liên lạc cũng như cách nào để đóng mở khóa các cửa hay gọi Đơn vị Can thiệp khẩn cấp. Nếu tình trạng mất điện tiếp diễn và Thom không thể sạc lại pin cho chiếc xe lăn, anh sẽ bất động hoàn toàn.

Anh không nhớ nổi lần cuối cùng anh cảm thấy mình yếu ớt như thế này là khi nào. Thậm chí sự có mặt của những người khác xung quanh cũng không làm giảm bớt lo ngại, Năm Hai Hai là một mối đe dọa với bất kỳ ai, ở bất kỳ nơi nào.

Anh đang tự hỏi: Liệu màn cắt điện này chỉ là một chiêu đánh lạc hướng hay là bước chuẩn bị cho một cuộc tấn công?

"Mở to mắt ra, tất cả mọi người", anh ra lệnh. "Rất có thể hắn đang tiếp cận chúng ta."

Pulaski nhìn qua cửa sổ. Cooper cũng vậy.

Sellitto lấy điện thoại ra gọi cho ai đó trong thành phố. Anh ta vừa mô tả lại tình hình vừa đảo mắt - Sellitto chưa bao giờ là

---

[1] Kinko's (nay là FedEx Office) là một chuỗi cửa hàng chuyên thực hiện các dịch vụ chuyển phát bưu kiện cũng như in ấn, photocopy, cho thuê máy tính, gửi fax...

một người có khuôn mặt lạnh - rồi kết thúc cuộc đàm thoại với: "Thế này nhé, tôi cóc quan tâm. Cho dù phải làm gì đi nữa. Thằng khốn này là một tên sát nhân. Chúng tôi không thể tìm ra hắn nếu chẳng có tý điện nào hết... Cảm ơn".

"Thom, có chút may mắn nào không?"

"Không", anh chàng điều dưỡng đáp cộc lốc.

"Chết tiệt." Sau đó Rhyme chợt nghĩ tới việc gì đó. "Lon, gọi cho Roland Bell. Tôi nghĩ chúng ta cần được bảo vệ. Năm Hai Hai đã lần theo Pam, hắn đã theo dõi Amelia." Nhà tội phạm học hất hàm về phía một chiếc màn hình tối đen. "Hắn biết về chúng ta. Tôi muốn nhân viên cảnh sát được bố trí tại nhà mẹ Amelia. Nhà bố mẹ nuôi của Pam. Nhà Pulaski. Nhà mẹ của Mel. Cả nhà anh nữa, Lon."

"Anh nghĩ nguy cơ lớn tới mức đó sao?", anh chàng thám tử to con hỏi. Sau đó lắc đầu, "Tôi vừa nói cái quái gì vậy? Tất nhiên là thế rồi". Anh ta tập hợp các thông tin cần thiết - địa chỉ và số điện thoại - sau đó gọi Bell và nhờ anh ta thu xếp nhân viên cảnh sát. Sau khi ngắt máy anh ta nói: "Sẽ cần vài giờ nhưng Bell sẽ thu xếp được".

Tiếng đấm rầm rầm vào cửa trước phá vỡ sự im lặng. Vẫn còn cầm điện thoại, Thom bước vội ra phía cửa.

"Đợi đã!", Rhyme hét lên.

Anh chàng điều dưỡng dừng lại.

"Pulaski, đi với cậu ấy", Rhyme gật đầu ra hiệu về phía khẩu súng ngắn cậu ta đeo bên hông.

"Tất nhiên rồi."

Hai người cùng đi ra. Sau đó Rhyme nghe thấy tiếng nói chuyện rì rầm, một lát sau hai người đàn ông mặc com lê, mái tóc cắt ngắn và khuôn mặt lạnh tanh, bước vào nhà, nhìn quanh với vẻ tò mò - trước hết vào cơ thể của Rhyme, sau đó là phần còn lại của phòng thí nghiệm. Có lẽ họ đang ngạc nhiên trước số lượng lớn trang thiết bị khoa học hoặc việc mất điện, cũng có thể cả hai.

"Chúng tôi đang tìm Trung úy Sellitto. Chúng tôi được cho biết anh ta đang ở đây."

"Tôi đây. Các anh là ai?"

Phù hiệu được đưa ra, chức vụ và tên được cung cấp - họ là hai thượng sĩ thám tử thuộc Sở Cảnh sát New York, làm việc ở Bộ phận Điều tra Nội bộ.

"Trung úy", người lớn tuổi hơn trong số hai thám tử nói, "chúng tôi tới đây để thu hồi phù hiệu và vũ khí của anh. Tôi buộc phải cho anh biết các kết quả đã được xác nhận".

"Tôi xin lỗi. Các anh đang nói về chuyện gì vậy?"

"Anh chính thức bị nghi ngờ. Lúc này anh chưa bị bắt giữ. Nhưng chúng tôi khuyên anh nên nói chuyện với một luật sư."

"Chuyện quỷ quái gì thế này?"

Viên thám tử trẻ hơn cau mày, "Xét nghiệm ma túy".

"Cái gì?"

"Anh không cần thanh minh gì cả. Chúng tôi chỉ làm nhiệm vụ, thu hồi phù hiệu, vũ khí và thông báo cho các đối tượng bị nghi vấn việc họ bị đình chỉ công tác."

"Xét nghiệm chết tiệt nào vậy?"

Người thám tử lớn tuổi hơn nhìn người trẻ tuổi. Có vẻ như chuyện này chưa từng xảy ra.

Tất nhiên là vậy rồi, vì mọi chuyện đang diễn ra lúc này đều do Năm Hai Hai sáng tác ra, Rhyme hiểu quá rõ.

"Thám tử, quả thực anh không cần phải diễn kịch..."

"Mẹ kiếp, trông tôi giống đang diễn kịch lắm sao?"

"Được thôi, theo lệnh đình chỉ công tác, anh đã thực hiện xét nghiệm kiểm tra ma túy vào tuần trước. Kết quả vừa được cung cấp, cho thấy mức độ chất gây nghiện đáng kể trong cơ thể anh: Heroin, cocain và các chất gây ảo giác."

"Tôi đã làm xét nghiệm kiểm tra ma túy, như tất cả mọi người trong bộ phận của mình. Nó không thể cho kết quả dương tính vì tôi không động đến bất cứ thứ ma túy chết tiệt nào hết. Tôi chưa bao giờ động đến những thứ thối tha đó... Ôi, khốn nạn thật!", anh chàng trung úy to con bật rủa, mặt cau lại. Anh ta chỉ tay vào tập quảng cáo của SSD. "Bọn họ có các công ty chuyên kiểm tra sàng lọc ma túy và tìm kiếm thông tin về nhân thân của các cá nhân. Bằng cách nào đó hắn đã chui vào hệ thống và sửa lại các file của tôi. Những kết quả xét nghiệm đó là giả."

"Điều đó rất khó thực hiện."

"Thế nhưng nó đã được thực hiện đấy."

"Anh hoặc luật sư của anh có thể đưa ra lý lẽ đó trong phiên điều trần. Một lần nữa, chúng tôi chỉ muốn thu hồi phù hiệu và vũ khí của anh. Đây là lệnh chính thức. Bây giờ, tôi hy vọng sẽ không xảy ra chuyện lôi thôi. Anh không muốn gây ra thêm rắc rối cho mình chứ?"

"Mẹ kiếp." Anh chàng thám tử to con quần áo nhàu nhĩ nộp lại súng của mình - một khẩu súng ngắn ổ quay kiểu cổ và phù hiệu. "Đưa cho tôi tờ lệnh mắc dịch đó." Sellitto giật tờ giấy khỏi tay người thám tử trẻ tuổi hơn, trong khi người lớn tuổi viết biên bản thu hồi và đưa cho anh ta ký nhận. Sau đó, người thám tử tháo đạn ra khỏi súng, cho cả súng và đạn vào một chiếc phong bì.

"Cảm ơn thám tử. Chúc một ngày tốt lành."

Sau khi họ đã đi khỏi, Sellitto mở điện thoại di động ra gọi cho phụ trách Bộ phận Điều tra Nội bộ. Ông này không nghe máy, anh ta đành để lại tin nhắn. Sau đó anh ta gọi tới chính nhiệm sở của mình. Người trợ lý viên trung úy cùng với vài thám tử nữa ở Ban Trọng án có vẻ đã biết tin. "Tôi biết, chuyện này thật lố bịch. Họ làm gì cơ?... Ái chà, tuyệt quá nhỉ. Tôi sẽ gọi lại cho anh khi tìm hiểu được chuyện gì đang xảy ra."

Anh ta gập máy lại mạnh đến mức Rhyme tự hỏi không biết Sellitto có làm hỏng nó hay không. Anh ta nhướn một bên mày lên. "Bọn họ tịch thu mọi thứ ở bàn làm việc của tôi."

Pulaski hỏi: "Mọi người định dùng cách quái quỷ nào để chống lại một kẻ như hắn đây?".

Đúng lúc đó Rodney Szarnek gọi vào điện thoại di động của Sellitto. Anh ta bật loa ngoài lên, "Có chuyện gì với đường dây cố định thế?".

"Thằng khốn đó gây mất điện rồi. Chúng tôi đang tìm cách khắc phục. Có gì vậy?"

"Danh sách khách hàng của SSD trên chiếc đĩa CD. Chúng tôi tìm ra điều gì đó. Một khách hàng đã tải về hàng trang dữ liệu của tất cả các nạn nhân và tất cả những người bị cài bẫy một ngày trước khi xảy ra mỗi vụ án mạng."

"Ai vậy?"

"Tên ông ta là Robert Carpenter."

Rhyme nói: "Okay. Tốt. Tìm hiểu được gì về người này chưa?".

"Tất cả những gì tôi có là những thông tin trong bảng tính. Ông ta sở hữu công ty riêng của mình ở khu Midtown. Công ty Associated Warehousing, có vẻ chuyên kinh doanh kho bãi."

Nhà kho? Rhyme đang nghĩ tới địa điểm Joseph Malloy bị sát hại. Liệu có mối liên hệ nào không?

"Có địa chỉ không?"

Anh chàng chuyên gia tin học đọc địa chỉ.

Sau khi ngừng liên lạc, Rhyme nhận thấy Pulaski đang nhăn nhó. Cậu cảnh sát trẻ nói: "Tôi nghĩ chúng tôi đã gặp người này ở SSD".

"Ai?"

"Carpenter. Khi chúng tôi tới đó ngày hôm qua. Ông ta đang có cuộc gặp với Sterling. Ông ta trông có vẻ không được vui."

"Vui? Ý cậu là gì?"

"Tôi cũng không rõ nữa. Chỉ là một cảm nhận."

"Không hữu ích", Rhyme nói, "Mel, hãy kiểm tra về tay Carpenter này".

Cooper dùng điện thoại di động của mình gọi vào trung tâm. Anh ta nói chuyện trong vài phút, lại gần cửa sổ để lấy ánh sáng, sau đó viết vài ghi chú. "Anh có vẻ không thích từ 'thú vị', Lincoln, nhưng chuyện này đúng vậy đấy. Tôi vừa có được kết quả tìm kiếm với Trung tâm Thông tin tội phạm và cơ sở dữ liệu của Sở. Robert Carpenter. Sống ở khu Thượng East Side. Độc thân. Và, nghe này, ông ta có tiền sự. Một vài vụ lừa đảo bằng thẻ tín dụng và séc thanh toán. Đã ngồi sáu tháng ở Waterbury. Ông ta còn bị bắt trong một âm mưu biển thủ tiền của công ty. Những tội danh trên được gỡ bỏ nhưng ông ta đã phát điên khi người ta tới bắt mình, suýt nữa đã định hành hung nhân viên công vụ. Họ đã gỡ bỏ những tội danh đó khi ông ta đồng ý tham gia vào chương trình giám sát các đối tượng ED."

"Tâm thần không ổn định?", Rhyme gật đầu. "Công ty của ông ta kinh doanh kho bãi. Đúng là công việc phù hợp cho một kẻ nghiện tích trữ... Okay, Pulaski, tìm hiểu xem tay Carpenter này ở đâu khi nhà của Amelia bị đột nhập."

"Vâng, thưa ông." Pulaski lấy điện thoại ra khỏi bao đựng khi chiếc máy rung. Cậu ta nhìn tên người gọi rồi trả lời: "Chào em... Cái gì?... Jenny, bình tĩnh nào...".

Ôi, không... Lincoln Rhyme biết Năm Hai Hai vừa tấn công theo một hướng mới nữa.

"Cái gì? Em đang ở đâu?... Bình tĩnh đi, chỉ là một nhầm lẫn thôi," giọng anh chàng cảnh sát đang run rẩy. "Anh sẽ lo liệu mọi chuyện... Cho anh biết địa chỉ... Okay, anh sẽ đến ngay."

Cậu ta gập mạnh chiếc máy lại, nhắm nghiền cả hai mắt trong giây lát. "Tôi phải đi."

"Có gì không ổn sao?", Rhyme hỏi.

"Jenny vừa bị bắt bởi INS[1]."

"Cơ quan Quản lý nhập cư?"

"Cô ấy bị đưa vào danh sách theo dõi của Bộ Nội vụ. Họ nói cô ấy đang cư trú bất hợp pháp và là mối đe dọa về an ninh."

"Chẳng lẽ cô ấy không phải...?"

"Các cụ của chúng tôi đã có quyền công dân rồi", Pulaski gắt. "Chúa ơi!", cậu cảnh sát trẻ hoảng hốt, "Brad ở nhà mẹ Jenny nhưng lúc đó thằng bé đang ở cùng cô ấy. Họ đang chuyển cô ấy tới trung tâm giam giữ và có thể đưa thằng bé đi. Nếu bọn họ làm thế... Ôi, trời đất ơi". Khuôn mặt cậu ta hiện rõ vẻ tuyệt vọng. "Tôi phải đi." Đôi mắt Pulaski cho Rhyme biết không gì có thể ngăn cản cậu ta đến chỗ vợ.

"Okay. Đi đi."

Cậu ta vội vã chạy ra ngoài.

---

[1] Viết tắt của Immigration and Naturalization Service: Cơ quan Quản lý nhập cư của Mỹ.

Rhyme nhắm mắt lại một lát. "Hắn đang nhắm vào chúng ta như một xạ thủ bắn tỉa," anh cau có. "Ít nhất Sachs sẽ có mặt ở đây bất cứ lúc nào. Cô ấy có thể đi kiểm tra Carpenter."

Lại có tiếng đấm cửa thình thình.

Anh vội mở mắt ra, không khỏi giật mình. Chuyện gì nữa đây?

Nhưng ít nhất lần này không phải là một cú ra đòn nữa của Năm Hai Hai.

Hai nhân viên điều tra hiện trường từ trung tâm chính ở Queens bước vào phòng, mang theo một chiếc thùng lớn mà Sachs đã bàn giao lại cho họ trước khi cô vội vàng quay về nhà mình. Đây hẳn là những bằng chứng thu được từ hiện trường nơi Malloy chết.

"Xin chào, thám tử. Chuông cửa nhà ông không hoạt động." Một người nhìn quanh. "Hệ thống chiếu sáng cũng không."

"Chúng tôi hoàn toàn biết rõ chuyện này", Rhyme bình thản trả lời.

"Dù thế nào thì từ lúc này đến lượt của ông."

Sau khi họ đã ra về, Mel Cooper đặt chiếc thùng lên một bàn thí nghiệm và lấy ra các bằng chứng cùng chiếc máy ảnh kỹ thuật số của Sachs, trong đó là các bức ảnh chụp hiện trường.

"Giờ thì đống này hữu ích rồi đây", Rhyme càu nhàu với vẻ mỉa mai, hất hàm về phía chiếc máy tính đang nằm im lìm cùng màn hình tối đen của nó. "Chúng ta có thể lấy con chip ra soi dưới ánh sáng mặt trời."

Anh nhìn qua các bằng chứng - một dấu giày, vài chiếc lá, băng dính và những phong bì đựng các manh mối. Họ cần kiểm tra tất cả càng sớm càng tốt, đây không phải là những bằng chứng được sắp đặt trước, nhiều khả năng chúng có thể cung cấp được đầu mối xác định nơi ở của Năm Hai Hai. Nhưng không có thiết bị cần thiết để phân tích và kiểm tra trong cơ sở dữ liệu, những thứ này giờ chẳng khác gì một đống rác.

"Thom", Rhyme gọi, "điện thế nào rồi?".

"Tôi vẫn đang cố liên hệ", anh chàng điều dưỡng lớn tiếng đáp lại từ ngoài lối đi tối om.


Cậu ta biết rõ đây nhiều khả năng là một ý tưởng tồi. Nhưng cậu ta đã mất tự chủ.

Không dễ gì có thể khiến Ron Pulaski mất tự chủ.

Thế nhưng lúc này cậu ta đang phát điên. Chuyện này vượt xa những gì cậu ta từng cảm thấy. Khi gia nhập lực lượng cảnh sát, cậu ta đã sẵn sàng cho việc bị đánh đập, bị đe dọa lúc này hay lúc khác. Nhưng cậu ta chưa bao giờ nghĩ công việc của mình có thể gây nguy hiểm cho Jenny hay cho con cậu ta.

Vậy là mặc dù vốn nghiêm chỉnh và tuân thủ chặt chẽ các nguyên tắc - đúng kiểu Thượng sĩ Friday nhưng cậu ta đang tự mình hành động. Sau lưng Lincoln Rhyme và thám tử Sellitto, thậm chí cả người đỡ đầu của mình, Amelia Sachs. Họ sẽ chẳng vui vẻ gì khi biết chuyện cậu ta sắp làm nhưng lúc này Ron Pulaski đã tuyệt vọng.

Trên đường tới trung tâm giam giữ của INS tại Queens, cậu ta gọi điện cho Mark Whitcomb.

"Chào Ron", anh ta nói, "có chuyện gì thế?... Anh có vẻ không vui. Thở còn không ra hơi nữa".

"Tôi gặp rắc rối, Mark. Làm ơn. Tôi cần giúp đỡ. Vợ tôi bị buộc tội cư trú bất hợp pháp. Họ nói hộ chiếu của cô ấy là giả và cô ấy là một mối đe dọa về an ninh. Thật điên rồ."

"Nhưng cô ấy có tư cách công dân rồi đúng không?"

"Gia đình cô ấy đã sống ở đây từ nhiều thế hệ rồi. Mark, chúng tôi nghĩ rằng tên sát nhân chúng tôi đang truy tìm đã xâm nhập vào hệ thống của các anh. Hắn đã làm cho một thám tử nhận kết quả dương tính với xét nghiệm ma túy... Bây giờ hắn làm cho Jenny bị bắt. Hắn có thể làm vậy không?"

"Hắn cần đánh tráo hồ sơ của cô ấy với một ai đó trong danh sách bị theo dõi, sau đó gọi cho cơ quan nhập cư... Xem nào, tôi biết vài người ở INS. Tôi có thể thử nói chuyện với họ. Anh đang ở đâu vậy?"

"Trên đường tới trung tâm giam giữ của họ ở Queens."

"Tôi sẽ gặp anh bên ngoài trong hai mươi phút nữa."

"Ồ, cảm ơn anh. Tôi không biết phải làm sao nữa."

"Đừng lo, Ron. Chúng ta sẽ thu xếp chuyện này."

Lúc này, trong khi đợi Whitcomb tới, Ron Pulaski sốt ruột đi đi lại lại trước trung tâm giam giữ của INS, cạnh một tấm biển chỉ dẫn tạm thời cho biết cơ quan này hiện thuộc quyền điều hành của Bộ Nội vụ. Pulaski hồi tưởng lại những phóng sự truyền hình mà cậu ta cùng Jenny đã xem về những người nhập cư bất hợp pháp, cũng như vẻ kinh hoàng của họ.

Chuyện gì đang diễn ra với Jenny vào lúc này? Liệu cô có bị mắc kẹt nhiều ngày, thậm chí hàng tuần, trong mớ bòng bong quan liêu điên rồ đó không? Pulaski chỉ muốn hét thật to.

Bình tĩnh lại. Xử trí thật khéo léo. Amelia Sachs luôn nói với cậu ta như vậy.

Xử trí thật khéo léo.

Cuối cùng, tạ ơn Chúa, Pulaski trông thấy Mark Whitcomb đang vội vã bước tới chỗ cậu ta, dáng vẻ rất khẩn trương. Cậu không rõ anh ta có thể làm gì giúp mình nhưng hy vọng rằng Bộ phận Kiểm soát, với những mối quan hệ của họ với chính quyền, có thể tác động tới Bộ Nội vụ giúp vợ con cậu ta được thả ra, ít nhất cho tới khi vụ việc được chính thức giải quyết.

Whitcomb, thở không ra hơi, đến cạnh cậu cảnh sát. "Anh đã tìm ra thêm gì chưa?"

"Tôi mới gọi mười phút trước. Họ đang ở trong. Tôi không nói gì. Tôi muốn đợi anh."

"Anh không sao chứ?"

"Không. Tôi đang lo đến phát cuồng lên, Mark. Cảm ơn anh vì đã đến."

"Được rồi", Whitcomb nói chân thành, "sẽ ổn thôi, Ron. Đừng lo lắng".

"Đó là... vợ tôi."

"Tôi nghĩ tôi có thể làm được điều gì đó." Anh ta ngước lên, nhìn thẳng vào mắt Pulaski, người nhân viên Bộ phận Kiểm soát của SSD chỉ cao hơn so với Andrew Sterling một chút. "Với anh việc đưa Jenny ra khỏi đây rất quan trọng, đúng không?"

"Ồ, phải, Mark. Đây là một ác mộng."

"Okay. Lại đây." Anh ta kéo Pulaski vòng qua góc tòa nhà, vào một đường hẻm. Sau đó Whitcomb thì thầm: "Tôi muốn nhờ anh một việc, Ron. Anh sẵn sàng giúp tôi chứ?".

"Bất cứ việc gì tôi có thể làm."

"Thật sao?", giọng của người đàn ông chợt trở nên mềm mỏng, bình thản một cách lạ lùng. Đôi mắt hiện lên vẻ sắc lạnh mà Pulaski chưa từng thấy trước đó. Giống như anh ta vừa vứt bỏ một tấm mặt nạ và lúc này mới thể hiện bộ mặt thật của mình. "Anh biết đấy, Ron, đôi khi chúng ta phải làm những điều chúng ta không nghĩ là đúng. Nhưng cuối cùng đó lại là việc tốt đẹp nhất."

"Ý anh là gì?"

"Để giúp vợ anh ra khỏi đây, có thể anh phải làm một điều mà anh không nghĩ là tốt."

Viên cảnh sát không nói gì, trong đầu cậu ta quay cuồng vô vàn ý nghĩ. Chuyện này rồi sẽ đi đến đâu?

"Ron, tôi cần anh làm cho vụ án này khép lại."

"Vụ án?"

"Cuộc điều tra án mạng."

"Khép lại? Tôi không hiểu."

"Hãy dừng nó lại." Whitcomb nhìn quanh và thì thầm: "Phá hoại nó. Phá hủy các bằng chứng. Cung cấp cho họ những manh mối giả. Dẫn họ đi bất cứ đâu ngoài SSD".

"Tôi không hiểu, Mark. Anh đang đùa đấy chứ?"

"Không, Ron. Tôi thực sự nghiêm túc. Vụ án này cần phải chấm dứt và anh có thể làm điều đó."

"Tôi không thể."

"Ồ, có đấy, anh có thể. Nếu anh muốn Jenny ra khỏi đó." Một cái hất hàm về phía trung tâm giam giữ.

Không, không... đây chính là Năm Hai Hai. Whitcomb chính là tên sát nhân! Hắn ta đã dùng mật mã của cấp trên, Sam Brockton, để xâm nhập vào innerCircle.

Theo bản năng Pulaski đưa tay tìm khẩu súng của mình.

Nhưng Whitcomb đã rút súng ra trước, một khẩu súng ngắn đen ngòm xuất hiện trên tay anh ta. "Không, Ron. Làm thế không đưa chúng ta tới đâu cả." Whitcomb đưa tay lần vào bao súng, rút khẩu Glock của Pulaski ra và cài vào hông mình.

Làm sao cậu có thể đánh giá người này sai lầm đến thế? Liệu có phải do vết thương ở đầu? Hay chỉ đơn giản cậu quá ngốc? Thái độ thân tình của Whitcomb chỉ là một màn kịch, sự thật khiến cậu ta đau đớn không kém gì cảm giác sốc. Mang cà phê cho cậu, bênh vực cậu trước mặt Cassel và Gillespie, đề nghị giao du với nhau, giúp lấy các bảng theo dõi thời gian... tất cả chỉ là chiến thuật để tiếp cận và sử dụng cậu.

"Tất cả chỉ là những lời dối trá khốn kiếp, đúng không Mark? Anh đâu có lớn lên ở Queens. Anh cũng đâu có anh trai nào làm cảnh sát đúng không?"

"Cả hai đều không." Khuôn mặt Whitcomb tối sầm lại. "Tôi đã cố thuyết phục anh, Ron. Nhưng anh không chịu hợp tác với tôi. Quỷ tha ma bắt! Đáng ra anh nên làm thế. Giờ hãy nhìn xem anh đang khiến tôi phải làm gì."

Tên sát nhân đẩy Pulaski sâu hơn vào trong ngõ hẻm.

# CHƯƠNG 41

Amelia Sachs đang ở trong thành phố, giữa dòng xe cộ, ngán ngẩm trước những âm thanh ầm ĩ phát ra từ chiếc động cơ của Nhật Bản.

Âm thanh tựa như một chiếc máy làm đá. Công suất chắc cũng chẳng hơn gì.

Cô đã hai lần gọi cho Rhyme nhưng cả hai lần đều rơi vào hộp thư thoại. Chuyện này hiếm khi xảy ra, Lincoln Rhyme đương nhiên không phải là người hay ra khỏi nhà. Thêm nữa, có chuyện gì đó lạ lùng đang diễn ra: điện thoại của Lon Sellitto không liên lạc được. Cả anh ta lẫn Ron Pulaski đều không trả lời điện thoại di động.

Liệu có phải Năm Hai Hai cũng đứng đằng sau chuyện này nữa không?

Thêm một lý do nữa để khẩn trương lần theo đầu mối cô đã phát hiện ra tại nhà mình. Một đầu mối chắc chắn, cô tin vậy. Có thể đây là manh mối cuối cùng họ cần, mảnh còn thiếu của bức tranh họ đang cố ghép lại nhằm kết thúc vụ án này.

Giờ cô đã nhìn thấy đích đến của mình, cách đó không xa. Vẫn còn nhớ rõ chuyện gì đã xảy ra với chiếc Camaro và không muốn mạo hiểm chiếc xe của Pam - nếu Năm Hai Hai quả thực đứng đằng sau vụ thu hồi xe như cô nghi ngờ, Sachs chạy xe vòng quanh tòa nhà cho tới khi bắt gặp hiện tượng hiếm có nhất ở Manhattan: một chỗ đậu xe đúng luật còn trống.

Chuyện này thì sao nhỉ?

Biết đâu lại là một dấu hiệu tốt.

"Tại sao mày làm chuyện này?", Ron Pulaski khẽ nói với Mark Whitcomb trong khi hai người đang đứng trong một ngõ hẻm vắng vẻ ở khu Queens.

Nhưng tên sát nhân tảng lờ cậu ta. "Nghe tao nói đây."

"Tao đã nghĩ chúng ta là bạn."

"Được thôi, có vô số điều hóa ra không phải vậy. Đời là thế", Whitcomb hắng giọng. Hắn có vẻ bực bội. Pulaski nhớ lại Sachs có nói tên sát nhân đang cảm thấy áp lực, cuộc truy lùng của họ đè nặng lên hắn, điều đó khiến hắn bất cẩn. Và cũng trở nên nguy hiểm hơn."

Pulaski thở dốc.

Whitcomb lại nhìn quanh một lượt thật nhanh, sau đó quay sự chú ý trở lại cậu cảnh sát trẻ. Hắn giữ súng rất vững và hiển nhiên biết sử dụng nó. "Mày có nghe tao nói không đấy? Mẹ kiếp!"

"Quỷ tha ma bắt mày đi. Tao đang nghe đây."

"Tao không muốn cuộc điều tra này đi xa hơn nữa. Đã đến lúc phải dừng nó lại."

"Dừng lại? Tao chỉ là nhân viên tuần tra. Làm sao tao có thể dừng nó lại được?"

"Tao đã nói với mày rồi: Hãy phá hoại nó. Làm mất một vài bằng chứng. Đẩy họ đi sai hướng."

"Tao sẽ không làm thế", cậu cảnh sát trẻ lẩm bẩm đầy thách thức.

Whitcomb lắc đầu, vẻ mặt gần như ghê tởm, "Có đấy, mày sẽ làm. Mày có thể làm cho việc này trở nên nhẹ nhàng hay nặng nề, Ron".

"Còn về vợ tao thì sao? Mày có thể đưa cô ấy ra khỏi đó không?"

"Tao có thể làm bất cứ điều gì tao muốn."

*Kẻ biết tất cả...*

Viên cảnh sát trẻ nhắm mắt lại, nghiến chặt hai hàm răng như vẫn làm hồi nhỏ. Rồi nhìn về phía tòa nhà nơi Jenny đang bị giam giữ.

Jenny, người phụ nữ có ngoại hình hơi giống Myra Weinburg.

Ron Pulaski đành cam chịu buông xuôi theo điều buộc phải làm. Chuyện này thật ghê tởm, ngu ngốc, nhưng không còn lựa chọn. Cậu đã bị dồn vào chân tường.

Đầu cúi gằm, cậu ta khẽ nói: "Okay".

"Mày sẽ làm chứ?"

"Tôi nói tôi sẽ làm", cậu ta gắt.

"Thế là khôn ngoan đấy, Ron. Rất biết điều."

"Nhưng tôi muốn ông hứa...", Pulaski do dự trong giây lát, liếc nhìn ra sau lưng Whitcomb rồi nói tiếp: "...rằng vợ con tôi sẽ được thả ngay hôm nay".

Whitcomb đã phát hiện ra cái liếc mắt của cậu cảnh sát, liền nhanh chóng nhìn ra sau lưng mình. Khi hắn làm vậy, đầu nòng súng di chuyển hơi chệch khỏi mục tiêu.

Pulaski thầm nhủ cậu ta đã diễn vở đúng thời điểm và lập tức tấn công. Bằng tay trái, cậu gạt khẩu súng ra xa, đồng thời nhấc chân, dùng tay phải rút khẩu súng ngắn ổ quay nhỏ từ mắt cá chân. Amelia Sachs đã hướng dẫn cậu hãy luôn giấu khẩu súng dự phòng ở đó.

Tên sát nhân chửi thề và cố phản đòn nhưng Pulaski ghì chặt lấy tay cầm súng của Whitcomb và nện mạnh khẩu súng ngắn vào mặt gã, đập trúng vào sụn mũi.

Gã cố kìm nhưng vẫn khẽ kêu lên vì đau, mặt bê bết máu. Tay nhân viên Bộ phận Kiểm soát khuỵu xuống, Pulaski hất văng súng ra khỏi tay gã nhưng không thể chộp lấy khẩu súng. Khẩu súng màu đen của Whitcomb lộn nhào trong không khí rơi xuống đất trong khi hai người đàn ông ghì chặt lấy nhau trong một cuộc vật lộn kỳ quặc. Khẩu súng đập mạnh xuống nền bê tông nhưng không phát nổ và Whitcomb, mắt trợn tròn vì hoảng hốt và bực bội, xô Pulaski vào tường và chộp lấy tay cậu ta.

"Không, không!"

Whitcomb lao tới, định dùng đầu tấn công làm Pulaski nhớ lại cảm giác khủng khiếp khi bị chiếc gậy nện vào trán mấy năm trước, bất giác né người ra sau. Phản xạ của cậu ta đem đến cho Whitcomb cơ hội gã cần để xô Pulaski ngã sấp xuống, trong khi tay còn lại rút khẩu Glock ra chĩa vào đầu cậu.

Ron Pulaski chỉ còn cơ hội lẩm bẩm vài lời cầu nguyện và mường tượng ra hình ảnh của vợ con, một bức tranh sống động sẽ mang theo lên thiên đường.

Cuối cùng điện cũng có trở lại, Cooper cùng Rhyme khẩn trương quay lại với việc kiểm tra các bằng chứng mang về từ hiện trường vụ sát hại Joseph Malloy. Chỉ có hai người trong phòng thí nghiệm; Lon Sellitto đã vào trung tâm thành phố, cố gắng lật lại lệnh đình chỉ công tác với mình.

Những bức ảnh chụp hiện trường không chỉ ra được manh mối nào còn những bằng chứng cũng không giúp ích được nhiều. Vết giày rõ ràng là của Năm Hai Hai, tương tự như dấu giày đã tìm thấy trước đó. Những mảnh lá là của các loại cây cảnh trong nhà: cây sung cảnh và vạn niên thanh. Các dấu vết gồm vết đất không xác định được nguồn gốc, vết bụi từ Trung tâm Thương mại và một thứ bột trắng mà kết quả kiểm tra cho biết là bột cà phê tan hiệu Coffee-mate. Băng dính là loại thông dụng, không thể xác định được nguồn gốc.

Rhyme ngạc nhiên trước lượng máu tìm thấy trên các bằng chứng. Anh nhớ lại lời Sellitto mô tả viên đại úy.

*Một tín đồ của công lý...*

Bất chấp những lời tự nhắc nhở phải tách riêng cảm xúc với công việc, anh nhận ra mình bị ám ảnh không nhỏ trước cái chết của Malloy cùng sự tàn bạo của kẻ thủ ác. Cảm giác phẫn nộ của Rhyme càng sôi sục hơn, cùng với đó là sự bất an. Đã vài lần anh liếc nhìn qua cửa sổ, như thể Năm Hai Hai đang lén lút theo dõi họ, mặc dù anh đã ra lệnh cho Thom khóa trái tất cả cửa ra vào và cửa sổ, đồng thời bật hệ thống camera an ninh lên.

### Hiện trường vụ án mạng Joseph Malloy

- *Giày đi làm việc hiệu Skecher cỡ 11.*

- *Lá cây cảnh trong nhà: sung cảnh và vạn niên thanh.*

- *Vết đất, không xác định được nguồn gốc.*

- *Vết bụi, từ vụ tấn công Trung tâm Thương mại.*

- *Bột Coffee-mate.*

- *Băng dính, loại thông dụng, không xác định được nguồn gốc.*

"Bổ sung các loại cây và bột Coffee-mate vào danh sách các bằng chứng không sắp đặt, Mel."

Anh chàng chuyên gia pháp y bước đến bên tấm bảng trắng viết thêm các thông tin bổ sung vào.

"Chẳng nhiều nhặn gì. Chết tiệt."

Thế rồi Rhyme chớp mắt. Lại có tiếng đấm cửa. Thom ra mở. Mel Cooper rời khỏi chiếc bảng, tay đặt sẵn lên khẩu súng ngắn đeo bên hông.

Nhưng người tới thăm không phải là Năm Hai Hai. Đó là một thanh tra của Sở Cảnh sát New York, Herbert Glenn. Một người trung niên, ngoại hình khá ấn tượng, Rhyme thầm quan sát. Bộ com lê chỉ là loại rẻ tiền nhưng đôi giày được đánh xi bóng nhoáng không chê vào đâu được. Một vài giọng nói vang lên sau lưng ông ta, ngoài lối đi.

Sau màn chào hỏi, Glenn nói: "Tôi e rằng mình phải trao đổi với ông về một nhân viên cảnh sát đang làm việc cùng ông".

Sellitto? Hay Sachs? Chuyện gì đã xảy ra vậy?

Glenn nói bằng giọng đều đều: "Tên anh ta là Ron Pulaski. Ông cùng làm việc với anh ta, đúng không?".

Ôi, không.

*Cậu nhóc...*

Pulaski chết, trong khi vợ cậu ta đang bị đám quan liêu mắc dịch bắt giam cùng đứa bé của họ. Cô ấy biết làm gì?

"Cho tôi biết chuyện gì đã xảy ra!"

Glenn liếc nhìn ra sau lưng và ra hiệu cho hai người đàn ông nữa vào phòng, một người tóc muối tiêu mặc bộ đồ tối màu, người kia trẻ và thấp hơn, ăn mặc tương tự nhưng trên mũi có băng một miếng gạc lớn. Viên thanh tra giới thiệu Samuel Brockton và Mark Whitcomb, nhân viên của SSD. Brockton, Rhyme nhớ lại, có mặt trong danh sách nghi vấn, mặc dù ông ta có một bằng chứng ngoại phạm trong vụ cưỡng dâm/giết người. Whitcomb hóa ra là trợ lý của ông ta tại Bộ phận Kiểm soát.

"Hãy cho tôi biết về Pulaski!"

Thanh tra Glenn tiếp tục:"Tôi sợ rằng...". Điện thoại đổ chuông, ông ta nghe máy. Glenn liếc nhìn Brockton và Whitcomb trong khi trao đổi rất khẽ qua điện thoại. Cuối cùng ông ta ngừng liên lạc.

"Nói cho tôi biết chuyện gì đã xảy ra với Ron Pulaski. Tôi muốn biết ngay bây giờ!"

Chuông cửa reo, Thom và Mel Cooper dẫn thêm hai người nữa vào phòng thí nghiệm. Một người đàn ông vạm vỡ với phù hiệu nhân viên FBI đeo qua cổ, người kia chính là Ron Pulaski, tay bị còng.

Brockton chỉ vào một chiếc ghế, tay đặc vụ FBI liền ấn cậu cảnh sát trẻ ngồi xuống đó. Pulaski rõ ràng đang bị chấn động mạnh, cả người nhếch nhác, quần áo xộc xệch nhàu nát, dính máu, nhưng ngoài ra không bị sao. Whitcomb cũng ngồi xuống, cẩn thận kiểm tra chiếc mũi bị thương. Anh ta không nhìn vào bất cứ ai.

Samuel đưa thẻ nhân viên của mình ra. "Tôi là đặc vụ tại Ban Kiểm soát Bộ Nội vụ Mỹ. Mark là trợ lý của tôi. Cảnh sát viên của ông đã tấn công một đặc vụ liên bang."

"Người đã chĩa súng ra đe dọa tôi mà không nói rõ thân phận của mình. Sau khi anh ta..."

Ban Kiểm soát? Rhyme chưa bao giờ nghe đến. Nhưng trong bộ máy phức tạp của Bộ Nội vụ, các tổ chức luôn nối nhau xuất hiện rồi biến mất nhanh như những mẫu xe hơi không bán chạy tại thành phố Detroit.

"Tôi nghĩ ông làm cho SSD?"

"Chúng tôi có văn phòng tại SSD nhưng chúng tôi là nhân viên của chính quyền liên bang."

Vậy Pulaski đã gây ra chuyện quỷ quái gì vậy? Cảm giác nhẹ nhõm biến mất, thay vào đó là sự bực bội mỗi lúc một tăng.

Cậu cảnh sát trẻ định nói tiếp nhưng Brockton đã chặn miệng cậu ta. Song Rhyme nghiêm giọng nói với người đàn ông mặc đồ tối màu này: "Để cho cậu ấy nói".

Brockton nghĩ ngợi. Mắt ông ta hiện vẻ tự tin, đầy kiên nhẫn cho thấy Pulaski, hay bất cứ ai khác, có thể muốn nói gì thì nói và điều đó sẽ không mảy may ảnh hưởng tới Brockton. Ông ta gật đầu.

Cậu cảnh sát trẻ kể lại cho Rhyme biết về cuộc gặp gỡ với Whitcomb, với hy vọng giúp Jenny được thả khỏi trung tâm giam giữ của INS. Anh này đã yêu cầu cậu ta phá hoại cuộc điều tra Năm Hai Hai, sau đó rút súng ra đe dọa khi bị từ chối. Pulaski đã đánh vào mặt Whitcomb bằng khẩu súng dự phòng và hai người đã ẩu đả.

Rhyme gằn giọng quát Brockton và Glenn: "Tại sao các ông can thiệp vào vụ án của chúng tôi?".

Brockton lúc này đã nhận ra Rhyme bị tàn tật, rồi cũng tảng lờ chuyện đó luôn. Ông ta bình thản nói bằng giọng trầm trầm: "Chúng tôi đã thử cách tế nhị. Nếu sĩ quan Pulaski đồng ý chúng tôi đã không phải rút roi ra... Vụ án này đã gây không ít đau đầu cho nhiều người. Đáng ra tôi có lịch làm việc với Quốc hội và Bộ Tư pháp cả tuần này. Tôi phải hủy bỏ tất cả và co giò chạy về đây để xem chuyện quái quỷ gì đang xảy ra... Được rồi, chuyện này sẽ không bị ghi nhận vào hồ sơ. Mọi người thấy sao?".

Rhyme lầm bầm đồng ý, Cooper cùng Pulaski cũng tán thành.

"Ban Kiểm soát thực hiện việc phân tích nguy cơ và cung cấp các biện pháp an ninh cho các công ty tư nhân có thể trở thành mục tiêu khủng bố. Những ông kềnh trong cơ sở hạ tầng của đất nước này. Các công ty dầu mỏ, các hãng hàng không, các ngân hàng, các nhà khai thác dữ liệu, như SSD. Chúng tôi đều có đặc vụ hoạt động tại chỗ."

Sachs đã nói Brockton dành nhiều thời gian ở Washington. Chuyện này đã giải thích nguyên nhân.

"Vậy tại sao lại nói dối, tại sao lại nói các vị là nhân viên của SSD?", Pulaski buột miệng hỏi. Rhyme chưa bao giờ chứng kiến cậu thanh niên nổi cáu. Anh dám chắc giờ chính là thời điểm đó.

"Chúng tôi cần giữ kín thân phận của mình", Brockton giải thích. "Các vị có thể thấy rõ tại sao các đường ống dẫn dầu, các công ty dược phẩm và thực phẩm sẽ là những mục tiêu rất đáng giá cho bọn khủng bố. Hãy thử tưởng tượng xem ai đó có thể làm gì với những thông tin mà SSD có. Nền kinh tế có thể bị tê liệt nếu hệ thống máy tính của họ bị đánh hỏng. Hay chuyện gì sẽ xảy ra nếu những tên sát nhân biết được các chi tiết về nơi ở của các quan chức, chính trị gia hay các thông tin cá nhân khác từ innerCircle?"

"Có phải ông đã đánh tráo kết quả xét nghiệm ma túy của Lon Sellitto không?"

"Không, kẻ tình nghi của các vị - Năm Hai Hai chắc chắn đã làm chuyện đó", thanh tra Glenn nói. "Cũng chính hắn đã khiến vợ sĩ quan Pulaski bị bắt."

"Tại sao các vị muốn ngừng cuộc điều tra lại?", Pulaski hỏi. "Các vị không thấy hắn nguy hiểm thế nào sao?", cậu ta đang nói với Mark Whitcomb nhưng tay này vẫn nhìn chằm chằm xuống nền nhà và im lặng.

"Kết quả đánh giá của chúng tôi cho thấy hắn là kẻ duy nhất", Glenn giải thích.

"Một gì cơ?"

"Một trường hợp bất thường. Hắn là một hiện tượng chỉ xuất hiện một lần", Brockton giải thích. "SSD đã thực hiện phân tích tình hình. Mô hình xác lập đặc tính và dự đoán xu hướng cho chúng tôi biết một kẻ rối loạn tâm thần theo hướng căm ghét xã hội như gã này đến lúc nào đó sẽ đạt tới mức bão hòa. Hắn sẽ chấm dứt những gì hắn đang làm. Dừng lại và biến mất."

"Nhưng hiện giờ hắn đâu có dừng tay, đúng không?"

"Chưa", Brockton nói. "Nhưng hắn sẽ dừng lại. Những chương trình này chưa bao giờ dự đoán sai."

"Tất cả chúng sẽ sai bét nếu có thêm một người nữa phải chết."

"Chúng ta cần phải thực tế. Đó là cái giá phải trả. Không thể để bất cứ ai biết SSD có thể trở thành mục tiêu có giá trị lớn như thế nào với bọn khủng bố. Cũng không thể để bất cứ ai biết về Ban Kiểm soát của Bộ Nội vụ. Chúng ta cần giữ cho SSD và Ban Kiểm soát nằm ngoài sự chú ý càng nhiều bao nhiêu càng tốt bấy nhiêu. Một cuộc điều tra án mạng sẽ làm cả hai bị chú ý nghiêm trọng."

Glenn nói thêm: "Nếu anh muốn tiếp tục các hướng điều tra thông thường, Lincoln, cứ việc thực hiện. Khoa học hình sự, nhân chứng, tốt thôi. Nhưng anh sẽ phải để SSD đứng ngoài chuyện này. Cuộc họp báo đó là một sai lầm nghiêm trọng".

"Chúng tôi đã nói chuyện với Ron Scott ở văn phòng Thị trưởng, chúng tôi đã trao đổi với Joseph Malloy. Họ đều đồng ý."

"Thế này nhé, họ đều không tham khảo ý kiến đúng người. Chuyện này đã gây nguy hiểm cho mối quan hệ của chúng ta với SSD. Andrew Sterling không bắt buộc phải cung cấp sự hỗ trợ cho chúng ta."

Giọng ông ta cùng âm hưởng với ông chủ công ty giày, đầy vẻ lo sợ sẽ làm phật ý Sterling và SSD.

Brockton nói thêm: "Okay, từ giờ trở đi thì quan điểm chính thống là tên sát nhân của anh không hề có được thông tin từ SSD. Nói thật lòng, đó là lựa chọn duy nhất".

"Các vị có hiểu rằng Joseph Malloy đã bị giết vì SSD và innerCircle không?"

Khuôn mặt Glenn cứng lại. Ông ta thở dài, "Tôi rất tiếc vì chuyện đó. Rất tiếc. Ông ấy đã bị giết trong một cuộc điều tra. Thật bi kịch. Nhưng điều này hoàn toàn có thể xảy ra với một cảnh sát".

"Vậy đấy", Brockton nói, "SSD không còn dính dáng đến cuộc điều tra nữa. Hiểu rồi chứ?".

Một cái gật đầu lạnh lùng.

Glenn ra hiệu cho tay đặc vụ FBI, "Anh có thể để cậu ta tự do".

Tay đặc vụ tháo còng cho Pulaski, cậu ta đứng dậy, xoa xoa hai cổ tay vừa bị còng.

Rhyme nói: "Hãy khôi phục tư cách cảnh sát cho Lon Sellitto và thả vợ Pulaski ra".

Glenn nhìn sang Brockton, ông ta lắc đầu, "Làm điều đó lúc này cũng đồng nghĩa với thừa nhận việc các thông tin từ dữ liệu được khai thác cũng như SSD có liên quan tới các vụ án. Tạm thời chúng ta buộc phải để yên mọi chuyện".

"Thật ngớ ngẩn. Các người biết rõ Lon Sellitto chưa bao giờ động đến ma túy."

Glenn nói: "Quá trình điều tra nội bộ sẽ trả lại sự trong sạch cho anh ta. Hãy để việc này diễn ra theo trình tự thông thường".

"Không! Theo những thông tin mà tên sát nhân nhét vào hệ thống thì hiện giờ anh ấy đã có tội. Jenny Pulaski cũng vậy. Tất cả những điều đó đều rõ ràng trong hồ sơ của họ."

Viên thanh tra bình thản nói: "Chúng ta buộc phải để nguyên như thế vào lúc này".

Đám đặc vụ liên bang và Glenn bước ra phía cửa.

"Này, Mark", Pulaski gọi. Whitcomb quay lại. "Rất tiếc."

Tay đặc vụ liên bang chớp mắt ngạc nhiên trước lời xin lỗi và đưa tay lên chiếc mũi đang bị băng bó của mình. Sau đó Pulaski nói tiếp: "Vì tao mới chỉ đập vỡ mũi mày, đồ phản bội".

Được lắm, cuối cùng cậu cảnh sát trẻ cũng biết trở nên cứng cựa.

Sau khi bọn họ đi khỏi, Pulaski gọi cho vợ nhưng không liên lạc được. Cậu ta giận dữ gập máy lại. "Tôi nói để ông hay, Lincoln, tôi mặc xác những gì bọn họ nói, tôi sẽ không cam chịu bó gối ngồi im đâu."

"Đừng lo. Chúng ta sẽ tiếp tục. Họ đâu thể đuổi việc tôi - tôi là dân thường. Họ chỉ có thể sa thải cậu và Mel."

"À, tôi...", Cooper cau mày.

"Thoải mái đi, Mel. Tôi cũng có máu hài hước, bất chấp mọi người muốn nghĩ gì thì nghĩ. Sẽ không có ai khác phát hiện ra chừng nào mà chàng trai của chúng ta đây không nện thêm một đặc vụ liên bang nào nữa. Okay, cái tay Robert Carpenter này, tay khách hàng của SSD. Tôi muốn có hắn ta. Ngay bây giờ."

# CHƯƠNG 42

Vậy ra tôi là "Năm Hai Hai".

Tôi đã tự hỏi tại sao *bọn chúng* lại chọn con số đó. Myra 9834 không phải là nạn nhân thứ năm trăm hai mươi hai của tôi (một ý nghĩ đáng yêu làm sao!). Không địa chỉ nào của các nạn nhân có chứa con số này... Đợi đã. Ngày tháng. Phải rồi. Cô ta bị giết Chủ nhật trước - ngày Hai mươi hai tháng Năm và đó cũng là lúc *bọn chúng* bắt đầu săn đuổi tôi.

Vậy là với *bọn chúng*, tôi là một con số. Cũng giống như *bọn chúng* là những con số đối với tôi. Tôi cảm thấy như mình đang được tâng bốc. Lúc này tôi đang ở trong *căn phòng* của mình, sau khi đã hoàn tất phần lớn công việc tìm kiếm cần thiết. Bình thường, sau giờ làm việc người ta đi về nhà, ra ngoài ăn tối, tới thăm bạn bè. Nhưng đó chính là điều tuyệt vời của dữ liệu, chúng không bao giờ ngủ và những chiến binh của tôi có thể tấn công vào cuộc sống của bất cứ ai vào bất cứ giờ nào tôi chọn, ở bất cứ đâu.

Lúc này gia đình trong bức tranh của Prescott và tôi đang tận hưởng khoảnh khắc bên nhau trước khi những cuộc tấn công bắt đầu. Cảnh sát sẽ nhanh chóng đến bảo vệ nơi ở của các kẻ thù của tôi cũng như gia đình bọn họ... Nhưng họ không thể hiểu được bản chất thứ vũ khí tôi sử dụng. Joseph Malloy tội nghiệp đã cung cấp cho tôi quá đủ để sử dụng.

Chẳng hạn, anh chàng thám tử Lorenzo - hay Lon cũng vậy - Sellitto (anh ta đã cố tìm mọi cách giữ kín tên thật của mình) đã bị đình chỉ công tác nhưng vẫn còn nhiều trò vui nữa chờ đợi anh ta. Như sự kiện không may xảy ra mấy năm trước, trong đó thủ phạm đã bị bắn chết trong một vụ vây bắt... những bằng chứng mới sẽ xuất hiện cho biết kẻ tình nghi trên thực tế không hề có súng - nhân chứng đã nói dối. Bà mẹ của cậu bé bị chết sẽ được biết việc này. Và tôi sẽ gửi vài bức thư sặc mùi phân biệt chủng tộc dưới tên anh ta với vài trang web cực hữu. Sau đó sẽ đưa mục sư Al[1] nhập cuộc - đây sẽ là đòn sát thủ. Anh chàng Lon tội nghiệp thậm chí sẽ có triển vọng được ngồi nhà đá.

Tôi cũng đã kiểm tra những cá nhân có ràng buộc với Sellitto. Tôi đang tưởng tượng ra thứ gì đó cho cậu con trai vị thành niên của anh ta với người vợ đầu. Một vài tội danh liên quan tới ma túy chẳng hạn. Cha nào con nấy. Một ví dụ đẹp làm sao.

Còn anh chàng Ba Lan đó, Pulaski, có lẽ rốt cuộc cậu ta sẽ thuyết phục được Bộ Nội vụ rằng vợ mình không phải là một phần tử khủng bố hay nhập cư bất hợp pháp. Nhưng liệu vợ chồng anh ta có ngạc nhiên không khi phát hiện ra hồ sơ khai sinh của con họ đã biến mất và một cặp vợ chồng khác có đứa con vừa sinh bị thất lạc ở bệnh viện một năm trước tình cờ biết được đứa con trai thất lạc của họ rất có thể chính là đứa con của vợ chồng Pulaski? Cho dù không có chuyện gì phát sinh, cậu nhóc sẽ bị gửi tới một gia đình nhận nuôi tạm thời trong suốt những tháng cần thiết để cuộc tranh giành con cái ngã ngũ. Và thế là đủ để đứa nhỏ bị tổn thương vĩnh viễn (chuyện này thì tôi biết quá rõ).

---

[1] Tức Alfred Charles Sharpton, mục sư người Mỹ và là nhà hoạt động vì dân quyền.

Sau đó chúng ta sẽ quan tâm đến Amelia 7303 và tay Lincoln Rhyme này. Được thôi, chỉ vì tâm trạng tôi đang không được tốt lắm, Rose Sachs, người đã có lịch phẫu thuật tim vào tháng tới, sẽ mất khoản bảo hiểm của mình vì - phải rồi, tôi nghĩ tôi sẽ chọn thì quá khứ của từ "gian lận" làm nguyên nhân. Và Amelia 7303 chắc hẳn sẽ phát hoảng về chiếc xe của cô ta nhưng cứ đợi đấy, cho đến khi cô nàng biết thế nào là tin xấu thực sự: món nợ chi tiêu bất cẩn của cô ta. Có thể là khoảng hai trăm nghìn đô la. Với một mức lãi suất tạm gọi một cách nhẹ nhàng là cắt cổ.

Nhưng đấy mới chỉ là món khai vị. Tôi được biết một người bạn trai cũ của cô ta đã bị kết án vì cướp xe hơi, hành hung gây thương tích, ăn cắp và tống tiền. Một vài nhân chứng mới sẽ gửi những email nặc danh tới cảnh sát tố cáo rằng chính cô ta cũng có liên can và vẫn còn tiền cướp được đang cất giấu trong gara ở nhà mẹ cô ta, tôi sẽ đích thân đặt chúng vào đúng chỗ trước khi gọi điện tới Bộ phận Điều tra Nội bộ.

Cô ta sẽ bác bỏ được các cáo buộc vì đã quá hạn thời gian truy tố nhưng việc loan truyền trên báo chí sẽ hủy hoại danh dự của Amelia Sachs. Xin cảm ơn tự do báo chí. Chúa phù hộ cho nước Mỹ...

Giết người là một giải pháp đảm bảo sẽ khiến những kẻ săn đuổi bạn phải chậm lại nhưng chiến thuật không gây đổ máu cũng có thể hiệu quả tương đương và đối với tôi, nó lịch lãm hơn nhiều.

Còn về phần gã Lincoln Rhyme này... Biết nói thế nào nhỉ, đây quả là một tình huống thú vị. Tất nhiên, tôi đã mắc sai lầm khi lựa chọn đúng anh họ hắn lúc đầu. Nhưng, nói một cách công bằng, tôi đã kiểm tra mọi cá nhân có liên quan tới Arthur 3480 và không tìm ra bất cứ manh mối nào dính dáng đến em họ anh ta. Một điều lạ lùng. Bọn họ có quan hệ huyết thống nhưng chẳng hề có liên hệ gì với nhau suốt hàng chục năm.

Tôi đã phạm sai lầm khi chọc con chó săn tỉnh giấc. Hắn là đối thủ cừ nhất tôi từng phải đọ sức. Hắn đã ngăn chặn tôi khi trên đường đến nhà DeLeon 6832, hắn đã thực sự bắt quả tang được tôi, điều chưa từng ai làm được. Và theo những gì Malloy đã hối hả thuật lại đến không kịp thở, hắn mỗi lúc một tiếp cận gần tôi hơn.

Nhưng, tất nhiên, tôi đã có kế hoạch cho việc này. Tạm thời tôi không có được hậu thuẫn từ innerCircle, hiện tại tôi cần thận trọng nhưng các bài báo cũng như các nguồn dữ liệu khác cũng đủ rõ ràng. Tất nhiên, khó khăn nằm ở chỗ làm thế nào để hủy hoại cuộc sống của một người như Rhyme, vốn dĩ đã có một cuộc sống gần như bị hủy hoại hoàn toàn. Cuối cùng tôi cũng tìm ra giải pháp: Nếu hắn phải phụ thuộc vào người khác đến vậy, tôi sẽ hủy diệt ai đó mà hắn phải bấu víu vào. Anh chàng điều dưỡng của Rhyme, Thom Reston, sẽ là mục tiêu tiếp theo của tôi. Nếu anh chàng trẻ tuổi này chết theo một cách đặc biệt không êm ái, tôi không tin Rhyme có thể hồi lại được sau cú đó. Cuộc điều tra sẽ bị dở dang, sẽ không có ai khác tiếp tục các hướng điều tra hắn đang thực hiện.

Tôi sẽ nhét anh chàng Thom vào cốp xe và chúng tôi sẽ cùng đi tới một khu nhà kho khác. Ở đó, tôi sẽ dành đủ thời gian cho con dao cạo hiệu Krusius Brothers của mình. Tôi sẽ ghi hình lại toàn bộ cuộc hành hình và gửi qua email tới cho Rhyme. Nếu đúng hắn là một nhà tội phạm học chuyên tâm như vẫn thể hiện, hắn sẽ phải xem đi xem lại cuốn băng kinh tởm đó thật cẩn thận để tìm manh mối. Hết lần này tới lần khác.

Tôi dám đảm bảo nếu không hủy hoại được một cách hoàn toàn thì quá trình tra tấn tinh thần sẽ đánh gục hắn trong vụ điều tra này.

Tôi bước vào buồng số ba trong *căn phòng* của tôi và tìm một chiếc máy quay video. Những cục pin đã được để ngay cạnh.

Và trong buồng số hai tôi lấy con dao cạo Krusius ra khỏi chiếc hộp cũ kỹ của nó. Vẫn còn một vết máu khô ngả màu nâu trên lưỡi dao. Nancy 3470. Hai năm trước (tòa án đã bác bỏ đơn phúc thẩm của thủ phạm sát hại cô ta, Jason 4971, cơ sở để lật lại bản án của phiên xử trước là bằng chứng đã bị sắp đặt, một tuyên bố mà thậm chí cả luật sư của anh chàng bị cáo cũng cảm thấy thật lố bịch).

Con dao cạo đã cùn. Tôi nhớ đã gặp phải đôi chút khó khăn với những chiếc xương sườn của Nancy 3470, cô ta vùng vẫy chạy quanh nhiều hơn tôi dự kiến. Không sao. Chỉ cần bỏ chút thời gian ra với một trong những bộ đồ mài của tôi vậy là tôi có thể sẵn sàng vào việc.

Lúc này, cảm giác phấn khích của cuộc săn lùng đang lan ra trong người Amelia Sachs.

Dấu vết tìm thấy trong vườn đã dẫn cô theo một lộ trình vòng vèo dích dắc nhưng cô có linh cảm, xin lỗi anh nhé, Rhyme, rằng lần tìm kiếm này sẽ đem lại kết quả. Cô đậu chiếc xe của Pam bên lề đường và vội vã hướng tới địa chỉ của người tiếp theo trong danh sách của cô, một trong số những người cô rất hy vọng có thể cung cấp manh mối cuối cùng về danh tính của Năm Hai Hai.

Hai lần trước đã không thành công. Liệu người thứ ba có câu trả lời không? Lái xe vòng vèo quanh thành phố thế này có vẻ gì đó giống với một cuộc săn lùng ma cà rồng, cô thầm liên tưởng.

Lúc này trời đã tối, Sachs xem lại địa chỉ dưới ánh đèn đường, tìm ra ngôi nhà và bước lên bậc tam cấp dẫn tới cửa trước. Cô đang tìm chuông cửa thì có thứ gì đó bắt đầu kêu cọt kẹt.

Cô dừng bước.

Liệu có phải là ảo giác mà cô đã cảm thấy suốt ngày hôm nay? Cảm giác đang bị theo dõi?

Sachs liếc nhanh một vòng xung quanh, nhìn về phía những người đàn ông và phụ nữ đang đi trên phố, số này không nhiều, rồi về phía khung cửa sổ của những ngôi nhà và cửa hàng nhỏ gần đó... Nhưng không ai có vẻ mặt đe dọa. Không ai để ý đến cô.

Cô đưa tay định bấm chuông lần nữa nhưng rồi lại hạ tay xuống.

Điều gì đó quen quen...

Là gì?

Rồi cô chợt hiểu ra. Không phải cô bị theo dõi, điều khiến cô băn khoăn là một thứ mùi cô đang ngửi thấy. Cô chợt sững người nhận ra đó là mùi gì: Nấm mốc. Cô đang ngửi thấy mùi nấm mốc, xuất phát từ chính ngôi nhà cô đứng trước cửa.

Liệu có phải chỉ là trùng hợp ngẫu nhiên?

Sachs lặng lẽ bước xuống bậc tam cấp, đi vòng qua bên hông ngôi nhà, rẽ vào một đường hẻm lát đá cuội. Tòa nhà rất lớn, có mặt tiền hẹp nhưng khá sâu. Cô đi sâu hơn vào đường hẻm và ngước mắt nhìn lên một khung cửa sổ. Nó được che kín bằng giấy báo. Cô quan sát khắp mặt bên của tòa nhà, phải rồi, tất cả các khung cửa sổ đều bị che kín. Cô nhớ lại những lời Terry Dobyns đã nói:

*Các ô cửa sổ sẽ bị sơn đen hay dán băng dính. Hắn ta cần phải giữ khoảng cách với thế giới bên ngoài...*

Cô tới đây chỉ nhằm tìm kiếm thông tin, đây không thể là nơi ở của Năm Hai Hai, các đầu mối không khớp. Nhưng giờ đây cô hiểu họ đã sai lầm, không nghi ngờ gì nữa, đây chắc chắn là nhà của tên sát nhân.

Cô đưa tay tìm chiếc điện thoại di động nhưng đột nhiên nghe thấy tiếng bước chân vang lên trên những viên đá cuội lát đường phía sau lưng. Mắt mở to, tìm đến khẩu súng thay cho điện thoại, cô quay ngoắt lại phía sau. Nhưng trước khi bàn tay kịp cầm lấy báng khẩu Glock, cô đã bị đập một cú rất mạnh. Sachs va người vào bức tường. Choáng váng, ngã khuỵu xuống.

Ngước lên, trong hơi thở hổn hển, cô nhìn thấy đôi mắt của tên sát nhân co rút lại thành hai chấm đen tàn nhẫn trên khuôn mặt, nhìn thấy con dao cạo lưỡi còn dính máu hắn đang cầm trên tay đúng lúc nó bắt đầu hướng tới cổ họng cô.

# CHƯƠNG 43

"**N**hận lệnh, gọi Sachs."

Cuộc gọi rơi vào hộp thư thoại.

"Quỷ tha ma bắt, cô ấy đang ở đâu vậy? Cần tìm ra cô ấy... Pulaski?", Rhyme quay xe lăn vòng lại đối diện với cậu cảnh sát trẻ, lúc này đang bận gọi điện thoại. "Câu chuyện với Carpenter đến đâu rồi?"

Cậu ta giơ tay ra hiệu chờ một chút. Rồi gác máy. "Cuối cùng tôi cùng nói chuyện được với trợ lý của ông ta. Carpenter rời chỗ làm sớm, có việc phải đi đâu đó. Lúc này chắc ông ta đã ở nhà."

"Tôi muốn ai đó tới nhà ông ta. Ngay bây giờ."

Mel Cooper cố nhắn tin cho Sachs và khi không nhận được trả lời, chuyển sang thử liên lạc tới chiếc BlackBerry của cô. "Chẳng có gì cả." Anh ta thử gọi thêm vài lần nữa rồi thông báo: "Không có gì hết. Thật không may".

"Liệu có phải Năm Hai Hai đã làm gián đoạn dịch vụ công cộng cung cấp cho nơi ở của cô ấy, như đã xảy ra với hệ thống điện ở đây?"

"Không, họ thông báo các tài khoản vẫn hoạt động. Chỉ có thiết bị đầu cuối không hoạt động - có thể bị hỏng hoặc bị tháo pin."

"Cái gì? Họ có chắc không?" Cảm giác lo sợ bắt đầu lan ra trong tâm trí anh.

Chuông cửa lại reo, Thom lập tức ra mở cửa.

Lon Sellitto, áo sơ mi nửa cho vào trong quần nửa xổ ra ngoài, mặt nhễ nhại mồ hôi, bước vào phòng. "Bọn họ không thể làm gì với lệnh đình chỉ công tác. Lệnh tự động có hiệu lực. Thậm chí dù tôi có xét nghiệm lại, họ vẫn phải duy trì hiệu lực của nó cho tới khi bên Điều tra Nội bộ tiến hành điều tra. Những cái máy tính chết giẫm. Tôi đã nhờ người gọi tới bộ phận quản lý PublicSure. Bọn họ báo lại 'đang kiểm tra' và chuyện đó có nghĩa là gì thì mọi người cũng biết rồi." Anh ta liếc nhìn Pulaski. "Vợ cậu thế nào rồi?"

"Vẫn đang bị tạm giam."

"Chúa ơi."

"Tình hình còn trở nên tồi tệ hơn." Rhyme thuật lại cho Sellitto chuyến thăm của Brockton, Whitcomb và Glenn, cũng như về Ban Kiểm soát trực thuộc Bộ Nội vụ.

"Chết tiệt. Chưa bao giờ nghe nói đến đám này."

"Bọn họ muốn chúng ta dừng cuộc điều tra lại, hay ít nhất phải tránh xa SSD. Nhưng chúng ta đang gặp một rắc rối nữa. Amelia đã mất tích."

"Cái gì?", Sellitto kêu lên.

"Có vẻ như vậy. Tôi không biết cô ấy đã đi đâu sau khi rời khỏi nhà. Cô ấy không hề gọi lại... Ôi, Chúa ơi, lúc đó điện bị cắt, tất cả điện thoại đều không hoạt động. Kiểm tra hộp thư thoại ngay. Có thể cô ấy đã gọi."

Cooper bấm số. Họ biết được quả thật Sachs có gọi đến. Nhưng cô chỉ nói đang lần theo một manh mối và không cho biết gì thêm. Cô yêu cầu Rhyme gọi cho mình để cô có thể giải thích kỹ hơn.

Rhyme nhắm nghiền hai mắt lại trong cảm giác thất vọng.

Một manh mối...

Nhưng dẫn tới đâu? Một trong số những đối tượng nghi vấn của họ. Anh ngước nhìn lên bản danh sách.

*Andrew Sterling, Chủ tịch, Tổng Giám đốc.*

*Bằng chứng ngoại phạm - đã ở Long Island, đã xác minh. Được con trai chứng thực.*

*Bằng chứng ngoại phạm trong vụ sát hại người quản trang (có mặt tại văn phòng, theo bảng theo dõi thời gian).*

*Sean Cassel, Giám đốc Marketing và Bán hàng.*

*Không có bằng chứng ngoại phạm.*

*Wayne Gillespie, Giám đốc Hoạt động Chuyên môn.*

*Không có bằng chứng ngoại phạm.*

*Bằng chứng ngoại phạm trong vụ sát hại người quản trang (có mặt tại văn phòng, theo bảng theo dõi thời gian).*

*Samuel Brockton, Giám đốc Bộ phận Kiểm soát.*

*Bằng chứng ngoại phạm - hồ sơ khách sạn xác nhận có mặt tại Washington.*

*Peter Arlonzo-Kemper, Giám đốc Nhân sự.*

*Bằng chứng ngoại phạm - ở cùng vợ, đã được vợ xác minh (độ tin cậy?).*

*Steven Shraeder, Phụ trách Đội Kỹ thuật và Hỗ trợ, ca ngày.*

*Bằng chứng ngoại phạm - có mặt ở công ty, theo bảng theo dõi thời gian.*

*Faruk Mameda, Phụ trách Đội Kỹ thuật và Hỗ trợ, ca đêm.*

*Không có bằng chứng ngoại phạm.*

*Bằng chứng ngoại phạm trong vụ sát hại người quản trang (có mặt tại văn phòng, theo bảng theo dõi thời gian).*

*Các khách hàng của SSD (?).*

*Robert Carpenter (?).*

*Danh sách đã được Sterling cung cấp.*

*Đối tượng chưa rõ được Andrew Sterling tuyển mộ (?).*

Liệu các manh mối có liên quan đến một người trong số này không?

"Lon, hãy đi kiểm tra Carpenter."

"Cái gì, theo kiểu 'Chào ông, tôi từng là cớm, dù không bắt buộc nhưng ông sẽ cho phép tôi thẩm vấn ông chứ? Vì tôi là một người rất dễ mến' hay sao?"

"Phải, Lon, theo kiểu đó đấy."

Sellitto quay sang Cooper, "Mel, đưa tôi phù hiệu của anh".

"Phù hiệu của tôi?", anh chàng chuyên gia kỹ thuật hỏi với vẻ dè dặt.

"Tôi không làm trầy xước nó đâu", chàng thám tử to con lẩm bẩm.

"Tôi lo nhiều hơn tới chuyện chính mình cũng bị treo giò."

"Chào mừng tới hội những kẻ bị treo giò." Sellitto giật lấy chiếc phù hiệu rồi hỏi Pulaski địa chỉ của Carpenter. "Tôi sẽ thuật lại cho các vị nghe những gì xảy ra."

"Lon, hãy cẩn thận. Năm Hai Hai đang cảm thấy bị dồn vào chân tường. Hắn sẽ cắn trả dữ dội. Và hãy nhớ hắn..."

"Là một thằng cái gì cũng biết." Sellitto lầm lì bước ra khỏi phòng thí nghiệm.

Rhyme nhận thấy Pulaski đang nhìn đăm đăm vào bản danh sách. "Thám tử?"

"Gì vậy?"

"Tôi đang nghĩ tới một chuyện khác." Cậu ta gõ lên tấm bảng ghi danh sách những đối tượng nghi vấn. "Bằng chứng ngoại phạm của Andrew Sterling. Ông ta nói với tôi rằng trong khi ông ta ở Long Island, con trai ông ta đang đi bộ ở Westchester. Ông ta đã gọi cho Andy từ ngoài thành phố và chúng tôi có thể thấy thời gian trong danh sách các cuộc gọi đi của ông ta. Việc này đã được xác minh."

"Thế thì sao?"

"À, tôi nhớ ông ta nói con trai mình đi tàu hỏa tới Westchester. Nhưng khi tôi nói chuyện với Andy, anh ta lại nói đã *lái xe* tới đó", Pulaski gật đầu. "Còn một chuyện nữa, thưa ông. Hôm người quản trang bị giết, tôi đã kiểm tra các bảng theo dõi thời gian. Tôi đã trông thấy tên của Andy. Anh ta rời khỏi công ty ngay sau Miguel Abrera, người nhân viên bảo trì. Ý tôi là, chỉ sau anh ta có vài giây. Tôi không để ý nhiều tới chi tiết này vì Andy không nằm trong diện đối tượng nghi vấn."

"Nhưng con trai ông tổng giám đốc đâu có quyền tiếp cận innerCircle", Cooper vừa nói vừa hất hàm về phía danh sách đối tượng nghi vấn.

"Không, theo những gì bố anh ta nói. Nhưng...", Pulaski lắc đầu. "Mọi người thấy đấy, Andrew Sterling đã tỏ ra rất hợp tác, vậy là chúng ta coi tất cả những gì ông ta nói đều đúng. Ông ta nói không ai khác ngoài những người có tên trong danh sách này có quyền truy cập. Nhưng chúng ta không biết được việc này qua một nguồn độc lập. Chúng ta đã không hề xác minh lại xem ai có thể truy cập vào innerCircle và ai không thể."

Cooper đề xuất: "Biết đâu Andy tìm kiếm trong PDA hay máy tính của bố anh ta để lấy mã đăng nhập".

"Cậu có nhiệm vụ đây, Pulaski. Còn Mel, lúc này đến lượt anh trở thành nhân vật trung tâm. Hãy cử Đội Can thiệp khẩn cấp tới nhà Andy Sterling."

Thậm chí cả những phân tích dự báo tốt nhất, được thiết lập bởi những bộ não nhân tạo xuất sắc như Xpectation, cũng có lúc không chính xác.

Có ai trong cả triệu năm qua lại có thể đoán được Amelia 7303, đang đờ đẫn ngồi với đôi tay bị còng chặt cách tôi chỉ có sáu mét, lại tìm thẳng tới cửa nhà tôi?

Một may mắn, tôi buộc phải nói vậy. Tôi đang chuẩn bị ra khỏi nhà đi thực hiện ca phẫu thuật anh chàng Thom thì nhận ra cô ta qua cửa sổ. Cuộc đời tôi dường như luôn gặp may như vậy, vận may là sự bù trừ cho những bực bội ta phải chịu đựng.

Tôi bình thản cân nhắc tình thế. Okay, đám đồng nghiệp của cô ta ở Sở không hề nghi ngờ tôi, cô ta chỉ tới đây để đưa cho tôi xem bức ảnh dựng bằng máy tính tôi đã tìm thấy trong túi áo cô ta, cùng với danh sách của mười người. Tên hai người trên cùng đã bị gạch chéo. Thật không may, tôi chính là số ba. Chắc chắn sẽ có ai đó đến hỏi về cô ta, khi họ đến tôi sẽ nói, cô ta đã tới đây cho tôi xem bức ảnh rồi lại đi. Phải, là như thế.

Tôi tháo tung các thiết bị điện tử cô ta mang theo người và cất vào đúng những chiếc hộp dành cho chúng. Tôi đã nghĩ đến việc dùng điện thoại của cô ta để ghi lại những giây phút quằn quại đau đớn cuối cùng của Thom Reston. Nó có dáng vẻ cân xứng thật đẹp, một vật rất duyên dáng. Nhưng, tất nhiên, có thể việc cô ta đến tìm tôi đã được ghi lại đâu đó vì vậy cô ta cần phải biến mất hoàn toàn. Sẽ ngủ yên dưới tầng hầm của tôi, bên cạnh Caroline 8630 và Fiona 4892.

Biến mất hoàn toàn.

Cảnh sát sẽ thích có một xác chết hơn nhưng cô ta vĩnh viễn biến khỏi mặt đất là tin tốt với tôi.

Lần này tôi sẽ dành cho mình một chiến lợi phẩm ra trò. Không chỉ là vài mảnh móng tay từ Amelia 7303 của tôi...

# CHƯƠNG 44

"Thế nào, có chuyện quỷ quái gì vậy?", Rhyme bực dọc quát hỏi Pulaski.

Cậu ta đang cách anh ba dặm, ở Manhattan, trong ngôi nhà ở khu Thượng East Side của Andrew Sterling con.

"Cậu đã vào trong chưa? Sachs có ở đó không?"

"Tôi không nghĩ Andy là hắn, thưa ông."

"Cậu nghĩ thế? Hay anh ta thực sự không phải là hắn?"

"Anh ta không phải là hắn."

"Giải thích xem."

Pulaski giải thích với Rhyme rằng, đúng, Andy Sterling đã nói dối về các hoạt động của anh ta ngày Chủ nhật. Nhưng không phải để che đậy hành vi cưỡng dâm và giết người. Anh ta nói với bố mình đã bắt tàu hỏa tới Westchester đi bộ nhưng thật ra anh ta đã lái xe đi, đúng như anh ta buột mồm nói ra khi trò chuyện với Pulaski.

Lúc này, khi hai sĩ quan Đội Can thiệp khẩn cấp và Pulaski đang đứng trước mặt, anh chàng trẻ tuổi đỏ mặt thú nhận tại sao anh ta đã nói dối bố mình khi nói với ông ta đã có mặt tại ga Metro North. Bản thân Andy không có bằng lái xe.

Nhưng cậu bạn trai của anh ta thì có. Andrew Sterling có thể là nhà cung cấp thông tin số một thế giới, song ông ta không hề biết con trai mình là dân gay và anh chàng chưa bao giờ đủ can đảm để thú thật với ông bố.

Cuộc điện thoại gọi cho cậu bạn trai của Andy đã xác nhận cả hai anh chàng đều không có mặt trong thành phố vào thời điểm xảy ra các vụ án mạng. Trung tâm điều hành của E-ZPass cũng xác nhận điều tương tự.

"Chết tiệt, okay, quay về đây ngay, Pulaski."

"Vâng, thưa ông."

Bước đi dọc vỉa hè tối mờ mờ, Lon Sellitto thầm nghĩ, đáng ra mình phải cầm luôn cả súng của Cooper nữa. Tất nhiên, mượn phù hiệu là một chuyện nếu bạn đang bị treo giò nhưng vũ khí lại là chuyện khác. Chuyện đó sẽ biến một sự việc có phần bất lợi trở thành cực kỳ tồi tệ nếu đám Điều tra Nội bộ moi ra được.

Việc đó sẽ cho bọn họ cơ sở để hợp lý hóa quyết định đình chỉ công tác anh mặc dù kết quả xét nghiệm ma túy trở lại sạch sẽ.

Ma túy. Chết tiệt.

Anh ta tìm thấy nơi ở của Carpenter, một ngôi nhà ở khu Thượng East Side, nằm trong một khu vực yên ắng. Đèn trong nhà vẫn bật sáng nhưng không thấy ai bên trong. Anh ta bước lên trước cửa ra vào và bấm chuông.

Viên thám tử tin chắc đã nghe thấy tiếng động từ trong nhà vọng ra. Tiếng bước chân. Rồi tiếng một cánh cửa mở ra.

Sau đó, không có gì suốt một lúc lâu.

Sellitto bất giác đưa tay đến chỗ từng dành cho khẩu súng của anh ta.

Chết tiệt.

Cuối cùng rèm che của một cửa sổ bên cạnh hé mở rồi lại được buông xuống như cũ. Cửa ra vào mở ra, Sellitto nhìn thấy trước mặt mình một người đàn ông vạm vỡ, tóc chải lật ra sau. Ông ta nhìn trân trối vào chiếc phù hiệu. Đôi mắt hiện rõ vẻ bối rối.

"Ông Carpenter..."

Anh ta không có được bất cứ lời đáp nào trước khi vẻ bất an biến mất và khuôn mặt người đàn ông đỏ bừng lên trong cơn giận dữ. Ông ta gầm lên: "Chết tiệt. Quỷ tha ma bắt!".

Lon Sellitto đã nhiều năm nay không có dịp động tay động chân với một tên tội phạm, lúc này anh nhận ra người đàn ông trước mặt có thể dễ dàng nện anh ta một trận nhừ tử trước khi cắt phanh họng anh ta ra. Tại sao mình lại không mượn luôn khẩu súng của Cooper nhỉ và mặc xác muốn ra sao thì ra?

Nhưng hóa ra Sellitto không phải là nguồn gốc của cơn thịnh nộ.

Mục tiêu bị nhắm tới, lạ lùng thay, lại chính là ông chủ của SSD.

"Thằng chó chết Andrew Sterling đã bày ra trò này đúng không? Hắn đã gọi cho ông? Hắn lôi tôi vào những vụ giết người mà chúng ta liên tục được nghe nhắc đến. Ôi, Chúa ơi, tôi phải làm gì đây? Không chừng tôi đã bị đưa vào hệ thống rồi và Watchtower quăng tên tôi lên những danh sách ở khắp nơi trên đất nước này. Ôi trời đất quỷ thần ơi. Tôi đúng là một thằng ngốc chết rấp, để mình mắc bẫy của SSD."

Tâm trạng lo lắng của Sellitto dịu xuống. Anh ta cất tấm phù hiệu đi và yêu cầu người đàn ông bước ra ngoài. Ông ta làm theo.

"Vậy là tôi đã đúng. Andrew đứng đằng sau trò này, đúng không?", Carpenter gầm gừ.

Sellitto không trả lời nhưng hỏi ông ta đã ở đâu khi Malloy bị sát hại ngày hôm đó.

Carpenter nghĩ lại. "Lúc đó tôi có mấy cuộc gặp." Ông ta tự động cung cấp tên của vài quan chức thuộc các ngân hàng lớn trong thành phố cùng số điện thoại của những người này.

"Còn chiều Chủ nhật thì sao?"

"Vợ tôi và tôi có vài người khách đến chơi. Một bữa ăn muộn vui vẻ."

Một bằng chứng ngoại phạm có thể dễ dàng xác minh.

Sellitto gọi điện về nhà Rhyme, thuật lại những gì anh ta thu được. Người nhấc máy là Cooper, anh này lập tức nói sẽ kiểm tra lại bằng chứng ngoại phạm. Sau khi anh ta dập máy, người thám tử quay sang ông chủ nhà Bob Carpenter đang chấn động.

"Hắn là thằng khốn thù dai nhất tôi từng có quan hệ làm ăn."

Tất nhiên Sellitto đã xác nhận với ông chủ nhà rằng tên của ông ta đúng là do SSD cung cấp. Khi biết được việc này, Carpenter nhắm nghiền mắt lại trong giây lát. Cơn giận dữ xẹp dần, thay vào đó là sự lo ngại.

"Hắn đã nói gì về tôi?"

"Dường như ông đã tải về thông tin liên quan tới các nạn nhân ngay trước khi họ bị giết. Trong một số vụ án mạng xảy ra mấy tháng qua."

Carpenter nói: "Đây là chuyện sẽ xảy ra khi Andrew bực mình. Hắn sẽ tìm cách trả miếng. Tôi chưa từng nghĩ sự thế sẽ ra thế này...". Sau đó ông ta cau mày, "Trong mấy tháng qua? Những lần tải thông tin đó, lần gần đây nhất là khi nào?".

"Hai tuần vừa qua."

"À, thế thì không thể là tôi. Tôi đã bị chặn không cho vào hệ thống Watchtower từ đầu tháng Ba rồi."

"Bị chặn?"

Carpenter gật đầu, "Andrew đã tước quyền đăng nhập của tôi".

Điện thoại của Sellitto lại rung, Mel Cooper đang gọi lại. Anh ta cho biết ít nhất có hai nguồn khác nhau đã xác nhận về địa điểm Carpenter có mặt vào thời gian xảy ra án mạng. Sellitto đã bảo anh ta gọi cho Rodney Szarnek để kiểm tra đối chiếu với dữ liệu trên chiếc đĩa CD Pulaski đã mang về. Anh ta gập máy điện thoại lại và nói với Carpenter: "Tại sao ông lại bị chặn?".

"Ông biết đấy, chuyện là tôi có một công ty chuyên lưu kho dữ liệu và..."

"Lưu kho dữ liệu?"

"Chúng tôi lưu trữ dữ liệu mà những công ty như SSD xử lý."

"Không phải như một nhà kho nơi ông cất giữ hàng hóa chứ?"

"Không, không. Chỉ thuần túy là lưu trữ trên máy tính. Trên các server ở New Jersey và Pennsylvania. Dù thế nào đi nữa, tôi đã bị Andrew Sterling dắt mũi. Tất cả thành công của hắn, rồi tiền bạc. Tôi cũng muốn khởi sự khai thác dữ liệu giống như SSD, chứ không chỉ đơn thuần lưu trữ chúng. Tôi dự định sẽ khoanh cho mình một khoảng trời riêng trong vài lĩnh vực mà SSD không mạnh lắm. Tôi không thực sự cạnh tranh với họ, mà chuyện đó cũng đâu có bất hợp pháp."

Sellitto có thể nghe thấy rõ vẻ tuyệt vọng trong giọng nói của người đàn ông khi ông ta phân bua về những gì đã làm.

"Chuyện đó chỉ đáng vài đồng xu lẻ. Nhưng Andrew phát hiện ra và cấm tôi lai vãng đến innerCircle và Watchtower. Hắn đe dọa kiện tôi. Tôi đã cố thương lượng nhưng hôm nay hắn đã chấm dứt việc làm ăn với tôi. Phải đấy, kết liễu tôi. Tôi thực sự chẳng làm gì sai cả", giọng ông ta như vỡ ra. "Đó chỉ là chuyện làm ăn..."

"Và ông nghĩ Sterling đã thay đổi các file để làm như thể ông chính là kẻ sát nhân?"

"Phải có ai đó tại SSD làm việc này."

Vậy kết luận lại, Sellitto thầm nghĩ, Carpenter không phải là một đối tượng nghi vấn và anh ta đang lãng phí thời gian. "Tôi không còn câu hỏi nào nữa. Chúc ngủ ngon."

Nhưng thái độ của Carpenter đã thay đổi hẳn. Cơn giận dữ đã biến mất hoàn toàn, thay vào đó là một tâm trạng mà Sellitto nghĩ chính là sự tuyệt vọng, nếu không phải là sợ hãi. "Đợi đã, ông cảnh sát, đừng hiểu lầm. Tôi đã nói quá nhanh. Tôi không hề muốn ám chỉ đó là Andrew. Tôi đã hóa điên. Đó chỉ là một phản ứng nóng nảy nhất thời. Ông sẽ không nói gì với ông ấy chứ, đúng không?"

Trong lúc bước đi, người thám tử ngoái lại nhìn. Vị chủ nhà có vẻ như sắp bật khóc.


Vậy là thêm một đối tượng nghi vấn nữa hoàn toàn vô tội.

Trước hết là Andy Sterling. Bây giờ đến lượt Carpenter. Cooper đã kiểm tra lại bằng chứng ngoại phạm của ông ta, điều này cho phép khẳng định ông ta không phải là Năm Hai Hai. Khi Sellitto quay lại, anh ta lập tức gọi cho Rodney Szarnek, cậu ta nói ngay đã tìm ra điểm không ổn nằm ở đâu. Mười phút sau cậu ta gọi lại. Câu đầu tiên là: "Hey, hú vía".

Rhyme thở dài, "Tiếp đi".

"Okay, Carpenter đúng là đã tải về số lượng danh sách đủ để cung cấp cho ông ta thông tin cần thiết cho việc tấn công các nạn nhận và những người bị cài bẫy. Nhưng chuyện đó đã diễn ra trong vòng hai năm. Tất cả đều nằm trong các chiến dịch marketing hoàn toàn hợp pháp. Từ tháng Hai trở đi, không có lần nào."

"Nhưng anh đã nói thông tin được tải về ngay trước khi các tội ác diễn ra."

"Đó là những gì được thể hiện trên bảng tính. Nhưng các siêu dữ liệu cho thấy ai đó tại SSD đã chỉnh sửa lại ngày tháng. Chẳng hạn như các thông tin về anh họ anh, ông ta đã có được từ hai năm trước."

"Vậy là ai đó tại SSD đã làm điều đó nhằm kéo chúng ta ra xa mình và hướng chúng ta tới Carpenter."

"Đúng vậy."

"Giờ đến lượt câu hỏi lớn: Kẻ khốn kiếp nào đã sửa lại ngày tháng? Chính là Năm Hai Hai."

Nhưng anh chàng chuyên gia tin học nói: "Không có thông tin nào khác được ghi lại trong các siêu dữ liệu. Người quản lý cũng như nguồn gốc các lần tiếp cận dữ liệu đều không...".

"Có nghĩa là không. Câu trả lời ngắn gọi là vậy chứ gì?"

"Chính xác."

"Anh chắc chứ?"

"Hoàn toàn."

"Cảm ơn", anh khẽ nói. Họ ngừng liên lạc.

Anh con trai đã được loại trừ, Carpenter đã loại trừ...

Em ở đâu, Sachs?

Rhyme bỗng giật mình. Thiếu chút nữa anh đã dùng tên riêng của cô. Theo một quy luật ngầm định giữa hai người, họ chỉ dùng đến họ khi nói về nhau. Nói tên riêng sẽ gây ra xui xẻo. Giống như thể may mắn cũng có lúc xấu đi vậy.

"Linc", Sellitto nói, chỉ tay vào chiếc bảng ghi danh sách đối tượng nghi vấn, "điều duy nhất tôi có thể nghĩ ra là kiểm tra tất cả bọn họ. Ngay lập tức".

"Vậy ư, bằng cách nào đây, Lon? Chúng ta đã có một ông thanh tra thậm chí còn không muốn cuộc điều tra này tồn tại. Chính xác ra chúng ta chẳng thể...", giọng nói của anh nhỏ dần khi hai mắt tập trung chú ý vào những đặc điểm của Năm Hai Hai, rồi sau đó là danh sách các bằng chứng.

Và cả hồ sơ của anh họ anh, vẫn đang nằm trên khung lật trang gần đó.


*   *Sở thích cá nhân*

Hồ sơ 1A. Sản phẩm tiêu dùng

Hồ sơ 1B. Dịch vụ tiêu dùng

Hồ sơ 1C. Du lịch

Hồ sơ 1D. Sức khỏe

Hồ sơ 1E. Giải trí


*   *Tài chính/Giáo dục/Nghề nghiệp*

Hồ sơ 2A. Giáo dục

Hồ sơ 2B. Việc làm, thu nhập

Hồ sơ 2C. Tín dụng và xếp loại

Hồ sơ 2D. Sản phẩm và dịch vụ kinh doanh hay sử dụng


*   *Chính phủ/Luật pháp*

Hồ sơ 3A. Thông tin cá nhân

Hồ sơ 3B. Đăng ký bầu cử

Hồ sơ 3C. Lịch sử pháp lý

Hồ sơ 3D. Lịch sử hình sự

Hồ sơ 3E. Tuân thủ pháp luật

Hồ sơ 3F. Nhập cư và nhập quốc tịch

Những thông tin chứa đựng trong các hồ sơ này là tài sản của Tập đoàn Strategic Systems Datacorp (SSD). Việc sử dụng các thông tin này phải tuân thủ theo văn bản thỏa thuận giữa SSD và Khách hàng đã được xác lập trong các điều khoản chung về thỏa thuận với khách hàng. ©Strategic Systems Datacorp giữ mọi quyền có liên quan.

Rhyme đọc nhanh vài lần tập hồ sơ. Sau đó anh nhìn lại các tài liệu khác đang được dán bằng băng dính trên các bảng ghi bằng chứng. Có điều gì đó không đúng.

Anh gọi lại cho Szarnek: "Rodney, nói cho tôi biết: Một hồ sơ chừng ba mươi trang sẽ chiếm bao nhiêu bộ nhớ trong ổ cứng? Giống như hồ sơ của SSD mà tôi có ở đây".

"Một hồ sơ? Tôi đoán là chỉ có văn bản."

"Phải."

"Nó nằm trong một cơ sở dữ liệu, như thế sẽ được nén lại... Cứ cho là hai mươi lăm kilobyte đi, không thể hơn được."

"Như thế là khá nhỏ đúng không?"

"Một hạt cát giữa sa mạc dữ liệu."

Rhyme đưa mắt nhìn về phía câu trả lời. "Tôi có thêm một câu hỏi nữa cho anh đây."

"Nói đi."

Đầu cô ong ong đau nhức, cô cảm thấy vị máu từ chỗ môi bị rách sau khi va đập vào bức tường đá.

Dí dao cạo vào cổ Amelia, tên sát nhân đã tước súng của cô, sau đó lôi cô qua một cánh cửa ở tầng trệt, lên một cầu thang dốc dẫn vào phần "bề ngoài" của ngôi nhà, một không gian hiện đại, lạnh lẽo mang âm hưởng của phong cách trang trí với hai màu trắng - đen của SSD.

Sau đó hắn lôi cô tới trước một cánh cửa nằm trên bức tường phía sau phòng khách.

Thật mỉa mai, hóa ra đó là một chiếc tủ tường. Hắn đẩy cô đi qua vài món quần áo nặng mùi và mở một cánh cửa nữa nằm trên bức tường đằng sau tủ, lôi cô xềnh xệch vào trong rồi lấy đi bộ đàm, điện thoại di động, chìa khóa và con dao gập trong túi quần sau của cô. Hắn ấn người cô ép sát vào một lò sưởi nằm giữa những chồng báo cũ cao ngất rồi còng tay cô vào khung sắt đã gỉ. Cô đưa mắt nhìn quanh thiên đường của gã nghiện tích trữ này, ẩm mốc, âm u, sặc mùi của đồ cũ, chưa bao giờ cô thấy nhiều rác rưởi tập trung tại cùng một chỗ như vậy. Tên sát nhân mang toàn bộ những món đồ vừa lấy của cô đặt lên một chiếc bàn lớn, mặt bàn gần như không còn chỗ trống. Dùng chính con dao của cô, hắn bắt đầu tháo tung chiếc điện thoại di động. Hắn làm việc một cách tỉ mỉ, khoan khoái ngắm nghía từng linh kiện bị tháo rời như thể một tử thi bị mổ xẻ để lấy nội tạng.

Lúc này cô đang quan sát tên sát nhân trong lúc hắn ngồi vào bàn làm việc, gõ không ngừng lên bàn phím. Xung quanh hắn là những chồng báo cao ngất; những tòa tháp được tạo thành từ hộp giấy, hộp diêm, đồ thủy tinh; những chiếc hộp có ghi nhãn "Thuốc lá", "Cúc", "Kẹp giấy"; những chiếc lon đựng thức ăn được sản xuất từ những năm sáu mươi và bảy mươi; những sản phẩm vệ sinh. Còn có hàng trăm chiếc thùng khác bằng gỗ, kim loại và những thùng nhựa màu trắng đục cho phép nhìn thấy lờ mờ thứ bên trong như những chiếc bóng tí hon.

Nhưng cô không quan tâm đến những món sưu tập đó. Cô đang choáng váng nghĩ đến việc hắn đã hoàn toàn qua mặt được họ. Năm Hai Hai không hề có mặt trong danh sách những đối tượng nghi vấn. Họ đã hoàn toàn sai lầm về những tay quản lý ngạo mạn khinh khỉnh, đám nhân viên kỹ thuật, những khách hàng, hay khả năng về một hacker hoặc một sát thủ do Andrew Sterling thuê nhằm thực hiện những công việc bẩn thỉu cho công ty.

Thế nhưng hắn *đúng* là một nhân viên của SSD.

Tại sao cô không hề nghĩ tới một chuyện hiển nhiên đến thế.

Năm Hai Hai chính là gã nhân viên bảo vệ đã dẫn cô đi một vòng qua các khu biệt trữ dữ liệu ngày thứ Hai. Cô vẫn còn nhớ tên hắn ghi trên thẻ nhân viên. John. Họ Rollins. Chắc chắn hắn đã thấy cô và Pulaski tới chốt bảo vệ ngoài tiền sảnh trụ sở của SSD ngày thứ Hai và nhanh chóng xuất hiện tình nguyện tháp tùng họ lên văn phòng của Sterling. Sau đó, hắn lảng vảng xung quanh để tìm hiểu thêm. Cũng có thể hắn đã biết trước họ sắp đến và thu xếp để có ca làm việc vào sáng hôm đó.

*Kẻ biết tất cả...*

Hắn đã đi cùng cô khắp Đá Xám ngày thứ Hai đó, lẽ ra cô cần phải biết các nhân viên bảo vệ được phép đi vào trong tất cả các khu biệt trữ cũng như Trung tâm Tiếp nhận. Cô nhớ lại một khi đã ở trong khu biệt trữ, sẽ không còn cần đến mật khẩu để đăng nhập vào innerCircle. Cô vẫn không rõ bằng cách nào hắn có thể đem những chiếc đĩa chứa dữ liệu ra ngoài vì cả hắn cũng đã bị khám người khi họ rời khỏi khu biệt trữ. Có vẻ như hắn đã tìm ra cách nào đó.

Cô nheo mắt, hy vọng cảm giác đau đớn trong hộp sọ sẽ dịu bớt. Nhưng không hề. Cô ngước mắt nhìn lên, về phía bức tường phía trước bàn làm việc, nơi có treo một bức tranh - một bức tranh thực như ảnh chân dung một gia đình. Tất nhiên rồi: Bức tranh của Harvey Prescott mà hắn đã giết Alice Sanderson để đoạt lấy, sau đó đổ cái chết của cô ấy lên đầu Arthur Rhyme vô tội.

Đôi mắt cô cuối cùng cũng đã quen với điều kiện ánh sáng lờ mờ, Sachs liền tập trung quan sát đối thủ của mình. Cô đã không để ý đến hắn trong lúc hắn tháp tùng cô đi vòng vèo trong tòa nhà trụ sở của SSD. Nhưng lúc này cô có thể quan sát hắn thật rõ ràng - một người đàn ông gầy gò, da trắng nhợt, khuôn mặt có vẻ gì đó rất khó nói nhưng khá đẹp trai. Đôi mắt sâu rất linh hoạt, hai cánh tay mạnh mẽ với các ngón rất dài.

Tên sát nhân cảm nhận được có ánh mắt đang chăm chú quan sát mình. Hắn nhìn cô chằm chằm với vẻ thèm thuồng. Sau đó quay lại với chiếc máy tính và tiếp tục gõ liên hồi lên bàn phím. Chừng một tá bàn phím khác, phần lớn đã vỡ hỏng, hay có các phím đã mờ hết chữ, nằm chồng đống dưới sàn. Vô dụng với bất kỳ ai khác. Nhưng Năm Hai Hai, tất nhiên rồi, không thể ném chúng đi. Xung quanh hắn là hàng nghìn tờ giấy màu vàng kín những dòng chữ viết tay với nét chữ nhỏ nhắn, nắn nót - nguồn gốc của những mẩu giấy họ tìm thấy tại một hiện trường.

Mùi quần áo vải vóc không được giặt giũ xông lên nồng nặc. Hiển nhiên là hắn đã quen thuộc với thứ mùi khó ngửi này đến mức không còn nhận ra sự có mặt của nó. Có lẽ hắn còn cảm thấy thích thú khi được hít ngửi cái mùi này.

Sachs nhắm mắt lại, tựa đầu vào một chồng báo. Không vũ khí, không còn khả năng tự vệ... Cô có thể làm gì đây? Cô bực bội thầm trách mình đã không để lại một tin nhắn chi tiết hơn cho Rhyme nói rõ cô đang đi đâu.

Không còn khả năng tự vệ...

Nhưng rồi trong đầu cô chợt lóe lên tiêu đề chung cho cả vụ án Năm Hai Hai này: *Hiểu biết là sức mạnh.*

Hãy tìm ra điều gì đó về hắn để làm vũ khí cho mình.

Suy nghĩ đi!

Nhân viên bảo vệ John Rollins của SSD... Cái tên đó chẳng nói lên điều gì với cô. Nó chưa từng xuất hiện trong suốt cuộc điều tra. Hắn có mối quan hệ như thế nào với SSD, tới các tội ác, tới dữ liệu?

Sachs quan sát căn phòng âm u xung quanh mình, ngỡ ngàng trước số lượng những thứ đồ bỏ đi mà cô nhìn thấy.

*Nhiễu loạn...*

Tập trung vào từng thứ một.

Và rồi một thứ ở tận góc tường phía xa chợt thu hút sự chú ý của cô. Đó là một trong những bộ sưu tập của hắn: Một tập lớn những tấm vé đi cáp treo tại các khu trượt tuyết ở Vail, núi Copper, Breckinridge, Beaver Creek...

Có thể nào?

Okay, cũng đáng để mạo hiểm.

"Peter", cô nói với giọng đầy tự tin, "anh và tôi cần nói chuyện".

Nghe thấy cái tên đó, hắn chớp mắt quay lại nhìn cô. Trong khoảnh khắc đôi mắt hắn hiện lên vẻ ngỡ ngàng như thể vừa bị một cái tát vào mặt.

Phải rồi, cô đã đúng. John Rollins chính là một cái tên giả. Trên thực tế hắn ta là Peter Gordon, tay săn dữ liệu nổi tiếng đã chết... À không, đã giả chết khi SSD thôn tính công ty nơi hắn làm việc ở Colorado mấy năm trước.

"Chúng tôi rất tò mò về cái chết được ngụy tạo đó. Kết quả xét nghiệm ADN đó? Anh đã làm cách nào vậy?"

Hắn dừng gõ bàn phím, ngước mắt nhìn chằm chằm vào bức tranh. Cuối cùng hắn lên tiếng: "Thật nực cười đúng không? Chúng ta tin tưởng vào dữ liệu mà không buồn đặt câu hỏi". Hắn quay về phía cô. "Nếu dữ liệu nằm trong một chiếc máy tính, chúng ta biết ngay nó phải đúng. Nếu nó dính dáng đến vị thần tối thượng ADN thì *nhất định* càng đúng. Không hỏi thêm gì nữa. Chấm hết."

"Vậy anh là - Peter Gordon bị mất tích. Cảnh sát tìm thấy chiếc xe đạp và một thi thể đã bị phân hủy mặc quần áo của anh. Cũng chẳng còn lại gì nhiều sau khi lũ thú hoang đã dính vào, đúng không? Họ lấy mẫu tóc cũng như nước bọt trong nhà anh. Phải rồi, ADN hoàn toàn khớp. Không nghi ngờ gì nữa. Anh đã chết. Nhưng trong phòng tắm đâu phải là tóc và nước bọt của anh, đúng không? Anh đã giết người và lấy vài sợi tóc của anh ta để vào phòng tắm của mình. Lấy bàn chải của anh chà lên răng anh ta, không sai chứ?"

"Và một chút máu trên lưỡi dao cạo Gillette. Cảnh sát các vị luôn thích những vết máu mà, đúng không?"

"Người đã bị anh giết là ai vậy?"

"Một cậu nhóc từ California tới. Vẫy xe đi nhờ trên con đường liên bang 70 ."

Hãy làm cho hắn cảm thấy bất an - thông tin chính là vũ khí duy nhất của cô. Hãy sử dụng nó! "Thế nhưng chúng tôi chưa bao giờ biết được tại sao anh lại làm thế, Peter. Liệu có phải nhằm phá hoại việc SSD thôn tính Rocky Mountain Data không? Hay còn lý do khác nữa?"

"Phá hoại?", hắn lẩm bẩm với vẻ kinh ngạc. "Các vị không hiểu nổi, đúng không? Khi Andrew Sterling và người của ông ta từ SSD tới Rocky Mountain và muốn mua lại nó, tôi đã lùng sục tìm kiếm tất cả những thông tin có thể tìm được về ông ta và công ty này. Những gì tôi tìm thấy thật đáng kinh ngạc! Andrew Sterling chính là Chúa trời. Ông ta là tương lai của dữ liệu, cũng có nghĩa chính là tương lai của xã hội. Ông ta có thể tìm ra những dữ liệu mà tôi thậm chí không tưởng tượng nổi có tồn tại và sử dụng nó như một khẩu súng, một phương thuốc hay Nước Thánh. Tôi cần trở thành một phần của điều ông ta đang làm."

"Nhưng anh không thể trở thành một kẻ săn dữ liệu cho SSD. Không thể, với những gì anh đã lên kế hoạch, đúng không? Vì những... thú vui sưu tập khác của anh? Và cách sống của anh", cô hất hàm ra hiệu về phía những gian buồng chật ních.

Khuôn mặt hắn tối sầm lại, hai mắt mở to. "Tôi muốn trở thành một phần của SSD. Cô nghĩ tôi không muốn ư? Ôi, những vị trí tôi đã có thể vươn tới! Nhưng đó không phải là số phận dành cho tôi." Hắn im bặt, rồi đưa tay lướt một vòng quanh mình, chỉ về phía những bộ sưu tập của hắn. "Cô nghĩ sống như thế này là điều tôi đã lựa chọn sao? Cô nghĩ tôi thích nó sao?", giọng nói của hắn như vỡ ra. Thở từng nhịp nặng nề, gã hơi mỉm cười. "Không, cuộc sống của tôi phải nằm ngoài vòng kiểm soát. Đó là cách duy nhất để tôi có thể sống sót. Ngoài-vòng-kiểm-soát."

"Vậy là anh ngụy tạo cái chết của mình và đánh cắp một danh tính khác. Tạo cho mình một cái tên mới, một số bảo hiểm xã hội mới, của ai đó đã chết."

Hắn đã bình tĩnh trở lại. "Phải, một đứa trẻ. Jonathan Rollins, ba tuổi, ở Colorado Springs. Tìm cho mình một danh tính mới thật dễ dàng. Những người theo chủ nghĩa phòng thân[1] làm thế hàng ngày. Cô có thể mua những cuốn sách về chủ đề này..." Một nụ cười thấp thoáng. "Chỉ cần nhớ hãy trả bằng tiền mặt."

---

[1] Phong trào của các cá nhân hoặc nhóm người luôn chuẩn bị đề phòng cho các sự cố về chính trị, xã hội có thể xảy ra ở địa phương, khu vực, quốc gia hoặc thế giới.

"Và anh tìm được công việc làm bảo vệ. Nhưng chẳng lẽ không ai tại SSD nhận ra anh?"

"Tôi chưa từng trực tiếp gặp ai tại công ty. Đó chính là điều kỳ diệu của việc khai thác dữ liệu. Tôi có thể thu thập dữ liệu một cách hoàn toàn riêng tư trong *căn phòng* của chính mình."

Thế rồi giọng nói của hắn nhỏ dần. Hắn có vẻ bất an, lo lắng về những gì cô vừa nói. Liệu có đúng trên thực tế họ đã tiến gần tới việc phát giác ra Rollins chính là Peter Gordon hay không? Liệu còn có ai khác tìm tới ngôi nhà này để điều tra thêm hay không? Có vẻ như hắn đã quyết định không thể sơ suất. Gordon chộp lấy chìa khóa chiếc xe của Pam. Hắn muốn giấu chiếc xe đi. Tên sát nhân kiểm tra dây đeo chìa khóa. "Loại rẻ tiền. Không có chip RFID. Nhưng ngày nay bất cứ ai cũng chụp lại biển số xe của mình. Cô đậu xe ở đâu?"

"Anh nghĩ tôi sẽ nói cho anh sao?"

Hắn nhún vai bỏ đi.

Chiến thuật của cô đã có hiệu quả, cố moi ra một chút thông tin và sử dụng nó làm vũ khí. Không lấy gì làm nhiều, đúng là vậy, song ít nhất cô cũng kéo dài được thêm một khoảng thời gian.

Tuy nhiên, liệu khoảng thời gian đó có đủ để cô moi được chiếc chìa khóa còng tay đang nằm sâu dưới tận đáy túi quần hay không?

# CHƯƠNG 45

"**H**ãy nghe tôi nói đây. Đồng nghiệp của tôi đã mất tích. Tôi cần xem qua một số file dữ liệu."

Rhyme đang nói chuyện với Andrew Sterling qua đường truyền video độ nét cao.

Ông chủ của SSD đã quay lại văn phòng khắc kỷ của mình tại Đá Xám. Ông ta ngồi thẳng người trên một chiếc ghế làm hoàn toàn bằng gỗ trơn, dáng vẻ cứng đờ, hài hước ở chỗ không khác gì tư thế bất động của Rhyme trên chiếc TDX. Sterling nói với giọng mềm mỏng: "Sam Brockton đã nói chuyện với ông rồi. Cả thanh tra Glenn nữa". Không chút băn khoăn trong giọng nói. Một chút cảm xúc cũng không, mặc dù nụ cười dễ mến vẫn thường trực trên khuôn mặt ông ta.

"Tôi muốn xem hồ sơ về đồng nghiệp của tôi. Người thám tử mà ông đã gặp, Amelia Sachs. Toàn bộ hồ sơ về cô ấy."

"*Toàn bộ*, ý của ông là gì, Đại úy Rhyme?"

Nhà tội phạm học chú ý tới việc Sterling đã nói đến cấp bậc của anh, một điều không nhiều người biết. "Ông biết quá rõ ý tôi là gì."

"Không hề."

"Tôi muốn xem hồ sơ Kiểm soát 3E của cô ấy."

Lại một thoáng do dự nữa. "Tại sao? Trong đó chẳng có gì hết. Một số thông tin được lưu trữ trong các hồ sơ chính phủ đã được phép công bố công khai theo luật Bí mật cá nhân."

Nhưng người đàn ông này đang nói dối. Đặc vụ Kathryn Dance đã dạy cho anh một số kiến thức về ngôn ngữ cơ thể và cách phân tích phương thức đối thoại của người khác. Một thoáng do dự trước khi trả lời thường là một dấu hiệu báo trước sự lừa gạt, vì đối tượng đang tìm cách tạo ra một câu trả lời hợp lý nhưng hoàn toàn sai sự thật. Người ta thường nói một cách lưu loát khi đó là sự thật, khi đó không cần phải động não để bịa đặt.

"Vậy tại sao ông không muốn tôi xem nó?"

"Chỉ đơn giản là chẳng có lý do nào để... Nó sẽ chẳng giúp ích gì được cho ông."

Dối trá.

Đôi mắt màu xanh lục của Sterling vẫn giữ được vẻ bình thản, mặc dù có một lần chúng hơi liếc nhìn sang bên, Rhyme nhận ra ông ta đang nhìn vào Ron Pulaski; cậu cảnh sát trẻ đã quay trở lại phòng thí nghiệm, lúc này đang đứng sau lưng Rhyme.

"Vậy hãy trả lời một câu hỏi của tôi."

"Vâng?"

"Tôi vừa nói chuyện với một chuyên gia tin học của Sở Cảnh sát New York. Tôi đã nhờ anh ta ước lượng xem hồ sơ của anh họ tôi tại SSD có dung lượng lớn đến đâu."

"Vậy thì sao?"

"Anh ta nói một hồ sơ gồm ba mươi trang văn bản sẽ có kích thước khoảng hai mươi lăm kilobyte."

"Tôi cũng quan ngại không kém gì ông về an nguy của đồng nghiệp ông nhưng..."

"Tôi rất nghi ngờ chuyện đó. Giờ hãy nghe tôi nói đây." Phản ứng duy nhất của Sterling là hơi nhướn một bên mày. "Một hồ sơ cá nhân điển hình có chứa hai mươi lăm kilobyte dữ liệu. Nhưng tài liệu quảng cáo của ông tuyên bố ông có trên năm trăm petabyte dữ liệu. Không thể hiểu được tại sao lại có lượng dữ liệu lớn đến thế."

Sterling không trả lời.

"Nếu trung bình một hồ sơ có kích thước chừng hai mươi lăm kilobyte, như vậy cơ sở dữ liệu cho tất cả mọi người trên trái đất này gộp lại sẽ có thể lên tới một trăm năm mươi tỷ kilobyte, nếu làm tròn. Nhưng innerCircle có chứa tới hơn năm nghìn tỷ kilobyte dữ liệu. Vậy trong phần bộ nhớ còn lại của innerCircle là những gì vậy, Sterling?"

Lại một thoáng do dự, "À, rất nhiều thứ... Các tư liệu đồ họa, những bức ảnh, chúng chiếm rất nhiều bộ nhớ. Các dữ liệu hành chính chẳng hạn".

Dối trá.

"Vậy hãy cho tôi biết tại sao ngay từ đầu một ai đó lại nhất thiết phải có một file Kiểm soát? Ai cần bị kiểm soát và về điều gì?"

"Chúng tôi đảm bảo rằng hồ sơ của tất cả mọi người đều được kiểm soát để phù hợp với yêu cầu của pháp luật."

"Sterling, nếu file dữ liệu đó không được gửi tới máy tính của tôi sau năm phút nữa, tôi sẽ liên lạc thẳng tới tờ *Times* và tiết lộ câu chuyện về việc ông đã trợ giúp và che giấu một tên tội phạm đã sử dụng các thông tin thuộc quyền sở hữu của ông để cưỡng dâm và giết người. Đám đặc vụ của Ban Kiểm soát tại Washington sẽ không thể cứu được ông khỏi những hàng tít đó đâu. Câu chuyện đó sẽ xuất hiện trên trang nhất. Tôi dám đảm bảo việc này."

Đến đây Sterling chỉ bật cười, khuôn mặt ông ta đầy tự tin. "Tôi không nghĩ chuyện đó sẽ xảy ra. Giờ thì, đại úy, tôi sẽ phải nói lời tạm biệt."

"Sterling..."

Màn hình tắt phụt.

Rhyme nhắm nghiền mắt lại thất vọng. Nhà tội phạm học điều khiển chiếc xe của anh tới gần những tấm bảng bằng chứng và danh sách các đối tượng nghi vấn. Anh nhìn chằm chằm vào những nét chữ viết tay của Thom và Sachs, một số được viết rất tháu, một số được nắn nót cẩn thận.

Nhưng bản thân chúng chẳng đem lại bất cứ câu trả lời nào.

Em đang ở đâu, Sachs?

Anh biết cô luôn sống cận kề nguy hiểm và anh sẽ không bao giờ yêu cầu cô tránh xa những tình huống nguy hiểm mà cô có xu hướng luôn bị hút vào. Nhưng anh thực sự bực bội vì cô đã lần theo đầu mối quái quỷ của mình mà không có ai hỗ trợ.

"Lincoln?", Ron Pulaski khẽ hỏi. Rhyme ngước mắt nhìn lên, nhận thấy đôi mắt anh chàng cảnh sát trẻ có vẻ lạnh lùng khác thường khi nhìn những bức ảnh chụp thi thể của Myra Weinburg tại hiện trường vụ án.

"Gì vậy?"

Cậu ta quay sang phía nhà tội phạm học. "Tôi có một ý tưởng."

Khuôn mặt với chiếc mũi băng bó giờ đây đang choán hết màn hình có độ phân giải cao.

"Anh có quyền truy cập vào innerCircle, đúng không?", Ron Pulaski hỏi Mark Whitcomb với giọng bình thản. "Anh nói anh không được cho phép nhưng thực tế là có."

Tay trợ lý Ban Kiểm soát thở dài. Nhưng cuối cùng anh ta lên tiếng: "Đúng thế", rồi nhìn thẳng vào webcam một lát, sau đó nhìn đi chỗ khác.

"Mark, chúng tôi có một rắc rối. Chúng tôi cần anh giúp."

Pulaski kể lại chuyện Sachs mất tích cũng như nghi vấn của Rhyme rằng file thông tin Kiểm soát của cô có thể giúp họ biết được cô đã đi đâu. "Có gì ở trong tài liệu đó?"

"Một hồ sơ Kiểm soát?", Mark Whitcomb khẽ nói. "Việc truy cập vào những hồ sơ này bị cấm tuyệt đối. Nếu bọn họ tìm ra, tôi sẽ phải vào tù. Và cách mà Sterling sẽ phản ứng lại... còn tồi tệ hơn nhà tù."

Pulaski gằn giọng: "Anh đã không thành thực với chúng tôi và đã có người phải chết". Sau đó cậu ta nhẹ giọng nói tiếp: "Chúng tôi là những người tốt, Mark. Hãy giúp chúng tôi. Đừng để ai bị thương tổn nữa. Xin anh đấy".

Cậu ta không nói gì thêm, để cho sự im lặng buông xuống.

Làm tốt lắm, chàng trai, Rhyme thầm nghĩ, lần này anh chấp nhận vị trí phụ tá.

Whitcomb cau mặt. Anh ta nhìn quanh, rồi ngước mắt nhìn lên trần nhà. Có phải anh ta đang lo sợ các thiết bị nghe trộm hay các camera theo dõi an ninh? Rhyme tự hỏi. Có vẻ là vậy, vì khi anh ta lên tiếng, giọng nói anh ta lộ rõ vẻ cam chịu và khẩn trương, "Hãy ghi lại mau. Chúng ta không có nhiều thời gian đâu".

"Mel! Lại đây. Chúng ta sẽ xâm nhập vào hệ thống của SSD, vào innerCircle."

"Chúng ta? Được thôi, nghe không có vẻ hay ho lắm. Đầu tiên là Lon nẫng mất phù hiệu của tôi, giờ lại đến việc này." Anh ta vội chạy tới một chiếc máy tính ở cạnh vị trí của Rhyme. Whitcomb đọc cho họ địa chỉ một trang web, Cooper lập tức gõ vào trình duyệt. Trên màn hình xuất hiện một thông báo cho biết họ đã truy cập tới server được bảo vệ của SSD. Whitcomb cho Cooper một tên đăng nhập tạm thời và sau một khoảnh khắc do dự, anh ta đọc ba mật mã dài cấu thành từ các ký tự ngẫu nhiên.

"Hãy tải về file được mã hóa trong hộp chọn ở giữa màn hình và bấm thực hiện."

Cooper làm theo, không lâu sau một cửa sổ khác hiện ra.

*Xin chào mừng, NGHF 235, xin vui lòng nhập vào (1) mã số SSD gồm mười sáu ký tự của Đôi tượng hoặc (2) tên quốc gia và số hộ chiếu của Đôi tượng hoặc (3) tên Đôi tượng, địa chỉ hiện tại, số bảo hiểm xã hội và một số điện thoại.*

"Hãy nhập vào thông tin của người các vị quan tâm."

Rhyme đọc các thông tin cá nhân của Sachs. Trên màn hình xuất hiện: *Xác nhận truy cập vào Hồ sơ Kiểm soát 3E? Có. Không.*

Cooper bấm vào lựa chọn thứ nhất và một hộp thoại xuất hiện, hỏi một mật mã nữa.

Liếc nhìn lên trần nhà một lần nữa, Whitcomb hỏi: "Các vị sẵn sàng chưa?".

Như thế sắp có điều gì đó quan trọng xảy ra. "Sẵn sàng."

Whitcomb cung cấp cho họ một mật mã mười sáu ký tự nữa, Cooper lập tức nhập vào. Rồi anh ta gõ *Enter.*

Khi những dòng văn bản bắt đầu hiện lên dày đặc trên màn hình, nhà tội phạm học kinh ngạc kêu lên: "Ôi, Chúa ơi".

Không dễ gì có thể khiến Lincoln Rhyme phải kinh ngạc.

# Nghiêm cấm

*Việc sở hữu hồ sơ này với bất cứ ai không được cấp giấy phép A-18 hoặc loại giấy phép cao hơn sẽ là một hành động vi phạm luật liên bang.*

Hồ sơ 3E. Kiểm soát

Mã số SSD của đối tượng: 7303 - 4490 - 7831 - 3478

Tên: Amelia H. Sachs

Số trang: 478

# Mục lục

- Hãy nhấp chuột vào các chủ đề để xem

- Ghi chú: Có thể cần đến năm phút để truy cập tới các tư liệu được lưu trữ.

*\* Đặc điểm cá nhân*

- Tên/Bí danh/Biệt danh/Tên danh xưng/Các tên gọi khác

- Số bảo hiểm xã hội

- Địa chỉ hiện tại

- Bản đồ vệ tinh của địa chỉ hiện tại

- Các địa chỉ trước đây

- Tư cách công dân

- Sắc tộc

- Gia đình

- Quốc tịch gốc

- Mô tả đặc điểm cơ thể/Các dấu hiện nhận dạng đặc trưng

- Các chi tiết sinh trắc học

   + Ảnh chụp

   + Video

   + Dấu vân tay

   + Dấu bàn chân

   + Dấu quét nhãn cầu

   + Dấu quét đồng tử

   + Tư thế đi lại

   + Kết quả quét nhận dạng khuôn mặt

- Mẫu mô cơ thể

- Tiền sử y tế

- Khuynh hướng chính trị

- Các tổ chức nghề nghiệp tham gia

- Các tổ chức ái hữu tham gia

- Khuynh hướng tôn giáo

- Quân sự

   + Nhập ngũ/giải ngũ

   + Đánh giá của Bộ Quốc phòng

   + Đánh giá của Vệ binh Quốc gia

   + Huấn luyện về các hệ thống vũ khí

- Lịch sử quyên góp

    + Chính trị

    + Tôn giáo

    + Y tế

    + Từ thiện

 - Tâm lý/Tâm thần

- Đặc điểm tính cách theo Myer-Briggs[1]

- Sở thích tình dục

- Các sở thích/Các chủ đề quan tâm

- Các câu lạc bộ/Hội ái hữu


*\* Các cá nhân có quan hệ với đối tượng*

- Vợ/chồng

- Các mối quan hệ riêng tư

- Con cái

- Bố mẹ

- Anh chị em ruột

- Ông bà nội

- Ông bà ngoại

- Họ hàng cùng huyết thống khác, còn sống

- Họ hàng cùng huyết thống khác, đã qua đời

- Họ hàng thông qua hôn nhân hay các mối quan hệ thân tộc

---

[1] Bảng câu hỏi nhằm đánh giá tâm lý, tính cách của từng cá nhân, được đặt tên theo các nhà phát triển nó là Katharine Cook Briggs và con gái bà, Isabel Briggs Myers.

- Hàng xóm

   + Hiện tại

   + Trong năm năm vừa qua (có lưu trữ, có thể phải đợi trong quá trình truy cập)

- Đồng nghiệp, khách hàng...

   + Hiện tại

   + Trong năm năm vừa qua (có lưu trữ, có thể cần chờ đợi trong quá trình truy cập)

- Những người quen biết

   + Trực tiếp

   + Trực tuyến

- Những nhân vật, con người ưa thích

*\* Tài chính'*

- Việc làm - hiện tại

   + Loại công việc

   + Lịch sử lương

   + Số ngày vắng mặt tại nhiệm sở/Lý do vắng mặt

   + Bị sa thải/Đăng ký thất nghiệp

   + Khen thưởng/Khiển trách

   + Những hành vi phân biệt đối xử theo điều 7[1] từng gặp phải

   + Những biến cố về an toàn lao động và sức khỏe gặp phải trong công việc

---

[1] Điều 7 trong bộ luật về quyền dân sự của Mỹ, ban hành năm 1964, quy định về quyền bình đẳng trong cơ hội tìm kiếm việc làm.

+ Các biến cố khác

- Việc làm - quá khứ (có lưu trữ, có thể phải đợi trong quá trình truy cập)

+ Loại công việc

+ Lịch sử lương

+ Số ngày vắng mặt tại nhiệm sở/Lý do vắng mặt

+ Bị sa thải/ Đăng ký thất nghiệp

+ Khen thưởng/ Khiển trách

+ Những hành vi phân biệt đối xử theo điều 7 từng gặp phải

+ Những biến cố về an toàn lao động và sức khỏe gặp phải trong công việc

+ Các biến cố khác

- Thu nhập - hiện tại

+ Có báo cáo với IRS[1]

+ Không báo cáo

+ Thu nhập ở nước ngoài

- Thu nhập - quá khứ

+ Có báo cáo với IRS

+ Không báo cáo

+ Thu nhập ở nước ngoài

- Tài sản hiện có

+ Bất động sản

+ Xe hơi và tàu thuyền

---

[1] Internal Revenue Service: Cơ quan Thuế vụ Mỹ.

+ Tài khoản ngân hàng/chứng khoán

+ Các hình thức bảo hiểm

+ Tài sản khác

- Tài sản, biến động trong vòng mười hai tháng vừa qua, những trường hợp được trao lại hoặc mua

+ Bất động sản

+ Xe hơi và tàu thuyền

+ Tài khoản ngân hàng/chứng khoán

+ Các hình thức bảo hiểm

+ Tài sản khác

- Tài sản, biến động trong vòng năm năm vừa qua, những trường hợp được trao lại hoặc mua (có lưu trữ, có thể phải đợi trong quá trình truy cập)

+ Bất động sản

+ Xe hơi và tàu thuyền

+ Tài khoản ngân hàng/chứng khoán

+ Các hình thức bảo hiểm

+ Tài sản khác

- Báo cáo tín dụng/Xếp loại tín dụng

- Giao dịch tài chính, thông qua các định chế trong lãnh thổ Mỹ

+ Hôm nay

+ Bảy ngày vừa qua

+ Ba mươi ngày vừa qua

+ Năm vừa qua

+ Năm năm vừa qua (có lưu trữ, có thể cần chờ đợi trong quá trình truy cập)

- Giao dịch tài chính, thông qua các định chế tại nước ngoài

+ Hôm nay

+ Bảy ngày vừa qua

+ Ba mươi ngày vừa qua

+ Năm vừa qua

+ Năm năm vừa qua (có lưu trữ, có thể phải đợi trong quá trình truy cập)

- Giao dịch tài chính, Hawala[1] và các hình thức giao dịch tiền mặt khác, trong lãnh thổ Mỹ và tại nước ngoài

+ Hôm nay

+ Bảy ngày vừa qua

+ Ba mươi ngày vừa qua

+ Năm vừa qua

+ Năm năm vừa qua (có lưu trữ, có thể cần chờ đợi trong quá trình truy cập)

*\* Liên lạc*

- Các số điện thoại hiện tại

+ Di động

+ Mặt đất

+ Vệ tinh

- Những số điện thoại trước đây trong vòng mười hai tháng qua

---

[1] Hệ thống giao dịch tiền tệ truyền thống bắt nguồn từ các quốc gia theo đạo Hồi, dựa trên mạng lưới những người cho vay và môi giới tiền tệ.

＋ Di động

＋ Mặt đất

＋ Vệ tinh

- Những số điện thoại trước đây trong vòng năm năm qua (có lưu trữ, có thể cần chờ đợi trong quá trình truy cập)

＋ Di động

＋ Mặt đất

＋ Vệ tinh

- Các số fax

- Các số máy nhắn tin

- Những cuộc gọi tới/gọi đi qua điện thoại/máy nhắn tin - điện thoại di động/PDA

＋ Trong ba mươi ngày vừa qua

＋ Trong năm vừa qua (có lưu trữ, có thể phải đợi trong quá trình truy cập)

- Những cuộc gọi tới/gọi đi qua điện thoại/máy nhắn tin/gửi fax - điện thoại mặt đất

＋ Trong ba mươi ngày vừa qua

＋ Trong năm vừa qua (có lưu trữ, có thể phải đợi trong quá trình truy cập)

- Những cuộc gọi tới/gọi đi qua điện thoại/máy nhắn tin/gửi fax - điện thoại vệ tinh

＋ Trong ba mươi ngày vừa qua

＋ Trong năm vừa qua (có lưu trữ, có thể cần chờ đợi trong quá trình truy cập)

- Ghi âm/ghi nhận

+ Theo Luật Theo dõi tình báo nước ngoài (FISA)

+ Qua các thiết bị lưu trữ số điện thoại liên lạc

+ Theo Điều 3[1]

+ Những trường hợp khác, theo lệnh

+ Những trường hợp khác, thứ yếu

- Những hoạt động sử dụng điện thoại qua web

- Nhà cung cấp dịch vụ Internet, hiện tại

- Nhà cung cấp dịch vụ Internet, mười hai tháng vừa qua

- Nhà cung cấp dịch vụ Internet, năm năm vừa qua (có lưu trữ, có thể cần chờ đợi trong quá trình truy cập)

- Các trang ưa thích/những trang web đã đánh dấu chú ý

- Các địa chỉ email

+ Hiện tại

+ Trước đây

- Sử dụng email trong năm vừa qua

+ Lịch sử bộ giao thức mạng TCP/IP

+ Các địa chỉ gửi đi

+ Các địa chỉ gửi đến

+ Nội dung (có thể cần có giấy phép để xem)

- Sử dụng email trong năm năm vừa qua (có lưu trữ, có thể cần chờ đợi trong quá trình truy cập)

+ Lịch sử bộ giao thức mạng TCP/IP

+ Các địa chỉ gửi đi

---

[1] Điều 3 Luật liên bang Mỹ quy định các quyền hạn của Tổng thống Mỹ với các điều luật liên bang.

+ Các địa chỉ gửi đến

+ Nội dung (có thể cần có giấy phép để xem)

- Các trang web, hiện tại

+ Cá nhân

+ Nghề nghiệp

- Các trang web, năm năm vừa qua (có lưu trữ, có thể phải đợi trong quá trình truy cập)

+ Cá nhân

+ Nghề nghiệp

- Blog, lifelog[1], các trang web (xem các phụ lục để tìm những chi tiết quan tâm)

- Đăng ký thành viên các mạng xã hội (mySpace, Facebook, Ourworld, các mạng khác) (xem các phụ lục để tìm những chi tiết quan tâm)

- Các hình biểu tượng/Các biểu trưng cá nhân khác trên mạng

- Danh sách địa chỉ mail có liên lạc

- "Bạn hữu" trong các tài khoản email

- Tham gia chat qua Internet

- Sử dụng trình duyệt web và các lệnh yêu cầu tìm kiếm/kết quả

- Đặc điểm kỹ năng sử dụng bàn phím

- Đặc điểm về ngữ pháp, cú pháp và chấm câu khi sử dụng các yêu cầu tìm kiếm

- Lịch sử sử dụng chuyển phát bưu kiện

---

[1] Một trào lưu sống trong đó người tham gia dùng camera thu hình cầm tay và các thiết bị điện tử khác ghi lại toàn bộ hoạt động sống cùng các thông số sinh lý của bản thân trong thời gian thực lên blog cá nhân.

- Các hộp thư

- Hoạt động qua Express Mail[1]/Thư đăng ký/Thư bảo đảm với Bưu cục Mỹ

*\* Sinh hoạt hàng ngày*

- Các hoạt động mua sắm ngày hôm nay

    + Các đồ vật hay hàng hóa có nguy cơ gây đe dọa

    + Quần áo

    + Xe hơi và liên quan tới xe hơi

    + Thực phẩm

    + Đồ uống có cồn

    + Đồ gia dụng

    + Dụng cụ gia đình

    + Các khoản mua sắm khác

- Các hoạt động mua sắm trong bảy ngày vừa qua

    + Các đồ vật hay hàng hóa có nguy cơ gây đe dọa

    + Quần áo

    + Xe hơi và liên quan tới xe hơi

    + Thực phẩm

    + Đồ uống có cồn

    + Đồ gia dụng

    + Dụng cụ gia đình

    + Các khoản mua sắm khác

---

[1] Dịch vụ thư được quản lý bởi bưu chính quốc gia.

- Các hoạt động mua sắm trong ba mươi ngày vừa qua

  + Các đồ vật hay hàng hóa có nguy cơ gây đe dọa

  + Quần áo

  + Xe hơi và liên quan tới xe hơi

  + Thực phẩm

  + Đồ uống có cồn

  + Đồ gia dụng

  + Dụng cụ gia đình

  + Các khoản mua sắm khác

- Các hoạt động mua sắm trong năm vừa qua

  + Các đồ vật hay hàng hóa có nguy cơ gây đe dọa

  + Quần áo

  + Xe hơi và liên quan tới xe hơi

  + Thực phẩm

  + Đồ uống có cồn

  + Đồ gia dụng

  + Dụng cụ gia đình

  + Các khoản mua sắm khác

- Sách/Tạp chí mua trên mạng

  + Có nội dung đáng ngờ/Tuyên truyền phá hoại

  + Các loại yêu thích khác

- Sách/Tạp chí mua qua các cửa hàng bán lẻ

  + Có nội dung đáng ngờ/Tuyên truyền phá hoại

  + Các loại yêu thích khác

- Sách/Tạp chí mượn từ các thư viện

    + Có nội dung đáng ngờ/Tuyên truyền phá hoại

    + Các loại yêu thích khác

- Sách/Tạp chí từng đọc mà nhân viên sân bay/nhân viên của các hãng hàng không quan sát được

    + Có nội dung đáng ngờ/Tuyên truyền phá hoại

    + Các loại yêu thích khác

- Các hoạt động sử dụng thư viện

- Quà mừng đám cưới/sinh con/sinh nhật từng tặng

- Các bộ phim, tác phẩm sân khấu từng xem tại rạp

- Các chương trình truyền hình cáp/Truyền hình trả tiền theo lượt xem đã theo dõi trong ba mươi ngày vừa qua

- Các chương trình truyền hình cáp/Truyền hình trả tiền theo lượt xem đã theo dõi trong năm vừa qua (có lưu trữ, có thể phải đợi trong quá trình truy cập)

- Các kênh phát thanh thuê bao dài hạn

- Đi lại

    + Xe hơi

    + Xe sở hữu

    + Xe thuê

    + Giao thông công cộng

    + Taxi/Limousine thuê

    + Xe buýt

    + Tàu hỏa

    + Máy bay thương mại

- Nội địa

- Quốc tế

+ Máy bay tư nhân

- Nội địa

- Quốc tế

+ Kết quả theo dõi an ninh của TSA[1]

+ Xuất hiện trong danh sách không được phép lên máy bay

+ Xuất hiện tại các địa điểm đáng quan tâm

- Tại địa phương cư trú

Các nhà thờ Hồi giáo

- Tại các nơi khác - trong lãnh thổ Mỹ

Các nhà thờ Hồi giáo

+ Tại các nơi khác - ở nước ngoài

- Có mặt hay quá cảnh qua các quốc gia trong danh sách Đỏ: Cuba, Cộng hòa dân chủ Congo, Uganda, Libya, Nam Yemen, Liberia, Ghana, Sudan, Indonesia, Lãnh thổ Palestin, Syria, Iraq, Iran, Ai Cập, Arập Xêut, Jordan, Pakistan, Erithrea, Afghanistan, Chechnya, Somalia, Nigeria, Philippines, Bắc Triều Tiên, Azerbaijan, Chile.

*Định vị đối tượng*

- Các thiết bị có kết nối GPS (tất cả vị trí trong ngày hôm nay)

+ Xe hơi

---

[1] Transportation Security Administration: Cơ quan An ninh vận tải Mỹ.

+ Thiết bị cầm tay

+ Điện thoại di động

- Các thiết bị có kết nối GPS (tất cả vị trí trong bảy ngày vừa qua)

+ Xe hơi

+ Thiết bị cầm tay

+ Điện thoại di động

- Các thiết bị có kết nối GPS (tất cả vị trí trong ba mươi ngày vừa qua)

+ Xe hơi

+ Thiết bị cầm tay

+ Điện thoại di động

- Các thiết bị có kết nối GPS (tất cả vị trí năm vừa qua) (có lưu trữ, có thể phải đợi trong quá trình truy cập).

+ Xe hơi

+ Thiết bị cầm tay

+ Điện thoại di động

- Nhận diện qua đặc điểm sinh trắc học

+ Ngày hôm nay

+ Bảy ngày vừa qua

+ Ba mươi ngày vừa qua

+ Năm vừa qua (có lưu trữ, có thể phải đợi trong quá trình truy cập)

- Các báo cáo RFID, ngoại trừ của các thiết bị kiểm soát trên xa lộ

+ Ngày hôm nay

+ Bảy ngày vừa qua

+ Ba mươi ngày vừa qua

+ Năm vừa qua (có lưu trữ, có thể phải đợi trong quá trình truy cập)

- Các báo cáo RFID từ các thiết bị kiểm soát trên xa lộ

+ Ngày hôm nay

+ Bảy ngày vừa qua

+ Ba mươi ngày vừa qua

+ Năm vừa qua (có lưu trữ, có thể phải đợi trong quá trình truy cập)

- Các ảnh chụp/Video ghi lại tình huống vi phạm luật giao thông

- Ảnh chụp/Video thu được từ các camera an ninh

- Ảnh chụp/Video theo dõi theo lệnh

- Các giao dịch tài chính do chính đối tượng thực hiện được ghi nhận lại

+ Ngày hôm nay

+ Bảy ngày vừa qua

+ Ba mươi ngày vừa qua

+ Năm vừa qua

- Những lần liên lạc qua điện thoại di động/PDA/thiết bị viễn thông được ghi nhận lại

+ Ngày hôm nay

+ Bảy ngày vừa qua

+ Ba mươi ngày vừa qua

+ Năm vừa qua

- Xuất hiện gần các mục tiêu có ý nghĩa an ninh

  + Ngày hôm nay

  + Bảy ngày vừa qua

  + Ba mươi ngày vừa qua

  + Năm vừa qua

*\* Tư pháp*

- Lịch sử hình sự - trên lãnh thổ Mỹ

  + Theo dõi bí mật

  + Giam giữ/Thẩm vấn

  + Bị bắt

  + Kết án

- Lịch sử hình sự - trên lãnh thổ nước ngoài

  + Giam giữ/Thẩm vấn

  + Bị bắt

  + Kết án

- Các danh sách giám sát

- Theo dõi

- Tranh chấp dân sự

- Các lệnh quản chế

- Tiền sử tư pháp

*\* Các hồ sơ bổ sung*

- Cục Điều tra Liên bang

- Cục Tình báo Trung ương

- Cơ quan An ninh Quốc gia

- Cơ quan Trinh sát Quốc gia

- Cơ quan Hỗ trợ cảnh sát

- Các cơ quan tình báo quân sự Mỹ

　　+ Lục quân

　　+ Hải quân

　　+ Không quân

　　+ Thủy quân lục chiến

- Các phòng tình báo trực thuộc cảnh sát tiểu bang và khu vực


*\* Đánh giá nguy cơ*

- Đánh giá trên khía cạnh nguy cơ an ninh

　　+ Khu vực tư nhân

　　+ Khu vực công


Đây mới chỉ là phần mục lục. Bản thân phần nội dung hồ sơ của Amelia Sachs gồm tới gần năm trăm trang.

Rhyme lướt qua bản mục lục, bấm chuột vào một số chủ đề. Các mục thông tin được liệt kê dày đặc như một khu rừng. Anh hỏi khẽ: "SSD có tất cả những thông tin này sao? Về mọi người trên đất Mỹ?".

"Không", Whitcomb nói. "Những đứa trẻ dưới năm tuổi hiển nhiên là có rất ít thông tin. Với nhiều người trưởng thành cũng vẫn có vô số khoảng trống. Nhưng SSD làm tốt nhất có thể. Họ đang cải thiện hồ sơ của mình hàng ngày."

Cải thiện? Rhyme thầm tự hỏi.

Pulaski hất hàm về phía tài liệu quảng cáo chào hàng mà Mel Cooper đã tải về, "Bốn trăm triệu người?".

"Đúng thế. Không ngừng tăng lên."

"Được cập nhật từng giờ?", Rhyme hỏi.

"Nhiều khi là theo thời gian thực tế xảy ra."

"Vậy cơ quan chính phủ mà anh đang làm việc, Whitcomb, Ban Kiểm soát... nó không làm nhiệm vụ bảo vệ dữ liệu; các anh đang sử dụng chúng, đúng không? Để tìm kiếm những phần tử khủng bố?"

Whitcomb dừng lời. Nhưng vì anh ta cũng đã gửi hồ sơ cho một người không có giấy phép A-18, cho dù nó có là cái chết giẫm gì đi nữa, anh ta hẳn cũng hiểu rõ có tiết lộ thêm chút thông tin nữa cũng chẳng hề làm hậu quả tồi tệ hơn bao nhiêu. "Đúng vậy. Không chỉ các phần tử khủng bố, cả các loại tội phạm khác nữa. SSD sử dụng các phần mềm dự báo để chỉ ra những ai sẽ gây ra tội ác, vào thời điểm nào, theo cách nào. Rất nhiều manh mối tới tay các nhân viên cảnh sát và cơ quan tình báo xuất phát từ những nguồn có vẻ như là những công dân vô danh đầy trách nhiệm. Trên thực tế đây chỉ là những nhân vật hư cấu được Watchtower và innerCircle tạo ra. Thậm chí có những lúc các nhân vật hư cấu này còn thu nhận các khoản tiền thưởng, những khoản này sau đó được chuyển trở lại cho chính phủ và tái sử dụng."

Lần này đến lượt Mel Cooper lên tiếng hỏi: "Nhưng nếu các anh là một tổ chức chính phủ, tại sao lại giao công việc đó cho một công ty tư nhân? Tại sao không tự mình thực hiện nó?".

"Chúng tôi *buộc* phải sử dụng một công ty tư nhân. Bộ Quốc phòng đã thử tự mình làm điều tương tự sau vụ Mười một tháng

Chín, Chương trình Nhận thức thông tin toàn diện, nằm dưới sự chỉ đạo của cựu cố vấn An ninh Quốc gia John Poindexter và một quan chức tình báo. Nhưng nó đã bị đình chỉ do vi phạm luật về quyền bí mật cá nhân và công chúng cho rằng nó quá đậm chất Big Brother. Nhưng SSD không phải chịu những ràng buộc tư pháp tương tự như chính phủ."

Whitcomb bật cười chua chát, "Hơn nữa, với tất cả sự tôn trọng dành cho chính phủ tôi đang phụng sự, phải nói là Washington chẳng mấy xuất sắc. SSD thì có. Có hai từ cốt yếu trong vốn từ vựng của Andrew Sterling là 'kiến thức' và 'hiệu quả'. Và không ai kết hợp chúng tốt hơn ông ta...".

"Chuyện này không phải là bất hợp pháp sao?", Mel Cooper hỏi.

"Chúng ta đang ở một khu vực tranh tối tranh sáng", Whitcomb thừa nhận.

"Được rồi, nó có thể giúp ích cho chúng tôi không? Đó là tất cả những gì tôi muốn biết."

"Có thể."

"Bằng cách nào?"

Whitcomb giải thích: "Chúng ta sẽ cho tìm hiểu các thông tin định vị của thám tử Sachs trong ngày hôm nay. Tôi sẽ đảm nhiệm việc nhập lệnh". Anh ta bắt đầu gõ bàn phím. "Các vị sẽ thấy những gì tôi làm trên màn hình, trong cửa sổ phía dưới."

"Sẽ mất bao lâu?"

Một tiếng cười khẽ, kèm theo những lời lầm bầm cảm ơn về chiếc mũi gãy, "Không lâu đâu. Chương trình này chạy khá nhanh".

Anh ta chưa nói dứt câu thì các dòng chữ bắt đầu xuất hiện trên màn hình.

Thông tin định vị

Đối tượng 7303 - 4490 - 7831 - 3478

Thông số thời gian: Hai giờ vừa qua

- 16 giờ 32 phút. Gọi điện thoại. Từ điện thoại di động của đối tượng tới điện thoại mặt đất của đối tượng 5732 - 4887 - 3360 - 4759 (Lincoln Henry Rhyme - cá nhân có liên quan). Đối tượng đang ở nhà riêng tại Brooklyn, New York.

- 17 giờ 23 phút. Nhận diện sinh trắc học. Camera an ninh, Đồn cảnh sát số 84, Brooklyn, New York. Mức độ trùng hợp 95%.

- 17 giờ 23 phút. Nhận diện sinh trắc học. Đối tượng 3865 - 6453 - 9902 - 7221 (Pamela D.Willouhby - cá nhân có liên quan). Camera an ninh, Đồn cảnh sát số 84, Brooklyn, New York. Mức độ trùng hợp 92,4%.

- 17 giờ 40 phút. Gọi điện thoại. Từ điện thoại di động của đối tượng tới điện thoại mặt đất của đối tượng 5732 - 4887 - 3360 - 4759 (Lincoln Henry Rhyme - cá nhân có liên quan). 12 giây.

- 18 giờ 27 phút. Kết quả quét RFID. Thẻ tín dụng tại Manhattan Style Boutique, số 9 đường số 18. Không mua gì.

- 18 giờ 41 phút. Nhận diện sinh trắc học. Camera an ninh, trạm xăng Presco, số 546 đường số 14, cây bơm số 7, xe Honda Civic đời 2001, biển kiểm soát New York số MDH459, đăng ký dưới tên đối tượng 3865 - 6453 - 9902 - 7221 (Pamela D.Willouhby - cá nhân có liên quan).

- 18 giờ 46 phút. Thanh toán bằng thẻ tín dụng, trạm xăng Presco, số 546 đường số 14. Cây bơm số 7. Mua 14,6 gallon[1], loại thường. 43,86 đô la.

---

[1] Đơn vị đo chất lỏng, 1gallon bằng 4,54 lít ở Anh; 3,78 lít ở Mỹ.

- 19 giờ 01 phút. Nhận diện biển kiểm soát xe. Camera an ninh, điểm giao cắt giữa Đại lộ Americas và đường số 23, xe Honda Civic biển MDH459 đi về hướng bắc.

- 19 giờ 03 phút. Gọi điện thoại. Từ điện thoại di động của đối tượng tới điện thoại mặt đất của đối tượng 5732 - 4887 - 3360 - 4759 (Lincoln Henry Rhyme - cá nhân có liên quan). Đối tượng đang ở điểm giao cắt giữa Đại lộ Americas và đường số 28. 14 giây.

- 19 giờ 07 phút. Kết quả quét RFID, Thẻ tín dụng Associated Credit Union, giữa Đại lộ Americas và đường số 34. 4 giây. Không mua sắm gì.

"Okay, cô ấy dùng xe của Pam. Tại sao vậy? Xe cô ấy đâu?"

"Biển số bao nhiêu?", Whitcomb hỏi. "Không cần đâu, sử dụng mã số cá nhân của cô ấy sẽ nhanh hơn. Để xem nào..."

Một cửa sổ hiện ra và họ có thể đọc được một báo cáo cho biết chiếc Camaro của cô đã bị cẩu đi ngay trước cửa nhà và đưa vào bãi giữ xe. Không ai có bất kỳ thông tin nào về việc nó đã được đưa đi đâu.

"Năm Hai Hai đã làm chuyện đó", Rhyme lẩm bẩm. "Chắc chắn là hắn. Giống như với vợ cậu, Pulaski, và hệ thống điện ở đây. Hắn đang tấn công tất cả chúng ta, bằng bất cứ cách nào có thể."

Whitcomb tiếp tục gõ lên bàn phím, những thông tin về chiếc xe được thay thế bằng một bản đồ, trên đó hiển thị vị trí thực tế nơi các thông tin được xác định. Nó cho thấy Sachs đã di chuyển từ Brooklyn đến Midtown. Nhưng đến đây lộ trình đột ngột dừng lại.

"Thông tin cuối cùng thì sao?", Rhyme hỏi. "Kết quả quét RFID. Nó là gì vậy?"

Whitcomb nói: "Thiết bị đọc thẻ tại một cửa hàng đã đọc được con chip gắn trên một trong các thẻ tín dụng của cô ấy. Nhưng chỉ trong một thời gian rất ngắn. Có lẽ cô ấy đang ở trong xe. Nếu đi bộ, cô ấy phải đi rất nhanh thì thời gian đọc mới ngắn đến vậy".

"Có phải cô ấy vẫn tiếp tục đi về hướng bắc không?", Rhyme trầm ngâm hỏi.

"Đó là tất cả thông tin chúng ta có lúc này. Nó sẽ sớm được cập nhật."

Mel Cooper nói: "Có thể cô ấy rẽ theo đường số 34 tới xa lộ West Side rồi rẽ lên hướng bắc, ra ngoài thành phố".

"Có một cây cầu có trạm kiểm soát", Whitcomb nói. "Nếu cô ấy đi qua cầu chúng ta sẽ có kết quả nhận diện biển số. Cô gái sở hữu chiếc xe đó - Pam Willoughby - không có thẻ E-ZPass. Nếu có innerCircle đã thông báo với chúng ta rồi."

Theo chỉ thị của Rhyme, Mel Cooper - sĩ quan cảnh sát cao cấp nhất trong số họ - yêu cầu thực hiện gấp một lệnh tìm kiếm định vị xe, kèm theo số biển kiểm soát và đặc điểm chiếc xe.

Rhyme gọi tới đồn cảnh sát ở Brookly, từ đây anh chỉ biết được đúng là chiếc Camaro của Sachs đã bị câu đi. Sachs và Pam có ghé qua đó một lát nhưng cũng nhanh chóng rời khỏi đồn, không nói rõ họ đi đâu. Rhyme gọi vào điện thoại di động của cô bé. Cô bé đang ở nhà một cô bạn trong thành phố. Pam xác nhận Sachs đã phát hiện ra một manh mối sau vụ có kẻ đột nhập vào nhà cô tại Brooklyn nhưng không nói rõ manh mối đó là gì, hay cô định đi đâu.

Rhyme ngừng liên lạc.

Whitcomb nói: "Chúng ta sẽ nhập toàn bộ thông tin định vị cùng tất cả những dữ liệu khác chúng ta có về cô ấy và vụ án này qua FORT, chương trình phát hiện các mối quan hệ ẩn, sau đó qua Xpectation. Đó là chương trình phần mềm dự báo. Nếu có cách nào đó cho phép tìm ra nơi cô ấy đã đến thì những chương trình này sẽ tìm ra nó".

Whitcomb lại nhìn lên trần nhà. Rồi nhăn mặt. Anh ta đứng dậy bước tới cửa. Rhyme có thể thấy anh ta khóa trái cửa lại, sau đó chặn một chiếc ghế gỗ vào dưới tay nắm. Anh ta hơi mỉm cười khi ngồi xuống trở lại trước máy tính, bắt đầu gõ lên bàn phím.

"Mark?", Pulaski nói.

"Hả?"

"Cảm ơn anh. Lần này, tôi thực sự có ý đó."

# CHƯƠNG 46

Cuộc sống là một cuộc tranh đấu, tất nhiên rồi.

Thần tượng của tôi - Andrew Sterling và tôi cùng chia sẻ niềm đam mê với dữ liệu, cả hai chúng tôi cùng đánh giá cao vẻ bí hiểm, sự cuốn hút cũng như quyền năng vô biên của chúng. Nhưng cho tới tận khi tôi bước chân vào thế giới của ông ta, tôi chưa bao giờ nhận thức được đầy đủ về việc sử dụng dữ liệu như một vũ khí để mở rộng tầm nhìn tới mọi ngõ ngách của thế giới. Biến tất cả những gì thuộc về cuộc sống, mọi dạng tồn tại thành những con số, sau đó quan sát chúng chuyển hóa thành một thứ siêu việt hơn nhiều.

*Linh hồn bất tử...*

Tôi đã thực sự phải lòng SQL, con ngựa thồ tiêu chuẩn cho quản lý cơ sở dữ liệu, cho tới khi tôi bị Andrew và Watchtower quyến rũ. Ai có thể cưỡng lại được chứ? Sức mạnh và sự tạo nhã của nó khiến người ta bị mê hoặc. Tôi đã đi đến chỗ hiểu được thấu đáo về thế giới của dữ liệu nhờ ông ta - mặc dù dưới cách gián tiếp. Ông ta chưa bao giờ dành cho tôi nhiều hơn một cái gật đầu vui vẻ ngoài tiền sảnh và một câu hỏi thăm về dịp cuối tuần, Sterling biết rõ tên tôi mà không cần nhìn tấm thẻ nhân viên (ông ta sở hữu một bộ óc xuất chúng đến mức kinh ngạc). Tôi nghĩ tới những đêm thức muộn trong văn phòng tổng giám đốc, vào khoảng hai giờ sáng, khi SSD hoàn toàn vắng lặng, ngồi vào chiếc ghế của Sterling, cảm nhận sự hiện diện của ông ta trong khi tôi đọc qua những cuốn sách được ông ta xếp ngửa gáy lên trên. Không hề có một cuốn sách kỹ năng dành cho doanh nhân ngô nghê ngu ngốc nào, thay vào đó là những cuốn sách hé lộ một tầm nhìn lớn hơn nhiều: những cuốn sách về thu thập quyền lực và lãnh thổ, quá trình lan tỏa trên lục địa của Mỹ dưới học thuyết Vận mệnh hiển nhiên[1] trong những năm 1800, châu Âu dưới Đế chế Thứ Ba[2], Địa Trung Hải dưới thời những người Roma, toàn thế giới dưới quyền lực của Nhà thờ Thiên chúa giáo và Hồi giáo (tiện thể cũng nói luôn, tất cả họ đều tôn sùng sức mạnh sắc bén của dữ liệu).

A, những điều tôi đã học được chỉ từ việc nghe lỏm Andrew, nhâm nhi những điều ông ta viết ra trong bản thảo của các báo cáo, thư tín và cuốn sách ông ta đang biên soạn.

*"Sai lầm gây ra nhiễu loạn. Nhiễu loạn là tạp nhiễm. Tạp nhiễm cần phải bị loại bỏ."*

*"Chỉ khi chiến thắng chúng ta mới có thể tỏ ra rộng lượng."*

*"Chỉ có những kẻ yếu mới thỏa hiệp."*

*"Hãy tìm ra một giải pháp cho vấn đề của bạn hoặc đừng coi đó là một vấn đề nữa."*

*"Chúng ta được sinh ra để chiến đấu."*

*"Ai hiểu sẽ thắng, ai biết sẽ hiểu."*

Tôi tự hỏi liệu Andrew sẽ nghĩ sao về điều tôi đang hướng tới, tôi tin ông ta sẽ hài lòng.

---

[1] Học thuyết cho rằng Mỹ có vận mệnh mở rộng lãnh thổ từ duyên hải Đại Tây Dương đến Thái Bình Dương.
[2] Tức Đức Quốc Xã.

Lúc này, trận chiến chống lại *bọn chúng* đang sắp tới hồi cao trào.

Để xem nào, để xem nào... A, đây rồi. Hãy tìm ra đống phế thải này, một chiếc Honda Civic. Xe đi mượn, tất nhiên rồi, vì chiếc xe của Amelia 7303 lúc này đang yên vị trong bãi giam xe - một cú tôi thực sự tự hào. Trước đây, tôi chưa từng thử một việc tương tự.

Những ý nghĩ của tôi quay trở lại với cô nàng tóc đỏ xinh đẹp. Có phải cô nàng đang lừa bịp về những gì *bọn chúng* biết không? Về Peter Gordon? Đó là điều hài hước nhất của kiến thức, một lằn ranh thực sự mong manh giữa sự thật và dối trá. Nhưng tôi không thể mạo hiểm. Tôi cần phải giấu chiếc xe đi.

Ý nghĩ của tôi quay lại cô ta.

Đôi mắt hoang dại của cô ta, mái tóc đỏ rực, thân thể đó... Tôi không dám chắc mình có thể đợi lâu hơn nữa.

Những chiến lợi phẩm...

Sau một thoáng kiểm tra nhanh chiếc xe. Vài cuốn sách, mấy cuốn tạp chí, khăn giấy Kleenex, mấy chai Vitamin Water đã uống hết, một chiếc khăn ăn của quán Starbucks, những chiếc giày chạy đã mòn đế cao su, một tờ tạp chí *Seventeen* đặt trên băng ghế sau và một cuốn sách về thơ... Ai là chủ sở hữu vật tuyệt vời của thế giới công nghệ Nhật Bản này? Hồ sơ đăng ký cho tôi biết tên cô bé là Pamela Willoughby.

Tôi đã có được một ít thông tin về cô nhóc từ innerCircle, sau đó tôi sẽ ghé thăm cô bé. Không rõ mặt mũi cô nhóc trông ra sao? Tôi sẽ kiểm tra lại cơ sở dữ liệu của Cơ quan Đăng kiểm phương tiện cơ giới để đảm bảo chắc chắn cô nhóc xứng đáng với công sức tôi sẽ phải bỏ ra.

Chiếc xe khởi động rất dễ dàng. Tôi lái xe ra đường thật cẩn thận, không khiến tay lái xe nào bực mình. Tôi không muốn gây ra một vụ cãi cọ.

Qua nửa tòa nhà nữa, vào con đường hẻm.

Tiểu thư Pam thích nghe thứ nhạc gì đây? Rock, Rock-alternative, Hip-hop, chương trình đối thoại và NPR[1]. Những kênh sóng được cài sẵn đem đến rất nhiều thông tin cực kỳ hữu ích.

Tôi đã định hình ra một kế hoạch hành động để thu xếp một cuộc đi săn với cô bé: cần làm quen với cô ta. Chúng tôi sẽ gặp gỡ nhau tại buổi lễ tưởng niệm Amelia 7303 (không thi thể, không tang lễ). Tôi sẽ tỏ ra thông cảm sâu sắc. Tôi đã gặp cô thám tử trong cuộc điều tra cô đang thực hiện. Tôi thực sự rất mến cô ấy. Ôi, đừng khóc, cô bé yêu quý, sẽ ổn cả thôi. Để tôi nói cho em biết nhé. Chúng ta hãy gặp gỡ nhau. Tôi có thể kể cho em nghe tất cả những gì Amelia đã chia sẻ với tôi về bố cô ấy và câu chuyện thú vị về việc ông nội cô ấy đã tới đất nước này như thế nào (sau khi tôi biết cô nàng đang đánh hơi quanh mình, tôi đã kiểm tra hồ sơ của cô ta. Một câu chuyện thú vị làm sao). Chúng ta sẽ trở thành bạn tốt của nhau. Tôi thực sự đau đớn... Em nghĩ sao nếu chúng ta đi uống cà phê? Em thích Starbucks chứ? Tôi vẫn hay đến đó sau khi tập chạy ở Công viên Trung tâm mỗi buổi tối. Ồ không! Em cũng vậy sao? Quả là trùng hợp.

Ôi, lại là cảm giác đó, khi tôi nghĩ tới cô bé Pam. Liệu cô nhóc có thể tỏ ra khó chịu đến mức nào?

Có lẽ cần phải đợi một chút trước khi ném được cô nhóc vào chiếc rương của tôi... Trước hết tôi cần phải quan tâm đến Thom Reston và một vài việc khác. Nhưng ít nhất tối nay tôi sẽ có Amelia 7303.

Tôi lái chiếc xe vào trong ga ra và đỗ lại - nó sẽ ở yên trong đó cho tới khi tôi đã tráo biển kiểm soát và thả nó xuống đáy bể

---

[1] National Public Radio: Một tổ chức truyền thanh phi lợi nhuận tư nhân hoạt động dựa vào lệ phí đóng góp của thành viên.

chứa Croton[1]. Nhưng tôi chưa thể nghĩ tới chuyện đó lúc này. Tôi đang rất bận rộn với việc lên kế hoạch cho việc xử trí cô bạn tóc đỏ đang đợi trong *căn phòng* của tôi, giống như một người vợ đang chờ chồng trở về sau một ngày làm việc thực sự vất vả tại nhiệm sở.

*Xin lỗi, chưa thể đưa ra dự đoán nào vào thời điểm này. Vui lòng nhập thêm dữ liệu và thử yêu cầu lại.*

Bất chấp dữ liệu được lấy ra từ cơ sở dữ liệu lớn nhất thế giới, bất chấp việc phần mềm tiên tiến nhất hiện có này đã phân tích mọi chi tiết trong cuộc sống của Amelia Sachs với tốc độ ánh sáng, chương trình đã bất lực.

"Tôi xin lỗi", Mark Whitcomb nói, đưa tay chạm nhẹ lên mũi. Hệ thống truyền tín hiệu hình độ nét cao của chế độ đàm thoại video trực tuyến cho phép nhìn thấy rất rõ chiếc mũi bị thương. Trông có vẻ khá tệ, Ron Pulaski đã thực sự đấm vỡ mũi anh ta.

Anh ta vừa khịt mũi vừa nói tiếp: "Chỉ đơn giản là chưa đủ dữ liệu. Những gì chúng ta thu được cũng chỉ có chất lượng tương đương với những gì chúng ta đưa vào. Nó hoạt động tốt nhất với những hành vi ứng xử theo quy luật. Tất cả những gì nó cho chúng ta biết lúc này là cô ấy đã tới nơi nào đó cô ấy chưa từng tới trước đây hay ít nhất cô ấy cũng chưa bao giờ đi theo tuyến đường này".

Thắng tới nhà tên sát nhân, Rhyme tuyệt vọng thầm nghĩ.

Cô ấy có thể đi đâu được chứ?

"Đợi một lát. Hệ thống đang cập nhật..."

Màn hình nhấp nháy rồi thay đổi. Whitcomb buột miệng kêu lên: "Tôi tìm thấy cô ấy rồi! Một kết quả quét RFID hai mươi phút trước đây".

---

[1] Bể chứa nước lấy từ đường dẫn nước của sông Croton về cung cấp cho thành phố New York từ năm 1942. Hiện không còn sử dụng.

"Ở đâu?" Rhyme khẽ hỏi.

Whitcomb truyền hình ảnh cho họ. Họ đang ở trước một tòa nhà im ắng ở khu Thượng East Side. "Hai kết quả từ các cửa hàng. Lần nhận được tín hiệu RFID thứ nhất dài hai giây. Lần thứ hai lâu hơn một chút, tám giây. Rất có thể cô ấy dừng lại để kiểm tra một địa chỉ."

"Gọi ngay cho Bo Haumann!", Rhyme lớn tiếng.

Pulaski bấm nút quay số nhanh và một lát sau người chỉ huy Đội Can thiệp khẩn cấp đã ở đầu dây bên kia.

"Bo, tôi có một manh mối về Amelia. Cô ấy lần theo manh mối của Năm Hai Hai và mất tích. Chúng tôi có một kết quả tìm kiếm qua máy tính cho biết vị trí hiện tại của cô ấy. Chừng hai mươi phút trước đây cô ấy đang ở gần số 642 đường số 88."

"Chúng tôi có thể tới đó sau mười phút nữa, Linc. Trong tình trạng bị khống chế?"

"Tôi cũng cho là vậy. Hãy gọi cho tôi khi ông biết được điều gì đó."

Họ ngừng liên lạc.

Rhyme lại nghĩ tới lời nhắn của cô trong hộp thư thoại. Một đầu mối thật mong manh, mẩu dữ liệu số nhỏ nhoi đó.

Trong tâm trí anh có thể nghe rõ giọng nói của cô: "Em có một manh mối, rất triển vọng, Rhyme. Hãy gọi cho em".

Anh không thể không tự hỏi liệu có phải đó là lần cuối cùng một trong hai người liên lạc với người kia hay không.

Đội A thuộc Đơn vị Can thiệp khẩn cấp của Bo Haumann đang đứng ngay gần cửa một tòa nhà lớn ở khu Thượng East Side: Bốn nhân viên cảnh sát mặc áo chống đạn toàn thân, trong tay là những khẩu MP-5, những khẩu tiểu liên cỡ nhỏ màu đen. Họ cẩn thận tránh khỏi tầm nhìn từ các khung cửa sổ.

Haumann phải thừa nhận ông chưa từng chứng kiến điều tương tự trong suốt những năm tại ngũ hay làm việc cho Sở Cảnh sát. Lincoln Rhyme đã sử dụng một loại chương trình máy tính nào đó cho phép lần theo dấu vết của Amelia Sachs tới khu vực này, không phải qua điện thoại của cô, một thiết bị vô tuyến hay thiết bị định vị GPS. Có lẽ đây chính là tương lai của công việc cảnh sát.

Thiết bị đó không hề cung cấp địa chỉ chính xác của nơi đội can thiệp có mặt - một tư gia. Nhưng một nhân chứng đã nhìn thấy một người phụ nữ dừng lại trước cả hai cửa hàng nơi máy tính đã nhận diện được cô ta, sau đó cô ta đi tới ngôi nhà nằm bên kia đường này - nơi rất có thể cô đang bị khống chế bởi tên tội phạm mà họ gọi là Năm Hai Hai.

Cuối cùng, đội tiếp cận phía sau nhà gọi tới. "Nhóm B gọi Số Một. Chúng tôi đã vào vị trí. Không thấy gì. Cô ấy đang ở tầng nào, sếp?"

"Không rõ. Chúng ta chỉ xông vào và lục soát. Hãy thật khẩn trương. Cô ấy đã ở trong đó được một lúc lâu rồi. Tôi sẽ bấm chuông, khi hắn ta ra mở cửa, chúng ta xông vào ngay."

"Nghe rõ, sếp."

"Nhóm C. Chúng tôi sẽ có mặt trên nóc trong ba hay bốn phút nữa."

"Nhanh lên!", Haumann cầu nhàu.

"Vâng, thưa sếp."

Haumann đã làm việc cùng Amelia Sachs nhiều năm qua. Cô còn mạnh mẽ hơn phần lớn đám nam giới từng làm việc dưới quyền ông. Ông không chắc mình có thích cô hay không - cô thực sự cứng đầu cứng cổ đến gàn dở, bốc đồng và nhiều khi hành động một cách quá bồng bột trong lúc đáng ra nên thận trọng nhưng ông biết chắc mình rất nể trọng cô.

Ông sẽ không để mặc cô trong tay một kẻ cưỡng dâm như Năm Hai Hai. Ông ra hiệu cho một thành viên của Đơn vị Can thiệp khẩn cấp tiến tới cửa trước - anh chàng này mặc com lê như một thương gia chính cống thay vì bộ đồng phục tác chiến của đơn vị can thiệp, như vậy nếu thủ phạm nhìn ra cửa hắn sẽ không nghi ngờ sự có mặt của các nhân viên đặc nhiệm. Khi hắn đã mở cửa, những cảnh sát đang phục kích sẵn phía trước tòa nhà sẽ xông vào hắn. Người cảnh sát mặc thường phục cài khuy áo khoác và gật đầu ra hiệu sẵn sàng.

"Chết tiệt", Haumann bực bội gọi cho nhóm can thiệp phía sau nhà. "Các anh đã vào vị trí chưa vậy?"

# CHƯƠNG 47

Cửa mở, và cô nghe thấy tiếng bước chân của tên sát nhân đi vào căn phòng chật chội, nặng mùi đến ngột ngạt.

Amelia Sachs đang quỳ xuống, hai đầu gối đau nhức, cố hết sức moi chìa khóa còng tay trong túi quần. Nhưng bị bao quanh bởi những chồng báo cao nghệu như những tòa tháp, cô không thể quay người để thò tay được vào túi quần trước. Cô đã sờ thấy chiếc chìa khóa qua lần vải, cảm nhận được hình dạng của nó, một cảm giác thật cám dỗ, song không tài nào luồn được các ngón tay qua miệng túi.

Cô tưởng phát điên vì thất vọng.

Lại có tiếng bước chân.

Ở đâu, ở đâu vậy?

Thêm một lần cố với tới chiếc chìa khóa... Gần tới đích song vẫn chưa được.

Rồi tiếng bước chân của hắn vọng lại gần hơn. Cô đành bỏ cuộc.

Okay, đã đến lúc phải chiến đấu. Cô đã sẵn sàng. Cô đã trông thấy đôi mắt của hắn, thấy rõ vẻ dâm đãng, sự thèm khát. Cô biết hắn sẽ xông tới cô bất cứ lúc nào. Cô không rõ bằng cách nào có thể tấn công hắn khi hai tay cô đang bị còng quặt ra sau lưng, còn một bên vai và mặt vẫn còn đau như dần sau cuộc vật lộn trước đó. Nhưng gã con hoang khốn kiếp đó sẽ phải trả giá mỗi lần hắn dám động vào người cô.

Chỉ có điều, hắn đâu rồi?

Những bước chân đã dừng lại.

Ở đâu? Sachs không định hình được phương hướng trong căn phòng này. Lối đi hắn sẽ phải qua để tới chỗ cô là một khe hẹp chỉ rộng chừng sáu mươi phân lách qua những tòa tháp được làm bằng báo cũ mủn. Cô có thể nhìn thấy chiếc bàn làm việc của hắn, cùng những đống đồ cũ bỏ đi, những chồng tạp chí.

Lại đây, lại đây tìm tao đi.

Mình đã sẵn sàng. Mình sẽ làm ra vẻ sợ hãi, tìm cách né tránh. Những kẻ cưỡng dâm đều thèm khát cảm giác nắm quyền kiểm soát. Hắn sẽ cảm thấy mạnh mẽ hơn - và bất cẩn hơn - khi trông thấy mình co rúm lại. Khi hắn cúi lại gần, mình sẽ cắn thẳng vào cổ họng hắn. Giữ chặt và không nhả ra, dù chuyện gì xảy đến đi nữa. Mình sẽ...

Đúng lúc đó, dường như cả tòa nhà đổ sập xuống trong tiếng động rầm trời của một quả bom bị khai hỏa.

Một khối khổng lồ đổ ập lên người, quật ngã Amelia xuống sàn và đè cô nằm bất động.

Cô rên rỉ vì đau đớn.

Chỉ một phút sau Sachs mới hiểu ra hắn đã làm gì - lường trước cô sẽ đánh trả, hắn đã đơn giản lựa chọn cách đẩy những chồng báo xuống.

Chân và tay lạnh ngắt, chỉ còn ngực, vai và đầu thò ra ngoài, cô đã bị giam cứng dưới hàng trăm cân giấy báo nặng mùi.

Cảm giác hoảng loạn khi bị giam cầm xâm chiếm, một cơn sợ hãi không thể mô tả bằng lời, cô hét lên giữa những hơi thở ngắt quãng. Cố gồng mình khống chế nỗi sợ hãi.

Peter Gordon xuất hiện ở cuối lối đi. Cô nhìn thấy một tay hắn cầm con dao cạo, trên tay kia là chiếc máy ghi âm. Hắn chăm chú quan sát cô.

"Làm ơn", cô thều thào. Cơn hoảng loạn mới chỉ được kiềm chế phần nào.

"Cô em đáng yêu lắm", hắn thì thầm.

Hắn bắt đầu nói thêm gì đó nhưng những lời nói bị chìm lấp đi trong tiếng chuông cửa vang tới căn phòng này, cũng to không kém gì trong phần chính của tòa nhà.

Gordon dừng lại.

Tiếng chuông cửa lại vang lên.

Hắn đứng dậy, đi tới bàn làm việc, gõ lên bàn phím rồi quan sát trên màn hình - một camera an ninh đang quay lại hình ảnh của người khách đến thăm. Hắn cau mày.

Tên sát nhân cân nhắc. Hắn đưa mắt nhìn về phía cô rồi cẩn thận gập con dao lại, nhét nó vào túi sau.

Hắn bước tới bên cửa ra vào của căn phòng kín và dường như đang lưỡng lự. Rồi hắn bước qua ngưỡng cửa. Cô nghe thấy tiếng lẫy khóa đóng lại sau lưng hắn. Một lần nữa, bàn tay cô lại cố hướng tới miệng chiếc túi quần và mảnh kim loại nhỏ xíu nằm trong đó.

"Lincoln."

Giọng Bo Haumann thật xa xăm.

Rhyme khẽ nói: "Ông nói đi".

"Không phải cô ấy."

"Cái gì?"

"Những kết quả tìm kiếm từ chương trình máy tính đó - chúng đều đúng. Nhưng đó không phải là Amelia."

Ông giải thích rằng cô đã đưa thẻ tín dụng của mình cho cô bé Pam Willougby để mua một ít thực phẩm với hy vọng hai chị em có thể cùng ăn tối hôm nay và trò chuyện về những điều mà cô bé mô tả là "vài chuyện cá nhân".

"Tôi đoán đó là những gì hệ thống máy tính đã phát hiện ra. Cô bé tới một cửa hàng, mua vài món đồ sau đó dừng lại tại đây - đây là nhà của một cô bạn. Hai cô gái đang làm bài tập về nhà."

Đôi mắt Rhyme khép lại. "Okay, cảm ơn ông, Bo. Ông có thể rút khỏi đó. Giờ tất cả những gì chúng ta có thể làm là chờ đợi."

"Tôi rất tiếc, Lincoln", Ron Pulaski nói.

Một cái gật đầu.

Đôi mắt của anh hướng về phía mặt lò sưởi, nơi bày một bức ảnh chụp Sachs đội chiếc mũ bảo hiểm màu đen, ngồi trong buồng lái một chiếc xe đua NASCAR hiệu Ford. Bên cạnh đó là bức ảnh chụp chung hai người, Rhyme ngồi trong chiếc xe lăn, Sachs đang ôm chầm lấy anh.

Anh không thể nhìn thẳng vào bức ảnh nữa. Đôi mắt anh quay sang những tấm bảng trắng.

***Mô tả đặc điểm ĐTBA 522***

*- Nam giới.*

*- Nhiều khả năng không hút thuốc.*

- *Nhiều khả năng không có vợ con.*

- *Nhiều khả năng là người da trắng hoặc có màu da sáng.*

- *Vóc người trung bình.*

- *Khỏe - có khả năng siết cổ nạn nhân.*

- *Có cơ hội tiếp cận thiết bị ngụy trang giọng nói.*

- *Nhiều khả năng biết rõ về máy tính, mạng xã hội OurWorld. Còn các trang mạng xã hội khác?*

- *Lấy chiến lợi phẩm từ nạn nhân. Một kẻ tàn bạo biến thái?*

- *Một phần nơi ở/nơi làm việc thường xuyên trong tình trạng thiếu ánh sáng, ẩm thấp.*

- *Ăn đồ ăn vặt/xốt cay.*

- *Đi giày đi làm hiệu Skecher cỡ 11.*

- *Bị nghiện tích trữ. Mắc hội chứng rối loạn ám ảnh mang tính cưỡng ép.*

- *Có một cuộc sống "bí mật" và một cuộc sống "bề ngoài".*

- *Biểu hiện trước công chúng sẽ đối lập với bản chất thực sự.*

- *Nơi ở: không thuê nhà, có hai khu vực cư trú, một bình thường và một bí mật.*

- *Các cửa sổ nhà bị che hoặc sơn đen.*

- *Sẽ trở nên rất bạo lực khi thực hiện hành vi sưu tập hay khi bộ sưu tập bị đe dọa.*


**Bằng chứng không sắp đặt trước**

- *Vết bìa các tông cũ.*

- *Tóc búp bê, sợi BASF B35 nylon 6.*

- Tàn thuốc lá từ thuốc lá điếu Tareyton.

- Mảnh thuốc lá cũ, không phải Tareyton nhưng không rõ loại.

- Vết nấm mốc Stachybotrys Chartarum.

- Bụi, từ vụ tấn công Trung tâm Thương mại Thế giới, rất có khả năng là dấu hiệu cho thấy nơi ở/nơi làm việc ở khu Manhattan.

- Mảnh đồ ăn vặt/hạt tiêu cayen.

- Sợi thừng có chứa:

+ Chất làm ngọt soda cyclamate (hàng cũ hoặc nguồn gốc nước ngoài).

+ Viên băng phiến có chứa naphthalene (hàng cũ hoặc nguồn gốc nước ngoài).

- Mảnh lá cây huệ tây lá đốm (cây cảnh trong nhà, cần ánh sáng).

- Vết từ hai tờ giấy viết khác nhau màu vàng.

- Vết giày đi làm hiệu Skecher cỡ 11.


*Em đang ở đâu, Sachs? Em đang ở đâu?*

Anh nhìn chằm chằm lên những tấm bảng như đang làm phép thôi miên, buộc chúng phải nói ra những gì anh muốn biết. Nhưng những chi tiết sơ sài này cũng không đem đến cho Rhyme nhiều ý tưởng hơn các dữ liệu từ innerCircle hay các máy tính của SSD.

*Xin lỗi, chưa thể đưa ra dự đoán vào thời điểm này...*

# CHƯƠNG 48

Một người láng giềng.

Người đến thăm tôi là một láng giềng sống tại số nhà 697 đường số 91. Ông ta mới từ chỗ làm quay về nhà. Một kiện hàng đáng ra đã được giao tới nhà ông ta nhưng lại không thấy đâu. Cửa hàng nghĩ có khả năng nó đã được chuyển tới số nhà 679, địa chỉ của tôi. Một trường hợp nhầm lẫn.

Tôi cau mày giải thích rằng chẳng có gì được giao đến đây cả. Ông ta nên kiểm tra lại với cửa hàng. Tôi những muốn cắt phanh cổ họng hắn ra vì đã làm gián đoạn trò vui của tôi với Amelia 7303 nhưng tất nhiên tôi vẫn mỉm cười đầy thông cảm.

Ông ta xin lỗi đã làm phiền tôi. Chúc một ngày tốt lành, hẳn ông cũng thấy mừng vì họ đã hoàn thành việc sửa đường, đúng không...

Giờ tôi có thể quay lại suy nghĩ về Amelia 7303. Nhưng khi đóng cửa lại, tôi chợt giật mình hoảng hốt. Tôi nhận ra đã lấy đi mọi thứ trên người cô ta - điện thoại, vũ khí, dùi cui và dao, ngoại trừ chiếc chìa khóa còng. Chắc chắn nó vẫn nằm trong túi cô ta.

Gã láng giềng đã khiến tôi mất tập trung. Tôi biết hắn sống ở đâu và hắn sẽ phải trả giá cho việc này. Nhưng lúc này tôi đang hối hả quay trở lại *căn phòng* của tôi, vừa đi vừa lấy con dao cạo ra khỏi túi. Nhanh lên! Cô ta đang làm gì trong đó? Liệu có phải cô ta đang gọi điện báo cho *bọn chúng* biết cần tìm cô ta ở đâu không?

Cô ta đang cố lấy đi của tôi tất cả! Tôi ghét cô ta. Tôi căm thù cô ta biết chừng nào...

Tiến bộ duy nhất Amelia Sachs đạt được trong quãng thời gian Gordon vắng mặt là khống chế cơn hoảng loạn.

Cô đã cố hết cách để với tới chiếc chìa khóa nhưng cả tay chân cô đều đang kẹt cứng dưới đống báo và cô không thể nâng hông lên vị trí cho phép luồn tay vào trong túi quần.

Phải, cảm giác hoảng loạn từ nỗi sợ hãi bị giam cầm đã được khống chế nhưng cảm giác đau đớn nhanh chóng thế chỗ nó. Một góc giấy nhọn đang đâm thẳng vào lưng cô.

Những hy vọng của cô rằng người khách vừa tới có thể là cơ hội giải thoát đã tiêu tan. Cánh cửa mở vào nơi ẩn náu của tên sát nhân lại mở ra lần nữa. Và cô nghe thấy tiếng bước chân của Gordon. Một lát sau cô ngước mắt nhìn lên từ chỗ đang nằm kẹt cứng và nhận ra hắn đang chăm chú nhìn cô. Hắn bước vòng qua đống báo và nheo mắt, nhận ra chiếc còng vẫn nguyên vị trí.

Hắn nhẹ nhõm mỉm cười, "Vậy ra tôi là số Năm Hai Hai?".

Cô gật đầu, tự hỏi làm cách nào hắn biết được số hiệu họ đặt cho hắn. Có lẽ từ việc tra tấn Đại úy Malloy, ý nghĩ này càng khiến cô phẫn nộ hơn.

"Tôi ưa thích một con số có liên quan tới một điều gì đó. Phần lớn các con số chỉ là ngẫu nhiên. Có quá nhiều điều ngẫu nhiên trong cuộc sống. Đó chính là ngày các vị suýt bắt được tôi, đúng không? Hai mươi hai tháng Năm. Điều đó có ý nghĩa. Tôi thích thế."

"Nếu anh lại đây chúng ta có thể vạch ra một thỏa thuận."

"Vạch ra một thỏa thuận?", hắn phá lên cười, tiếng cười thật quái gở của một kẻ hiểu rõ mình cười vì lý do gì. "Còn thứ thỏa thuận nào có thể 'vạch' ra với tôi đây? Những vụ án mạng đều có chủ định trước. Tôi sẽ không bao giờ ra khỏi tù được. Thôi đi." Gordon biến mất chốc lát, rồi quay lại với một tấm vải mà hắn trải rộng ra trên nền nhà trước mặt cô.

Sachs nhìn đăm đăm vào tấm vải dính đầy vết máu đã ngả màu nâu, tim đập thình thịch. Cô nhớ tới những gì Terry Dobyns đã nói về những kẻ nghiện tích trữ, cô hiểu ra hắn đang lo lắng đến việc bộ sưu tập của hắn bị dính máu của cô.

Gordon lấy ra chiếc máy ghi âm, đặt lên trên một chồng giấy gần đó, một chồng giấy còn tương đối thấp, chỉ cao khoảng chín mươi phân. Trên cùng là một số báo *New York Times* vừa ra hôm qua. Một con số đã được viết một cách chính xác lên góc trên bên trái của tờ báo, 3529.

Cho dù hắn định giở trò gì, hắn cũng sẽ phải nếm mùi đau đớn. Cô sẽ dùng răng, đầu gối, hay chân. Hắn sẽ phải nếm mùi vị khiến hắn nhớ đời. Hãy làm cho hắn lại gần. Hãy làm ra vẻ yếu ớt, vô lực.

Hãy dụ cho hắn tới gần.

"Làm ơn! Đau quá... Tôi không thể cử động được hai chân nữa. Giúp tôi duỗi thẳng chân ra với."

"Không, cô nói cô không thể cử động được chân mình để tôi đến gần và cô sẽ tìm cách cắt cổ tôi."

Chính xác là thế.

"Không... Làm ơn!"

"Amelia 7303... Cô tưởng tôi không biết gì về cô sao? Ngay trong ngày cô và Ron 4285 tới SSD, tôi đã vào các khu biệt trữ kiểm tra dữ liệu về cô. Hồ sơ của cô rất ấn tượng. Cô là một người độc lập, một khẩu đại bác không thể kiểm soát. Cô lái xe rất nhanh, cô bắn súng giỏi, cô là một chuyên gia khám nghiệm hiện trường, cô đã chen chân được vào Đội Can thiệp khẩn cấp trong hai năm vừa qua... Vì thế tôi sẽ thật bất cẩn nếu lại gần mà không chuẩn bị sẵn những biện pháp đề phòng, đúng không?"

Cô hầu như không nghe thấy gì từ tràng huyên thuyên của hắn. Lại đây, cô thầm nghĩ. Lại gần đây. Lại đây nào!

Hắn bước qua bên rồi quay lại với một khẩu súng bắn xung điện gây choáng Taser.

Ôi, không... không.

Tất nhiên rồi. Là nhân viên bảo vệ, đương nhiên hắn có trong tay cả một kho vũ khí đầy đủ. Hắn cũng không thể bắn trượt từ khoảng cách này. Hắn mở khóa an toàn của khẩu súng và bước tới... rồi dừng phắt lại, ngoái đầu lắng nghe.

Sachs nghe thấy có tiếng ồn. Nước bị rò chăng?

Không. Đó là tiếng kính vỡ, có thể một khung cửa sổ vừa bị vỡ tan tành đâu đó phía xa.

Gordon cau mày. Hắn bước một bước về phía cánh cửa mở ra chiếc tủ tường và giật mình nhảy lùi lại khi cánh cửa bị bật tung ra.

Một người, tay cầm một thanh kim loại ngắn, lao vào căn phòng, mắt chớp lia lịa để định hướng cho mình trong bóng tối.

Nặng nề ngã vật xuống sàn, luồng hơi thở như bị ngắt rời khỏi hai buồng phổi, Gordon đánh rơi khẩu Taser. Cau mày, hắn cố ngồi dậy trên hai đầu gối, đưa tay với lấy khẩu súng nhưng kẻ đột nhập đã vung mạnh thanh kim loại, đập trúng vào cánh tay hắn. Tên sát nhân hét lên khi xương của hắn gãy răng rắc.

"Không, không!" Sau đó đôi mắt của Gordon, ướt nhòe vì đau đớn, nheo lại khi hắn nhìn chăm chăm vào người vừa tấn công hắn.

Người đàn ông hét lên: "Giờ thì mày đâu có giống Chúa trời nữa, đúng không? Thằng khốn kiếp!". Đó chính là Robert Jorgensen, người bác sĩ, nạn nhân của vụ đánh cắp danh tính, người đã phải sống chui lủi trong nhà cho thuê. Nắm chặt lấy thanh kim loại bằng cả hai tay, ông ta lấy hết sức bình sinh nện nó xuống cổ, xuống vai tên sát nhân. Đầu Gordon va mạnh xuống sàn nhà. Đôi mắt hắn trợn ngược và hắn sụp xuống, nằm hoàn toàn bất động.

Sachs ngỡ ngàng chớp mắt nhìn ông bác sĩ.

*Hắn là ai ư? Hắn là Chúa trời còn tôi là Job...*

"Cô ổn cả chứ?", ông ta hỏi, đồng thời bước tới gần.

"Hãy bỏ đống giấy này ra khỏi người tôi. Sau đó tháo chiếc còng ra và dùng nó còng hắn lại. Nhanh lên! Chìa khóa ở trong túi quần tôi."

Jorgensen quỳ trên hai đầu gối và bắt đầu dỡ đống giấy ra.

"Làm cách nào ông vào được đây?", cô hỏi.

Hai mắt Jorgensen mở to, đúng như cô vẫn nhớ từ lần gặp ông ta trong khu nhà cho thuê rẻ tiền ở khu Thượng East Side. "Tôi vẫn luôn bám theo cô từ sau khi cô tới gặp tôi. Tôi đã sống trên đường phố. Tôi biết cô sẽ đưa tôi tìm tới hắn." Một cái hất hàm về phía Gordon, vẫn đang nằm bất động, chỉ còn thở nông khe khẽ.

Jorgensen thở hổn hển trong khi ông ta ôm lấy một đống giấy lớn ném sang một bên.

Sachs nói: "Vậy ông chính là người đã bám theo tôi. Tại nghĩa trang và khu bốc dỡ hàng ở West Side."

"Phải, chính là tôi. Tôi bám theo cô từ nhà kho tới nhà cô, tới đồn cảnh sát, rồi sau đó tới tòa nhà văn phòng ở Midtown, chính tòa nhà màu xám đó. Sau đó, tại đây, tôi thấy cô đi vào trong con hẻm và khi không thấy cô quay trở ra, tôi bắt đầu tự hỏi chuyện gì đã xảy ra. Tôi gõ cửa và hắn đã ra mở cửa. Tôi nói với hắn tôi là một người láng giềng đang đi tìm một gói hàng bị thất lạc. Tôi nhìn vào trong nhà. Không thấy cô đâu. Tôi đã định bỏ đi nhưng sau đó tôi thấy hắn đi vào phòng khách, tay cầm một con dao cạo."

"Hắn không nhận ra ông sao?"

Một tiếng cười chua chát vang lên khi Jorgensen lấy tay giật giật bộ râu của mình. "Có lẽ hắn chỉ biết tôi qua tấm ảnh chụp trên bằng lái xe của tôi. Tấm ảnh đó được chụp từ khi tôi còn bận tâm đến chuyện cạo râu và còn có tiền để cho phép mình đi cắt tóc... Chúa ơi, bộ râu này mới nặng làm sao."

"Nhanh lên."

Jorgensen tiếp tục: "Cô là hy vọng tốt nhất của tôi để tìm ra hắn. Tôi biết cô cần bắt hắn nhưng trước hết tôi muốn được có một khoảng thời gian với hắn đã. Cô phải để tôi làm thế! Tôi sẽ bắt hắn phải trả lại từng khoảnh khắc khổ sở tôi đã trải qua".

Cảm giác bắt đầu trở lại với hai chân cô. Cô liếc về phía Gordon đang nằm. "Túi quần trước của tôi... ông có thể với được tới chiếc chìa khóa không?"

"Chưa được. Để tôi lấy bớt thêm ít nữa khỏi người cô."

Thêm những đống giấy rơi xuống sàn. Một dòng tít: *Thiệt hại từ cuộc bạo động của cộng đồng da đen lên tới hàng triệu.* Một hàng tít khác: *Không có tiến triển nào trong cuộc khủng hoảng con tin. Tehran: Không thỏa hiệp.*

Cuối cùng cô cũng trườn được ra khỏi đống báo. Sachs loạng choạng nhổm dậy trên đôi chân đang đau như dần, đôi tay vẫn đang bị còng. Cô lảo đảo tựa người vào một chồng giấy khác và quay mặt về phía ông ta. "Chìa khóa còng. Nhanh lên."

Luồn tay vào trong túi quần cô, Jorgensen tìm thấy chiếc chìa khóa và cúi xuống sau lưng cô. Với một tiếng tách nhẹ, chiếc còng mở ra và cô có thể đứng dậy. Cô quay lại lấy chiếc chìa khóa từ tay ông ta. "Nhanh lên," cô nói. "Hãy..."

Một tiếng súng nổ rất đanh vang lên, cô lập tức cảm thấy vô số cú đập nhẹ lên hai tay và mặt mình khi viên đạn - do Peter Gordon bắn từ chính khẩu súng của cô - xuyên thẳng vào lưng Jorgensen, khiến máu và những mảnh da thịt bắn tung tóe lên cô.

Ông ta kêu lên, đổ ập xuống người Sachs, hất cô ngã ngửa ra sau, cùng lúc cứu cô thoát khỏi viên đạn thứ hai trong khi nó rít lên cắm thẳng vào tường, chỉ cách vài cô vài centimet.

# CHƯƠNG 49

Amelia Sachs không còn lựa chọn nào khác. Cô cần phải tấn công. Ngay lập tức. Sử dụng cơ thể Jorgensen như một tấm lá chắn, cô lao về phía Gordon - lúc này đang lom khom đứng dậy, người bê bết máu - và nhặt khẩu Taser dưới sàn lên bắn về phía hắn.

Những luồng xung điện không có được tốc độ của những viên đạn và hắn đã đổ ập người xuống sàn để tránh vừa kịp lúc, cú phản công đã chệch đích. Cô giật lấy thanh kim loại của Jorgensen và lao về phía hắn. Gordon nhổm dậy trên một đầu gối. Nhưng khi chỉ còn cách ba mét, hắn đã kịp giơ súng lên bắn một phát thẳng về phía cô, đúng lúc cô quăng thanh kim loại về hướng hắn. Viên đạn đâm thẳng vào chiếc áo chống đạn hiệu America Body Armor. Cô đau tê dại cả người nhưng điểm chạm của viên đạn nằm xa phía dưới đám dây thần kinh bụng, nơi một cú va chạm mạnh có thể khiến cô nghẹt thở và hoàn toàn tê liệt.

Thanh kim loại đập thẳng vào mặt hắn, kèm theo một tiếng *bộp* gần như không thể nghe rõ, hắn hét lên đau đớn. Tuy vậy, hắn vẫn không gục ngã và vẫn cầm vững khẩu súng trong tay. Sachs quay về hướng duy nhất cô có thể chạy trốn - bên tay trái và lao qua một khe hẻm được tạo ra giữa những món đồ cũ xếp đầy chặn cả khoảng không gian quái gở này.

"Mê cung" là từ duy nhất phù hợp để mô tả nó. Một lối đi hẹp xuyên qua những bộ sưu tập của hắn: lược, đồ chơi (có rất nhiều búp bê - một trong số này nhiều khả năng đã làm rụng ra sợi tóc được tìm thấy trước đây tại hiện trường của một trong các vụ án), những tuýp thuốc đánh răng cũ được cẩn thận cuộn lại, những hộp mỹ phẩm, cốc, túi giấy, quần áo, giày dép, những hộp thức ăn rỗng, những chiếc chìa khóa, bút, dụng cụ, tạp chí, sách... Cô chưa bao giờ nhìn thấy nhiều thứ được tích trữ lại một chỗ như thế trong đời mình.

Phần lớn những bóng đèn ở đây đều bị tắt, dù vẫn còn một vài bóng điện mờ tỏa ra một thứ ánh sáng vàng vọt lên cả gian phòng cùng với luồng sáng nhạt từ đèn đường sau khi đã được lọc qua những tấm màn che cáu bẩn và báo dán trên cửa kính. Tất cả cửa sổ đều bị đóng chặt bằng những thanh chắn. Sachs đã mấy lần vấp chân hay vừa kịp dừng lại trước khi lao thẳng vào một đống đồ sứ hay một chiếc thùng lớn đựng đầy kẹp quần áo.

Cẩn thận, cẩn thận...

Một cú ngã cũng đồng nghĩa với cái chết mười mươi.

Suýt nữa nôn thốc do phát đạn bắn vào bụng, cô quay người giữa hai chồng tạp chí *National Geographics* cao như hai tòa tháp và há hốc miệng hoảng hốt, vừa kịp nấp khi Gordon rẽ vào góc lối đi cách đó mười hai mét, nhìn thấy cô và với khuôn mặt nhăn lại vì cảm giác đau đớn từ cánh tay gãy và cú đánh vào mặt, hắn bắn liền hai phát bằng tay trái. Cả hai viên đạn đều đi chệch đích. Hắn lao về phía trước. Sachs thúc khuỷu tay vào một chồng tạp chí in giấy láng trơn bóng và đẩy nó đổ ập xuống lấp kín hoàn toàn lối đi. Cô quờ quạng chạy về phía trước, nghe thấy thêm hai phát súng nữa.

Bảy phát đạn, cô đã đếm từng lần nhưng đây là một khẩu Glock, vẫn còn mười viên đạn nữa. Cô nhìn quanh tìm một lối thoát, thậm chí là một khung cửa sổ không bị chắn để có thể lao người nhảy qua, nhưng không có một lối thoát nào. Những bức tường chỉ toàn các giá chất đầy những bức tượng nhỏ bằng sứ và các món đồ trang trí rẻ tiền. Sachs có thể nghe thấy hắn đang giận dữ vừa đá những cuốn tạp chí sang hai bên lấy lối đi vừa lẩm bẩm một mình.

Khuôn mặt hắn ló ra trên đống hỗn độn trong lúc cố gắng trèo qua nó nhưng những tờ bìa giấy láng cũng trơn tuột không kém gì mặt băng, và hắn trượt chân, vừa kêu lên đau đớn vừa sử dụng bên tay bị gãy để giúp mình đứng dậy. Cuối cùng hắn cũng trườn được lên đỉnh đống tạp chí. Nhưng trước khi kịp giơ súng lên, cả người hắn đã cứng đờ kinh hãi, miệng há hốc. Hắn gào lên: "Không! Làm ơn, không!".

Hai tay Sachs đang nắm lấy một giá chất đầy những chiếc bình sứ cổ và những bức tượng nhỏ bằng sứ.

"Đừng, đừng đụng vào đó. Làm ơn!"

Cô đã nhớ lại những gì Terry Dobyns từng nói về phản ứng của hắn trước viễn cảnh bị mất đi thứ gì đó trong bộ sưu tập của mình. "Ném khẩu súng lại đây. Làm ngay, Peter!"

Cô không tin hắn sẽ làm thế, nhưng phải đối mặt với viễn cảnh kinh hoàng sắp mất đi những thứ để trên chiếc giá đó, Gordon đang thực sự phải đắn đo.

*Hiểu biết là sức mạnh.*

"Không, không, làm ơn...", một tràng lẩm bẩm điên dại bật ra.

Sau đó đôi mắt hắn thay đổi. Trong khoảnh khắc, chúng trở thành hai chấm đen nhỏ xíu và cô biết hắn chuẩn bị bắn.

Cô xô hai chiếc giá vào nhau và cả trăm kilogam đồ sứ đổ ập xuống sàn vỡ tan tành, một âm điệu chói tai hoàn toàn bị che lấp dưới tiếng gào thét quái gở hoang dại của Peter Gordon.

Thêm hai chiếc giá nữa, bày đầy những bức tượng nhỏ xấu xí, những chiếc tách và đĩa, gia nhập màn hủy diệt. "Ném khẩu súng xuống, nếu không tao sẽ đập nát hết tất cả những thứ chết tiệt ở đây!"

Nhưng hắn đã hoàn toàn mất khả năng kiểm soát bản thân. "Tao sẽ giết mày, tao sẽ giết mày, giết mày, tao sẽ…" Hắn bắn thêm hai phát nữa nhưng trước đó Sachs đã kịp nhào người xuống né tránh. Cô biết hắn sẽ lập tức đuổi theo cô ngay sau khi trèo qua được đống tạp chí *National Geographics* và cô thầm đánh giá tình thế lúc này giữa hai người. Cô đã đi vòng trở lại, hướng về phía cánh cửa dẫn ra tủ tường ở phía trước khu phòng, trong khi hắn vẫn còn ở phần phía sau của tòa nhà.

Nhưng để tới được cánh cửa và sự an toàn, cũng đồng nghĩa với việc phải chạy ngang qua lối đi nơi hắn đang có mặt và vật lộn leo qua những chiếc giá đổ và những mảnh sứ vỡ. Thế nhưng cô không nghe thấy bất cứ tiếng động nào. Liệu có phải hắn đã nhận ra tình thế khó khăn của cô? Liệu có phải hắn đang đợi sẵn, súng hướng thẳng vào nơi cô sẽ phải băng qua nếu muốn chạy tới cửa thoát ra ngoài?

Hay hắn đang vòng qua chỗ lối đi bị chặn và tiếp cận gần cô qua một lối đi khác mà cô không biết?

Những tiếng răng rắc vang lên khắp nơi trong khoảng không gian tối tăm âm u này. Liệu có phải là tiếng bước chân của hắn? Hay tiếng ván gỗ co giãn?

Cảm giác hoảng loạn lại sống dậy, cô quay người nhìn một vòng. Không thể trông thấy hắn. Cô biết mình phải di chuyển, và thật nhanh. Đi thôi! Ngay lập tức! Cô lặng lẽ hít một hơi thật sâu, cố quên đi cảm giác đau nhức ở hai đầu gối, cúi thấp người, lao về phía trước, thẳng qua đống chướng ngại vật bằng tạp chí.

Không có phát súng nào vang lên.

Hắn không có ở đó. Cô dừng ngay lại, tựa người vào tường, cố kìm nhịp thở của mình bình tĩnh lại.

Im lặng, im lặng...

Quỷ quái thật. Ở đâu, ở đâu, ở đâu? Phía dưới dãy hộp đựng giày này, hay sau dãy hộp cà chua kia, hay sau chồng quần áo được gấp phẳng phiu đó?

Những tiếng răng rắc lại vang lên. Cô không dám chắc chúng xuất phát từ đâu.

Một tiếng động mơ hồ như tiếng gió thổi, hay một hơi thở.

Cuối cùng Sachs đi đến quyết định: phải chạy thẳng tới đích. Ngay lập tức! Thẳng tới cửa trước! Hy vọng hắn không ở ngay đằng sau cô hay không đợi sẵn phía trước qua một lối đi khác.

Chạy!

Sachs lao đi, băng qua nhiều lối đi nữa, những khe hẻm được tạo thành từ đống sách, đồ thủy tinh, tranh ảnh, dây điện, thiết bị điện tử, những chiếc can. Liệu cô có chọn đúng đường không?

Đúng, cô đã chọn đúng. Phía trước cô là bàn làm việc của Gordon, bao quanh là những chồng giấy viết màu vàng. Thân hình của Robert Jorgensen vẫn nằm trên sàn nhà. Nhanh hơn nữa. Chạy! Quên chiếc điện thoại trên bàn đi, cô thầm nói với mình sau một thoáng nghĩ đến việc gọi 911.

Ra khỏi đây. Ra khỏi đây ngay lập tức.

Chạy thật nhanh tới cánh cửa.

Cô càng tới gần, tâm trạng hoảng loạn càng dữ dội hơn. Chờ đợi một phát súng vang lên bất cứ lúc nào.

Chỉ còn sáu mét nữa...

Có thể Gordon tin rằng cô vẫn đang lẩn trốn ở phía sau. Có thể hắn đang quỳ xuống điên cuồng gào khóc trước những món đồ sứ yêu quý bị hủy hoại.

Ba mét...

Vòng qua một ngã rẽ, hơi chậm lại chỉ để nhặt lên thanh kim loại, lúc này đã trơn nhẫy máu của hắn.

Giờ thì, thẳng qua cánh cửa.

Rồi cô khựng lại, sững sờ.

Ngay trước mặt cô, cô nhìn thấy hắn, một thân hình màu đen nổi bật lên dưới ánh đèn từ phía sau lối đi chiếu ngược lại. Có lẽ hắn đã theo một lối đi khác tới đây, cô nhận ra trong tuyệt vọng. Cô nâng thanh sắt nặng trĩu trong tay lên.

Thoạt tiên hắn không nhìn thấy Sachs, nhưng hy vọng thoát ra không bị phát hiện tan biến khi hắn quay người về phía nữ thám tử, đổ người xuống sàn, giơ súng chĩa thẳng vào cô, trong lúc hình ảnh của người bố, rồi sau đó là của Lincoln Rhyme, choán hết tâm trí cô.


Cô ta kia, Amelia 7303, rõ mồn một trong tầm nhìn của tôi.

Người đàn bà đã hủy hoại hàng trăm báu vật của tôi, người đàn bà rất có thể sẽ tước đi của tôi tất cả, tước đi của tôi mọi cuộc đi săn trong tương lai, làm lộ *căn phòng* của tôi với thế giới bên ngoài. Tôi không có thời gian để vui đùa với cô ta. Không có thời gian để ghi lại những tiếng kêu thét. Cô ta phải chết. Ngay bây giờ.

*Tôi ghét cô ta, tôi ghét cô ta, tôi ghét cô ta, tôi ghét cô ta, tôi ghét cô ta, tôi ghét cô ta, tôi ghét cô ta, tôi ghét cô ta...*

Sẽ không ai lấy đi bất cứ thứ gì của tôi nữa, không bao giờ.

Ngắm và siết cò.


Amelia Sachs ngã ngửa ra sau đúng lúc khẩu súng trước mặt cô khai hỏa.

Sau đó một phát súng nữa vang lên. Rồi một phát nữa.

Khi ngã vật xuống sàn, cô đưa hai tay lên ôm lấy đầu, thoạt tiên cả người cô tê dại, sau đó cô bắt đầu cảm thấy sự đau đớn mỗi lúc một rõ rệt hơn.

Mình sắp chết... Mình sắp chết...

Thế nhưng... cảm giác đau đớn duy nhất cô cảm thấy xuất phát từ hai đầu gối đang bị cơn viêm khớp hành hạ, chỗ cô đã va đập mạnh với sàn nhà, chứ không phải từ nơi viên đạn đáng nhẽ ra đã trúng người. Cô đưa tay lên mặt, lên cổ. Không hề có vết thương, không có máu. Hắn không thể bắn trượt cô từ cự ly đó. Thế nhưng hắn đã bắn trượt.

Sau đó hắn chạy về phía cô. Đôi mắt cô trở nên lạnh lùng, cơ bắp trên người căng lại như những sợi thép, Sachs thở hổn hển, nắm chặt lấy thanh sắt.

Nhưng hắn vẫn tiếp tục đi qua người cô, thậm chí không buồn nhìn về phía cô.

Chuyện gì vậy? Sachs chậm chạp nhổm dậy, mặt nhăn nhó. Không còn ánh sáng chiếu thẳng vào mắt qua cánh cửa mở vào khu phòng bí mật, cô nhìn thấy hình dáng của người đàn ông rõ dần. Không phải Peter Gordon, mà là một thám tử mà cô biết ở đồn số 20 gần đó - John Harvison. Ông ta giữ khẩu Glock ở tư thế sẵn sàng trong khi thận trọng tiếp cận thi thể người đàn ông vừa bị mình bắn chết.

Lúc này Sachs mới vỡ lẽ, Peter Gordon đã lặng lẽ lại gần phía sau và chuẩn bị bắn vào lưng cô. Từ nơi đứng nhắm bắn cô, hắn đã không nhìn thấy Harvison xuất hiện trên khung cửa.

"Amelia, cô ổn chứ?", viên thám tử hỏi.

"Vâng, ổn cả."

"Còn kẻ nào nữa không?"

"Tôi không nghĩ thế."

Sachs đứng dậy, đi tới cạnh viên thám tử. Có vẻ như tất cả những phát đạn ông ta bắn ra đều trúng đích, một viên trong số đó đã trúng giữa trán Gordon. Máu và óc bắn tung tóe lên bức tranh *American Family* của Prescott treo phía trên bàn làm việc.

Harvison là một người to cao, ngoài bốn mươi tuổi, đã vài lần được khen thưởng vì lòng dũng cảm trong lúc thi hành nhiệm vụ và bắt giữ nhiều tay buôn bán ma túy sừng sỏ. Lúc này, ông ta tỏ ra hoàn toàn chuyên nghiệp, không hề chú ý tới khung cảnh kỳ lạ xung quanh trong khi tiến hành kiểm tra hiện trường. Ông ta gỡ khẩu Glock khỏi bàn tay đẫm máu của Gordon, tháo đạn, cho cả khẩu súng và băng đạn vào túi. Ông ta cũng thận trọng hất khẩu Taser ra xa một khoảng cách an toàn, cho dù khó có một cuộc hồi sinh màu nhiệm nào xảy ra.

"John", Sachs khẽ nói, nhìn chằm chằm vào thi thể máu me của tên sát nhân. "Bằng cách nào? Bằng cách nào ông tìm được tôi?"

"Nhận được thông tin kêu gọi tất cả nhân viên có thể tham gia can thiệp vào một vụ tấn công có vũ trang đang xảy ra tại địa chỉ này. Tôi đang ở cách đây một tòa nhà, điều tra về một vụ ma túy, vậy là tôi chạy thẳng tới đây." Ông ta nhìn cô. "Anh chàng vẫn làm việc cùng cô đã phát đi kêu gọi."

"Ai cơ?"

"Rhyme. Lincoln Rhyme."

"À." Câu trả lời không khiến cô ngạc nhiên, dù rằng nó đặt ra nhiều câu hỏi hơn những gì nó giải đáp.

Họ nghe thấy tiếng rên khe khẽ. Hai người cùng quay lại. Âm thanh phát ra từ phía Jorgensen. Sachs cúi xuống. "Hãy gọi một xe cấp cứu tới ngay. Ông ấy vẫn còn sống." Cô đưa tay ép chặt lên vết thương do viên đạn gây ra.

Harvison lấy bộ đàm của mình ra gọi cấp cứu.

Một lát sau hai nhân viên cảnh sát thuộc Đội Can thiệp khẩn cấp bước qua ngưỡng cửa, súng lăm lăm trong tay.

Sachs chỉ thị: "Nghi phạm chính đã bị bắn hạ. Nhiều khả năng không còn đồng phạm. Nhưng hãy lục soát để đảm bảo chắc chắn".

"Tất nhiên rồi, thám tử."

Một tay cảnh sát thuộc Đội Can thiệp khẩn cấp tới chỗ Harvison, hai người bắt đầu đi kiểm tra những lối đi xuyên qua đống đồ tích trữ. Người kia dừng lại nói với Sachs: "Đúng là một ngôi nhà ma chết tiệt. Cô đã bao giờ thấy nơi nào tương tự chưa, thám tử?".

Sachs không còn tâm trạng để đùa cợt. "Tìm cho tôi một ít băng sơ cứu hay khăn tắm. Với tất cả những thứ hắn có ở đây, tôi dám cược hắn phải có đến năm sáu bộ đồ sơ cứu. Tôi muốn có thứ gì đó để cầm máu. Ngay lập tức!"

# V
# KẺ BIẾT TẤT CẢ

Thứ Tư, ngày hai mươi lăm tháng Năm

*Quyền bí mật cá nhân và lòng tự trọng của các công dân nước ta (đang) bị cắt xén dần từng bước một rất khó nhận ra. Xét trên cấp độ của mỗi cá nhân, mỗi bước có thể chỉ gây ra hậu quả không đáng kể. Nhưng khi nhìn nhận một cách tổng thể, bắt đầu ló rạng một xã hội khác hẳn những gì chúng ta từng biết - một xã hội trong đó chính phủ có thể xâm nhập vào những địa hạt bí mật sâu kín nhất trong đời sống mỗi cá nhân.*

**Thẩm phán Tòa án tối cao William O. Douglas**

# CHƯƠNG 50

"Okay, máy tính quả là hữu ích", Lincoln Rhyme thừa nhận.

Anh đang ám chỉ tới innerCircle, chương trình quản lý cơ sở dữ liệu Watchtower và Xpectation. "Nhưng quan trọng vẫn là các bằng chứng", giọng anh vang lên lanh lảnh. "Máy tính chỉ ra phương hướng chung. Vậy thôi. Chúng tôi bắt đầu vào cuộc từ điểm đó."

Lúc này đã quá nửa đêm và Rhyme đang nói chuyện với Sachs và Pulaski, cả hai đang ngồi ngay gần anh trong phòng thí nghiệm. Cô vừa quay về từ nhà Năm Hai Hai, nơi các nhân viên cấp cứu cho biết Robert Jorgensen sẽ qua khỏi, viên đạn đã không chạm phải các nội tạng quan trọng và các mạch máu. Ông ta đang được cấp cứu tại Trung tâm Chăm sóc tích cực Columbia-Presbyterian.

Rhyme tiếp tục giải thích bằng cách nào anh đã tìm ra Sachs đang có mặt trong nhà một nhân viên bảo vệ của SSD. Anh kể cho cô biết về hồ sơ Kiểm soát đổ sộ của cô. Mel Cooper mở nó ra trên máy tính để cô có thể xem qua. Cô lướt qua file hồ sơ, khuôn mặt xám ngoét trước khối lượng thông tin chứa đựng trong đó. Thậm chí trong khi họ đang đọc, màn hình vẫn tiếp tục nháy sáng mỗi khi hồ sơ được cập nhật.

"Bọn họ biết tất cả", cô thì thầm. "Tôi chẳng còn bí mật nào trên đời nữa." Rhyme tiếp tục cho cô biết bằng cách nào hệ thống đã đưa ra một danh sách các vị trí của cô sau khi cô rời khỏi đồn cảnh sát ở Brooklyn. "Nhưng tất cả những gì các máy tính có thể làm là cung cấp một lộ trình chung chung về hướng đi của em. Nó không thể cung cấp câu trả lời về điểm đến. Anh tiếp tục tìm kiếm trên bản đồ và hiểu ra em đang hướng tới trụ sở của SSD, cũng nói thêm là những chiếc máy tính chết tiệt của bọn họ không hề nhận ra. Anh gọi tới đó, tay bảo vệ trực dưới sảnh cho biết em mới ở đó trong vòng nửa tiếng, đặt câu hỏi về các nhân viên. Nhưng không ai biết em đi đâu sau đó."

Cô giải thích bằng cách nào manh mối đã dẫn cô tới SSD: Người đàn ông đột nhập vào nhà cô đã đánh rơi một hóa đơn của một hàng cà phê nằm ngay cạnh công ty. "Điều đó mách bảo em rằng thủ phạm chắc chắn phải là một nhân viên hay ai đó có liên hệ với SSD. Pam đã nhìn thấy quần áo của hắn - áo khoác xanh, quần jean và mũ bóng chày và em hiểu ra các nhân viên bảo vệ có thể biết liệu có nhân viên nào của công ty ăn mặc như vậy ngày hôm nay không. Những người đang trực ban không nhớ đã nhìn thấy ai ăn mặc như thế, vậy là em hỏi tên và địa chỉ các nhân viên bảo vệ không trực. Em bắt đầu kiểm tra qua từng người."

Một cái nhăn mặt. "Em chưa bao giờ ngờ đến chuyện Năm Hai Hai là một trong số họ. Làm thế nào anh biết hắn là một nhân viên bảo vệ, Rhyme?"

"Thế này nhé, anh biết em đang tìm kiếm một nhân viên của công ty. Nhưng liệu có phải đó là một người trong danh sách các đối tượng nghi vấn hay ai khác? Những chiếc máy tính chết tiệt chẳng giúp được gì, vậy là anh quay sang các bằng chứng. Tên thủ phạm của chúng ta là một nhân viên đi làm bằng những đôi giày không giống ai và có những vết Coffee-mate trên người. Hắn rất khỏe. Liệu những điều này có nghĩa là hắn đảm nhiệm một công việc chân tay nào đó ở các vị trí thấp của công ty không? Phòng văn thư, giao hàng, lao công? Thế rồi anh nhớ ra về món hạt tiêu cayen."

"Bình xịt hơi cay vị hạt tiêu", Sachs vừa nói vừa thở dài. "Phải rồi. Chẳng dính dáng gì đến đồ ăn."

"Chính xác. Một vũ khí cơ bản của nhân viên bảo vệ. Và thiết bị ngụy trang giọng nói? Em có thể mua chúng tại các cửa hàng bán thiết bị an ninh. Sau đó anh nói chuyện với phụ trách an ninh của SSD. Tom O'Day."

"Đúng thế. Chúng tôi đã gặp anh ta." Ron Pulaski gật đầu.

"Anh ta cho anh biết một phần lớn nhân viên an ninh tại công ty làm việc bán thời gian, điều này sẽ cho phép Năm Hai Hai có thoải mái thời gian để thỏa mãn các thú vui của hắn bên ngoài công ty. Anh hỏi qua O'Day về các bằng chứng khác. Những mẩu lá chúng ta tìm thấy nhiều khả năng có nguồn gốc từ những cây cảnh tại phòng ăn trưa của nhân viên bảo vệ. Và ở đó họ cũng uống Coffee-mate, không hề có sữa thật. Anh cũng cho anh ta biết các đặc điểm tính cách Terry Dobyns đã cung cấp và hỏi danh sách tất cả các nhân viên bảo vệ còn độc thân và không có con cái. Sau đó anh ta đối chiếu bảng theo dõi thời gian của họ với thời điểm diễn ra các vụ án mạng trong hai tháng vừa qua."

"Và anh tìm ra một người luôn vắng mặt ở công ty vào thời điểm có một vụ án diễn ra - John Rollins, tức Peter Gordon."

"Không, anh phát hiện ra John Rollins luôn có mặt ở công ty mỗi khi có một vụ án xảy ra."

"Có mặt ở công ty?"

"Tất nhiên rồi. Hắn truy cập vào hệ thống quận lý công ty và thay đổi các bảng theo dõi thời gian để tạo cho mình bằng chứng ngoại phạm. Anh đã yêu cầu Rodney Szarnek kiểm tra phần siêu dữ liệu. Không nghi ngờ gì nữa, hắn chính là kẻ chúng ta săn lùng. Và hắn chỉ cách đây khoảng mười tòa nhà. Anh đã yêu cầu tập kích nơi đó."

"Nhưng, Rhyme, em không hiểu bằng cách nào Năm Hai Hai có được các hồ sơ. Hắn ta có thể tiếp cận mọi khu biệt trữ dữ liệu nhưng mọi người đều bị kiểm tra mỗi khi ra khỏi đó, kể cả hắn. Hắn cũng không thể truy cập trực tuyến vào innerCircle."

"Đó quả là một chướng ngại khó nhằn, đúng thế. Nhưng chúng ta cần cảm ơn Pam Willoughby. Cô bé đã giúp anh hiểu ra."

"Pam? Bằng cách nào?"

"Có nhớ cô bé đã nói với chúng ta, không ai có thể tải về các bức ảnh từ trang mạng xã hội đó, OurWorld, nhưng đám nhóc đã giải quyết khó khăn đơn giản bằng cách chụp lại màn hình không?"

*Ồ, đừng buồn, ông Rhyme. Rất nhiều khi người ta bỏ qua mất câu trả lời hiển nhiên...*

"Anh hiểu ra bằng cách nào Năm Hai Hai có được thông tin. Hắn ta không cần phải tải về hàng nghìn trang dữ liệu. Hắn chỉ cần copy lại những gì hắn cần về nạn nhân và những người hắn sẽ gài bẫy, nhiều khả năng vào ban đêm khi hắn chỉ có một mình trong các khu biệt trữ. Có nhớ chúng ta đã tìm thấy những mẩu giấy vàng đó không? Tại trạm kiểm tra an ninh, máy quét tia X hay máy phát hiện kim loại không thể dò ra giấy. Thậm chí chẳng ai nghĩ đến chuyện đó."

Sachs nói cô đã trông thấy có lẽ đến một nghìn trang giấy màu vàng chất đống quanh bàn làm việc của hắn trong căn phòng bí mật.

Lon Sellitto từ trong thành phố quay về. "Thằng khốn kiếp đó toi rồi", anh ta lẩm bẩm, "nhưng tôi vẫn có tên trong hệ thống như là một gã nghiện chết dẫm. Tất cả những gì tôi có được từ bọn họ là, 'chúng tôi đang xem xét việc đó'".

Nhưng anh ta cũng có vài tin tốt. Ủy viên công tố quận đã đồng ý mở lại hồ sơ các vụ án trong đó có nhiều khả năng Năm Hai Hai đã ngụy tạo ra bằng chứng. Arthur Rhyme đã được thả ngay lập tức, những người bị buộc tội khác sẽ được xem xét lại ngay và nhiều khả năng họ cũng được thả trong vòng một tháng nữa.

Sellitto nói thêm: "Tôi đã kiểm tra căn nhà Năm Hai Hai đã sống".

Tòa nhà ở khu Thượng West Side có trị giá hàng chục triệu đô la. Làm thế nào Peter Gordon, với công việc nhân viên bảo vệ của mình, có thể mua được nó vẫn là một bí ẩn.

Nhưng anh chàng thám tử đã có câu trả lời, "Hắn ta không phải là chủ sở hữu. Người đứng tên sở hữu tòa nhà là một người phụ nữ có tên Fiona McMillan, một bà góa tám mươi chín tuổi, không có người thân. Bà ta vẫn tiếp tục trả thuế và các hóa đơn sinh hoạt. Chưa bao giờ trễ hạn. Chỉ có điều thú vị là ở chỗ, chưa có ai từng trông thấy bà ta trong năm năm vừa qua".

"Vừa đúng khoảng thời gian mà SSD chuyển tới New York."

"Tôi cho rằng hắn đã có được mọi thông tin cần thiết để mạo nhận danh tính của bà lão, sau đó giết chết bà ta. Ngày mai họ sẽ bắt đầu tiến hành tìm kiếm thi thể. Họ sẽ bắt đầu từ gara, sau đó kiểm tra tầng hầm." Viên trung úy nói thêm: "Tôi đang chuẩn bị lễ tưởng niệm cho Joseph Malloy. Buổi lễ sẽ diễn ra vào thứ Bảy. Nếu anh muốn tới dự".

"Tất nhiên rồi", Rhyme nói.

Sachs cầm lấy tay anh và nói: "Dù là nhân viên tuần tra hay sếp, họ đều là gia đình và vẫn là nỗi đau khi anh mất đi ai đó".

"Bố em đúng không?", Rhyme hỏi. "Những lời ông từng nói."

Một giọng nói từ ngoài lối đi vọng vào: "Hey. Quá muộn mất rồi. Xin lỗi. Vừa biết tin các vị khép lại vụ án." Rodney Szarnek bước vào phòng thí nghiệm, theo sau là Thom. Cậu ta cầm trên tay một tập giấy in và một lần nữa lại có vẻ như đang trò chuyện với máy tính và hệ thống điều khiển chứ không phải với con người.

"Quá muộn?", Rhyme hỏi.

"Hệ thống máy tính trung tâm đã ghép lại các file tìm thấy trong phần bộ nhớ trống mà Ron đã đánh cắp về. À không, mượn về. Tôi đang trên đường tới đây đưa chúng cho các vị thì nghe tin các vị đã hạ được thủ phạm. Đoán là giờ các vị không còn cần đến nữa."

"Chỉ tò mò thôi. Anh tìm thấy gì vậy?"

Anh ta bước tới, lấy vài tờ bản in chìa ra cho Rhyme xem. Anh không tài nào hiểu nổi chúng có ý nghĩa gì. Những từ rời rạc, những con số, ký hiệu, và những khoảng trắng lớn giữa chúng.

"Tôi đâu có biết tiếng Hy Lạp."

"Hey, vui nhỉ. Anh không biết tiếng Hy Nạp."

Rhyme chẳng buồn sửa sai cho anh ta. Anh hỏi: "Dòng dưới cùng này là gì vậy?".

"Runnerboy - biệt danh mà tôi tìm ra trước đây - quả thực đã tải một lượng lớn thông tin từ innerCircle về một cách bí mật, sau đó xóa sạch dấu vết của mình. Nhưng đó không phải là hồ sơ của các nạn nhân hay bất cứ ai khác có liên quan tới vụ Năm Hai Hai."

"Anh có được tên của hắn chứ?", Sachs hỏi. "Tên của gã Runnerboy?"

"Rồi. Một tay nào đó có tên Sean Cassel."

Cô nhắm mắt lại. "Runnerboy... Anh ta nói đang luyện tập ba môn phối hợp. Tôi thậm chí chẳng hề nghĩ tới chi tiết này."

Cassel là Giám đốc Bán hàng và cũng là một trong những đối tượng nghi vấn của họ, Rhyme thầm nghĩ. Lúc này anh nhận ra Pulaski cũng đang phản ứng lại với tin vừa nhận được. Cậu cảnh sát trẻ chớp mắt ngạc nhiên và liếc nhìn Sachs, một bên mày hơi nhướn lên, trên miệng thoáng một nụ cười vỡ lẽ. Cô nhớ lại vẻ miễn cưỡng của cậu ta khi phải quay lại SSD và vẻ bối rối khi để lộ ra mình không biết gì về Excel. Cuộc va chạm giữa Pulaski và Cassel là một lý do hoàn toàn hợp lý.

Cậu ta hỏi: "Anh ta định làm gì đây?".

Szarnek giở qua các tờ bản in. "Tôi không thể cho anh biết chính xác được." Sau đó dừng lại, đưa một tờ cho cậu cảnh sát trẻ, nhún vai, "Thử nhìn qua xem nếu anh thích. Trong này là một vài hồ sơ trong số những gì anh ta tải về".

Pulaski lắc đầu, "Tôi chẳng biết ai trong số những tay này cả". Anh ta đọc to vài cái tên lên thành tiếng.

"Đợi đã", Rhyme hét to. "Cái tên cuối cùng là gì?"

"Dienko... Đây này, nó lại được nhắc đến lần nữa. Vladimir Dienko. Ông biết tay này sao?"

"Chết tiệt", Sellitto nói.

Dienko - tay bị cáo trong vụ điều tra đám tội phạm có tổ chức người Nga, vụ án đã bị bãi bỏ vì những rắc rối về nhân chứng và bằng chứng. Rhyme nói: "Và cái tên ngay trước hắn ta là ai?".

"Alex Karakov."

Đây là một người cung cấp tin chống lại Dienko, vốn đang lẩn trốn dưới một danh tính giả. Anh ta biến mất hai tuần trước khi phiên tòa diễn ra, nhiều khả năng đã chết, mặc dù không ai hình dung nổi bằng cách nào người của Dienko phát hiện ra anh ta. Sellitto cầm lấy những tờ giấy từ trong tay Pulaski và xem qua chúng. "Lạy Chúa, Linc. Địa chỉ, những lần rút tiền qua ATM, đăng ký xe, những cuộc điện thoại. Đúng những gì một tay sát thủ cần để tiếp cận mục tiêu... Ồ, hãy xem này. Kevin McDonald."

"Chẳng phải hắn là bị cáo trong vụ RICO nào đó mà anh đang điều tra sao?", Rhyme hỏi.

"Phải. Một vụ khốn kiếp, buôn bán vũ khí, âm mưu. Dính cả đến ma túy, tống tiền. Hắn cũng lọt lưới."

"Mel, hãy kiểm tra tất cả những cái tên trong danh sách này qua hệ thống của chúng ta."

Trong số tám cái tên Rodney Szarnek tìm thấy trong các file được tập hợp lại, sáu người là bị cáo trong các vụ án hình sự diễn ra trong ba tháng vừa qua. Cả sáu đều được trắng án hoặc được gỡ bỏ những tội danh nghiêm trọng bị đưa ra truy tố vào phút chót vì những rắc rối không lường trước liên quan tới nhân chứng và bằng chứng.

Rhyme bật cười, "Quả là cực kỳ *serendipitous*[1]".

"Cái gì?", Pulaski hỏi.

"Mua lấy một cuốn từ điển đi, chàng trai."

Cậu cảnh sát thở dài nói bằng giọng cam chịu: "Cho dù nó có nghĩa là gì đi nữa, Lincoln, chắc đó không phải là từ lúc nào đó tôi muốn dùng".

Tất cả mọi người cùng bật cười, kể cả Rhyme. "Trúng đích. Ý tôi là một cách vô tình chúng ta đã khám phá ra điều gì đó rất thú vị, nếu anh chấp nhận, Mel. Sở Cảnh sát New York có các file dữ liệu trên các server của SSD, thông qua PublicSure. Dễ hiểu thôi, Cassel đã tải các thông tin về cuộc điều tra về, bán nó cho bị cáo rồi xóa sạch dấu vết của hắn."

"Ồ, em có thể mường tượng ra hắn đang làm điều đó", Sachs nói. "Cậu không nghĩ vậy sao, Ron?"

---

[1] Trùng hợp một cách kỳ lạ.

"Tôi chưa bao giờ nghi ngờ chuyện này, dù chỉ một phút." Cậu cảnh sát trẻ tuổi nói thêm: "Đợi đã... Cassel chính là người đã đưa cho chúng ta chiếc đĩa CD chứa tên các khách hàng - cũng chính hắn là người đã chỉ ra Robert Carpenter".

"Tất nhiên rồi", Rhyme gật đầu nói. "Hắn đã thay đổi dữ liệu để dồn sự chú ý về phía Carpenter. Hắn cần đẩy cuộc điều tra ra xa SSD. Không chỉ vì vụ Năm Hai Hai. Mà vì hắn không muốn ai xem qua các file hồ sơ và phát hiện ra hắn đã bán các hồ sơ lưu trữ của cảnh sát. Còn con mồi nào lý tưởng hơn một người là đối thủ cạnh tranh để ném cho bầy sói?"

Sellitto hỏi Szarnek: "Còn ai khác ở SSD dính dáng đến vụ này không?".

"Từ những gì tôi tìm được thì không. Chỉ có Cassel."

Sau đó Rhyme nhìn sang Pulaski, lúc này đang nhìn chăm chú vào bảng danh sách bằng chứng. Đôi mắt cậu ta lại hiện lên vẻ cứng rắn mà anh đã nhận thấy cũng trong hôm nay.

"Này, chàng trai, cậu muốn nó chứ?"

"Muốn gì cơ?"

"Vụ điều tra Cassel?"

Cậu cảnh sát trẻ có vẻ nghĩ ngợi. Nhưng sau đó cậu ta buông thõng hai vai xuống, vừa bật cười vừa nói: "Không, tôi không nghĩ thế".

"Cậu có thể đảm nhiệm được."

"Tôi biết vậy. Ý tôi là, khi tôi thực hiện cuộc điều tra độc lập đầu tiên của mình, tôi muốn biết chắc mình thực hiện nó vì những lý do đúng đắn."

"Nói hay lắm, chàng trai", Sellitto lẩm bẩm, giơ cốc cà phê của mình về phía cậu ta. "Cuối cùng thì dường như vẫn còn hy vọng dành cho cậu... Được lắm. Nếu tôi tạm thời bị đình chỉ công tác, chí ít tôi có thể hoàn tất những việc sửa chữa quanh nhà mà Rachel vẫn rầy rà đòi tôi phải làm." Anh chàng thám tử to con cầm lấy một chiếc bánh rồi nhón chân một cách kiểu cách bước ra khỏi cửa. "Chúc mọi người ngon giấc."

Szarnek thu dọn các cặp hồ sơ và đĩa của mình, xếp tất cả lên một chiếc bàn. Thom ký biên bản bàn giao với tư cách là đại diện pháp lý cho nhà tội phạm học. Anh chàng chuyên gia tin học ra về, đồng thời không quên nhắc nhở: "Khi ông đã sẵn sàng để gia nhập thế kỷ hai mươi mốt, thám tử, hãy gọi điện cho tôi". Thêm một cái hất hàm ra hiệu về phía những chiếc máy tính.

Điện thoại của Rhyme lại đổ chuông - lần này là cuộc gọi Sachs, chiếc điện thoại di động bị dỡ tung ra từng mảnh của cô không có nhiều triển vọng sớm hoạt động trở lại. Rhyme đoán người gọi điện là người tại đồn cảnh sát ở Brooklyn và mục đích cuộc gọi nhằm thông báo chiếc xe của cô đã được tìm thấy tại bãi hủy xe cách đó không xa.

Cô lên lịch cùng Pam để tới đó sáng hôm sau bằng chiếc xe của cô bé, chiếc xe này đã được tìm thấy trong một gara đằng sau tòa nhà nơi Peter Gordon sống. Sachs lên gác chuẩn bị để đi ngủ, Cooper và Pulaski cũng ra về.

Rhyme đang viết một bản ghi nhớ gửi cho Phó Thị trưởng Ron Scott, mô tả lại phương thức gây án của Năm Hai Hai và đề xuất cần tiếp tục tìm hiểu những khoảng thời gian khác hắn đã gây ra tội ác và cài bẫy đổ tội cho người khác. Tất nhiên, chắc chắn sẽ có những bằng chứng trong căn nhà của kẻ sát nhân mắc chứng nghiện tích trữ, nhưng anh không thể hình dung ra nổi khối lượng công sức cần bỏ ra để khám nghiệm một hiện trường như vậy.

Anh hoàn tất bản email, gửi nó đi và đang thầm tự hỏi Andrew Sterling sẽ phản ứng ra sao khi biết một người dưới quyền mình đã lén lút bán dữ liệu của công ty thì điện thoại của anh lại đổ chuông. Trên bảng thông báo danh tính người gọi cho biết đây là một số điện thoại lạ.

"Nhận lệnh, trả lời điện thoại."

Click.

"Xin chào?"

"Lincoln. Tôi là Judy Rhyme."

"À, xin chào, Judy."

"Ôi, tôi không biết cậu đã biết chưa. Họ đã rút lại những lời buộc tội. Anh ấy được thả rồi."

"Đã được thả rồi sao? Em biết việc đó đang được tiến hành. Em đã nghĩ sẽ mất nhiều thời gian hơn."

"Tôi không biết phải nói gì nữa, Lincoln. Ý tôi là, tôi muốn nói: Cảm ơn cậu."

"Chắc vậy rồi."

Chị nói: "Chờ một phút".

Rhyme nghe thấy những tiếng thì thầm, người phụ nữ đã áp bàn tay lên ống nói và đoán chị đang nói chuyện với các con mình. Tên chúng là gì nhỉ?

Rồi anh nghe thấy: "Lincoln!".

Thật lạ lùng, giọng nói của người anh họ lập tức trở nên thật thân thuộc với anh, giọng nói đã bao năm qua anh chưa được nghe. "À, Art, xin chào."

"Tôi đang ở trong thành phố. Họ vừa thả tôi. Mọi lời buộc tội đều được hủy bỏ."

"Tốt quá."

Câu trả lời nghe thật gượng gạo.

"Tôi không biết phải nói sao nữa. Cảm ơn cậu. Cảm ơn cậu rất nhiều."

"Không có gì."

"Suốt những năm qua... Đáng ra tôi phải gọi cho cậu sớm hơn. Chỉ là tôi..."

"Không sao." Thế có nghĩa là sao? Rhyme tự hỏi. Việc Art vắng bóng khỏi cuộc đời anh chẳng hề khiến anh cảm thấy tốt hơn hay xấu đi. Câu trả lời chỉ để lấy lệ. Anh muốn gác máy lập tức.

"Cậu không buộc phải làm những gì cậu đã làm."

"Có vài điều không đúng quy tắc. Đó là một vụ án lạ lùng."

Cũng chẳng hề có chút ý nghĩa nào. Lincoln Rhyme cũng tự hỏi mình tại sao mình lại phá vỡ cuộc đối thoại như thế. Chắc hẳn là một cơ chế phòng vệ nào đó, anh tự nhủ. Anh chỉ muốn gác máy. "Anh vẫn ổn chứ, sau những gì xảy ra tại khu tạm giam?"

"Không có gì nghiêm trọng. Thật đáng sợ, nhưng người tù đó đã kịp thời gỡ tôi xuống khỏi bức tường."

"Tốt quá."

Im lặng.

"Vậy là, một lần nữa cảm ơn cậu, Lincoln. Không có nhiều người sẵn lòng làm thế vì tôi."

"Tôi rất vui vì cuối cùng kết quả cũng như mong muốn."

"Chúng ta sẽ cùng gặp nhau. Cậu cùng Judy và tôi. Cả bạn gái cậu nữa. Tên cô ấy là gì nhỉ?"

"Amelia."

"Chúng ta sẽ gặp nhau." Một khoảng im lặng dài. "Có lẽ tôi phải đi rồi. Chúng tôi phải quay về nhà với lũ trẻ. Okay, cậu bảo trọng nhé."

"Anh cũng vậy... Nhận lệnh, ngừng liên lạc."

Đôi mắt Rhyme dừng lại trên tập hồ sơ của anh họ anh từ SSD.

*Người con trai khác...*

Anh biết họ sẽ không bao giờ "gặp nhau". Vậy là kết thúc, anh thầm nghĩ. Một cảm giác thoạt tiên khiến người ta băn khoăn - rằng chỉ với tiếng click của một chiếc máy điện thoại bị dập xuống, một điều gì đó đáng lẽ sẽ trở thành hiện thực rốt cuộc lại không xảy ra. Nhưng Lincoln Rhyme đi đến kết luận đây là đoạn kết hợp lý duy nhất cho những sự kiện vừa diễn ra trong ba ngày qua.

Nghĩ tới biểu tượng của SSD, anh chợt nhận ra, phải, cuộc đời họ lại một lần nữa tình cờ gặp nhau sau bấy nhiêu năm. Nhưng dường như hai người anh em họ vẫn bị ngăn cách bởi một khung cửa sổ khóa kín. Họ đã quan sát nhau, chia sẻ vài từ, nhưng đó là tất cả mối liên hệ giữa hai người. Giờ là thời điểm để mỗi người quay về với thế giới riêng đầy khác biệt của mình.

# CHƯƠNG 51

Vào lúc mười một giờ trưa, Amelia Sachs đứng giữa một bãi đất nhếch nhác bẩn thỉu ở khu Brooklyn. Cố kìm nén không trào nước mắt, cô đờ đẫn nhìn đăm đăm vào cái đống trước mặt.

Người phụ nữ đã từng bị bắn, từng phải nổ súng giết người trong khi thực thi nhiệm vụ, đã từng khăng khăng đề nghị để được tham gia vào các chiến dịch giải cứu con tin đầy nguy hiểm, giờ đây dường như tê dại vì buồn phiền.

Không ngừng bước tới bước lui, ngón tay trỏ bấm mạnh vào ngón cái, hai móng tay tỳ sát vào nhau, cho tới khi một đốm máu nhỏ xuất hiện. Cô đưa mắt nhìn xuống những ngón tay của mình. Nhìn thấy màu đỏ của máu nhưng không dừng phản ứng vô thức của mình lại. Cô không thể.

Phải, họ đã tìm thấy chiếc Chevrolet Camaro SS đời 1969 yêu quý của cô.

Nhưng có vẻ như cảnh sát đã không biết rằng chiếc xe đã bị đem bán sắt vụn, chứ không chỉ đơn thuần bị tịch thu vì không trả tiền vay. Cô và Pam đang đứng trong bãi giữ xe bị tịch thu, một nơi có thể dùng làm bối cảnh cho một bộ phim của Scorsese[1] hay cho xê ri *The Sopranos*, một bãi phế thải sặc sụa mùi dầu cũ và khói từ một lò đốt rác. Một bầy chim ồn ào lượn lờ gần đó, những con kền kền trắng bệch. Cô chỉ muốn rút súng ra bắn cả băng đạn lên trời để chúng phải phát hoảng bay đi tứ tán.

Một đống kim loại bị ép lại thành khối hình chữ nhật là tất cả những gì còn lại của chiếc xe vốn đã gắn bó với cô từ tuổi vị thành niên. Chiếc xe là một trong ba di sản quan trọng nhất bố cô để lại cho cô, cùng với cá tính mạnh mẽ và tình yêu dành cho nghề cảnh sát của ông.

"Tôi đã nhận được mọi giấy tờ. Tất cả đều hợp lệ." Người phụ trách bãi hủy xe ái ngại chìa ra những tờ giấy đã biến chiếc xe của cô thành một mớ sắt vụn, không còn hình hài nữa.

"Bán tái chế" là cách diễn đạt chính thức, còn thực tế có nghĩa là bán một chiếc xe nhằm tận dụng những phụ tùng còn tận dụng được, những gì còn lại sẽ biến thành sắt phế liệu. Một việc thật ngớ ngẩn, hiển nhiên rồi; bạn sẽ chẳng kiếm được xu nào từ việc bán linh kiện của một chiếc xe thể thao cũ đã bốn mươi năm tuổi từ bãi bán phụ tùng xe hơi đủ mọi nguồn gốc ở khu Nam Bronx. Nhưng cô cũng đã hiểu quá rõ một điều từ cuộc điều tra này, khi một chiếc máy tính của một cơ quan chức năng ra chỉ thị, bạn sẽ làm như bạn được yêu cầu.

"Tôi rất xin lỗi, thưa cô."

"Chị ấy là một sĩ quan cảnh sát", Pam Willoughby gằn giọng nói. "Một thám tử."

"Ồ", anh ta thốt lên, thầm nghĩ đến những rắc rối có thể phát sinh từ tình thế hiện tại và cảm thấy không khoái chúng cho lắm. "Rất tiếc, thưa thám tử."

---

[1] Tức Martin Scorsese là một đạo diễn, nhà sản xuất phim của điện ảnh Mỹ.

Dù vậy, anh ta vẫn có những giấy tờ hợp lệ làm lá chắn. Anh ta cũng chẳng hề lấy làm tiếc như lời nói. Anh ta đứng cạnh hai chị em trong vài phút, nhấp nhổm đổi từ chân này sang chân kia, rồi lững thững bỏ đi.

Cảm giác đau đớn đang vò xé nội tâm cô lúc này còn tồi tệ hơn nhiều vết bầm mà viên đạn chín milimet bắn vào bụng cô đã gây ra tối hôm trước.

"Chị ổn chứ?", Pam hỏi.

"Không hẳn."

"Ý em là, chị không bực mình nhiều chứ?"

Không, không hề, Sachs thầm nghĩ. Nhưng chị đang bực mình đây.

Cô bé quấn những lọn tóc nhuộm đỏ quanh các ngón tay mình, có lẽ là bản sao lại hành động bồn chồn vô thức của Sachs. Cô đưa mắt nhìn một lần nữa về phía khối kim loại xấu xí, một chiều chừng chín mươi phân, chiều kia chừng mét hai, nằm lọt thỏm giữa những khối kim loại khác.

Những kỷ niệm đột ngột ùa về. Bố cùng Amelia, lúc đó còn là một cô gái vị thành niên, cùng nhau trải qua những buổi chiều thứ Bảy trong gara chật chội của gia đình, bận rộn kiểm tra bộ chế hòa khí hay bộ ly hợp. Hai bố con cùng nhau trốn ra sau nhà vì hai lý do - để tận hưởng niềm vui cùng nhau chia sẻ đam mê cơ khí và cũng để thoát khỏi thành viên thứ ba luôn khó đăm đăm của gia đình: mẹ Sachs.

"Các khe hở phải không?", ông hỏi, tìm cách thử thách cô.

"Là bugi[1] ạ", cô bé Amelia đã trả lời.

"Tốt lắm, Amie."

---

[1] Công cụ dùng đánh lửa cho động cơ.

Sachs nhớ lại một dịp khác - một cuộc gặp diễn ra vào năm thứ nhất của cô ở đại học. Cô và một cậu con trai tự xưng tên là C.T. đã gặp nhau trong một quán ăn nhanh ở Brooklyn. Mỗi người đều ngạc nhiên về chiếc xe của người kia. Sachs trong chiếc Camaro - lúc đó còn sơn màu vàng với những vạch đen làm điểm nhấn - còn anh chàng kia ngự trên một chiếc Honda 850.

Những chiếc bánh mì kẹp và những cốc soda nhanh chóng biến mất, vì chỉ cách nơi họ ngồi ăn vài dặm là một đường băng bỏ hoang và một cuộc đua là không thể tránh khỏi.

Anh chàng kia đã vọt lên khỏi vạch xuất phát trước, cũng không lạ nếu tính đến chuyện cô đang ở bên trong một chiếc xe nặng một tấn rưỡi, nhưng đống kim loại nặng nề này của cô đã bắt kịp cậu ta chỉ sau chưa đến nửa dặm, cậu ta lái xe khá thận trọng còn cô thì không và cô luôn đánh lái gấp khiến xe rê đi mỗi khi vào cua và luôn dẫn trước cho tới khi về đích.

Rồi đến lần lái xe đáng nhớ nhất trong đời cô: Sau khi họ cùng nhau kết thúc vụ án đầu tiên, Lincoln Rhyme, hầu như hoàn toàn tê liệt, ngồi trong xe bên cạnh cô, các cửa xe đều được hạ xuống. Cô áp tay anh lên cần số trong khi sang số và vẫn nhớ anh đã hét lớn lên trong tiếng động của chiếc xe đang lao nhanh, "Anh nghĩ anh có thể cảm nhận được. Anh có thể!".

Và giờ chiếc xe đã ra đi mãi mãi.

*Rất tiếc, thưa cô...*

Pam bước xuống bờ dốc.

"Em đi đâu thế?"

"Cô không nên xuống đó, cô gái." Người chủ bãi xe, đứng bên ngoài ngôi nhà tạm bợ được dùng làm văn phòng, đang vẫy tập giấy như thể đánh tín hiệu cảnh cáo.

"Pam!"

Nhưng không tài nào ngăn được cô bé. Cô bé trèo đến tận chỗ khối kim loại và chui đầu vào trong. Cô loay hoay kéo hết sức và lấy ra thứ gì đó, rồi quay trở lại chỗ Sachs.

"Cầm lấy, Amelia." Đó là chiếc nút bấm còi với biểu tượng của Chevrolet.

Sachs cảm thấy nước mắt đang chực trào ra nhưng vẫn gắng sức kìm lại. "Cảm ơn em, cô bé yêu quý. Đi thôi. Rời khỏi đây thôi."

Hai chị em lái xe quay lại khu Thượng West Side và dừng lại ăn kem cho hạ hỏa, Sachs đã thu xếp để Pam được nghỉ học cả ngày. Cô không muốn cô bé ở quá gần Stuart Everett và cô gái hoàn toàn tán thành quyết định này.

Sachs tự hỏi liệu anh chàng giáo viên có chấp nhận câu trả lời không hay không. Nghĩ tới những bộ phim kinh dị rẻ tiền kiểu như *Scream* và *Friday the 13th* mà cô và Pam thỉnh thoảng vẫn xem lúc tối muộn, khi được tiếp thêm can đảm nhờ những chiếc bánh Dorito và bơ lạc, Sachs biết những anh chàng bạn trai lớn tuổi, cũng giống như những tên sát nhân trong các bộ phim kinh dị, đôi lúc cũng có khả năng từ cõi chết trở về.

Pam đã hoàn tất chiếc kem của mình và khoan khoái xoa bụng. "Đúng thứ em cần." Rồi cô bé thở dài, "Sao em lại có thể ngốc thế được chứ?".

*Tình yêu khiến chúng ta trở nên kỳ quặc...*

Trong tiếng cười có vẻ người lớn kỳ lạ sau đó của cô bé, Amelia Sachs tin cô đã nghe thấy âm hưởng cuối cùng khép lại mối tình trẻ con đó.

Họ rời khỏi cửa hàng Baskin-Robbins và cùng nhau đi bộ về căn nhà của Rhyme, nằm cách đó vài tòa nhà, vừa đi vừa lên kế hoạch về một buổi tối đi chơi giữa các cô gái với nhau, cùng một người bạn nữa của Sachs, một nữ cảnh sát cô đã quen biết nhiều năm. Cô hỏi cô bé: "Xem phim hay kịch?".

"Ồ, một vở kịch... Amelia, khi nào một vở kịch 'ngoài Broadway[1]' trở thành một vở kịch 'ngoài-ngoài Broadway[2]'?"

"Một câu hỏi hay đấy. Chúng ta sẽ thử tìm trên Google xem sao."

"Và tại sao họ lại gọi chúng là những vở kịch Broadway trong khi chẳng hề có nhà hát nào ở Broadway cả?"

"Đúng đấy. Đáng ra chúng phải là những vở kịch 'gần Broadway'. Hay những vở kịch 'ngay góc đường từ Broadway rẽ ra'."

Hai người bước đi dọc theo con phố nhánh chạy theo hướng đông - tây, lại gần Công viên Trung tâm. Sachs đột nhiên để ý tới sự có mặt của một người đi đường gần đó. Ai đó đang băng qua đường phía sau lưng họ, đi theo cùng hướng, như thể đang bám theo hai người.

Cô không hề cảm thấy cảnh giác, coi linh cảm bất an vừa thoáng qua như một dư âm hoang tưởng còn lại từ vụ Năm Hai Hai.

Thư giãn đi. Tên sát nhân đã chết, đã biến mất mãi mãi.

Cô chẳng buồn bận tâm ngoái lại nhìn.

Nhưng Pam thì có.

Và kêu thét lên hoảng hốt: "Chính là hắn, Amelia!".

"Ai?"

"Kẻ đã đột nhập vào nhà chị. Chính là hắn!"

---

[1] Off-Broadway play: thuật ngữ chỉ những vở kịch trình diễn tại các nhà hát nằm trên địa bàn thành phố New York và có từ một trăm đến năm trăm chỗ ngồi, không nằm trong danh sách khoảng bốn mươi nhà hát lớn có trên năm trăm chỗ ngồi, những nhà hát này còn được gọi chung là các "Broadway theater".

[2] Off-off-Broadway play: ám chỉ những vở kịch được diễn tại các nhà hát nhỏ có sức chứa dưới một trăm chỗ ngồi (nhỏ hơn các nhà hát "Off-Broadway").

Sachs quay phắt lại. Người đàn ông trong chiếc áo khoác màu xanh và chiếc mũ cầu thủ bóng chày. Anh ta tiến rất nhanh lại chỗ hai người.

Cô đưa tay lần xuống hông, tìm khẩu súng của mình.

Song nó không có ở đó.

Không, không, không...

Vì Peter Gordon đã bắn bằng khẩu súng đó, khẩu Glock lúc này trở thành một bằng chứng cũng như con dao cạo đều đang nằm tại trụ sở Đội Điều tra hiện trường tại Queens. Cô vẫn chưa có thời gian vào thành phố xin các giấy tờ cần thiết để được cấp vũ khí thay thế.

Lúc này Sachs chợt lạnh người nhận ra người đàn ông. Anh ta chính là Calvin Geddes, người đứng đầu Privacy Now. Cô không hiểu chuyện này có ý nghĩa gì, thầm tự hỏi liệu họ có nhầm không. Chẳng lẽ Geddes và Năm Hai Hai đã cùng nhau thực hiện những vụ giết người?

Lúc này anh ta chỉ còn cách họ vài mét. Sachs chẳng thể làm gì ngoài việc bước tới đứng chắn giữa Geddes và Pam. Cô siết chặt hai nắm tay lại khi người đàn ông bước lại gần và thò tay vào trong túi áo khoác.

# CHƯƠNG 52

Chuông cửa reo, Thom đi ra mở cửa.

Rhyme nghe thấy loáng thoáng vài câu to tiếng khá nóng nảy từ phía cửa trước. Một giọng đàn ông đầy bực bội. Một tiếng rủa.

Cau mày, anh liếc nhìn Ron Pulaski, cậu ta lập tức rút súng ra khỏi bao, giương súng lên sẵn sàng bắn. Cậu ta cầm khẩu súng một cách thành thạo. Amelia Sachs quả là người thầy tận tâm.

"Thom?", Rhyme gọi.

Anh chàng điều dưỡng không trả lời.

Một khoảnh khắc sau, một người đàn ông xuất hiện trên ngưỡng cửa, đội chiếc mũ cầu thủ bóng chày, quần jean và chiếc áo khoác cũ xấu xí. Anh ta chớp mắt hoảng hốt khi thấy Pulaski chĩa súng về phía mình.

"Không! Đợi đã!", anh ta kêu toáng lên, đổ rạp người xuống và giơ một tay lên.

Thom, Sachs và Pam bước vào ngay sau lưng anh ta. Người nữ cảnh sát nhìn thấy khẩu súng đang chĩa ra và nói: "Không sao đâu, Ron. Ổn cả... Anh ta là Calvin Geddes".

Rhyme phải mất một thoáng suy nghĩ để nhớ ra. À, phải rồi: anh chàng thủ lĩnh của tổ chức Privacy Now, nguồn cung cấp cho họ manh mối về Peter Gordon. "Tất cả chuyện này là gì vậy?"

Sachs nói: "Anh ta chính là người đã đột nhập vào nhà em. Kẻ đó không phải là Năm Hai Hai".

Pam gật đầu xác nhận.

Geddes bước lại gần Rhyme, thò tay vào túi áo lấy ra mấy bản tài liệu bìa xanh. "Theo thủ tục tố tụng dân sự của tiểu bang New York, tôi gửi tới các vị bản triệu tập của tòa liên quan tới vụ Geddes và những người khác kiện Tập đoàn Strategic Systems Datacorp." Anh ta chìa chúng ra.

"Em cũng có một trát gọi, Rhyme", Sachs giơ bản của cô lên.

"Và tôi sẽ phải làm gì với những thứ này?", Rhyme hỏi Geddes, trong lúc anh ta tiếp tục phân phát các bản tài liệu.

Anh ta cau mày, sau đó nhìn xuống chiếc xe lăn, lần đầu tiên ý thức được điều kiện sức khỏe của Rhyme. "Tôi, à..."

"Cậu ấy là người đại diện cho tôi." Rhyme ra hiệu về phía Thom, anh chàng điều dưỡng bèn cầm lấy tập tài liệu.

Geddes bắt đầu trình bày: "Tôi...".

"Anh không phiền nếu chúng tôi đọc qua một chút chứ?", Rhyme lạnh lùng nói, đồng thời ra hiệu cho người điều dưỡng của mình.

Thom đọc to lên thành tiếng. Đây là một trát của tòa yêu cầu cung cấp toàn bộ giấy tờ, file dữ liệu máy tính, ghi chép và mọi hình thức thông tin khác mà Rhyme có trong tay liên quan tới SSD, Bộ phận Kiểm soát của công ty này cũng như bằng chứng về những mối liên hệ giữa SSD với các cơ quan chính phủ.

"Cô ấy đã nói cho tôi biết về Bộ phận Kiểm soát", Geddes hất hàm về phía Sachs. "Chuyện đó chẳng có lý chút nào hết. Có thứ gì đó mờ ám trong chuyện này. Không thể có chuyện Andrew Sterling tình nguyện làm việc cho chính phủ trong những vấn đề mang tính chất riêng tư. Ông ta sẽ tranh đấu quyết liệt chống lại họ. Chính vì vậy chuyện này khiến tôi nghi ngờ. Bộ phận Kiểm soát chắc chắn có mục đích khác. Tôi không biết là gì. Nhưng chúng ta sẽ tìm ra."

Anh ta giải thích rằng vụ kiện được tiến hành dưới khuôn khổ các luật liên bang và tiểu bang về quyền bí mật riêng tư, cũng như dựa trên nhiều biểu hiện vi phạm các điều luật theo Hiến pháp về bí mật riêng tư.

Rhyme chợt nghĩ Geddes và các luật sư của anh ta chắc hẳn sẽ có một phen ngạc nhiên thú vị nếu được nhìn qua các bộ hồ sơ Kiểm soát. Một trong những hồ sơ đó, một cách tình cờ anh đang có trong một chiếc máy tính chỉ cách chỗ Geddes đang đứng chưa đầy ba mét. Anh sẽ sẵn sàng giao lại nó một cách vui vẻ, vì Andrew Sterling đã thẳng thừng từ chối giúp tìm kiếm Sachs khi cô mất tích.

Anh tự hỏi ai sẽ gặp rắc rối lớn nhất, Washington hay SSD, khi báo chí biết được các hoạt động Kiểm soát họ đang tiến hành.

Sẽ cực kỳ gay cấn đây, anh đi đến kết luận.

Sachs lên tiếng: "Tất nhiên rồi, ông Geddes đây sẽ phải cố tìm cách thu xếp giữa vụ kiện này và vụ xử chính ông ta". Rồi ném về phía anh ta cái nhìn lạnh lùng không chút thiện cảm. Cô đang ám chỉ đến vụ đột nhập vào nhà cô ở Brooklyn, mà mục đích hẳn là để tìm thông tin về SSD. Cô cũng giải thích thêm, chính Geddes, thật trớ trêu, chứ không phải Năm Hai Hai đã đánh rơi chiếc hóa đơn khiến cô tìm tới SSD. Anh ta vẫn thường xuyên chầu chực tại quán cà phê ở Midtown, từ đó âm thầm theo dõi Đá Xám, ghi nhận những lần ra vào của Sterling, các nhân viên khác của công ty cũng như những khách hàng.

Geddes hăng hái nói: "Tôi sẽ làm bất cứ điều gì cần thiết để chặn đứng SSD. Tôi không quan tâm chuyện gì sẽ xảy đến với mình. Tôi sẽ rất hạnh phúc được làm vật tế thần nếu sự hy sinh đó cho phép chúng ta lấy lại được các quyền riêng tư của mình".

Rhyme tôn trọng sự can đảm của anh ta nhưng đi đến quyết định anh sẽ cần nhiều dẫn chứng thuyết phục hơn.

Nhà hoạt động vì quyền cá nhân bắt đầu diễn thuyết với họ - phần lớn lặp lại những gì Sachs đã kể trước đó - về chiếc mạng nhện ma quái của SSD và những nhà khai thác dữ liệu khác, sự khai tử của mọi bí mật riêng tư trên đất nước này, mối đe dọa tới nền dân chủ.

"Okay, chúng tôi đã nhận được các giấy tờ cần nhận", Rhyme cắt ngang tràng diễn thuyết chán ngắt. "Chúng tôi sẽ thảo luận với luật sư của mình và nếu họ nói mọi thứ đều hợp lệ, tôi tin chắc anh sẽ nhận được một tập tài liệu đúng thời hạn."

Chuông cửa lại reo. Một lần, rồi hai lần. Rồi có tiếng đấm cửa thình thình.

"Ồ, bình tĩnh nào người anh em. Quỷ tha ma bắt. Chuyện gì nữa đây?"

Thom ra mở cửa. Một lát sau anh ta quay vào cùng một người đàn ông thấp người, dáng vẻ đầy tự tin trong bộ đồ tối màu và một chiếc sơ mi trắng. "Đại úy Rhyme."

Nhà tội phạm học quay chiếc xe lăn lại đối diện với Andrew Sterling, trong khi đôi mắt màu xanh lục bình thản của ông ta không để lộ chút ngạc nhiên nào trước tình trạng của anh. Rhyme ngờ rằng hồ sơ Kiểm soát của chính anh đã cung cấp đủ thông tin về vụ tai nạn cũng như cuộc sống sau đó của anh với độ chi tiết đáng kể, và anh biết Sterling đương nhiên đã cập nhật cho mình mọi thứ cần thiết trước khi tới đây.

"Thám tử Sachs, sĩ quan Pulaski", ông ta gật đầu chào họ, rồi quay lại phía Rhyme.

Sau lưng ông ta là Sam Brockton, Giám đốc Kiểm soát của SSD và hai người đàn ông khác, cả hai đều ăn mặc nghiêm chỉnh, tóc chải mượt. Bọn họ hoàn toàn có thể là các trợ lý dân biểu Quốc hội hay nhân viên quản lý cấp trung của tập đoàn, dù Rhyme không hề ngạc nhiên khi biết đây là các luật sư.

"Xin chào, Cal", Brockton nói, đưa mắt nhìn Geddes với vẻ chán chường. Người thủ lĩnh của Privacy Now đưa mắt nhìn đáp trả.

Sterling lên tiếng với giọng mềm mỏng: "Chúng tôi đã tìm ra những gì Mark Whitcomb làm". Bất chấp vóc người thấp, Sterling là một con người đầy uy lực, với đôi mắt sáng sắc sảo, dáng người đứng thẳng, giọng nói lạnh lùng điềm tĩnh. "Tôi sợ rằng anh ta đã mất việc và đó mới là bước khởi đầu."

"Bởi vì anh ta đã hành động đúng?", Pulaski gằn giọng.

Khuôn mặt của Sterling vẫn không biểu lộ bất cứ cảm xúc nào. "Tôi e rằng sự việc vẫn chưa dừng lại ở đó." Một cái gật đầu ra hiệu cho Brockton.

"Hãy chuyển cho họ", tay giám đốc Kiểm soát lạnh lùng ra lệnh cho một trong hai luật sư. Người đàn ông lấy ra một tập hồ sơ bìa xanh nữa.

"Lại nữa sao?", Rhyme thốt lên, hất hàm về phía đống giấy tờ thứ hai. "Đọc cả đống này sao. Ai có thời gian chứ?" Anh đang có tâm trạng tốt, vẫn cảm thấy nhẹ nhõm vì họ đã chặn đứng được Năm Hai Hai và Amelia Sachs đã an toàn.

Hóa ra tập giấy tờ thứ hai là một lệnh của tòa án cấm anh không được cung cấp cho Geddes bất cứ máy tính, đĩa, hồ sơ hay bất cứ loại hình tư liệu nào khác liên quan tới các hoạt động Kiểm soát. Phải bàn giao lại cho chính phủ bất cứ dữ liệu nào thuộc loại này anh đang có trong tay.

Một trong hai tay luật sư đánh thuê nói: "Không tuân thủ lệnh này sẽ khiến ông phải chịu những hình phạt về dân sự và hình sự".

Sam Brockton đe dọa: "Hãy tin tôi, chúng tôi sẽ theo kiện bằng mọi phương thức có thể".

"Các người không thể làm thế!", Geddes phẫn nộ lên tiếng. Đôi mắt anh ta sáng rực, khuôn mặt tối sầm lại lấm tấm mồ hôi.

Sterling đếm số máy tính trong phòng thí nghiệm của Rhyme. Có cả thảy mười hai chiếc. "Chiếc nào chứa đựng hồ sơ Kiểm soát mà Mark đã gửi cho ông, đại úy?"

"Tôi quên mất rồi."

"Ông có sao ra bản nào không?"

Rhyme mỉm cười, "Luôn sao lưu dữ liệu của bạn. Lưu trữ nó ở một nơi riêng biệt, an toàn. Không có kết nối Internet. Không phải đó là thông điệp của thiên niên kỷ mới sao?".

Brockton nói: "Chúng tôi chỉ cần xin thêm một lệnh nữa yêu cầu tịch thu mọi thứ và kiểm tra tất cả các server ông từng tải dữ liệu lên".

"Nhưng chuyện đó sẽ tốn nhiều thời gian và tiền bạc. Ai mà biết được chuyện gì có thể xảy ra từ giờ đến lúc đó? Chẳng hạn, một vài bức email hay những chiếc phong bì có thể tới tay giới báo chí. Tất nhiên là một cách vô tình. Nhưng vẫn có thể xảy ra."

"Thời gian vừa qua đã rất nặng nề với tất cả mọi người, ông Rhyme", Sterling nói. "Không ai còn tâm trí cho những trò đùa nữa."

"Chúng tôi không đùa", Rhyme bình thản nói. "Chúng tôi đang thương lượng."

Vị tổng giám đốc nở nụ cười dường như là chân thành đầu tiên của ông ta. Ông ta đã được trở lại lãnh địa quen thuộc của mình và kéo một chiếc ghế lại ngồi cạnh Rhyme. "Ông muốn gì?"

"Tôi sẽ giao lại mọi thứ cho ông. Không kiện tụng, không báo chí."

"Không!", Geddes như phát điên, "làm sao anh có thể rụt cổ như thế?".

Rhyme cũng lờ tịt anh ta đi chẳng khác gì Sterling và tiếp tục nói: "Với điều kiện ông phải làm cho hồ sơ của các đồng nghiệp tôi trở lại sạch sẽ như cũ". Anh giải thích về vụ kết quả thử ma túy của Sellitto cùng những gì xảy ra với vợ Pulaski.

"Tôi có thể thu xếp được", Sterling nói như thể chuyện này cũng đơn giản như chỉnh nút âm lượng của một chiếc TV.

Sachs nói: "Ông cũng phải trả lại cuộc sống cho Robert Jorgensen." Cô nói cho ông ta biết làm thế nào Năm Hai Hai đã hủy hoại người đàn ông khốn khổ.

"Cung cấp cho tôi mọi chi tiết và tôi sẽ đảm bảo chuyện này được để mắt đến. Ông ta sẽ lại có tình trạng nhân thân sạch sẽ."

"Tốt. Khi nào tất cả đã được sửa chữa, ông sẽ có những gì ông muốn. Sẽ không có ai được nhìn qua dù chỉ một mảnh giấy hay một file dữ liệu liên quan tới các hoạt động Kiểm soát. Tôi xin cam đoan với ông."

"Không, các người cần phải tranh đấu với chúng!", Geddes nói với Rhyme, giọng đầy cay đắng. "Mỗi lần các vị không dám đứng lên chống lại bọn họ, tất cả mọi người sẽ chịu thua thiệt."

Sterling quay về phía anh ta và nói với giọng không to hơn những lời thì thầm là bao: "Calvin, hãy để tôi nói với anh vài điều. Tôi đã mất ba người bạn tốt tại các tòa tháp của Trung tâm Thương mại ngày Mười một tháng Chín. Bốn người khác bị thương nặng. Cuộc sống của họ sẽ không bao giờ có thể trở lại như cũ được nữa. Đất nước chúng ta đã mất đi hàng nghìn công dân vô tội. Công ty tôi có công nghệ và phần mềm dự báo có thể cho phép lần theo dấu vết một vài kẻ trong số những tên không tặc đó và dự báo trước những gì chúng sắp làm. Chúng tôi và tôi đáng ra đã có thể ngăn chặn được tấn bi kịch đó. Mỗi ngày trôi qua tôi đều ân hận đã không làm việc đó".

Ông ta lắc đầu, "Ôi, Cal. Anh và thứ triết lý chỉ có trắng và đen của anh... Anh không thấy sao: Mục đích mà SSD nhắm tới chính là vậy đó. Không phải để cảnh sát đạp cửa xông vào nhà anh lúc nửa đêm vì họ không thích những gì anh và bạn gái anh đang làm trên giường, hay bắt giữ anh vì anh đã mua một cuốn sách về Stalin[1] hay một cuốn kinh Koran[2], hay vì anh đã chỉ trích tổng thống. Nhiệm vụ của SSD là đảm bảo anh được tự do và an toàn tận hưởng những bí mật riêng tư tại ngôi nhà của mình, được mua, đọc và nói bất kỳ điều gì anh muốn. Nếu anh bị một kẻ đánh bom cảm tử làm nổ tung giữa Quảng trường Thời đại, anh sẽ chẳng còn danh tính nào để bảo vệ nữa".

"Làm ơn thôi những lời lên lớp đi, Andrew", Geddes phẫn uất gầm lên.

Brockton nói: "Cal, nếu anh không bình tĩnh lại, anh sẽ gặp nhiều rắc rối đấy".

Geddes lạnh lùng bật cười, "Chúng ta vốn đã gặp quá nhiều rắc rối rồi. Chào mừng tới một thế giới mới đầy lòng can đảm...". Anh ta quay ngoắt lại, đùng đùng lao ra ngoài. Cánh cửa trước đóng sầm lại.

Brockton nói: "Tôi thấy mừng vì anh đã hiểu, Lincoln. Andrew Sterling đang làm những điều rất hữu ích. Tất cả chúng ta sẽ được an toàn hơn vì nó".

"Tôi rất vui được biết điều đó."

---

[1] Tức Iosif Vissarionovich Stalin, Tổng Bí thư Đảng Cộng sản Liên Xô từ năm 1922 đến 1953.

[2] Kinh của đạo Hồi.

Brockton hoàn toàn không cảm nhận được vẻ mỉa mai trong câu nói. Andrew thì có. Nói cho cùng, ông ta vẫn là người biết tất cả. Nhưng phản ứng của ông ta chỉ là một nụ cười niềm nở đầy tự tin như thể biết cuối cùng thông điệp của mình cũng đã tới được với mọi người, cho dù những người khác vẫn chưa đánh giá cao nó. "Tạm biệt, thám tử Sachs, đại úy. Ồ, cả cậu nữa, sĩ quan Pulaski", ông ta liếc nhìn cậu cảnh sát trẻ đầy châm biếm. "Tôi sẽ rất nhớ khi không còn được thấy cậu lượn lờ lăng xăng khắp nơi nữa. Nhưng nếu cậu muốn dành thời gian nâng cao hơn nữa kỹ năng máy tính của mình, phòng họp của chúng tôi luôn sẵn sàng mở rộng cửa đợi cậu."

"À, tôi..."

Andrew Sterling nháy mắt với cậu ta rồi quay đi. Ông ta cùng đoàn tùy tùng rời khỏi ngôi nhà.

"Ông có nghĩ ông ta biết không?", cậu cảnh sát trẻ hỏi. "Về chiếc ổ cứng ấy?"

Rhyme chỉ biết nhún vai.

"Quái thật đấy, Rhyme", Sachs nói, "cứ cho rằng lệnh của tòa là xác thực đi nữa, nhưng sau những gì chúng ta đã trải qua với SSD, không lẽ anh rút lui nhanh vậy sao? Trời đất ơi, cái hồ sơ Kiểm soát đó... Em chẳng hề thấy vui vẻ chút nào với tất cả thông tin đều bày sờ sờ ra đó".

"Lệnh của tòa là lệnh của tòa, Sachs. Chúng ta chẳng thể làm gì nhiều về việc đó."

Sau đó, cô nhìn anh kỹ hơn và hẳn đã nhận ra vẻ tinh quái hiện lên trong đôi mắt anh, "Okay, rồi sao?".

Rhyme hỏi anh chàng điều dưỡng: "Hãy dùng giọng nam cao duyên dáng của cậu đọc lại cho tôi nghe lệnh của tòa đó lần nữa nào. Tờ lệnh mà những ông bạn của chúng ta tại SSD vừa trao tận tay ấy".

Anh ta làm theo.

Rhyme gật đầu, "Tốt lắm... Có một câu tiếng La tinh tôi đang nghĩ đến, Thom. Cậu có đoán ra là gì không?".

"Ồ, ông biết đấy, đáng ra tôi nên đoán được, Lincoln, nếu xem xét đến những giờ tôi hoàn toàn rỗi rãi ở đây, ngồi trong phòng đọc nghiền ngẫm những tác phẩm kinh điển. Nhưng tôi e là tôi phải kéo cờ trắng lần này rồi."

"La tinh... một ngôn ngữ mới tuyệt làm sao. Với sự chính xác đáng ngưỡng mộ. Còn ở đâu khác cậu có thể tìm ra năm hình thức biến thể của danh từ và những cách chia động từ đáng kinh ngạc đó nữa?... Được rồi, câu đó là *Inclusis unis, exclusis alterius*. Nó có nghĩa là khi thêm vào một thể loại, cậu đã tự động loại trừ các thể loại có liên quan khác. Có khó hiểu không?"

"Không hẳn. Để cảm thấy khó hiểu, ông cần phải tập trung chú ý đã."

"Phản đòn tuyệt lắm, Thom. Nhưng tôi sẽ cho cậu một ví dụ. Chẳng hạn cậu là một nghị sĩ và cậu viết một dự luật trong đó nói 'Không loại thịt sống nào được nhập khẩu vào trong nước'. Bằng cách chọn đúng những từ đó cậu đã tự động cho phép nhập khẩu thịt đóng hộp hay thịt đã nấu chín. Đã hiểu nó hoạt động ra sao chưa?"

"*Mirabile dictu*", Ron Pulaski nói.

"Chúa ơi!", Rhyme thốt lên, thực sự kinh ngạc. "Một người nói tiếng La tinh."

Cậu ta bật cười, "Trong vài năm. Ở trường trung học. Một khi đã có chân trong ban đồng ca nhà thờ, người ta sẽ có xu hướng ghi nhớ được một chút ngôn ngữ La tinh theo thời gian".

"Chuyện này dẫn chúng ta tới đâu đây, Rhyme?", Sachs hỏi.

"Lệnh tòa án mà Brockton có được chỉ cấm việc cung cấp cho Privacy Now thông tin về Ban Kiểm soát. Nhưng Geddes đã yêu cầu mọi thứ chúng ta có về SSD. *Ergo*[1] chúng ta hoàn toàn có thể trao cho anh ta mọi thông tin khác về SSD mà chúng ta có. Những file dữ liệu Cassel đã bán cho Dienko là một phần của PublicSure chứ không phải hồ sơ Kiểm soát."

Pulaski phá lên cười. Nhưng Sachs cau mày, "Họ sẽ lại tìm một lệnh cấm nữa của tòa án".

"Anh không chắc vậy đâu. Sở Cảnh sát New York và FBI sẽ nói sao khi họ biết được một người nào đó làm việc cho chính nhà thầu cung cấp dữ liệu cho họ đã bán ra ngoài thông tin về những vụ án nghiêm trọng? Ồ, anh có cảm tưởng là các vị chóp bu lần này sẽ ủng hộ chúng ta." Ý nghĩ này dẫn tới một ý nghĩ khác. Kết luận cuối cùng thật đáng kinh ngạc. "Đợi đã, đợi đã... Trong khu tạm giam - gã phạm nhân đã tấn công anh họ anh. Antwon Johnson phải không?"

"Hắn ta làm sao?", Sachs hỏi.

"Chưa ai lý giải nổi tại sao hắn lại tìm cách giết Arthur. Thậm chí cả Judy Rhyme cũng đề cập tới chuyện này. Lon cho hay hắn là một tù nhân liên bang đang tạm thời được giam tại nhà tù tiểu bang. Anh tự hỏi liệu có phải ai đó từ Bộ phận Kiểm soát đã thỏa thuận với hắn. Rất có thể hắn ở đó để xem liệu Arthur có nghĩ ai đó đã lấy cắp các thông tin tiêu dùng của anh ấy để sử dụng chúng trong các tội ác. Nếu đúng vậy, Johnson nhiều khả năng có nhiệm vụ loại bỏ anh ấy. Có thể để đổi lại việc được giảm án."

"Chính phủ sao, Rhyme? Tìm cách loại bỏ một nhân chứng? Anh không nghĩ chuyện này hơi hoang tưởng sao?"

"Chúng ta đang nói về những hồ sơ dày cỡ năm trăm trang, những con chíp theo dõi gắn trong gáy sách và các camera an ninh lắp đặt ở mỗi góc phố trong thành phố này, Sachs... Nhưng, okay,

---

[1] Do đó.

anh sẽ cho họ được hưởng sự nghi vấn: Có thể ai đó từ SSD đã liên hệ với Johnson. Trong trường hợp nào đi nữa, chúng ta cũng sẽ gọi Calvin Geddes và cung cấp cho anh ta tất cả các thông tin đó. Hãy để anh chàng hăng máu này xoay xở với nó nếu anh ta muốn. Chỉ có điều hãy đợi cho tới khi hồ sơ của tất cả mọi người đều đã được làm sạch. Hãy đợi một tuần."

Ron Pulaski chào tạm biệt, rời khỏi phòng thí nghiệm đi đón cô vợ, người sẽ được thả khỏi trung tâm giam giữ của INS trong vòng một giờ tiếp theo.

Sachs bước tới bên Rhyme, cúi xuống hôn lên môi anh. Cô nhăn mặt đưa tay xoa bụng.

"Em ổn chứ?"

"Tối nay em sẽ cho anh thấy, Rhyme", cô thì thào đầy cám dỗ. "Những viên đạn chín milimet để lại những vết bầm rất thú vị."

"Khêu gợi chứ?", anh hỏi.

"Anh nghĩ vậy thật ư?"

"Đúng là anh có nghĩ vậy thật."

Sachs khẽ mỉm cười nhìn anh, rồi đi ra ngoài, lên tiếng gọi Pam, lúc đó đang ngồi đọc trong phòng khách, "Đi thôi. Chúng ta sẽ đi mua sắm".

"Tuyệt vời. Mua gì vậy?"

"Một chiếc xe hơi. Chị không thể thiếu được những chiếc bánh quen thuộc đó."

"Hẳn rồi, loại nào vậy? Ô, một chiếc Prius sẽ rất tuyệt đấy."

Cả Rhyme và Sachs cùng cười rũ rượi. Pam mỉm cười có vẻ không hiểu lắm và Sachs giải thích rằng mặc dù cô có lối sống thân thiện với môi trường nhưng việc tiêu thụ xăng chưa bao giờ là một phần trong tình yêu môi trường của cô. "Chúng ta sẽ mua một chiếc xe thật mạnh mẽ."

"Loại gì vậy?"

"Em sẽ biết nhanh thôi." Cô giơ ra một bản danh sách những ứng cử viên tiềm năng cô vừa tải xuống từ Internet.

"Chị sẽ mua một chiếc xe mới chứ?", cô bé hỏi.

"Đừng bao giờ, đừng bao giờ mua một chiếc xe mới", Sachs lên lớp.

"Tại sao?"

"Bởi vì ngày nay xe hơi chỉ còn là những chiếc máy tính được lắp thêm bánh xe. Chúng ta không muốn đống thiết bị điện tử. Chúng ta ưa thích cơ khí. Em không thể có mỡ bôi máy dính lên tay với những chiếc máy tính được."

"Mỡ bôi máy?"

"Em sẽ thích nó cho xem. Em là một cô bé có gu dầu mỡ mà."

"Chị nghĩ vậy sao?", Pam có vẻ thích thú.

"Rồi em sẽ thấy. Đi thôi. Hẹn gặp anh sau nhé, Rhyme."

# CHƯƠNG 53

Điện thoại lại rung.

Lincoln Rhyme ngước mắt nhìn lên một màn hình gần đó, danh tính cuộc gọi hiện số 44.

Cuối cùng cũng đã gọi.

"Nhận lệnh, trả lời điện thoại."

"Thám tử Rhyme", một giọng Anh hoàn hảo vang lên. Giọng nói bất di bất dịch của Longhurst không bao giờ để bất cứ điều gì can thiệp vào.

"Hãy nói đi."

Một thoáng do dự, "Tôi rất tiếc".

Rhyme nhắm nghiền hai mắt lại. Không, không, không...

Longhurst nói tiếp: "Chúng tôi vẫn chưa đưa ra thông báo chính thức nhưng tôi muốn báo cho anh biết trước khi báo chí loan tin".

Vậy là cuối cùng tên sát thủ vẫn thành công. "Vậy là mục sư Goodlight, ông ấy đã chết rồi sao?"

"Ồ, không, ông ấy vẫn ổn."

"Nhưng..."

"Nhưng Richard Logan đã hạ được mục tiêu hắn nhắm đến."

"Hắn đã hạ được...?", giọng Rhyme nhỏ dần đi khi các mảnh ghép rời rạc bắt đầu chập lại với nhau. Mục tiêu hắn nhắm đến. "Ôi, không... Vậy thực ra hắn muốn nhắm vào ai?"

"Danny Krueger, tay lái súng. Anh ta đã chết, hai nhân viên bảo vệ anh ta cũng vậy."

"À, phải, tôi hiểu ra rồi."

Longhurst nói tiếp: "Có vẻ sau khi Danny giải nghệ, một số tổ chức ngầm ở Nam Phi, Somalia và Syria cảm thấy anh ta là một mối đe dọa quá lớn nếu để anh ta tiếp tục sống. Một tay lái súng bỗng thức tỉnh lương tâm khiến bọn chúng bất an. Chúng thuê Logan giết anh ta. Nhưng hệ thống an ninh bảo vệ Danny ở London quá chắc chắn, vì thế Logan cần lôi anh ta ra khỏi hang".

"Ông mục sư chỉ là một cú đòn gió. Chính tên sát thủ đã phao tin đồn về việc có một hợp đồng treo trên đầu của Goodlight. Hắn đã buộc người Anh và người Mỹ quay sang cầu cứu Danny để bảo vệ ông mục sư."

"Sự thế còn tồi tệ hơn nữa, tôi phải thú thực là vậy", Longhurst tiếp tục. "Hắn có trong tay mọi hồ sơ về Danny. Mọi đầu mối liên lạc của anh ta, tất cả những người từng làm việc cho anh ta - người cung cấp tin, những thủ lĩnh băng nhóm, lính đánh thuê, phi công bay lậu, các nguồn cung cấp tài chính. Mọi nhân chứng tiềm năng lúc này đều đã lặn kỹ. Có nghĩa là những ai chưa bị giết chết. Hàng chục vụ án hình sự đã bị bãi bỏ."

"Bằng cách nào hắn có thể làm vậy được?"

Cô thanh tra thở dài, "Hắn đã mạo danh người đồng nghiệp Pháp của chúng ta, d'Estourne".

Vậy là con cáo đã lẻn vào trong chuồng gà ngay từ đầu.

"Tôi đoán hắn đã tiếp cận d'Estourne trong lãnh thổ Pháp khi anh ta trên đường sang Anh, giết anh ta rồi chôn giấu hay ném thi thể xuống biển. Một ý tưởng xuất sắc, tôi phải thừa nhận. Hắn đã tìm hiểu mọi thứ về đời tư viên đặc vụ Pháp cũng như tổ chức anh ta làm việc. Hắn nói thành thạo tiếng Pháp và nói tiếng Anh với giọng Pháp không chê vào đâu được. Thậm chí cả những câu châm ngôn cũng rất chuẩn xác."

"Mấy giờ trước đây, có một anh chàng xuất hiện trong một tòa nhà tại khu vực phục kích ở London. Logan đã thuê anh chàng này đi giao một bưu kiện. Anh ta làm việc cho hãng Tottenham Parcel Express, nhân viên của hãng này mặc những bộ đồng phục màu xám. Còn nhớ những mẫu sợi chúng ta tìm thấy không? Tên sát thủ đã yêu cầu người đưa hàng phải là người trước đây hắn đã từng sử dụng - một người tình cờ lại có mái tóc vàng."

"Thuốc nhuộm tóc."

"Chính xác. Logan nói anh chàng này là người đáng tin cậy. Chính vì thế hắn muốn anh ta là người đưa hàng. Tất cả mọi người đều quá để tâm tới diễn biến xảy ra tại đó, theo dõi anh chàng giao hàng qua khu vực phục kích, tìm kiếm các đồng phạm, lo ngại về những quả bom có thể được sử dụng để đánh lạc hướng, kết quả là người của ta ở Birmingham đã mất cảnh giác. Tên sát thủ chỉ việc gõ cửa phòng Danny tại Khách sạn Du Vin, trong khi phần lớn nhóm bảo vệ của anh ta đang xuống quầy bar làm một chầu. Hắn lập tức nổ súng - sử dụng đạn ghém. Những vết thương thật khủng khiếp. Danny cùng hai nhân viên bảo vệ của anh ta bị giết ngay tại chỗ."

Rhyme nhắm mắt lại. "Vậy là chẳng có giấy tờ quá cảnh giả nào hết."

"Tất cả chỉ là màn đánh lạc hướng... Tôi e rằng đây sẽ là một vụ cực kỳ tồi tệ. Những người Pháp - họ thậm chí còn chẳng buồn trả lời những cuộc điện thoại của tôi... Tôi không muốn nghĩ đến nó nữa."

Lincoln Rhyme không khỏi tự hỏi chuyện gì sẽ xảy ra nếu anh tiếp tục bám sát lấy cuộc điều tra đó, tham gia khám nghiệm hiện trường ngôi nhà ở ngoại ô Manchester qua hệ thống video độ nét cao. Liệu anh có phát hiện ra điều gì đó cho phép khám phá ra kế hoạch thực sự của tên sát thủ không? Liệu khi đó anh có đi đến kết luận những bằng chứng thu được ở Birmingham cũng chỉ là sự dàn xếp? Hay liệu anh có đi tới kết luận người đã thuê căn phòng - kẻ anh nóng lòng muốn còng tay đến thế đang mạo danh viên đặc vụ Pháp?

Liệu anh có thể tìm ra đầu mối gì từ hiện trường vụ đột nhập vào văn phòng tổ chức phi chính phủ ở London không?

"Còn cái tên 'Richard Logan' thì sao?", Rhyme hỏi.

"Có vẻ như không phải tên thật của hắn. Một cái tên giả. Hắn đã đánh cắp danh tính của ai đó. Dường như chuyện này dễ dàng đến mức đáng kinh ngạc."

"Tôi cũng từng nghe nói vậy", Rhyme cay đắng nói.

Longhurst tiếp tục: "Tuy vậy có một việc hơi kỳ lạ, thám tử. Anh vẫn nhớ chiếc túi mà anh chàng làm việc cho Tottenham phải chuyển tới địa điểm phục kích chứ? Trong đó...".

"... là một kiện hàng gửi cho tôi."

"Đúng thế, sao anh biết."

"Có phải là một chiếc đồng hồ đeo tay hay để bàn không?", Rhyme hỏi.

Longhurst bỗng bật cười đầy thú vị. "Một chiếc đồng hồ để bàn hơi lạc mốt, kiểu thời Victoria. Tại sao anh biết?"

"Chỉ là may mắn thôi."

"Đội dò phá bom mìn của chúng tôi đã kiểm tra. Nó hoàn toàn an toàn."

"Không, nó không có bom bên trong đâu... Thanh tra, làm ơn đóng nó lại trong túi nilon và cho gửi chuyển phát nhanh qua đêm tới đây. Tôi cũng muốn xem qua bản báo cáo của cô về vụ này khi cô hoàn tất nó."

"Tất nhiên rồi."

"Và đồng nghiệp của tôi..."

"Thám tử Sachs."

"Đúng thế. Cô ấy sẽ muốn nói chuyện với tất cả những người đã tham gia vụ này qua truyền hình."

"Tôi sẽ cho tập hợp toàn bộ *dramatis personae*[1]."

Bất chấp sự phẫn nộ và buồn bã, Rhyme cũng phải mỉm cười khi nghe thấy cách diễn đạt đó. Anh thực sự thích những người Anh đáng mến này.

"Được làm việc cùng anh là một vinh dự, thám tử."

"Có cơ hội được làm việc với cô cũng vậy, thanh tra." Anh ngừng liên lạc, thở dài.

Một chiếc đồng hồ thời Victoria.

Rhyme ngước nhìn lên nóc lò sưởi, trên đó có để một chiếc đồng hồ bỏ túi hiệu Breguet, một chiếc đồng hồ cổ có giá trị khá lớn, một món quà khác từ chính tên sát thủ này. Chiếc đồng hồ đã được gửi tới đây sau khi hắn thoát khỏi tay Rhyme vào một ngày tháng Mười hai rét buốt cách đây chưa lâu.

"Thom. Làm ơn cho tôi ít scotch."

"Có gì không ổn sao?"

---

[1] Những người có liên quan.

"Chẳng có gì không ổn cả. Giờ không còn là lúc ăn sáng và tôi muốn một ít scotch. Tôi đã qua bài kiểm tra thể lực của mình một cách xuất sắc và cứ như lần cuối cùng tôi thấy thì cậu đâu phải là một người bài rượu nhiệt thành cho lắm. Vậy thì quái quỷ thật, tại sao cậu lại nghĩ có gì không ổn?"

"Bởi vì ông vừa nói 'làm ơn'."

"Vui quá nhỉ. Đúng là khẩu khí của ngày hôm nay."

"Tôi vẫn cố mà." Nhưng anh ta cau mày lại trong lúc quan sát Rhyme và đoán được điều gì đó từ vẻ mặt anh. "Có cần một suất đúp không?", anh ta nhẹ giọng hỏi.

"Một suất đúp sẽ rất tuyệt", Rhyme nói, hơi đá giọng Anh.

Anh chàng điều dưỡng rót một khẩu phần rộng rãi rượu Glenmorangie và xoay ống hút lại gần miệng anh.

"Uống cùng tôi chứ?"

Thom chớp mắt. Rồi anh ta bật cười, "Có lẽ để sau". Rhyme tin rằng đây là lần đầu tiên anh mời người điều dưỡng của mình một ly.

Nhà tội phạm học nhấp thứ đồ uống có màu như màu khói, mắt không rời khỏi chiếc đồng hồ bỏ túi. Anh nhớ tới những dòng chữ tên sát thủ đã gửi kèm chiếc đồng hồ. Rhyme đã học thuộc lòng chúng từ lâu.

*Chiếc đồng hồ bỏ túi này là một chiếc Breguet chính hiệu. Đây là vật tôi ưa thích nhất trong số những chiếc đồng hồ tôi từng nhìn thấy. Nó được làm ra vào đầu thế kỷ mười chín và có một trục hồi làm bằng đá ruby, có lịch vạn niên và một cơ cấu chống va đập. Tôi hy vọng ông ưa thích khung cửa sổ thể hiện các chu kỳ của Mặt trăng trong tháng, với sự liên hệ tới cuộc phiêu lưu chúng ta vừa cùng trải qua. Chỉ còn rất ít những mẫu vật như chiếc đồng hồ này còn tồn tại trên thế giới. Tôi gửi nó cho ông như một món quà, xuất phát từ sự tôn trọng. Chưa từng có ai ngăn được tôi hoàn thành công việc của mình, ông là người tốt nhất mà lực lượng cảnh sát có thể có được (tôi những muốn nói ông cũng xuất sắc như tôi, nhưng điều đó không hoàn toàn đúng; nói gì đi nữa, ông vẫn chưa bắt được tôi). Hãy lên giây chiếc Breguet đều đặn (nhưng nhẹ tay thôi), nó sẽ đếm từng phút thời gian trôi qua cho tới khi chúng ta gặp lại nhau.*

*Một lời khuyên: Nếu tôi là ông, tôi sẽ làm cho mỗi giây trôi qua đều có ý nghĩa.*

Mày cừ lắm, Rhyme thầm nghĩ về tên sát thủ.

Nhưng tao cũng cừ. Lần tới, chúng ta sẽ hoàn tất cuộc chơi.

Đến đây dòng suy nghĩ của anh bị gián đoạn. Rhyme nheo mắt, rời cái nhìn khỏi chiếc đồng hồ và chuyển sự tập trung ra ngoài cửa sổ. Có ai đó ở bên ngoài đã khiến anh chú ý.

Một người đàn ông ăn mặc giản dị đang thơ thần đi đi lại lại dọc vỉa hè bên kia đường. Rhyme điều khiển chiếc xe lăn TDX tới bên cửa sổ, nhìn ra ngoài. Anh nhấp thêm một ngụm whisky. Người đàn ông nọ đứng bên một băng ghế màu tối phía trước bức tường đá chạy quanh Công viên Trung tâm. Anh ta đang chăm chú nhìn về phía ngôi nhà, hai tay đút túi quần. Có vẻ như không hề phát hiện ra mình đang bị quan sát từ sau khung cửa sổ lớn của ngôi nhà.

Đó là Arthur, anh họ anh.

Anh ta bắt đầu bước về phía trước, chuẩn bị băng qua đường. Nhưng sau đó dừng lại. Anh ta quay trở lại phía công viên, ngồi xuống băng ghế đối diện với ngôi nhà, bên cạnh một người phụ nữ mặc đồ tập chạy, đang vừa uống nước vừa bóp chân trong khi nghe nhạc với chiếc iPod của mình. Arthur lấy một tờ giấy ra khỏi túi áo, cúi xuống nhìn chăm chú rồi lại cất vào trong túi. Đôi mắt anh ta lại hướng về phía ngôi nhà.

Thật lạ lùng. Trông anh ấy rất giống mình, Rhyme thầm nghĩ. Trong suốt những năm gắn bó và xa cách, anh chưa bao giờ nhận ra điều đó.

Rồi đột nhiên, không hiểu vì lý do gì, những lời nói cách đây cả thập kỷ của người anh họ chợt vang lên trong tâm trí anh:

*Cậu đã bao giờ tạo cơ hội cho bố cậu chưa? Cậu nghĩ ông ấy sẽ cảm thấy gì, có một đứa con trai như cậu, thông minh hơn ông ấy cả trăm lần? Suốt ngày vắng mặt khỏi nhà vì cậu ta thích bám quanh ông bác của mình hơn. Thậm chí đã bao giờ cậu cho Teddy một cơ hội chưa?"*

Nhà tội phạm học gọi lớn tiếng, "Thom!".

Không có ai trả lời. Thêm một lần gọi nữa, to tiếng hơn.

"Gì vậy?", anh chàng điều dưỡng hỏi. "Ông đã uống hết chỗ scotch rồi sao?"

"Tôi cần một thứ. Ở dưới tầng hầm."

"Dưới tầng hầm?"

"Tôi vừa nói xong thôi. Dưới đó có mấy chiếc hộp cũ. Tất cả đều có ghi dòng chữ 'Illinois' ở trên."

"À, là chúng ư. Đúng ra, Lincoln, có chừng ba mươi chiếc thùng như thế."

"Bao nhiêu cũng được."

"Không phải là vài chiếc."

"Tôi cần anh ngó qua chúng và tìm cho tôi một thứ."

"Cái gì?"

"Một mảnh bê tông đựng trong một chiếc hộp nhựa nhỏ. Mỗi chiều chừng ba inch."

"Bê tông?"

"Đó là một món quà tặng."

"Thế này nhé, tôi không cần phải đợi đến Giáng sinh để xem trong tất mình có thứ gì. Đến khi nào ông mới...?"

"Ngay bây giờ. Làm ơn."

Một tiếng thở dài. Thom biến mất.

Rhyme tiếp tục quan sát người anh họ, vẫn đang nhìn chăm chăm vào cửa trước ngôi nhà nhưng không nhúc nhích.

Một ngụm lớn scotch nữa.

Anh cảm thấy hốt hoảng thậm chí đau khổ, khi người đàn ông đột ngột bước đi. Anh vội vàng lái chiếc xe lăn chạy nhanh tới trước, đến gần cửa sổ hết mức có thể.

Anh nhìn thấy Arthur, lách người qua dòng xe cộ, đang qua đường, hướng về phía nhà mình.

Một khoảng im lặng dài, thật dài. Cuối cùng tiếng chuông cửa reo lên.

"Nhận lệnh", Rhyme vội vã ra lệnh cho chiếc máy tính luôn chăm chú chờ đợi. "Mở khóa cửa trước."

# Ghi chú của tác giả

Những lời bình luận của Calvin Geddes về một "thế giới mới đầy lòng can đảm", xuất phát từ tựa đề cuốn tiểu thuyết vị lai[1] của Aldous Huxley viết năm 1932 về sự biến mất của danh tính cá nhân trong một xã hội viễn tưởng. Cuốn sách vẫn luôn khiến người đọc bị ám ảnh, giống như cuốn tiểu thuyết *1984* của George Orwell.

Độc giả muốn biết thêm về chủ đề quyền bí mật riêng tư có thể tham khảo tại trang web của các tổ chức sau đây: Electronic Privacy Information Center[2] (*www.epic.org*); Global Internet Liberty Campaign[3] (*www.gilc.org*); In Defense of Freedom[4] (*www.indefenseoffreedom.org*); Internet Free Expression Alliance[5] (*www.ifea.net*); The Privacy

---

[1] Khuynh hướng văn học - nghệ thuật tiên phong đầu thế kỉ hai mươi ở châu Âu, cố gắng xây dựng cái gọi là 'nghệ thuật của tương lai', phủ nhận văn hoá truyền thống, ca tụng cái đẹp của công nghiệp và của đô thị lớn, pha trộn thực tế với chuyện hoang đường.

[2] Trung tâm Thông tin điện tử bí mật cá nhân.

[3] Cuộc vận động Bảo vệ tự do Interner toàn cầu.

[4] Bảo vệ Tự do.

[5] Liên minh Bảo vệ sự tự do thể hiện trên Internet.

Coalition[1] (*www.privacycoalition.org*); Privacy.org[2] (*www.privacy.org*) và Electronic Frontier Foundation[3] (*www.eff.org*).

Tôi nghĩ các bạn sẽ thích thú và không khỏi phải suy nghĩ khi đọc cuốn sách tuyệt vời mà tôi đã trích dẫn vài đoạn từ đó làm lời tựa, cuốn *No place to hide* của Robert O'Harrow Jr.

Những ai muốn biết nhiều hơn về bối cảnh Amelia Sachs gặp Pam Willoughby có thể tìm đọc *Kẻ tầm xương* và câu chuyện tiếp theo trong *Trăng lạnh*. *Trăng lạnh* thuật lại cuộc chạm trán đầu tiên giữa Lincoln Rhyme và tên sát thủ mà anh cùng thanh tra Longhurst đã cố gắng truy đuổi trong cuốn tiểu thuyết này.

Ồ, và hãy luôn để ý tới danh tính của bạn. Nếu không, sẽ có rất nhiều người ngoài kia đánh cắp nó đấy.

---

[1] Liên minh Bảo mật.

[2] Bảo mật.

[3] Tổ chức Biên giới điện tử.

# Lời cảm ơn

Tôi muốn dành những lời cảm ơn của mình cho nhóm làm việc tuyệt vời của tôi: Will và Tina Anderson, Louise Burke, Luisa Colicchio, Jane Davis, Julie Deaver, Jamie Hodder-Williams, Paolo Klun, Carolyn Mays, Deborah Schneider, Vivienne Schuster, Seba Pezzani, Betsy Robbins, David Rosenthal, Marysue Rucci... và, tất nhiên, Madelyn Warcholik.

# Mục lục

# NHÀ XUẤT BẢN LAO ĐỘNG

175 Giảng Võ - Hà Nội

ĐT: (84-4) 3851 5380 - (84-4) 3736 6215

Fax: (84-4) 3851 5381

Email: nxblaodong@fpt.vn

## DỮ LIỆU TỬ THẦN
### Jeffery Deaver

**Chịu trách nhiệm xuất bản:**
### LÊ HUY HÒA

| | |
|---|---|
| Biên tập viên NXB | : Lê Nguyệt Hằng |
| Biên tập viên Bách Việt | : Trần Thu Hà |
| Trình bày | : Nguyễn Phương Lan |
| Vẽ bìa | : Vũ Hồng Nhã |
| Sửa bản in | : Bùi Anh Chưởng |

*Liên kết xuất bản*

*Sách cho người Việt !*

**BV** BACHVIET

## Công ty Sách Bách Việt

**Trụ sở chính:**
*Địa chỉ:* Số 25/63 Vũ Ngọc Phan, Láng Hạ, Đống Đa, Hà Nội
*Tel:* (84-4) 3776 5580 - *Fax:* (84-4) 3776 5579
**Chi nhánh tại Thành phố Hồ Chí Minh:**
*Địa chỉ:* Số 146 Hoa Lan, P.2, Q. Phú Nhuận, Tp. HCM
*Tel:* (84-8) 3517 1788 - *Fax:* (84-8) 3517 1799
*Website:* http://www.bachvietbooks.com.vn
http://www.facebook.com/bachvietbooks

In 2.000 cuốn, khổ 16x24 cm tại Công ty Cổ phần In Truyền thông Việt Nam, Số 34A Nguyễn Khoái, Hai Bà Trưng, Hà Nội. Giấy đăng ký KHXB số: 161-2001/CXB/231-07/LĐ do CXB cấp ngày 02/03/2011. Quyết định xuất bản của Giám đốc NXB Lao Động số: 593/QĐLK/LĐ ngày 11/10/2011. In xong và nộp lưu chiểu Quý IV năm 2011.